ആദിമലനാടിന്റെ ചരിത്രം:

പ്രധനാതീരങ്ങളിലൂടെ ഒരു പര്യവേഷണം

INSIGHT PUBLICA®

Nadakkavu, Kozhikode, Kerala, 673011
www.insightpublica.com
e-mail: insightpublica@gmail.com
Title: **Adimalanadinte Charithram**
Author: **A Padmanabhan**
(Malayalam)
First Edition: March 2022
Second Edition: September 2022
Book Design:kjvj

Printed and Published by
InsightinPublica Printers & Publishers Pvt. Ltd.
ISBN 978-93-5517-222-8
₹ 550

ആദിമലനാടിന്റെ ചരിത്രം:

പ്രധനാതീരങ്ങളിലൂടെ ഒരു പര്യവേഷണം

എ. പദ്മനാഭൻ

INSIGHT PUBLICA®

ജനനം കണ്ണൂർ ജില്ലയിൽ കാവുമ്പായി. കെ.നാരായണൻ മാസ്റ്ററുടേയും എ.കാർത്ത്യായനിയമ്മയുടേയും മകൻ.

കാവുമ്പായി ജി.എൽ.പി.എസ്., എള്ളരിഞ്ഞി എൽ.പി.എസ്., മടമ്പം മേരിലാന്റ്, ശ്രീകണ്ഠപുരം ജി.എച്ച്.എസ്., തളിപ്പറമ്പ് സർ സയ്യിദ് കോളേജ്, പയ്യന്നൂർ കോളേജ് എന്നിവിടങ്ങളിൽ പഠനം.

വിവിധ പാരലൽ കോളേജുകളിൽ ഗണിതാധ്യാപകൻ. ജില്ലാ - സംസ്ഥാന തലത്തിൽ രാഷ്ട്രീയ- സാംസ്കാരിക പ്രവർത്തനാനുഭവം. ഒന്നരപ്പതിറ്റാണ്ട് കേരള ട്രാൻസ്പോർട് കമ്പനിയിൽ ജോലി. കൈരളി ബുക്സ്, അകം മാസിക, കേരള ശാസ്ത്രസാഹിത്യ പരിഷത്ത് പുസ്തകവിഭാഗം എന്നിവയിൽ എഡിറ്ററായും ചാനലിൽ സ്ക്രിപ്റ്റ് റൈറ്ററായും പ്രവർത്തിച്ചു. പത്രപ്രവർത്തനത്തിലും നാടക- തെരുവുനാടകവേദികളിലും ഹ്രസ്വകാല ബന്ധം. ആനുകാലികങ്ങളിൽ കവിത, കഥ, ലേഖനങ്ങൾ എന്നിവ പ്രസിദ്ധീകരിക്കപ്പെട്ടിട്ടുണ്ട്.

കൃതികൾ: കാവുമ്പായി കാർഷിക കലാപം (ചരിത്രം), ആകാശത്തിന്റെ കണ്ണാടി, ജൂൺ നക്ഷത്രം, വരച്ചു വച്ച വാതിൽ ,സൂഫി മറഞ്ഞ നിലാവ് (കാവ്യസമാഹാരങ്ങൾ), മധ്യാഹ്നത്തിന്റെ യാത്രാമൊഴി (ഓർമ), ഇരട്ടക്കുട്ടികളുടെ കളിപ്പാട്ടം (നോവൽ),കാവുമ്പായി: ചരിത്രപാഠവും പാഠഭേദവും (ചരിത്രം), കാൾ മാർക്സ് (ജീവചരിത്രം), ശബരിമല - വിചാരണയും വിധിയെഴുത്തും (എഡിറ്റർ), ജെന്നിക്ക് സ്നേഹപൂർവം മാർക്സ് (ജീവചരിത്രം).

എ. പത്മനാഭൻ

ഉള്ളടക്കം

പുഴയെഴുതിയ പുരാവൃത്തങ്ങളിലൂടെ....9

ചരിത്രരചന - ഒരാമുഖം....23

ശ്രീകണ്ഠപുരത്തിന്റെ ചരിത്രപ്രാധാന്യം....36

പ്രാചീന ഭൂപടത്തിലെ സ്ഥാനം....51

നവീന ഭൂപടത്തിന്റെ രൂപീകരണം....79

കാർഷിക- വാണിജ്യ ഘടനകളും
ഉൽപാദന ബന്ധങ്ങളുടെ പരിണാമങ്ങളും....98

ജനപദങ്ങളുടെ പകർച്ചകൾ....131

അധികാരപ്പകർച്ചകൾ - പ്രാചീന കാലം....166

മൂഷിക വംശം....193

ശ്രീകണ്ഠപുരം -ശ്രീകണ്ഠന്റെ ആസ്ഥാനം....211

രാഷ്ട്രീയ പരിണാമങ്ങളും, കാവുമ്പായി കാർഷിക കലാപവും....233

കുടിയേറ്റങ്ങളുടെ തുടർക്കഥകൾ....246

ചരിത്രത്തിന്റെ ചില ചിഹ്നങ്ങൾ....261

സ്ഥലനാമങ്ങൾ ചരിത്രത്തിന്റെ ലിഖിതങ്ങൾ....276

ഭാഷ, സാഹിത്യം - ചില ചരിത്രോപദാനങ്ങൾ....302

സംസ്കാരത്തിന്റെ ചില ശിലകൾ....319

ചൂണ്ടുവിരൽ മാത്രം....372

ഗ്രന്ഥസൂചി....381

പുഴയെഴുതിയ പുരാവൃത്തങ്ങളിലൂടെ

കാലവും ചരിത്രവും അതിരുകളാക്കി ഒഴുകുന്ന പുരാവൃത്തങ്ങളാണ് നദികൾ. നദിയുടെ ഗർഭഗൃഹങ്ങളിലാണ് ജീവരാശി പിറന്നത്. നദീതടങ്ങളിൽ വിരിഞ്ഞ നാഗരികതയിലൂടെയാണ് ചരിത്രം ഇന്നോളം സഞ്ചലിച്ചത്. പുഴയേക്കാൾ പകിട്ടോടെ ചരിത്രം പറഞ്ഞു കേൾപ്പിക്കാനാർക്കും കഴിയാറില്ല. നമ്മൾ കാതോർക്കുന്ന കടങ്കഥകളിൽ കാലദേശങ്ങൾ കെട്ടുപിണഞ്ഞു കിടക്കും.

റോമൻ ചക്രവർത്തിയായിരുന്ന ഒറീലിയസ് രണ്ടാം ശതകത്തിലേ എഴുതി: 'കാലം ഒരു നദിയാണ്. പ്രചണ്ഡമായ സംഭവങ്ങൾ അതിൽ കുത്തിയൊഴുകുന്നു'.

അതങ്ങനെ തന്നെയാണ്; ആരുടെ മുന്നിലും പുഴയായൊഴുകുന്നത് ഭൂതകാലമാണ്. കാലത്തിന്റെ ഡയറിയിൽ കുറിക്കാനുള്ള വചനം ജലം തരുന്നു. കാലം പിന്നെയുമൊഴുകിക്കൊണ്ടിരിക്കും-പിരമിഡുകൾക്കരികിലൂടെ നൈലിനെപ്പോലെ. ഷോളോഖോവിന്റെ മുന്നിൽ ശാന്തമായൊഴുകുന്ന ഡോണിനെപ്പോലെ. 'കുറ്റിപ്പുറം പാല'ത്തിന്നടിയിലൂടെ ഇടശ്ശേരി കണ്ട ഭാരതപ്പുഴയായി, അഗസ്ത്യന്റെ കമണ്ഡലുവിൽ നിന്ന് കാവേരിയായി, ഭൂമിക്കടിയിലൊളിച്ച് വ്യാസനിൽ പുനർജനിച്ച സരസ്വതിയുടെ ജലസംഗീതമായി, നക്ഷത്ര ദൈവത്തിന്റെ നദിയായ ബ്രഹ്മപുത്രയായി, ടാഗോറിന്റെ രക്തധമനികളിലേക്കൊഴുകിയ പത്മാനദിയായി, സിന്ധുവായി, വെർജിലിന്റെ മഹാകാവ്യം 'ഇക്കലോഗ്സി'ലെ

ശ്രീകണ്ഠപുരം നഗരകേന്ദ്രം

മിൻസിയാസായി, ഹോമർ മഹാകവി 'ഇലിയഡി'ൽ നിർമിച്ച ആദിയുമന്തവുമില്ലാത്ത ഒക്ക്യാനോസ് നദിയായി, മാർക് ട്വൈനിന്റെ മിസ്സിസ്സിപ്പിയായി, ജയിംസ് ഡിക്കി 'മോചന'ത്തിൽ ജന്മം കൊടുത്ത 'ശുഭ്ര ജല നദി'യായി... കാലമൊഴുകിക്കൊണ്ടേയിരിക്കും.

പ്രഥനാനദിയുമൊഴുകി. പൗരാണിക പഥങ്ങളിലൂടെ, ചരിത്രരഥങ്ങളിലൂടെ, ഋതുദേശങ്ങളിലൂടെ... പിന്നേയും പിന്നേയും.

ജീവന്റെ കണിക ജലത്തിലെന്ന പോലെ, ജീവിതത്തിന്റെ കണിക ജലാശയങ്ങൾക്കരികിലുമാണ് ആവിർഭവിച്ചത്. ലോകത്തെവിടേയും മനുഷ്യ സമുദായത്തിന്റെ ആവാസവ്യവസ്ഥയുടെ ഉദ്ഗമനമുണ്ടായത് നദീതടങ്ങളിലായിരുന്നു. മലമുകളിൽ പിറന്നവരും ഉറവുകൾക്കു പിന്നാലെ നദീതടങ്ങളിലെത്തി നിലയുറച്ചു.

നദീതട സംസ്കാരങ്ങളുടെ മഹിതമായ ബീജാവാപം ലോകത്തെവിടേയും പലഭാഗങ്ങളിലാണ്. മനുഷ്യനിലേക്കുള്ള പരിണാമത്തിന്റെ കഥ ഓരോ ദേശത്തിന്റേയും തനതു സംസ്കൃതിയിലുണ്ട്. പശ്ചിമേഷ്യയിലേയും ദക്ഷിണ പൂർവ യൂറോപ്പിലേയും നദീതടങ്ങളിൽ മൊട്ടിട്ട നാഗരികതകൾ അതിന്റെ പ്രബലമായ തെളിവുകളാണ്. പ്രാചീന ഗ്രീസിന്റെ കനിഷ്ഠനാഗരികതയിലും ക്രീറ്റിലെ പുരാതന നോസ്സസ്സിലും, നൈൽ നദിയും മഹാദേവാലയങ്ങളും സ്ഫിങ്സും വിരാജിച്ച പൗരാണിക ഈജിപ്തിലും, മധ്യധരണ്യാഴിയിലെ മഹാനഗരങ്ങളിലും ഈ തെളിവുകൾ അവശേഷിക്കുന്നു. ബാബിലോണിയ, സുമേറിയ, അസ്സീറിയ, ചാൽഡിയ, നിനേവ് തുടങ്ങിയ ദേശങ്ങളിലും അറബിക്കഥകളുടെ ബാഗ്ദാദിലും മോഹൻജദാരോയിലും സിന്ധു നദീതടങ്ങളിലും ദ്രാവിഡ പഥങ്ങളിലും

ചൈനീസ് സംസ്കൃതിയിലും പ്രാചീന നാഗരികതയുടെ വിളനിലം കാണാം. ഏതൻസും സ്പാർടയും തീബ്സും കൊറിന്തും കാർത്തേജും പാലസ്തീനും ഫൊണീഷ്യയും മഹാപഥങ്ങളായി പിറവിയെടുത്തു.

ഓരോ നാഗരികതയും മനുഷ്യവംശഗാഥകൾ നിർമിച്ചു. അതാത് സംസ്കൃതികൾ ദേശാന്തരങ്ങൾ പിന്നിട്ടു. വിവിധ ജനപദങ്ങൾ അന്യോന്യം ലയിച്ചു. ആദാന പ്രദാനങ്ങളിലൂടെ സങ്കര സംസ്കൃതിക ളുടെ പരമ്പരകളുണ്ടായി. അത്തരത്തിൽ തനതു സംസ്കൃതി കാവേരിയും പ്രഥനയും (വളപട്ടണം പുഴ) പെരിയാറും രചിച്ചിരിക്കാം. ശ്രീകണ്ഠപുര മെന്ന നാമം ഗോത്രഗീതങ്ങളിലും പ്രാചീനേതി വൃത്തങ്ങളിലും വിശ്വ വ്യാപാര ഭൂപടത്തിലും ആസ്ഥാന രാജകീയതകളിലും ആലേഖനം ചെയ്യപ്പെട്ടത് പ്രഥനയുടെ ആശ്ലേഷത്താലാണ്. പ്രഥനാ നദിയുടെ പുരാവൃത്തങ്ങളിൽ പ്രഥമാധ്യായമാണ് ശ്രീകണ്ഠപുരം. ഉറവിടം തൊട്ട് പതനസ്ഥലി വരെ ഇന്നത്തെ വളപട്ടണം പുഴയുടെ പുരാതന നാമമാണ് 'പ്രഥന'. വ്യാപ്തിയേറിയത് എന്നർഥം. യുദ്ധമെന്നും പര്യാ യമുണ്ട്. അനാദികാലം തൊട്ടുള്ള ഇതിഹാസ സംഗരങ്ങൾക്കെല്ലാം അനാമൃതമായ സാക്ഷിയാണല്ലോ നദി.

മൂഷികവംശകാവ്യത്തിലെ വർണനയിൽ നിന്ന് മൂഷികത്തിന്റെ രാജധാനി പ്രഥനാ നദിക്കരയിൽ സ്ഥാപിക്കപ്പെട്ടതായി മനസ്സിലാ ക്കാം:

"ഉച്ഛ്റായി സാല വലയം പരിതോഷിത സ്യ,
ഖാതംഗഭീരമരിഭി: കഥമല്യധൃഷ്യം,
ഗാംഭീര്യമന്നതിരിതി പ്രഥയത്യമോഘം,
ഹേതും പരൈർദ്വിതയമേതദലംഘ്യതായാ,
പര്യാകുലേ വിലസതി പ്രഥനാപഗായാ
, ച്ഛായാഗതം പയസി ഗോപുരമുന്നതാഗ്രം,
ഭാവസ്യയസ്യ സകലസ്യ ജഗദ്ധ്യതായാ"

അതേ കാവ്യത്തിലെ പ്രഥനാ നദിയെപ്പറ്റിയുള്ള പരാമർശമിതാണ്:
"പ്രഥനാ സരിതസ്തീരേ പശ്ചിമേ, പൃഥിവീപതി
അഹീരണേശ്വരം നാമധാമചക്രേ സ ശൂലിന:"

വളപട്ടണമെന്നത് പുഴയുടെ പേരല്ല, പതനസ്ഥലത്തെ ഒരു ദേശ ത്തിന്റെ പേരു മാത്രമാണ്.

പെരിഞ്ചെല്ലൂർ (തളിപ്പറമ്പ) രാജരാജേശ്വര ക്ഷേത്രത്തിന്റെ പുരാവൃത്തം വർണിക്കുന്ന 'ചെല്ലൂർ നാഥോദയം ചമ്പു'വിൽ ഒരു ശ്ലോകവും ഈ നദികളെ പരാമർശിക്കുന്നു.

"എങ്കിൽ കേട്ടാലുമിപ്പോൾ മമ പരമനിയോഗം

വളപട്ടണം പുഴ

വടക്കങ്ങു തെക്കും
ഭംഗ്യാമേവുന്ന കിള്ളാഘ്ലത തടിനികളെ -
ക്കൊണ്ടൊരുല്ലാസ ധാമാ -
തുംഗശ്രീകേരളക്ഷ്മാതലമണി തിലകം.
ചാരു ചെല്ലൂരനാമാ
മംഗല്യ ഗ്രാമമാദ്യം നൃവര ! വിജയതേ
മൽപ്രസാദൈകരംഗം" (ഖണ്ഡിക 76)

(ശതസോമന്റെ തപസ്സിനെത്തുടർന്ന് പ്രത്യക്ഷനായ ശിവൻ രാജാവിനോടു നടത്തുന്ന പ്രസ്താവനയാണിത്.

'അല്ലയോ രാജാവേ, എന്റെ ശ്രേഷ്ഠമായ ആജ്ഞയെ ഇപ്പോൾ കേട്ടാലും, വടക്കുകിള്ളാനദിയ്ക്കും തെക്കു ഘ്ലതയ്ക്കുമിടയിൽ ശോഭിക്കുന്ന, ഐശ്വര്യാ ഭിവൃദ്ധിയോടു കൂടിയ
കേരളഭൂമിയുടെ തിലകമായ,
എന്റെ അനുഗ്രഹത്തിനു പാത്രമായ,
മംഗല്യത്തോടു കൂടിയ, മനോഹരമായ ചെല്ലൂരെന്ന ദേശം വിജയിക്കുന്നു')

മൂഷിക വംശസ്ഥാപകനായ രാമഘടൻ കോലത്തുനിന്ന് ഏഴിമല യിലേക്ക് പോയപ്പോൾ അദ്ദേഹം കിള്ളാ നദീമുഖത്തു മാരാഹി എന്ന തുറമുഖം സ്ഥാപിച്ചു എന്നും പ്രാചീനകാവ്യത്തിൽ പരാമർശമുണ്ട്. കിള്ളാനദി തളിപ്പറമ്പുപുഴ (കുപ്പം പുഴ)യാണെന്നു വ്യക്തം. കിള്ളുക (കുഴിക്കുക) എന്ന ക്രിയയിൽ നിന്നുള്ള ഉപപന്നമാണ് കിള്ള.

ചോഴ രാജാക്കന്മാർ മാറി മാറി വളവൻ, കിള്ളി എന്നീ കുല ബിരുദങ്ങൾ വഹിച്ചിരുന്നു. ഘൃതമെന്നു പരാമർശിച്ചത് പ്രഥനാനദിയെയാണ്. 'ഘൃത'എന്ന വിശേഷണം സേചനം നടത്തുന്നതെന്ന അർഥത്തിൽ സംസ്കൃതാധീശന്മാർ ചമച്ച പദമാണ്. പല നദികളുടെ പേരിലും ഈ 'നെയ്' പ്രയോഗം കാണാം. തിരുവനന്തപുരം ജില്ലയെ തഴുകുന്ന നെയ്യാർ മാത്രമല്ല, ചാലക്കുടിപ്പുഴക്ക് പെരുനെയ് എന്ന വിശേഷണമുണ്ട്. അതുവഴി ചേരമാൻ രാജാവിന് പെരുനെയ്തുറൈൻ എന്ന ബിരുദം ലഭിച്ചിരുന്നു. ചരിത്രത്തിലെ തുറമുഖ നഗരമായ മുചിരി (കൊടുങ്ങല്ലൂർ) യ്ക്കടുത്ത് നെയ്ത്തറയുണ്ട്.

നെയ്ത്തറ അഥവാ നെയ്ക്കൽത്തറയുടെ ഒരു ഗ്രീക്കു രൂപമാണ് നിത്രിയാസ്. പ്ലീനിയുടെ രേഖ (ഹിസ്റ്റോറിയ നാച്ചറൽസ്, AD 23-73) പരാമർശിച്ചത് നിത്രിയാസ് എന്നും ടോളമി (AD 95-162) നിത്റയെന്നും രേഖപ്പെടുത്തി. നേത്രാവതിയെന്ന നദിയേയാണ് ഈ പരാമർശത്തോടു ബന്ധിപ്പിക്കുന്നത്.

'ഘൃത'യ്ക്ക് നെയ്യ് എന്ന പര്യായവുമുണ്ട്. വളപട്ടണം പുഴയ്ക്ക് 'നെയ്താര' എന്ന വിശേഷണമുള്ളതായി 'കേരളോൽപത്തി' യും സൂചിപ്പിക്കുന്നു. കൊട്ടിയൂർ ക്ഷേത്രത്തിലെ പശുവിൻ നെയ്യുമായി ഇതിനെ ബന്ധിപ്പിക്കുന്നവരുണ്ട്. ചിറയ്ക്കൽ ടി. ബാലകൃഷ്ണൻ നായർ തന്റെ 'തെരഞ്ഞെടുത്ത പ്രബന്ധങ്ങളിൽ' പ്രഥനാ നദിയെ പരാമർശിക്കുന്നതിങ്ങനെയാണ്:

"വടുക വർമയെ പിന്തുടർന്നു വന്ന അഹീരണൻ വളപട്ടണം പുഴ അഥവാ പ്രഥനാ നദിയുടെ പടിഞ്ഞാറു ഭാഗത്ത് 'അഹീരണം' എന്ന ശിവക്ഷേത്രം സ്ഥാപിച്ചു" (അധ്യായം: ഓലയുടെ വില) ചിറക്കൽ. ടി. യുടെ പുസ്തകത്തിലെ 'മൂഷികവംശകാവ്യം' എന്ന അധ്യായം ഇക്കാര്യം കൂടുതൽ വിശദീകരിക്കുന്നു: "ഒഴുകുന്ന ദേശങ്ങളുടെ പേരുകളെല്ലാം ഈ പുഴയ്ക്കുണ്ടെങ്കിലും മുഖ്യമായ പേർ വളപട്ടണം പുഴയെന്നു തന്നെയാകുന്നു... പഴയ പാട്ടുകളിൽ ഇതിനു നെയ്യാറ്, നെയ് നിറയാറ് എന്നും സംസ്കൃതീകരിച്ച് പ്രഥനാ, പ്രതനാ, ഘൃത തടിനി, ആജ്യ നദി എന്നും നാമങ്ങൾ കാണാം. ഇതിന്റെ കൈവഴിയാണ് കാട്ടാമ്പള്ളിപ്പുഴ. പ്രഥനയെന്നത് പരുഷ്ണി (പറശ്ശിനി) യടക്കമുള്ള വളപട്ടണം പുഴയുടെ പൊതു പേരാണല്ലോ"

മൂഷിക വംശം കാവ്യത്തിലെ പ്രഥന കാട്ടാമ്പള്ളിപ്പുഴയാണെന്ന് ചിറക്കൽ. ടി. മറ്റൊരിടത്ത് പരാമർശിക്കുന്നുണ്ടെങ്കിലും അത് ഈ പൊതു പേരിന്റെ ഭാഗമായി കണ്ടുകൊണ്ടാണ്. സാധാരണ ഏറ്റവും വിസ്തൃതിയുള്ള നദിയാണ് പ്രഥന എന്നു വിളിക്കപ്പെടുക. വളപട്ടണം പുഴയുടെ പ്രധാന ഉത്ഭവസ്ഥാനം ബ്രഹ്മഗിരി മലനിരകളിലാണ്.

പശ്ചിമഘട്ട നിരയുടെ വൈതൽ ചെരിവുകളിൽ നിന്നാണ് മറ്റൊരു പ്രധാന കൈവഴിയുടെ ഉത്ഭവം. രണ്ടും മലപ്പട്ടം മുനമ്പുകടവിൽ ഒന്നു ചേർന്ന് കൊയ്യം, കണ്ടക്കൈ, പറശ്ശിനിക്കടവ് വഴി വളപട്ടണം കടന്ന് അഴീക്കോട് അഴിമുഖത്ത് അറബിക്കടലിൽ പതിക്കുന്നു. ആ പതന സ്ഥാനത്ത് കുപ്പം പുഴയും കൂടിച്ചേരുന്നു. പതനസ്ഥാനം പ്രാചീന കാലത്ത് വിശ്വ ശ്രദ്ധ പതിഞ്ഞ വാണിജ്യതുറമുഖം കൂടിയാണ്.

തുറമുഖനാമമായി ഗ്രീക്ക് സഞ്ചാരിയായ മെഗസ്തനീസിന്റെ (BC 302) 'ഇൻഡിക്ക' യും 'പെരിപ്ളസ് ഓഫ് എറിത്രിയൻ സീ' യുടെ കർത്താവും പരിചയപ്പെടുത്തിയ നൗറ. ഇന്നത്തെ നാറാത്ത് ആണിതെന്നു നിരീക്ഷിക്കുന്നവരുണ്ട് - കടലിറങ്ങിപ്പോയതാവാനുള്ള സാധ്യതകൾ കണക്കിലെടുത്താൽ. ബി. സി. കാലത്തു നിർമിക്കപ്പെട്ട 'പ്യൂട്ടിങ്ങർ ടേബിളി'ലും (Tabula Peutingeriana) നൗവുരയെന്ന നാമസൂചന കാണാം.

സംഘകൃതി പതിറ്റുപ്പത്തിന്റെ ജി. വൈദ്യനാഥയ്യരുടെ പരിഭാഷയോടൊപ്പം ചേർത്ത ഭൂപടത്തിൽ നറവ് എന്ന് രേഖപ്പെടുത്തിയതും ഇതേ സ്ഥാനത്താണ്. ആട്ടുകൊട്ടുപാട്ട് ചേരലാതന്റെ സങ്കേതമായ 'വളകിലുക്ക പട്ടണത്തിൻ നദി നറവ്' ഈ നൗറയെ ബന്ധപ്പെടുത്തിയാണെന്നും നിരീക്ഷിക്കുന്നവരുണ്ട്. നറവ് ഉച്ചാരണവ്യതിയാനത്താൽ നൗറയായും നവുരയായും രൂപഭേദം വരാനും മതി. നറവ് എന്നത് ഒരു നദിയുടെ പേരാകണമെന്നില്ല. പൊതുവിശേഷണവുമാകാം. നവ് (Naw, Nawa) എന്ന പേർഷ്യൻ പദം ഷിപ്പിനെ സൂചിപ്പിക്കുന്നതാണ്. നവീര എന്ന പേരിൽ നന്നൻ ചേന്നന്റെ നാട്ടിൽ ഒരു പ്രധാന മലയുണ്ട്. അവിടെ ശിവനായ കാരിയുണ്ടി ദേവന്റെ ക്ഷേത്രവുമുണ്ട് അതേപ്പറ്റിയാണ് പത്തുപ്പാട്ടിൽ "മലൊ പടു കടാം കൂത്തരാറ്റുപ്പടൈ- ഹിരണ്യമുട്ടത്ത് പെരുകുന്റൂർ കൗശികൻ" എന്നു പാടിയത്.

1912ൽ Wilfred Harvey Schoff പ്രസിദ്ധപ്പെടുത്തിയ 'പെരിപ്ലസ്' പതിപ്പിന്റെ അനുബന്ധത്തിൽ നവുരയെ അടയാളപ്പെടുത്തുന്നത് കണ്ണൂരിലാണ്. വളപട്ടണത്തിന് ഇന്നു കാണുന്ന കടൽമുഖത്തു നിന്നും ഉള്ളിലേക്കു കയറി നിൽക്കുന്ന ഒരു തുറമുഖദൃശ്യം പണ്ടുണ്ടായിരുന്നു. പശ്ചിമഘട്ടത്തിന്റെ ഓരം വരെ കടൽ കിടന്നിരുന്നതായി ഭൗമ ശാസ്ത്രജ്ഞന്മാരുടെ നിരീക്ഷണങ്ങൾ നിലവിലുണ്ട്. ജലനിരപ്പിന്റെ കാര്യത്തിൽ അറബിക്കടലിന്റെ സ്ഥിരതയ്ക്ക് ഏതാണ്ട് 2000 നും 3000നുമിടയിൽ വർഷത്തിന്റെ ആയുസ്സേയുള്ളൂ. അറബിക്കടലിന്റെ പ്രാചീന നാമം 'ഉതിരപ്പെരുവളം' എന്നായിരുന്നു. രക്തനിറമുള്ള സമുദ്രമെന്നാണു സാരം. ഇതേ ആശയമാണ്, ചെങ്കടൽ മുതൽ ഇന്ത്യൻ മഹാസമുദ്രമുൾപ്പെടെയുള്ള സമുദ്ര മണ്ഡലത്തെയാകെ പുരാതനഗ്രീക്കുറോമൻ

ഭൗമശാസ്ത്രജ്ഞർ എറിത്ത്രിയൻ സീ എന്ന് വിളിക്കാൻ നിമിത്തമായത്.

ചുവപ്പിന്റെ ഗ്രീക്കുപദമാണ് എറിത്ര. എറിത്ത്രിയ എന്ന ആഫ്രിക്കൻ രാഷ്ട്രത്തോടു ചേർന്നു കിടക്കുന്ന കടൽ. ഗ്രീക്ക് - റോം പുരാരേഖകൾ ഇപ്പോഴത്തെ ചെങ്കടലും പേർഷ്യൻ ഗൾഫും ഇന്ത്യൻ മഹാസമുദ്രവും സമീപസ മുദ്രങ്ങളുമുൾപ്പെടെ എറിത്ത്രിയൻ കടലായി വിഭാവനം ചെയ്തിരുന്നു. Agatharchides എന്ന ഗ്രീക്കു ചരിത്രകാരന്റേതെന്ന് ചിലർ അഭിപ്രായപ്പെടുന്ന rythraean Sea (about 113 BC) പുസ്തകത്തിൽ എറിത്ത്രോസിന്റെ കടലായിട്ടാണ് എറിത്ത്രിയൻ സീ യെ പരാമർശിക്കുന്നത്. ഇന്നത്തെ ഇറാന്റെ പടിഞ്ഞാറൻ മേഖല മെഡെസ് വംശാധിപത്യത്തിലായിരുന്നപ്പോൾ (BC 607-549) ഉണ്ടായിരുന്ന വീരനാവികനായ ഒരു ധനികനായിരുന്നു എറിത്ത്രോസ്. മിയോസ്യസിന്റെ മകൻ.

ഉതിരപ്പെരുവളം എന്നു വിളിക്കാൻ പാകത്തിൽ പശ്ചിമഘട്ടത്തിൽ നിന്നും മലവെള്ളം കുത്തിയിറങ്ങി കടൽ ചുവക്കാറുണ്ടെന്നത് യാഥാർഥ്യം. അതായത് പശ്ചിമഘട്ടവും അറബിക്കടലും തൊട്ടുരുമ്മിക്കഴിഞ്ഞിരുന്നുവെന്ന നിഗമനം തള്ളിക്കളയേണ്ടതല്ല. വയനാടൻ ഭൂഘടനയുടെ ഉപരിതല ചരൽപ്പാളി രണ്ടായിരം അടിയിലധികം ആഴത്തിൽ തേയ്മാനം സംഭവിച്ചത് ഭൂപഠനത്തിലൂടെ തിരിച്ചറിഞ്ഞ വസ്തുതയാണ്. ഭൂഗർഭ വകുപ്പിന്റെ മദിരാശിയിലെ ഡെ: സുപ്രണ്ട് മി. W. കിംഗ് അക്കാര്യം പഠനവിധേയമാക്കിയിട്ടുണ്ട്: “ഒരു കാലത്തു പീഠഭൂമികളായി ഒറ്റതിരിഞ്ഞു കിടന്ന ഈ സ്ഥലങ്ങൾ പ്രളയജലം വന്ന് മൂടുകയും മലയിടിഞ്ഞ് ഭൂപ്രകൃതി മാറിമറിയുകയും ചെയ്തിട്ടുണ്ട്” (ജിയോളജിക്കൽ സർവെ -വാല്യം XV പേജ് 101)

സമുദ്രനിരപ്പിലുള്ള താണ നിലങ്ങൾ മലബാറിൽ എമ്പാടുമുണ്ട്. ഹിമയുഗത്തിൽ കടൽനിരപ്പ് വറ്റി താണു. ധ്രുവദേശത്ത് മഞ്ഞുരുകിയപ്പോൾ വീണ്ടും നിറഞ്ഞു. പ്രളയകാലത്ത് മണ്ണൊലിച്ച് മണൽത്തിട്ടകളുയർന്നു.

നാറാത്തിന്റെ മറുകരദേശമാണ് പാപ്പിനിശ്ശേരി. ഈ പരിസരങ്ങളെല്ലാം പണ്ടുകാലത്ത് കടലടിയിലായിരുന്നുവെന്ന് വിശ്വസിപ്പിക്കാൻ പാകത്തിലുള്ള സമുദ്രധാതുക്കളും അവശിഷ്ടങ്ങളും കിണർ കുഴിക്കുമ്പോൾ പലേടത്തും പ്രത്യക്ഷപ്പെടാറുണ്ട്. പൂഴിമണ്ണോ, കക്കയോ ശംഖോ കലർന്ന പൂഴിമണ്ണോ ഖനനത്തിനിടയിൽ കാണപ്പെടുന്നു. നാറാത്തിനടുത്ത് പാമ്പുരുത്തി എന്നൊരു ദ്വീപുണ്ട്. പാപ്പിനിശ്ശേരിയെന്നതും പാമ്പിനിശ്ശേരിയുടെ രൂപാന്തരമാണ്. മൂഷികവംശകാവ്യം അഹിരേശ്വരിയെന്നാണ് പരാമർശിക്കുന്നത്. അത് ലോപിച്ചതാണ് ഹൈരാണിക്കുളം.

പുഴയുടെ പടിഞ്ഞാറ് വശത്ത് അഹിരണൻ സ്ഥാപിച്ച അഹിരണം ശിവക്ഷേത്രത്തെപ്പറ്റിയും കാവ്യത്തിൽ വിവരണമുണ്ട്. ഇപ്പോൾ പുഴയുടെ വടക്കുഭാഗത്താണ് പാപ്പിനിശ്ശേരിയെന്നതും പുഴ പിന്നേയും വളർന്നതിനെ സൂചിപ്പിക്കുന്നു. ഈ അഹിരണമാണ് മലയാളത്തിൽ പാമ്പണിച്ചേരിയും പാപ്പിനിശ്ശേരിയുമായതെന്ന് ചിറക്കൽ ടി. ബാല കൃഷ്ണൻ നായർ നിരീക്ഷിച്ചിട്ടുണ്ട്.

അഹിരാണിയുടെ പ്രാകൃതം അഭീര. ആളുവ വംശം അഭീരർ, അധീരർ, അഹികൾ എന്നെല്ലാം വിളിക്കപ്പെട്ടതായി കാണാം. സർപ്പം എന്നർത്ഥമുള്ള ഓഫീസ് എന്ന ഗ്രീക്കു പദത്തിൽ നിന്നുള്ള സൃഷ്ടിയാണ് അഭീര. പൂർവദിക്കിലെ ഓഫിർ തുറമുഖത്തേക്ക് സോളമൻ ചക്രവർത്തി കപ്പലുകൾ അയച്ചതായി ചരിത്രത്തിലുണ്ട്. അക്കാലത്ത് പൊന്ന്, വെള്ളി, ആനക്കൊമ്പ്, കുരങ്ങ്, മയിൽ, തേക്കിൻ തടി, മയിൽ, വാസന ദ്രവ്യങ്ങൾ തുടങ്ങി മറ്റൊരു ലോകത്തും കിട്ടാത്ത നമ്മുടെ മലനാടിന്റേതു മാത്രമായ സമ്പത്താണ് കപ്പലുകളിൽ കടത്തപ്പെട്ടത്. ആംസ്റ്റർഡാം കാരനായ ഡി പൈവ എഴുതിയ Notisias Dos judeos De cochin എന്ന പുസ്തകത്തിൽ BC 970 ൽ ഇസ്രയേലിലെ സോളമൻ ചക്രവർത്തി ഫിനീഷ്യരുടെ നേതൃത്വത്തിൽ അയച്ച വാണിജ്യക്കപ്പൽക്കൂട്ടം പൂർവ ദിക്കിലെ ഓഫിർ എന്ന തുറമുഖത്തു നിന്നും സുഗന്ധ ദ്രവ്യങ്ങൾ കയറ്റി ക്കൊണ്ടുപോയതായി പരാമർശിക്കുന്നു. ഇത് കേരളത്തിലാണെന്നും എടുത്തു പറയുന്നു. ക്രിസ്തുവിനു മുമ്പ് പത്താം നൂറ്റാണ്ടിലേ തുടർന്നുവന്ന വ്യാപാര ബന്ധത്തെപരിഗണിക്കുമ്പോൾ, നാറാത്തും പാപ്പിനിശ്ശേരിയും ഉൾപ്പെടുന്ന ഒരു വിസ്തൃതമായ തുറമുഖത്തിന്റെ സാധ്യതകൾ തള്ളിക്കള യാവുന്നതല്ല. ഓഫിർ എന്ന നാമം പാപ്പിനിശ്ശേരിയുമായി അത്രയേറെ സാദൃശ്യപ്പെട്ടു നിൽക്കുന്നു.

വളപട്ടണമെന്നത് മൂഷികരാജാവ് വളഭൻ സ്ഥാപിച്ചതിനാൽ വല്ലഭപത്തനമായി അറിയപ്പെട്ടതായും പദാന്തരത്തിലൂടെ വളപട്ട ണമായതായും വാദങ്ങളുണ്ട്. വല്ലഭനെന്നുള്ള ഒരു രാജനാമത്തിൽ നിന്നുതന്നെയാകണമെന്നില്ല അതിന്റെ നിഷ്പത്തി. വളപട്ടണം സ്ഥാ പിച്ചതിനാൽ മൂഷികരാജാവായ രാജരാജ വർമൻ വളഭൻ എന്ന പേരി ലറിയപ്പെട്ടതുമാകാം. വളഭനോടു വളപട്ടണം പുഴയുടെ നാമോൽപത്തി ബന്ധിപ്പിക്കുന്നവർക്കു മുമ്പിൽ മറ്റൊരു രാജാവിനെ കൂടി ഹാജരാക്കാം. പല്ലവരാജാക്കന്മാരുടെ കേരളത്തിലേക്കുള്ള കടന്നുകയറ്റം എ. ഡി. ആറ്, ഏഴ് നൂറ്റാണ്ടുകളിലാണ്. കാഞ്ചിപുരം കേന്ദ്രമാക്കിയിരുന്ന സിംഹ വിഷ്ണുവും (AD 560-580) മഹേന്ദ്രവർമൻ രണ്ടാമനും (580- 630) തുടർന്ന് നരസിംഹവർമൻ ഒന്നാമനും (630-668) ചേര- പാണ്ഡ്യരാജാക്കന്മാരെ

തോല്പിക്കുന്നുണ്ട്. അവരുടെ ആക്രമണം ദക്ഷിണേന്ത്യയും കടന്ന് സിലോണിലോളം വ്യാപിക്കുന്നതായി മഹാവംശ കാവ്യവും പ്രതിപാദിക്കുന്നു. അദ്ദേഹത്തിന്റെ പിൻഗാമി നന്ദിവർമൻ രണ്ടാമനും മൂന്നാമനും ഇവിടുത്തെ നാട്ടരചന്മാരെ കൂട്ടുപിടിച്ച് ആധിപത്യം വ്യാപിപ്പിക്കുകയും ചെയ്തു. നന്ദിവർമൻ മൂന്നാമനെ തമിഴ് കൃതിയായ 'നന്ദികളംബക'ത്തിൽ 'കവിരി വള നന്ദൻ' എന്നു വിശേഷിപ്പിക്കുന്നുണ്ട്. കാവേരി - വള - നന്ദൻ എന്നാൽ ബ്രഹ്മഗിരിയിൽ നിന്ന് ഇരുപുറങ്ങളിലേക്ക് ഒഴുകുന്ന കാവേരിയുടെയും വളപട്ടണത്തിന്റെയും അധിപൻ എന്നർഥം. പ്രാചീന കാലത്തെ രാജപരമ്പരകൾ ഇടവിട്ട് ഒരേ വിശേഷ നാമങ്ങൾ സ്വീകരിച്ചതായി കാണാം. ചേരരാജാക്കന്മാർ രവി എന്നും ഗോദയെന്നും പാണ്ഡ്യരാജാക്കന്മാർ മാറൻ എന്നും ചടയൻ എന്നും മധ്യകാലത്തെ ചോളരാജാക്കന്മാർ കന്നാരൻ (കൃഷ്ണൻ)എന്നും ആദിത്യൻ എന്നും പ്രാചീനചോളരാജാക്കന്മാർ കിള്ളി എന്നും വളവൻ എന്നും വിശേഷ നാമങ്ങൾ ഇടവിട്ടു സ്വീകരിച്ചു.

ചോള രാജാക്കന്മാരുടെ ഈ നാമങ്ങളും കുപ്പംപുഴയുടെ കിള്ളാ എന്ന നാമവും വളപട്ടണമെന്ന നാമവുമായുള്ള സാമ്യം ഒരു കൗതുകത്തിന് ഇവിടെ ചൂണ്ടിക്കാട്ടുകയാണ്. പ്രഥന എന്ന നാമവും സംസ്കൃത സൃഷ്ടിയാണ്. 'ന'കാരത്തിൽ അവസാനിക്കുന്ന വാക്ക് തമിഴിലില്ല. അതിനു മുമ്പേ ഈ നദിക്ക് മറ്റൊരു പേരുണ്ടാവണം. അതറിയാൻ, മലാരമ്പത്ത് മലപ്പുലവൻ തെയ്യം തോറ്റം ചില സൂചനകൾ തരുന്നു:

"അരിയെന്നിതോരാനന്ദമേ
ആദിമലക്കൊരു സാരഥിയോ
എരിപൊരി ചൂടും വനത്തകത്ത്
തേടിച്ചെന്നൊരു തേൻ കണ്ടാര്"

അരിയെന്നാൽ ഹരി. ആദിമല ആദിയിലെ മലനാടും.

ആദിമലയിൽ നിന്നൊഴുകുന്ന നദിയും തോറ്റത്തിലുണ്ട്:

"തേനാലൊഴുകിയതോ തിരുവറ് നാഥാ
പാലാലെഴുതിന വളർപുള്ളിയോ"

തിരുവറ് = തിരുവാറ് = തിരു + ആറ്.

വളർപുള്ളിയെന്നത് വളപട്ടണം പുഴ തന്നെയല്ലേ. വളഞ്ഞു പുളഞ്ഞൊഴുകുന്നത് എന്ന ദൃഷ്ടിയിൽ. അറബിക്കടലിന്റെ ഉതിരപ്പെരുവളം എന്ന പ്രാചീനനാമത്തിന്റെ തുടർച്ചയായി പെരുവളപ്പുഴയെന്ന ഒരു പേരു വരാവുന്നതാണ്. വളപട്ടണംപുഴയുടെ മലമ്പ്രദേശത്തോടടുത്തുള്ള തീരപ്രദേശങ്ങളിലോട്ടു ചേർന്ന് പെരുവളത്തുപറമ്പ് എന്ന

സ്ഥലനാമമുള്ളതു ശ്രദ്ധിക്കുക. വളൈ എന്ന പദം ഇന്തോനേഷ്യൻ ദ്വീപുകാർ അഗസ്ത്യനു (ശിവൻ) നൽകിയ അപരനാമമാണ്. വളയപതി യെന്ന പേര് തമിഴ് ഭാഷയിൽ ഉപയോഗിച്ചു കാണുന്നു. തമിഴ് പഞ്ചമ ഹാസാഹിത്യത്തിൽ ഉൾപ്പെട്ട 'വളയപതി' എന്ന കൃതി ജൈനന്മാരുടെ സംഭാവനയാണ്. പെരളവും പെരളശ്ശേരിയുമെല്ലാം പെരുവളത്തിന്റെ രൂപാന്തരങ്ങളാണ്. പട്ടാഭിഷേകം കഴിഞ്ഞ് ശ്രീരാമൻ രാജ്യസഞ്ചാര ത്തിനിറങ്ങിയപ്പോൾ 'പെരുവള' പ്രതിഷ്ഠിച്ച സ്ഥാനമാണ് പെരളശ്ശേരി എന്ന കഥയും ഇതിന്റെ പിന്നിൽ എഴുതിച്ചേർത്തതായി കാണാം. പെരുവെള്ളമാകാം 'പെരുവള'മായത്.

വലിയ പുഴയെ പെരിയാർ എന്ന് വിളിച്ചതു പോലെ. അത് പേരല്ല. പെരിയാറിനെ ക്ലോഡിയസ് ടോളമി (AD 90-168 AD) വിളിച്ചത് Pseudo sto mus flu എന്നാണ്. ചുണ്ട് എന്നു തോന്നിപ്പിക്കുന്ന നദിയെന്നർഥം. മുച്ചിറി - മുചിരി- മുരിചി-മുസിറിസ് തുടങ്ങിയ നാമാന്തരങ്ങളുമായി ആ വിശേഷണത്തെ പിന്നീട് ബന്ധപ്പെടുത്തുകയുണ്ടായി. കൗടില്യന്റെ (BC 4) അർഥശാസ്ത്രത്തിൽ പെരിയാറിനെ ചൂർണി എന്നു വിളിച്ചിട്ടുണ്ട്.

അകനാനൂറിൽ കവി എരുക്കാട്ടൂർ തായം കണ്ണനാർ ചുള്ളിയെന്ന പെരിയാർ എന്നു പ്രയോഗിച്ചതായും കാണാം. പെരുവളപ്പുഴയെന്നതും വിശേഷണനാമമായി പ്രയോഗിച്ചതാകാം; യഥാർഥ നാമമാകണമെ ന്നില്ല. പരമശിവനെ കൂട്ടുപിടിച്ച് ബലദേവപട്ടണവുമായി വളപട്ടണ ത്തെ കൂട്ടിക്കെട്ടുന്ന അഭിപ്രായക്കാരുമുണ്ട്. എ. ഡി. 500 ലെ ജ്യോതിഷ ഗ്രന്ഥമായ വരാഹമിഹിരൻെറ ബൃഹത് സംഹിതയിൽ പറഞ്ഞ ബലദേ വപട്ടണം വളപട്ടണമാണെന്നാണ് വാദം.

വരാഹമിഹിരനു മുമ്പേ വല്ലഭപത്തനമെന്നു രേഖപ്പെടുത്തപ്പെട്ട താണ്. വല്ലഭപത്തനമെന്ന നഗരം ചേന്ദമംഗലമാണെന്നും ബലദേവ പട്ടണം കൊല്ലമാണെന്നുമാണ് കേസരിയുടെ നിരീക്ഷണം. ബലദേവൻ ബ്രഹ്മാവിന്റെ പര്യായമാണ്. വേടൻ എന്നർഥമുള്ള വ്റാത്യൻ എന്നും ബ്രഹ്മാവിനെ വിളിക്കും. വേടൻ എന്നതിന്റെ തമിഴ് പര്യായമായ ഇളംബനിൽ നിന്നാണ് കൊല്ലം കുണ്ടറയിലെ ദേശനാമമായ ഇളംബ ല്ലൂർ ഉടലെടുക്കുന്നത്... ഈ ദേശമാണ് ടോളമി ഇളംകൂർ എന്നും പെരി പ്ലസ്സുകാരൻ ബലിതയെന്നും പരാമർശിക്കുന്ന ബലദേവപട്ടണമെന്നും അദ്ദേഹം സമർഥിക്കുന്നു. കുന്ദവർമ രാജാവ് സ്ഥാപിച്ച നാരായണപുരം എന്ന മഹാവിഷ്ണു ക്ഷേത്രം സ്ഥിതി ചെയ്യുതാണ് ഈ പേരിന്റെ പിന്നിലെ ന്ന് ചിറക്കൽ. ടി. ചൂണ്ടിക്കാട്ടിയിട്ടുണ്ട്. നാരായണൻ നാറാണനാവാനും നാറാണത്ത് നാറാത്ത് ആവാനുമുള്ള സാധ്യത തള്ളിക്കളയാനാവില്ല.

ബൈലക്കുപ്പ ബുദ്ധക്ഷേത്രത്തിലെ ഉത്സവച്ചടങ്ങ് ഫോട്ടോ: എ. പത്മനാഭൻ

അങ്ങനെയെങ്കിൽ 'നവ്റ'യുടെ രഹസ്യം തിരയുമ്പോൾ കേസരിയുടെ വാദവും പ്രസക്തിയുള്ളതാണ്:

"ലിമരിക്കയിലെ (തമിഴകത്തെ) പ്രഥമ നഗരങ്ങൾ നവ്റയും തിണ്ടിസുമാണെന്ന് 'പെരിപ്ലസ്' പറയുന്നു. ടോളമിയാകട്ടെ തിണ്ടിസു കൊണ്ടാണ് ലിമരിക്കയിലെ നഗരങ്ങളുടെ പട്ടിക തുടങ്ങുന്നത്. നവ്റ കേരളപുത്രത്തിലാണെന്ന് പെരിപ്ലസ് പറയുന്നില്ല. നിത്ര (മംഗളാ പുരാ) ആന്ധ്രഭൃത്യ രാജ്യത്തിലെ നഗരമാണെന്ന് ടോളമി പ്രസ്താവിക്കുന്നുമുണ്ട്. ഈ സംഗതികളിൽ നിന്ന് നവ്റയും നിത്രയും ഒന്നാണെന്നനുമാനിക്കാം. മറ്റുകാരണങ്ങളും ഇതിനില്ലാതില്ല. ന: എന്നത് ആദി പരശുരാമനായ ഗണേശന്റെ ഒരു പര്യായമാണ്. ഇദ്ദേഹം ബുദ്ധമതക്കാരുടെ 'പൂർവ ബുദ്ധ'രിൽ ഒരുവനായ മംഗല ബുദ്ധനാണ്. മഞ്ജുശ്രീ അഥവാ മഞ്ജു ഘോഷ ബോധിസത്വനെന്നും അവരുടെ ഇടയിൽ ഇദ്ദേഹത്തിന് പേരുണ്ട്. നിത്ര എന്നത് നസ്ത്ര എന്നതിന്റെ ഒരു തെറ്റായ രൂപമാണ്... 'പെരിപ്ലസ്' നവ്റ കൊണ്ട് തമിഴക നഗരങ്ങളുടെ ലിസ്റ്റ് തുടങ്ങിയിരിക്കുന്നതിനു കാരണം മംഗലാപുരം വരെ മാത്രമേ അന്ന് തമിഴ് ഭാഷ പ്രചരിച്ചിരുന്നുള്ളൂ എന്ന സംഗതി നിമിത്തമാണ്.' (കേസരിയുടെ ചരിത്ര ഗവേഷണങ്ങൾ. പേജ് 213, വാല്യം ഒന്ന്).

ഉറവിടം മുതൽ പതനം വരെ ചരിത്രത്തിന്റെ മഹാരേഖകളാണ് പുഴകൾ. ബ്രഹ്മഗിരിയേയും അറബിക്കടലിനേയും കൂട്ടിയിണക്കുന്ന ഇതിഹാസത്തിന്റെ പെരുംധ്വനികൾ മുഴങ്ങുന്നുണ്ട് നമ്മുടെ 'പെരുവളപ്പുഴ'യിലും അതിന്റെ കൈവഴികളിലും. ഈ നദീപ്രവാഹങ്ങൾ സാക്ഷ്യപ്പെടുത്തുന്ന ദേശഗാഥകളുടെ സഹസ്രാബ്ദങ്ങളിലൂടെ രൂപാന്തരപ്പെട്ട ഇതിഹാസ ഭൂപടം ഏതു ദേശത്തിനുമെന്ന പോലെ നമ്മുടെ ദേശത്തിനുമുണ്ടാവും. പ്രാചീന കാലത്ത് ഇവിടേയും ജനപദങ്ങൾ പരിണമിക്കുമെന്ന് അനുമാനിക്കാതിരിക്കാനാവില്ല. പലായനങ്ങളിലൂടെയും കുടിയേറ്റങ്ങളിലൂടെയും മാത്രമേ ഇവിടെ ജനഗാഥകൾ രൂപം കൊള്ളുകയുള്ളൂവെന്ന് ശഠിക്കുന്നതെന്തിന്? മനുഷ്യന്റെ പരിണാമപ്രക്രിയയുടെ ആദികാണ്ഡം ഈ ആരണ്യകങ്ങളിലും സംഭവിച്ചിട്ടുണ്ടാകാം. ഇവിടെ തനതു ഗോത്രങ്ങൾ ആവിർഭവിക്കാം.

മറ്റു ഗോത്രങ്ങളിലേക്ക് സംക്രമിച്ചുണ്ടായ തുടർച്ചകളിലൂടെ ലോകം മുഴുവൻ വ്യാപിച്ചിരിക്കാം. എല്ലാലോകവും ഇവിടേയും പ്രവഹിച്ചിരിക്കാം. അതിന്റെ വളർച്ചയും വികാസവും ദേശപരിണാമങ്ങളും അധികാര രൂപീകരണങ്ങളും തുടർച്ചകളും സംഭവിച്ചിരിക്കാം. ചട്ടമ്പിസ്വാമികൾ തന്റെ 'ദ്രാവിഡ മാഹാത്മ്യം' എന്ന രചനയിൽ 'ജനസംഹതി പ്രഥമതഃജന്മസ്ഥലമായി സ്വീകരിച്ച പുണ്യഭൂമി' ആദിദ്രാവിഡദേശമാണെന്ന് ഭൂമി

തലക്കാവേരിയിലെ ഈ വൃക്ഷച്ചുവട്ടിൽ അഗസ്ത്യമുനി തപസ്സിരുന്നതായി വിശ്വാസം.
ഫോട്ടോ: എ. പത്മനാഭൻ

ശാസ്ത്രപരമായും ഭാഷാശാസ്ത്രപരമായും സ്ഥാപിക്കാൻ ശ്രമിക്കുന്നുണ്ട്. അഗസ്ത്യമുനിയുടെ 'അകത്തിയർ ഞാല നൂൽ' എന്ന കൃതിയെ മുൻനിർത്തിയായിരുന്നു ചട്ടമ്പിസ്വാമികളുടെ ശ്രമം. ഭാഷാശാസ്ത്രത്തെ അടിസ്ഥാനമാക്കി നോക്കുകയാണെങ്കിൽ ദ്രാവിഡദേശത്താണ് ജനങ്ങൾ ആദ്യമായി ഉണ്ടായതെന്നു കണ്ടെത്താമെന്നും പ്രകൃതിനിയമത്തോട് ഇത്രമാത്രം അടുപ്പം മറ്റൊരു ഭാഷയ്ക്കുമില്ലെന്നും ദ്രാവിഡപദങ്ങളായ അക്ക, അത്ത, അമ്മ, അപ്പ, അന്ന മുതലായവ പ്രധാനഭാഷാകുടുംബങ്ങളിലെല്ലാം, അർഥത്തിനു വ്യത്യാസം കൂടാതെ ഉപയോഗിച്ചുവരുന്നുണ്ടെന്നും അദ്ദേഹം വിശദീകരിക്കുന്നു. ഭൂമിശാസ്ത്രപ്രകാരവും, ആദ്യമായി സകലജീവികളുമുണ്ടായതു ദ്രാവിഡദേശത്താണെന്നു, സമർഥിക്കാൻ അദ്ദേഹം അഗസ്ത്യമുനിയെ ഉദ്ധരിക്കുന്നു:

"ഭൂമിശാസ്ത്രത്തെപ്പറ്റി വിവരിച്ചു കേൾക്കണമെന്നു ശിഷ്യൻ ഗുരുപാദരായ അഗസ്ത്യമഹർഷിയോട് അഭ്യർത്ഥിച്ചപ്പോൾ അദ്ദേഹം പറഞ്ഞതിങ്ങനെയാണ്: ഭൂമിയുടെ ആകൃതിക്കു മാറ്റം ഭവിക്കുന്നതു സ്വാഭാവികമാകയാൽ ഇന്നത്തെ അഭിപ്രായം ഇനിയൊരു കാലത്തു ഭേദപ്പെടുത്തേണ്ടതായി വരും; അപ്പോൾ നമ്മുടെ പിൻഗാമികൾ ആക്ഷേപിച്ചു എന്നു വരാവുന്നതാണ്. എങ്കിലും ഭൂമിയെക്കുറിച്ചുള്ള

ശരിയായ തത്വത്തെ ഞാൻ നിനക്കു പറഞ്ഞുതരാം. ദ്രാവിഡദേശത്തെ ശീതോഷ്ണാവസ്ഥ ജന്തുജന്മത്തിന് അന്ന് (സൃഷ്ടിയുടെ ആരംഭത്തിൽ) അനുകൂലമായി ഇരുന്നിരിക്കണം. ആദ്യമായുണ്ടായ ജനങ്ങൾ ജന്മ സ്ഥലം വിട്ടു ഫലസമൃദ്ധങ്ങളും വിപുലങ്ങളുമായ മറ്റു പ്രദേശങ്ങളിൽ ക്രമേണ പോകുന്നു; പ്രഥമതഃസൃഷ്ടിയുണ്ടായ ദേശമാകയാലായിരി ക്കണം "ചൊരിന്തൊഴുകുമഴകുടയ പാരിതുതാനപ്പാ" എന്ന് അഗസ്ത്യർ പറഞ്ഞിട്ടുള്ളത്".

ശീതോഷ്ണങ്ങളുടെ മാത്രാനുഗുണ്യം മുതലായ ലക്ഷണങ്ങൾ തികഞ്ഞ സ്ഥലം സിംഹളദ്വീപിനു ഏതാണ്ടു പശ്ചിമഭാഗത്തു കിടന്നിരുന്ന ദേശ ത്തെയാണ് പൂർവ ദ്രാവിഡദേശമായി ചൂണ്ടിക്കാട്ടുന്നത്.

"കിട്ടമുട്ട ഒന്റാകെക്കിടന്തഞാലം പട്ട അലൈ കടലാലെ പലതായ് പോച്ച് (അ. ഞ. ന്യ) എന്ന പ്രമാണപ്രകാരം ഈ സ്ഥലം ഇപ്പോൾ കടൽകേറി മറഞ്ഞുപോയിരിക്കുന്നു. ഭൂകമ്പം അഗ്നിപർവ്വതസ്ഫോടനം മുതലായവ മൂലം സ്ഥലം ജലവും ജലം സ്ഥലവുമായിപ്പോകാറുണ്ടെന്ന് അഭിനവശാസ്ത്രജ്ഞന്മാർ സമ്മതിക്കുന്നു. അതുകൊണ്ട് അഗസ്ത്യമ ഹർഷിയുടെ അഭിപ്രായം സംഭാവ്യം തന്നെ" (ആദിഭാഷ) എന്നു കൂടി ചട്ടമ്പിസ്വാമികൾ പ്രസ്താവിക്കുന്നു.

ഇന്ത്യാസമുദ്രത്തിൽ നടന്ന ഭൂക്ഷോഭത്തിൽ ഡക്കാൻ പ്ലേറ്റ് പൊട്ടിപ്പിളർന്ന് അറബിക്കടലുണ്ടായതും ഏകദേശം മുപ്പതിനായിരം വർഷങ്ങൾക്കു മുമ്പ് ആഫ്രോ-ആസ്ട്രേലിയൻ - അറേബ്യൻ തീരങ്ങൾ ഇന്ത്യാ ഉപഭൂഖണ്ഡത്തോടു ചേർന്നു കിടന്നിരുന്നതും പിൽക്കാലത്തെ പഠനങ്ങൾ രേഖപ്പെടുത്തിയത് അഗസ്ത്യമുനിയുടെ ജ്ഞാനപ്രകാശത്തെ പ്രതിഫലിപ്പിക്കുകയാണ്. നവീനശിലായുഗത്തിനു ശേഷമുള്ള ലോഹ യുഗത്തിലാണ് ഇവിടെ ജനവാസമുണ്ടായതെന്ന ചിന്താഗതി ചില ചരിത്രകാരന്മാർക്കുണ്ട്.

മറ്റു ചിലർ ബ്രാഹ്മണാധിവാസത്തിലൂടെയാണ് ഇവിടെ ജനപദ സംസ്കാരം ഉടലെടുത്തതെന്ന് പ്രചരിപ്പിക്കുന്നു. കെട്ടുകഥകളെ പിൻ പറ്റിയുള്ള പഠന രീതിയാണ് അത്തരം നിഗമനങ്ങളിലേക്ക് അത്തരം ചരിത്രകാരന്മാരെ കൊണ്ടുചെന്നെത്തിക്കുന്നത്. പകരമായി, ചരിത്ര പരമായ സാമ്പത്തികാപഗ്രഥനവും സാംസ്കാരിക പ്രതിപ്രവണതകളും സാമൂഹ്യശാസ്ത്രപരമായ നിരീക്ഷണ രീതികളും അന്വേഷണത്തിന് അവലംബിച്ചിരുന്നുവെങ്കിൽ മിഴിവുറ്റ ചരിത്രം നമുക്ക് ലഭിച്ചേനെ.

ചരിത്രരചന - ഒരാമുഖം

ചരിത്രം രേഖപ്പെടുത്തുന്നതിന്റെ അഥവാ അതിന്റെ ഭാഗമായി സംഭവങ്ങളെ അടയാളപ്പെടുത്തുന്നതിന്റെ പ്രതിസന്ധികളിൽ മൗലികമായത് ചരിത്രത്തിന് കേവലമായ ഒരു രൂപമില്ലെന്നതു തന്നെയാണ്. ഇന്നിന്റെ ചരിത്രത്തെ ഇന്നുതന്നെ യഥാതഥം അടയാളപ്പെടുത്താനാവുമോ? അതിനു തുനിയുമ്പോളറിയാം ആ പ്രക്രിയയുടെ സങ്കീർണത. ചരിത്ര രചയിതാവിന്റെ വീക്ഷണ സ്ഥാനത്തിനും വീക്ഷണരീതിക്കു മനുസരിച്ച് ഓരോ സംഭവത്തിന്റേയും ചിത്രം വ്യത്യസ്തമായിരിക്കും. ഓരോരോ വീക്ഷണങ്ങൾക്കനുയോജ്യമായ വാസ്തവികഘടന സംഭവങ്ങൾക്കുണ്ട്. അതിന്നതീതമായ കേവലതയോ സത്യത്തിന്റെ സൂക്ഷ്മ ചിത്രമോ സംഭവങ്ങൾക്കില്ല. വീക്ഷകന്റെ വ്യാഖ്യാന താല്പര്യങ്ങൾക്ക് മീതെയായി ഒരു ചരിത്രം നിലനിൽക്കുന്നുണ്ടോയെന്നത് യഥാർഥത്തിൽ ഒരു ദാർശനിക പ്രശ്നമാണ്. ചരിത്രത്തിലുടനീളം ഈ പ്രശ്നം സജീവവുമാണ്. യഥാർഥത്തിൽ ഏതാണ് ശരിയായ ചരിത്രമെന്നു നിർണയിക്കുന്ന ഒരിക്കലും പൂർത്തീകരിക്കാത്ത അന്വേഷണ രീതി മാത്രമാണ് ചരിത്രം. നിരന്തരം ജൈവവൽക്കരിച്ചുകൊണ്ടിരിക്കുന്ന ഒന്നിന്റെ പിന്നാലെയുള്ള സഞ്ചാര ക്രിയ മാത്രമാണത്. നിലനിൽക്കുന്ന ലോക സാഹചര്യങ്ങൾ പകർത്തുന്നതിനേക്കാൾ ദുഷ്കരമാണ് കടന്നു പോയ ലോകത്തെ നിരീക്ഷിക്കൽ. ഇന്നത്തെ ചരിത്രകാരന്മാർക്കു ഇന്നിനെ സൂക്ഷ്മമായി പകർത്തുന്നതിനേക്കാൾ ദുഷ്കരമാണ് ഇന്നലയെ രേഖപ്പെടുത്താൻ. ആ കാലത്തെ രേഖപ്പെടുത്താൻ ഇന്നത്തെ ചരിത്രകാരന്മാർക്ക് കഴിയുന്നത്ര പോലും അന്നത്തെ

ചരിത്രകാരന്മാർക്കാവില്ല. ചരിത്രാന്വേഷണത്തിന്റെ വിവിധ ശാസ്ത്രീയ രീതികൾ ഒട്ടൊക്കെ പുരോഗമിച്ചതിന്റെ പ്രാവീണ്യവും ആനുകൂല്യവും ഇന്നത്തെ ചരിത്രകാർക്കുണ്ടല്ലോ.

മറ്റൊന്ന്, ചരിത്രാന്വേഷണത്തെ പ്രതിസന്ധിയിലാക്കുന്ന പ്രധാന സംഗതികളിലൊന്ന് സാമ്പ്രദായികമായി നിർണയിക്കപ്പെട്ട ചരിത്ര സാമഗ്രികളാണ്. ഔദ്യോഗികാംഗീകാരങ്ങളായും പാഠപുസ്തകങ്ങളായും അക്കാദമിക അകമ്പടിയോടെ പ്രതിഷ്ഠിക്കപ്പെട്ട ചരിത്രരചനകളും നിർദിഷ്ട അന്വേഷണരീതികളും വ്യവസ്ഥാപിത സങ്കേതങ്ങളായി അവലംബിക്കേണ്ടി വരുന്നു. അവയുടെ പൊതുവായ പാഠശീലങ്ങളിങ്ങനെയൊക്കെയായിരിക്കാം: രാജഭരണ വർഷങ്ങളുടെ അനുക്രമണിക, അധികാര ശാസനങ്ങളടങ്ങുന്ന ശിലാഫലകങ്ങൾ, മേലാള മഹത്വമുദ്രകൾ, കൊട്ടാരസ്തുതി കീർത്തനങ്ങൾ, അധീശഹിതപ്രകാരം പുനരുൽപാദിപ്പിക്കപ്പെട്ട ചരിത്രാവശിഷ്ടങ്ങൾ, സഞ്ചാരികളായും വ്യാപാരികളായും വന്നെത്തിയ വിദേശികളുടെ വിവരണങ്ങൾ...

ഈവക വസ്തുക്കളിൽ ചരിത്രം ധ്വനിക്കുന്നുണ്ടാവും. പക്ഷെ, ചരിത്രപരമായ ഈ ദേശത്തിന്റെ യഥാർഥ അവകാശികളൊന്നും ഈ ലിസ്റ്റിൽ കാണപ്പെടില്ല. ശരിയായ അവകാശികളുടെ സത്യസന്ധമായ ജീവിത ഭൂപടത്തിൽ നിന്നു മാത്രമേ സമഗ്രവും സൂക്ഷ്മവുമായ ചരിത്രം പകർത്താനാവൂ. ചരിത്രാന്വേഷണത്തിന്റെ പരിധി ഇന്ദ്ര പ്രസ്ഥങ്ങളിലോ, കോട്ട കൊത്തളങ്ങളിലോ അധികാര ശാസനങ്ങളിലോ പരിമിതപ്പെട്ടു നിൽക്കുന്നതല്ല. ഏതു കാലത്തും ചരിത്രത്തിന്റെ സഞ്ചാരചക്രവാളം പ്രത്യക്ഷ ദൃശ്യങ്ങൾക്കു പുറത്താണ്. അതു വരച്ചെടുക്കുന്നതിന് അക്കാദമിക് നടപ്പു രീതികൾ മാത്രം മതിയാവില്ല. വ്യവസ്ഥാപിത അടയാളങ്ങളിൽ നിന്നു ഭൂതകാലത്തെ വിമോചിപ്പിക്കാനുള്ള ജനകീയ പദ്ധതികൾ രൂപപ്പെടേണ്ടതുണ്ട്.

ഇതിഹാസങ്ങൾ രചിക്കേണ്ടത് രാമന്റെ പേരിലല്ല, രാമരാജ്യത്തിന്റേയും പ്രജകളുടെയും മേൽവിലാസത്തിലാണ്. ഓരോ ജീവൽപ്രകൃതിയും ഉദിച്ചസ്തമിക്കുന്ന സഞ്ചാര മുദ്രകൾ പകർത്തണം. ഒരു രാജാവ് സമം ഒരു പ്രജ എന്ന അടിസ്ഥാന സമവാക്യത്തിൽ അണുവിട തെറ്റാതെ വേണം രചനാ സ്വാതന്ത്ര്യം പുലർത്താൻ. ഒരു ദേശത്തിന്റെ സാമൂഹ്യ സ്വത്വമാണ് ചരിത്ര രചനയിൽ പ്രതിഫലിക്കേണ്ടത്. പകരം ഏതെങ്കിലും വ്യക്തിയുടെ നിറം പിടിപ്പിച്ച ഛായാചിത്രപ്രദർശനമല്ല. ഇതിനു ബദലായി, പുരാവസ്തു ശാസ്ത്രം, ഭൂവിജ്ഞാനീയം, ജ്യോതിശാസ്ത്രം, നാട്ടുവിജ്ഞാനീയം, പുരാവൃത്തങ്ങൾ, നരവംശശാസ്ത്രം, സമുദ്ര വിജ്ഞാനീയം, ഉത്ഖനനം, ധാതു വിജ്ഞാനീയം, മിത്തോളജി,

ഗുഹാചിത്ര പഠനം, എപ്പി ഗ്രാഫിക് പഠനങ്ങൾ, ഭാഷാശാസ്ത്ര വിശകലനം തുടങ്ങി ചരിത്രത്തെ സമഗ്രമായി വെളിപ്പെടുത്തിത്തരുന്ന രീതികളിലൂടെ വികസിച്ചു കൊണ്ടിരിക്കുന്ന ശാസ്ത്രീയ സംവിധാനങ്ങളുണ്ട്. കലാസാഹിത്യാദി ആവിഷ്കാരങ്ങളിലെ സംബന്ധങ്ങളേയും കാലപരതയേയും നിർധാരണം ചെയ്ത് ചരിത്രത്തിന്റെ രൂപാന്തരങ്ങൾ തിരിച്ചറിയുന്നതും സുപ്രധാന രീതിയാണ്.

"നമുക്കാവശ്യമായ ചരിത്രം പ്രാചീന മനുഷ്യൻ മണ്ണിൽ തന്നെ നിക്ഷേപിച്ചു പോയി എന്നു കരുതുന്നതിൽ ശാസ്ത്രീയതയില്ല. അവർ മിഥോളജി എന്ന കഥകളിലും ഭാഷയിലും കണക്കിലും നിക്ഷേപിച്ചിരിക്കുന്നതും ചരിത്രം തന്നെയാണ്. " (പ്രൊഫ:എം. എൻ. വിജയൻ)

മനുഷ്യൻ സാമൂഹ്യ രൂപാന്തരത്തിനിടയിൽ അടയാളപ്പെടുത്തിയ കലയും സാഹിത്യവും സമ്പദ് വിനിമയങ്ങളും ഉൽപാദന വിതരണ ബന്ധങ്ങളും, സാമൂഹ്യ-സാംസ്കാരിക സൂചികകളും, പുരാവൃത്തങ്ങളും വിശ്വാസാചാരങ്ങളും സസൂക്ഷ്മം വായിക്കേണ്ടതുണ്ട്. പകരം പ്രാചീന ഗോത്രപൈതൃകം, നാട്ടു വിജ്ഞാനീയം തുടങ്ങി അങ്ങേയറ്റം അടിവേരുള്ള ചരിത്രധാരകളെ മാറ്റിനിർത്തി നേടിയ ഉള്ളടക്കമേ നമ്മുടെ വ്യവസ്ഥാപിതചരിത്രബോധത്തിനുള്ളൂ. ഓരോ പ്രാദേശിക പംക്തിയിലും ചരിത്രമുറങ്ങുന്നുണ്ടെന്ന യാഥാർഥ്യം വിസ്മരിച്ച് ദേശചരിത്രം ദേശാധിപതികളുടെ അപദാനങ്ങളായി എഴുതി മറിച്ചു.

ഇന്ദ്രപ്രസ്ഥത്തോടൊട്ടി നിൽക്കുന്ന കൃതികളെ ചുറ്റിപ്പറ്റിയാണ് ചരിത്രവായന ഏറിയ ഭാഗവും നിറവേറ്റിക്കാണുന്നത്. ലോകത്ത് ആദ്യന്തം രാജവ്യവസ്ഥയാണെന്ന ചിന്താഗതി പിടിപെട്ട ചരിത്രകാരന്മാരുടെ നിര നീണ്ടതാണ്. രാജകുലത്തിന്റെ ജാതകവേരുകളും പേരുംപോരും പൊലിപ്പിച്ചെഴുതുന്നവർ മറ്റൊരു കുലത്തിന്റേയും നാമോൽപത്തിയോ പ്രജാവൃത്തികളോ അന്വേഷിക്കാൻ മെനക്കെടാറില്ല. ചരിത്രമെഴുതുന്ന ശീലം തന്നെ മലയാളിയുടെ പാരമ്പര്യത്തിൽ പൊതുവെ കുറവാണ്. എഴുതപ്പെട്ടതായി ശേഷിക്കുന്ന കൃതികൾ മുഴുവനും 'മൂഷിക വംശകാവ്യ'വും സംഘകാവ്യങ്ങളുമുൾപ്പെടെ ചരിത്രരചനകളല്ലതാനും.

ഇത്തരം കൃതികളെ ആസ്പദമാക്കി ഇരുപതിലേറെ ശതകങ്ങളിലൂടെ ഒന്നോ രണ്ടോ രാജകുടുംബങ്ങളുടെ തായ് വഴികളായി, മക്കത്തായത്തിലൂടെയും മരുമക്കത്തിലൂടെയും രക്തപര മ്പരകളായി, കേരളത്തെ സുചഞ്ചലമായി നയിച്ചതായുള്ള മഹാചരിതം ചിട്ടപ്പെടുത്തിയെടുത്തുവെന്ന കണക്കുകൂട്ടലിലാണ് വലിയ കൂട്ടം ചരിത്രകാരന്മാർ - വിശേഷിച്ചും ഔദ്യോഗിക ചരിത്രാന്വേഷണ പദ്ധതികൾ.

രാജകുടുംബത്തിന്റെ കണ്ണികൾ എവിടെ കൂട്ടിയോജിപ്പിക്കാൻ കഴിയാതെ വന്നോ, അവിടെ ചരിത്രം കനത്ത ഇരുട്ടിലാണെന്ന കണ്ടെത്തലും നടത്തിയിട്ടുണ്ട്. രാജവംശത്തിന് വന്ധ്യത ബാധിച്ചാൽ ചരിത്രം നിശ്ചലമാകുമെന്ന ഒരവസ്ഥ!

'ഇരുളടഞ്ഞ അധ്യായ'ത്തിലും സാമൂഹ്യ ഉൽപാദന തുടർച്ചകൾക്ക് ഏതെങ്കിലും തരത്തിൽ സ്തംഭനമുണ്ടായതായി എവിടേയും രേഖപ്പെടുത്തിയതായി അറിവില്ല. അക്കഥ അനുസ്യൂതം മുന്നോട്ട് നീങ്ങിയിട്ടുണ്ടെങ്കിൽ ആ ചരിത്രം രേഖപ്പെടുത്താതെ പോകുന്നു. "ചരിത്രത്തിന്റെ പൂർവകാലഘട്ടങ്ങളിൽ ഏതാണ്ടെല്ലായിടത്തും നാം ദർശിക്കുന്നത് വിവിധ ഭരണക്രമങ്ങളുടെ സങ്കീർണ വിന്യാസങ്ങളും സാമൂഹ്യ പദവി നിർണയിക്കുന്നതിനുള്ള ബഹുതല ശ്രേണി വൽക്കരണങ്ങളുമാണ്." (കമ്യൂണിസ്റ്റ് മാനിഫെസ്റ്റോ) ബഹുതല ശ്രേണിവൽക്കരണത്തെ സമഗ്രമായി ആവിഷ്കരിക്കാൻ ചരിത്രപദ്ധതികൾ മടിച്ചു നിന്നതായി കാണാതിരിക്കാനാവില്ല. നിലവിലുള്ള ചരിത്രാന്വേഷണപദ്ധതികളാവട്ടെ, സിലബസ്സവൽക്കരിച്ച ചരിത്ര പ്രമാണങ്ങൾക്ക് ഊനംതട്ടാത്ത വിധം പരിധി കടക്കാതിരിക്കാൻ കരുതലെടുക്കുന്നുമുണ്ട്. ഏറ്റവും അവസാനമായി മധുരയ്ക്കടുത്തുള്ള കീഴാടി, അരീക്കമേട് ഖനന ദൗത്യത്തിലും ഈ സമീപനം കാണാം. ആദ്യഘട്ട പുരാവസ്തു ഗവേഷകരെ സ്ഥലം മാറ്റിയതിൽ തന്നെ ഗവേഷണത്തെ നിയന്ത്രിക്കാനുള്ള നീക്കം വ്യക്തമായിരുന്നു. 4. 5 മീറ്റർ ആഴത്തിൽ ഖനനം നടത്തിയെന്ന പുറത്തുപറഞ്ഞെങ്കിലും 2 മീറ്റർ ആഴത്തിൽ നിന്നു ലഭിച്ച പുരാവസ്തുക്കളേ കാലനിർണ്ണയത്തിനു അമേരിക്കയിലെ ഫ്ലോറിഡയിലേക്ക് അയച്ചുള്ളൂ. അവ BCE 300-നോടടുത്ത കാലത്തെ പുരാവസ്തുക്കളാണെന്നായിരുന്നു ഫലം വന്നത്. ആ ഫലം നിലവിലുള്ള പൊതു പരിപ്രേക്ഷ്യവുമായി പൊരുത്തപ്പെടുന്നതായതിനാൽ തല്പരകക്ഷികൾക്ക് പ്രയാസമില്ല. അതേസമയം ഖനന പര്യവേഷണത്തിൽ സത്യസന്ധത പുലർത്താതിരിക്കുന്നുവെന്ന അഭിപ്രായം ചരിത്രകാരനായ ഡോ: രാജ് വേദം രേഖപ്പെടുത്തുന്നു:

"ആർക്കിയോളജിക്കൽ സർവ്വേ ഓഫ് ഇന്ത്യ (എ. എസ്. ഐ) 4. 5 മീറ്റർ ആഴത്തിലുള്ള ഖനനമാണ് റിപ്പോർട്ട് ചെയ്തത്. മുകളിലത്തെ പാളി 2017-ലേതാണെങ്കിൽ, 2 മീറ്റർ താഴെയുള്ള പാളിയുടെ കാലം 2200 വർഷമാണ്. അതിനാൽ, ഓരോ മീറ്റർ ആഴവും രേഖീയമാനകം പ്രകാരം 1100 വർഷങ്ങൾക്ക് തുല്യമായിരിക്കണം. ഇതിന്റെ അർഥമെന്തെന്നാൽ 4. 5 മീറ്റർ ആഴമെന്നത് ഇന്നത്തേക്കാളും ഏകദേശം 5000 വർഷം മുമ്പാണ് എന്നാണ്. എന്നുവച്ചാൽ BCE 3000. "

അരിക്കമേട് 'പെരിപ്ലസി'ൽ പരാമർശിക്കപ്പെട്ട വ്യാപാര തുറമുഖമാണ്. നേർത്ത മസ്ലിൻ തുണിയും സ്ഫടിക മുത്തുകളും വ്യാപാരം ചെയ്തിരുന്നു. ചൈന, ജപ്പാൻ, കൊറിയ, ഇന്തോനേഷ്യ എന്നിവിടങ്ങളിലൊക്കെ കണ്ടെത്തിയിട്ടുള്ള സ്ഫടിക മുത്തുകൾ അരിക്കമേടിന്റെ കെമിക്കൽനൈപുണ്യം പതിഞ്ഞതാണ്. ദക്ഷിണേന്ത്യൻ നാഗരികത BCE 500-ൽ കൂടുതൽ പഴക്കമുള്ളതാണെന്ന് കീഴടി, അരിക്കമേട്, കൊടുങ്ങല്ലൂരിനടുത്തുള്ള പട്ടണം ഖനനങ്ങൾ വെളിച്ചത്തു കൊണ്ടുവരുന്നത്.

ചക്രവർത്തിശാസനങ്ങളെ ആധാരമാക്കി ഇന്ത്യയുടെ പ്രാചീനകാലമന്വേഷിക്കുന്നതും കേരളോൽപത്തി, കേരള മാഹാത്മ്യം, മൂഷിക വംശ കാവ്യം, ഉദയ വർമചരിതം, സംഘകൃതികളിൽ ഒട്ടുമിക്കവ, കേരള ക്രൈസ്തവ ഐതിഹ്യം, തുഹ്ഫത്തുൽ മുജാഹിദ്ദീൻ തുടങ്ങി ഔദ്യോഗികസദസ്സുകളിൽ വിളഞ്ഞ രചനകളെ അടിസ്ഥാനപ്പെടുത്തി കേരളചരിത്രം വായിച്ചെടുക്കുന്നതിന്റേയും പരിമിതികൾ പുരാവസ്തു പഠനങ്ങൾ പുറത്തുകൊണ്ടു വരുന്നുണ്ട്.

പ്രാചീനഭാഷയുടെ അടയാളങ്ങൾ അതതു കാലത്തെ സാഹിത്യഭാഷയിലും ശാസനങ്ങളിലെ ലിഖിതങ്ങളിലും പ്രതിഫലിക്കുമെങ്കിലും അത്തരം മാധ്യമങ്ങളുടെ സമകാലികമായ സ്വഭാവവുമായി താരതമ്യം ചെയ്താൽ, അവ സാമൂഹിക വ്യവഹാരത്തെ സൂക്ഷ്മമായി പ്രതിഫലിക്കുന്നതായി ഉറപ്പിക്കാൻ വയ്യ. പൂർവികർ പുസ്തകത്തെ അതിവിശിഷ്ടമായി കണ്ടിരുന്നുവെന്നത് ശരി തന്നെ. താളിയോല ഗ്രന്ഥങ്ങളുടെ അലക് സ്വർണത്തകിട്, സ്വർണം, വെള്ളി, ചെമ്പ് എന്നീ ലോഹപത്രങ്ങളിൽ അതിവിശിഷ്ടമായി രേഖപ്പെടുത്തുവാനുള്ള പ്രവണത അതിന്റെ തെളിവാണ്. അതേസമയം സർഗാത്മക സ്വാതന്ത്ര്യത്തിന്റെ പരിമിതികളുള്ളിൽ യാഥാർഥ്യം മൂടപ്പെട്ടു. അയഥാർഥമായ സ്തുതിഗാഥകൾ അവശേഷിച്ചു.

നൂറ്റാണ്ടുകളുടെ ചരിത്രം അവകാശപ്പെടുന്ന ഗ്രന്ഥം 'കേരളോൽപത്തി' അഞ്ചാം നൂറ്റാണ്ടിനേയും പതിനാറാം നൂറ്റാണ്ടിനേയും ഒറ്റനോട്ടത്തിന്റെ വട്ടത്തിൽ നിർത്തുന്ന അതിസാഹസമാണ്. 'മൂഷിക വംശ കാവ്യം' പതിനൊന്നിലേറെ നൂറ്റാണ്ടുകളെ ഒരിടത്തിരുന്നു വായിച്ചെടുക്കുന്നു. ഇത്തരമൊരു ദിവ്യവേലയുടെ യുക്തിയെന്തെന്ന് ആരും വിശദീകരിച്ചു കണ്ടില്ല. 'രീഹ് ലത്തുൽ മുലൂക്ക്' എന്ന അറബിഗ്രന്ഥം പ്രതിപാദിച്ച ഒരു സംഗതി മാലിഖ് ഇബ്നു ദിനാറിനും സംഘത്തിനും പെരുമാൾ രാജാവ് മാർഗനിർദേശം നൽകുന്ന കാലഘട്ടത്തെപ്പറ്റിയുള്ളതാണ്: AD 713നടുത്ത്.

മാടായിപ്പള്ളിയിലെ ലിഖിതത്തിലെ തീയതിയുമായി ഇത് പൊരുത്തപ്പെടുന്നില്ല. ആറാം നൂറ്റാണ്ടിലെ രാജാവു കണ്ട സ്വപ്നവും പതിനാറാം ശതാബ്ദത്തിൽ വിജയനഗരം വാണ അനേഗുണ്ഡി കൃഷ്ണരായരുടെ യുദ്ധവും ഒരേ കണ്ണിൽ ഇപ്പറഞ്ഞ കൃതികളിൽ പകർത്തുവാൻ മാത്രം ദിവ്യമായ ചക്ഷുസ് ഉണ്ടായിരുന്നെന്നാണോ ? അനേഗുണ്ഡി കൃഷ്ണരായരുടെ കാലവും കഴിഞ്ഞ് ഒരു നൂറ്റാണ്ടിനു ശേഷമാണ് 'കേരളോൽപത്തി' രചിക്കുന്നതെന്നതിന്റെ അടയാളങ്ങൾ കൃതിയിൽ തന്നെയുണ്ട്. ഒരു പക്ഷെ കൂട്ടിച്ചേർക്കലുകളാവാം. നൂറ്റാണ്ടുകളുടെ സംഭവ വിവരണം ഒരു കൃതി സൂക്ഷ്മമായി പറയുന്നുവെങ്കിൽ, അതിനാധാരമായ രേഖകളും രചയിതാക്കൾ അതാത് കൃതികളിൽ തന്നെ വ്യക്തമാക്കുമായിരുന്നു. അതില്ലാത്തതിനാൽ ഭാവനാപരമായ പാകപ്പെടുത്തൽ ധാരാളമുണ്ടാവാം.

"യഥാർഥത്തിൽ വിദൂര ഭൂതകാലത്തേക്ക് വെളിച്ചം വീശുന്ന അനേകം ചരിത്രസാമഗ്രികൾ ഇതിനകം പ്രസിദ്ധം ചെയ്തു കഴിഞ്ഞു. മുഖ്യമായും പുരാവസ്തു ലക്ഷ്യങ്ങളും ലിഖിതങ്ങളുമായിരുന്നു ഇവ. കൂടാതെ പ്രാചീന ചരിത്ര നിർമിതിക്ക് സഹായകമായ പഴന്തമിഴ് പാട്ടുകളും തൊട്ടു പിൽ ക്കാലത്തെ തമിഴ് ഭക്ത പാട്ടുകളും അന്നേക്ക് പ്രസാധനം ചെയ്തു കഴിഞ്ഞു" (കേരള ചരിത്രം -എം. ആർ. രാഘവവാരിയർ, രാജൻ ഗുരിക്കൾ) എന്ന മട്ടിൽ ചരിത്രകാരന്മാർ മുന്നേറുമ്പോഴും പുരാവസ്തുക്കളേയും രേഖപ്പെടുത്തപ്പെട്ട ചരിത്രത്തേയും സാഹിത്യ കൃതികളേയും കെട്ടുകഥകളേയും മുൻനിർത്തി ചരിത്രം നിർമിക്കാനൊരുങ്ങിയാൽ, അബദ്ധങ്ങൾ പറ്റാമെന്നു തന്നെ കാണണം. വരമൊഴികളിലെ കൃത്രിമത്വം തള്ളിക്കളയാൻ പറ്റാത്തതാണ്. അതേക്കാൾ നിഷ്കളങ്കത അലിഞ്ഞു ചേർന്നവയാണ് വാമൊഴികൾ. അവ പക്ഷെ, ചരിത്രം എവിടേയും സൂക്ഷിക്കാറുമില്ല. പുരാവസ്തുക്കളായി ഇന്ന് പരിഗണിക്കപ്പെടുന്ന ഒട്ടുമുക്കാലും വസ്തുശേഖരങ്ങൾ, കോട്ടകളോ, ആരാധനാലയങ്ങളോ, കൊട്ടാരം സാഹിത്യങ്ങളോ ശാസനങ്ങളോ, ആവട്ടെ അവയെല്ലാം ക്ഷണഭംഗുരമല്ലാത്ത നിർമിതികളാണ്. മാത്രമല്ല, അവയുടെ അധികാരം സമ്പന്ന കരങ്ങളിലുമായിരിക്കും. അധീശ കേന്ദ്രങ്ങളിൽ നിന്നുമകറ്റപ്പെട്ടവരുടെ, അരികുവൽക്കരിക്കപ്പെട്ടവരുടെ, പുരാസാമഗ്രികൾ പൊതുവെ വിരളമായിരിക്കും. ലിഖിതങ്ങളെ ഒട്ടും ഇളക്കമില്ലാത്ത ആധാരങ്ങളായി കണക്കിലെടുത്തു കൂട. അക്കാലത്തെ 'വ്യാകരണ സർവകലാശാല'കളിൽ നിന്നും കറ തീർത്തൊരുക്കുന്നതൊന്നുമല്ലല്ലോ ഫലകങ്ങൾ. പല തവണ പുതുക്കപ്പെട്ടിരിക്കാം.

കാർബൺ ഡേറ്റിംഗിലൂടെ ശിലകത്തിന്റെ കാലം കണക്കാക്കിയാലും എഴുത്തുകളിൽ വരുത്തുന്ന മാറ്റങ്ങൾ, പഴക്കമേറിയാൽ സൂക്ഷ്മമായി തിരിച്ചറിയണമെന്നില്ല. ലിപിശാസ്ത്രത്തിന്റെ വായനാശേഷിക്കും വളരെ പരിമിതികളുണ്ടെന്ന് ഇന്നും പൂർണമായി തിരിച്ചറിയാനാവാത്ത ഹാരപ്പ ലിപികൾ ബോധ്യപ്പെടുത്തുന്നു.

ചിത്രം പകർത്തുന്നതു പോലെ ഒരു ശില്പതൊഴിലാളിക്ക് അക്ഷര ലിപികളും അപ്പടി പകർത്താവുന്നതേയുള്ളൂ. ഇത്തരം അടയാളങ്ങൾ മനുഷ്യനിർമിതമാണെന്നു കാണുക. ചില ലിഖിതങ്ങളെ അന്ധമായി പിന്തുടരുന്നതു ശരിയല്ല, ചില സാഹിത്യ കൃതികളേയും. ഇവിടെ നമ്മൾ പരിഗണിക്കേണ്ടുന്ന ഒരു സംഗതി, ലിഖിതമോ, സാഹിത്യ കൃതിയോ അന്ന് തയ്യാറാക്കുമ്പോൾ, എല്ലാ കാലത്തേക്കും വേണ്ടി സത്യസന്ധമായ കാലം രേഖപ്പെടുത്തുകയാണെന്ന ചരിത്രബോധത്തോടെയല്ല ചെയ്യുന്നത്. ഇന്നും സംഗതിയിൽ വ്യത്യാസമൊന്നുമില്ലല്ലൊ. ലിഖിതങ്ങളിലും ഗ്രന്ഥങ്ങളിലും ഇന്നിനെ രേഖപ്പെടുത്തി വയ്ക്കുന്നത് യഥാർഥ രൂപത്തിലാണോ?

ചരിത്രകാരന്മാർ നിക്ഷിപ്ത താൽപര്യങ്ങളോടെയും ചരിത്ര രചനയെ സമീപിച്ചേക്കാം. പ്രാചീന ഗോത്ര ജനത വനഗുഹകളിൽ കോറിയിട്ട ചിത്രങ്ങളേയും ലിഖിതങ്ങളേയും ഇന്നത്തെ നമ്മുടെ ഭാഷാജ്ഞാനം കൊണ്ട് അറിയാനുള്ള ശ്രമങ്ങൾ മുന്നേറുന്നുണ്ട്. അക്കാലത്തെ ചിഹ്നമാല നമുക്ക് വായിക്കാൻ കഴിഞ്ഞാലുമില്ലെങ്കിലും അക്കാലഘട്ടത്തിൽ സാമൂഹിക വിനിമയത്തിനുള്ള ഭാഷ നിർമിക്കപ്പെട്ടിരുന്നുവെന്നും ആ ഭാഷ കലയും സാഹിത്യവും ജീവിതവുമായി സംയോജിക്കുകയും ചെയ്തിരുന്നെന്ന സത്യമാണ് നാം മനസ്സിലാക്കേണ്ടത്. ജീവിതത്തേയും തൊഴിലിനേയും അധ്വാനത്തേയും കലയേയും പരസ്പരം വേർതിരിച്ചിരുന്ന നിർണയോപാധികളൊന്നും മനുഷ്യന്റെ പ്രാചീനതയ്ക്കില്ല.

എന്നാൽ, കലയെ സ്വതന്ത്രമാക്കി നിലനിർത്താവുന്ന സംസ്കൃതിയിലേക്ക് കാലാനുസൃതം വളരുകയും ചെയ്തു. തങ്ങൾ വഹിക്കുന്നത് ജീവിതമാണെന്ന് അറിഞ്ഞു കൊണ്ടല്ല അവർ ജീവിച്ചിരുന്നത്. പ്രയോഗിക്കുന്നത് കലയാണ് എന്ന ബോധ്യത്തിലുമല്ല കല ഉപയോഗിച്ചിരുന്നത്. ആത്യന്തികമായി ജീവിതവും കലയും തനതു ദർശനങ്ങളായി ഉരുത്തിരിഞ്ഞു. പ്രാകൃത ജനതയുടെ ജനാധിപത്യ ഘടന, പ്രകൃതിയോടുള്ള ചൂഷണരഹിത സമീപനം, അധികാര സ്ഥാപനങ്ങളുടെ അസാന്നിധ്യം, അധ്വാനത്തേയും സമ്പത്തിനേയും സാമൂഹികമായി നിർവചിക്കൽ, അതിരുകളില്ലാത്ത അതിജീവനം തുടങ്ങിയ സവിശേഷതകളിലാണ്

പ്രാചീനത നിലകൊണ്ടിരുന്നത്. അധികാരസങ്കേതങ്ങളിലെ രാഷ്ട്രീയ കൈമാറ്റങ്ങളുടെ വിവരപ്പട്ടിക മാത്രമായി ചരിത്രത്തെ കുടുക്കിയിടുന്ന സമ്പ്രദായം മാറി വരുന്നുണ്ട്. രാജതലമുറകളെ മാത്രം കണ്ടെഴുതിയാൽ കാലമേറ്റെടുക്കില്ലെന്ന് ചരിത്രകാരന്മാർ തിരിച്ചറിഞ്ഞിരിക്കുന്നു. രാജാവിന്റെ പേരിലല്ല, കാലഘട്ടം അറിയപ്പെടേണ്ടതെന്നും സിംഹാസനങ്ങൾക്കു ചുറ്റമല്ല ഭൂതകാലം ചികയേണ്ടതെന്നുമുള്ള പാഠബോധമാണ് ഇപ്പോൾ ചരിത്രാന്വേഷണത്തിൽ ഇടപെടുന്നത്. നമ്മുടെ ദേശത്തിന്റെ പ്രാചീനതയിലേക്ക് കണ്ണോടിക്കുമ്പോൾ, ബ്രാഹ്മണാധീശ സംഭാവനകൾ മാത്രം പകർത്തി വച്ചാൽ മതിയാവില്ല, ഒപ്പം ആദി ചേരന്മാരേയും, ബുദ്ധ ജൈനമത സാമൂഹ്യ സംഭാവനകളേയും സാമൂഹിക ജീവിതത്തിലെ ഗോത്രവർഗ ഘടനകളേയും ചേരന്മാരുടെ പിൻഗാമികളായെത്തിയ ചിറ്റരയന്മാരേയും കുറുനില മന്നന്മാരേയും പകർത്തണം.

ചരിത്ര നിർമാതാക്കളായ അധ്വാനത്തിന്റെ സകല ശക്തിധാരകളേയും ആശ്രയിക്കണം. രേഖപ്പെടുത്താതെ പോയതോ അവഗണിക്കപ്പെട്ടതോ ആയ നിശബ്ദമുദ്രകളും ചരിത്രത്തിന്റെ അടിത്തട്ടിലുണ്ട്. അവയും വെളിച്ചപ്പെടണം. ഏതു ദേശത്തും പരിണമിച്ചുണ്ടാകാവുന്ന ആദികോശങ്ങളുടെ സാധ്യതകൾ നമ്മൾ കണക്കിലെടുക്കണം.

അവയുടെ ഉറവിടങ്ങളെ തേടുന്ന ശാസ്ത്രീയ രീതികൾ വികസിക്കേണ്ടതുണ്ട്. സംഭവങ്ങളുടെ സാമൂഹിക വ്യാകരണം മനസ്സിലാക്കുന്നിടത്ത്, നമുക്ക് നാളിതുവരെയുള്ള ചരിത്രാവബോധം റദ്ദ് ചെയ്യേണ്ടി വരും. അധികാരത്തിന്റെ അച്ചുതണ്ടിലല്ല ചരിത്രവ്യൂഹത്തിന്റെ ചുറ്റിക്കറങ്ങൽ. നേതൃത്വമില്ലാതെ മുന്നേറിയ പ്രവാഹങ്ങളുടെ കണക്കെടുപ്പുകൾ അസംഖ്യമാണെന്നു കാണാം. അധികാരമെന്ന ഔപചാരികപഥങ്ങളിലൂടെ നയിക്കപ്പെട്ടതിന്റെ ലിഖിത വൃത്താന്തം കൊണ്ട് മറച്ചു പിടിക്കാനാവാത്ത വിധം വിശാലമായ സൂര്യവെളിച്ചം ചരിത്രത്തിനുണ്ട്. ജനകീയ ശക്തിയുടെ തലത്തിൽ നിന്ന് ചരിത്രത്തെ ചിത്രീകരിക്കണം. ഒരു നേതാവല്ല ജനശക്തി. ഈ ശക്തിയുടെ മുഖനിരയിൽ കയറിപ്പറ്റിയ ഒരു വിദൂഷകന്റെ റോൾ മാത്രമേ ചിലപ്പോൾ 'നേതാവി'നു കാണൂ... അതിനാൽ ചരിത്രം എഴുതിത്തുടങ്ങേണ്ടത് അധികാരത്തിന്റെ പരിസരത്തു നിന്നുമല്ല. ലക്ഷം പേരുടെ റാലി ചരിത്രത്തിലിടം പിടിക്കുമ്പോൾ അതിൽ അണിനിരന്ന ഏതൊരു വ്യക്തിയും ആ വാർത്തയുടെ അവകാശിയാണ്. പക്ഷെ, തൊട്ടുപിന്നാലെ ആ സംഭവം വാർത്തീകരിക്കുമ്പോൾ അവകാശികൾ പാടെ രേഖയിലില്ലാതാകുന്നു. ആ റാലിയുടെ സാഫല്യത്തിനു പിന്നിൽ നടന്ന എണ്ണമറ്റ പ്രയത്നങ്ങളോ

പതിനായിരങ്ങളുടെ രാഷ്ട്രീയ സന്നദ്ധതകളോ ഒന്നും തീണ്ടാത്ത, ഒരതിഥിയായി മാത്രം വന്നെത്തുന്ന ഏതോ ഒരു നേതാവിന്റെ വേദിയിലെ മുഖവും വരണ്ട പ്രസ്താവനയും മാത്രമേ അതു സംബന്ധിച്ച വാർത്തകളിൽ നിറയാറുള്ളൂ. അതിനു ഘോഷം ചാർത്താൻ മാത്രമായി ജനസഹസ്രങ്ങളുടെ ദൃശ്യം പശ്ചാത്തലത്തിൽ നിരത്തിയേക്കാം. ചരിത്രത്തിൽ അവശേഷിക്കുന്ന കഥാപാത്രം ഒന്നു മാത്രം - രാജാവ് അഥവാ നായകൻ.

അധികം ഭേദഗതികളില്ലാതെ ഇപ്പോഴും തുടരുകയാണ് ഈ ചരിത്ര നിർമാണ രീതി. ചരിത്രം സൃഷ്ടിക്കുന്നത് ജനങ്ങളാണെന്ന അടിസ്ഥാന പ്രമാണത്തെ ജനകീയതലത്തിൽ പ്രാവർത്തികമാക്കുന്നതിൽ കാട്ടുന്ന ഉദാസീനത മാത്രമല്ല, അധികാരപ്രമത്തതയെ സ്ഥായിയായി രേഖപ്പെടുത്താനുള്ള യാഥാസ്ഥിതിക മേധാവിത്തത്തിന്റെ തുടർപ്രവണതകളും ഇതിൽ വർത്തിക്കുന്നു. സിംഹാസനങ്ങൾ മാറുന്നതിനനുസരിച്ച് ചരിത്രവും മാറ്റിയെഴുതുന്നു.

അന്നേവരെയുള്ള ചരിത്രത്തെ പൂർണമായും ചാമ്പലാക്കുന്നു. പുതിയ അധികാരിയെ സ്തുതിക്കുന്ന വ്യാജ ചരിത്ര നിർമിതികളുണ്ടാകുന്നു. കേരളത്തിൽ ഒന്നരനൂറ്റാണ്ട് ആധിപത്യത്തിലിരുന്ന പോർട്ടുഗീസുകാരെ 1663 ൽ കൊച്ചിയുദ്ധത്തിലൂടെ കീഴ്പ്പെടുത്തിയ ഡച്ചുകാർ ആദ്യം ചെയ്തത് അന്ന് ഏഷ്യയിലെ ഏറ്റവും വലിയ ഗ്രന്ഥാലയമായിരുന്ന കൊച്ചിയിലെ ജെസ്യൂട്ട് പുസ്തകശാലക്ക് തീ കൊളുത്തുകയായിരുന്നു. ചരിത്രത്തിന്റെ മ്യൂസിയം പോലെ സംരക്ഷിക്കപ്പെട്ടിരുന്ന ഗ്രന്ഥശാലയായിരുന്നു അത്. യൂറോപ്പിൽ നിന്നും കൊണ്ടുവന്ന അനേകം ഗ്രന്ഥങ്ങൾക്കു പുറമെ അറബി, പേർഷ്യൻ, ചൈനീസ്, ഹിബ്രു, ചാൽഡിയൻ, ഇന്ത്യൻ ഗ്രന്ഥങ്ങളും ഒട്ടനേകം കയ്യെഴുത്തു കൃതികളുമടങ്ങുന്ന പുസ്തക ലോകമാണ് ഡച്ച് ജനറൽ വാൻ ഹ്യൂൺസന്റെ നേതൃത്വത്തിൽ നശിപ്പിക്കപ്പെട്ടത്. ജെസ്യൂട്ട് പാതിരിമാർ അബിസീനിയയിൽ ഉണ്ടായിരുന്ന കാലത്ത് അവിടുത്തെ എല്ലാ പുസ്തകങ്ങളും പകർത്തി കൊച്ചിയിലേക്ക് അയച്ചിരുന്നു. ഫ്രഞ്ചുകാരനായ ടാവണിയർ 'ഭാരതത്തിലെ യാത്രകൾ' എന്ന ഗ്രന്ഥത്തിലെഴുതി: "വിലപ്പെട്ട ഗ്രന്ഥങ്ങളുടെ താളുകൾ വലിച്ചു കീറി പട്ടാളക്കാരും നാവികരും പുകയില പൊതിഞ്ഞ് വലിക്കുന്ന മർമഭേദകമായ കാഴ്ച കാണാനുള്ള ദൗർഭാഗ്യം എനിക്കുണ്ടായി".

ഒരു ഭാഗത്ത് ചരിത്രസാമഗ്രികൾ അധികാരത്തിന്റെ ഒത്താശയോടെ നശിപ്പിക്കുമ്പോൾ തന്നെ, ചരിത്രത്തിന്റെ സത്യാത്മകത പക്ഷെ, എവിടെയും രേഖപ്പെടുത്തി വയ്ക്കാനാവാത്തതിനാൽ, സിംഹാസനങ്ങളറിയാതെ, അലിഖിത മാതൃകകളിലൂടെ സമാന്തരമായി കാലത്തെ

അതിജീവിച്ച പോരുകയും ചെയ്തു. പഴംപാട്ടുകളും പുരാവൃത്തങ്ങളും ചില ഉദാഹരണങ്ങൾ... ഇങ്ങനെ രൂപപ്പെട്ടതും ജനപദങ്ങൾ വായ്മൊഴിയായി തലമുറകളിലേക്ക് കൈമാറി സംരക്ഷിക്കപ്പെട്ടതുമായ ചരിത്രസംഹിതകൾ സമാന്തരമായുണ്ട്. അതു കണ്ടെത്തി വായിക്കണം. ഒട്ടുമിക്ക ചരിത്രവിവരണങ്ങളും കേട്ടാൽ തോന്നുക, മനുഷ്യൻ ജാതി തിരിഞ്ഞാണ് ചരിത്രമുണ്ടാക്കിയതെന്നാവാം. അത്രമേൽ മത-ജാതി-ഉപജാതി അതിരു തിരിച്ചാണ് ചരിത്ര നിരീക്ഷണം. വംശ -ജാതി ഗണങ്ങളില്ലെങ്കിൽ ചരിത്രമില്ലെന്ന പ്രതീതി നിർമിച്ചിരിക്കുകയാണ് ഒരു കൂട്ടം ചരിത്രകാരന്മാരും. മറ്റൊരു വിഭാഗമാവട്ടെ, രാജാക്കന്മാരോ ഇന്ദ്രപ്രസ്ഥങ്ങളോ ഉണ്ടായിരുന്നില്ലേൽ ചരിത്രത്തിന്റെ നില പരുങ്ങലിലായിരിക്കുമെന്ന വിശ്വാസത്തിലാണ് എഴുതി നിറച്ചിട്ടുള്ളത്. സാമ്പത്തികാടിത്തറയും മേല്പുരയും നിരീക്ഷിച്ച് ചരിത്രത്തെ നിർണയിക്കുന്ന ഉൽപാദന പ്രക്രിയയെ മാനദണ്ഡമാക്കുന്നവരിൽ ചിലർക്കും ചരിത്രാപഗ്രഥനം നടത്തുന്നിടത്ത് തലതിരിയുന്നു.

മനുഷ്യൻ വംശീയമായോ ജാതീയമായോ, മതപരമായോ, ദേശീയമായോ വേർതിരിഞ്ഞു നിൽക്കാതെ സാമൂഹിക പരിണാമശക്തികളായി യഥാർഥത്തിൽ വർത്തിച്ചിട്ടില്ലേ ?

വർത്തിച്ചുവെന്നു മാത്രമല്ല, വാസ്തവത്തിൽ സംഭവങ്ങളുടെ അച്ചുതണ്ട് തന്നെ അങ്ങനെയാണ്. ജീവിതവൽക്കരണത്തിന്റെ പ്രാചീനത തൊട്ടേ ആദിമലനാടിന്റെ ചരിത്രം അതിന്റെ സുശക്തമായ സാക്ഷ്യവുമാണ്. ജാതി എന്ന ആശയം മാത്രമല്ല, ജാതി എന്ന വാക്കു പോലും ദ്രാവിഡമല്ലെന്ന് ലോഗൻ ചൂണ്ടിക്കാട്ടുന്നു (പേജ് 97).

വംശാതീതവും ജാതി-മതാതീതവും ദേശാതീതവുമായ കൂടിച്ചേരലിന്റെ കഥയാണ് അതിന്റെ മൗലികത. വംശത്തിനും, ജാതിക്കും ദേശീയതക്കുമുപരി വർഗവിഭജനങ്ങളുടെ നിയമം പോലും സൂക്ഷ്മമായി കണ്ടെത്താൻ കഴിയാത്ത വിധം അധ്വാനത്തിന്റെ സാർവത്രികത ഏറക്കുറെ നടപ്പിലായിട്ടുണ്ട്. വിയർപ്പൊഴുക്കുന്നവരും വിളകൊയ്യുന്നവരും സംഭരിക്കുന്നവരും വാണിജ്യം ചെയ്യുന്നവരും വ്യത്യസ്ത അധ്വാനതലങ്ങളിൽ നിന്നു കൊണ്ട് സമ്പദ് വ്യവസ്ഥ പൂരിപ്പിക്കുന്ന വിസ്മയിപ്പിക്കുന്ന കാഴ്ച തന്നെയാണത്. ഇന്നും സമ്പദ് വ്യവസ്ഥയുടെ കാതൽ അതു തന്നെയല്ലേ? ചൂഷണപരമായ ഉപരിതലപ്രക്രിയകൾ മാറ്റി നിർത്തിയാൽ സാമൂഹ്യവ്യവസ്ഥയുടെ പ്രകൃതം തെളിഞ്ഞു വരും.

ചരിത്രപരിണാമത്തിന്റെ അച്ചുതണ്ടും വേർതിരിക്കാനാവാത്ത ജീവകുലത്തിന്റെ, വൈരുധ്യങ്ങളായോ, സംഘർഷങ്ങളായോ നമ്മൾ വായിച്ചെടുക്കുന്ന മുഴുവൻ പ്രകൃതി ശേഷിയുടേയും ആകത്തുകയാണ്. ആ

നിലയിൽ നിരീക്ഷിക്കാൻ തുനിഞ്ഞാൽ ക്ലിപ്തമായ സമഗ്രവീക്ഷണം കിട്ടും. തൊഴിൽപരമായ വിഭജനങ്ങളെ ജാതീയപ്രക്രിയയായി നിർവചിക്കുകയും വ്യവസ്ഥാപിതമാക്കുകയും ചെയ്തുവെന്നത് ശരി.

ചരിത്രമൊട്ടാകെ അതിന്റെ അടരുകൾ പടർന്നു കിടക്കുന്നുമുണ്ട്. പക്ഷെ, അത് ചരിത്രത്തിന്റെ മൗലിക മോ ഘടനാപരമോ ആയ രൂപമല്ല. വർഗപരമായ സ്വത്വത്തിനും നിൽക്കക്കള്ളിയില്ലാത്ത വിധം സാമൂഹ്യവൽക്കരണത്തിന്റെ സങ്കീർണ ചിത്രീകരണം അതിൽ പതിഞ്ഞു കിടപ്പുണ്ട്. ജൈവികമായ ഈ ഏകതാനതയെ നൂറ്റാണ്ടുകളിലൂടെ മറച്ചു പിടിക്കാൻ വർണ-ജാതി പ്രമേയം കൊണ്ടു സാധിച്ചു. അതിനു വേണ്ടി, ജാതി-ഉപജാതി- അവാന്തരവിഭജനങ്ങളുടെ ഉൾപ്പിരിവുകളിലേക്ക് ജനജീവിതസംഹിതകളെ വിഭജിച്ചു നിർത്തി പൊതു പരിപ്രേക്ഷ്യത്തെ അജ്ഞാതമാക്കി. ഓരോരാൾക്കും സമുദായത്തിന്റേയും അതാത് ആചാര്യ വ്യവസ്ഥകളുടേയും തടവറയൊരുക്കിക്കൊടുത്തു. അപ്പോഴും അവരുടെ അതിജീവനം സാമൂഹ്യമായ പൊതു അടിത്തറയിലാണ്;അതാണ് വസ്തുത. അവരുടെ പ്രാചീന വേരുകളുടെ സ്ഥായീഭാവം, എക്കാലവും, എത്ര ചിന്നിച്ചിതറിയ അവാന്തരവിഭാഗങ്ങളായി മാറിയാലും ഒന്നു തന്നെയാണ്.

ആധുനിക കാലത്തു തന്നെ അധ്യാപകരായും കച്ചവടക്കാരായും കൃഷിക്കാരായും തലമുറകളായി ജീവിക്കുന്നവരെ അവരവരുടെ അധ്വാനരീതി പുലർത്തുന്നവരെ ചേർത്ത് ഓരോരോ ജാതി ഹിൽഡുകളെ പ്രഖ്യാപിക്കുന്നില്ല. ഏതു കാലത്തും അങ്ങനെയൊരു നിയമം സാമൂഹ്യാന്തർഘടനക്കുണ്ട്. വ്യക്തിപരമ്പരകളിലൂടെ (കുടുംബ പാരമ്പര്യം എന്നു പോലും വിശേഷിപ്പിക്കുന്നത് അസ്ഥാനത്താണ്) കഴിവും കഴിവിനൊത്ത സമാനതരത്തിലുള്ള തൊഴിലും കൈമാറ്റം ചെയ്യപ്പെട്ടിട്ടുണ്ടാവാം.

ദീർഘകാലത്തെ പ്രക്രിയയിലൂടെ അത് ജാതീയഗണമായി പ്രത്യക്ഷത്തിൽ വിഷയീഭവിച്ചിരിക്കാം. പക്ഷെ, അത് സമൂഹത്തിന്റെ സമഗ്രഘടനയായി വർത്തിക്കുന്നേയില്ല. യഥാർഥത്തിൽ സമൂഹത്തിന്റെ ശരീരഘടന ചലിക്കുന്നത് ജാതി-മത-വിഭാഗീയമാനദണ്ഡങ്ങളിലല്ല. അധ്വാനാധിഷ്ഠിത മാനങ്ങളിലാണ്. നിത്യജീവിതവ്യാപാരത്തിന്റെ ശേഷക്രിയകൾ മാത്രമായാണ് മതദർശനങ്ങളുടെ നില്പ്. ചരിത്രത്തിൽ അന്നും ഇന്നും അക്കാര്യത്തിൽ അന്തരമുണ്ടാകാൻ തരമില്ല. നമ്മുടെ ദിനചര്യകളിലേക്കു ശ്രദ്ധിച്ചാലും:

രാവിലെ ഉണർന്നാൽ സമയം നോക്കുന്നു - ക്ലോക്കിലേക്ക്, കലണ്ടറിലേക്ക്, മുറിക്കു പുറത്തെ സൂര്യസാന്നിധ്യത്തിലേക്ക്... ആ നോട്ടം മതരീതികളിലൊന്നുമല്ല, സാധാരണ മനുഷ്യസഹജമായ രീതി. മിക്കവരും

അങ്ങനെയായിരിക്കും... പ്രഭാതകൃത്യങ്ങൾ നിറവേറ്റുന്നു - മതപരമായ കർമങ്ങളായല്ല. ഒരു പക്ഷെ, ചിലർ, അധികം പേരുണ്ടാവില്ല അത്തരക്കാർ, വിളക്കു കൊളുത്തുകയോ നാമം ചൊല്ലുകയോ നിസ്കരിക്കുകയോ കുരിശ് വരക്കുകയോ കീർത്തനം ചൊല്ലുകയോ സൂര്യനമസ്കാരം നടത്തുകയോ ചെയ്യുന്നുണ്ടാവാം.

അതൊക്കെ പ്രാർഥനാശീലത്തിന്റെ ഭാഗമായി പഠിച്ചുവച്ച ചടങ്ങുകളാണ്. അവയൊന്നും ഇന്നയിന്ന മതവിശ്വാസിയാണെന്ന ദൃഢബോധത്തിന്റെ സൃഷ്ടിയല്ല. മനസ്സിനെ ശാന്തതയിലും വിശുദ്ധിയിലും ചേർത്തു നിർത്താൻ ചിലരനുഷ്ഠിക്കുന്ന ലളിതമായ ആചാരങ്ങൾ മാത്രം. ഏതാനും നിമിഷങ്ങൾ മാത്രമേ ആ ഏർപ്പാടിന് നീക്കിവയ്ക്കുന്നുണ്ടാവൂ.

ഇനിയങ്ങോട്ട് തുടരുന്ന ദിനചര്യകൾ ശ്രദ്ധിക്കൂ... പ്രഭാത ഭക്ഷണം ഉണ്ടാക്കുന്നു, കഴിക്കുന്നു, ഏതെങ്കിലും മതക്കാരനാണെന്ന മട്ടിലല്ല. കുളിക്കുന്നു, വേഷം ധരിക്കുന്നു, അതൊന്നും മതചിന്ത വഹിച്ചുകൊണ്ടല്ല. ചിലർ വീട്ടിൽ തന്നെ ബാക്കി സമയം മറ്റുവേലകളിൽ വ്യാപൃതരാവുന്നു. ഭൂരിപക്ഷവും പുറത്തേക്കിറങ്ങുന്നു; അതൊന്നും മതപരമായ കല്പനകൾക്കനുസരിച്ചല്ല.

ജീവിതത്തെ അടക്കിപ്പിടിക്കാൻ വേണ്ടി... പല വഴികളിലൂടെ നീങ്ങുന്നു. വഴികളെല്ലാം പൊതുവഴികളാണ്, ഓരോ മതക്കാരനും ഓരോ വഴിയില്ല. വാഹനത്തിൽ കയറുന്നു, വാഹനം മതപരമല്ല, സീറ്റുകളിലിരിക്കുന്നു, മതപരമായ സംവരണമില്ല. (ഇതെല്ലാം കണ്ടേക്കാവുന്ന അപൂർവം ഇടങ്ങൾ ഉണ്ടാവാം!) കണ്ടക്ടർ കാശു ചോദിക്കുന്നു, മതം ചോദിക്കുന്നില്ല.

നമ്മൾ കറൻസി കൊടുക്കുന്നു. ഓരോ മതത്തിനും ഓരോ കറൻസിയില്ല. ഓഫീസിലെത്തുന്നു, സ്കൂളിലെത്തുന്നു, ആശുപത്രിയിലെത്തുന്നു, തൊഴിലിടങ്ങളിലെത്തുന്നു, ജോലി ചെയ്യുന്നു, ഭക്ഷണം കഴിക്കുന്നു, വിശ്രമിക്കുന്നു... അവിടങ്ങളൊന്നും മതപരമായ സങ്കേതങ്ങളല്ല. ഭക്ഷണശാലകളിൽ മതവിഭജനമില്ല, ഏവരുടെയും വിശപ്പിന്റെ ഭാഷ ഒന്നാണ്. ഹോട്ടലുകളിലും വ്യാപാര സ്ഥാപനങ്ങളിലും നിങ്ങളുടെ മതം ആരും തിരക്കുന്നില്ല, പണം മാത്രമേ വേണ്ടൂ... അന്യോന്യം ആളുകളെ കണ്ടുമുട്ടുന്നു, കുശലം ചോദിക്കുന്നു, പരിചയപ്പെടുന്നു, കൂട്ടായ്മകൾ കയറിയിറങ്ങുന്നു, വിനോദങ്ങളിലേർപ്പെടുന്നു.

നമ്മൾ ഏതെങ്കിലും മതവിലാസമുള്ളവനെന്ന വീര്യത്തിലല്ല അതൊക്കെ നിറവേറ്റുന്നത്. തിരിച്ച് വീട്ടിലെത്തുന്നു, കുടുംബാംഗങ്ങളോട് ഇടപഴകുന്നു, ആഹ്ലാദം പങ്കിടുന്നു, വിശപ്പടക്കുന്നു, വിശ്രമിക്കുന്നു,

ഉറങ്ങുന്ന, ഓരോരുത്തരുടെ സൗകര്യം അനുവദിക്കും പോലെ... ദിനചര്യകൾ അവസാനിക്കുന്നു...

മിക്കവരുടെയും ദൈനംദിന ജീവിതം ഈ പ്രകൃതത്തിലല്ലെ മുന്നേറുന്നത്. എത്ര മതഭക്തനായാലും മറ്റുള്ളവരോട് സ്വാഭാവികമായി ഇടപെടുന്നതോ വ്യവഹാരങ്ങളിലേർപ്പെടുന്നതോ, ഭാഷയുച്ചരിക്കുന്നതു പോലുമോ താൻ ഏതെങ്കിലും മതക്കാരനാണെന്ന ജാഗ്രത്തായ ചിന്തയോടെയല്ല. നിത്യജീവിതത്തിന്റെ വ്യവഹാരങ്ങളിൽ അങ്ങനെയൊരു വിചാരം സദാ ഉണർന്നിരിക്കുന്നേയില്ല. ജീവിതവിനിമയമെന്നത് അതു മാത്രമാണ്. സാമൂഹിക ജീവിതത്തിന്റെ അടിസ്ഥാനനിയമം പ്രകൃതിപരമാണ്, മതപരമല്ല... അവരവരുടെ വിശ്വാസത്തിനനുസരിച്ച് പ്രാർഥിക്കാൻ ദേവാലയങ്ങൾ തെരഞ്ഞെടുക്കുന്നതിനോ, ആരാധനാനുഷ്ഠാനങ്ങൾ നിറവേറ്റുന്നതിനോ മതപരമായ വിഭജനം പാലിക്കുന്നുണ്ടാവാം... അതിലെവിടെയും വിദ്വേഷപരതയില്ല.

പൊതുവെ നമ്മുടെ നാട്ടുകാർ വിവാഹം തുടങ്ങിയ കർമങ്ങളിലും മറ്റും ജാതി, മത മേൽവിലാസം അന്വേഷിക്കുന്നതു കാണാം... (അതെന്തിനെന്ന് യുക്തിപരമായി ആരും നിർവചിച്ചിട്ടില്ല). ഈവക ചില സംഗതികൾ ഒഴിവാക്കിയാൽ നമ്മുടെ നിത്യജീവിത പ്രക്രിയകൾ ഏറക്കുറെ മതേതരമാണ്. എല്ലാവരും കാറ്റും വെയിലും തണലും കൊള്ളുന്നു, മഴ നനയുന്നു... ഋതുക്കൾ മാറിമറയുന്നതു കാണുന്നു; പ്രാണികുലങ്ങൾ പരസ്പരം മിന്നിമറയുന്നു. ഒന്നും മതവിവേചനത്തിന്റെ ചിഹ്നങ്ങൾ കാഴ്ചവയ്ക്കുന്നില്ല.

ജീവിത പ്രക്രിയയിൽ എവിടെയാണ് മതമെന്നു ചിന്തിച്ചാൽ ഉത്തരമുണ്ടാവില്ല. അതേ സമയം, സമാന്തരമായ ഒരന്വേഷണത്തിൽ, മനുഷ്യജീവിതത്തെ അടിമുടി, ആത്മീയശൂന്യതയായും അരക്ഷിതവ്യവസ്ഥയായും പ്രകൃതി ഭയമായും വിശ്വാസാന്ധതകളായും മതം വരിഞ്ഞുമുറുക്കുന്നതു കാണാം. അധികാരപ്രകൃതത്തിലും മൂലധന സ്വഭാവത്തിലും മതം അടക്കി ഭരിക്കുന്നു.

രണ്ടു വ്യക്തികളിൽ നിന്ന്, അവരെ ഏതു ഗണത്തിൽ പെടുത്തിയാലും, ഉടലെടുക്കുന്ന സന്തതികൾ മൂന്നാമതൊരു വ്യക്തിയാണ്. വ്യക്തികൾക്കു പകരം ഗ്രൂപ്പുകളോ, സമുദായങ്ങളോ, മതങ്ങളോ ഗോത്രങ്ങളോ രാഷ്ട്രീയ കക്ഷികളോ ആവട്ടെ സങ്കരത്തിലേർപ്പെട്ടാൽ രൂപം കൊള്ളുന്നത് പുതിയൊരു രൂപമാണ്. അതുകൊണ്ട് ഗണചരിത്രം അതാതിടത്ത് അവസാനിക്കുന്നു. സാമൂഹ്യചരിത്രത്തിനേ തുടർച്ചകളുള്ളൂ.

ശ്രീകണ്ഠപുരത്തിന്റെ ചരിത്രപ്രാധാന്യം

ചരിത്രത്തിൽ ശ്രീകണ്ഠപുരത്തിന്റെ പ്രാമാണിക പദവി നമ്മളിനിയും തിരിച്ചറിയുകയോ അടയാളപ്പെടുത്തുകയോ ചെയ്തിട്ടില്ല. ബി. സി. യുഗം തൊട്ടേ ലോകവാണിജ്യശക്തികളെ വശത്താക്കിയ പ്രാചീനനഗരമായും പ്രകൃതിസമ്പത്തിന്റെ പ്രാചീന കലവറയായും ലോകമാർക്കറ്റ് കീഴടക്കാൻ കഴിയുംവിധം ഉൽപാദനവളർച്ച പുരാതന കാലത്ത് തന്നെ സ്വായത്തമാക്കിയ ദേശമായും ശ്രീകണ്ഠപുരത്തിന്റെ പ്രാധാന്യം ഏറെ പ്രോജ്ജ്വലമാണ്. പല ചരിത്രകൃതികളും പരാമർശിക്കും വിധം ഗോകർണം തൊട്ട് കന്യാകുമാരി വരെയുള്ള പ്രാചീനകേരളവും തമിഴ്നാട്ടിലെ സഹ്യതാഴ് വരകളുമടക്കം സാമ്രാജ്യമാക്കിയ ചേരവംശത്തിന്റെ, (മൂഷികവംശ[1]മെന്ന പേരിൽ) ഒരു ഘട്ടത്തിലെ ആസ്ഥാനമെന്ന മഹോന്നത പദവിയായിരുന്ന ശ്രീകണ്ഠപുരത്തിന്. പ്രവാചകന്റെ ജീവിതകാലത്തു തന്നെ ഇസ്ലാംമതദർശനത്തിന് ഇന്ത്യയിൽ പ്രചാരണം കുറിച്ചു കൊണ്ട് ലോക ശ്രദ്ധ കൈവരിച്ച കേന്ദ്രമെന്ന നിലയ്ക്കുള്ള ചരിത്രപ്രാധാന്യവും മഹത്തരമാണ്.

ഇസ്ലാം മതപ്രബോധക സംഘത്തിന്റെ രേഖകളിൽ ശ്രീകണ്ഠപുരത്തിന്റെ പേര് 'ചിരി കണ്ടിടം', 'ശിരവുപട്ടണം' എന്നൊക്കെയാണ്. 'ചിരികണ്ടിട'മെന്നത് ശ്രീകണ്ഠപുരമെന്നതിന്റെ ഉച്ചാരണ വ്യതിയാനമാവാം.

---

1 ചേരവംശത്തെ പ്രകീർത്തിക്കുന്ന സംഘകൃതികളിൽ മൂഷികവംശമെന്നോ മൂഷികവംശപരമ്പര വിവരിക്കുന്ന കാവ്യത്തിൽ ചേരവംശമെന്നോ പ്രയോഗിച്ചു കാണുന്നില്ലെന്നത് പരിശോധനാർഹമാണ്.

ഒരാസ്ഥാനപട്ടണത്തിന്റെ ഗരിമ ശ്രീകണ്ഠപുരമെന്ന നാമത്തിൽ ധ്വനിക്കുന്നുണ്ട്. വിളിപ്പേരിൽ അത് 'ശ്രീപട്ടണ'മായി സങ്കോചിക്കാം. ഉച്ചാരണഭേദത്തിലൂടെ 'ശിരവ്വപട്ടണ' മായും മാറാം. 'കേരളോൽപത്തി' യും രേഖപ്പെടുത്തിയത് 'ശിരവ്വ പട്ടണ'മെന്നാണ്.

ശ്രീപട്ടണം -സിറിപട്ടണം -ശിരവ്വപട്ടണം -ചിരി കണ്ടിടം - ശ്രീകണ്ഠ പുരം എന്നിങ്ങനെ വിവിധ തരക്കാരുടെ ഉച്ചാരണങ്ങളിൽ സ്ഥലനാമം മാറിവരുന്നത് സ്വാഭാവികം മാത്രം. റോളൻഡ്സന്റെ ഗ്രന്ഥത്തിൽ 'സറഫട്ടൻ'എന്നും 'തുഹ്ഫത്തുൽ മുജാഹിദീൻ' എന്ന കൃതിയിൽ 'ജാർ ഫട്ടൻ' എന്നുമാണുള്ളത്. കുന്നുകളും വയലുകളും പരിസരങ്ങളെ മനോ ഹാരിയാക്കുന്ന 'ശ്രീപട്ടണം' തന്നെയാണ് വിദേശീയനാവിലൂടെ'ജർ ഫത്തൻ' എന്നായി മാറിയത്. എട്ടാം ശതകത്തിലെ അറബി സഞ്ചാരി ഇബ്നു ഖുർദ് ദാബേ 'ബാ ബത്തൻ' എന്നാണ് രേഖപ്പെടുത്തിയത്. ഭൗമ ശാസ്ത്രജ്ഞനായ അൽ ഇദ്രിസി ഉച്ചരിച്ചത് 'ജിർ ബാർട്ടൺ' എന്നാണ്:" ഫണ്ടരിണ (പന്തലായനി എന്ന സ്ഥലം)യിൽ നിന്നു ഒരു ചെറിയ നദിയുടെ കരയിലുള്ളതും ധാരാളം ജനങ്ങൾ പാർക്കുന്നതുമായ ജിർ ബാർട്ടണി' ലേക്കു അഞ്ചു ദിവസത്തെ യാത്രയുണ്ട്. നെല്ലും ധാന്യവും കൃഷി ചെയ്യുന്ന ഫലഭൂയിഷ്ഠമായ മണ്ണാണിത്... അയലത്തുള്ള മലകളിൽ കുരുമുളക് സമൃദ്ധമായി വളരുന്നു"

പന്തലായനി, ശ്രീകണ്ഠപുരം, മാലിദ്വീപ് എന്നിവിടങ്ങളിലല്ലാതെ മറ്റെവിടെയും കുരുമുളകു വള്ളി കണ്ടിട്ടില്ലെന്നും ഇദ്രിസി പ്രസ്താവിക്കുന്നുണ്ട്. ബി. സി. യുഗത്തിൽ തന്നെ റോമൻ, പേർഷ്യൻ കച്ചവടക്കാരെ ഈ ദേശം വളരെയധികം ആകർഷിച്ചിരുന്നതായി കാണാം. സഞ്ചാരിയും ടാഞ്ചിയേഴ്സ് (മൊറോക്കോ) വാസിയുമായ ഷേഖ് ഇബ്നു ബത്തൂത്ത (AD 1342-47) മലബാറിനെപ്പറ്റിയുള്ള യാത്രാവിവരണങ്ങളിൽ ജാർ കണ്ഠൻ, ജാർഫട്ടൻ എന്നിങ്ങനെ പരാമർശിച്ചു:

"തുടർന്ന് ഞങ്ങൾ ചെന്നെത്തിയ നഗരം ജാർ കണ്ഠൻ ആയിരുന്നു. ഈ തീരങ്ങളിലെ ഏറ്റവും വലിയ രാജാക്കന്മാരിൽ ഒരാളാണ് ഇവിടുത്തെ രാജാവ്.'ബദ് ഖന്നനി'ലേക്കാണ് പിന്നീട് ഞങ്ങൾ പോയത്. രാജാവ് ഒരു അവിശ്വാസിയാണ്. ഇസ്ലാം മതം സ്വീകരിച്ച അദ്ദേഹത്തിന്റെ മുത്തച്ഛൻ പണികഴിപ്പിച്ചതായിരുന്നു നഗരത്തിൽ കാണുന്ന പള്ളിയും ഇപ്പുറത്തെ വലിയ ചിറയും"

'ബദാം ഫട്ടാൻ' എന്ന പരാമർശവും ആ വിവരണത്തിലുണ്ട്. വളപട്ടണത്തെയാണ് സൂചിപ്പിക്കുന്നത്. പള്ളിയും, ചിറയ്ക്കൽ ചിറയു മൊക്കെയാണ് വിവരണത്തിലുള്ളത്. ബല്യപട്ടണം, ബലിയപട്ടം, വളഭ പട്ടണം, വല്ലഭപത്തനം, വളർപട്ടണം... പല വിധത്തിൽ ഈ

നാമം ഉച്ചരിക്കപ്പെട്ടിട്ടുണ്ട്. ജൂതവ്യവഹാരത്തിന്റെ വഴിത്തിരിവു കുറിക്കുന്ന കെയ്റോ ഗനീസാരേഖകളി (10-13 നൂറ്റാണ്ടുകൾ)ലെത്തുമ്പോൾ 'വളപട്ടണ'മെന്നു തന്നെ പ്രയോഗിക്കപ്പെട്ടു. സറഫട്ടൻ, ജാർഫട്ടൻ, ജിർ ബാർട്ടൺ, ജാർകണ്ടൻ എന്നൊക്കെയുള്ള സമാനസൂചനകൾ ശ്രീകണ്ഠപുരത്തെ അഥവാ ശ്രീപട്ടണത്തെ തന്നെയാണ് അടയാളപ്പെടുത്തുന്നത്. കാസ്പിയൻ തീരത്ത് ചില പേർഷ്യൻ സ്ഥലനാമങ്ങൾ 'ജിർ'എന്നു തുടങ്ങുന്നതായി കാണാം. (ഉദാ: ജിർ ബാഗ്, ജിർ ഗവാബർ). ഇബ്നു ബത്തുത്തയുടെ മറ്റൊരു സന്ദർശനവും ശ്രീകണ്ഠപുരത്തെ ലക്ഷ്യമിടുകയുണ്ടായി. ആ യാത്രയെപ്പറ്റി അദ്ദേഹം ഇങ്ങനെയാണ് എഴുതിയത്:

"ഞങ്ങൾ പിന്നീട് ചെന്നെത്തിയത് കറുത്ത കുരുമുളകിന്റെ നാടായ മലബാർ എന്ന രാജ്യത്തിലാണ്. സിന്തബൂർ (സിദ്ധാപുരം-കുടക്) നിന്ന് കാവ് ലം (കൊല്ലം) വരെ അതിന്റെ ദൈർഘ്യം താണ്ടാൻ രണ്ടു മാസമെടുക്കും"

വേലായുധൻ പണിക്കശ്ശേരി പരിഭാഷപ്പെടുത്തിയ ഇബ്നു ബത്തുത്തയുടെ കൃതിയിൽ മൂന്നു ഘട്ടങ്ങളിലെ യാത്രാനുഭവങ്ങളാണ് വിവരിക്കുന്നത്. 1325 ലും 1342 ലും 1344 ലും. കേരളം സന്ദർശിച്ച അറബി സഞ്ചാരി സുലൈമാൻ AD 851 ൽ എഴുതി പൂർത്തീകരിച്ചതും AD 916 ൽ അബു സെയ്ദ് പരിഷ്കരിച്ച് 'സിൽസലാത്തുൽ തവാരിഖ്' എന്ന പേരിൽ പ്രസിദ്ധീകരിച്ചതുമായ ഗ്രന്ഥത്തെ, ബത്തുത്ത തന്റെ യാത്രക്ക് (ഒരു പക്ഷെ തന്റെ ഗ്രന്ഥരചനയ്ക്കും) ആസ്പദമാക്കിയതായി സൂചന തരുന്നുണ്ട്. ഹിജറ 756, ദുൽഹജ് 3 നാണ് ബത്തുത്തയുടെ ഗ്രന്ഥം പൂർത്തിയാവുന്നത്. 1342 ഡിസമ്പർ 29 ഞായറാഴ്ച ഏഴിമലയിലെത്തിയ അദ്ദേഹം ഡിസം 30 ന് ശ്രീകണ്ഠപുരവും 31 ന് വളപട്ടണം, ധർമടം എന്നിവിടങ്ങളും സന്ദർശിച്ചു. രണ്ടാം വട്ടം ശ്രീകണ്ഠപുരത്തെത്തുന്നത് 1344ജനവരി 5നാണ്.

വിശ്വസഞ്ചാരികളെ ആകർഷിക്കും വിധം ശ്രീകണ്ഠപുരം പ്രാചീന ലോകത്തിന്റെ ശ്രദ്ധാകേന്ദ്രമായതെങ്ങനെയെന്ന അന്വേഷണമാണ് ഈ കൃതിയുടെ ഒരുദ്ദേശ്യം. ശ്രീകണ്ഠപുരം പ്രാചീന മലനാടിന്റെ അതിപ്രധാനമായ ആസ്ഥാനകേന്ദ്രമാണ്. ആ പ്രാധാന്യം ഒരു പട്ടണത്തിന്റേതു മാത്രമായ പ്രത്യേകതകളിലൂടെ കൈവന്ന പദവിയല്ല. ഈ നഗരം ഒരു കവാടമാണ്. ചരിത്രാതീതകാലത്തിലേക്ക് മെഗാലിത്തിക് സംസ്കാരത്തിന്റെ സ്മാരകങ്ങൾ അവശേഷിപ്പിക്കുന്ന അതിപുരാതന സാമൂഹിക ലോകം തുറന്നുകാട്ടുന്ന കവാടമാണിത്.

ശ്രീകണ്ഠപുരം സിരാകേന്ദ്രമായി വർത്തിച്ച വിസ്തൃതമായൊരു ദേശത്തിന്റെ പരിധിയിലാണ് ആദിമ പേർഷ്യൻ സംസ്കൃതിയോളം കാലപ്പഴക്കം അവകാശപ്പെടാവുന്ന എടക്കൽ ഗുഹാചിത്രങ്ങൾ കണ്ടെത്തിയത്. ഒരു ഗുഹയിൽ മാത്രമായി ആ സംസ്കൃതി പതുങ്ങിയിരിക്കില്ലല്ലൊ. ചുറ്റുമുള്ള ദേശസ്ഥലികളിലെല്ലാം പരന്നുകിടക്കുന്ന സംസ്കാരത്തിന്റെ പ്രതിനിധാനം മാത്രമേ എടക്കൽ ഭിത്തികളിലും തെളിയുള്ളു. വിശ്വവാണിജ്യ ശക്തികളെ വിസ്മയിപ്പിച്ച പ്രകൃതിവിഭവങ്ങളുടേയും പുരാതനഉൽപാദ വ്യവസ്ഥയിൽ വിളയിച്ചെടുത്ത അധ്വാനഫലങ്ങളുടേയും സമ്മിശ്രമായ കലവറയിലേക്ക് തുറന്നു കിടക്കുന്ന കവാടം കൂടിയാണ് ശ്രീകണ്ഠപുരം.

മലനിരകൾക്കിടയിൽ വിളഞ്ഞ സമ്പത്തിന്റേയും പ്രകൃതിയുടെ വരദാനമായ നൈസർഗിക ധാതുക്കളുടേയും വനവിഭവങ്ങളുടേയും ഒരത്ഭുത ലോകമായിരുന്നു മലനാട്. അതിന്റെ വശ്യശക്തിയാലാണ് സഹസ്രാബ്ദങ്ങൾക്കു മുമ്പേ പുറം ലോകം ഇവിടേക്കു പാഞ്ഞുവന്നത്. മലനാടുകളുടെ ഭൗമസമ്പത്തും കാർഷികസംസ്കൃതിയും കൂടിച്ചേരുന്ന സുപ്രധാന സങ്കേതമെന്ന നിലക്ക് വിശ്വകമ്പോള ശക്തികളുടെ ദൃഷ്ടി ഈ ദേശത്തിനു മേൽ പ്രാചീനകാലം തൊട്ടേ പതിഞ്ഞതായി കാണാം. വിദേശവ്യാപാരലോകത്തിന്റെ സഞ്ചാര സാധ്യതകളെ ആകർഷിച്ചടുപ്പിച്ച ചരിത്രത്തിലെ ഒരു ലൈറ്റ് ഹൗസ് എന്ന വിശേഷണം ഈ ദേശത്തിനർഹമാണ്. അതുകൊണ്ടുതന്നെ സാമൂഹിക പരിണാമഘട്ടത്തിൽ വളരെ വിസ്തൃതമായൊരു രാജവ്യവസ്ഥ സംജാതമായപ്പോൾ അതിന്റെ രാജധാനിയായും ശ്രീകണ്ഠപുരം പ്രൗഢി കൈവരിച്ചു. ദശശതകത്തിലേറെ ചരിത്രത്തിൽ വിരാജിച്ച മൂഷികമെന്ന രാജ്യത്തിന്റെ തലസ്ഥാനനഗരിയായിരുന്നു ശ്രീകണ്ഠപുരം. മൂഷികരാജ്യത്തിന്റെ രാജധാനികളായി ഏഴിമല, വളപട്ടണം, കരിപ്പത്ത്, പെരിഞ്ചെല്ലൂർ, പന്തലായിനികൊല്ലം, രാമന്തളി എന്നിവയടക്കം ഏഴിടങ്ങൾ ചരിത്രം അടയാളപ്പെടുത്തുന്നുണ്ടെങ്കിലും സുസ്ഥിരമായ രാജസ്ഥാനം ശ്രീകണ്ഠപുരമായിരിക്കാനാണ് ഏറെ സാധ്യത. അതിനൊരുകാരണം, രാജധാനികൾ മാറ്റിക്കൊണ്ടിരിക്കുകയെന്നത് ഒട്ടും ലഘുവായ സംഗതിയല്ല. വളരെ അപൂർവമായേ അത് സംഭവിക്കൂ. സുശക്തമായ രാജാക്കന്മാർ അതിനൊട്ടു മുതിരാറുമില്ല. അതേക്കാൾ പ്രധാന കാരണം, പ്രാചീന കേരളത്തിന്റെ ആദിമഭൂമിക മലനാടുകളാണ് എന്നതാണ്. ദേശത്തിന്റെ ആസ്ഥാനവും പർവത സാമീപ്യങ്ങളിലായിരിക്കും. ഇടനാടുകളും തീരപ്രദേശങ്ങളും കാലാന്തരേണ പിന്നീട് ഉയർന്നു വരുന്നതാണ്. ഗോത്രസംസ്കൃതിയുടെ പശ്ചാത്തലം കൂടി പരിഗണിച്ചാൽ അധികാരധ്രുവങ്ങൾ പ്രതിഷ്ഠ നേടുന്നതും മലനാടുകളിലാണ്. ഉൽപാദനത്തിന്റേയും

വിഭവ സമാഹരണത്തിന്റേയും കടിഞ്ഞാൺ പിടിക്കുന്ന ഇന്ദ്രപ്രസ്ഥവും സ്വാഭാവികമായി മലയോരങ്ങളിൽ തന്നെയായിരിക്കും. രാജ്യത്തിന്റെ പരിധിക്കു പുറത്തേക്ക് വാണിജ്യശൃംഖല വ്യാപിക്കുകയും അതിനു പാകത്തിൽ സമുദ്രമേഖല തുറക്കപ്പെടുകയും തുറമുഖങ്ങൾ ആവിഷ്കരിക്കപ്പെടുകയും ചെയ്യുന്ന പ്രകാരത്തിലാണ് രാജാധികാരത്തിന്റെ ആസ്ഥാനം തീരങ്ങളിലേക്ക് മാറുന്നത്.

അപ്പോഴും സുരക്ഷിതത്വം കണക്കിലെടുത്ത് മുഖ്യമായ തലസ്ഥാനം ദേശത്തിന്റെ ഉൾഭാഗത്തായിരിക്കും. ഇന്ത്യയുടെ ദക്ഷിണാപഥത്തിൽ അനേകം ദേശാധിപന്മാർ വാണിരുന്ന പ്രാചീനകാലത്ത് അവരുടെ ആസ്ഥാനങ്ങൾ പൊതുവെ തീരപ്രദേശങ്ങളിലായിരുന്നില്ല. ഉൾപ്രദേശത്തെ സുരക്ഷിത സങ്കേതങ്ങളിലായിരുന്നു. അതേ സമയം വാണിജ്യ സൗകര്യത്തിനു വേണ്ടി തീരപ്രദേശങ്ങളിൽ അവരോരോരുത്തരും തുറമുഖങ്ങൾ സ്ഥാപിച്ചതായി കാണാം. പുഴകളാണ് പുരാതനപാതകൾ. വലിയ പുഴമുഖങ്ങളിലാണ് വൻ തുറമുഖങ്ങൾ രൂപപ്പെടുന്നതും.

ഓരോ രാജാവും സ്വന്തമാക്കുന്ന വാണിജ്യത്താവളങ്ങളെന്ന പ്രാധാന്യമാണ് പിന്നീട് തുറമുഖങ്ങൾക്കു കൈവരുന്നത്. പലയിടത്തും രാജാവിന് തുറമുഖങ്ങളിന്മേലുള്ള അധികാരമേ കാണൂ. അന്നത്തെ പ്രമുഖ തുറമുഖ നഗരങ്ങളോരോന്നും അതാതു രാജ്യപരിധിയിലാണെന്നു പൂർണമായും വിശ്വസിക്കാൻ പാകത്തിലല്ല ഭൂപരമായ കിടപ്പ്.

'പെരിപ്ലസ്' കൃതിയിൽ കേരളാ തീരത്തെ നഗരങ്ങൾ എടുത്തുകാട്ടുമ്പോൾ അടുത്തടുത്ത തുറമുഖങ്ങൾ വ്യത്യസ്ത രാജാക്കന്മാരുടേതാണെന്ന് പ്രത്യേകം പരാമർശിച്ചിരിക്കുന്നതും അവകാശികളായ രാജാക്കന്മാർ ഉൾദേശങ്ങളിലാണെന്ന് എടുത്തു പറയുന്നതും ഇതുകൊണ്ടാവണം.

"The kings of both these market-towns live in the interior " (പെരി പ്ലസ് ഓഫ് എറിത്രിയൻ സീ). മുസിരിസ്, നെൽക്കിണ്ട എന്നീ തുറമുഖ നഗരങ്ങളെക്കുറിച്ചാണ് പരാമർശം. തുറമുഖത്തിന്റെ മേൽനോട്ടത്തിനു മാത്രമായി രാജകുടുംബാംഗങ്ങളിൽ പ്രമുഖർ തന്നെ തുറമുഖത്ത് തമ്പടിച്ചിരുന്നതായും കാണാം. അതിനുതക്ക വാണിജ്യപ്രാധാന്യം അക്കാലത്ത് തുറമുഖങ്ങൾ കൈവരിച്ചിരുന്നു.

വഞ്ചിമുത്തൂർ (മറയൂരിനടുത്ത്) എന്ന ഗ്രാമം ആസ്ഥാനമായി വാണിരുന്ന ആദിചേരന്മാർ നറവ് തുറമുഖം വരുതിയിലാക്കിയ സമയത്ത് ആടുകൊട്പാട്ടുചേരലാതനായിരുന്നു അതിന്റെ സംരക്ഷകനെന്ന് സംഘകൃതി 'പതിറ്റുപ്പത്തി'ൽ പരാമർശമുണ്ട്. വേന്തനായ (ചക്രവർത്തി) ചെങ്കുട്ടുവന്റെ സഹോദരനാണിയാൾ. എഴുപത്തിയഞ്ചാം വയസ്സിൽ ഇദ്ദേഹവും വേന്തനാകുന്നുണ്ട്. അതേ തുടർന്ന് ഭരണം

നിർവഹിക്കാൻ മൂലഗ്രാമത്തിൽ തിരിച്ചെത്തേണ്ടതാണ്. പക്ഷെ, അദ്ദേഹത്തിന്റെ ആസ്ഥാന കവയിത്രി തന്നെ അപ്പോൾ എതിര് നിന്നതായി 'പതിറ്റുപ്പത്തി'ൽ സൂചനയുണ്ട്. ദുർഘടമായ മലകൾ കടന്ന് നീണ്ട ദൂരം താണ്ടി മൂലഗ്രാമത്തിലെത്തിച്ചേരൽ വയോധികനായ ഇദ്ദേഹത്തിന് ക്ലേശകരമായിരിക്കുമെന്നതിനാലാണ് അവരെതിർത്തത്.

വാണിജ്യഭൂപടമായും സഞ്ചാരസഹായിയായും തയ്യാറാക്കപ്പെട്ട ചാർട് ആണ് 'പെരിപ്ലസ് ഓഫ് എറിത്രിയൻ സീ'. ഇന്നത്തെ ചെങ്കടലും അറബിക്കടലും ഇന്ത്യൻ മഹാസമുദ്രവും ബംഗാൾ ഉൾക്കടലുമൊക്കെ ചേർന്ന സമുദ്രഖണ്ഡത്തെ പ്രാചീന ഗ്രീക്കു ചരിത്രകാരന്മാർ വിളിച്ചിരുന്ന പേരാണ് 'എറിത്രിയൻ സീ'. 1993 വരെ എത്യോപ്യ (അബിസീനിയ)യുടെ ഭാഗമായിരുന്ന ഒരു രാജ്യവുമുണ്ട് അതേ പേരിൽ. എറിത്രിയ രാജ്യത്തിന്റെ സബ് റീജിയനായ കേരൻ (Keren) പേരുകൊണ്ട് കേരളത്തോടു അടുത്ത സാദൃശ്യം പുലർത്തുന്നു.

ഒന്നാം നൂറ്റാണ്ടിലെ വാണിജ്യബന്ധങ്ങളേയും സാംസ്കാരിക വിനിമയങ്ങളേയും പരാമർശവിധേയമാക്കുന്ന ഈ യാത്രാഗ്രന്ഥത്തിൽ സഞ്ചാരപാതയിലെ കച്ചവടകേന്ദ്രങ്ങളേയും തുറമുഖങ്ങളേയും 66 ഖണ്ഡികകളിലായി വിവരിക്കുന്നുണ്ട്. ഈ കൃതിയുടെ കർത്താവാരാണെന്ന് വ്യക്തമല്ല. പൗരാണിക റോമിലെ പണ്ഡിതനായ Tiberius Claudius Balbillus ന്റെ കാലത്ത് AD 59-62 നമിടയിൽ ഇത് രചിക്കപ്പെട്ടുവെന്നാണ് Wilfred Harvey Schoff (1874–1932, Secretary of the Commercial Museum, Philadelphia.) ന്റെ നിഗമനം. ഗ്രീക്കിൽ നിന്നു തർജമ ചെയ്ത് ചരിത്രപരമായ സൂക്ഷ്മവ്യാഖ്യാനം കൂട്ടിച്ചേർത്ത് കൃതി 1912ൽ പ്രസിദ്ധപ്പെടുത്തിയത് ഇദ്ദേഹമാണ്.

'പെരിപ്ലസി'ന്റെ സമയത്ത് പുരാതനവും സംഘടിതവുമായ ഒരു സമൂഹമായിരുന്നു ഇവിടെ ഉണ്ടായിരുന്നതെന്ന നിരീക്ഷണം ആ കൃതിയുടെ അനുബന്ധത്തിൽ കാണാം. ഏറ്റവും കൂടുതൽ കൃഷിചെയ്യുന്നതും വ്യാവസായികമായി സക്രിയമായതും പ്രകൃതിവിഭവങ്ങളിലും ഉൽപാദനത്തിലും സമ്പന്നമായതും സാമൂഹികസംഘാടനത്തിൽ മുന്നിട്ടു നിന്നതുമായ ഒരു ദേശത്തിന്റെ ചിത്രമാണ് വരച്ചിടപ്പെട്ടത്. (Page 195). ഈ ദേശവുമായുള്ള റോമൻവാണിജ്യബന്ധം ബി. സി. യുഗാന്ത്യത്തിലേ ദൃഢപ്പെട്ടുവെന്നതിന്റെ അടയാളങ്ങൾ 'പെരിപ്ലസി'ലുണ്ട്. റോമാക്കാരുടെ പ്രധാനവാണിജ്യ സങ്കേതമായി മുസിരിസ് പരിണമിച്ചിരുന്നതായും റോമാക്കാരുടെ വക അഗസ്റ്റസിന്റെ ദേവാലയവും 2000 ത്തോളം വരുന്ന സ്ഥിരം പട്ടാളക്കാരുടെ കേന്ദ്രവും അവർ മുസിരിസിൽ സ്ഥാപിച്ചതായും അദ്ദേഹത്തിന്റെ 'ടെഠാ ബിബ്ലോസ്

ക്വാഡ്രിപാർട്ടിറ്റം' എന്ന കൃതിയിൽ ടോളമിയും (AD90- 168)വിവരിക്കു ന്നു. അഗസ്റ്റസിന്റെ ദേവാലയമെന്ന നിരീക്ഷണം എത്രത്തോളം സംശ യരഹിതമാണെന്നു പരിശോധിക്കേണ്ടതുണ്ട്. 'പ്യൂട്ടിങ്ങർ ടേബിളിൽ' (Tabula Peutingeriana) മുസിരിസിനടുത്തായി ടെമ്പിൾ അഗസ്റ്റ്യ എന്നു വ്യക്തമായി രേഖപ്പെടുത്തിയതായി കാണാം. പ്രാചീന കാലത്ത് ഇന്ത്യയുടെ ദക്ഷിണപഥമാകെ ആത്മീയപ്രകാശം പരത്തിയ ഋഷിവ ര്യൻ അഗസ്ത്യമുനിയുടെ പേരിനെ ഈ ആരാധനാലയവുമായി ചേർത്തു കാണാതിരിക്കുന്നതെന്തിന് ?

'പ്യൂട്ടിങ്ങർ ടേബിൾ' തയ്യാറാക്കപ്പെട്ടത് പിന്നീടാണെങ്കിലും അതിന് ആധാരമായത് റോമൻ ചക്രവർത്തി സീസർ അഗസ്റ്റസിന്റെ മിത്രവും യുദ്ധകാര്യ വിദഗ്ധനും പിന്നീട് ജാമാതാവുമായ മാർക്കസ് വിപ്സേനിയസ് അഗ്രിപ്പയുടെ നിർദേശപ്രകാരം നിർമിക്കപ്പെട്ട 'ടാബുല ഐറ്റിനെറേറിയ' ആണ്. അഗസ്റ്റസിന്റെ സ്മാരകമായി ഒരു ദേവാലയ സ്വഭാവത്തിലുള്ള മന്ദിരം റോമിൽ പോലുമുയരാൻ അന്ന് തരമില്ലല്ലൊ. പതിനാറാം നൂറ്റാണ്ടിലെ ജർമൻ ഹ്യൂമാനിസ്റ്റ് Konrad peutinger ന്റെ പേരിൽ നിന്നാണ് ഭൂപടത്തിന്റെ പേരുണ്ടാകുന്നത്. ടേബിളിൽ മുസിരിസിനോടു ബന്ധപ്പെടുത്തി വലിയ കായൽ (Lacus Major - എന്നു ലിഖിതം) വരച്ചിട്ടതു കാണാം. മുസിരിസ് നഗരം കായൽക്കര യിലാകണം. കായൽമുഖം കൂടുതൽ തുറക്കപ്പെട്ട് പിന്നീട് തുറമുഖമായി വികസിച്ചിരിക്കാം. നമ്മുടെ ദേശത്തെപ്പറ്റിയുള്ള സൂചനകൾ തരുന്ന ആദ്യത്തെ വിദേശമൊഴി മെഗസ്തനീസിന്റേതാണ്;അദ്ദേഹത്തിന്റെ ഇൻഡിക്ക എന്ന കൃതിയിലൂടെ;ബി. സി. 302 ൽ.

"..... അവരുടെ മറ്റൊരു നഗരം ഏറെ വിശിഷ്ടമാണ് - അഞ്ച് നദികൾ സംഗമിക്കുന്ന തീരദേശം ഉൾപ്പെടുന്ന ഓട്ടോമെല വ്യാപാരത്തിന്റെ ഉത്തമമായ ഒരു സങ്കേതമാണ്. 1, 600 ആനകളും 1, 50, 000 കാലാൾ പ്പടയും 5, 000 കുതിരപ്പടയുമുള്ള രാജാവാണ് വാഴുന്നത്. 'ചാർമെ'യിലെ ദരിദ്രനായ രാജാവിന് അറുപത് ആനകളേ ഉള്ളൂ, അദ്ദേഹത്തിന്റെ ശക്തിയും പ്രാധാന്യമർഹിക്കുന്നതാണ്. അടുത്തതായി വരുന്നത് 'പാണ്ഡെ'. ഇന്ത്യയിൽ സ്ത്രീകൾ ഭരിക്കുന്ന ഏകരാജവംശമാണ്" (ഇംഗ്ലീഷ് Text[2] Page 344 -മുസിരിസിന്റെ കാല്പാടുകളിലൂടെ - ഡോൺ

---

2 "And another city of theirs is much admired-Automela, which, being seated on the coast of the confluence of five rivers, is a noble emporium of trade. The king is master of 1, 600 elephants, 1, 50, 000 foot, and 5, 000 cavalry. The poorer king of Charmae has but sixty elephants, and his force otherwise is significant. Next come the Pandae, the only race in India ruled by women"

ബോസ്കോ) 'ഓട്ടോമെല'യെന്ന പരാമർശം ഏഴിമലയെ സൂചിപ്പിക്കുന്നതാണെങ്കിൽ അഞ്ചു നദികൾ സംഗമിക്കുന്ന തീരദേശമെന്നത് ഉത്തരമലബാറുൾപ്പെടുന്ന ആദിമല നാടും അതിനുശേഷമുള്ള 'ചാർമെ' എന്നത് ചേരരാജ്യവും പിന്നെ 'പാണ്ഡെ' പാണ്ഡ്യവുമാണ് മെഗസ്തനീസിന്റെ സൂചനയിലുള്ളത്. പാണ്ഡ്യം സ്ത്രീകൾ ഭരിക്കുന്ന ഏക രാജ്യമാണെന്ന പ്ലിനിയുടെ പരാമർശവുമുണ്ട്:

"പെൺവാഴ്ചയുള്ള ഇന്ത്യയിലെ ഏക രാജ്യം പാണ്ഡ്യമാകുന്നു. ഏകപുത്രി മാത്രമുണ്ടായിരുന്ന ഹെർക്കുലിസ് (ഹെരാ ക്ലിസ്) അവളെ അത്യധികം സ്നേഹിച്ചിരുന്നു. തന്നിമിത്തം അവളെ അദ്ദേഹം ഒരു രാജ്യത്തിന്റെ നാടുവാഴുന്ന റാണിയായി സ്ഥാപിച്ചു. ഈ റാണിയുടെ സന്തതികൾ മുന്നൂറു നഗരങ്ങളും ഒന്നര ലക്ഷം കാലാൾപ്പടയും 500 യുദ്ധ ഗജങ്ങളുമുള്ള ഒരു രാജ്യം ഭരിച്ചു. "

ഈ പാണ്ഡ്യരാജ്യം ഝലം നദിക്കു ചുറ്റുമുള്ള പ്രദേശമാണെന്നാണ് കേസരി കണ്ടെത്തിയത്. പാണ്ഡ്യ - ചോഴ-ചേര- കർണാടക രാജ്യങ്ങൾക്കു മുമ്പ് ഇവരെല്ലാം ചേർന്ന ചരിത്രാതീതമായ ഒരു പാണ്ഡ്യമുണ്ടായിരുന്നു അവിടെ. BC രണ്ടിൽ ഒരു ഗ്രീക്കു നാവികൻ (സിസിക്കസിലെ യൂഡോക്സസ്) ഒരിന്ത്യക്കാരന്റെ സഹായത്തോടെ രണ്ടു തവണ നേർക്കടൽമാർഗം കേരള തീരത്തെത്തുകയുണ്ടായെന്നത് അക്കാലത്തേ വികസിച്ചു കഴിഞ്ഞ വാണിജ്യബന്ധത്തിന്റെ സൂചനയാണ്. സ്ട്രാബോ (AD 24) യുടെ രേഖകളെ ആധാരമാക്കി എഡ്വേർഡ് ഗിബ്ബൺ' Decline & Fall of the Roman Empire' എന്ന കൃതിയിൽ രേഖപ്പെടുത്തിയത് ചെങ്കടൽ തീരത്തെ ഈജിപ്ഷ്യൻ തുറമുഖമായ 'മിയോസ് ഹോർമിസിൽ' നിന്ന് 120 ഓളം കപ്പലുകൾ പ്രതിവർഷം ഇന്ത്യൻ തീരങ്ങളിലേക്ക് പുറപ്പെടുന്നതായാണ്.

AD 77 ൽ 'ഹിസ്റ്റോറിയ നാച്ചുറൽസ്' എന്ന 37 വാല്യങ്ങളുള്ള ഗ്രന്ഥത്തിലൂടെ ഇറ്റലിക്കാരനായ പ്ലിനി നമ്മുടെ മലനാടുമായി റോമിനുള്ള വ്യാപാര ബന്ധത്തിന്റെ കഥയും അതിനുമുമ്പേ അലക്സാണ്ഡ്രിയയിലെ യവനർ, ആർമീനിയയിലെ അറബികൾ, സിറിയയിലെ യഹൂദർ, സോമാലികൾ, പഹ്ലവർ, അക്സുമികൾ എന്നിവർക്ക് ഈ ദേശവുമായുള്ള സമ്പർക്കങ്ങളും പരാമർശിക്കുന്നു. ടോളമിയുടെ കൃതിയിലെത്തുമ്പോൾ (AD 150) 'മൂസോപ്പള്ളി' രാജവംശവും 'നാനാഗുന' നദിയും പ്രത്യക്ഷപ്പെടുന്നു. മൂഷികവംശവും നന്നൻ എന്ന രാജനാമവുമായി ബന്ധപ്പെട്ട പരാമർശങ്ങളാണ് അവയെന്നാണ് ചില ചരിത്രകാരന്മാരുടെ അഭിപ്രായം. നന്നനെന്നതു നാരായണനെന്നതു ലോപിച്ചതാവാം. എ ഡി. അഞ്ചാം നൂറ്റാണ്ടിന്റെ ആരംഭത്തിൽ ഇന്ത്യയും സിലോണും ബുദ്ധഭിക്ഷുവായ

ഫാഹിയാൻ സന്ദർശിക്കുകയുണ്ടായി. സിലോൺ കേന്ദ്രീകരിച്ച വിദേശക്കച്ചവടത്തിന്റെ പ്രധാനപങ്കാളി മലനാട് ആണെന്ന് അദ്ദേഹം പ്രസ്താവിക്കുന്നു.

ഗ്രീക്കുസഞ്ചാരി കോസ്മസ് ഇൻഡികോപ്ലസ്റ്റസിന്റെ കാലം തൊട്ട് (AD 550) 'മലൈ' എന്നാണ് നമ്മുടെ ദേശമറിയപ്പെട്ടിരുന്നത്. പന്ത്രണ്ടാം നൂറ്റാണ്ടുവരെ ആ പേരിന്റെ വിവിധ ഉച്ചാരണങ്ങൾ രേഖപ്പെടുത്തിക്കാണുന്നു. ഈജിപ്തിലെ വ്യാപാരിയും പിന്നീട് പുരോഹിതനു (Hermit) മായ കോസ് മസ് കുരുമുളകിന്റെ നാടായി മലൈയെ വിശേഷിപ്പിക്കുന്നു. തെങ്ങുകൃഷിയെപ്പറ്റിയുള്ള പരാമർശങ്ങളും 'ഭാരതീയ ക്രിസ്തുമത വിവരങ്ങൾ' എന്ന അദ്ദേഹത്തിന്റെ കൃതിയിൽ പ്രത്യക്ഷപ്പെടുന്നുണ്ട്. ഭാരതത്തിലെ ആറ് മഹാവിപണികളൊന്നാണ് 'മലൈ'. ഇവിടുത്തെ അഞ്ചുകേന്ദ്രങ്ങൾ വഴി കുരുമുളക് പശ്ചിമനാട്ടുകളിലേക്ക് കയറ്റിവിടുന്നതായും അദ്ദേഹം വിവരിക്കുന്നു. സാലൊപട്ടണം (പന്തലായിനി കൊല്ലം), നാലൊ പട്ടണം (ധർമടം), പർത്തി(ഇത് 'പ്രഥനാ' നദിയുടെ അഴിമുഖം-വളപട്ടണമാണെന്നാണ് ഈ ലേഖകൻ അനുമാനിക്കുന്നത്), പുതുപട്ടണം (ഹോസ്ദുർഗ്), മംഗരുത് (മംഗലാപുരം) എന്നിവയാണവ. എഡി 629 ൽ സന്ദർശിച്ച ഹ്യയാൻ സാങ്ങ് 'മലകൂട'ത്തിലെ ജീവിതത്തെപ്പറ്റി പരാമർശിക്കുമ്പോൾ മുത്തും പവിഴവും അളവില്ലാതുണ്ടെന്നു വർണിക്കുന്നുണ്ട്. അക്കാലത്ത് ബുദ്ധമതം ഇവിടെ ക്ഷയോന്മുഖമായ സ്ഥിതിയിലെത്തി നിൽക്കുകയാണത്രെ. എഡി 671 ൽ സന്ദർശിച്ച ഇ-റ്റ്സിങ് എന്ന സഞ്ചാരി ഇവിടെ സംസ്കൃത ഭാഷാപഠനം നടക്കുന്ന സംഗതിയും ചൂണ്ടിക്കാട്ടുന്നു. AD 844-48 ഇബ്നു ഖുർദാദ്ബെ (അറബി സഞ്ചാരി) 'രാജ്യങ്ങളും മാർഗങ്ങളും' എന്ന കൃതിയിൽ കുരുമുളകും മുളയും സമൃദ്ധിയായി വളരുന്ന 'മലി'യെന്ന നാടിന്റെ ചിത്രമാണ് അവതരിപ്പിക്കുന്നത്. സമ്പൽസമൃദ്ധിയെപ്പറ്റി അറബി സഞ്ചാരികളിൽ ആദ്യ സന്ദർശകനായ സുലൈമാനും പുകഴ്ത്തുന്നുണ്ട്. പേർഷ്യ - ഭാരതം -ചൈന എന്നിവയെ കണ്ണിചേർക്കുന്ന വികസിച്ച വാണിജ്യ- ഗതാഗത ബന്ധത്തിന്റെ വ്യക്തമായ വിവരണം AD 851 ൽ എഴുതിത്തീർന്ന അദ്ദേഹത്തിന്റെ ഗ്രന്ഥത്തിലുണ്ട്. AD970 റഷ്യൻ സഞ്ചാരിയും പണ്ഡിതനും ഗവേഷകനുമായ അൽ ബറൂണി 'മലിബാർ' എന്നാണുച്ചരിച്ചത്. അൽബറൂണിയുടെ കണക്കിൽ മലിബാറിന്റെ നീളം 300 ഫർസവ് (500 കി. മീ.) ആണ്.

സിസിലിയിലെ നോർമൻ രാജാവ് റോജർ രണ്ടാമൻ ലോക ഭൂമിശാസ്ത്രം രചിക്കാൻ മധ്യകാലയുഗത്തിലെ ഏറ്റവും മികച്ച ഭൂമിശാസ്ത്രജ്ഞനെന്ന നിലയിൽ പ്രശസ്തനായ അൽ ഇദ്രിസി (AD 1100-1166)

യെയാണ് ചുമതലപ്പെടുത്തിയത്. വടക്കേ ആഫ്രിക്കയിലെ സെന്റയിലാണ് ഇദ്രിസി ജനിച്ചത്. 20 ലേറെ പണ്ഡിതരെ വിവിധ ദേശങ്ങളിലയച്ച് വിവരങ്ങൾ ശേഖരിച്ച് 15 വർഷം കൊണ്ട് 'കിത്താബ്ന്ദ സ്സഹത്തുൽ മുസ്ത്താഖ് ഫി ഇഖ്ത്താഖിൽ അഫാഖ്' എന്ന കൃതി അദ്ദേഹം പൂർത്തിയാക്കി. AD 900 നും 1150 നുമിടയിലുള്ള ചരിത്രവിവരങ്ങളാണ് ഉള്ളടക്കം. 'മലൈ' നാട്ടിലെ പന്തലായിനി, ശ്രീകണ്ഠപുരം, തൃക്കാക്കര, കൊടുങ്ങല്ലൂർ എന്നീ കേന്ദ്രങ്ങളെ വളരെ പ്രാധാന്യത്തോടെ അതിൽ പരാമർശിക്കുന്നു:

"ജനങ്ങൾ തിങ്ങി താമസിക്കുന്ന നദീമുഖപട്ടണമാണ് ശ്രീകണ്ഠപുരം. നെല്ലും മറ്റു ധാന്യങ്ങളും ഇവിടെ കൃഷി ചെയ്യുന്നു. ശ്രീലങ്കയിലേക്ക് ഭക്ഷ്യ സാധനങ്ങൾ ഇവിടെ നിന്ന് കയറ്റി അയക്കുന്നു. അവിടത്തെ മലകളിലും മലയോരങ്ങളിലും കുരുമുളകു സമൃദ്ധിയായി വളരുന്നുണ്ട്. "
തലസ്ഥാന നഗരിയെന്ന പ്രാമുഖ്യത്തോടെയാണ് ശ്രീകണ്ഠപുരത്തെ പരിഗണിച്ചത്. മറ്റൊരു തലസ്ഥാന നഗരിയെന്ന സൂചനയോടെ ശ്രീകണ്ഠപുരത്തിനും കൊടുങ്ങല്ലൂരിനു (സിൻജി)മിടയിലെ ദൂരം രണ്ടു ദിവസമാണെന്നും പ്രസ്താവിക്കുന്നു. തഞ്ചാവൂരിലെ ഒരു മഹാക്ഷേത്രത്തിലുള്ള പുരാതനശിലാരേഖയിൽ 'മലൈനാട്' എന്ന ലിഖിതം കാണാം. അറബി സമുദ്ര സഞ്ചാരികളും കപ്പലോട്ടക്കാരും മലേബാർ, മലീബാർ, മണി ബാർ എന്നിങ്ങനെയും യൂറോപ്യൻ സഞ്ചാരികൾ മെലിബാർ, മലാബ്രിയ, മിനി ബാർ, മിലിബാർ എന്നിങ്ങനെയും തരാതരം ഉച്ചരിച്ചു. മല ദ്രാവിഡപദവും ബാർ അറബി പദവുമാണ്. 'ബാ' എന്നാൽ വാസസ്ഥലമെന്നാണ് സെമിറ്റിക് ഭാഷകളിൽ അർഥം. സമുദ്രത്തിൽ തീരത്തോടടുക്കുന്ന സന്ദർശകർക്ക് മലകളുടെ വാസസ്ഥാനമായി ഈ ദേശം ദൃശ്യമായി. അരമായ ഭാഷയിൽ ബാർ എന്നാൽ പുത്രനും ബാത് എന്നാൽ മകളുമാണ്. പേർഷ്യൻ ഭാഷയിൽ നാട് എന്നാണർഥം. മലവാരമെന്ന തദ്ദേശീയപദം ഉച്ചാരണത്തിൽ മലബാർ ആയതാണെന്ന നിരീക്ഷണമാണ് ചട്ടമ്പിസ്വാമികൾക്ക്. 'തമിഴകവും ദ്രാവിഡ മാഹാത്മ്യവും' എന്ന കൃതിയിൽ അദ്ദേഹം പ്രസ്താവിക്കുന്നു:

"മലവാരം, സായിപ്പന്മാർക്കു മലബാരം, മലബാർ എന്നായിത്തീർന്നു. മലവാരം എന്നാൽ മലമ്പ്രദേശം അല്ലെങ്കിൽ മലയരിക് എന്നാണല്ലോ അർഥം വരുന്നത്".

ദക്ഷിണേഷ്യയിലെ മുസ്ലീം രാജ വംശങ്ങളുടെ പൊതുനാമമായി മഅ്ബർ സ്വീകരിക്കപ്പെട്ടതായി കാണുന്നതിനെ മലബാറുമായി ബന്ധപ്പെടുത്താറുണ്ട്. പൂർവപിതാക്കൾ പാണ്ടി (മഅ്ബർ)യിൽ നിന്നു വന്നതിനാലാണ് ആ പ്രയോഗമെന്നും കടൽ, വെള്ളം എന്നീ

അർഥങ്ങളാണ് മഅ്ബർ എന്ന വാക്കിനെന്നും അതു സംബന്ധിച്ച് വിലയിരുത്തിയവരുണ്ട്. റഷ്യൻ സഞ്ചാരിയായ അൽ ബറൂണി 'മലിബറി'ന്റെ തെക്കൻ അതിർത്തിയായി കാണിക്കുന്ന കൊല്ലത്തിനു ശേഷമുള്ള ദേശം മഅ്ബർ രാജ്യമാണെന്നാണ് പ്രസ്താവിച്ചത്. വെനീസുകാരനായ മാർക്കോപോള 1271 മുതൽ 1295 വരെ ലോകസഞ്ചാരം നടത്തി എഴുതിയ കൃതികൾ വിശ്വസഞ്ചാര സാഹിത്യത്തിലെ എണ്ണപ്പെട്ടവയാണ്. 'മലിബാറി'ന് സ്വന്തമായൊരു ഭാഷയുണ്ടെന്നും ആരുടെയും സാമന്ത രാജ്യമല്ലെന്നും സ്വന്തമായ രാജ വ്യവസ്ഥയുണ്ടെന്നും മാർക്കോപോള റിപ്പോർട്ടു ചെയ്യുന്നുണ്ട്. പതിന്നാലാം നൂറ്റാണ്ടിന്റെ തുടക്കത്തിൽ ഇവിടെ സന്ദർശിച്ച അബുൽ ഫിദ (1273-1331) കുറിച്ചതിങ്ങനെയാണ്: "മംഗലാപുരം മലബാറിലെ വലിയ പട്ടണങ്ങളിലൊന്നാണ്. ഹിന്ദുവാണ് ഇവിടുത്തെ രാജാവ്. ഇവിടെ നിന്ന് മൂന്നു ദിവസത്തെ വഴിയുണ്ട് റാസ ഹേലി (ഏഴിമല)യിലേക്ക്. ഹേലി മുനമ്പ് സമുദ്രത്തിലേക്ക് തള്ളി നിൽക്കുന്ന ഒരു ശൈല പ്രദേശമായതിനാൽ കപ്പൽ യാത്രക്കാർക്ക് വളരെ അകലെ നിന്നു തന്നെ കാണാം" മംഗലാപുരം മാത്രമല്ല, തെക്കൻ കാനറയുൾപ്പെടെ മലബാറിന്റെ ഭാഗമാണ് ഇബ്നു ബത്തൂത്തയുടെ വിവരണങ്ങളിൽ.

സസ്യ ശ്യാമളവും വൃക്ഷ നിബിഡവുമായ ദേശക്കാഴ്ചയാണ് 'മനുഷ്യവർഗത്തിന്റെ സംക്ഷിപ്ത ചരിത്രം' എന്ന കൃതിയിൽ അബുൽ ഫിദ വരച്ചിടുന്നത്. : "ഭൂരിഭാഗം സ്ഥലങ്ങളും ഘോര കാനനങ്ങളും മലകളും നദികളും അപഹരിച്ചിരിക്കുന്നു. മണ്ണ് ഫലഭൂയിഷ്ഠമാണ്. ഫലവൃക്ഷങ്ങളും കായ്കനികളും നിറഞ്ഞു നിൽക്കുന്നു. "

ചൈനയിൽ നിന്നെത്തിയ വ്യാപാര സംഘത്തലവൻ വാങ് - താ-യൂൻ(AD 1330- 1349) കേരളത്തിൽ നാല് കേന്ദ്രങ്ങളാണ് സന്ദർശിച്ചത്. കായംകുളം, കോഴിക്കോട്, ഏഴിമല, ശ്രീകണ്ഠപുരം.

ശ്രീകണ്ഠപുരത്തെയും ശ്രീകണ്ഠപുരം ആസ്ഥാനമായ നാടിനെയും പരാമർശിച്ച് ഇങ്ങനെ എഴുതി: "കോഴിക്കോടിനു വടക്കായി സ്ഥിതി ചെയ്യുന്ന മറ്റൊരു വ്യാപാര കേന്ദ്രമാണ് ശ്രീകണ്ഠപുരം. ഭൂമി സമനിരപ്പും ഫലഭൂയിഷ്ഠവുമാണെങ്കിലും കൃഷി കുറവാണ്. നെയ്ത്താണ് പ്രധാന തൊഴിൽ. ഇവിടെ നിന്നാണ് ഏറ്റവും അധികം പരുത്തി വസ്ത്രങ്ങൾ അയക്കുന്നത്. മേത്തരം തുണികളാണിവ. വളരെ

വിശേഷപ്പെട്ട തരം തുണികൾ ഇവിടെ നെയ്യുന്നുണ്ട്. ജനങ്ങളുടെ ജീവിത രീതികളും ആചാരാനുഷ്ഠാനങ്ങളും മുമ്പ് വിവരിച്ച സ്ഥലങ്ങളിലെപ്പോലെ തന്നെയാണ് " (ഉദ്ധരിച്ചത്: സഞ്ചാരികൾകണ്ട കേരളം -വേലായുധൻ പണിക്കശ്ശേരി) AD 1400 ൽ രചിച്ച ഉണ്ണിയാടിചരിതം

'മലൈ നാടതിലും മനോഹര'മെന്നു പാടി. ബഞ്ചമിൻ (1159-60), റഷീദ് -ഉദ്-ദീൻ (1247-81), അൽകാസ് വിനി (1263- 75), ഫ്രയർ ഒ ഡോറിക് (1286- 94), ജോൺ ആഫ് മോണ്ടി കോർവിനോ (AD 1292-93), ഫ്രയർ ജോർഡനസ് (1320), മാഹ്വാൻ (AD 1425നടുത്ത്), അബ്ദുൾ റസാഖ് (1442), നിക്കോളോ കോണ്ടി (1444), അത്താനാസിയസ് നികിതിൻ (1468), പീറോ ഡി കോവിൽഹോ (1488), ബർബോസ (1500-16), ഫെറിയ വൈസൂസ (1649), ഡി പൈവ (1687), ജയിംസ് ഫോർബഡ (1772-73), ബർത്തലോമ്യ (1777), തുടങ്ങി ഒട്ടേറെ സഞ്ചാരികൾ ഈ ദേശത്തിന്റെ വിഭിന്ന ചിത്രങ്ങൾ ചരിത്രത്തിൽ അടയാളപ്പെടുത്തിയിട്ടുണ്ട്. 1801 ൽ സ്ഥിതിഗതി പഠിക്കാൻ വെല്ലസ്ലി പ്രഭു നിയോഗിച്ച ഡോ: ഫ്രാൻസിസ് ബുക്കാനിന്റെ കൃതി: 'മദ്രാസിൽ നിന്നും മൈസൂർ-മലബാർ - കാനറ വഴിയുള്ള വിശദമായ യാത്രാവിവരണം നൽകുന്നു.

വിദേശികളുടെ സഞ്ചാരവിവരണങ്ങളെ അക്ഷരംപടി ആധികാരികമായി സ്വീകരിക്കുന്നതിൽ പന്തികേടുണ്ട്. പലരുടെ കാര്യത്തിലും സൂക്ഷ്മമായി നിരീക്ഷിച്ചാൽ ദൃക്സാക്ഷി വിവരണത്തിന്റേതായ ഭാവസാകല്യത വേണ്ടത്ര കാണാനില്ല. ചില ഗ്രന്ഥങ്ങൾക്ക് പരിഭാഷകളിലൂടെ മാറി മാറി വന്നതിന്റെ ന്യൂനതയുണ്ട്. സഞ്ചാരി ഓർമയിൽ നിന്നു പകർത്തിയ കൃതികളാണ് ചിലത്. പൂർവ യാത്രികരുടെ ഗ്രന്ഥങ്ങളെ ആസ്പദമാക്കി രചിച്ചതുമുണ്ട്. നൂറ്റാണ്ടുകൾക്കു ശേഷം കണ്ടെടുത്ത് എഡിറ്റ് ചെയ്യപ്പെട്ടു കിട്ടുന്നതാണ് ചില കൃതികൾ... എല്ലാറ്റിനുമുപരി ഒരു സഞ്ചാരി ഓട്ടപ്രദക്ഷിണത്തിനിടെ അറിയുന്നതും കേൾക്കുന്നതും മാത്രം അടിസ്ഥാനപ്പെടുത്തി ഒരു ദേശത്തെ ചിത്രീകരിക്കുന്നത് ഇന്നെന്ന പോലെ അന്നും സമഗ്രതയും വാസ്തവികതയും തികഞ്ഞതാകണമെന്നില്ല. ഒരു ദേശത്ത് ജനിച്ച ജീവിച്ചവർക്കു തന്നെ ആ ദേശത്തിന്റെ ദൃശ്യം എത്രത്തോളം ദർശിക്കാനാവുന്നു?അപ്പോൾ പിന്നെ ഒരു സന്ദർശകന്റെ നില പറയാനുണ്ടോ !

സഞ്ചാരകൃതികളുടെ ആധികാരികതയെ സംശയത്തിൽ നിർത്തുന്ന ചെറിയൊരുദാഹരണം പരിശോധിക്കാം. പ്രാചീനലോകത്തിനാകെ ലഹരിയും അമൂല്യമായ നിധിയുമായിരുന്നല്ലോ ഇവിടുത്തെ കുരുമുളക്. കുരുമുളകുപുരാണമെഴുതാൻ ആവേശം കാണിച്ച ചില സഞ്ചാരികളുടെ വിവരണം ശ്രദ്ധിക്കു...

കോസ് മോസ് (AD 550):

"...പടർന്നു കയറുന്ന വള്ളി. ഓരോ കുലയുടെ കടക്കലും ഈരണ്ട് ഇലകൾ കാണും. അവയുടെ നിറം കറുത്ത പച്ച. കുലകളെ കടുത്ത വെയിലിൽ നിന്നും മഴയിൽ നിന്നും ഇവ മറച്ചു പിടിക്കുന്നു"

ഇബ്നു ഖുർദാദ് ബെ (AD 844-48):

"കുരുമുളക് പടർന്നു കയറുന്ന ഒരു സസ്യമാണ്. ഇതിന് കുലകളുണ്ട്. ഇലകൾ മഴ നനയാതെ നോക്കുന്നു. പറിച്ചെടുത്ത് ഉണക്കും"

റബ്ബി ബഞ്ചമിൻ (AD 1167):

"മരത്തിൽ പടർന്നു കയറുന്ന വള്ളി. പച്ച നിറം. ഉണക്കിയാൽ ഉറപ്പും കറുപ്പും വരുന്നു"

ജോൺ ഓഫ് മോന്റി കോർവിനോ (AD 1293):

"മരത്തിൽ പടർന്നു കയറുന്ന വള്ളിയിലാണ് കുരുമുളകുണ്ടാകുന്നത്"

ഫ്രയാർ ഒ ഡെറിക് (AD1322):

" കുരുത്തുള്ള കുലയിൽ ധാരാളം മണികൾ. പറിച്ചെടുത്ത് വെയിലത്ത് ഉണക്കുന്നു. നിറം പച്ച. ഉണങ്ങിയാൽ കറുപ്പ്. "

ഫ്രയർ ജോർഡാനസ് (AD 1321):

"മരത്തിൽ പടർന്നു കയറുന്ന വള്ളി. നിറം പച്ച. വെയിലത്ത് ഉണക്കിയാണ് കുരുമുളക് മണികൾ കറുക്കുന്നത്. തീയിൽ വറുത്തിട്ടാണെന്ന ധാരണ ശരിയല്ല"

ഇബ്നു ബത്തൂത്ത (AD 1341):

"വള്ളികളിൽ കായ്ക്കുന്നു. വെയിലത്ത് ഉണക്കുന്നു. നമ്മൾ പറയാറുള്ളതുപോലെ തീയിൽ വറുത്തിട്ടല്ല കുരുമുളക് കറുക്കുന്നത്. കാലിക്കത്തിൽ വച്ച് കുരുമുളക് അളക്കുന്നത് കണ്ടു"

ജോൺ ഡി മാറിഗ് നൊല്ലി (AD 1347):

"കുരുമുളക് മണികൾ തക്കതായ മൂപ്പെത്തിയാൽ പറിച്ച് വെയിലത്തിട്ട് ഉണക്കുന്നു. അപ്പോഴാണ് അതിന്റെ നിറം കറുക്കുന്നത്. നാം ധരിച്ചിട്ടുള്ളതുപോലെ വറുത്തിട്ടല്ല കുരുമുളകുമണികൾ കറുക്കുന്നത്. ഇത് ഞാൻ നേരിൽ കാണുകയുണ്ടായി."

ഹീറോയിനിമോ ഡി സാന്താ സ്റ്റെഫാനോ (AD 1499):

"കുലകളിൽ നിന്ന് അടർത്തിയെടുക്കുമ്പോൾ കുരുമുളക് മണിയുടെ നിറം പച്ചയാണ്. പഴുക്കുമ്പോൾ ചുവപ്പും. അവ വറുത്തിട്ടാണ് കറുക്കുന്നതെന്ന നമ്മുടെ ധാരണ ശരിയല്ല. വറുത്തിട്ടല്ല, വെയിലത്തിട്ട് ഉണക്കുമ്പോഴാണ് പച്ചനിറം മാറി കറുപ്പാകുന്നതും പുറത്ത് ചുളിവുകൾ വീഴുന്നതും."

ഈ വിവരണങ്ങളിൽ കാണുന്ന കൗതുകകരമായ സംഗതി - മിക്കവരും നേരിൽ കണ്ട മട്ടിലാണ് വിവരിക്കുന്നത്. എങ്കിലും, വാക്കിലും

വാചകത്തിലും ഘടനാസാദൃശ്യം കാണാം. ഇതിനർഥം കേട്ടറിവും വായിച്ചറിവുമുണ്ടാക്കിയ മുൻ വിധികളോടെ സ്വന്തം നിരീക്ഷണമെന്ന നിലക്ക് ഇവരിൽ പലരും ഏതു ചരിത്ര സംഭവവും ഇങ്ങനെ രേഖപ്പെടു ത്തിയിട്ടുണ്ടാവാമെന്നതാണ്. പല വിദേശസഞ്ചാരികളുടെയും മലബാർ യാത്രകളുടെ വിവരണം നിരീക്ഷിച്ചാൽ, തങ്ങളുടെ പൗരസ്ത്യ സഞ്ചാര ത്തിന്റെ ആധികാരികത ബോധ്യപ്പെടുത്താൻ കുരുമുളക് കണ്ടതായി വിവരിച്ചാൽ മാത്രം മതിയെന്ന ഒരു വിശ്വാസം അവരൊക്കെ പുലർ ത്തുന്നതായി തോന്നും...

അതേസമയം അവരെഴുതിയ ചരിത്രരേഖകളുടെ ആധികാരികതയും സൂക്ഷ്മതയും സംശയത്തോടെ വീക്ഷിക്കേണ്ടതുണ്ടെന്ന ബോധ്യപ്പെ ടാനും കുരുമുളകു സംബന്ധിച്ച വിവരണം മാനദണ്ഡമാക്കാവുന്നതാണ്. ആദിശതകങ്ങൾ തൊട്ടേയുള്ള നമ്മുടെ നാടിന്റെ അജ്ഞാതചരിത്രമേ ഖലകൾ അനാവൃതമാക്കാൻ ചരിത്രകാരന്മാർ മുഖ്യമായും ആശ്രയിച്ച ഉപാധികൾ വിദേശ സഞ്ചാരികളുടെ വിവരണങ്ങളാണ് എന്നുകൂടി ഓർക്കുക.

ചരിത്ര സംബന്ധമായ നിഗമനങ്ങളിലെത്താൻ ചരിത്ര കാവ്യങ്ങളെ ആശ്രയിക്കുമ്പോഴും ഇത്തരം പരിമിതികളുണ്ട്. ചരിത്രത്തിന്റെ ഉപദാന ങ്ങളായി സാഹിത്യകൃതികളെ സ്വീകരിക്കുമ്പോഴും അവയിൽ പരാമർ ശിതമായ വസ്തുനിഷ്ഠ വിവരണങ്ങളെ നിറം പിടിപ്പിച്ച കെട്ടുകഥകളിൽ നിന്നും ഇഴപിരിച്ചെടുത്തേ പറ്റൂ.

ശ്രീകണ്ഠപുരത്തിന്റെ ഇതിവൃത്തമറിയാൻ നമുക്ക് സ്വീകരിക്കാവുന്ന സാഹിത്യ സൃഷ്ടികളിൽ പ്രധാനമാണ് പതിനൊന്നാം നൂറ്റാണ്ടിൽ ജീവിച്ച അതുലനെന്ന കൊട്ടാരംകവിയുടെ 'മൂഷിക വംശ'മെന്ന ചരിത്ര കാവ്യം. സംഘകൃതികളെ മുൻനിർത്തിയാണ്തമിഴകത്തിന്റെ കാലവും ചരിത്രവും നിർണയിക്കാൻ ചരിത്രപണ്ഡിതന്മാർ ഏറെ അധ്വാനിച്ചത്. അതിന്റെ ഭാഗം പറ്റി കേരളത്തിന്റെ ചരിത്രവും വലിയൊരളവിൽ ചിട്ടപ്പെടുത്തി. 'ഇറൈയനാർ അകപ്പൊരുളി'നെ നിരീക്ഷിച്ചു കൊണ്ട് കേസരി നടത്തിയ കാല നിർണയം ഒന്നാം സംഘകാലം 498-636 AD, രണ്ടിന്റേത് 636- 737, മൂന്നിന്റേത് 737-817 എന്ന മട്ടിലാണ്. ബി. സി. ഒന്നാം നൂറ്റാണ്ടു മുതൽ എ ഡി. മൂന്നാം നൂറ്റാണ്ടുവരെ ആദിചേരസാ മ്രാജ്യത്തെ പ്രതിഷ്ഠിച്ച പഠനങ്ങളുമുണ്ട്.

ഈ ചരിത്രസാഹചര്യങ്ങളിൽ നിന്ന് ശ്രീകണ്ഠപുരത്തെ ആധാ രമാക്കിയുള്ള ഒരു രാഷ്ട്രീയ - സാമൂഹിക ഘടനയുടെ പരിപ്രേക്ഷ്യം വായിച്ചെടുക്കാനുള്ള ശ്രമത്തിനാണ് ഈ ഗ്രന്ഥരചനയിലൂടെ തുടക്കമിടു ന്നത്. യഥാർഥത്തിൽ ശ്രീകണ്ഠപുരത്തിന്റെ ദേശപ്പെരുമ ചരിത്രത്തിൽ

സുവർണ ലിപികളാലെഴുതപ്പെട്ടതാണ്. ആദ്യ ശതകങ്ങൾ തൊട്ടേ വിദേശികളുടെ സഞ്ചാര ഭൂപടത്തിലുൾപ്പെടെ സ്ഥാനമുദ്രണം ചെയ്യപ്പെട്ട ദേശം. ഈ ചരിത്ര മഹിമയെ ബൃഹത്തായ പഠനങ്ങളിലൂടെ, ഭാഷാശാസ്ത്ര- നരവംശശാസ്ത്രപഠനങ്ങളിലൂടെ, പുരാവസ്തു സാമഗ്രികളേയും ഖനനരത്നങ്ങളേയും അവലംബിച്ചു കൊണ്ടുള്ള ഗവേഷണങ്ങളിലൂടെ പൂർണമാക്കണം. ശ്രീകണ്ഠപുരത്തിന്റെ നാമധേയത്തെ ചരിത്ര സിംഹാസനത്തിന്റേതായ യഥാർഥ പദവിയിൽ അടയാളപ്പെടുത്തണം.

പ്രാചീന ഭൂപടത്തിലെ സ്ഥാനം

ശ്രീകണ്ഠപുരം ആസ്ഥാനമാകുന്ന ഭൂദേശത്തിന്റെ പ്രാചീനമായകിടപ്പ് സമുദ്രത്തോടു ചേർന്നുള്ള പർവതനിരകളിലാണ്. പശ്ചിമഘട്ട മലനിരകളുടെ ഇരുപുറവും, താഴ് വരകളും, പടിഞ്ഞാറൻ കടലിന്റെ തീരദേശങ്ങളും അതിന്റെ ഭാഗമാണ്. ഭൗമപരിണാമങ്ങളിലൂടെ 'സുസ്ഥിര'മായിത്തീർന്ന ഇന്നത്തെ ഭൂസംവിധാനത്തെ മുൻനിർത്തിയുള്ളതല്ല, മലനിരകളിൽ നിന്നും കണ്ണെത്തുമരികെ കടലുണ്ടായിരുന്നുവെന്ന പുരാതന ദൃശ്യത്തെ അടിസ്ഥാനപ്പെടുത്തിയാണ് ആ ഭൂപടം. സഹ്യസാനുക്കളേയും പ്രാചിദിക്കുകളേയും കടൽ -മലൈ നാട് എന്നു വിളിച്ചിരുന്നുവല്ലോ. കടലും മലയും ചേരുന്ന നാട് എന്നു സാരം. സഹ്യപർവതത്തിന്റെ (ഉത്തരാഫ്രിക്കയിലെ അത് ലസ് പർവതം ആദി സഹ്യപർവതമാണ്. അതൽ പർവതത്തിന്റെ ഗ്രീക്കുനാമമാണ് അത് ലസ്. ഗ്രീക്കു ഭാഷയിൽ സഹിക്കുന്നവൻ എന്നാണർഥം.

പശ്ചിമഘട്ടത്തെ മുൻപ് സുഖെയിൻ പർവതനിരകൾ എന്നു പറഞ്ഞിരുന്നു) താഴ്വാരം വരെ പണ്ടു പണ്ട് കടലായിരുന്നുവെന്നും പല കാലങ്ങളിൽ കടലിൽ നിന്നുയർന്നു വന്നതാണ് ഇടനാടും തീരപ്രദേശവുമെന്നും ആധുനിക കാലത്തെ ഭൂഖനനപദ്ധതികളും സമുദ്രശാസ്ത്രപഠനങ്ങളും തെളിയിച്ചു കഴിഞ്ഞതാണ്. ചരിത്രാവശിഷ്ടങ്ങളെ പഠനവിധേയമാക്കി പ്രമുഖ ഭൂവിജ്ഞാനിയായ ഫിലിപ്പ് ലൈക്ക് രേഖപ്പെടുത്തിയത്: മലബാറിൽ കടൽ പശ്ചിമഘട്ടത്തിന്റെ അടിവാരത്തോളം വ്യാപിച്ചു കിടന്നിരുന്നുവെന്നാണ്. സമുദ്രത്തിന്റെ അടിത്തട്ടിലെ ഭൂഫലകങ്ങളുടെ ചരിത്രമന്വേഷിച്ച ചില ഗവേഷണങ്ങൾ ചൂണ്ടുന്നത് ഉരഗങ്ങളും

സസ്തനികളും തമ്മിൽ വേർപിരിയുന്ന കാലഘട്ടത്തിൽ, ഏതാണ്ട് 600 ലക്ഷം വർഷം മുമ്പ് പ്രകൃതിയിൽ സംഭവിച്ച വൻവിനാശത്തിന്റെ ഫലമായി ഭൂമിയുടെ ഭീമഭാഗവും കടൽ വിഴുങ്ങിയെന്ന വസ്തുതയിലേക്കാണ്. ഭൂവൽക്കത്തിൽ സംഭവിക്കുന്ന ഇത്തരം പൊട്ടിത്തെറികൾ ഏറ്റക്കുറച്ചിലുകളോടെ പിന്നേയും ആവർത്തിക്കപ്പെട്ടിട്ടുണ്ട്. അതിന്റെ ഫലമായി കര കടലാകുന്നതും കടൽ കരയാകുന്നതുമായ പ്രതിഭാസങ്ങളും തുടർന്നു. ഇന്ത്യാ സമുദ്രത്തിൽ നടന്ന ഭൂക്ഷോഭത്തിൽ ഡക്കാൻ പ്ലേറ്റ് പൊട്ടിപ്പിളർന്നാണ് അറബിക്കടലുണ്ടായത്. ഒരിക്കൽ ആഫ്രോ-ആസ്ട്രേലിയൻ - അറേബ്യൻ തീരങ്ങൾ ഇന്ത്യാ ഉപഭൂഖണ്ഡത്തോട്ടു ചേർന്നു കിടന്നിരുന്നതായി കരുതണം.

ഉൽപത്തി പുരാണങ്ങളിലും പ്രാചീന ഗ്രന്ഥങ്ങളിലും ഗോത്രവർഗകലാവിഷ്കാരങ്ങളിലും പ്രധാന പ്രമേയം പ്രളയവും പ്രകൃതിക്ഷോഭങ്ങളുമാണല്ലോ. കടലെടുത്തു പോയ 'ദ്വാരക' യെപ്പറ്റി മഹാഭാരതം പറയുന്നു. സമുദ്രം വിഴുങ്ങിയ അറ്റ്ലാന്റാ സംസ്കാരവും ലെമൂറിയ (കുമരിഖണ്ഡം), ഗോണ്ട്വാന ഭൂഖണ്ഡങ്ങളും മിത്തുകളിൽ പരാമർശിക്കപ്പെടുന്നുണ്ട്.

ബൈബിൾ ഉൽപത്തികഥയടക്കം പുരാണേതിഹാസങ്ങളുടെ പ്രധാന പ്രമേയം പ്രളയമാണ്. ഏഷ്യൻ പുരാണങ്ങളിലെല്ലാം ഒരു പ്രളയകഥ കാണാം. മഹാവിഷ്ണുവിന്റെ മത്സ്യാവതാരകഥയോടും ബൈബിളിലെ നോഹയുടെ പെട്ടക കഥയോടും സാമ്യമുള്ള ബാബിലോണിയരുടെ ഗിൽഗാമിഷിലെ പ്രളയകഥ ജ്യോതിഷവും ജ്യോതിശ്ശാസ്ത്രവും എന്ന കൃതിയിൽ പ്രൊഫ: കെ. പാപ്പൂട്ടി പരാമർശിക്കുന്നു: "ലോകത്തിൽ ഏറ്റവും പുരാതനമായ കഥാഖ്യാനങ്ങളിലൊന്നാണ് ഗിൽഗാമിഷ് എന്നു കരുതപ്പെടുന്നു. നിനവേയിൽ നിന്ന് കിട്ടിയ കളിമൺ ഫലകങ്ങളിൽ 12 ഫലകങ്ങളിലായി ഈ കഥ ആഖ്യാനം ചെയ്തിരിക്കുന്നു. ഗിൽഗാമിഷ് എന്ന യാത്രികന്റെ യാത്രാനുഭവങ്ങളാണതിലെ ഉള്ളടക്കം. 11-ാം ഫലകത്തിലാണ് പ്രളയകഥ പറയുന്നത്. ഗിൽഗാമിഷ് എന്നയാൾ നിത്യജീവൻ ലഭിക്കുന്നതിനു വേണ്ടി തന്റെ പൂർവികനായ ഉത്-നാപിഷ്ടിമിനെ തേടി ദീർഘവും ആപൽക്കരവുമായ ഒരു യാത്ര ആരംഭിക്കുന്നു. നിത്യജീവന്റെ രഹസ്യം ദൈവങ്ങൾ നൽകിയിട്ടുള്ളത് ഉത്-നാപിഷ്ടിമിനാണ്. ഒരു ദ്വീപിൽ ചെന്ന് ഗിൽഗാമിഷ് തന്റെ പൂർവികനെ കണ്ടുപിടിക്കുകയും രഹസ്യം ചോദിക്കുകയും ചെയ്യുന്നു. ഉത്-നാപിഷ്ടിം ഗിൽഗാമിഷിനോട് പറയുന്നതാണ് പ്രളയകഥ. ബെൽ (ഭൂമി) ദേവൻ ഭൂമിയിൽ പ്രളയം വരുത്താൻ പോകുന്നു എന്നും ഉത്-നാപിഷ്ടിം സ്വന്തം വീടു പൊളിച്ച് ഒരു കപ്പൽ പണിത് ജീവനുള്ള എല്ലാറ്റിന്റേയും വിത്ത് അതിൽ കയറ്റണമെന്നും പാതാളത്തിന്റെ ദേവനായ ഇയാ

ഉപദേശിച്ചു. അയാൾ അപ്രകാരം ചെയ്തു. ഏഴു ദിവസം ഇടമുറിയാതെ മഴ പെയ്തു. മഴ തോർന്നപ്പോൾ കപ്പൽ നിസിർ പർവതത്തിനു മേൽ ഉറച്ചിരുന്നു. പ്രളയസ്ഥിതി മനസ്സിലാക്കാൻ ഉത്-നാപിഷ്ടിം ആദ്യം ഒരു പ്രാവിനേയും പിന്നെ മീവൽപക്ഷിയേയും അയയ്ക്കുന്നു. അത് തിരിച്ചുവന്നില്ല. അതിനു ഭക്ഷണം കണ്ടെത്താൻ കഴിഞ്ഞു എന്നും അതുകൊണ്ട് പ്രളയം കഴിഞ്ഞു എന്നും മനസ്സിലായി ഉത്-നാപിഷ്ടിമും കുടുംബവും പുറത്തിറങ്ങി. കുന്തിരിക്കം പുകച്ചും ബലികളർപ്പിച്ചും ദൈവങ്ങളെ സ്തുതിച്ചു. 'സുഖമാസ്വദിച്ചുകൊണ്ട് ദൈവങ്ങൾ പാറ്റകളെപ്പോലെ ചുറ്റും കൂടി' എന്ന് 'ഗിൽഗാമിഷ് കഥ' പറയുന്നു. (ദൈവങ്ങൾ എന്നതു മാറ്റി യഹോവ എന്നാക്കിയാൽ ബൈബിൾ കഥയായി)".

ഓരോ നാഗരികതയും മനുഷ്യവംശഗാഥകൾ നിർമിച്ചു. ഓരോരോ സംസ്കൃതികൾ ദേശാന്തരങ്ങൾ പിന്നിട്ടു. വിവിധ ജനപദങ്ങൾ അന്യോന്യം ലയിച്ചു. ആദാന പ്രദാനങ്ങളിലൂടെ സങ്കര സംസ്കൃതികളുടെ പരമ്പരകളുണ്ടായി. തനതു സംസ്കാരവും സഹസ്രാബ്ദങ്ങളിലൂടെ സൃഷ്ടിക്കപ്പെട്ട സങ്കര സംസ്കൃതിയും ഏതു ദേശത്തും ഉരുത്തിരിഞ്ഞു. ജനപദങ്ങൾ രൂപീകൃതമാകുന്ന ചരിത്രപ്രതിഭാസത്തിന് നമ്മുടെ ദേശവും വിധേയമാകാതിരിക്കില്ലല്ലോ.

പലായനങ്ങളിലൂടെയും കുടിയേറ്റങ്ങളിലൂടെയും മാത്രമേ ഇവിടെ ആവാസങ്ങൾ രൂപപ്പെടാവൂ എന്ന ജൈവനിഷ്ഠയൊന്നും പ്രകൃതിയിലില്ലെങ്കിലും, ജനിതകശാസ്ത്രത്തിന്റെ വികസിത പഠനഘട്ടങ്ങളായ ജീനോമിക് ആന്ത്രോപ്പോളജിപഠനങ്ങൾ ഹോമോസാപ്പിയനുകളുടെ ആദിമ പിറവി മധ്യആഫ്രിക്കയിലാണെന്നുള്ള നിരീക്ഷണങ്ങളിലെത്തിച്ചേർന്നിട്ടുണ്ട്. ആർക്കിയോ ജിനോമിക്സിന്റെ അന്വേഷണ സാധ്യതകൾക്കു മുമ്പിൽ ഇന്ത്യൻ ഫോസിൽ ലോകം വേണ്ടത്ര തുറയ്ക്കപ്പെടുകയുണ്ടായില്ലെന്ന സത്യം ശേഷിക്കുന്നുണ്ടെങ്കിലും മനുഷ്യപ്രോട്ടീനുകളെ വിശകലനം ചെയ്ത് വംശവൃക്ഷം നിർമിക്കാമെന്ന ലൂയ്ഗി ലൂക്ക കാവല്ലിസ്ഫോർസയുടെ ആശയപ്രകാരം ലോകമെമ്പാടുമുള്ള മനുഷ്യവംശങ്ങളുടെ പാറ്റേൺ തയ്യാറാക്കപ്പെട്ടു കഴിഞ്ഞു. ഡേവിസ് റീക്ക്, അലൻ വിൽസൺ തുടങ്ങിയവർ അത്തരമൊരാശയം സാക്ഷാത്കരിക്കാനുള്ള ജീൻസ് പഠനങ്ങളെ കൂടുതൽ സൂക്ഷ്മമാക്കുകയും ജനിതക മ്യൂട്ടേഷൻ നിരക്കുകൾ വിശകലനം ചെയ്തു കൊണ്ട് ഓരോ തലമുറയുടേയും ഏകദേശ കാലഗണനയും നടത്തി. ജീനോം അക്ഷരമാലയുടെ ക്രമീകരണങ്ങളുടെ അന്തരങ്ങളിൽ നിന്ന് വംശഘടനയുടെ പൊരുളുകൾ പകർത്താവുന്നതാണ്. മൈറ്റോ കോൺട്രിയൽ DNA പഠനാ ന്വേഷണങ്ങളുടെ സാഫല്യത്തിൽ നിന്ന് ആദിമ ഹവ്വയേയും

ആദമത്തേയും നിർവചിക്കാനും മനുഷ്യാരംഭത്തിന്റെ മധ്യആഫ്രിക്കൻ ഉറവിടം രേഖപ്പെടുത്താനും ശാസ്ത്രത്തിനു സാധിച്ചിരിക്കയാണ്. ഇന്നു ജീവിച്ചിരിക്കുന്ന എല്ലാ മനുഷ്യരുടേയും മൈറ്റോ കോൺഡ്രിയൽ DNA ഏകദേശം 160000 വർഷം മുമ്പ് അവിടെ ജീവിച്ചിരുന്ന ഒരു 'ഹവ്വ'യിൽ നിന്ന് ഉത്ഭവിച്ചതാണെന്ന നിഗമനത്തിൽ ചെന്നു നിൽക്കുകയാണ് പഠനം.

Y -ക്രോമസോം പിൻതലമുറകൾക്കു ജീവദാനം നൽകിയ ആദിമ ആദവും തുടങ്ങിയത് ആഫ്രിക്കയിൽ നിന്നു തന്നെ. കാലപ്പകർച്ചയ്ക്കിടയിൽ ലോകത്തിന്റെ മറ്റു ആവാസങ്ങളിലും ഇതിന്റെ സങ്കരങ്ങളുണ്ടായി.

ഇന്ത്യയിൽ നിന്നും ലഭ്യമായ പുരാതന ഫോസിലുകളുടെ അനാലിസിസിന്റേയും ആന്ത്രോപ്പോളജിക്കൽ, ആർക്കിയോളജിക്കൽ, ലിംഗിസ്റ്റിക്സ് പഠനങ്ങളുടേയും സഹായത്താൽ തെളിഞ്ഞുവന്ന അനുമാനങ്ങൾ, ശരിയെങ്കിൽ, ആഫ്രിക്കയിൽ നിന്ന് മധ്യ-പൂർവേഷ്യ വഴി ഇന്ത്യയിലെത്തിച്ചേർന്നവരാണ് ഇവിടെയുള്ള ആദിമ മനുഷ്യർ. ആ പ്രയാണത്തിനിടയിലുള്ള ജനമിശ്രണങ്ങളെ സംബന്ധിച്ച അന്വേഷണങ്ങൾ തുടർന്നുകൊണ്ടിരിക്കുന്നുണ്ടെങ്കിലും ഏകദേശ ധാരണ പ്രബലപ്പെട്ടു വന്നിട്ടുണ്ട്. അനറ്റോളിയൻ (ഏഷ്യാമൈനർ -ഇന്നത്തെ തുർക്കി)ജനവിഭാഗവും ഇറാന്റെ പശ്ചിമദേശത്തുള്ള ആദിവാസികളും കലർന്ന പ്രാചീന ഇടയ വിഭാഗം ആവിർഭവിച്ചതാണ് ഒരു ഘട്ടം. പൂർവദേശങ്ങളിലേക്കുള്ള അവരുടെ പ്രയാണത്തിനിടെ അവർക്കുമേൽ സ്വാധീനമുറപ്പിച്ച കാക്കസസ് മേഖലയിൽ നിന്നുള്ള കുടിയേറ്റ ശക്തികളുടെ ഇടപെടലാണ് മറ്റൊരു ഘട്ടം. സൈബീരിയൻ ആദിവാസികളുമായും സ്റ്റെപ്പീസ് ഇടയന്മാരുമായുള്ള മിശ്രണങ്ങൾക്കിടയാക്കുന്ന സാഹചര്യങ്ങളുമുണ്ടാകുന്നു.

ആടുമാടുകളിൽ നിന്ന് കുതിരകളെ മെരുക്കിയെടുക്കുന്നതിലേക്കുള്ള ഉയർച്ച സ്റ്റെപ്പീസ് സ്വാധീനത്തെ യൂറോപ്യൻ - ഏഷ്യൻ പുൽമേടുകളിലാകെ വ്യാപിപ്പിച്ചു. കാലിസമ്പത്തിന്റെ മികവിനാലും കാർഷിക സാങ്കേതിക പുരോഗതിയാലും നിയോലിത്തിക് കാർഷിക സംസ്കാരത്തിൽ നിന്നും മുന്നേറ്റമുണ്ടാക്കാൻ ആ വിഭാഗത്തെ സഹായിച്ചു. അതിരുകൾക്കപ്പുറത്തേക്കു കുതിക്കാനും മേധാവിത്ത മുറപ്പിക്കാനും കുതിരയും രഥവും സമ്മാനിച്ച ചടുലത സ്റ്റെപ്പീസ് വിഭാഗങ്ങൾക്കു (ആര്യന്മാരായി വിശേഷിപ്പിക്കപ്പെട്ടവർ) മുന്നിൽ വഴി തുറന്നു. യൂറോപ്യൻ ആദിമകർഷകരെ തുടച്ചു നീക്കി അധിനിവേശം സ്ഥാപിച്ചതിന്റെ ഘട്ടം കഴിഞ്ഞ് അവർ പിന്നീട് സിന്ധുനാഗരികതയിലുമെത്തി. അവിടെ ഹാരപ്പൻ ജനത അവരുടെ സുവർണയുഗം സ്ഥാപിച്ചു കഴിഞ്ഞിരുന്നു.

കാർഷികവൃത്തിയിലേക്കു കടക്കും മുമ്പുള്ള ഇറാനിയൻ വംശജരുടേയും ആൻഡമാൻ നായാടി വർഗങ്ങളുടേയും ജനിതക - സാംസ്കാരികമുദ്രകൾ കൂടിക്കലർന്ന ചരിത്രയുഗമാണത്.

ഇൻഡസ് സംസ്കാരത്തിന്റെ പതനകാലത്ത് അവിടെയുള്ള സമൂഹം ദക്ഷിണേന്ത്യയിലേക്ക് കുടിയേറി. ആഫ്രിക്കൻ വംശജനിതകത്തോടു നേരിട്ടു സാജാത്യം പുലർത്തുന്ന ആൻഡമാൻ വംശപരമ്പരകൾ, അതേ കാലത്ത് ദക്ഷിണപഥത്തിലധിവസിക്കുന്നുണ്ട്. ഹാരപ്പൻ പതനമാരംഭിക്കുമ്പോൾ അവിടെ നിന്ന് പ്രയാണം ചെയ്ത് ദക്ഷിണേന്ത്യയിൽ വ്യാപിച്ചവരെയാണ് ഗവേഷകർ ASI (Ancestral south India) എന്ന ദക്ഷിണേന്ത്യൻ പൂർവികരുടെ ഗണത്തിൽ പെടുത്തിയിരിക്കുന്നത്. ആദിമ ഇന്ത്യൻ പൈതൃകവും മധ്യ-പൂർവേഷ്യൻ കാർഷിക പാരമ്പര്യവുമുള്ള, ആര്യസമ്പർക്ക മൊട്ടുമില്ലാത്ത 'ഇൻഡസ് പെരിഫെറി' എന്ന നാമകരണം ചെയ്യപ്പെട്ട ഈ വിഭാഗം ഇന്ത്യയൊട്ടാകെ വ്യാപിച്ചു, അവരുടെ ഭാഷകളും ഇന്തോ- യൂറോപ്യൻ ഭാഷകൾക്കു മുമ്പേ ഇവിടെ പ്രചരിച്ചു.

ഇവർ യാമ്നായ സംസ്കാരത്തിന്റെ പാരമ്പര്യമുള്ള സ്റ്റെപ്പീസുമായി ചേർന്നുണ്ടായ ജനവിഭാഗമാണ് വടക്കേന്ത്യൻ പൂർവികരായി മാറിയവരിൽ മുഖ്യം. അവരാണ് ANI (Ancestral north India) ഗണത്തിലും പെടുന്നത്. ANI, ASI മിശ്രണത്തിലൂടെയാണ് പൊതുവെ ഇന്ത്യയിൽ ഇന്നു കാണുന്ന മനുഷ്യവിന്യാസമുണ്ടായിരിക്കുന്നത്. ദശലക്ഷങ്ങളിലെ സങ്കരാനന്തര ജീവഘടനയെ മുൻനിർത്തി താരതമ്യപ്പെടുത്തുമ്പോൾ ഈ നിഗമനത്തെ ശരിവയ്ക്കുന്നത് തെറ്റാവുകയില്ല. അതേ സമയം അപ്പാടെ തുടച്ചു നീക്കപ്പെട്ടേക്കാവുന്ന യുഗാന്തരവംശങ്ങളുടെ സാധ്യതയെപ്പറ്റി കണിശമായി ഒന്നും നമുക്ക് വിധിക്കാനാവില്ല. പ്രത്യേകിച്ചും ശൈത്യഖണ്ഡങ്ങളിലെന്നപോലെ പുരാതനഫോസിലുകൾ മറ്റിടങ്ങളിൽ അവശേഷിക്കണമെന്നില്ല. ജനിതകമായ പിന്തുടർച്ചയുടെ കൊട്ടക്കൽ വാങ്ങലുകൾക്കപ്പുറം പ്രകൃത്യാ സമാനതകളുടെ പ്രതിഭാസങ്ങൾ നിറഞ്ഞ ജീൻമാതൃകകൾ സംബന്ധിച്ച ആശയങ്ങളോ, നിഗമനങ്ങളെ പാടെ അട്ടിമറിക്കാൻ വിധം ചരിത്രസാമഗ്രികളുടെ പുത്തൻകണ്ടെത്തലുകളോ ഉണ്ടാവുന്നതു വരെ മനുഷ്യവംശത്തിന്റെ മധ്യ ആഫ്രിക്കൻ ഉൽപത്തി സിദ്ധാന്തത്തെ ഗൗനിക്കേണ്ടതുണ്ട്.

അതേസമയം, കദംബമുകുളന്യായപ്രകാരം (കടമ്പു മരത്തിന്റെ എല്ലാഭാഗത്തും ഒരുമിച്ചാണു മൊട്ടുണ്ടാകുന്നത്.) മനുഷ്യന്റെ പരിണാമഘട്ടത്തിന്റെ ആദിമക്രിയ നമ്മുടെ ഭൗമ പരിധിയിലും സംഭവിച്ചിട്ടുണ്ടാകാമെന്ന നിരീക്ഷണങ്ങളെ അപ്പാടെ തള്ളിക്കളയുന്നതും ഉചിതമല്ല.

എവിടേയും തനതു പ്രാണഘടനയുടെ ആവിർഭാവമുണ്ടാകാം. മനുഷ്യന്റെ കാര്യത്തിൽ മാത്രമല്ല, മറ്റു പ്രാണി കുലങ്ങളുടെ കാര്യത്തിലായാലും പരിണാമപാഠത്തിന്റെ പ്രാരംഭവും പിന്തുടർച്ചയും ഏതു വിതാനങ്ങളിലുമാവാം. മനുഷ്യ സമൂഹത്തിന്റെ ആഗോളതലത്തിലുള്ള വംശസഞ്ചാരപഥം മറ്റു ജീവികളുടെ കാര്യത്തിൽ സംഗതമാകുന്നതാണോ? വംശങ്ങളുടെ വളർച്ചയും വികാസവും ദേശപരിണാമങ്ങളും അധികാര രൂപീകരണങ്ങളും തുടർച്ചകളും സംഭവിക്കാം. ജീവന്റെ രാശികളുടെ ഉദയവും അസ്തമയവും ഏതു തെളിവിലും അവശേഷിപ്പിക്കാതെ കടന്നു പോയിരിക്കാം. മനുഷ്യപ്പിറവിയുടെ മധ്യആഫ്രിക്കൻസിദ്ധാന്തത്തിന്റെ പരിധിയിൽ നിന്ന് പുറത്തേക്ക് അന്വേഷണം തുറക്കപ്പെട്ടേക്കാം.

ജനിതക വൈവിധ്യപഠനത്തിൽ നിന്ന്, ഇന്ത്യയുടെ വടക്കും തെക്കും കൂടിക്കലർന്നതിന്റെ രണ്ടായിരം വർഷത്തെ രേഖപ്പെടുത്തുക മാത്രമല്ല, ദക്ഷിണപഥത്തിലേക്ക് വടക്കേന്ത്യൻ ജനവിഭാഗങ്ങൾ വന്നെത്തുന്നതിനും നാലായിരം വർഷം മുമ്പേ ദ്രാവിഡഖണ്ഡത്തിൽ ജനവാസമുണ്ടായിരുന്നതായും തെളിയുന്നു. ഇവിടുത്തെ ജനസമൂഹത്തിന്റെ അതിപ്രാചീന വേരുകൾ പ്രധാനമായും ഗോത്രബന്ധിതമാണ്. നാഗന്മാർ, കാട്ടുനായ്ക്കർ, ചോലനായ്ക്കർ, മലമ്പണ്ടാരങ്ങൾ, ഊരാളികൾ, കാടർ, വേടർ, കുറുമ്പർ, അരനാടർ, മുടുഗർ, തോടർ, പളിയർ എന്നിങ്ങനെയുള്ള ഗോത്ര വിഭാഗങ്ങളായിരുന്നു ഭാരതത്തിന്റെ ആദിമജനത. പല ചരിത്ര ഘട്ടങ്ങളിലായി മധ്യേഷ്യയിൽ നിന്ന് ഇന്ത്യൻ ഭൂഭാഗങ്ങളിലേക്ക് കുടിയേറിയവരാണ് അതിൽ മുഖ്യധാര. ഇവരുടെ കുടിയേറ്റത്തിനു മുമ്പേ ഇവിടെ ആവിർഭവിച്ച് ജീവപരമ്പരകൾക്കു ശേഷം തിരോഭവിച്ച മനുഷ്യവംശങ്ങളുമുണ്ടായിരിക്കാം. ലോകത്തിന്റെ പല ഭാഗങ്ങളിലെന്ന പോലെ ഇവിടേയും പ്രാങ് - നിഗ്രിറ്റോയിഡ് വംശം ആവിർഭവിക്കാനും രൂപപരിണാമങ്ങൾക്കു വിധേയമാകാനും ഒരു പക്ഷെ തിരോഭവിക്കാനുമുള്ള ജൈവസാധ്യത കണക്കിലെടുക്കാവുന്നതാണ്. അതോടൊപ്പം ഹിമയുഗ കാലഘട്ടത്തിൽ തെക്ക്-പടിഞ്ഞാറൻ ഏഷ്യയിലും കിഴക്കൻ ആഫ്രിക്കയിലും രൂപപ്പെട്ട പ്രോട്ടോ ആസ്ത്രലോയ്ഡ് വംശത്തിന്റെ കടന്നുവരവും ഉണ്ടായിട്ടുണ്ട്. വിവിധ സാമൂഹ്യ സംസ്കാരങ്ങളുടെ രൂപീകരണവും വികാസവും മാനവ സംസ്കൃതിയെ മുന്നോട്ടു നയിച്ചു. ഇവിടുത്തെ ആദിമനിവാസികൾ ഗോണ്ട്വാന എന്ന ഭൂപ്രദേശം കടലെടുത്തപ്പോൾ രക്ഷപ്പെട്ടു പോയ പ്രാങ് - നിഗ്രിറ്റോയ്ഡ് വംശത്തിന്റെ പിന്മുറക്കാരാണെന്ന അഭിപ്രായം ചരിത്രകാരന്മാർക്കിടയിൽ ശക്തമാണ്.

ഭൂവിജ്ഞാനീയ പഠനങ്ങൾ ചൂണ്ടുന്നത്:ഇന്നത്തെ ആഫ്രിക്കൻ - അറേബ്യൻ -ആസ്ത്രേലിയൻ കരഭാഗങ്ങൾ ഒറ്റ വൻകരയായി കിടന്നിരുന്നുവെന്നാണ്. അങ്ങനെയൊരു പശ്ചാത്തലം പരിഗണിച്ചാൽ,

നമ്മുടെ ആദിമജനതയുടെ നിഗ്രിറ്റോ - പ്രോട്ടോ ആസ്ത്രേലിയൻ - മെഡിറ്ററേണിയൻ ബന്ധം നിർണയിച്ചെടുക്കാൻ പ്രയാസമില്ല.

അറ്റ്ലാന്റാ, ലെമൂറിയ[1], കുമരികണ്ടം, ഗോണ്ട്വാന എന്നിങ്ങനെയുള്ള വിവിധ ഘട്ടങ്ങളിലെ ഭൂഖണ്ഡങ്ങളെപ്പറ്റിയും അവയുടെ തകർച്ചയെപ്പറ്റിയും വിവിധ നാഗരികതകൾ മാറിമാറി വന്നതിനെക്കുറിച്ചും നമ്മുടെ ഐതിഹ്യവും പുരാവൃത്തങ്ങളും നാട്ടു വിജ്ഞാനങ്ങളും പ്രതിപാദിച്ചതായി കാണാം. വിവിധ നരവംശങ്ങൾ ലോകത്തിന്റെ വിവിധ ഭാഗങ്ങളിൽ രൂപപ്പെടുക, ഒറ്റ നരവംശം ലോകമെമ്പാടും വ്യാപിക്കുക;ഈ രണ്ടു രീതിയിലുമുള്ള മനുഷ്യ വികാസങ്ങളെ നാം പരിഗണിക്കേണ്ടതുണ്ട്. ഇതു രണ്ടും നമ്മുടെ ദേശത്തിനും ബാധകമാണ്. അങ്ങനെയെങ്കിൽ നരവംശോൽപത്തിയുടെ ഉറവിടപട്ടികയിൽ പശ്ചിമഘട്ട മലനിരകളിലെ താവളങ്ങളുംപെടും. മഹാശിലായുഗം തൊട്ടേ മനുഷ്യൻ ആവാസമുറപ്പിച്ചതിന്റെ പൂർവ അടയാളങ്ങൾ പതിഞ്ഞതാണ് നമ്മുടെ മലമ്പ്രദേശങ്ങൾ. ഇന്ന് ആദിവാസികളായി മലമടക്കുകളിൽ പാർക്കുന്നവരുടെ പൂർവഗാമികളിലൂടെയാണ് മനുഷ്യ പരിണാമത്തിന്റെ മുഖ്യധാര നീണ്ടു കിടക്കുന്നതെന്നു വ്യക്തം. ആധുനിക മനുഷ്യന്റെ യഥാർഥ പൂർവികരായ ഹോമോസാപ്പിയൻസിൽ നിന്ന് പതിനായിരക്കണക്കിന് വർഷങ്ങളിലൂടെ പരിഷ്കൃതിയുടെ പടിവാതിലിലേക്ക് പണിത ജനിതക പാത മറ്റൊന്നുമല്ല. വ്യത്യസ്ത സാമൂഹിക പാരമ്പര്യങ്ങളിലൂടെയാണ് ആദിമനിവാസികൾ വികാസം പ്രാപിച്ചു വന്നത്. വേട്ടയാടുന്നവരും നാടോടികളും കാർഷികവൃത്തിയെ അവലംബിക്കുന്നവരുമുൾപ്പെടെ നാനാ ജീവിത ദിശകളിൽ ചരിച്ചവർ. അതനുസരിച്ചുള്ള സാംസ്കാരിക വൈവിധ്യങ്ങളും പ്രകടമാണ്. ദ്രാവിഡരുമായി ശരീര ഘടനാസാദൃശ്യമുള്ള ആദിമവിഭാഗങ്ങളുമുണ്ട്. ദ്രാവിഡരും ആഫ്രിക്കൻ - യൂറേഷ്യൻ ജനതയുമായുള്ള ഭാഷാപരമായ ബന്ധത്തിൽ പര്യവേക്ഷണം നടത്തിയ ആന്ത്രോപ്പോളജിസ്റ്റ് ഡോ: ക്ലൈഡ് വിൻഡേഴ്സ് എത്യോപ്യക്കാർക്ക് ഇന്ത്യക്കാരുമായുള്ള അടുത്ത ബന്ധത്തെ നിരീക്ഷിക്കുന്നുണ്ട്.

എത്യോപ്യക്കാരെ നാഗ എന്നാണ് വിളിച്ചിരുന്നത്. പുരാതന കാലഘട്ടത്തിലെ ഇന്ത്യയിലെ നാഗവംശത്തിന്റെ പ്രാബല്യം കണക്കിലെടുത്താൽ ഈ മൂലഘടന നിഷേധിക്കാനാവില്ല. ഇന്ത്യ, ശ്രീലങ്ക, ബർമ

1 "ആദികാലത്തു ദക്ഷിണഭാരതവും ഉത്തരഭാരതവും തമ്മിൽ ഒരു സമുദ്രത്താൽ വേർതിരിക്കപ്പെട്ടിരുന്നു എന്നും ദക്ഷിണഭാരതം സുമാത്രാദ്വീപു മുതൽ ആഫ്രിക്കവരെ വ്യാപിച്ചിരുന്ന ഒരു വലിയ ഭൂഖണ്ഡത്തിൽ അന്തർഭവിച്ചിരുന്നു എന്നും ഭൂഗർഭശാസ്ത്രജ്ഞൻമാർ അനുമാനിക്കുന്നു. സത്യവ്രതമനുവിന്റെ കാലത്തു ഏറിയ ഭാഗവും കടൽ കേറിപ്പോയ ഈ ഭൂഖണ്ഡത്തിനു ലെമ്യൂറിയാ എന്നാണ് അവർ പേർ കല്പിച്ചിരിക്കുന്നത്" (ഉള്ളൂർ - സാഹിത്യ ചരിത്രം - ഭാഗം ഒന്ന് -ദ്രാവിഡം അധ്യായം).

എന്നിവയുടെ ഭൂരിഭാഗവും ഭരിച്ച വലിയ നാവികരായിരുന്ന നാഗ. മധ്യ ആഫ്രിക്കയിലെ കാമറൂണിൽ ഇപ്പോഴും തമിഴ് സംസാരിക്കുന്നവർ ഉണ്ട്. രണ്ട് എഴുത്തുരീതികളിലുമുള്ള എത്യോപ്യൻ - ദ്രാവിഡ സാദൃശ്യത്തെ വില്യം ജോൺസ് വിശദീകരിക്കുന്നുണ്ട്. നേപ്പാളിലെ നേവർമാരുമായി കേരളത്തിലെ 'നായർ' ജനവിഭാഗത്തിനുള്ള സാമ്യതയെപ്പറ്റി വി. ഫെർഗ്ഗുസൺ ഇപ്രകാരം പറയുന്നു:

"സ്ത്രീകളുടെ ചാരിത്ര്യത്തെപ്പറ്റി പ്രത്യേകമായുള്ള ധാരണകളും അതോടൊന്നിച്ച ശില്പകർമങ്ങളും അന്യസംഗതികളും വച്ചുനോക്കുമ്പോൾ മലബാറിലെ നായന്മാരും നേപ്പാളത്തിലെ നേവാരന്മാരും തമ്മിൽ ദേശീയമായ ഒരു ഐക്യത കാണുകയും ഇന്ത്യയിൽ വേറെ രണ്ടു ദേശക്കാർ തമ്മിൽ ഇത്ര ചേർച്ച കാണാതിരിക്കയും ചെയ്യുന്നു. പേരുകളുടെ സാമ്യത്തിൽ എന്തെങ്കിലും ഉണ്ടെന്നു ഞാൻ വിചാരിക്കുന്നില്ല. എന്നാൽ ശില്പകർമങ്ങളിലും ആചാരമര്യാദകളിലും വിശിഷ്യാ ഒരു യോജിപ്പുണ്ടെന്നു ഞാൻ സ്ഥൈര്യമായി വിശ്വസിക്കുന്നു."

ആദിമലനാടിന്റെ ജനിതകപൗരാണികതയിലേക്ക് വെളിച്ചം വീശുന്ന ആർക്കിയോ ജിനോമിക്സ് അന്വേഷണങ്ങൾ കൃത്യമായി സഫലീകരിക്കാത്തതുകൊണ്ട് വംശവൃക്ഷത്തിന്റെ വേരുകൾ സൂക്ഷ്മമായി ഇനിയും വരച്ചെടുക്കാനുണ്ട്. അതേസമയം പുരാതന ഭൗതികസൂചകങ്ങൾ ചരിത്രാന്വേഷണത്തിന്റെ വഴി തുറന്നു തരുന്നുണ്ട്. തെക്കേ ഇന്ത്യയിലെ നിയോലിത്തിക് കാലം ക്രി. മു. 10000 മുതൽ - ക്രി. മു 3500 വരെയാണ് കണക്കാക്കപ്പെട്ടിട്ടുള്ളത്. മലയാറ്റൂരിനും കാലടിക്കുമിടയിലൂടെ ഒഴുകുന്ന പെരിയാറിന്റെ ചെറിയ പോഷകനദിയായ കൊറ്റമംതോടിൽ നിന്ന് കിട്ടിയ കല്ലുളികൾ നവീന ശിലായുഗത്തിന്റെ പഴക്കം(5000 മുതൽ 10000 വരെ) വെളിപ്പെടുത്തുന്നു. വിദൂരദേശങ്ങളുമായുള്ള ബന്ധത്തിനും അതിപുരാതനമായ പഴക്കമുണ്ട്. ആ ബന്ധത്തിന് പിന്നീടുടലെടുത്ത വാണിജ്യ സ്വഭാവമാണോയെന്നു വ്യക്തമല്ല. വസ്തുക്കൾ പരസ്പരം കൈമാറുന്നതിന് കച്ചവടത്തിന്റെ കണക്കുപറച്ചിലുണ്ടാകുന്ന പ്രകൃതത്തിനു മുമ്പെ പ്രാഥമികമായ ബന്ധം സ്ഥാപിക്കുന്നതിന്റെ ലക്ഷണങ്ങളേ കാണൂ. സ്വത്തുടമാബോധം കൈവരും മുമ്പുള്ള കാലമാണത്.

അത്തരമൊരു പുരാതന കാലത്തിന്റെ അടയാളമാണ് ബാബിലോണിലെ എരുഡുവിൽ നിന്ന് പുരാതത്വ ഗവേഷകർക്ക് ലഭിച്ച തേക്ക്. മറ്റൊരു ലോകത്തു നിന്നും ലഭ്യമല്ലാത്ത, ഈ മലങ്കാടിന്റെ മാത്രം സമ്പത്താണ് അക്കാലത്ത് അത്. ശ്രീകണ്ഠപുരം ആധാരമായ ഒരു ഭൂദേശത്തിന്റെ പൊതുദൃശ്യം മലനിരകളുടേതാണ്. മലമ്പ്രദേശങ്ങളെന്നാൽ,

പാടെ കൊട്ടംവനങ്ങളെന്ന കാഴ്ചപ്പാടല്ല. വന്യപ്രകൃതി കാലക്രമേണ തെഴുത്തുകൊഴുത്തതാകാം. മുഖച്ഛായ മാറി മാറി വരും. പർവതശിഖരങ്ങൾ പൊതുവെ തെളിഞ്ഞ ഭൂപ്രദേശമായിരിക്കും.

അതിപ്രാചീന കാലത്ത് അറബിക്കടൽ സഹ്യനിരകളോടു ചേർന്നുകിടന്നിരുന്നതായി ഭൂപഠനങ്ങൾ വ്യക്തമാക്കുന്നുണ്ട്. ഇന്നത്തെ പോലെ വിസ്തൃതമായ തീരദേശമോ ഇടനാടോ അന്നുണ്ടാവില്ല. അതുകൊണ്ടാവാം കേരളത്തിൽ ആദിമനിവാസികളുടെ ആവാസ സങ്കേതങ്ങൾ പൂർണമായും മലമ്പ്രദേശങ്ങളിൽ കേന്ദ്രീകരിച്ചത്. വയനാട്, നിലമ്പൂർ, അട്ടപ്പാടി, ഇടുക്കി തുടങ്ങി ആദിവാസികേന്ദ്രിത മേഖലകളെല്ലാം പശ്ചിമഘട്ട പർവതനിരകളോടു പറ്റിച്ചേർന്നു കിടക്കുന്നു. മനുഷ്യവാസത്തിന്റെ ആദിമ ഉറവിടം മലമേട്ടുകളാണ്. താഴ് വരകളിലേക്കുള്ള ആഗമനം തുടർകാലത്താണ്. കുട്ടുചേരലിന്റെ വർധനവും അതിനനുസരിച്ചുള്ള ജലത്തിന്റെ ആവശ്യവും അതിലേക്കു നയിക്കുന്നു. പുറമെ നിന്നും കുടിയേറി വരുന്നവർക്കു മുന്നിലും പർവതനിരകളാണ് പാതകൾ. അങ്ങനെ വന്നെത്തുന്നവരുടെ പ്രയാണവും മലമ്പ്രദേശങ്ങളിലെത്തി അവസാനിച്ചു. അതിനു ശേഷം ഭൂമിയില്ല. ഗോത്രവിഭാഗങ്ങളായ കുറിച്യർ, കുശവർ, അടിയാർ, ചെട്ടികൾ എന്നിവരൊക്കെ അങ്ങനെ മറ്റിടങ്ങളിൽ നിന്നുമെത്തിപ്പെട്ട് നമ്മുടെ മലമടക്കുകളിൽ തമ്പടിച്ചവരാണ്. ഈ മലനാടിന്റെ പ്രാചീനആവാസ മേഖലയെക്കുറിച്ച് വസ്തുതാ പഠനങ്ങൾ വളരെയൊന്നും പുരോഗമിച്ചിട്ടില്ലെങ്കിലും പൊതു ചരിത്ര സാഹചര്യങ്ങളിൽ നിന്ന് ചില നിഗമനങ്ങളിലെത്താവുന്നതാണ്: - മലനാട്, മലയാളം, മലനാട്ടുരാജ്യം, മലൈനാട്, മലയമനാട് എന്നൊക്കെ നാട്ടുവിജ്ഞാനീയങ്ങളിൽ ഈ ദേശം പരാമർശിക്കപ്പെട്ടിട്ടുണ്ട്. 'കേരള'മെന്ന് ആദികാലത്ത് അടയാളപ്പെട്ടിരുന്ന ദേശത്തിന്റെ പരിധിയോടു പൊരുത്തപ്പെടുന്നതല്ല ഇതിന്റെ ദേശഘടന. കുറിച്യരുടെ 'മരമായ പാട്ടി'ലും 'മലമയുടെ കഥ' യെന്ന പുരാതന (പാഠക്കവിത) കാവ്യത്തിലും മരക്കലം തോറ്റംപാട്ടിലും സംഘംകൃതികളിലുമൊക്കെ ഈ നാടിന്റെ ഭൂതലദൃശ്യങ്ങൾ വർണിക്കപ്പെടുന്നുണ്ട്.

"ഭൂമിദേവിയുണ്ട്
തെക്കു താൻ മടിയും വച്ച്,
തൃക്കാൽ വടക്കു നീട്ടി,
വയറുകടലാക്കി,
മുതുക മലയാക്കി,
എടം ചരിഞ്ഞുറയ്ക്കുന്നല്ലോ
മലനാട്ടുരാജ്യത്തുങ്കൽ"

ആദിമലനാടിന്റെ ഭൗമദൃശ്യം വ്യക്തമായി ചിത്രീകരിക്കുന്ന വരികളാണിത്. കുണ്ഡോറച്ചാമുണ്ഡിയുടെ തോറ്റത്തിൽ കാണാം:

"ഇനി തുളുനാട്ടുപേക്ഷിച്ച മലനാട്ടേക്ക്
പോകണമെന്നു കല്പിച്ച ചാമുണ്ഡി".

തുളുനാടിന്റെ അയൽദേശമായി മലനാടിനെ അടയാളപ്പെടുത്തുകയാണ്. തുളുനാട്ടിലെ കുണ്ഡോറദേശത്ത് സ്ഥാനീയപ്പെട്ട ദാരികാന്തകിയാണ് കുണ്ഡോറച്ചാമുണ്ഡി. അസുരകാലൻ ദൈവ (അസ്രാളൻ തെയ്യം) ത്തിന്റെ പുരാവൃത്തത്തിന്റെ പ്രധാന ഭാഗം ആര്യനാട്ടിന്റെ രാജകുമാരിയുടെ ആദിമലനാടിലേക്കുള്ള സമുദ്രയാത്രയാണ്. മരക്കലത്തിന്റെ അമരക്കാരനാണ് അസ്രാളൻ. ആര്യനാട്ടിൽ നിന്നും യാത്ര തിരിച്ച പൂങ്കന്നിയും സംഘവും മലനാടിന്റെ പടിഞ്ഞാറേ അതിർത്തിയായ ഏഴിമലയാണ് ലക്ഷ്യമിട്ടത്. ആദിമലനാടിന്റെ ഏതോ മലനിരകളിൽ ഏഴാമതായി ഏഴിമലയെ എണ്ണുന്നു. ആഴിയിൽ എഴുന്നു നിൽക്കുന്ന മല ഏഴിമല എന്നു നിരീക്ഷിച്ചവരുണ്ട്. ഏതു മലയും നിരപ്പിൽ നിന്ന് എഴുന്നു നിൽക്കുന്നതാണ്.

വാസ്കോഡി ഗാമയുടെ നാവികർ, അവർ യാത്ര തിരിക്കും മുമ്പുതന്നെ ഗാമയോട് 'കണ്ണനൂർ രാജാധിപത്യത്തിലെ കടലോരത്തിൽ ഒരു വലിയ മല കാണാ'മെന്നു പറഞ്ഞിരുന്നു. ദെലിയെല്ലി എന്നാണ് തദ്ദേശീയർ വിളിക്കുന്നതെന്നും സഞ്ചാരികൾ പറഞ്ഞു. എലികളുടെ ബാഹുല്യം കൊണ്ടാണ് 'മൗണ്ട് ദെലി' എന്നു വിളിക്കുന്നതെന്നും അവർ കേട്ടിരുന്നത്രെ. സംസ്കൃതഭാഷയുടെ കാലത്ത് സപ്തശൈലമെന്ന പേരു പതിഞ്ഞു. സംഘകൃതികൾ പ്രതിപാദിച്ചത് ഏഴിൽമലയെന്നാണ്. 'കേരള മാഹാത്മ്യം' ഏഴുമലയെന്ന് പരാമർശിക്കുന്നു. പൂർവദ്രാവിഡ ഭാഷയിൽ ഏഴ് എന്ന പ്രയോഗമില്ല. എണ്ണുന്നത് 'എരു' (eru)[2] എന്നാണ്.

2

സംഖ്യ	പൂർവദ്രാവിഡം	ആശയം
1	oru	ഒറ്റ, ഒരിടം
2	iru	മറ്റൊരിടത്തേക്കു നിരക്കുക.
3	muC	മുന്നിൽ
4	na:l	നല്ലത്, നാനാതരം
5	cayN	കൈ
6	caru	സുലഭം, നിറവ്
7	eru	ഉദയം
8	ettu	എണ്ണുക
9	tol	പ്രാചീനം, തൊട്ടുമുൻപ്
10	Pat-tu	പകുക്കൽ

[കടപ്പാട്: ജീന. എ. വി, ഔലു സർവകലാശാല (ഫിൻലൻഡ്), ഗുണ്ടർട്, റോബർട് കാൾഡ്വെൽ, ആന്ദ്രോനോവ് എന്നിവരുടെ ആശയങ്ങൾ].

'എരു' എന്നതിന്റെ അടിസ്ഥാനം ഉദിക്കുകയെന്ന ആശയമാണ്. സൂര്യൻ പ്രതീകമാകുന്നു. ശിവനെന്ന സങ്കല്പത്തിന്റെ പ്രഭവവും അവിടെയാണ്. സപ്തൻ എന്ന പര്യായം ശിവന്റേതാണ്. സപ്തശൈലം എന്ന നാമകരണം ശിവനുമായി ബന്ധപ്പെട്ടാണ്.

"ഏഴുമല പുരളിമല കണ്ടു ദൈവം
പുരളിമല ചിത്തിര പീഠം കണ്ടു"

മുത്തപ്പൻ തോറ്റത്തിൽ കുന്നത്തൂർ ആരൂഢ സ്ഥാനത്തു നിന്നും പുരളി മലയിലേക്കുള്ള യാത്ര മാണിപ്പറമ്പ്, ഓണപ്പറമ്പ്, പുന്നാട്, മുരിങ്ങോട്, പടന്നോട്ട്, മുഴക്കുന്ന് എന്നിവിടങ്ങളിലൂടെ ചെന്നെത്തുന്നത് പുരളിമലയിലെ 'ചിത്രവട്ടം' എന്ന സ്ഥലത്താണ്.

അതിനിടയിൽ ഏഴിമല പിന്നിടുന്നില്ല. ഇവിടെ ആ പ്രയോഗം ഏഴുമലകളിലൊന്നായ പുരളിമല എന്ന സൂചനയാണ്. ഏഴ് എന്ന തൊരെണ്ണമല്ല, ശൈവപ്രഭവമാണ്. ഇതിഹാസങ്ങളെ ഗണിത സൗന്ദര്യത്തോടു ബന്ധിപ്പിക്കുന്ന ഒരു ഭാവാത്മകമായ സംഖ്യയാണ് ഏഴ്. നക്ഷത്ര ലോകത്തെ സപ്തർഷികളെ ആധാരമാക്കിയാണ് ആ സങ്കല്പം. നക്ഷത്രങ്ങളുൾപ്പെടെ ഏതിനേയും ചൂണ്ടിക്കാട്ടുന്ന മനുഷ്യന്റെ ഏഴാംവിരലിൽ നിന്നാവണം യഥാർഥ തുടക്കം. രാമായണം അയോ ധ്യാകാണ്ഡത്തിൽ ശ്രീരാമനെ കാത്ത് ഭരതൻ അഗ്നിപ്രവേശനത്തിനു മുമ്പ് ഏഴു പ്രദക്ഷിണമാണ് നിശ്ചയിച്ചത്. പയ്യന്നൂർ പവിത്ര മോതിരം ഏഴിനങ്ങളിലായിട്ടാണുണ്ടാക്കുന്നത്. ഏഴി എന്ന തമിഴ് പദം സ്വർ ണത്തെ സൂചിപ്പിക്കുന്നു. ഏഴിലംപാല തൊട്ട് ഏഴാംകടൽ വരെ ആ ഭാവം പരക്കുന്നു. പാർസിഐതിഹ്യം ഭൂമിയെ ഏഴു ഭാഗങ്ങളായി തിരിക്കുന്നു. ആധുനിക ഭൂപടവും ഏഴ് വൻകരകളാണ്. പുരാണങ്ങൾ പാതാളത്തെ ഏഴായി വിഭജിക്കുന്നു. അഗ്നിപുരാണം സപ്തദ്വീപുകൾ ചിത്രീകരിക്കുന്നു. സപ്തകുലപർവതം, ഏഴുകുന്ന്(കിള്ളാനദിക്കരയിൽ - കേരളോൽപത്തി), ഏഴുമലകൾ (തദ്ദേശവാസികളുടെ വിശ്വാസത്തിൽ ഏഴു മലകളിലൊന്നാണ് വൈതൽമല) തുടങ്ങിയ പ്രതിപാദ്യങ്ങളും എണ്ണം കൃത്യമായി പാലിക്കണമെന്നില്ല. ആ പ്രമാണം ഭാഷയിൽ ധ്വനി ച്ചത് തിരുവള്ളുവരുടെ തിരുക്കുറളിൽ കാണാം. കുറൾ തമിഴിലെ ഏറ്റവും ചെറിയ വൃത്തത്തിന്റെ പേരാണ്. ഓരോ കുറളും ഏഴു പദങ്ങളാണ്.

ഏഴിന്റെ ഇന്ദ്രജാലം

തെക്കൻ കരിയാത്തൻ തോറ്റത്തിൽ നോക്കു:

"ഞങ്ങൾക്കൊരു നേരത്തെ,
കഞ്ഞിയമൃതേത്തിന് അരി വേണ്ടി ക്കിലോ,
ഏഴാന പേറി വന്നോ രരിയുണ്ടായാലും പോരല്ലോ,

ഞങ്ങൾക്കൊരു നേരത്തെയെണ്ണ തേക്കേണ്ടിക്കിലോ,
ഏഴ പാടത്തിലെ എണ്ണയായാലും പോരല്ലോ,
ഞങ്ങൾക്കൊരു നേരത്തെ അത്തു തേയ്ക്കണമെങ്കിലോ,
ഏഴമലയിലെ അത്തു താളിയുണ്ടായാലും പോരല്ലോ,
ഞങ്ങൾക്കൊരു നേരത്തെ ഈർമൻ പകരണമെങ്കിലോ,
ഏഴ തെരുവില കുറയുണ്ടായാലും പോരല്ലോ. "

ദാരികനുമായുള്ള കാളിയുടെയുദ്ധം ഏഴ രാവും ഏഴ പകലുമാണ്.

ഏഴ ദിനങ്ങൾ ചേർന്ന് ഒരു വാരമുണ്ടായി. ഏഴിന്റെ വിസ്മയിപ്പിക്കുന്ന പരിപ്രേക്ഷ്യത്തിന്റെ അനേകം സാക്ഷ്യങ്ങളുണ്ട്. മൂഷികവംശാധിപത്യത്തിനു മുമ്പേയുള്ള മലനാട്ടുകളുടെ ദേശയോജനയിലെ മുഖ്യമായ ഒരു പംക്തിയാണ് ആദി മലനാട്. മലകൾ എന്നത് നാട്ടുകളുടെ പര്യായമായി പരാമർശിക്കാവുന്നത്രയും അതിപ്രാചീനമായ പശ്ചാത്തലം അന്നത്തെ ദേശരൂപങ്ങൾക്കുണ്ട്. കേരളത്തെ മുൻനിർത്തി പരിശോധിച്ചാൽ മലമ്പ്രദേശങ്ങൾ മാത്രമാണ് അന്നത്തെ നാട്. ബാക്കി ഭാഗം സമുദ്രത്തിനടിയിലാണല്ലോ.

കൊല്ലിമല, പറമ്പുമല, കുതിരമല, അതിയമാൻമല, വെങ്കിടമല, കൊങ്ങുമല, ആയിരമല, തുടങ്ങി മലനാട്ടുകളുടെ പട്ടിക നീളും. ചേര സാമ്രാജ്യം, ആയ് രാജ്യം, ഏഴിമല രാജ്യം എന്നിവയുടെ രൂപീകരണവും പാട്ടുകളിൽ പരാമർശിക്കപ്പെട്ടുംവിധമുള്ള അതിയമാൻ നാട്, കുതിരമല, കൊല്ലിമല, പറമ്പുമല, മലയമനാട് തുടങ്ങിവയുടെ ഉത്ഭവ ചരിത്രവും വികാസവും വസ്തുനിഷ്ഠമായി അറിയാനുള്ള അന്വേഷണങ്ങൾ അധികമൊന്നും നടന്നിട്ടില്ല.

ഏഴിൽമലരാജ്യം പശ്ചിമതീരത്തോടു ചേർന്നു നിൽക്കുന്ന ചെറിയൊരു നാടോ, കൊൻകാനം, തുളുനാട്, വയനാട്, നിലമ്പൂർ, കുടക്, നീലഗിരി, കോയമ്പത്തൂർ വരെ ഉൾക്കൊള്ളാനാവുന്ന വിസ്തൃതമായ മലനാടോ ആവാം. ഏഴിമലയ്ക്ക് തൊട്ടടുത്തുള്ള കാട്ടുദേശമാണ് കൊൻകാനം. കൊങ്കണമെന്ന് തീരത്തോടടുത്ത കുന്നിൻ തലങ്ങളെ ഇന്നും വിളിക്കുന്നുണ്ടല്ലോ. ഗംഗവംശവുമായി ബന്ധപ്പെടുത്തുന്ന കൊങ്ങുകളുടെ കാട്ടുമാവാം കൊങ്കണം. ഗംഗവംശസ്ഥാപകനായ മാധവൻ സ്ഥാനാരോഹണ സമയത്ത് കൊങ്കണി വർമൻ എന്ന ബിരുദം സ്വീകരിച്ചതായി 'കേരളത്തനിമ'യിൽ (പേജ്:414) ഡോ: ആർ. ഗോപിനാഥൻ ചൂണ്ടിക്കാട്ടുന്നുണ്ട്. ഗംഗയും കൊങ്ങും പര്യായങ്ങളാണെന്നും മൈസൂർ രാജാക്കന്മാർ കൊങ്ങു രാജാക്കന്മാരാണെന്നും ലോഗനും അഭിപ്രായപ്പെടുന്നു. (കോയമ്പത്തൂർ, ഈറോഡ്, സേലം, കരൂർ, നാമക്കൽ ഉൾപ്പെടുന്ന ദേശമാണ് കൊങ്ങുനാട് ആയി അറിയപ്പെട്ടിരുന്നത്)

ഇന്ത്യയുടെ ദക്ഷിണമേഖല, പ്രത്യേകിച്ചും തമിഴകത്തിന്റെ ഭൂപടം ചേര, ചോള, പാണ്ഡ്യ എന്നീ മൂന്നു രാജധാനികൾക്കു കീഴിലാവുന്ന തിനു മുമ്പ് പതിമ്മൂന്നു നാടുകളായി ഭാഗിക്കപ്പെട്ടതായുള്ള ചരിത്രവി വരണമുണ്ട്. പാണ്ടി, തെൻപാണ്ടി, കുട്ടം, കുടം, കർക്കാ, വേൺ, പൂഴി, പൻറി, അരുവാ, അരുവാവടത്തലൈ, ശിതം, മലനാട്, പുനനാട് എന്നിവയാണവ. ഇതിൽ കുട്ടം (കുഴിപ്രദേശം), കുടം (ചതുരക്കള്ളി), വേൺ (അഥവാ വേൾ = മണ്ണുള്ള നാട്), പൂഴി, കർക്കാ (കൽപ്രദേശം) എന്നീ അഞ്ചു നാടുകൾ കൂടിച്ചേരുന്നതാണ് ചേരരാജ്യം. ഇവ യഥാക്രമം കുട്ടനാട്, കുടനാട്, വേണാട്, പൂഴിനാട്, കർക്കാനാട് എന്നിവയായി രുന്നു. പുരാതനകാലത്തെ ചേരസാമ്രാജ്യം കോയമ്പത്തൂർ, നീലഗിരി ജില്ലകളും ഇന്നത്തെ കേരളവുമുൾപ്പെടെ വിസ്തൃതമായ പരിധിയിലേക്ക് പ്രാചീനഭൂമിശാസ്ത്ര അതിരുകൾ വ്യാപിച്ചിരുന്നതായ നിരീക്ഷണം ഒരു വിഭാഗം ചരിത്രകാരന്മാർക്കുണ്ട്. ചേരസാമ്രാജ്യം, കേരളം, മലയാളം, കൊങ്ങുനാട് എന്നീ രാജ്യങ്ങൾ പ്രത്യേകം പ്രത്യേകം സുവ്യക്തമായി വേർതിരിഞ്ഞു നിൽക്കുന്ന ഘട്ടത്തെക്കുറിച്ചും ചരിത്ര്യാഖ്യാനങ്ങളു ണ്ടായിട്ടുണ്ട്. ഇതിൽ 'മലയാള'മെന്ന രാജ്യം മലനാടിന്റെ പാരമ്പര്യ ഘടനയോട് ചേർന്നുനിൽക്കുന്നതാണ്.

(മലനാട് എന്നതു പല ദേശങ്ങളെ ധ്വനിപ്പിക്കുന്നതിനാൽ, ശ്രീ കണ്ഠപുരം ആധാരമാക്കി ഈ കൃതിയിലൂടെ വരച്ചിടാനുദ്ദേശിക്കുന്ന ഭൂദേശത്തെ 'ആദിമലനാട്' എന്ന നാമമുദ്ര കൊണ്ട് അടയാളപ്പെടു ത്തുകയാണ്. വിവരണസൗകര്യത്തിനു വേണ്ടി മാത്രം).

പുറൈകീഴ്നാട്[3], കുറുമ്പ്രനാട് (വയനാടിനു പടിഞ്ഞാറ്), ചെങ്കണ മാനാട് (കൂർഗ് ജില്ലകിഴക്കൻഭാഗം), എരുമൈയൂര് (കൂർഗ് വടക്കൻ ഭാഗം), മൽനാട് (പിൽക്കാലത്ത് ബേലൂർ കേന്ദ്രീകരിച്ചുണ്ടായ ഹൊയ്സാല സാമ്രാജ്യത്തിന്റെ ഭാഗമായത്), ശിതനാട് (നീലഗിരി പരിസരം), ഗംഗാപദം (കാവേരി തീരത്ത് തലക്കാട് തലസ്ഥാനമായി

---

3 പതിന്നാലാം ശതകം വരെ വയനാട്, കോട്ടയം, ഗൂഡല്ലൂർ താലൂക്കുകൾ പുറൈകീഴ്നാട് എന്നാണ് അറിയപ്പെട്ടിരുന്നത്. കുറുമ്പുറൈ നാടിനെപ്പറ്റിയും പുറൈകീഴ്നാടിനെപ്പറ്റിയും ഭാസ്കര രവിവർമയുടെ തിരുനെല്ലി ശാസനത്തിൽ പറയുന്നുണ്ട്. മധ്യകാല മണിപ്രവാള കൃതിയായ (കൊല്ലവർഷം 450 നടുത്തുണ്ടായ കൃതിയെന്ന് ഇളംകുളം) ഉണ്ണിയച്ചീചരിതത്താർ തിരുനെല്ലി യെക്കുറിച്ചുവർണിക്കുന്നു.
വേലിയമ്പം താഴെക്കാവിൽ നിന്നു ലഭിച്ച ശിലാശാസനവും തിരുനെല്ലി ക്ഷേത്രത്തിലെ ചെമ്പുശാസനവും സുൽത്താൻ ബത്തേരി മാരിയമ്മൻ കോവിലിലെ ശിലാശാസനവും വയനാടിന്റെ പ്രാചീനതയിലേക്ക് വഴി തുറക്കുന്നു.

ക്രിസ്തുവർഷം നാലും അഞ്ചും നൂറ്റാണ്ടുകളിൽ) പടിഞ്ഞാറ് അറബിക്കടലി നോടു ചേർന്നു കിടക്കുന്ന ഏഴിൽമലയും ചേർന്നുള്ള ഒരു ഭൂപടത്തിന്റെ പ്രാചീനഘടനയിൽ 'ആദിമലനാടി'നെ നിർവചിക്കാമെന്നു കരുതുന്നു. ആ ശൃംഖലയോടു ചേർന്നു നിൽക്കുന്ന മലനിരദേശങ്ങളാണ് അതിയമാൻ നാട് (ധർമപുരിജില്ലയുടെ ചുറ്റും), പറമ്പുമല (ആനമലയും പരിസരവും) കുതിരമലൈ (ധർമപുരി ജില്ലയുടെപടിഞ്ഞാറ്), മലൈനാട് (കുടനാടിനു തെക്കുകിഴക്കുഭാഗം), കൊങ്ങുനാട് (കർക്കനാടിനു കിഴക്ക്)തുടങ്ങിയവ. ഈ ദേശനാമങ്ങളെല്ലാം ഒരേ കാലഘട്ടത്തിൽ പ്രാബല്യത്തിലുണ്ടായിരുന്നതായി കരുതാനുമാവില്ല. ജനപദങ്ങളുടെ ആഭ്യന്തരവിനിമയങ്ങളുടെ ശൃംഖലയും പരിധിയും കണക്കിലെടുക്കു ന്നതാവും ഭൂപരമായ അതിർത്തിയേക്കാൾ യുക്തിഭദ്രം. രാജ്യങ്ങളുടെ അതിർത്തികൾ നിർണയിക്കേണ്ടത് അധികാരശക്തികളുടെ മാത്രം പ്രശ്നമാണ്, ചരിത്രകാരന്മാരുടേതോ ജനങ്ങളുടേതോ വിഷയമല്ല. സാമൂഹിക സാംസ്കാരിക ഘടകങ്ങളുടെ ഏകീകരണത്തെ മാനദണ്ഡ മാക്കി ഭൂപടം വരച്ചെടുത്താൽ, അത് തീർത്തും ഭൂപരതയെ മാനിക്ക ണമെന്നില്ല

ആദിമൂലിയാടൻ തെയ്യത്തിന്റെ ഇതിവൃത്തത്തിൽ മൂലിമല മുത്തപ്പ ന്റേയും ആദിമലക്കന്നി യുടേയും പുത്രൻ എളവല്ലിച്ചേകോൻ, അഗ്നിഭ ഗവാന്റെ വരം നേടി ആയിരം വർഷം വാഴുന്നതായി വിവരിക്കുന്നുണ്ട്.

(പുത്രൻ -സുബ്രഹ്മണ്യൻ, മൂലിമല- കൈലാസം, ആദിമലകന്നി- പാർവതി, മുത്തപ്പൻ -പരമശിവൻ) ആദിമലനാടിന്റെ സാംസ്കാരിക പംക്തിയാണ് ഈ പ്രമേയത്തിന്റെ പരിസരം. കതിവനൂർ വീരൻ തെയ്യത്തിന്റെ തോറ്റത്തിലെ

"ഒരുവട്ടം കടകരെ മല ഞാൻ കണ്ടൊഴിച്ചേ
മലനാട്ടിലെങ്ങുംഇരിക്കയുള്ളു ഞാൻ
ഇട്ടപ്പയിലമ്മേ... "

എന്ന വരികളിൽ കാണുന്ന മലനാട് എന്ന പ്രയോഗം മലകളുള്ള ഒരു നാടിന്റെ സാമാന്യവിശേഷണമെന്ന നിലയിൽ ഉച്ചരിക്കപ്പെട്ടതാ വാൻ വഴിയില്ല. മലങ്കാട്, ഇടനാട്, തീരദേശം... എന്നൊക്കെ പോലെ. കാഴ്ചയുടെ വിദൂരമായ ഒരടയാളം എന്ന നിലയിൽ ആകർഷിക്കുന്ന ഒരു ദൃശ്യബിംബമായാണ് മല ആ വരികളിൽ ധ്വനിക്കുന്നതെന്നതും ശ്രദ്ധിക്കുക. മറിച്ച്, ദേശഭൂപടത്തിന്റെ സ്വന്തംപേരിനെ അതേപടി പരാമർശിക്കാൻ വേണ്ടി തന്നെയാവണം 'മലനാട്' എന്നുച്ചരിച്ചത്. പൊയ്പ്പോയകാലം ആദിമലനാടിന്റെ ഭാഗമായിരിക്കാനിടയുള്ളതും പിന്നീട് കടകായി രൂപപ്പെട്ടതുമായ ഒരു ദേശത്തിന്റെ ചക്രവാളം

വെളിപ്പെടുത്തുന്നുണ്ട് അത്തരം പാട്ടുകൾ.

'ഇത്രനാളും മലനാടാണെടാ മന്ദപ്പാ,

എനിയല്ലൊ കുടകർമലയാകുന്നത്'

മന്ദപ്പനെ വർണിക്കുന്ന തോറ്റംപാട്ടിലെ (ഒരു മരക്കലം തോറ്റം) ഈ വരികൾ അത്തരമൊരു രൂപപരിണാമത്തിന്റെ നാളുകൾക്കാണ് പ്രാധാന്യം കല്പിക്കുന്നത്. കുടകിന്റേയും മലബാറിന്റേയും ആരാധനാ സംസ്കൃതിയെ ഒന്നിപ്പിക്കുന്ന മറ്റൊരു ദേവതയാണ് കൊങ്കിയമ്മ. വീരാജ്പേട്ടയ്ക്കടുത്തുള്ള കോടാർമലയിലെ വനത്തിനുള്ളിലാണ് കൊങ്കിയമ്മയുടെ കോട്ട. വടക്കൻപാട്ടിലെ ആരോമൽച്ചേകവർ കൊങ്കിയമ്മയുടെ അതിഥിയായി സൽക്കരിക്കപ്പെടാറുണ്ട്. കൊങ്കിയമ്മയെ ഒരുഗ്രമൂർത്തിയായി പ്രതിപാദിക്കുന്ന കന്നഡ ഗാനങ്ങളുമുണ്ട്. കുടകും മലബാറും തുളുനാടു മടങ്ങുന്ന സാംസ്കാരികദേശത്തിന്റെ സമന്വയം ചരിത്രത്തിന്റെ പല ദിശകളും വെളിപ്പെടുത്തുന്നുണ്ട്. ചിലപ്പതികാരത്തിലെ ഒരു ആഘോഷ വിവരണം നോക്കു:

"കുടകക്കൊങ്കരുമാളുവവേന്തരു

കുടൽ ച്ചൂഴിലങ്കൈക്കയവാകു വേന്തനും"

തുളുനാടിലേയും കുടകിലേയും ക്ഷത്രിയരായ മൂകയസ്വരൂപക്കാരിൽ അഥവാ മത്സ്യരാജവംശക്കാരിൽ പെട്ട ദേശവാഴിയാണ് കുടകക്കൊങ്കർ. മൂഷിക വംശത്തിന്റെ പ്രാരംഭകൻ രാമഘടമൂകരുടെ പ്രാചീനപൂർവികർ. ആളുവന്തേരെന്നാൽ സത്യമംഗലം സാമന്തൻ. ശൃംഗേരിക്കടുത്തുള്ള കൊപ്പം താലൂക്കിലെ കിഗ്ഗാ ഗ്രാമത്തിലുള്ള ശൃംഗേശ്വര ക്ഷേത്രത്തിൽ ഒരു പ്രാചീന ശിലാലിഖിതം (കർണാടക ലിഖിതം, AD ഏഴാം നൂറ്റാണ്ട്) കിള്ളാനദിയെ പരാമർശിക്കുന്നതായി കേസരി എടുത്തുകാട്ടുന്നു:

"സ്വസ്തി ശ്രീമച്ചിത്ര വാഹന പൊംബുച്ചാളെ കിള്ളം നാഗെണ്ണൻ അധികാരികൾ ആഗെ - ഇതിന്റെ അർഥം, ചിത്ര വാഹനനെന്ന ആളുവരാജാവ് തലസ്ഥാനമായ മൈസൂരിലുള്ള പൊംബുച്ചയിലും, അദ്ദേഹത്തിന്റെ കീഴിൽ കിള്ളാം നദീതീരത്തുകാരനായ നാഗണ്ണൻ കിഗ്ഗാ ഗ്രാമത്തിലെ അധികാരിയായി ഈ ഗ്രാമത്തിലും വാഴുമ്പോൾ എന്നാണ്. ഈ ചിത്ര വാഹനൻ ഗുണ സാഗരൻ എന്ന ആളുവരാജാവിന്റെ പിൻഗാമിയും എഡി 680 മുതൽ 697 വരെ നാടുവാണിരുന്ന പശ്ചിമ ചാലൂക്യ ചക്രവർത്തിയായ വിനയാ ദിത്യന്റെ സമകാലീനനുമാണെന്ന് മറ്റു ചില പ്രാചീന ലേഖനങ്ങളിൽ നിന്ന് നമുക്കറിയാം. " (പേജ് 17, കേസരിയുടെ ചരിത്ര ഗവേഷണങ്ങൾ -വാല്യം - 1)

"AD 12 ശതകത്തിൽ ഹൊയ്സാള രാജാവ് വിഷ്ണുവർധൻ പിടിച്ചടക്കിയ സ്ഥലങ്ങളുടെ കൂട്ടത്തിൽ ഉൾപ്പെടുത്തി ഏഴിമലയെ ഏഴം മലയെന്ന നാമത്തിൽ മൈസൂരിലെ ഹൻസൂറിലുള്ള കർണാടക ശിലാലിഖിതം ഇങ്ങനെ പ്രസ്താവിച്ചിരിക്കുന്നു.

'തുളു ദേശം ചക്രനൊട്ടം തലവനപുര മുച്ചംഗികോളാലവേളുംമലെവല്ലൂർ കാഞ്ചി' മൈസൂരിലെ കാടികെരെയുള്ള പന്ത്രണ്ടാം ശതാബ്ദത്തിലെ ഒരു ശിലാ ലേഖനത്തിൽ മൂഷിക വംശത്തിന്റെ ഒരു ശാഖയും വടക്കൻ കാനറ ജില്ലയെ ഭരിച്ചിരുന്നവരുമായ ഹൈഹയരാജവംശത്തിലെ ഒരു രാജാവായ തേജരായന് ഏഴം സിംഹാസനത്തിന്റെ അവകാശി, അതായത് ഏഴിനാഥന്മാരുടെ കുടുംബത്തിൽ എന്ന ബിരുദം നൽകിയിരിക്കുന്നു. " (കേസരി, പേജ് 18, വാല്യം ഒന്ന്, ചരിത്ര ഗവേഷണങ്ങൾ 2010).

സുപ്രസിദ്ധ ശിവക്ഷേത്രങ്ങളായ പയ്യാവൂരിനും വയത്തൂരിനും കുടകുമായുള്ള ബന്ധം ഇന്നും തുടരുന്നതാണ്. വയത്തൂർ കാലിയാരുടെ പ്രതിഷ്ഠയുടെ ആദിമൂലസ്ഥാനം കുടകാണ്. ഈ രണ്ട് ഉത്സവച്ചടങ്ങുകളിലെ അനുഷ്ഠാന കർമങ്ങളിൽ കുടകരുടെ അവകാശം നിർണായകമാണ്. അധികാരത്തിന്റേയും ദേശത്തിന്റേയും ഒരേ പരിധിയിൽ കുടകും ഈ ദേശവും ചരിത്രത്തിൽ ഒന്നു ചേർക്കപ്പെട്ടിരുന്നതിന്റെ ദൃഢമായ തെളിവാണിത്. മകരമാസം ഒന്നു മുതൽ പന്ത്രണ്ടു വരെ നടത്തുന്ന ഊട്ടുത്സവങ്ങളിൽ രണ്ടിടത്തും ഊട്ടിനു വേണ്ട അരി സാധനങ്ങൾ കുടകിൽ നിന്നും കാളപ്പുറത്ത് കൊണ്ടുവരുന്നു. തെയ്യങ്ങളിൽ സുപ്രധാനികളാണ്, മനുഷ്യരായി ജനിച്ച് മരണാനന്തരം ദൈവികതയിലേക്ക് ഉയർത്തപ്പെട്ടവർ, കതിവനൂർ വീരനെപ്പോലുള്ളവർ.

അത്തരത്തിലുള്ള വീരകഥാപാത്രങ്ങൾ ആ ദേശത്തിന്റെ നെറുകയിൽ നിവർന്നു നിന്നതിലൂടെ അലൗകിക പരിവേഷമാർജിച്ചവരായിരിക്കും. അവരെ ആരാധിക്കുന്നവരുടെ ദേശം ദേശചരിത്രപരമായി ഒരൊറ്റ ജനപദത്തെ അടയാളപ്പെടുത്തുന്നു. സാമൂഹിക-സാംസ്കാരിക സവിശേഷതകളുടെ സമാനത സസൂക്ഷ്മം ഗ്രഹിച്ചാൽ ആ പൈതൃകം ബോധ്യപ്പെടും. പ്രാചീന ജനതയുടെ ആചാരവിശ്വാസങ്ങളിലും വിശ്വാസാനുഷ്ഠാനങ്ങളിലും മാത്രമുള്ള സമാനത മാത്രമല്ല, സാംസ്കാരികഘോഷങ്ങളിലും ഉത്സവങ്ങളിലും ഒത്തുചേരണമെന്നുള്ള പരമ്പരാഗത വ്യവസ്ഥകളും ചട്ടവട്ടങ്ങളും പരിപാലിക്കപ്പെടുന്നതിലുമുണ്ട് ഈ ഉദ്ഗ്രഥന ശൈലി.

മലപ്പിലവൻ തോറ്റം, "ഏതൊരെരുതിന വഴി പോണം കുറവന്മാരെ പുന്നാട്ടെരുതിന് വഴി പോണം കുടകന്മാരെ" എന്ന തരത്തിൽ വഴി

കാട്ടുമ്പോൾ ദേശാതിരുകൾ പ്രസക്തമേയല്ല. പുള്ളിക്കുറത്തി തോറ്റത്തിൽ കുറത്തിയുടെ പര്യടനപഥം പൂർണമായും ഒരു ദേശഭൂപടമായി അടയാളപ്പെടുന്നു. കുറത്തിയോളം മലനാട്ടു രാജ്യം കണ്ട മറ്റൊരു കഥാപാത്രമുണ്ടാവില്ല.

"അന്ന് കന്നിൻമകളായിട്ടവതരിച്ച
പോയിച്ചെന്നാൻ കിഴക്കുദിക്കും
സൂരിയ ദേവൻ മുമ്പിൽ
അഴകിയവരം വാങ്ങി കുറത്തിയമ്മ
തുളുനാട്ടമ്പലം തുളുത്തീയൻ വീട്ടിൽ
കന്നിരാശിങ്കൽ ശേഷിപ്പെട്ടു".

ആ പ്രയാണത്തിനിടെ ചിത്രകൂടത്തിൽ പതിമാടം കെട്ടി തങ്ങി. പന്ത്രണ്ടുമലകൾ താണ്ടി, പന്ത്രണ്ടുപൂങ്കാവനങ്ങൾ പിന്നിട്ട്, അയ്യായിരം പട്ടണം കടന്ന്, കാവുകളും ഗ്രാമസ്ഥാനങ്ങളും വീടുകളും മഠങ്ങളും അമ്പലങ്ങളും ഓർമക്കല്ലുകളും കോട്ടകളും കളരികളും രാജമേടകളും കാവേരിയും കങ്കണയും (വളപട്ടണം പുഴ - 'കങ്കണ നദി കടന്നു കയറി പാപ്പിനിശേരിയപ്പന്റെ സേവയും ചെന്നു കണ്ടു. ')തിരുനെല്ലിയും വയത്തൂര് കാലിയാരും മങ്കളത്തപ്പനും കടലായി കൃഷ്ണനും ചെറുകുന്ന് അഗ്രശാലാ മാതാവിനേയും അയ്യങ്കുന്ന് ശാസ്താവും മംഗലാപുരവും തോടുകളും പുഴകളും കടവുകളും പാലങ്ങളും സമുദ്രവും താണ്ടുന്നു.

മുത്തപ്പൻ ദൈവത്തിന്റെ തോറ്റത്തിലെ ഭൂവിവരണങ്ങൾ:

"വാഴ്ക വാഴ്കയെന്റെ
മുഴക്കുന്നത്തു പെരുന്തളിയേ
മൈലാട്ടംപാറയേ
ആയിരക്കൊമ്പൻ കോളിയേ
മുഴക്കവള്ളിക്കോട്ടയേ, കുവക്കരയായെ
ഏഴു മലയെ, പുരളി മലയെ
വാഴ്ക വാഴ്കെന്റെ
പുരളി മല തങ്കയം മുമ്പായി
നാലായിക്കുട്ടിയാനും നാൽ പത്ത് രണ്ടില്ലവും
മാവിലാ കുടക നാട്
രണ്ടില്ലം തായിസൊരൂപവും
പൂറാട്ടുകര നാടുവാഴും നാട്ടിൽ സ്വാമിയും
ഉറപ്പു നില വിശ്വാസം കരുതി
അന്നന്നു ഹരിചന്ദ്രൻ കോട്ടമുമ്പായി കൈയെടുത്തു"

വടക്കേമലബാർ, ദക്ഷിണ കർണാടകയിലെ ചില പ്രദേശങ്ങൾ,

വയനാട്, കുടകിലെ ചില ഭാഗങ്ങൾ മുത്തപ്പൻആരാധനയുമായി ബന്ധപ്പെട്ട കർമങ്ങളനുഷ്ഠിക്കുന്ന പ്രദേശങ്ങളാണ്. നായാട്ടു ദൈവമായും കാർഷിക ദേവതയായും പൂജിക്കപ്പെടുന്നു.

മുത്തപ്പൻ ദൈവത്തിനു നിവേദിക്കുന്ന പുന്നരിച്ചോർ കുടകിൽ ആരും ഭക്ഷിക്കില്ല. പുത്തരിയുത്സവം കുടകിലെ പ്രധാനപ്പെട്ട ആഘോഷമാണ്. കുടകിലെ ചില പുരാതന ഭവനങ്ങളിൽ കുലപരദൈവമായും മുത്തപ്പൻ ആരാധിക്കപ്പെടുന്നു.

"കുടകരുടെ പുത്തരിയുത്സവം ആദ്യത്തെ കതിര് കൊയ്യാനുള്ള മുഹൂർത്തമേതാണെന്നറിയുന്നതിനായി കുടകരുടെ പ്രാദേശിക ദൈവങ്ങളിൽ പ്രധാനിയായ മഴയുടേയും കൃഷിയുടേയും പുത്തരിയുടേയും ദേവനായ ഇഗ്ഗുത്തപ്പൻ പണ്ട് തളിപ്പറമ്പിലെ ബന്ത്രുക്കോലപ്പനെ കാണാൻ വന്നതായി പുത്തരിപ്പാട്ടിൽ പറയുന്നുണ്ട് "(കുടകു കുറിപ്പുകൾ - എൻ. പ്രഭാകരൻ)

കുടകിന്റെ പശ്ചിമഭാഗത്ത് സ്ഥിതി ചെയ്യുന്ന തഢിയന്റെ മല 'തളിയന്റെ മല'യാണ്. നാട്ടുവാഴിതലസ്ഥാനങ്ങളിലെ വൈഷ്ണവാരാധനാലയങ്ങളെ മലബാറിൽ തളിക്ഷേത്രങ്ങളെന്നാണ് പറയാറ്. ഈ സാരാംശത്തെയാണ് തഢിയന്റെ മലയും സ്വാംശീകരിക്കുന്നത്. കർണാടക, തുളുവ, കുടക്, മലയാളം എന്നീ ഭാഷാസംസ്കൃതികളെ സംയോജിപ്പിക്കുന്ന കലാരൂപങ്ങളും തോറ്റങ്ങളും ഓരോ പ്രാക്തന രൂപവുമായി ബന്ധപ്പെട്ട 'സമുദായ'ങ്ങളുടെ (പുലയർ, മലയർ, പരവൻ, കോപ്പാളർ, വേലൻ, വണ്ണാൻ, മുന്നൂറ്റാൻ, അഞ്ഞൂറ്റാൻ തുടങ്ങിയവർ) ബന്ധങ്ങളും വിനിമയങ്ങളും ഈ ദേശങ്ങളിൽ, ദേശാതിരുകളില്ലാതെ പ്രകടിതമാവുന്നതു കാണാം.

"കതിവന്നൂർ വീരന്റെ പുരാവൃത്തം, വരവിളി, വാചാല്, അനുഷ്ഠാനം എന്നിവയിൽ നിന്നെല്ലാം പഴയ ജനസമൂഹങ്ങളുടെ കുടകിലേക്കും തിരിച്ചും ഉള്ള ചരപാത നിർമിച്ചെടുക്കാൻ കഴിയും" (എം. വി. വിഷ്ണു നമ്പൂതിരി)

ഇതിവൃത്തങ്ങളുടെ സഞ്ചാരപഥങ്ങളിൽ നിന്ന് ദേശസംസ്കൃതിയുടെ ഏകാത്മകതയും ഭൂപടവും തെളിഞ്ഞു കിട്ടും. മറ്റേതൊരു പുരാരേഖകളേക്കാൾ സുപ്രധാനമാണത്. "ഒരു നാടോടിക്കഥ കടന്നു പോയ കാലദേശങ്ങളെക്കുറിച്ച് അന്വേഷിച്ച് തിട്ടപ്പെടുത്തുന്ന ഫിന്നിഷ് രീതി" യുടെ പ്രാധാന്യം 'ഭാഷയും ആധുനികോത്തരതയും' എന്ന കൃതിയിൽ ജോസഫ്. കെ. ജോബ് വിശദീകരിക്കുന്നുണ്ട്.

ജീവിതരീതികളുടെ പിന്തുടർച്ചകളിലും അതിന്റെ മുദ്രകൾ വ്യക്തമായി പ്രതിഫലിക്കുന്നുണ്ടെന്നാണ് സാംസ്കാരികപഠനം നടത്തിയവരുടെ

അഭിമതം: "കുടകുഗ്രാമങ്ങളിലെ സാധാരണ ജനജീവിതത്തിന്റെ അകവും പുറവും, അതിലെ നന്മയും തിന്മയും, ഹിന്ദുവിന്റേതായാലും മുസ്ലീമിന്റേതായാലും നാലു ദശകം മുമ്പുള്ള കേരളീയ ജീവിതത്തിന്റെ തനിപ്പകർപ്പുപോലെയാണ് പലപ്പോഴും അനുഭവപ്പെട്ടിരുന്നത്. ഒരു മലയാളിക്ക് കുടക് നൽകുന്ന ഏറ്റവും വലിയ അനുഭവം ഗൃഹാതുരതയു ടേയാണെന്ന് കുടക യാത്രകൾക്കിടയിൽ എത്രയോ തവണ തോന്നി പ്പോയിട്ടുണ്ട്. " (കുടക കുറിപ്പുകൾ - എൻ. പ്രഭാകരൻ, പേജ് 68, 2008).

ദൈവങ്ങളുടെ കാര്യത്തിലും ഈ ഗൃഹാതുരത തുടിക്കുന്നു. മൊണ്ണ പ്പയെന്ന വൃദ്ധനായൊരു കുടകുകാരന്റെ വാക്കുകൾ ഈ കൃതി ഉദ്ധരി ച്ചിട്ടുണ്ട്:

"കാവേരിയമ്മ കഴിഞ്ഞാൽ കുടകിലെ എല്ലാ ദൈവങ്ങളും കേരള ത്തിൽനിന്ന് വന്ന് കുടകിൽ നിലയെടുത്തവരാണ്. എല്ലാ ദൈവങ്ങളു ടെയും അച്ഛൻ വയത്തുരെ കാലിയാരാണ്"

പൂർവികാരാധനയുമായി ബന്ധപ്പെട്ട പല വിശ്വാസങ്ങളും അനു ഷ്ഠാനങ്ങളും പങ്കുവയ്ക്കുക മാത്രമല്ല വിവാഹം, മരണം തുടങ്ങിയ ജീവിത സന്ധികളിലും മലയാളി സ്പർശം സുവ്യക്തമാണ്.

കുടകരുടെ ചാവുപാട്ടിൽ ഈ ദേശത്തെ മാണിക്യമലനാട് എന്നു വിശേഷിപ്പിക്കുന്നു. അയ്യപ്പനെ ആദിവാസി ദൈവമായിട്ടാണ് അവിടെ പരിപാലിച്ചിരുന്നത്. കാട്ടു ജീവിതത്തിന്റെ കാര്യത്തിൽ മുത്തപ്പനോടു അയ്യപ്പൻ സാദൃശ്യം പുലർത്തുന്നു. കാട്ടിലയ്യപ്പ, ബേട്ടക്കാര അയ്യപ്പ, കുന്നയ്യപ്പ, മലൈദേവ എന്നിങ്ങനെ പല പേരുകളിൽ അയ്യപ്പൻ അറി യപ്പെട്ടിരുന്നു. കാവേരിയും രണ്ടു ജനതയേയും പ്രാക്തന തലത്തിൽ അടുപ്പിക്കുന്നുണ്ട്.

തുലാസംക്രമത്തിൽ കാവേരിയുടെ തീർഥം പെരളശ്ശേരി, കനകമല, തീർഥാട്ടുമല (കുറ്റ്യാട്ടൂർ) എന്നിവിടങ്ങളിലെത്തിച്ചേരുന്നുവെന്നാണല്ലോ സങ്കല്പം. കാവേരിയുടെ ഉറവിടമായ തലക്കാവേരിയിലേക്കുള്ള സന്ദർ ശകർ ആദ്യം എത്തിച്ചേരുന്നത് ഭാഗമണ്ഡലത്തിലാണ്. അവിടെയാണ് ത്രിവേണീസംഗമം. ഭാഗണ്ഡേശ്വര ക്ഷേത്രത്തിന്റെ നിർമിതിയിലും കേരളീയ വാസ്തുകല സമന്വയിക്കുന്നു. മൂഡബദ്രിയിലെ ജൈനക്ഷേ ത്രത്തിന്റെ വാസ്തുശില്പത്തോട് കേരളീയ ക്ഷേത്ര വാസ്തുശില്പത്തിനുള്ള സാദൃശ്യം വ്യക്തമാണ്.

നിർമാണത്തിലെ മലയാളികളുടെ ബന്ധം വിളക്കുതറയിലെ ലിഖി തത്തിലുമുണ്ട്.

"(1) എ. ഡി. 188 - ആണ്ടിൽ നെൽജി ഗ്രാമത്തിലെ മണവാട്ടി

തിമ്മയ്യ ഉണ്ടാക്കിയത്.

(2) വേണാട്ടെ എരിഞ്ഞോളിയിലെ ചിന്നപ്പയും ചെമ്പോട്ടിയിലെ പറമ്പത്ത് രാമൻ പണിക്കരും കൂടി മണോട്ടി ബെലിയപ്പയുടെ നിർദേശാനുസരണമാണ് ഈ വിളക്കു തൂണ് നിർമിച്ചത്"

പ്രാചീന കാലം തൊട്ടേയുള്ള അടുത്ത ബന്ധത്തെയാണ് ഇത് സാക്ഷ്യപ്പെടുത്തുന്നതെന്ന് എൻ. പ്രഭാകരൻ നിരീക്ഷിക്കുന്നു:

"ചരിത്രാതീതകാലം മുതൽക്കേ കുടകരും വടക്കേ മലയാളത്തിലുള്ളവരും തമ്മിൽ അടുത്ത ബന്ധമുണ്ടായിരുന്നുവെന്നാണ് കുടക് ചരിത്രകാരന്മാർ കരുതുന്നത്. മഹാശിലാസ്മാരകങ്ങളുടെ നിർമാതാക്കൾ കേരളത്തിൽ നിന്ന് പെഗ്ഗള, മാനന്തവാടി ചുരങ്ങൾ വഴി കുടകിലേക്ക് കുടിയേറി എന്നാണ് കുടക് ആർക്കിയോളജിയെക്കുറിച്ച് ഗവേഷണ പഠനങ്ങൾ നടത്തിയിട്ടുള്ള കെ. കെ. സുബയ്യയുടെ നിഗമനം. കേരളത്തിൽ കണ്ടെത്തിയതിനോട് വ്യക്തമായ സാമ്യമുള്ള പഴുതറകളും തൊപ്പിക്കല്ലുകളും കുടകിലുമുണ്ട്. ഇത്തരം പ്രാചീന ശവസംസ്കാരസ്ഥലങ്ങളിൽ നിന്ന് കറുപ്പും ചുവപ്പും പാത്രങ്ങളും മറ്റും കണ്ടെടുക്കപ്പെട്ടിട്ടുണ്ട്.

1600 കാലത്ത് ഹലേരി രാജ വംശത്തിന്റെ ഭരണത്തിനു കീഴിൽ വരുന്നതിനു മുമ്പ് ഇന്നത്തെ അതിരുകളോടുകൂടിയ കുടക് നിലവിലുണ്ടായിരുന്നില്ല. വടക്കേ മലബാറിന്റേയും ദക്ഷിണ കർണാടകത്തിന്റേയും തുടർച്ച പോലെയാണ് അത് കരുതപ്പെട്ടിരുന്നത്. " (പേജ് 69. കുടകുകുറിപ്പുകൾ)

കേരള മഹാത്മ്യത്തിൽ സ്വർഗത്തേക്കു പോകാൻ വിമാനം വന്നപ്പോൾ നസംഗൻ ചോദിച്ച ചോദ്യത്തിന് മറുപടിയായി ലവണസമുദ്രത്തിന് അക്കരെയുള്ള മക്കം ദേശത്ത് പോയാൽ മോക്ഷം കിട്ടുമെന്ന് ക്രോഡ നായകൻ പറയുന്നു.

കൊഡകിന് (കൂർഗ്) ക്രോഡ ദേശമെന്നാണ് പൗരാണിക നാമം. കേരളോൽപത്തിയിലെ പടമല നായരാകാം ക്രോഡ നായകൻ. കൂർഗ് കാനറയിലെ ഹോലിയർ വിഭാഗവുമായി വളരെയടുത്ത സാമ്യം പുലർത്തുന്നവരാണ് 'പുലയർ'. മലനാടിന്റെ പൈതൃകകാലത്ത് ഇവരെല്ലാം ഒറ്റജനതയാണെന്ന നിഗമനത്തിലേക്ക് കടക്കുന്നതിന് സംശയിക്കേണ്ടതേയില്ല.

കാവേരിയെ ഗംഗാനദിയായി കണ്ടു പൂജിക്കുന്ന ഒരു ജനതയുടെ പൊതു ചിത്രം ഇവിടെ തെളിയുന്നു. പിതൃതർപ്പണത്തിനും മറ്റു കർമങ്ങൾക്കും ഒറ്റ ദേശത്തിന്റേതായ സമന്വയമാണ് കാവേരിയെ

സാക്ഷിനിർത്തി അരങ്ങേറാറുള്ളത്. മാതാവിന്റെ അസ്ഥി ഒഴുക്കാൻ പോയപ്പോൾ കാവേരി തീരത്ത് ഒരു ചേര രാജാവിന് യുദ്ധത്തെ നേരിടേണ്ടി വന്നത് ചിലപ്പതികാരം വിവരിക്കുന്നുണ്ട്. ചരിത്രവും സാംസ്കാരികശേഷിപ്പുകളും ഉയർത്തിപ്പിടിക്കുന്ന ഒട്ടേറെ തെളിവുകൾ ആസ്പദമാക്കിയാൽ ശ്രീകണ്ഠപുരവും കുടകും ഒരേ ദേശ വ്യവസ്ഥയുടെ ഭാഗങ്ങളാണെന്ന് തിരിച്ചറിയാനാവും. ഈ രണ്ടു ദേശങ്ങളേയും ആദിമലനാട് എന്ന വിസ്തൃതരാജ്യം ചിറകേറ്റിയിരിക്കാം. ഇതിന്റെ പടിഞ്ഞാറൻ ദൃശ്യത്തിനാണ് മലബാർ എന്ന പേരു കിട്ടിയത്. മലബാർ, കേരൊ ബത്രോസ്, കേഡപുത്ത തുടങ്ങിയ പേരുകളിലോ അതിന്റെ നാമാന്തരങ്ങളിലോ വിദേശികളും മലനാട്, മാവേലി നാട്, മലയമനാട്, മലയാളം തുടങ്ങിയ പേരുകളിൽ സ്വദേശികളും ഈ ദേശത്തെ രേഖപ്പെടുത്തി. അടുക്കനാട് എന്നൊരു പേരു കേരളത്തെ സംബന്ധിച്ച് പഴയ രേഖകളിലുണ്ട്. പല നാടുകളുടെ അടുക്ക് എന്നുദ്ദേശിച്ചാവാം. അടുക്ക നാടിന്റെ ആകെ നീളം 160 കാതവും.

ഈ ദേശത്തെ ലോഗൻ വരച്ചിട്ടതിങ്ങനെയാണ്: "വടക്ക് തെക്കൻ കർണാടക ജില്ല, തെക്ക് കൊച്ചി രാജ്യം, കിഴക്ക് കുടക്, മൈസൂർ, നീലഗിരി, കോയമ്പത്തൂർ ജില്ലകൾ, പടിഞ്ഞാറ് അറബിക്കടൽ എന്നീ അതിരുകളോടെ തീരപ്രദേശത്തൂടെ 150 നാഴിക ദൂരത്തിലുള്ള പ്രദേശമാണ് മലബാർ"

ആദിമലനാടിന്റെ ശൃംഖലയിൽ പെട്ട അതിയമാൻ നാടിന്റെ രേഖാചിത്രം ഡോ: ആർ. ഗോപിനാഥൻ 'കേരളത്തനിമ' എന്ന കൃതിയിൽ വരച്ചുകാട്ടുന്നുണ്ട്:

"അശോക ഭരണ കാലത്ത് അതിയ മാൻ നാടും ചേരമാൻ നാടും രണ്ടു സ്വതന്ത്ര രാജ്യങ്ങളായിരുന്നു. അതിയമാൻ നെടുമാൻ അഞ്ചിയാണ് തെന്നിന്ത്യയിൽ കരിമ്പു കൃഷി ആരംഭിച്ചത്. ചേരമാൻ നാട് പശ്ചിമഘട്ട പർവതനിരകളുടെ തെക്കുപടിഞ്ഞാറുഭാഗത്തും അതിയ മാൻ നാട് അതിന്റെ വടക്ക് കിഴക്കായിട്ടും കിടന്നിരുന്നു. അതിൽ സൂചിപ്പിച്ചിരിക്കുന്ന രാജ്യം കേരളം അല്ല മലനാടാണെന്നും വ്യക്തമാകുന്നു. ഈ രണ്ടു രാജ്യങ്ങളേയും പരാമർശിക്കുന്നതിനാൽ തകടൂർ യുദ്ധം നടന്നത് ഇക്കാലത്തിനു ശേഷമാണെന്ന് കരുതാം. അക്കാലത്ത് പെരുംചേരൽ ഇരുമ്പൊറൈയാണ് ചേരരാജാവ്. ജുംബായിലെ തമിഴ് ബ്രാഹ്മി ചുവരെഴുത്തിൽ അതിയമാൻ നെടുമാൻ അഞ്ചി സംഭാവന ചെയ്ത പള്ളി എന്നു കാണുന്നു. അതിയമാൻ വംശ നാമം, അച്ഛന്റെ പേര് നെടുമാൻ, സ്വന്തം പേര് അഞ്ചി. അഞ്ചി മലയമാനിൽ നിന്ന് തിരുക്കോവിലൂർ പിടിച്ചെടുത്തു. കൂടാതെ ഏഴു ചിറ്ററചന്മാരെ തോല്പിച്ച്

തന്റെ രാജ്യം വിപുലീകരിക്കുകയും ചെയ്തു. ഇദ്ദേഹത്തെ വധിച്ചാണ് ഇരുമ്പൊറൈ അതിയമാൻ നാട് പിടിച്ചെടുത്തത്. ഇത് ബി. സി. രണ്ടാം നൂറ്റാണ്ടിനൊടുവിലാകാനാണ് സാധ്യത". (പേജ് 85)

ഇരുമ്പൊറൈ എന്നാൽ ഇരും + പൊ റൈ ആണ്. മലയുടെ ഇരുപുറവും അധീശത്വം പുലർത്തിയിരുന്നെന്ന സാരം. സേലം കേന്ദ്രീകരിച്ചാണ് അതിയമാൻ നാടും നിലകൊണ്ടത്. സംഘകാലത്ത് തിരുക്കോവിലൂർ കേന്ദ്രീകരിച്ച് മലയമാ നാടും ഇടുക്കി പഴനി മലമേഖലകളുൾപ്പെടുന്ന ആനമുടി കേന്ദ്രീകരിച്ച് പറമ്പുമലയും അതിന്റെ പടിഞ്ഞാറേ മേഖലയിൽ കീഴ്മലൈനാടും നിലനിന്നിരുന്നു. ചേരനാട്, അതിയമാനാട്, മലയമാനാട്, എരുമൈനാട്, കൊങ്ങുനാട് തുടങ്ങി മലനിരകളുടെ അച്ചുതണ്ടിൽ ബന്ധിപ്പിക്കാവുന്ന ഒരു രൂപരേഖ പ്രാചീനദേശഘടനയിൽ പ്രയോഗിക്കാവുന്നതാണ്. ഇവയുടെ അതിർത്തികൾ രാജപഥ കാലത്ത് നിർണയിക്കപ്പെട്ടാലുമില്ലേലും അതിനു മുമ്പ് ജനപദങ്ങളുടെ സ്വതന്ത്രജീവിതവ്യവഹാരം നിലനിന്നിരിക്കണം. അത്തരത്തിൽ, അതിരുകളെ ആസ്പദമാക്കാതെ, ഏകോപിതമായ ഒരു ദേശ ഘടനയുടെ ആവിഷ്കാരമാണ് ഈ കൃതിയുടെ കേന്ദ്രപ്രതിപാദ്യമായ 'ആദിമലനാടി' ന്റേത്. അത്തരത്തിലൊരു ദേശത്തിന്റെ വാണിജ്യവും രാഷ്ട്രീയവുമായ പ്രാധാന്യം പൂരിപ്പിക്കുന്ന സുപ്രധാന ആസ്ഥാനമെന്ന പദവിയാണ് ഈ പഠനം ശ്രീകണ്ഠപുരത്തിനു നൽകുന്നത്. അതിനു തക്ക ചരിത്രപരമായ പ്രസക്തിയും പിൻബലവുമുണ്ട്. ആദിമലനാടെന്ന പ്രാചീനദേശത്തിന്റെ സിരാകേന്ദ്രമാ യി ശ്രീകണ്ഠപുരത്തിന്റെ ജ്യാമിതി നിർണയിക്കപ്പെട്ടതും അത്തരത്തിലൊരു ഭൂപടം രൂപപ്പെടാനിടയായ ചരിത്രവ്യവഹാരങ്ങളുമാണ് ഈ കൃതിയുടെ അന്വേഷണതലം. ശ്രീകണ്ഠപുരം കേന്ദ്രമായി വരച്ചുണ്ടാക്കാവുന്ന 'ആദിമലനാടെ'ന്ന ദേശഖണ്ഡത്തിന്റെ ഭൂതകാലം അതിന്റെ പൗരാണികപ്രതലത്തിൽ വായിച്ചെടുക്കുകയെന്ന ദൗത്യം ചരിത്രത്തെ സംബന്ധിച്ച് സുപ്രധാന അടിത്തറയാണ്.

ആദിമലനാടിന്റെ എല്ലുക (അതിർത്തി) എന്തായിരിക്കുമെന്ന് കൃത്യമായി വിശദീകരിക്കാൻ മുതിരുന്നില്ല. അതിർത്തിയെന്നത്, പ്രാചീനകാലത്ത് ഒരു വിഷയമല്ലല്ലൊ. രണ്ടു കുടുംബങ്ങൾ തമ്മിൽ അതിർത്തിയുണ്ടെങ്കിലേ രാജ്യങ്ങൾ തമ്മിലുണ്ടാവൂ. രാജ്യത്തിനു മാത്രമായി ഒരതിർത്തികല്പന നിലനിൽക്കില്ല. കുടുംബസംവിധാനം ചിട്ടപ്പെട്ടിട്ടില്ലാത്ത ഒരു ചരിത്ര ഘടനയുടെ രൂപത്തെ കണിശമായി ഭാവന ചെയ്തു കൊണ്ടു മാത്രമേ നമുക്ക് അക്കാലത്തെ ജനപദങ്ങളുടെ അടിത്തറയെ വരച്ചെടുക്കാനാവൂ. രാജ്യങ്ങളുടെ അതിർത്തി നിർണയിക്കുകയെന്നത്

രാജാധിപത്യരീതിയാണ്. ഭരണനിർവഹണവുമായി ബന്ധപ്പെട്ടതും പ്രതാപത്തിന്റെ അളവുകോലിനു വിധേയമായതും ഛത്രാധിപത്യത്തിന്റെ ആസക്തിയുമായി ഇണങ്ങുന്നതുമായ സാമൂഹ്യ പതനമാണത്.

അധികാരത്തിന്റെ പരിധിയും അവകാശങ്ങളും രൂപീകൃതമാവും മുമ്പ് അത്തരമൊരു ഭൂപടനിർമിതിക്കു സ്വാഭാവികമായും പ്രസക്തിയില്ല. പർവതങ്ങളോ പുഴകളോ മാനവപ്രയാണത്തിന്റെ ഗതിവിഗതികളെ നിയന്ത്രിക്കുകയും സുസ്ഥിരപ്പെടുത്തുകയും ചെയ്തു വന്നിട്ടുണ്ടാകാം. ആദിമലനാട് ആ നിലയിൽ സഹ്യപർവത സാനുക്കളുടെ പരിസരഭൂമികയുടെ ദൃശ്യം അടയാളപ്പെടുത്തുന്നുണ്ട്.

മലനിരകളുടെ പംക്തികളിൽ ആദിമ ഗോത്രസഞ്ചയമായി അധിവസിച്ച ഒരു കാലഘട്ടത്തിൽ നിന്നും മലയുടെ ചുറ്റുപാടുമുള്ള ഗോത്രഗണങ്ങളുടെ കൂടിച്ചേരലുകൾ വികാസം പ്രാപിച്ച് രാജ്യമായി വളരാം. അത്തരം രാജ്യങ്ങളുടെ ചേരൽ പ്രക്രിയയിലൂടെ യായിരിക്കുമല്ലോ ചേര സാമ്രാജ്യം ആവിർഭവിച്ചിരിക്കുക. സഹ്യപർവതത്തിന്റെ ദക്ഷിണഖണ്ഡവും പരിസരവും പിന്നീട് ചേരസാമ്രാജ്യത്തിന്റെ ഭാഗമായി ഇമ്മട്ടിൽ മാറിയിട്ടുണ്ട്. ദക്ഷിണാപഥത്തെയാകെ തമിഴകം എന്നു വിളിക്കുന്നതോ പരക്കെ പഴംതമിഴ് ആണെന്നു ധരിക്കുന്നതോ ശരിയല്ല. ഭാഷയുടെ ആത്മാവിന്റെ ഇന്നത്തെ വൈവിധ്യം തന്നെയാണ് ഒരടിസ്ഥാനം. മറ്റൊന്ന് ദേശത്തിന്റെ ആകാരത്തിനും അത്തരമൊരേകീകരണം അസംഭവ്യമാണ്. ചേരവേന്തന്മാരെ വാഴ്ത്താനായി മാത്രമെഴുതിയ പതിറ്റുപ്പത്ത് രണ്ടാം ഭാഗം ആമുഖ (പതികം)ത്തിൽ സൂര്യനുദിക്കുന്നതും അസ്തമിക്കുന്നതും സ്വന്തം സാമ്രാജ്യത്തിലെന്നും വാനം അതിരാക്കിയവനെന്നും മറ്റും സ്തുതിക്കുന്നുവെങ്കിലും

"അമൈവർലരുവിയിമയം വിർപൊറിത്
തമിഴ് കടൽവേലിത്തമിഴകം
വിളങ്കത്"

എന്നെഴുതിയതിൽ നിന്ന് തമിഴകം എന്താണെന്ന് വ്യക്തമാവുന്നു.

'അനേകം നദികൾ ഉത്ഭവിക്കുന്ന ഹിമാലയത്തിൽ വില്ലടയാളം വരച്ചവനും തമിഴ് കടൽ അതിരായിട്ടുള്ള തമിഴകം ഭരിച്ചവനുമാണ് ഇമയ വരമ്പൻ' എന്നർഥം. രണ്ടാം ചേരവേന്തൻ ഇമയ വരമ്പൻ നെടുംചേരലാതനെയാണ് സ്തുതിക്കുന്നത്. തമിഴ്കടൽ എന്ന പ്രയോഗത്തിലെ തമിഴ് എന്ന പ്രത്യേകധ്വനിയുടെ ഊന്നൽ കിഴക്കൻ കടലാണ്. തെക്കും പടിഞ്ഞാറും വടക്കും അതിരുകൾക്കു പുറത്തായി തമിഴകത്തിൽ പെടാത്ത ദക്ഷിണാ പഥമുണ്ടെന്നു വ്യക്തം. എഡി 629 ൽ ഹ്യയാൻ സാങ്ങ് 'മലകൂട'ത്തെ പരാമർശിച്ചതും ഇങ്ങനെയാണ്:

"ദ്രാവിഡ ദേശത്തിന്റെ പടിഞ്ഞാറ് സമുദ്രതീരത്ത് മലകൂടമെന്ന നാടുണ്ട്. മുത്തും പവിഴവും ആ നാട്ടിൽ അളവില്ലാതുണ്ട്"

ദ്രാവിഡദേശങ്ങളുടെ ഭാഗമായിട്ടല്ല, വേറിട്ട ഒരടയാളപ്പെടുത്തൽ വ്യക്തമാണ്. സാമൂഹ്യാഭിവൃദ്ധി പ്രാപിച്ചതും ഏകീകൃതമായതുമായ ഒരു ജനപദം വസിച്ചിരുന്നതിന്റെ അടയാളങ്ങൾ ഈ ദേശത്തിന്റെ ചരിത്രപരിസരങ്ങളിൽ നിന്ന് തിരിച്ചറിയാവുന്നതാണ്. പ്രാങ് - കളിമൺ നവീനശിലായുഗ ഘട്ടത്തിൽ ഏകദേശം BC 8000 ന മുമ്പേ, എടയ്ക്കൽ ഗുഹയിൽ നിർമിക്കപ്പെട്ട ശിലാശില്പങ്ങൾ, പുരാതന കാലം തൊട്ടേയുള്ള വ്യാപാരകേന്ദ്രം, BC ഘട്ടത്തിലെ ഗ്രീക്ക് - വ്യാപാര ബന്ധം, വിശ്വവാണിജ്യ ശക്തികളെ ആകർഷിച്ചിരുന്ന കുരുമുളകിന്റേയും സുഗന്ധവ്യഞ്ജനങ്ങളുടേയും കാർഷികോൽപാദന സങ്കേതം, പ്രാചീന കാലം മുതൽ കാർഷി കാഭിവൃദ്ധി കൈവരിച്ച മേഖല, പഴക്കം ചെന്ന ജലഗതാഗത ഭൂപടം, അറബി ലോകവുമായുള്ള പുരാതന സമ്പർക്കം, കേരളത്തിലെ ആദ്യ മുസ്ലീം പള്ളികളിലൊന്ന് സ്ഥാപിക്കപ്പെട്ടത്... തുടങ്ങി ഒട്ടനവധി ചരിത്രപരമായ അടരുകളെ കൂട്ടിയോജിപ്പിച്ചാൽ ആ വികാസഗതി വ്യക്തമാകും...

ബി.സി. യുഗത്തിലേ പരിഷ്കാരം സിദ്ധിച്ച ഒരു നാടിനെക്കുറിച്ച് 'കേരളം മലയാളികളുടെ മാതൃഭൂമി'യിൽ ഇ. എം. എസ്: "5000 കൊല്ലം മുമ്പുതന്നെ കേരളമുണ്ടായിരുന്നു. ഇവിടുത്തെ ഉൽപന്നങ്ങൾ ബാബിലോണിയയിലേക്കും മറ്റും കയറ്റി അയച്ചിരുന്നു. ഇന്നും കേരളത്തിന്റെ പ്രത്യേകതയായ തേക്കും മറ്റും വൻതോതിൽ അന്യനാടുകളിലേക്കു കയറ്റിയയക്കത്തക്കവണ്ണം കൃഷിയും കച്ചവടവും അക്കാലത്ത് അഭിവൃദ്ധിപ്പെട്ടിരുന്നു. അതായത് ബ്രാഹ്മണർ കേരളത്തിൽ വരുന്നതിന് 2500 കൊല്ലങ്ങൾക്കുമുമ്പ് (ക്രിസ്തുവിനു മുമ്പുള്ള മൂന്നു - നാലു നൂറ്റാണ്ടുകളിലാണ് ബ്രാഹ്മണർ ഇവിടെ വന്നതെന്ന് ചരിത്രകാരന്മാർ സ്ഥാപിച്ചിരിക്കുന്നു) കൃഷിയും കച്ചവടവും നടത്തത്തക്ക പരിഷ്കാരം സിദ്ധിച്ച ഒരു ജനവിഭാഗം അധിവസിക്കുന്ന ഒരു രാജ്യമായിരുന്നു കേരളം" (പേജ്56)

പലതരം സാംസ്കാരികാധിനിവേശത്തിലൂടെ കടന്നു പോയിട്ടും, ബാഹ്യതലത്തിൽ പരിവർത്തന വിധേയമായതല്ലാതെ ഈ ദേശ സംസ്കാരത്തിന്റെ മൗലികമായ ഉറവ ചരിത്രത്തിലാദ്യന്തം തുടർന്നതിന്റെ ദൃഷ്ടാന്തങ്ങളാണ് ചരിത്രാന്വേഷകർക്കു മുമ്പിൽ തെളിയുന്നത്. ഭാഷയിലും സാമൂഹ്യാചാരങ്ങളിലും വ്യക്തി ഘടനയിലും തനിമയാർന്ന സാംസ്കാരിക സ്വരൂപത്തിന്റെ സുദൃഢത കാണാം.

ബ്രഹ്മഗിരിയിലെ ഉൽഖനനത്തേയും മലബാറിലെ പുരാവസ്തു ശേഖരങ്ങളേയും അടിസ്ഥാനപ്പെടുത്തി പി. കെ. ബാലകൃഷ്ണൻ പ്രസ്താവിച്ചതു

നോക്കൂ: "1882 ൽ റോബർട് സെവൽ തയ്യാറാക്കിയ 'ദക്ഷിണേന്ത്യൻ ആർക്കിയോളജിക്കൽ സർവെ റിപ്പോർട്ടി'ൽ മലബാറിനെ സംബന്ധിക്കുന്ന പുരാവസ്തു ലിസ്റ്റിൽ 2163 ഡോൾ മെനുകളും (കൊട്ടും പഴുതറകൾ) 3377 മെ നീറുകളും (നെട്ടും ശിലകൾ) 571കല്ലറകളും സ്ഥല വിവരത്തോടെ ചേർത്തിരിക്കുന്നതു കാണാം. ഇവയെല്ലാം തന്നെ മുഴുവനേ ഭൂനിരപ്പിനു മുകളിൽ നിൽക്കുന്ന പരുവത്തിലോ, ഭൂനിരപ്പിനു മുകളിൽ പ്രധാന ഭാഗങ്ങൾ തള്ളി നിൽക്കുന്ന പരുവത്തിലോ കാണപ്പെട്ടവയാണ്" (ജാതിവ്യവസ്ഥിതിയും കേരളവും, 224) പേജ് 225 ൽ അദ്ദേഹം തുടരുന്നു: "ശരാശരി 16 അടി താഴെയാണ് അവിടെ പ്രാകൃതിക ഭൂനിരപ്പ കാണപ്പെട്ടത്. അതിൽ നിന്നും 9 അടി ഉയരം വരെ പരുക്കനായ ഒരു 'ചാർക്കോളിതിക്' സംസ്കൃതിയുടെ അവശിഷ്ടങ്ങളാണ്. അതിനും മുകളിൽ ഏതാണ്ട് നാലടി ഉയരം വരെ മൗര്യ കാലഘട്ടത്തിൽ അവിടെ നിലനിന്നിരുന്ന ആയസ യുഗ - മഹാ ശിലാ മിശ്ര സംസ്കൃതി വ്യാപിച്ചു നിൽക്കുന്നു. മേലേക്കിടമൺപാത്രങ്ങളും ഇരുമ്പുപകരണങ്ങളുമെല്ലാം ഈ രണ്ടാമത്തെ തലത്തിലേതാണ്. അതിനു മേലെ ശരാശരി മൂന്നടി ഉയരത്തിൽ വരെ നിലവിലുള്ള ഭൂ നിരപ്പിനു കുറെ താഴെയായി ശാത വാഹനരുടെ കാലമായ 'ആന്ധ്ര സംസ്കൃതി' യുടെ തലമാണ്. എ. ഡി. ഒന്നാം നൂറ്റാണ്ടിന്റെ അവസാന പാദത്തിലും ഈ 'ആന്ധ്ര സംസ്കൃതി' ദക്ഷിണേന്ത്യയിൽ പ്രവൃദ്ധമായിരുന്നു എന്നു സുസ്ഥാപിത ചരിത്ര സത്യത്തെ ആസ്പദമാക്കിയാണ് അവിടം മുതൽ കീഴോട്ടുള്ള തലങ്ങളുടെ കാലം നിർണയിക്കപ്പെട്ടത് എന്നും ആ പര്യവേക്ഷണറിപ്പോർട്ടു മുഖേന കാണാം. സമകാലിക ഭൂനിരപ്പിൽ നിന്നും 16-17 അടി വരെ ആഴത്തിൽ നടന്ന ഖനന പ്രവർത്തനങ്ങളുടെ ഫലമാണ് ഈ മൂന്നു വ്യത്യസ്ത സംസ്കൃതികളുടെ (Culters) അനാവരണം. ഭൂനിരപ്പിനു മുകളിൽ കാണപ്പെട്ടവയായ കേരളത്തിലെ മഹാശാലാസ്മാരകങ്ങളെക്കുറിച്ച് സ്വീകരിക്കേണ്ടി വരുന്ന അനിവാര്യമായ നിഗമനത്തിലേക്ക് ബ്രഹ്മഗിരിയിലെ നാനാ ഖനനതലങ്ങൾ വിരൽ ചൂണ്ടുന്നു. താരതമ്യേന കൂടുതൽ പ്രാകൃതമായിരുന്ന കേരളീയ മഹാ ശിലാസംസ്കൃതി, ആഭ്യന്തര ചൈതന്യം കൊണ്ടോ, ബാഹ്യശക്തികളുടെ സന്നിവേശം കൊണ്ടോ വളരുകയോ വ്യത്യാസപ്പെടുകയോ ചെയ്തില്ലെന്നു നാം വിശ്വസിക്കേണ്ടി വരുന്നു"

പ്രാചീന ശിലായുഗം - സൂക്ഷ്മ ശിലായുധ യുഗം -നവീന ശിലായുഗം എന്ന വേർതിരിവ് എല്ലാ ഗോത്രപരിധിയിലും ഒരേ കാലയളവിലല്ല വികസിക്കുന്നത്; ഓരോ പ്രാദേശിക യൂണിറ്റു പരിധിയിലും വ്യത്യസ്ത പ്രകാരങ്ങളുണ്ടാവാം. അതെല്ലാം ചേർത്തു വായിക്കുന്നിടത്താണ്

ചരിത്രാനുഭവത്തിന്റെ സമഗ്രത പ്രാപിക്കുക. ശിലായുഗപഠനത്തിന് ഭേദപ്പെട്ട തെളിവുകൾ ഇനിയും ലഭിക്കാത്തതു കൊണ്ട് അത്തരമൊരു യുഗപരിണാമത്തെ തള്ളിക്കളയാനാവില്ല. കാരണം അത്തരം പരിണാമങ്ങളിലൂടെ മാത്രം രൂപപ്പെടാവുന്ന മനുഷ്യസമുദായം ഇന്നുണ്ട്. അതുകൊണ്ട് ഇതിന് അത്തരം ആദിചരിത്രവുമുണ്ടാവും. പൗരാണിക ആദിമ ഗ്രൂപ്പുകൾ മറ്റിടങ്ങളിൽ നിന്ന് കടന്നു വന്നതായാലും ഇവിടുത്തെ സമൂഹം രൂപപ്പെട്ടത് ഇവിടത്തന്നെയാണ്. സമൂഹത്തെ കെട്ടിയിറക്കാനാവില്ല.

ചേരവംശത്തിനു സമാനമായി അനേകം നാട്ടുവംശങ്ങൾ ചുറ്റിലുമുണ്ട്. വാണിജ്യ മത്സരത്തിൽ മുൻകൈ നേടിയതിനാൽ ചരിത്രം ചേരരുടേതായി. മറ്റുവംശങ്ങളുടെ പൂർവിക തലമുറകളും സമാനമായ കാലഘട്ടത്തിലൂടെ കടന്നു വന്നിട്ടുള്ളവരാണ്. എല്ലാ വംശജനതകളുടേയും പ്രസക്തി ചരിത്രവായനയിൽ തുല്യമാണ്. ഓരോ പ്രകൃതിയിലുമുണ്ടാവും അതാത് പൂർവപാരമ്പര്യം. ഉൽപാദനപ്രക്രിയകളുടേയും കാർഷിക വിളകളുടേയും വൃദ്ധി, മനുഷ്യനേക്കാൾ ഉപരി ഇവ പ്രകൃതിയേയും കാലാവസ്ഥയേയും ആസ്പദമാക്കിയാണെന്നതിനാൽ, എല്ലായിടത്തും ഏറക്കുറെ ഒരേ ക്രമത്തിലായിരിക്കും.

ബി. സി. 300 നോടടുത്ത് കാർഷിക കൂട്ടായ്മകൾ വ്യാപകമായി ഉണ്ടായിരുന്നതിന്റെ പുരാതത്വ സാക്ഷ്യങ്ങൾ നിളാതീരത്തെ ശവമാടവിന്യാസങ്ങളിൽ നിന്ന് കണ്ടെത്താമെങ്കിൽ മറ്റു ദേശങ്ങളിലും ഗോത്രാനന്തര കാർഷികവൃത്തി വ്യാപിച്ചിട്ടുണ്ടാവണം. ഭൂഗർഭ കല്ലറകളും മുനിയറകളും മറയൂർ, വയനാട് തുടങ്ങിയ ചിലയിടങ്ങളിൽ കണ്ടെത്തിയത് അത് അവിടെ മാത്രം അപൂർവമായതിനാലാവണമെന്നില്ല. ഉറപ്പുള്ള സാന്ദ്രത കൂടിയ പ്രദേശങ്ങളിൽ അവ അവശേഷിച്ചുവെന്നതിന്റെ അപൂർവതയാണത്.

ആവാസ ഘടനയെ പ്രാഥമികമായി നിർണയിക്കുന്നത് ജനനമാണ്. തുടർന്നുള്ള വളർച്ചയുടെ ആദ്യപടവുകൾ ഒരു ഗാർഹികശീലം കൈവരിക്കുന്നു. പിന്നീടുള്ളവർ ജനിക്കുന്നതും വളരുന്നതും മരിക്കുന്നതും ഒരിടത്ത് സ്ഥിതപ്പെടുന്നു. ഒരു കുടുംബത്തിന്റെ സ്വാഭാവികപ്രകൃതി മറ്റൊന്നുമായി ചേരുന്നിടത്താണ് സാമൂഹ്യബന്ധത്തിന്റെ ആരംഭം. ആവാസസ്ഥലം വിസ്തൃതി പ്രാപിക്കുന്നതിനനുസരിച്ച് അതൊരു കൂട്ടായ്മയുടെ പ്രകൃതമാർജിക്കുന്നു.

വേട്ടയാടലും കാർഷികവൃത്തിയും ആ കൂട്ടായ്മയെ കുതിപ്പിന്റെ ഓരോ തലങ്ങളിലേക്കുയർത്തുന്നു. ആയുധങ്ങൾ നവീകരിക്കപ്പെടുന്നു. ശിലയിൽ നിന്ന് ലോഹങ്ങളിലേക്കും മറ്റു ഭൗതിക പരിണാമങ്ങളിലേക്കും

ബൗദ്ധികസാങ്കേതികതകളിലേക്കും നയിക്കപ്പെടുന്നു. ഉൽപന്നങ്ങളുടെ വിതരണം ദേശാതിരുകൾ മറികടക്കുന്നു. ഇത്തരത്തിൽ സാമൂഹ്യമായ ഒരൊത്തുചേരലാണ് കാവുകൾ. കാവുകൾ കേന്ദ്രീകരിച്ച് അധ്വാന പ്രക്രിയകൾ ശക്തിപ്പെടുന്നു. കൃഷി ഏകീകരിക്കപ്പെടുന്നു. അതിന്റെ സംരക്ഷണത്തിന് പ്രകൃതിശക്തികളെ ആശ്രയിക്കുന്നു. തൊഴിലുകൾ 'അഭിരുചി'ക്കും ശേഷിക്കുമനുസരിച്ച് വിഭജിക്കപ്പെടുന്നു. ആ തൊഴിൽ വിഭജനത്തിന് മറ്റു ഭേദങ്ങളില്ല.

ഒരേ നാടകത്തിലെ വ്യത്യസ്ത കഥാപാത്രങ്ങളെന്ന വ്യത്യാസം മാത്രം. വിവിധ വിഷയങ്ങൾ കൈകാര്യം ചെയ്യുന്ന അധ്യാപകരെപ്പോലെ ഒരേ 'സ്കൂളി' ലെ പങ്കാളികളാണ്. ചരിത്രകാരനായ എൻ. എം. നമ്പൂതിരി 'ചരിത്ര ഗവേഷണത്തിന്റെ വേറിട്ട വഴികൾ' എന്ന പ്രബന്ധത്തിൽ ചൂണ്ടിക്കാട്ടിയത്: "ഈ കൂട്ടങ്ങളിൽ നിന്ന് തൊഴിൽക്കാർ വേർതിരിയുന്നത് തൊഴിൽ പരമായ അറിവിലൂടെയാണ്. ബ്രാഹ്മണരാണ് കൃഷിയും മറ്റും പഠിപ്പിച്ചത് എന്നാണ് വാദം. ബുദ്ധ-ജൈനമതക്കാരാണ് കച്ചവടത്തിനോടൊപ്പം കൃഷിയും ഈ നാട്ടുകാരെ പഠിപ്പിച്ചത് എന്നാണ് രണ്ടാമത്തെ വാദം. രണ്ടായാലും ആവശ്യാധിഷ്ഠിതമായ ഒരു ആന്തരവികാസം അംഗീകരിക്കുന്നില്ല. എങ്കിലും കേരളീയമായ ഭൂപരിതോവസ്ഥയും വിഭവ ലഭ്യതയും തമിഴകത്തെ മറ്റിടങ്ങളിൽ നിന്ന് വ്യത്യസ്തമാണ്. അതിനനുസരിച്ച ആന്തരിക വികാസമാണ് നടക്കുന്നത്. അതു കൊണ്ട് അധിവാസ രൂപീകരണത്തിൽ കേന്ദ്രീകൃത വില്ലേജിൽ നിന്ന് വികേന്ദ്രീകൃത വില്ലേജ് കേരളാവസ്ഥയിൽ ഉണ്ടാവുകയാണ് 'ഉണ്ടാക്കുക'യല്ല".

ഗോത്രസംസ്കൃതികളുടെ അവശേഷിക്കുന്ന അനേകം തുരുത്തുകളിലേക്ക് ചരിത്രാന്വേഷണം കടന്നു ചെല്ലുകയാണെങ്കിൽ കാവുകളും ക്ഷേത്രങ്ങളും അവയുടെ ഐതിഹ്യങ്ങളിലൂന്നി വെളിപ്പെടുത്തുന്ന ചരിത്രാംശങ്ങൾ ധാരാളം നിരീക്ഷിച്ചറിയാം. മിത്തിക്കൽ കഥാപാത്രങ്ങളായ മുത്തപ്പനും പാടിക്കുറ്റിയമ്മയും ചോന്നമ്മയും കതിവനൂർവീരനും ഇതൾവിടർത്തുന്ന ഇതിവൃത്തശാഖകളേയും കുന്നത്തൂർ പാടി, പയ്യാവൂർ, വയത്തൂർ തുടങ്ങി കാവേരി തീരത്തെ തീർഥാടന കേന്ദ്രമായ ഭാഗണ്ഡേശ്വര ക്ഷേത്രം വരെ ഉൾപ്പെടുന്ന ക്ഷേത്രസങ്കേതങ്ങളേയും എടയ്ക്കൽ ഗുഹ തുടങ്ങി അതിപുരാതന ശിലാകലകളേയും ചരിത്രത്തിന്റെ അടിവേരുകളുമായി സംയോജിപ്പിക്കുന്ന 'മെരിസ്റ്റമികകല'കളെ തിരിച്ചറിയാനാവേണ്ടതുണ്ട്.

പ്രാചീനചരിത്രം അതിന്റെ സംഭവങ്ങളേയും പരിണതരീതികളേയും മ്യൂസിയം ചെയ്തിരിക്കുന്നത് ഗുഹകളിലാണ്. ആവാസകേന്ദ്രമെന്ന

അടിസ്ഥാനത്തിലല്ല, സാമൂഹികസങ്കേതമെന്ന നിലയിൽ വേണം ഗുഹകളെ തിരിച്ചറിയാൻ. പ്രാചീന മനുഷ്യന്റെ മുന്നിൽ ചുമരുകൾക്കകത്ത് കഴിയുംവിധം വീടെന്ന സങ്കല്പം അന്ന് ആവിർഭവിക്കാനിടയില്ല. തങ്ങൾക്കു കൈവന്നതിൽ അമൂല്യമെന്നു കരുതിയ വസ്തുക്കളും കണ്ടുപിടുത്തങ്ങളും കലാചാതുര്യങ്ങളും സൂക്ഷിക്കാനും അലങ്കരിക്കാനുമുള്ള സുരക്ഷിതമായ ഒരു ഗാലറിയായി ഗുഹയെ അവർ പരിഗണിച്ചിരിക്കണം.

അതിന്റെ അവശേഷിപ്പുകളാണ് പിൽക്കാലത്ത് വെളിപ്പെട്ട ഗുഹാലിഖിതങ്ങളും ചിത്രങ്ങളും. മുപ്പത്തയ്യായിരംവർഷംമുമ്പെ കോറിയിടപ്പെട്ട സ്പെയിനിലെ അൽത്താമീറ ഗുഹാ ലിഖിതങ്ങളും ഫ്രാൻസിലെ ലാസ്കോ ഗുഹാചിത്രങ്ങളും അത് സാക്ഷ്യപ്പെടുത്തുന്നു. അതിനും മുമ്പെ ക്രോമാഗ്നൺ മനുഷ്യന്റെ ഫോസിൽ കണ്ടെത്തിയ ഗുഹാഭിത്തികളിലും കാലസൂചകങ്ങൾ തിട്ടമില്ലാത്ത വരകൾ കോറിയതുണ്ട്. അന്നത്തെ മനുഷ്യൻ അവരെ അടയാളപ്പെടുത്താനോ, അവരുടെ രൂപം, ദേശം, കാലം തുടങ്ങിയവ രേഖപ്പെടുത്താനോ തുനിഞ്ഞിട്ടില്ലെന്നതിന്റെ പൊരുളിൽ നിന്ന് വര അവർക്ക് കലയല്ല, ജീവിതമാണ് എന്നതിന്റെ കൃത്യമായ സാക്ഷ്യപ്പെടുത്തൽ തിരിച്ചറിയാം.

നവീന ഭൂപടത്തിന്റെ രൂപീകരണം

ആദിമല നാടിന്റെ പ്രാചീന വിസ്തൃതിയുടെ പശ്ചാത്തലത്തിലേക്കുള്ള ചരിത്രസഞ്ചാരത്തിന് നിലവിൽ ലഭ്യമായ ചരിത്രപാഠങ്ങളെ കോർത്തിണക്കേണ്ടതുണ്ട്.

കേരളത്തിന്റെ ഭൂപട രൂപീകരണത്തിന്റെ ചരിത്രപരതയെ സൂക്ഷ്മമായി തിരിച്ചറിയുകയും ശാസ്ത്രീയമായി രേഖപ്പെടുത്തുകയും ചെയ്യുന്നതിൽ അനേകം ചരിത്രകാരന്മാർ വഴികാട്ടിയിരിക്കുന്നു. തിരു-കൊച്ചിയും മലബാറും ചേർത്ത് 1956 നവംബർ 1ന് കേരള സംസ്ഥാനം ഉടലെടുക്കുന്നതിനു മുമ്പേ കേരളമെന്ന സ്വരൂപത്തിന്റെ അതിരുകൾ ഭാഷാപരമായി നിർണയിക്കപ്പെട്ടുവെന്നു കരുതുന്നത് തെറ്റല്ല. മലയാളികളുടെ ദേശമായി കേരളം പരിണമിക്കപ്പെടുന്നതിന്റെ രാഷ്ട്രീയവും സാംസ്കാരികവുമായ സാഹചര്യങ്ങൾ നൂറ്റാണ്ടുകളിലൂടെ രൂപപ്പെട്ടു വന്നതാണ്. യൂറോപ്യൻ ശക്തികളുടെ മേൽക്കോയ്മകൾക്ക് മൂന്നര നൂറ്റാണ്ടുകൾ കീഴടങ്ങിയതും അപൂർവമായി ചെറുത്തുനിന്നതും ഈ രൂപാന്തരത്തിലേക്ക് കേരളത്തെ നയിച്ചിട്ടുണ്ട്. അതിനു മുമ്പുള്ള നാലു നൂറ്റാണ്ടുകളിൽ ഒട്ടേറെ നാട്ടുരാജ്യങ്ങളായി അതിന്റെ ഭൂപടം ചിതറിക്കിടന്നു. കുമ്പള, നീലേശ്വരം, കോലത്തുനാട്, അറയ്ക്കൽ, കോട്ടയം, വള്ളുവനാട്, ഏറനാട്, കോഴിക്കോട്, കുറുമ്പ്രനാട്, നെടിയിരുപ്പ്, പെരുമ്പടപ്പ്, പുന്നാട്, അള്ളാട്, വടക്കുംകൂർ, തെക്കുംകൂർ, ഇടപ്പള്ളി, കൊച്ചി, വേമ്പൊലിനാട്, കീഴ് മലൈ നാട്, പൂഞ്ഞാർ, അമ്പലപ്പുഴ, പന്തളം, കായംകുളം, ഇളയിടത്തുസ്വരൂപം, നെടുംപുറയൂർ,

കൊട്ടാരക്കര, ആറ്റിങ്ങൽ, ക്ഷപകം, ദേശിങ്ങനാട്, തിരുവിതാംകൂർ, വേണാട്, തിരുവിതാംകോട്, വഞ്ചിനാട് എന്നിവയെല്ലാം അവയിൽ പ്രധാനപ്പെട്ടവയാണ്. അതിനു മുമ്പത്തെ നാലു നൂറ്റാണ്ട്, വേണാട്ടു മുതൽ കോഴിക്കോട് വരെ സ്വാധീനത്തിലാക്കിയിരുന്ന രണ്ടാം ചേര സാമ്രാജ്യത്തിനു കീഴിലാണെന്നാണ് ചരിത്രകാരന്മാരുടെ നിഗമനം.

എ. ഡി. എട്ടാം നൂറ്റാണ്ടിനോടടുത്ത് വടക്ക് ചന്ദ്രഗിരിപ്പുഴക്കും തെക്ക് പുതുപ്പണത്തിനുമിടയിലുള്ള ബ്രാഹ്മണ സങ്കേതങ്ങൾ മാത്രമാണ് കേരളമെന്ന ഭൂപരിധിയിലുണ്ടായിരുന്നത്. ശങ്കരാചാര്യർ സപ്തകൊങ്കണങ്ങളായി വേർതിരിച്ചു കാട്ടിയത് വടക്കു നിന്ന് പറ കൊങ്കണം, ഗോകൊങ്കണം, ആളുവം, മൂഷികം, കേരളം, ക്ഷപകം, എന്നീ ക്രമത്തിലാണ്.[1] അതിൽ ഇന്നത്തെ കേരളത്തിൽ ഉൾപ്പെടുന്നത് മൂഷികത്തിന്റെ തെക്കൻ മേഖല, കേരളം, ക്ഷപകം എന്നിവ കൂടി ചേർന്നതാണ്.

'ആദികേരള'മായ അറേബ്യയിലെ കടാർ ഉപദ്വീപിനെ വാസയോഗ്യമാക്കി അവിടെ സുമേരിയൻ 'നമ്പൂതിരി'മാരിൽ ഒരു വിഭാഗത്തെ സുമേരിയൻ രാജാവ് പാർപ്പിച്ചതിന്റെ ആവർത്തനപ്രമേയമാണ് മഹാഭാരതത്തിലെ 'ദ്രോണപർവ'ത്തിലെ പരശുരാമൻ മഴുവെറിഞ്ഞ് (ബ്രഹ്മാണ്ഡപുരാണത്തിൽ ശൂർപ്പം -മുറം - കടലിലെറിഞ്ഞെന്ന്) കേരളത്തെ വീണ്ടെടുത്ത കഥ.

തന്റെ സ്ഥലകാലചലനസിദ്ധാന്തത്തിലൂടെ കേസരി എ. ബാലകൃഷ്ണപ്പിള്ള കേരളത്തിന്റെ ദേശാടനത്തെ അഞ്ചുകാലങ്ങളിലായി അഞ്ച് സ്ഥാനങ്ങളിൽ അടയാളപ്പെടുത്തുന്നുണ്ട്.

---

1 'സഹ്യാദ്രിഖണ്ഡ'ത്തിൽ പരാമർശിക്കുന്നത്: ഭാർഗവൻ സൃഷ്ടിച്ച ഭൂഭാഗങ്ങൾക്കു സപ്തകൊങ്കണങ്ങൾ എന്നും അവ കേരളം, തുളുവം, സൗരാഷ്ട്രം, കൊങ്കണം, കരഹാടം, കർണാടം, ബർബരം എന്നിവയെന്നും ഈ ഭൂമിയുടെ ആകെ വിസ്തീർണം നൂറ് യോജന നീളവും, അഞ്ച് യോജന വീതിയും ആകുന്നുവെന്നുമാണ്.

അതിർത്തികൾ ഇപ്രകാരമാണ് -

" വൈതരണ്യാദക്ഷിണേതു
സുബ്രഹ്മണ്യാത്തഥോത്തരേ
സഹ്യാത്സാഗരപര്യന്തം
ശൂർപ്പാകാരം വ്യവസ്ഥിതം"

"മലയദ്രോഢഭൂമേസ്തു
സീമാത്വേഹവിനിശ്ചിതാ
പയസ്വിന്യുത്തരന്യാത്തുദക്ഷിണേതുകുമാരികാ
പൂർവ്വസീമാതുഗിരിരാൺമലയഃ
പശ്ചിമേംബുധി".

ഒന്ന്) ചരിത്രാതീതകാലമായ BC 5001 നും BC 1976 നുമിടയിൽ.

മിന്നിയർ (മീനർ, മത്സ്യർ), അസ്സുരിയർ (അസ്സിറിയർ), ടുറാനിയർ, തുർവസുക്കൾ, പൗരവർ, ഗംഗേയർ, കലിംഗർ എന്നീ പേരുകൾ വഹിച്ച കേരളീയർ അറേബ്യ, മെസോപ്പൊട്ടേമിയ, പേർഷ്യ, അഫ്ഗാനിസ്ഥാൻ എന്നീ രാജ്യങ്ങളിൽ മുറക്കു താമസിച്ചു. മൂലദ്രാവിഡ ഭാഷയായ അസിറിയൻ ഭാഷ സംസാരിച്ചു.

രണ്ട്) BC 1976 നും BC 476 നുമിടയിൽ.

പഞ്ചാബ് (ദക്ഷിണ പാഞ്ചാല ദേശ കേരളം), സിന്ധ് (സൈന്ധവദേശ കേരളം), രജപുത്താന (മാല ദേശ കേരളം), മഹാരാഷ്ട്രം (അപരാന്തക ദേശ കേരളം), കൊങ്കണം (കൊങ്കണ ദേശ കേരളം)എന്നീ പംക്തികളിൽ മുറക്കു താമസിച്ചു. ഇവർ കേരളീയർ, പാണ്ഡ്യർ, ചോഴർ, കുന്തളർ (കർണാടകർ, തെലുങ്കർ) എന്നീ 4 ശാഖകളായി പിരിഞ്ഞു.

മൂന്ന്) BC 476 നും AD 1024 നുമിടയിൽ.

ഗോകർണത്തിനു തെക്കോട്ടു പ്രവേശിച്ചു.

ചേരസാമ്രാജ്യത്തിന്റെ കാലഘട്ടം.

ഗോവ മുതൽ മംഗലാപുരം വരെയാണ് അക്കാലത്ത് ഹൈഹയ-മഹിഷ വംശക്കാരുടെ മൂഷികം.

നാല്) AD 1024-1500 മധ്യകേരളം.

ചോള ചക്രവർത്തി രാജേന്ദ്രൻ ഒന്നാമൻ കേരളം ആക്രമിച്ച് കീഴ്പ്പെടുത്തിയതും കോലത്തുനാട്, ഏറനാട്, കൊടുങ്ങല്ലൂർ, കൊച്ചി, വേണാട്, പല ചെറു രാജ്യങ്ങളായി കേരളം ഭാഗിക്കപ്പെട്ടതുമായ കാലഘട്ടം.

അഞ്ച്) AD 1500 മുതൽ യൂറോപ്യൻ അധിനിവേശകേരളം.

(കേസരിയുടെ ചരിത്ര ഗവേഷണങ്ങളിൽ നിന്ന്).

തിരു-കൊച്ചിയും മലബാറും ചേർന്ന് 1956 നവമ്പർ ഒന്നുമുതൽ ആധുനികകേരളവും -മലയാളികളുടെ മുഖഭൂമി.

മലനാട്ടുദേശങ്ങളുടെ മറ്റൊരു നാമവൽക്കരണമാണ് മലൈയാളം. മൂലദ്രാവിഡ വാക്കാണിത്. ഈ ദേശത്ത് പാർക്കുന്നവരെ മലൈയാളർ എന്നു വിളിക്കുന്നു. കേരളത്തേയും മലയാളത്തേയും തമ്മിൽ ഭൂമിശാസ്ത്രപരമായി ബന്ധപ്പെടുത്തുന്നതിന് ചരിത്രപരമായ സാധൂകരണമില്ല. കേരളം കടൽത്തീരഭൂതലമാണ്. മലയാളം മറ്റൊരു ഭൂമിയും. മല + ആളം എന്നതാണ് മലയാളം.

ജനവാസസ്ഥലത്തെയാണ് ആളം എന്നർഥമാക്കുന്നത്. മലയ+ ആളം എന്നും വിഗ്രഹിച്ച കാണുന്നുണ്ട്. അതിൻപ്രകാരം മലയ പർവ്വതത്തിന്റെ സ്ഥലമെന്നും വ്യാഖ്യാനിക്കാം. (പൗരാണിക പർവതമാണല്ലോ മലയപർവതം. ജീമൂത വാഹനൻ നാഗങ്ങളെ ഗരുഡനിൽ നിന്നും രക്ഷിച്ചത് ഇവിടെ വച്ചാണെന്ന് പുരാണ കഥ) മലയാളികൾ പാർക്കുന്ന ഇന്നത്തെ കേരളം 1956 വരെ കേരളമെന്ന ഭൂപരമായി നിർവചിക്കപ്പെട്ടിരുന്നില്ല. ഐക്യകേരളമെന്ന പ്രമേയം 1928ൽ ഏറണാകുളത്തു നിന്ന് മുഴങ്ങിയിരുന്നുവെങ്കിലും 1949 ലാണ്, സ്വാതന്ത്ര്യാനന്തരം, തിരുവിതാംകൂർ-കൊച്ചി രാജ്യങ്ങൾ സംയോജിപ്പിച്ച് തിരുക്കൊച്ചി സംസ്ഥാനം ഉടലെടുക്കുന്നത്. കേരളം പിറക്കുന്നത് 1956 നവംബർ ഒന്നിനും.

കേരളമെന്ന ദേശനാമത്തിന് പക്ഷെ പഴക്കമേറെയുണ്ട്. സംസ്കൃത കൃതിയായ ഐതരേയാരണ്യകത്തിലും ഇതിഹാസകൃതികളായ രാമായണത്തിലും[2] മഹാ ഭാരതത്തിലും[3] കാളിദാസന്റെ രഘുവംശത്തിലും[4]

---

2 സീതാന്വേഷണത്തിനായി തെക്കൻ ദിക്കിലേക്കു പുറപ്പെട്ട വാനരന്മാരോട് അവർ സീതയെ അന്വേഷിക്കേണ്ട പ്രദേശങ്ങളെപ്പറ്റി സുഗ്രീവൻ ഇപ്രകാരം പറയുന്നതായി വാല്മീകീരാമായണത്തിൽ കാണുന്നു.

"നദീം ഗോദാവരീം ചൈവ
സർവമേവാഥ പശ്യത
തഥൈവാന്ധ്രാംശ്ച പൗണ്ഡ്രാംശ്ച
ചോളാൻ പാണ്ഡ്യാംശ്ച കേരളാൻ

(നിങ്ങൾ ഗോദാവരി നദിയിലും ആന്ധ്രയിലും പുണ്ഡ്രത്തിലും ചോളത്തിലും കേരളത്തിലും ചെന്ന് നോക്കണം.)

3 ആദിപർവത്തിൽ, നന്ദിനിയെ അപഹരിക്കാനെത്തിയ വിശ്വാമിത്രനെ ഉപരോധിക്കാൻ നന്ദിനി ശരീരത്തിൽ നിന്നും സൃഷ്ടിക്കുന്ന പടഗണങ്ങളിൽ, പല്ലവർ, ദ്രാവിഡർ, യവനർ, ശബരാളർ, കിരാതർ, പൗണ്ഡ്രർ, ബർബരർ, സിംഹളർ, ചിബുകന്മാർ, പളിന്ദർ, ചീനന്മാർ, ഹൂണർ, കേരളർ - എന്നീ പേരുകൾ പരാമർശിക്കുന്നു.

'സഭാപർവ'ത്തിൽ ദക്ഷിണ ദിഗ്വിജയത്തിനു പോയ സഹദേവൻ 'പാണ്ഡ്യദ്രാവിഡരെയും ചോളകേരളരെയും' ജയിച്ചതായും 'വനപർവ'ത്തിൽ കേരളനെ തോല്പിച്ച് കർണ്ണൻ ദിഗ്വിജയം നേടിയതായും വിവരണമുണ്ട്.

4 രഘുവിന്റെ ദിഗ്വിജയവർണ്ണന
സർഗം 4-
"ഭയോത്സൃഷ്ടവിഭൂഷാണാം
തേന കേരളയോഷിതാം
അളകേഷു ചമൂരേണു-
ശ്ചൂർണപ്രതിനിധീകൃതഃ
മുരചീമാരുതോദ് ധൂത-
മഗമത് കൈതകം രജഃ
തദ്യോധവാരവാണാനാ-
മയത്ന പടവാസതാം

കേരളമെന്ന പരാമർശമുണ്ട്.

കേരളമെന്ന പ്രതിപാദ്യം എവിടേയും കാണപ്പെടുന്നത് ഇന്നത്തെ കേരളത്തെപ്പറ്റിയാകണമെന്നില്ല. പലകാലത്ത് പലയിടത്ത് കേരള മുണ്ടായിട്ടുണ്ടെന്നാണ് സ്ഥലകാലചലനസിദ്ധാന്തത്തിലൂടെ കേസരി വിശദമാക്കിയത്. കരയും വെള്ളവും രമിച്ചു കഴിയുന്ന അഥവാ വെള്ള ത്തിൽ നിന്നു കരേറിയ ചിലയിടങ്ങൾക്ക് നൽകിയ സവിശേഷനാമ മാണത്. 'രഘുവംശ'ത്തിൽ പരാമർശിക്കുന്നത് ഇന്നത്തെ മഹേശ്വർ ഗ്രാമം (നർമദയുടെ തെക്കേക്കര) സ്ഥിതി ചെയ്യുന്നിടത്തെ മാഹിഷ്മതി നഗരവും അതിനു ചുറ്റുമുള്ള കേരളമെന്ന രാജ്യത്തേയുമാണ്. നർമദയുടെ പേരാണ് കാളിദാസൻ പറയുന്ന മുരചി. കേരളർ ആ ദേശത്തുള്ളവരും.

ബി. സി. നാലാം ശതകത്തിൽ കാത്യായനനും ബി. സി. രണ്ടാം ശതകത്തിൽ പതഞ്ജലിയും കേരളത്തിന്റെ ഭൂമിശാസ്ത്രത്തിലേക്ക് സൂചനകൾ നൽകുന്നുണ്ട്. കൗടില്യന്റെ അർഥശാസ്ത്രം മുത്തുകൾ നിറഞ്ഞ കേരള നദികളെപ്പറ്റി പ്രതിപാദിക്കുന്നു. ബി. സി. രണ്ടാം ശതകത്തിലെ അശോക ചക്രവർത്തിയുടെ ശാസനങ്ങളിലും ചന്ദ്രഗുപ്ത മൗര്യന്റെ മന്ത്രിസഭയിലുണ്ടായിരുന്ന മെഗസ്തനീസിന്റെ സഞ്ചാരകൃതിയിലും വകഭേദങ്ങളോടെ ഈ നാമത്തിന്റെ സൂചനകളുണ്ട്.

അശോകസ്തൂപങ്ങളിലെ ശാസനങ്ങൾ പ്രകാരം BC 260 ലാണ് മിഷനറിമാരെ അയച്ചത്. 'മഹാവംശം' രേഖപ്പെടുത്തിയതു പ്രകാരം മിഷിനറിമാർ ശ്രീലങ്കയിലെത്തിയത് BC 255 ലാണ്. 'താമ്പപണ്ണി' എന്ന അശോക ശാസനങ്ങളിലെ രാജ്യസൂചന ശ്രീലങ്കയാണ്. തപ്രോബൻ എന്നാണ് 'പ്യൂട്ടിങ്ങർ ടേബിളി'ലെ അടയാളത്തിൽ. 'തപോവന'മെന്നാകാം ധ്വനി. എ. ഡി. എട്ടാം നൂറ്റാണ്ടിലെഴുതപ്പെട്ട ശങ്കരാചാര്യ കൃതിയായ 'പ്രപഞ്ച ഹൃദയ'ത്തിലും കല്പിത കൃതികളായ 'കേരളോൽപത്തി'യിലും 'കേരള മഹാത്മ്യ'ത്തിലും കേരളമെന്നു വ്യക്ത മായി നാമകരണം ചെയ്യുന്നുണ്ട്. ബ്രഹ്മാണ്ഡപുരാണത്തെ ആശ്രയിച്ചു കൊണ്ട് എ. ഡി. 8 ൽ സംസ്കൃതത്തിൽ രചിക്കപ്പെട്ടതാണ് 'കേരള മാഹാത്മ്യം'. എ. ഡി. 17 ൽ 'കേരളോൽപത്തി'യും. എന്നാൽ ഈ സൂചനകളിലൊന്നുമുള്ളത് ഇന്നത്തെ കേരളമല്ല. നാമപരമായ ബന്ധം പോലും അത്ര സുവ്യക്തമാണെന്നു പറയാനാവില്ല. മെഗസ്തനീസ്

(പടയോട്ടത്തിൽ നിന്നുയരുന്ന പൊടി, ഭയംകൊണ്ട് ആഭരണങ്ങൾ കൈവെടിഞ്ഞ കേരളസ്ത്രീകളുടെ കുറുനിരകളിൽ ഗന്ധചൂർണങ്ങളുടെ സ്ഥാനം വഹിച്ചു. മുരചീനദിയിൽ നിന്നുള്ള കാറ്റേറ്റ് പ്രസരിച്ച കൈതപ്പൂവിന്റെ പരാഗം പടയാളികളുടെ കുപ്പായങ്ങൾക്ക് അനായാസമായി ലഭിച്ച സുഗന്ധചൂർണങ്ങ ളായിത്തീർന്നു).

ഉൾപ്പെടെയുള്ള വിദേശ സഞ്ചാരികളുടെ കേഢപുത്ത, കേര ബൊത്രൊ -മട്ടില്ലള്ള പരാമർശങ്ങളെ കേരളവുമായി ബന്ധിപ്പിക്കുന്നതിനെ പല ചരിത്ര-ഭാഷാശാസ്ത്രകാരന്മാരും തള്ളിക്കളയുന്നുണ്ട്. അശോക ശാസനങ്ങളിൽ കേരളപുത്ര എന്ന പ്രയോഗിക്കപ്പെട്ടതിനു ശേഷമാണ് പല പുരാതന സാഹിത്യ കൃതികളും 'കേരള'മെന്ന പ്രയോഗം പിന്തുടരുന്നത്. അതേസമയം അതിനു മുമ്പേ പ്രചാരത്തിലുള്ള വേദസാഹിത്യങ്ങളിലോ, അതിനു ശേഷമുണ്ടായ ചരിത്രബന്ധിത സാഹിത്യ സൃഷ്ടികളായ സംഘം കൃതികളിലോ 'കേരളം' എന്ന പേരു കാണാനില്ല. 1251 ലെ ആറ്റൂർ ശാസനങ്ങളിലും പതിന്നാലാം നൂറ്റാണ്ടിലെ ലീലാതിലകത്തിലും കുഞ്ചൻ നമ്പ്യാർ കൃതികളിലും ഭാഷയായോ ദേശനാമമായോ 'കേരളം' ഉപയോഗിച്ചതായി കാണുന്നുണ്ടെങ്കിലും പത്താം നൂറ്റാണ്ടു തൊട്ടു വിരചിതമായ മലയാള സാഹിത്യ കൃതികളിൽ, നവോത്ഥാന കാലഘട്ടം വരെ, 'കേരള'മെന്നു സൂചിപ്പിക്കപ്പെടുന്നില്ല. 'കേരള'മെന്നു പ്രതിപാദിക്കപ്പെടുന്നത് പത്തൊൻപതാം നൂറ്റാണ്ടു മുതലാണ്. 1956 ൽ മാത്രമാണ് ഔദ്യോഗിക രൂപീകരണം നേടുന്നതും.

ലിഖിതരേഖകളിൽ മാത്രമല്ല, വാമൊഴി പാരമ്പര്യത്തിലും 'കേരളം' ഉച്ചരിക്കപ്പെട്ടതിന് തെളിവുകളില്ല. 'പരശുരാമൻ മഴുവെറിയുന്നതിനും' രണ്ടു യുഗങ്ങൾ മുമ്പെ അവതരിച്ച വാമനനെ നിഷ്പ്രഭനാക്കിയ മഹാബലിയെ സ്തുതിക്കുന്ന ചൊൽപ്പാട്ടുകളിലൊന്നും 'കേരള'മില്ല. ഓണപ്പാട്ടുകൾ നാടിനെ പരാമർശിക്കുന്നത് 'മാവേലി നാട്", 'മലനാട്" തുടങ്ങിയ പേരുകൾ കൊണ്ടാണ്. കേരളമെന്ന പേര് തലമുറകളിലൂടെ വാമൊഴിയായോ വരമൊഴിയായോ ചരിത്രം കൈമാറിയിരുന്നില്ലെന്നു വ്യക്തം.

'കേരള'മെന്ന പേരിന്റെ നിഷ്പത്തി സംബന്ധിച്ച് പല യുക്തികളും അവതരിപ്പിക്കപ്പെട്ടിട്ടുണ്ട്. കേര(തേങ്ങ)ത്തിന്റെ നാട് ആയതിനാൽ കേരളമായെന്നാണ് ഒരു യുക്തി. സംസ്കൃതത്തിൽ 'നാലി കേര'മെന്നാണ് പറയുന്നത്. ഹിന്ദിയിൽ 'നാരിയലും'. മലയൻ ഭാഷയിലെ ന്യോർ ഹലിയിൽ നിന്നാണ് ഈ രൂപാന്തരങ്ങളുണ്ടായത്. 'നാലികേലം' - നാളികേരം - എന്നിങ്ങനെ മാറി വരുന്നു. കേരം എന്നത് സംസ്കൃത പദമാണ്. അതുമായി അളം എന്ന ദ്രാവിഡ വാക്ക് കൂട്ടിച്ചേർത്തതായി വിശ്വസിക്കാൻ പ്രയാസമാണെന്നാണ് ചില പണ്ഡിതർ വ്യക്തമാക്കിയത്.

പൈശാചിപ്രാകൃതത്തിലാണ് ഈ നാമത്തിന്റെ വേര്. മാത്രമല്ല, തെങ്ങ് മലേഷ്യയിൽ നിന്നും കേരളത്തിലെത്തിയത് ഒന്നാം നൂറ്റാണ്ടിലാണെന്ന് സംഘം കൃതികൾ സാക്ഷ്യപ്പെടുത്തുന്നു. അതിനും മുമ്പേ

കേരളമെന്ന നാമ സൂചനയുണ്ടായിട്ടുമുണ്ട്. പർവതം സമുദ്രവുമായി ചേരുന്ന പ്രദേശമായതിനാൽ ചേരളമെന്നു വിളിക്കപ്പെട്ടതായാണ് മറ്റൊരു യുക്തി. ചേർ നിറഞ്ഞ സ്ഥലമാണ് ചേരളമെന്നും ചാരലിന് തമിഴിൽ ചരിഞ്ഞ എന്ന് അർഥമുള്ളതിനാൽ ചരിഞ്ഞ പ്രദേശമാണ് ചേരളമായതെന്നുമുള്ള അഭിപ്രായങ്ങളും പ്രകടിപ്പിക്കപ്പെട്ടതാണ്. ചേരളമെന്ന വാക്ക് സംസ്കൃതീകരിച്ച് 'കേരളം' രൂപപ്പെട്ടുവെന്നാണ് ഒരു നിഗമനം. 'ച്' എന്ന വർണം 'ക്' വർണമായി മാറിയതിന് ഉദാ ഹരണങ്ങളുണ്ടല്ലോ. കന്നഡ ഭാഷയുമായുള്ള സമ്പർക്കം ഇതിന് നിമി ത്തമായിട്ടുണ്ട്. ചെവി കന്നഡ ഭാഷയിൽ കിവിയാണ്. 'ചേരള്'ത്തെ ചേരസാമ്രാജ്യവുമായി ബന്ധിപ്പിച്ചുള്ള നിരീക്ഷണങ്ങളുമുണ്ട്. ഇങ്ങനെ നിരീക്ഷിക്കുന്നവരൊന്നും തന്നെ സംഘം കൃതികളിൽ ഈ പരാമർ ശമില്ലാത്തതിനെക്കുറിച്ച് വിശദീകരിക്കുന്നില്ല. സംഘം കൃതികളുടെ പ്രധാന താല്പര്യം ചേരചരിത്രോപദാനമായിരുന്നിട്ടും ചേരളമെന്നോ കേരളമെന്നോ പരാമർശങ്ങളേയില്ല.

മാത്രമല്ല, 'ചേര'മെന്ന പരാമർശത്തേക്കാൾ എത്രയോ പഴക്കം 'കേര'മെന്ന പ്രയോഗത്തിനുണ്ടെന്നതും കണക്കിലെടുക്കുക. അങ്ങ നെയുള്ള 'കേര'മെന്ന പ്രയോഗം പിന്നീട് 'ചേര'മായും അതു വീണ്ടും 'കേര'മായും പരിണമിച്ചുവെന്നൊക്കെ ശഠിക്കുന്നത് യുക്തിരഹിതമാ ണെന്നാണ് പണ്ഡിതമതം.

ഗ്രീക്കു സഞ്ചാരിയും ഭൂമിശാസ്ത്രജ്ഞനുമായ മെഗസ്തനീസും മറ്റു ചില സഞ്ചാരികളും ഇന്നത്തെ കേരളമടങ്ങുന്ന ദക്ഷിണപഥത്തെ ലെമരികെ, ലെമൂറിയ, ലൂമരികെ തുടങ്ങിയ പേരുകളിൽ പരാമർശിച്ചിരുന്നു. ചന്ദ്രഗു പ്ത മൗര്യന്റെ (312-296 BC) പിൻഗാമി ബിന്ദുസാരന്റെ രാജധാനിയായ പാടലീപുത്രത്തിൽ ഗ്രീക്കു സ്ഥാനപതിയായി വന്നതാണ് മെഗസ്തനീസ്.

ഇന്ത്യയെപ്പറ്റി അദ്ദേഹമെഴുതിയ മൂല കൃതി നഷ്ടപ്പെട്ടു പോയിരുന്നു.

ചില ഭാഗങ്ങൾ ആരിയൻ എന്ന ഗ്രീക്കു ചരിത്രകാരൻ 'ഇൻഡിക്ക' എന്ന കൃതിയിൽ ഉദ്ധരിക്കുന്നുണ്ട്. അതിൽ ഒരു പരാമർശം ഇങ്ങനെ യാണ്:

"ഇന്ത്യയിൽ 118 വർഗക്കാരുണ്ട്. ദിയോനീസസ് ഇവിടെ വരുന്ന തിനു മുമ്പ് ഇന്ത്യാനിവാസികൾ അപരിഷ്കൃതരായിരുന്നു. അദ്ദേഹം ഇവിടെ നഗരങ്ങൾ പണി കഴിപ്പിക്കുകയും നിയമങ്ങൾ നിർമിക്കുകയും കൃഷി സ്ഥാപിക്കുകയും മുമ്പ് ഗോപാലന്മാർ ആയിരുന്ന അസംഖ്യം ഇന്ത്യ ക്കാരെ കർഷകരാക്കിച്ചമയ്ക്കുകയും ചെയ്തു. ഒരു പുതിയ സാമുദായിക സ്ഥിതി സ്ഥാപിച്ച ശേഷം തന്റെ കൂട്ടുകാരനായ സ്പർത്തംബസിനെ (പൃഥ്യു) ഒന്നാമത്തെ രാജാവായി വാഴിച്ചു. മരിച്ചപ്പോൾ മകൻ ബൂദ്യസ്

(വേധസ്) രാജാവായി. തുടർന്ന് അയാളുടെ പുത്രൻ ക്രെദെയുസ് (ക്രുത) രാജാവായി. രാജപരമ്പരകൾ തുടർന്നു. അവകാശികളില്ലാതെ വന്നാൽ യോഗ്യത നോക്കി രാജാവിനെ തെരഞ്ഞെടുക്കും. ”

അശോക ശാസനങ്ങളിൽ കാണുന്ന കേരളപുത്ര (കേഡപുത്ത) ചേരമാൻ ആണെന്നു നിരീക്ഷിക്കുന്നവർ ‘ച്’ വർണം ‘ക്’ വർണമായി ഉച്ചരിക്കപ്പെട്ടുമെന്ന ന്യായമാണ് മുന്നോട്ടുവയ്ക്കുന്നത്.

എന്നാൽ അതേ ശാസനത്തിൽ ചോഡ എന്ന നാമത്തിൽ ‘ച്’ വർണം അതേപടി നിലനിൽക്കുന്നുണ്ട്!

അശോകശാസനങ്ങളിൽ കേഡലെപുത്തോ, കേരഡപുത്രോ, കേരളപുത്ര, മൂന്നു വിധത്തിലുള്ള ലിഖിതമുണ്ട്. ഗുജറാത്ത് ഗിർനറിലെ ശാസനങ്ങളിൽ രണ്ടാമത്തേതിൽ ‘ദേവപ്രിയനും പ്രിയദർശിയുമായ രാജാവ് കീഴടക്കിയ സർവദേശങ്ങളിലും, അപ്രകാരംതന്നെ അയൽ രാജ്യക്കാരായ ചോഡ, പിഡ, സത്തിയപുത്തൊ, കേഡലെപുത്ത, താമ്പപണ്ണി, അന്തിയാഖൊ എന്ന യവനരാജാവ്, ഈ അന്തിയോ ഖൊയുടെ അയൽവാസികളായ മറ്റ് രാജാക്കന്മാർ, ഇവരുടെ രാജ്യ ങ്ങളിലും, മനുഷ്യർക്കും മൃഗങ്ങൾക്കുമുള്ള രണ്ടു തരം ചികിത്സാപദ്ധതി നടപ്പാക്കി’യതിന്റെ സന്ദേശമാണ് രേഖപ്പെടുത്തിയത്.

സുവ്യക്തമായ ഭൂമിശാസ്ത്രബോധത്തിൽ നിന്നാണ് ഈ ദേശനാ മങ്ങൾ ഉടലെടുത്തതെന്ന് കരുതാനാവില്ല. ‘കേരളപുത്ര’ പെരിപ്ലസ് കൃതിയിലും പ്ലിനി[5], ടോളമി തുടങ്ങിയവരുടെ ഉച്ചാരണങ്ങളിലുമെ ത്തുമ്പോൾ ‘കേര ബത്രോ’യെന്നാകുന്നു. പേരുകൾ ലാറ്റിൻവൽക്ക രിക്കുമ്പോൾ ഉണ്ടാകുന്ന വ്യതിയാനം. ‘പെരിപ്ലസി’ൽ കടലിന്റെ അധിപനായി വിശേഷിപ്പിച്ച എറിത്രോസിനെ പരാമർശിക്കുന്നുണ്ട്. കറുവപ്പട്ടയെ ആ പുസ്തകം മലബത്രും എന്നാണു ച്ചരിച്ചത്. കേരബ ത്രോസ് എന്ന പ്രയോഗത്തിലും ആ ശൈലി വർത്തിക്കുന്നു. പ്ലിനിയും ‘പെരിപ്ലസ്’ കൃതിയും ലിമരിക്ക, ദിമിരിക്കെ എന്നിങ്ങനെ രേഖാസൂചന നൽകുന്ന ദേശങ്ങൾ ഇന്ത്യയുടെ ദക്ഷിണപഥമാണെങ്കിൽ, പ്യൂട്ടിങ്ങർ ടേബിളിൽ ഗംഗാനദിക്കു വടക്കുള്ള പ്രദേശമടക്കം ദിമിരിക്കെ എന്ന ടയാളപ്പെടുത്തിയതായി കാണാം. തെയ്യം തോറ്റത്തിലെ പാരിസ്ഥി തിക സങ്കല്പത്തിൽ ഭൂമിയെ മൂന്നു മണ്ഡലങ്ങളായി തിരിക്കുന്നുണ്ട്. മലയരികെ, കടലരികെ, രണ്ടിനുമിട.

---

5 പ്ലിനി AD 77 ലാണ് 37 വാള്യങ്ങളിൽ ആദ്യത്തെ 10 എണ്ണത്തിന്റെ കയ്യെഴുത്തുപ്രതി റോമാചക്രവർത്തി ടൈറ്റസ് ഫ്ലേവിയസ് വെസ്പാസിയന് കൈമാറുന്നത്. അതിൽ ആറാം വാള്യം അധ്യായം 26 ലാണ് മുസിരിസിലെ രാജാവിന്റെ പേര് CaeIobothras എന്നു പരാമർശിക്കുന്നത്.

പിൽക്കാലത്ത് ഓരോ ആവാസത്തിലേയും ജനങ്ങൾ സാമുദായികമായി ഉരുത്തിരിഞ്ഞു വന്നതു കാണാം. 'തെയ്യം, പ്രകൃതി, സ്ത്രീത്വം' എന്ന കൃതിയിൽ യു. പി. സന്തോഷ് ഇങ്ങനെ വിശദീകരിക്കുന്നു: "തീയ്യ സമുദായത്തിന്റെ ആവാസ നിലമായ 'മലയരികെ' അവരുടെ ആരാധനാമൂർത്തികളായി പുലി ദൈവങ്ങളും പുതിയോതി (പുതിയ ഭഗവതി) യുമാണുള്ളത്. മുക്കുവരുടെ ആവാസനിലമായ 'കടലരികെ' ചീർമ്പ അവരുടെ ആരാധനാമൂർത്തിയായി നിലകൊള്ളുന്നു. രണ്ടിനുമിടയിലുള്ള സ്ഥലം ദാരികന്റേതാണെന്നും തോറ്റത്തിൽ പറയുന്നു"

കടൽ വഴി വന്ന ശ്രീകുരുംബയാണ് ചീർമ്പയായത്. 'കേരള'മെന്നതിന്റെ നിഷ്പത്തിയെപ്പറ്റി ചരിത്രകാരനായ ഡോ: ആർ. ഗോപിനാഥൻ നടത്തുന്ന നിരീക്ഷണം ഇവ്വിധമാണ്: "കേരളം എന്നത് പ്രാകൃതത്തിന്റെ പൈശാചി ഭാഷാഭേദമാണ്. പ്രാദേശിക നാമങ്ങളെല്ലാം പ്രാകൃതവൽക്കരിക്കുന്ന ഒരു സമ്പ്രദായം ബി. സി. ആദ്യ ശതകങ്ങളിൽ ബ്രാഹ്മണർക്കുണ്ടായിരുന്നുവെന്ന് എം. പി. ശങ്കുണ്ണിനായർ ചൂണ്ടിക്കാട്ടുന്നു - അതിന്റെ വിഗ്രഹം കേരള മാഹാത്മ്യവും ശങ്കുണ്ണിനായരും നൽകിയിട്ടുള്ളത് കേ+രളം എന്നാണ്... കേ = വെള്ളത്തിൽ, രളം = ആഹ്ലാദിക്കുന്നത് എന്നാണ് അതിന്റെ അർഥവും വിഗ്രഹവും. കടൽപിന്മാറിയതുമൂലം ഉയർന്നു വന്ന പ്രദേശങ്ങളെ മുഴുവൻ ഈ പദം സൂചിപ്പിക്കുന്നു. " (കേരളത്തനിമ, പേജ് 74)

നമ്പൂതിരി ബ്രാഹ്മണരുടെ സങ്കേത പ്രദേശങ്ങൾക്ക് അവർ 'കേരള'മെന്ന പേരാണ് നൽകി വന്നിരുന്നത്. 'കേരളോൽപത്തി' യിലെ പരശുരാമൻ മഴുവെറിഞ്ഞുണ്ടായതാണ് കേരളമെന്ന ഐതിഹ്യകഥയെ ഇങ്ങനെയൊരു മാനത്തിൽ കണ്ണി ചേർക്കാവുന്നതാണ്. 'മലബാർ മാന്വലി'ൽ വില്യം ലോഗൻ നടത്തിയ പരാമർശം ശ്രദ്ധിക്കുക: "മലബാറിൽ തന്നെ കേരളമെന്ന പേര് പ്രചാരത്തിലുണ്ടായിരുന്നില്ല, നമ്പൂതിരി ബ്രാഹ്മണർ തങ്ങളോപ്പം ആ പേര് കൊണ്ടുവന്ന് ഇവിടെ ഇറക്കുമതി ചെയ്യുന്നതു വരെ എന്നു കരുതേണ്ടിയിരിക്കുന്നു. അങ്ങനെ ഇറക്കുമതി ചെയ്ത ഒരു പേരിൽ ബ്രാഹ്മണർ ഏറ്റവുമധികം ഇടതിങ്ങിപ്പാർത്ത പുരാതന ചേര രാജ്യത്തിന്റെ ആ ഭാഗത്തു മാത്രമാക്കി കേരളത്തെ സ്വാഭാവികമായും ഒതുക്കി നിർത്തി - കേരളോൽപത്തി നാലായി വേർ തിരിച്ച പറയുന്ന രാജ്യത്തിന്റെ മധ്യ പകുതിയായ മൂന്നാം ഖണ്ഡമാണിത്". (പേജ് 167, ഒന്നാം ഖണ്ഡിക)

പരശുരാമൻ കടലിൽ നിന്നു സൃഷ്ടിച്ച് ബ്രാഹ്മണർക്കു ദാനം ചെയ്ത ഇതേ നാട് മുമ്പ് ജയന്തന്റെ മകൻ കേരളൻ ഭരിച്ചിരുന്നതായും അതിനാൽ കേരളമെന്നു വിളിക്കപ്പെട്ടതായും അഭിപ്രായപ്പെടുന്നവരുമുണ്ട്.

ഹെർമൻ ഗുണ്ടർട് (കേരളോൽപത്തിയും മറ്റും) "കൃത, ത്രേതാ, ദ്വാപര, കലി എന്നിങ്ങനെ നാലു യുഗത്തിങ്കലും അനേകം രാജാക്കന്മാർ ഭൂമി വഴി പോലെ വാണു രക്ഷിച്ചതിന്റെ ശേഷം ക്ഷത്രിയ കുലത്തിങ്കൽ ദുഷ്ടരാജാക്കന്മാരുണ്ടായവരെ മുടിച്ചു കളവാനായിക്കൊണ്ടു ശ്രീ പരശുരാമൻ അവതരിച്ചു. എങ്കിലോ പണ്ടു ശ്രീപരശുരാമൻ ഇരുപത്തൊന്നു വട്ടം ക്ഷത്രിയരെ കൊന്ന ശേഷം വീരഹത്യാദോഷം പോക്കണം എന്നു കല്പിച്ചു കർമം ചെയ്യാവാന്തക്കവണ്ണം ഗോകർണം പുക്കു, കമ്പല യിൽ ഇരുന്നു വരുണനെ സേവിച്ചു തപസ്സു ചെയ്തു. വാരാണാധിയെനീക്കം ചെയ്തു. ഭൂമിദേവിയെ വന്ദിച്ചു. നൂറ്ററുപതുകാതം ഭൂമിയെ ഉണ്ടാക്കി. മലയാള ഭൂമിക്ക് രക്ഷ വേണം എന്നു കല്പിച്ചു. 108 ഈശ്വര പ്രതിഷ്ഠ ചെയ്തു. "

പരശുരാമന്റെ പേരു തന്നെയാണ് കേരളനെന്ന് ഐതിഹ്യങ്ങളുടെ വിശ്വവായനയിലൂടെ കേസരി സമർഥിക്കുന്നതു കാണാം. റോമൻകഥയിലെ രണ്ടു യമന്മാരിൽ മൂത്തവൻ മഹിഷനും (സോമ ബ്രഹ്മാവ്) ഇളയവൻ കേരനും. (കേരൻ ഇന്ത്യൻ പുരാണത്തിൽ ശിവനാകുന്നു). പരശുരാമന് പിതാവിന്റെ കേരൻ എന്ന പേരിൽ നിന്ന് കേരളൻ എന്ന നാമം ലഭിക്കുന്നു. സുമേറിയൻ ഭാഷയിൽ കേര- ലു. കേരന്റെ ആൾ - കേരപുത്രൻ എന്നിങ്ങനെ ഈ നാമം രൂപാന്തരപ്പെടുന്നു. മഹേന്ദ്ര പർവതത്തിൽ കയറി മഴുവെറിഞ്ഞ് കടലിൽ നിന്നും ഗോകർണംമുതൽ കന്യാകുമാരി വരെ വീണ്ടെടുത്തുവെന്നത് കഥയുടെ നിറം പിടിപ്പിക്കൽ. ഒരേ ഇതിവൃത്തം ഭാരതഭൂമിയിൽ സന്നിവേശിപ്പിക്കുമ്പോൾ സംഭവ സ്ഥലം ഭാരതത്തിലാകുന്നു.

ലോകത്തെവിടെയുമുള്ള പുരാവൃത്തങ്ങൾക്ക് ഏകീകൃത സ്വഭാവമാണെന്നും അതതു ഭാഷകളിലൂടെ അതിനു നാമഭേദങ്ങളുണ്ടാകുന്നുവെന്നാണ് കേസരിയുടെ വാദം. യയാതിക്ക് ദേവയാനിയിൽ ജനിച്ച തുർവസു ആദികേരളം സ്ഥാപിച്ചതായും കേസരി നിരീക്ഷിക്കുന്നുണ്ട്. തുർവ സുവിന്റെ ആറാം തലമുറക്കുശേഷം പിറന്ന ദുഷ്യന്തന് ശകുന്തള യിൽ പിറന്ന ആന്ധ്രന്റെ മക്കളാണ് പാണ്ഡ്യൻ, ചോളൻ, കർണാടൻ, കേരളൻ എന്നിവർ. കേരളം സ്ഥാപിച്ചത് ഈ കേരളനാണെന്നും കേസരി വിശദീകരിക്കുന്നു.

ചെളിസ്ഥലം വെള്ളം വറ്റിച്ച് മനുഷ്യവാസയോഗ്യമാക്കുന്ന പ്രക്രിയയായി ഈ സംഗതിയെ ചുരുക്കിപ്പറയാം. അങ്ങനെ ആവാസയോഗ്യമാക്കിയ ഒരു ബ്രാഹ്മണസങ്കേതം മാത്രമാണ് കേരളമെന്നു കരുതണം. ആദി ചേരസാമ്രാജ്യത്തിന്റെ ഭാഗമായി ഇതു മാറുന്നില്ല. മലനാടിന്റെ (മലയാള നാട്) ഭാഗവുമാകുന്നില്ല. മലമ്പ്രദേശങ്ങളൊന്നും തന്നെ

കേരളമെന്ന സങ്കേതത്തിൽ ഉൾപ്പെടുന്നില്ല. ഒരേസമയം കേരളം, ചേര, ചോള, പാണ്ഡ്യം എന്നീ രാജ്യങ്ങൾ നിലവിലിരുന്നതായുള്ള ചില ചരിത്ര പണ്ഡിതന്മാരുടെ നിഗമനം ശ്രദ്ധേയമാണ്.

ചെന്തമിഴിൽ രചിച്ച 'തിവാകര നികണ്ടു' വിൽ ഒരേ കാലത്തെ രാജാക്കന്മാരുടെ ബിരുദങ്ങൾ (ഒരു പക്ഷെ ദേശീയവിഭാഗങ്ങളുടെ പേരുകളാവാം) വിവരിക്കുന്നതു കാണാം. ചേരനും കേരളനുമെല്ലാം ആ പട്ടികയിൽ കടന്നു വരുന്നുണ്ട്.

"പൂഴിയൻ ഉതിയൻ കൊങ്കൻ പൊ റൈയൻ,
വാനവൻ കുട്ടവൻ വാനവരമ്പൻ,
വില്ലവൻ കടനാടൻ വഞ്ചിവേന്തൻ,
കൊല്ലിച്ചിലമ്പൻ കോതൈ കേരളൻ,
പോന്തിൻ കണ്ണിക്കോൻ പൊരുനൈന്തുറൈവൻ,
ചേരമാൻ മലയമാൻ കോച്ചേരൻ പേയരേ"

[പൂഴിയൻ = പൂഴിനാടിന്റെ അധിപർ.

ഉതിയൻ =ഉദയദിക്കിലുള്ളവർ (സൂര്യവംശം). സൂര്യനെ ഉതു എന്ന് ബാബിലോണിയക്കാർ വിളിച്ചിരുന്നു.

കൊങ്കൻ =തേൻ തേടുന്നവർ.

മധുരയുടെ നാമത്തിനു പിന്നിലിതാണ്. തേനീച്ചക്ക് നീല എന്നും വർവ്വരി എന്നും സംസ്കൃതത്തിൽ പറയും.

മഹിഷ് മതി രാജാക്കന്മാർ നീലൻ എന്ന ബിരുദം സ്വീകരിച്ചിരുന്നു.

തേൻ ശേഖരിക്കുന്നവരുടെ ഈജിപ്ഷ്യൻ നാമം ബ്യാധി എന്നാണ്.

ബ്യാധി-വ്യാധൻ -വ്രാത്യൻ- വേടൻ എന്നിങ്ങനെ പദാന്തരങ്ങളുണ്ടായി.

വ്രാത്യൻ ബ്രഹ്മാവിന്റെ പര്യായമാണ്.

കൊങ്കുദേശം കീഴടക്കിയതിനാൽ കൊങ്കനായി.

പൊറൈയൻ = പുറങ്ങളിലുള്ളവർ (മലകീഴടക്കിയവർ)

വാനവൻ = മുകൾവനങ്ങളിലുള്ളവർ

കുട്ടവൻ - കുട്ടം(കയം)നാടിന്റെ അധിപൻ. കുടുവരെന്നത് മരങ്ങളിൽ കുടിലുകെട്ടുന്നവരാണ്.

വാനവരമ്പൻ = വാനത്തിനരികിലുള്ളവർ (മാനംമുട്ടെ കീർത്തി വരിച്ചവർ)

വില്ലവൻ = വില്ലേന്തിയവർ.

വില്ലിന് ഗ്രീക്കിൽ തൊക്സൊനെന്നു പറയും.

തക്ഷൻ എന്നത് ബ്രഹ്മാവിന്റെ പര്യായം.

എത്യോപ്യക്കാരെ വില്ലവർ എന്നു വിളിച്ചു. തേനിന് അറബിയിൽ പറയുന്ന അതുബ്ബ് എന്നതിൽ നിന്നാണ് 'എത്യോപ്യ' എന്ന പേരുണ്ടായത്.

കുടക് -തമിഴിൽ പശ്ചിമദേശം.

വഞ്ചി -ചേര തലസ്ഥാനം.

കൊല്ലിമല- സേലം.

കോതൈ-ഗോദ (പശുക്കൂട്ടമുള്ളവർ).

പോന്തിൻ കണ്ണിക്കോൻ - പനമാല ധരിക്കുന്നവൻ.

പൊരുനൈ - പ്രഥമാ നദി.

മലയമാൻ =മലയിലെ മനുഷ്യർ.

'പുന്ത്' എന്ന പുരാതന ദേശത്തെ രാജാവായ ഇസ്കന്ദർ സുൽകർനെയിനെ എന്നതിലെ 'ഇസ്' മലയെന്നാണർഥം.

ഇസ്കന്ദറെന്നാൽ ദിവ്യനായ മല രാജാവ്.

കോച്ചേരൻ - കോ + ചേരൻ].

കേരളമെന്നത് ഈശ്വരൻ ദേശത്തിനു നൽകുന്ന പേരാണെന്നു 'കേരളമാഹാത്മ്യം' സ്പഷ്ടമാക്കുന്നു. കേരളത്തെ 'ദൈവത്തിന്റെ സ്വന്തം നാട്' എന്ന് പിൽക്കാലത്ത് പ്രചരിക്കപ്പെട്ടതിന് ഇങ്ങനെയൊരു പൂർവ പശ്ചാത്തലം നിരിക്ഷിക്കാം. 'കേരളോൽപത്തി' യെ മുൻനിർത്തി ഗുണ്ടർട്ട് കേരളത്തെ വിശദീകരിക്കുന്നത് പഞ്ച ദ്രാവിഡ പ്രദേശങ്ങളിലൊന്നായിട്ടാണ്. തമിഴ്, കേരളം, തുളു, കന്നഡം, ആന്ധ്ര എന്നിവയാണ് പഞ്ചദ്രാവിഡ പ്രദേശങ്ങൾ. ഭാഷാപരമായി ദ്രാവിഡ ദേശങ്ങളെ നിർണയിക്കുകയാണെങ്കിൽ സൗരാഷ്ട്രത്തേയും മഹാരാഷ്ട്രത്തേയും ഉൾപ്പെടുത്തേണ്ടതുണ്ട്.

ബ്രാഹ്മണാധിനിവേശത്തിലൂടെ സപ്തകൊങ്കണങ്ങളായി മാറ്റപ്പെട്ട ദേശങ്ങളിലൊന്നാണ് കേരളമെന്ന് ശങ്കരാചാര്യരുടെ രചനയും സാക്ഷ്യപ്പെടുത്തുന്നു. 'പ്രപഞ്ച ഹൃദയ'ത്തിൽ അദ്ദേഹം പ്രതിപാദിക്കുന്ന സപ്ത കൊങ്കണങ്ങളിൽ കേരളം, കൂപകം, മൂഷികത്തിന്റെ തെക്കൻ ഭാഗം എന്നിവ ചേർത്താലേ ഇന്നത്തെ കേരളമാകൂ.

കേരളമെന്ന പേര് ഇവിടെ 'ഇറക്കുമതി' ചെയ്യപ്പെടുന്നത് എട്ടാം നൂറ്റാണ്ടിലായിരിക്കാം. ബ്രാഹ്മണ ക്ഷേത്രങ്ങളെ സംബന്ധിച്ച സൂചനകൾ അതിനു ശേഷമേ ലഭിക്കുന്നുള്ളൂ. ബി. സി. മൂവായിരത്തിലെ

സുമേറിയൻ സംസ്കൃതിയിൽ, ക്ഷേത്ര നിർമാണവും ക്ഷേത്ര സംസ്കാരവും രൂപപ്പെട്ടതിന്റെ അടയാളങ്ങളുണ്ടെങ്കിലും ഇവിടെ ക്ഷേത്രങ്ങൾ നിർമിച്ചതായുള്ള സൂചനകളില്ല. മറ്റു തരത്തിലുള്ള ആരാധനാ രീതികളായിരുന്നു പാലിക്കപ്പെട്ടിരുന്നത്. കൊറ്റവൈ, മുരുകൻ തുടങ്ങിയ ദേവശക്തികളെ പ്രകൃതിയിലെ അനുഷ്ഠാന സങ്കേതങ്ങളിലിരുത്തി പൂജിക്കുകയായിരുന്നു. രാജാക്കന്മാരുൾപ്പെടെ പിന്തുടർന്നിരുന്നതും ഇത്തരം ആരാധനാക്രമങ്ങളാണ്. ബ്രാഹ്മണരുടേതായ ആചാരാനുഷ്ഠാനങ്ങൾ കടന്നു വരുന്നതാവട്ടെ, ക്രി. വ. രണ്ടാം നൂറ്റാണ്ടിനു ശേഷമാണ്. അതിനു മുമ്പ് ജൈന ബുദ്ധമതവിഭാഗങ്ങൾ അവരുടെ വിശ്വാസ സംവിധാനത്തിൽ, ഗുഹകളെ ആരാധനാലയങ്ങളാക്കി മാറ്റിയെടുക്കുകയാണുണ്ടായത്.

രണ്ടാം നൂറ്റാണ്ടിനു ശേഷം ശൈവ വൈഷ്ണവ ഭക്തിപ്രസ്ഥാനങ്ങൾക്ക് വേരോട്ടം ലഭിക്കുന്നു. ഈ ഭക്തി ധാരകൾ പാണ്ഡ്യ - ചോള മേഖലകളിലൂടെ മലനാട്ടിലുമെത്തുന്നു. വിവിധ സംസ്കാരങ്ങളുടെ സങ്കലനമുണ്ടാകുന്നു. ആരാധനാ രീതികൾ പരസ്പരം സ്വാംശീകരിക്കുന്നു. വിശ്വാസങ്ങളും മതസംഘങ്ങളും മാത്രമല്ല, ആരാധനാ കേന്ദ്രങ്ങൾ പോലും പരിവർത്തനത്തിന് വിധേയമാകുന്നു.

ആരാധനാലയങ്ങളുടെ ഈ 'മതം മാറ്റം' സംഘർഷരഹിതമായും സംഭവിച്ചിട്ടുണ്ട്. ബുദ്ധ-ജൈനമത പള്ളികൾ ശൈവ- വൈഷ്ണവ ക്ഷേത്രങ്ങളായി അങ്ങനെ മാറ്റപ്പെട്ടിട്ടുണ്ട്. ബ്രാഹ്മണാധിപത്യം രാഷ്ട്രീയാധികാരത്തിലെത്തിയതിനു ശേഷമാണ് വലിയ ക്ഷേത്രങ്ങൾ നാട്ടിൽ നിർമിക്കാൻ തുടങ്ങിയത്. അതേത്തുടർന്ന് പ്രകൃതിയാരാധനാപരമായ കാവുകളും തറകളും ഗോത്രവർഗ പരിധിക്കുള്ളിലേക്ക് പിന്മാറി. ക്ഷേത്രങ്ങൾ കേന്ദ്രീകരിച്ചുള്ള പൗരോഹിത്യ വാഴ്ച സമ്പത്ത് സമാഹരിക്കുന്നതിലേക്കും രാഷ്ട്രീയ ശാക്തീകരണം സൃഷ്ടിക്കുന്നതിലേക്കും വളർന്നു.

ഇന്നത്തെ കേരളത്തെ ചരിത്രപരമായി രൂപപ്പെടുത്തുന്ന രേഖാഘടനയിൽ ശ്രീകണ്ഠപുരം ആധാരമായ ഒരു ദേശത്തിന്റെ ഭൂപരമായും സംസ്കൃതിപരമായുമുള്ള കിടപ്പ് ഏതുവിധമാണെന്ന തിരിച്ചറിയൽ കേരളചരിത്രത്തെ സംബന്ധിച്ച് സുപ്രധാനമായ പാഠഭേദമാണ്.

ആദിമലനാടിന്റെ സംസ്കാരപംക്തിയിൽ നിന്ന് മൂഷികവംശത്തിന്റെ അധികാരസ്വരൂപത്തിലൂടെയും ചേരസാമ്രാജ്യത്തിന്റെ വാഴ്ചയിലൂടെയും കോലത്തുനാടെന്ന രാജവ്യവസ്ഥയിലൂടെയും കടന്നുവന്ന് സുൽത്താൻ ഭരണത്തിനും വൈദേശികമേൽക്കോയ്മക്കും വിധേയമാക്കപ്പെട്ട് ആധുനികകേരളത്തിന്റെ രൂപീകരണം വരെ നീളുന്ന സഹസ്രാബ്ദങ്ങളുടെ ഇതിവൃത്തം പൂരിപ്പിക്കപ്പെടാനുള്ളതാണ്.

ഇന്നു കാണുന്ന ഒരു പട്ടണത്തിന്റെ പേരു മാത്രമായല്ല, ചരിത്രപരവും വിസ്തൃതവുമായ ഒരു ഭൂമികയുടെ കേന്ദ്രമെന്ന നിലയ്ക്കാണ് ശ്രീകണ്ഠപുരം അടയാളപ്പെടേണ്ടത്.

പൗരാണിക വാണിജ്യകേന്ദ്രം, ചേരമാൻ പെരുമാൾ സാമ്രാജ്യത്തിലെ ഏറ്റവും പ്രമുഖ സാമന്ത പ്രഭു (ചുഴലി രാജവംശം) വിന്റെ സുപ്രധാന താവളം, അതിപ്രശസ്തനായ മൂഷികരാജാവ് ശ്രീകണ്ഠന്റെ ആസ്ഥാനം, ഇസ്ലാമെന്ന വിശ്വമതം ആവിർഭാവ കാലത്തുതന്നെ നങ്കൂരമിട്ട പുണ്യസ്ഥലം, കേരള - കർണാടക വാണിജ്യ പാതകളുടെ പ്രാചീനസിരാകേന്ദ്രം, പൗരാണിക നദിയായ പ്രഥനയുടെ പ്രാഥമിക വൃഷ്ടിപ്രദേശം, പ്രാചീന ജലഗതാഗത ആസ്ഥാനം, ഗ്രീക്ക - റോമൻ സാമ്രാജ്യങ്ങളുടേയും മധ്യ- പശ്ചിമ ഏഷ്യൻ വ്യാപാര ശക്തികളുടേയും ആകർഷണ കേന്ദ്രം, കുരുമുളകും കാർഷിക വിളകളും സുഗന്ധവ്യഞ്ജനങ്ങളും വനസമ്പത്തും കൊണ്ട് പ്രാചീനകാലം തൊട്ടേ ലോകത്തെ അമ്പരപ്പിച്ച ഒരു പറുദീസയുടെ കേന്ദ്രസ്ഥാനം തുടങ്ങി മഹാ സവിശേഷതകളാൽ പരിചയപ്പെടുത്തുന്ന ഒരു നാമം.

ശ്രീകണ്ഠപുരമെന്നത്, ഇന്ന് കണ്ണൂർ ജില്ലയിലെ സുപ്രധാനമായ ഒരു പട്ടണവും കേരള സംസ്ഥാനത്ത്, കണ്ണൂർ ജില്ലയിൽ, തളിപ്പറമ്പ് താലൂക്കിലെ ഒരു നഗരസഭയുമാണ്. ഈ മേൽവിലാസത്തിൽ ആ നാമം വിവരിക്കുകയെന്നതിനപ്പുറം ആദിമലനാടിന്റെ കേന്ദ്രമെന്ന ഉത്തരവാദിത്തത്തിലേക്ക് ഇതിനെ ഉയർത്തിക്കാട്ടേണ്ടതുണ്ട്. ഈ ഊന്നൽ: ചരിത്ര- ഭൂമി ശാസ്ത്ര- രാഷ്ട്രീയ-വാണിജ്യപരതകളിൽ പരന്നു കിടക്കുന്ന ഒരു നാമത്തിന്റെ മുഴുവൻ പശ്ചാത്തല പ്രവിശ്യകളേയും പരിഗണിച്ചു കൊണ്ടുള്ള അവലോകനത്തിലാണ്. അതിലേക്കായി ആദിമകാലത്തെ ഗോത്ര സാമൂഹ്യ പശ്ചാത്തലം, സംസ്കൃതിയുടെ പൈതൃകം, സാമൂഹ്യ പരിണാമത്തിന്റെ ചിഹ്നങ്ങൾ, അധികാരഘടനകൾ, മലനാടിന്റെ സംഘകാല പ്രതലങ്ങൾ, മൂഷിക വംശപാരമ്പര്യം, പെരുമാൾ സാമ്രാജ്യത്തിന്റെ വേരുകൾ, ചുഴലി സാമന്ത പ്രഭുത്വം, കോലത്തിരി രാജ വംശപ്പെരുമകൾ, ചിറയ്ക്കൽ കോവിലകാധിപത്യം, കരക്കാട്ടിടം ജന്മി വൃത്താന്തം, ഇരിക്കൂർ ഫർക്കയുടെ രാഷ്ട്രീയ മേഖല, കുടിയേറ്റ ജനപദങ്ങൾ, സാമുദായിക രൂപീകരണങ്ങൾ, കാർഷിക ഘടനകൾ, ഉൽപാദന ബന്ധങ്ങളുടെ പരിണാമങ്ങൾ, നാടോടി പാരമ്പര്യങ്ങൾ, കാവ്യ - കലാരൂപങ്ങൾ, ഭാഷാ പരിണാമത്തിന്റെ സവിശേഷതകൾ... തുടങ്ങി വിപുലമായ ഒരു പാഠഭൂമിയിലേക്ക് ആദിമല നാടിനെ മാറ്റി വരക്കുകയെന്ന ദൗത്യം നിറവേറ്റപ്പെടേണ്ടതുണ്ട്. ഈവിധം ചരിത്രയുക്തിയും നിരീക്ഷണവും സാധൂകരിക്കുന്ന ഒരു

പഠനരീതി അവലംബിക്കണമെന്നാണ് ഈ ചരിത്രാന്വേഷണത്തിന്റെ താല്പര്യം.

പൈതൃകസ്മാരകങ്ങളോരോന്നും നാശോന്മുഖമായിക്കൊണ്ടിരിക്കുന്ന ഒരു സാഹചര്യത്തിൽ, ചരിത്രം രേഖപ്പെടുത്തേണ്ടുന്നതിന്റെ അടിയന്തിരപ്രാധാന്യം എടുത്തുകാട്ടാനും കൂടിയാണ് ഈ അന്വേഷണം.

ഗുഹാചിത്രങ്ങൾ വരച്ചിട്ടതിനൊപ്പം സ്വന്തം പേരു കൊത്തിയിടാത്തവർ ആദിമ മനുഷ്യർ; അവരുടെ ചിത്രകലയെ വികലമാക്കാൻ ആദിമ ലിഖിതങ്ങൾക്കു മീതെ സ്വന്തംപേരു കൊത്തിയിടുന്നവർ ആധുനിക മനുഷ്യർ എന്നൊരു പ്രകാരത്തിൽ രണ്ടു കൂട്ടരേയും നിർവചിക്കുന്നതിൽ തെറ്റില്ലെന്നു പറയേണ്ടി വരും, എടയ്ക്കൽഗുഹയിലും മറ്റും ഇന്നു കാണപ്പെടുന്ന ഗുഹാഭിത്തിയിലെ പ്രാചീനലിപികൾക്കു മേലെ തങ്ങളുടെ പേരുകൾ കോറിയിട്ട് വികൃതമാക്കിയ ചില കേളികൾ കാണുമ്പോൾ. നമ്മുടെ പൈതൃകസംരക്ഷണത്തിന്റെ പൊതുകഥയാണ് അതിൽ അനാവൃതമാകുന്നത്.

എടയ്ക്കൽ പുരാതന സംസ്കൃതിയോട് അവിടുത്തെ അധികൃതരുടെ ഭാഗത്തുനിന്നുള്ള സമീപനം, പ്രത്യേകിച്ചും ആർക്കിയോളജിക്കൽ വകുപ്പിന്റേയും ടൂറിസംവകുപ്പിന്റേയും സൂഷ്മപരമായ പരിചരണം മികച്ചതായിട്ടും, അതാണ് കഥയെങ്കിൽ, മറ്റിടങ്ങളിലെ സ്ഥിതി എത്ര പരിതാപകരമായിരിക്കും.

എരുവേശ്ശിയിലെ ഒരു ദൃഷ്ടാന്തം മാത്രം നോക്കു; പുരാവശിഷ്ടമായ മന്ദനാരുടെ ആസ്ഥാനത്തിന്റെ ഇന്നത്തെ അവസ്ഥയെപ്പറ്റി ചരിത്രാന്വേഷകയായ ഡോ: ലിസി മാത്യുവിന്റെ ഈ കുറിപ്പ് സൂചന തരുന്നു: "എരുവേശിയിലെ മന്ദനാർ... കേരളത്തിലെ ഏക തീയരാജവംശം... മന്ദനാരുടെ കൊട്ടാരം ഇന്ന് ഏറ്റവും ദയനീയാവസ്ഥയിലാണ്. വലിയ പ്രദേശം മുഴവൻ നിറഞ്ഞുനിൽക്കുന്ന കെട്ടിടാവശിഷ്ടങ്ങൾ... അതിനിടയിലൂടെ നിരതെറ്റാതെ വച്ചുപിടിപ്പിച്ചിരിക്കുന്ന റബർ മരങ്ങൾ... കിണർ... അമ്പലം... കുഴിക്കളരി... കെട്ടിടത്തെ വിഴുങ്ങിവളരുന്ന ആൽമരം... റബറിന് വളരാൻ വേണ്ടി ആലിന്റേയും തല വെട്ടിയിരിക്കുന്നു.

തുരുമ്പിച്ച ആയുധങ്ങൾ കൂട്ടിയിട്ടിരിക്കുന്നു.

വടക്കൻകേരളത്തിന്റേയും തീയസമുദായത്തിന്റേയും അഭിമാനിക്കാവുന്ന ഇന്നലകളുടെ തിരുശേഷിപ്പാണ് ഇവിടെ അവഹേളിക്കപ്പെടുന്നത്. നമ്മുടെ ജ്വലിക്കുന്ന ചരിത്രത്തെ വരുംതലമുറയ്ക്കു വേണ്ടി കാത്തുസൂക്ഷിക്കേണ്ടത് നമ്മളല്ലേ... പോരാട്ടങ്ങളും പ്രതിരോധവും കോപവും താപവും പ്രണയവും കാരുണ്യവും ഭക്തിയും വീര്യം പകർന്ന

രാജവാഴ്ചയുടെ നാൾവഴികളിൽ നിറംകെട്ടുവീണ കരിയിലകൾക്കരികിൽ നിൽക്കുമ്പോൾ എന്റെ തലയും കുനിഞ്ഞുപോകുന്നു"

സ്ഥാവര രേഖകൾ മാത്രമല്ല ജംഗമ തെളിവുകളും നശിപ്പിക്കപ്പെട്ടുകൊണ്ടിരിക്കുകയാണ്. കുന്നുകളും കോട്ടകളും നശിപ്പിക്കപ്പെടുന്നു. ശ്രീകണ്ഠപുരം നഗരസഭയിൽ കംപ്ലാരിത്തട്ട് എന്നൊരു ഭൂതലമുണ്ട്. ദൃശ്യവൈവിധ്യങ്ങളുടെ അപൂർവ ദേശമായിരുന്നു അത്. ഇന്നെല്ലാം ഓർമയായ് മാറി. വേനലും മഴയും കളിയാടുന്ന മൈതാനക്കാഴ്ചകൾ ഇന്നില്ല, കാട്ടുതീ വരച്ച അതിരുകളില്ല, ഋഷിപാതാളത്തിൽ പൂട്ടിയിട്ട പൗരാണികതയില്ല. നീരുറവയിലൊഴുകിയ കാവ്യ രഹസ്യങ്ങളില്ല, കണ്ണെത്താത്ത വിസ്തൃതിയിൽ വീശിക്കളിച്ച കാറ്റുകളോ, പുൽക്കാടുകൾ പടർന്ന് കൊതിപ്പിച്ച സമതലമോ അപ്രത്യക്ഷമായി. ഭൂപടം വെട്ടിപ്പിടിച്ച ചെങ്കൽഖനനസേന ഓരോയിഞ്ചും തുണ്ടം തുണ്ടമാക്കിയിട്ടുണ്ട്... നിശബ്ദതയുടെ ചൂളംവിളികളില്ല; യന്ത്രഭീകരതയുടെ പൈശാചിക താളം മാത്രം. ക്രഷറുകൾ അലറുകയാണ്. ഒരു വയസ്സൻ കാറ്റു പോലും അങ്ങോട്ടു വീശുന്നില്ല. വിസ്മയങ്ങളുടെ ഋതുക്കൾ എങ്ങോട്ടോ ഓടിയൊളിച്ചു. കാൺമാനില്ല കംപ്ലാരിയെ. 1347 ഏക്കറിൽ പരന്നുകിടന്നിരുന്ന കംപ്ലാരിപ്പാറയെന്ന അത്ഭുത ദേശത്തിന്റെ അടയാളങ്ങളൊന്നും അവശേഷിക്കുന്നില്ല.

അപൂർവ ദേശമായിരുന്നു ഇത്. ഈ ഭൂമി സ്വന്തം സങ്കേതമാക്കാൻ വൻഭൂവുടമകൾ മത്സരിച്ചിരുന്നു. കരക്കാട്ടിടം നായനാർ, കല്യാട്ട് നമ്പ്യാർ, ബീവിരകം... അങ്ങനെ പന്ത്രണ്ടു ജന്മിമാർ ഈ മണ്ണു പങ്കിട്ടു. വിശാലമായൊരു കുളം നിൽക്കുന്ന ഒരേക്കർ കേന്ദ്ര സർക്കാറും അധീനത്തിലാക്കി. ഇവരെയെല്ലാം വശീകരിച്ച രഹസ്യം ഒന്നു മാത്രം: ഭൂമിയുടേയും ആകാശത്തിന്റേയും സ്വകാര്യ സല്ലാപത്തിൽ വിടർന്ന മാസ്മരിക സ്വരൂപമായിരുന്നു ഈ പ്രകൃതി. കംപ്ലാരിയെന്നത് അതിനിഗൂഢസൗന്ദര്യത്തിന്റെ മറുപേര്. ഈ സുന്ദര ഭൂമിയുടെ വടക്കുകിഴക്കനതിർത്തിയിൽ ഒരു ശൈലപ്രകൃതിയുണ്ട്, ആലോറമല. കരിമ്പാറക്കരുത്തിൽ ശിരസ്സുയർത്തി, മേഘതോഴനായി നിൽക്കുന്നവൻ. ആരേയും വശീകരിക്കുന്ന പർവത രൂപം. സൗന്ദര്യത്തിന്റെ പ്രഭവകേന്ദ്രമാണ് മലമുകൾ. ചുറ്റിലും ഇടനാടൻകുന്നുകളുടേയും പാറപ്പരപ്പുകളുടേയും അതിവിശാലത കാണാം. അതിനുചുറ്റും നീലമലകളുടെ നിരകൾ. തെക്കുപടിഞ്ഞാറേ സീമയിൽ കടലിന്റെ വെള്ളിരേഖ. ആലോറക്കോട്ടയെന്നാണ് പഴമക്കാർ വിളിച്ചു വന്നത്. അനശ്വരസൗന്ദര്യത്തിന്റെ നിറച്ചാർത്തുകൾ തികഞ്ഞ ഈ സൗന്ദര്യധാമം തകർക്കപ്പെട്ടുകൊണ്ടിരിക്കുന്നു. പർവത മേട്ടുകൾ പൗരാണിക അവശിഷ്ടങ്ങളുടെ കലവറ മാത്രമല്ല;സ്വയം ഒരു

പുരാവസ്തുവാണ്. സഹസ്രാബ്ദങ്ങൾ ശ്രമിച്ചാലും ഒരു പുഴയോ, മലയോ, കാടോ, വയലോ നിർമിക്കാൻ, നമ്മൾ മനുഷ്യർക്കാവില്ല. ആഗ്നേയശിലകളുടെ ഒരു കുന്ന രൂപപ്പെടുന്നത് ഏകദേശം രണ്ടരക്കോടി വർഷം മുമ്പാരംഭിച്ച ഭൂഖണ്ഡഫലകങ്ങളുടെ ചലനം മൂലം ഉദ് വലനം സംഭവിച്ചിട്ടാണ്. നമ്മുടെ മലനിരകൾ പൂർണ വളർച്ചയിലെത്തിയിട്ട് ഒന്നേമുക്കാൽ കോടി വർഷം പിന്നിട്ടു. ഇത്തരമൊരു വിസ്മയ സൃഷ്ടിയാണ് നാലോ അഞ്ചോ വർഷം കൊണ്ട് ഉന്മൂലനം ചെയ്യപ്പെടുന്നത്.

എത്രകാലം പുരാവസ്തു സാമഗ്രികൾ നിലനിൽക്കുമെന്ന പറയാനാവില്ല. അതിനു മുമ്പേ അവയെ ആധാരമാക്കി ചരിത്രാന്വേഷണം നിറവേറ്റേണ്ടതുണ്ട്. ചരിത്രാവശിഷ്ടങ്ങൾ നാശോന്മുഖമായി കിടക്കുന്ന മറ്റൊരിടമാണ് വൈതൽ മല. 1990 നടുത്ത് വിനോദ സഞ്ചാര ഭൂപടത്തിൽ സ്ഥാനം പിടിച്ച പ്രകൃതി. വൈതലിനെ വിനോദ സഞ്ചാര കേന്ദ്രമാക്കാനുള്ള ആഗ്രഹങ്ങളും നീക്കങ്ങളും 1970 കളിൽ ആരംഭിച്ചിരുന്നു. ഔദ്യോഗിക തലത്തിൽ ചില പദ്ധതികൾ വിഭാവനം ചെയ്യുകയും റിസോർട്ട്, വാച്ച് ടവർ, സുരക്ഷാ ബാൽക്കണി, തുടങ്ങി പരിമിതമായ ചില സംരംഭങ്ങൾക്ക് തുടക്കമിടുകയുണ്ടായി. കേരള ടൂറിസം വികസന കോർപറേഷൻ 2011 ൽ പൈതൽമല എക്കോ ടൂറിസം പ്രൊജക്ടിന് രൂപം കൊടുത്തുവെങ്കിലും കേരളത്തിന്റെ ദൃശ്യപ്രകൃതിക്കു ലഭിച്ച ഈ വരദാനത്തെ സഞ്ചാരികൾക്കു വേണ്ടി ദൃശ്യവൽക്കരിക്കാനുള്ള പദ്ധതികളൊന്നും പുരോഗമിച്ചില്ല.

കണ്ണൂർ ജില്ലയിൽ നടുവിൽ - ആലക്കോട്ടു പഞ്ചായത്തുകൾക്കും കർണാടകത്തിന്റെ കുടക് ജില്ലക്കുമിടയിൽ സഹ്യാദ്രി നിരകളിൽ ചിതറിക്കിടക്കുന്ന അതിർത്തി സ്ഥലികളെയാകെ ദൃശ്യസമ്പന്നമാക്കുന്ന കുറ്റൻ മലകളിലൊന്നാണ് വൈതൽ. സമുദ്രനിരപ്പിൽ നിന്നും 4600-4800 അടിയോളം ഉയരം ഈ മലയ്ക്കുണ്ട്. സഹ്യപർവതത്തിന്റെ വിസ്മയ ഛായാപടത്തെ വന്യനിരകളുടെ അചഞ്ചലഗരിമയോടെ വരച്ചുകാട്ടുന്ന ചാരുഭംഗി. കാടിന്റെ അനവദ്യഗീതങ്ങളുടെ സ്വര മാന്ത്രികത അശരീരി രചിക്കുന്ന രഹസ്യലോകം. അനന്തവിഹായസ്സിന്റെ വരമൊഴിയിൽ വർണങ്ങളും സ്വപ്നങ്ങളും തൊട്ടുരുമ്മി ശയിക്കുന്നു. വൈതൽമലയുടെ അതിവിസ്തൃതമായ പർവതപ്പരപ്പ് മാത്രമല്ല, മലമുകളിലെ ഉദയാസ്തമനങ്ങളും കാനന രാവിന്റെ കടുംനിറങ്ങളും നിലാവഴകും സഞ്ചാരികളുടെ ദൃശ്യ പ്രതീക്ഷകളെ മാറ്റിവരയ്ക്കാൻ പോന്നവയാണ്. സൗന്ദര്യത്തിന്റെ സമ്പൂർണ ദിക്കുകളും കണ്ണിലൊതുക്കാൻ കഴിയുന്ന ദൃശ്യപംക്തി. മലയുടെ മേല്പരപ്പ് കാടൊഴിഞ്ഞതും വിസ്തൃതമായ പുൽമേടുകൾ നിറഞ്ഞതുമാണ്. കാട്ടുചോലകൾക്കുള്ളിലേക്കൊഴുകി പോകുന്ന

നീരുറവകൾ ഒന്നിലേറെയുണ്ട്. മലയുടെ പടിഞ്ഞാറേ അതിരിൽ അത് ഉറവ വറ്റാത്ത അക്ഷയ ധാരയാണ്. കണ്ണൂർ ജില്ലയിലെ സുപ്രധാനമായ പുഴയുടെ ഉത്ഭവസ്ഥാനമാണത്.

പശ്ചിമഘട്ട പർവത നിരകളിലെ വിവിധ ഉറവകളിൽ നിന്നാണ് വളപട്ടണം പുഴയുടെ ഉത്ഭവം. മുന്നൂർ കൊച്ചി, ചാത്തമല, വൈതൽ, മാവിൻതോട്, കാഞ്ഞിരക്കൊല്ലി, മാട്ടറ, തൊട്ടിൽപ്പാലം എന്നിവിടങ്ങളിലൂടെ ഒഴുകിത്തുടങ്ങുന്നു. ബ്രഹ്മഗിരിക്കുന്നുകളാണ് വളപട്ടണം പുഴയുടെ മറ്റൊരു ഉത്ഭവപംക്തി. കിഴക്കേ അതിരിന്റെ ചെരിവിലായി കാണുന്ന ഏഴരക്കുണ്ടെന്ന വിസ്മയിപ്പിക്കുന്ന ജലപാതവും വളപട്ടണം പുഴയിലേക്കാണ് പ്രവഹിക്കുന്നത്.

മന്വന്തരങ്ങൾക്കു സാക്ഷിയായ കൂറ്റൻ കരിമ്പാറകളും വൈതൽമലയിൽ അവിടവിടെയായുണ്ട്. ഔഷധ ജാലങ്ങൾ, സമ്പുഷ്ടമായ ജൈവ ജടകൾ, പൗരാണിക പ്രതിരൂപങ്ങൾ വരച്ചുവച്ച കാടിന്റെ മടിത്തട്ട്. നൂറ്റാണ്ടുകൾക്കു മുമ്പേ അടയാളപ്പെടുത്തിയ ആയുസ്സിന്റെ ജ്യാമിതി വൃക്ഷവാർധക്യങ്ങളിൽ നിന്നു വായിച്ചെടുക്കാം. സഹസ്രാബ്ദങ്ങളുടെ ഭൗമ നിർമിതികളായ പർവതങ്ങളും പുഴകളും പാടങ്ങളും സൂക്ഷിച്ചുവച്ച ചരിത്രവിജ്ഞാനം കണ്ടെത്താനുള്ള സൂക്ഷ്മവായന നിർവഹിക്കുന്നതിന്റെ സുസ്ഥിര രീതിയാണ് പാരിസ്ഥിതിക കലവറകളെന്ന നിലക്കുള്ള അവയുടെ സംരക്ഷണവും. മനുഷ്യരാശിക്കു മുമ്പിലുള്ള വെല്ലുവിളി കൂടിയാണിത്. ഭൂപരമായ ഒരതിർനിർണയം ഈ പഠനത്തിന് നിർണായകമല്ലെങ്കിലും പഠനപ്രദേശത്തിന്റെ കേന്ദ്രമായ ശ്രീകണ്ഠപുരത്തിന്റെ പരിസരമേഖലയുടെ ഒരു ദൃശ്യം ഇങ്ങനെയാണ്:

കൂറ്റൻ മലനിരകളും കുന്നുകളും വനങ്ങളും ചെങ്കൽപ്പരപ്പുകളും കരിങ്കൽ പാളികളും തരിശു പറമ്പുകളും പുൽമേടുകളും വയലുകളും തോട്ടങ്ങളും പുഴകളും തോടുകളും കൃഷിപ്പാടങ്ങളുമായി ഇടകലർന്നു കിടക്കുന്നു. കണ്ണൂർ ജില്ലയിലെ ഏറ്റവും ഉയരമുള്ള (1246 മീറ്റർ) വൈതൽ മലയും തുരുമ്പിക്കമല, ചാത്തമല, ഉടുമ്പു മല, എയ്യൻ മല (എയ്യൻ = മുള്ളൻപന്നി/എയ് നാർ എന്ന ജനവിഭാഗം ശിലായുഗത്തിൽ), പാത്തൻ പാറ, മുഴക്കര, കുന്നത്തൂർ, വലിയ അരീക്കമല, കാഞ്ഞിരക്കൊല്ലി, പാലക്കയംതട്ട് തുടങ്ങിയ പർവതനിരകളും പശ്ചാത്തലത്തിലുണ്ട്.

കുന്നത്തൂർ, കാഞ്ഞിരക്കൊല്ലി, നിക്ഷിപ്ത വനങ്ങളും കുടിയാന്മല റിസർവ് വനവും വനപരിധിയിൽ പെടുന്നു. കുന്നുകളുടെ പട്ടികയിൽ ആലോറക്കോട്ട, കോട്ടമല, നായനാർ മല, തുടങ്ങിയവ ഉയർന്നു നിൽക്കുന്നു. ഭൂവിസ്തൃതിയുടെ 60 ശതമാനവും കൃഷിഭൂമിയായി ഇന്നും പരിപാലിക്കപ്പെടുന്നുണ്ട്. ആഗ്നേയ ശിലകളുടെ പാളികളും കരിങ്കൽ

പാളികളും പലയിടത്തുമുണ്ട്. ശിലാരൂപീകരണത്തിന്റെ പഴക്കം കണക്കിലെടുത്താൽ കേരളത്തിൽ ഏറ്റവുമേറെ കാലം താണ്ടിയത് വയനാടു തൊട്ടു വടക്കോട്ടുള്ള പശ്ചിമഘട്ട പ്രദേശങ്ങളുടെ ഭൗമ ഘടനയാണെന്ന് ഭൂവിജ്ഞാനീയവിദഗ്ധർ ചൂണ്ടിക്കാട്ടുന്നു. വയനാട്, കണ്ണൂർ, കാസർക്കോഡ് ജില്ലകളും കർണാടകയും പങ്കിടുന്ന അതിർത്തിമലകളിലെ പാറകളുടെ രൂപവൽക്കരണം അഞ്ച് ദശലക്ഷം വർഷം മുമ്പ് പൂർത്തിയായതാവണം.

അവയിൽ ചില മേഖലകളിലേത് 'ധാർവാർ രൂപവൽക്കരണ'മെന്നറിയപ്പെടുന്ന ശിലാഘടനയാണ്. ഈ പ്രദേശങ്ങളിൽ മാത്രം കാണപ്പെടുന്ന തരത്തിൽപെട്ടതാണത്.

പരാമർശിക്കപ്പെടുന്ന അതിരുകളോ ദേശപംക്തികളോ ചരിത്രാന്വേഷണത്തിൽ ഒട്ടും പ്രസക്തിയില്ലാത്തതാണെങ്കിലും ചരിത്രസ്ഥലിയിൽ അതിബൃഹത്തായതും സുപ്രധാനസവിശേഷതകളുള്ളതുമായ ഇടമാണിത്.

കാർഷിക- വാണിജ്യ ഘടനകളും ഉൽപാദന ബന്ധങ്ങളുടെ പരിണാമങ്ങളും

ഉൽപാദന ഉപാധികളുടെ ജൈവ പരികല്പനകളെ സമാഹരിച്ച മാത്രമേ ചരിത്ര നിയമങ്ങളുടെ സൂക്ഷ്മ വളർച്ച പരിശോധിക്കാനാവൂയെന്നതിനാൽ മലനാടിന്റെ കാർഷിക- വാണിജ്യ ഘടനകളുടെ ചിത്രം സംയോജിപ്പിക്കേണ്ടത് അത്യാവശ്യമാണ്.

ഉൽപാദന ബന്ധങ്ങളുടെ സംഘർഷങ്ങളും പരിണാമങ്ങളും രൂപപ്പെടുത്തുന്ന സാമൂഹിക വികാസത്തിന്റെ ഗ്രാഫ് വെളിപ്പെടുത്തുന്ന ശാസ്ത്രീയരീതിയും മറ്റൊന്നല്ലല്ലൊ. അത്തരമൊരന്വേഷണം ഒപ്പം നിറവേറ്റവാനുള്ള ശ്രമമാണ് ഈ അധ്യായം. ചരിത്രപരമായ ഉൽപാദനരീതികളും സാമ്പത്തികവികാസനിയമങ്ങളും നിരീക്ഷിക്കാനുതകുന്ന സൈദ്ധാന്തിക പാഠങ്ങളുടെ നിർമിതിക്കു പോലും ചെന്നെത്താൻ കഴിയാത്ത വിദൂരമായ ഒരാദിമ കാലഘട്ടത്തിന്റെ സവിശേഷതകളെക്കുറിച്ചാണ് നാം ചർച്ച ചെയ്യുന്നത്. സമൂഹത്തിന്റെ സാമ്പത്തികഘടനാവൽക്കരണത്തിന്റെ ഒരിടവേളയെന്നു വിളിക്കാനേ ഒരു പക്ഷെ, പറ്റൂ. പ്രാകൃത കമ്മ്യൂണിസവും അടിമ- യുടമ വ്യവസ്ഥയും പിന്നിട്ട്, ഫ്യൂഡൽ വ്യവസ്ഥയ്ക്കും വ്യാപാര മുതലാളിത്തത്തിനും ഒരേസമയം ബീജം നൽകുന്ന ഒരപൂർവകാലഘട്ടത്തിന്റെ പടിവാതിൽക്കലെത്തി നിൽക്കുന്ന സാമൂഹ്യരൂപം.

അവിടെ ഉൽപാദനക്കുതിപ്പിനിട നൽകുന്ന ഉപാധികൾ പ്രകൃത്യാ സജ്ജമാണ്. ഉടമാവകാശം എന്ന പ്രതീതി രൂപപ്പെടാത്ത

സാമൂഹ്യമായ ആസൂത്രണവും ഉടമസ്ഥതയുമുള്ള പ്രാരംഭഘടനയാണത്.

ഭൂമിയുടെ കാവലാൾ എന്ന ആദർശതലത്തിൽ പരമ്പരാഗതമായി ഭൂമിയുടെ അവകാശികളാണ് ഗിരിവർഗക്കാർ, വിശേഷിച്ചും, അതിലൊരു വിഭാഗമായ കാണിക്കാർ. സ്വത്തുടമസ്ഥതയുടേയോ പിന്തുടർച്ചാവകാശത്തിന്റേയോ അടിസ്ഥാനത്തിൽ വിനിയോഗിക്കപ്പെടാവുന്ന ഭൂപരമായ നിയമങ്ങളൊന്നും അന്ന കല്പിക്കപ്പെട്ടുന്നില്ല. ഈ പ്രകൃതി മുഴുവൻജീവജാലങ്ങളുടേതുമെന്ന ജൈവികാദർശത്തിന്റെ മഹനീയത ആ നിലപാടിനുണ്ട്.

'മലമയുടെ കഥ' യെന്ന പ്രാചീനപാട്ടിലെ വരികൾ ആ സാമൂഹ്യാദർശത്തെ പ്രതിഫലിക്കുന്നതാണ്:

"മലനാട്ടരാജ്യത്തുങ്കൽ
ആദിയില്ല, അന്തമില്ല,
നാല്വ വേദമില്ല, ചാത്തിരമില്ല,
ദേവകളില്ല, ഇറിഷികളില്ല,
ദൈവം പുണ്യവാന്മൊരൊന്നുമില്ല,
മുപ്പത്താറു കോടി ദേവകളില്ല,
അറുപത്താറായിരം അസുരകളില്ല,
കല്ലുംകടവും കുളിയും ജപവുമില്ല,
മണ്ഡലമില്ല, മനുവില്ല, മന്ത്രികളില്ല,
മറയോരുമില്ല"

(ചാത്തിരം= ശാസ്ത്രം, ഇറിഷി = ഋഷി, കുളി = തൊട്ടുതീണ്ടിയാലുള്ള കുളി, മറയോർ = വേദപണ്ഡിതർ).

ഈ വഹകളൊന്നുമില്ലാതെ സമുദായത്തെ ജൈവോന്മേഷത്തിൽ നിർത്തുന്ന ജനകീയസംസ്കൃതിയെ തെളിച്ചുകാട്ടുന്ന ഈ വരികൾ...

അധികാരരൂപങ്ങളും രൂപാന്തരങ്ങളും അവയിൽ നിന്നുമനുഭവിച്ചറിഞ്ഞ വിവേചനങ്ങളും മുൻനിർത്തിയാവണം പണ്ടൊരു കാലത്തെപ്പറ്റി അങ്ങനെ പാടുന്നത്. ഉൽപാദനപ്രക്രിയയിൽ മനുഷ്യന്റെ ഇടപെടലിനു മുമ്പ്, ഉൽപാദകശക്തിയായി പ്രകൃതി തന്നെ വർത്തിക്കുന്ന പ്രാഥമികദശയിൽ മനുഷ്യൻ ഒരുൽപന്നവും ഒരുപഭോഗശക്തിയുമായിരുന്നു. അന്നത്തെ ഉൽപാദനമെന്നത് മനുഷ്യനെ ഭാഗഭാക്കാക്കുന്ന പ്രകൃതിയുടെ സ്വാഭാവിക പ്രവർത്തനമാണ്. മനുഷ്യനെ പ്രകൃതിയിൽ നിന്നും വേർതിരിക്കുന്ന അധ്വാനവൽക്കരണത്തിന്റെ കൈകാലിട്ടടിക്കലാണ് അതിന്റെ രീതി. ഉൽപാദനബന്ധമെന്നത് പരിസ്ഥിതിയേയും മനുഷ്യനേയും നിർവചിക്കുന്ന സാമൂഹ്യവൽക്കരണത്തിന്റെ ശൈശവദശയും.

ആഹാരമേതെന്ന അന്വേഷണം തൊട്ട് മനുഷ്യന് ആരംഭിക്കേണ്ടി വരുന്നു. അലച്ചിലല്ല തെരച്ചിലാണ് മുന്നേറുന്നത്. അന്വേഷണത്തിലൂടെ കണ്ടെത്തുന്ന ഒരുത്തരം ഭക്ഷണവും മറ്റൊരുത്തരം കൂട്ടായ്മയുമാണ്.

പ്രകൃതി വരുതിയിലാകുന്ന ക്രമത്തിൽ ആവാസമുറക്കുന്നു. ക്രമേണ സ്വന്തംപ്രകൃതിയെ നിർമിച്ചു തുടങ്ങുന്നു. അതിനുള്ള സുപ്രധാനമാർഗം കൃഷിയാണ്. മനുഷ്യനെ സംവിധാനം ചെയ്തു കൊണ്ടിരുന്ന പ്രകൃതിക്കുമേൽ ഒരു സംവിധായകനായി മനുഷ്യൻ മാറിക്കഴിഞ്ഞ ഘട്ടം. അപ്പോഴും പ്രകൃതിയെ ചൂഷണം ചെയ്യുകയെന്ന അഥവാ മിച്ചോൽപന്നം നിർമിക്കുകയെന്ന കാഴ്ചപ്പാടിലേക്ക് ആ സമൂഹം മാറുന്നില്ല. ഓരോരുത്തർക്കും അന്നേയ്ക്കുന്ന് ആവശ്യമുള്ളതെന്തോ അതാണ് പരിധി. ഒന്നിനേയും അവർ ലക്ഷ്യമിടുന്നില്ല, ആഹാരത്തേയും. കാലാവസ്ഥാവ്യതിയാനങ്ങളുടെ സമ്മർദത്താൽ ആഹാരവും പാർപ്പിടവും ഭദ്രമാക്കണമെന്ന കരുതലിലേക്ക് അവർ നയിക്കപ്പെടുന്നു. മിച്ചോൽപാദനം, വാണിജ്യ രഹിതമായ കൊടുക്കൽ വാങ്ങലുകളിലൂടെ മികച്ച സാമൂഹ്യ ബന്ധത്തിനും ഇഴ പാകുന്നു. ഗോത്രരൂപീകരണത്തിന്റെ വിവിധ പരിണാമങ്ങളിലൂടെ സമൂഹം കടന്നുപോകുന്നു. അധികാരത്തിന്റെ കേന്ദ്രീകൃതരൂപങ്ങളുടെ ചിട്ടകളും ചട്ടങ്ങളും നിർമിക്കപ്പെടുന്നു.

എല്ലാവരിലും നിക്ഷിപ്തമായ അധികാരത്തിന്റെ പ്രാകൃതജനാധിപത്യ രീതിയാണ് പ്രാഥമികദശകളിൽ പ്രാവർത്തികമായത്. പ്രകൃതി ആ രീതിയുടെ പ്രത്യയശാസ്ത്രമായി വർത്തിച്ചു. പ്രകൃതിയുടെ പ്രതീകമായി പിൽക്കാലത്ത് ദൈവങ്ങളവതരിച്ചു. അധികാരത്തിന്റെ ഗോത്രപരമായ ചട്ടവട്ടങ്ങൾ കാലക്രമത്തിൽ സ്ഥാപിതതാല്പര്യങ്ങൾക്കു വിധേയമായി മാറിമറിഞ്ഞു. നൂറ്റാണ്ടുകൾ പിന്നിടുന്നതിനിടെ ജീവിതത്തിന്റെ സാമ്പത്തികാടിത്തറയ്ക്കുമീതെ സാമൂഹ്യമായ അതിന്റെ മേല്പുരകളുയർന്നുവന്നു. വാണിജ്യത്തിന്റെ ബാലപാഠങ്ങളെ പാകപ്പെടുത്തിയത് വിദൂരങ്ങളിലുള്ള അപരിചിത വിഭാഗങ്ങളുമായുള്ള വിനിമയത്തിന്റെ തുടർച്ചകളാണ്.

അതിനെത്തുടർന്ന് സമ്പാദ്യശീലം, സ്വകാര്യ സ്വത്തിന്റെ കാഴ്ചപ്പാട്, കച്ചവട സംസ്കാരം, കമ്പോളത്തിൽ ആധിപത്യം കണ്ടെത്താനുള്ള അധികാര നിർമിതികൾ, അധികാരപ്രകൃതത്തിന്റെ ജനാധിപത്യരഹിതമായ ശാക്തീകരണങ്ങൾ, സമ്പത്തു സംരക്ഷിക്കാനുള്ള ആയുധസങ്കേതങ്ങൾ, അധികാരസ്ഥാനങ്ങളായ കോട്ടകൊത്തളങ്ങൾ, കൊട്ടാരങ്ങൾ, അധികാരവും സമ്പത്തും കയ്യടക്കാനുള്ള യുദ്ധങ്ങൾ, ഭൂവുടമാവകാശങ്ങൾ, വിവിധദേശങ്ങൾ തമ്മിലുള്ള സഹവർത്തിത്തവും പോരുകളും, സാമ്രാജ്യരൂപീകരണങ്ങൾ, ദേശാന്തരവാണിജ്യത്തിന്റെ പടർച്ചകൾ മുതലായ വിവിധ പരിണാമങ്ങളുടെ ഉള്ളടക്കത്താൽ

സാമൂഹികവ്യവസ്ഥ പ്രാചീന കാലത്തു തന്നെ ഇവിടെ പ്രബലമാണ്. ബി. സി. മൂന്നാം ശതകമാകുമ്പോഴേക്കും ബിംബിസാരന്റെ ആക്രമണത്തെ ചെറുക്കാൻ കെല്പുള്ള ശാക്തീകരണത്തിലേക്ക് ഇന്ത്യയുടെ ദക്ഷിണാപഥം മാറിക്കഴിഞ്ഞിരുന്നല്ലൊ.

സാമൂഹികമായ സുദൃഢീകരണം സമഗ്രത കൈവരിച്ചതിന്റെ മുദ്രകൾ സംഘകാലകൃതികളിലും മറ്റും ദൃശ്യമാണ്. ചരിത്രം കടന്നുവന്ന അതിമഹത്തായൊരു സാമൂഹിക പരിപ്രേക്ഷ്യത്തിന്റെ ആഭ്യന്തര ഘടനയിലേക്കും വികാസ ഘട്ടത്തിലേക്കും ചൂണ്ടുന്നവയാണ് അത്തരം സാഹിത്യസൃഷ്ടികൾ. സംഘകൃതികളുടെ കാലഗണന BC 300 നും AD 200 നുമിടയിലാണെങ്കിൽ, അക്കാലത്തേ ആ സൃഷ്ടികളിലൂടെ പ്രദർശിതമാകുന്ന സാംസ്കാരിക ഉദ്ഗ്രഥനത്തിന്റെ അടയാളങ്ങൾ അമ്പരപ്പിക്കുന്നതാണ്. ജനജീവിതത്തേയും സാമൂഹ്യ നിയമങ്ങളുടെ സവിശേഷ സമീപനങ്ങളേയും കൃത്യമായ സ്ഥല-കാലങ്ങളിൽ രേഖപ്പെടുത്തുന്ന ഉള്ളടക്കം അവ പുലർത്തുന്നുണ്ട്. സ്വയംപര്യാപ്തമായ ഒരാവാസവ്യവസ്ഥ അടിമുടി ആസൂത്രണം ചെയ്യപ്പെട്ടതിന്റെ മുഴുവൻ പ്രാഗത്ഭ്യവും പ്രതിഫലിക്കുന്നു.

ഭൂമിശാസ്ത്രപരമായും സാംസ്കാരികമായും സൂക്ഷ്മാംശത്തിൽ നിർവചിക്കപ്പെട്ട ഐന്തിണൈകളായാണ് (കുറിഞ്ചി, മുല്ല, മരുതം, നെയ്തൽ, പാല)അന്ന് ആവാസവ്യസ്ഥയെ നിജപ്പെടുത്തിയിരുന്നത്. അഞ്ചുതിണകൾ അഞ്ച് ഉൽപാദന വ്യവസ്ഥകളായി പരിഗണിക്കാമെന്ന് ചില ചരിത്രകാരന്മാർ ചൂണ്ടിക്കാട്ടുന്നുണ്ട്. സാമൂഹ്യാധ്വാനത്തിന്റെ സങ്കേതങ്ങളിൽ ജീവിതത്തിന്റെ തുറകൾ സ്ഥിരപ്പെട്ടതിലൂടെ സ്വത്വനിർണയത്തിന്റെ അടിത്തറയും പാകപ്പെട്ടു. വേർതിരിവിന്റെ ആ വളർച്ച സാമൂഹ്യവിഭജനങ്ങളായിട്ടാണ് രൂപാന്തരപ്പെട്ടത്. മരുത നിലങ്ങളിൽ തന്നെ ചെറുഭൂവുടമകളും (ഊരന്മാർ) ചെറു കർഷകരും (മകിഴ്നർ) കൃഷിത്തൊഴിലാളികളും (ഉഴവർ) കച്ചവടക്കാരു(കടൈയർ) മായി ആളുകൾ വേർതിരിഞ്ഞു. (കച്ചവട സ്ഥാപനത്തെ 'കട'യെന്നു വിളിച്ചുവന്നത് കടൈയർ എന്ന പദത്തിൽ നിന്നാണ്). മീൻ, ഉപ്പ്, വള, ശംഖ്, സ്വർണം തുടങ്ങി ഓരോ വ്യാപാര ഉൽപന്നത്തിനും ഓരോ ശാഖ രൂപപ്പെട്ടു. ഉപ്പ് ശേഖരിക്കുന്നവർ ഉമണർ; അത് കുറുക്കുന്നവർ ആളവർ. നെയ്തൽ നിലങ്ങളിലാണെങ്കിൽ, കടൽവിഭവം വിൽക്കുന്നവർ ചേർപ്പർ, കടലിൽ താവളമടിച്ചവർ പരവർ. മത്സ്യബന്ധനവും കൃഷിയും നുളയർ നയിച്ചു. നിലമുഴുതു കൃഷി ചെയ്തവർ ഉഴവരായി. പാലൈ നിലത്തിലെ അധിവാസം മറവരുടേതാണ്. അധ്വാനത്തിനും തൊഴിലിനുമനുസരിച്ച് സമുദായവിഭജനമോ നിർവചനമോ അന്നത്തെ വിഷയമായിരുന്നില്ല. അക്കാലത്ത് അവരുടെ അധ്വാനം ജാതിബോധ്യത്തോടെയല്ല,

കർമ വിഭജനമെന്ന മട്ടിൽ മാത്രം. ഓരോ തിണയേയും പൂവ്, മരം, പക്ഷി, മൃഗം, നിലം, ജലം, ഭക്ഷണം, തൊഴിൽ, വാദ്യം, രാഗം, ഗ്രാമം, ജനവിഭാഗം, നായകർ, ദൈവം, മനുഷ്യവികാരം എന്നിവയുമായി അതിസൂക്ഷ്മം കോർത്തിണക്കിക്കൊണ്ട് ആസൂത്രണം നടത്തിയതായി കാണാം. അതിനുതകുന്ന സൗന്ദര്യദർശനവും സാമൂഹ്യപരമായ സംവിധാനപാടവവും അന്നത്തെ ജനത ശീലിച്ചിരുന്നു. സുദീർഘമായ പാരമ്പര്യം അവകാശപ്പെടാവുന്ന കാർഷികജീവിതസംസ്കൃതി അതിനു മുന്നോടിയായി അവരാർജിച്ചിട്ടുണ്ടാവാം.

മരുതനിലങ്ങളിൽ വിശാലമായ നെൽപ്പാടങ്ങളുണ്ടായിരുന്നതിന്റെ സൂചനകൾ കാണാം. ആ നെൽപ്പാടങ്ങളെ സംഘ കൃതികൾ അതിപുരാതനമെന്ന് അന്നു വിശേഷിപ്പിക്കണമെങ്കിൽ അതിന്റെ പഴക്കമെത്രയായിരിക്കും! 'വലിയ തണ്ടു തിക്കിക്കിടക്കുന്ന കതിരുകളുള്ള നെല്ലോടു കൂടിയ പുരാതനദേശം വേണമെന്നുണ്ടെങ്കിൽ കപ്പം കൂടിയേ തീരൂ' എന്നാണ് 'പുറനാനൂറി'ലെ പരാമർശം. പിൽക്കാലത്ത് സ്ഥാപിതമായ ഫ്യൂഡൽ നിയമങ്ങളാണ് ഈ നൈസർഗിക സംവിധാനത്തെ അട്ടിമറിക്കുന്നതും നിലമുടമസ്ഥതയിൽ കുത്തക സ്ഥാപിക്കുന്നതും. മക്കത്തായ - മരുമക്കത്തായം പോലെയുള്ള ചട്ടവട്ടങ്ങൾ രൂപപ്പെടുത്തി സ്വത്ത് പിന്തുറക്കാരിലേക്ക് കൈമാറാനും സ്വകാര്യതലത്തിൽ സ്ഥായീവൽക്കരിക്കാനും മുതലാളിത്തത്തിന്റേതായ സമ്പൂർണ സ്വത്തുടമാ സമ്പ്രദായം വികസിപ്പിക്കാനും അതിലൂടെ വഴിതുറന്നു.

ആവാസത്തിന്റെ അടിത്തറ 'കുടി'യാണ് -കുടുംബത്തിന്റെ കൂട്. കൂട്ടങ്ങളായാണ് അതിജീവനം. ഒറ്റക്കൊറ്റക്ക് ജീവിതമില്ല. ആ ജീവിതത്തിന്റെ നാട്ടുപരിധിയാണ് ഊര്. മുന്നൂറ് ഊരുകളാണ് പാരിയുടെ പറമ്പുമലയിലുണ്ടായിരുന്നതെന്ന് കപിലരുടെ കൃതി പരാമർശിക്കുന്നുണ്ട്. പ്രാകൃത ജനാധിപത്യ രീതിയിലുള്ള ഗോത്രാധികാര സംവിധാനം പഴക്കമേറുന്നതോടെ പാരമ്പര്യ നിയമങ്ങളും അതു നിർണയിക്കുന്ന രക്തബന്ധങ്ങളും അധികാരഘടനയെ നയിച്ചു. രക്തവംശത്തിന്റെ തായ് വഴികളിലൂടെ സമ്പത്തിന്റെ സമ്പൂർണമായ കനാലുകളും തിരിച്ചുവിടുന്ന, സാമൂഹ്യാധിപത്യഘടനയെ തീർത്തും തകിടംമറിക്കുന്ന പ്രവണതയിലേക്കാണ് പിന്നീടു വളരുന്നത്. വളർച്ചയുടെ ഘട്ടത്തിൽ പല ഗോത്രങ്ങൾ ചേർന്ന കുലങ്ങളാവിർഭവിച്ചു. കുലത്തലവന്മാരുമുണ്ടായി. കാണിക്കാരുടെ തലവൻ 'മൂട്ടകാണി', മലങ്കുറവരുടേത് 'ഊരാളി', മലപ്പണ്ടാരങ്ങൾക്ക് 'മൂപ്പൻ', വേടന്മാർക്ക് 'സ്ഥാനി' മലപ്പുലയർക്ക് 'അരയൻ' മലക്കാരന്മാർക്ക് 'അയ്യൻ' ഉരിഡവർക്ക് 'യജമാനൻ' മലയരയർക്ക് 'പേരമ്പർ' തച്ചനാടന്മാർക്ക് 'മൂത്താളി'...

കാർഷികവിതാനങ്ങൾ വിപുലമാകുന്നതോടെ കർത്തവ്യനിർവഹണത്തിന് ഭൂമി വിഭജിച്ച് ഓരോരുത്തരേയും ഏല്പിക്കുന്നു. ചുമതലപ്പെട്ടതലിനപ്പുറം ഒരുടമാവകാശം അതിൽ നിക്ഷിപ്തല്ല. ദാനം ചെയ്യുന്നതായിട്ടാണ് വിവക്ഷിക്കപ്പെടുന്നത്. കൊടുക്കുന്നതും സ്വീകരിക്കുന്നതും അത്തരമൊരു പരിദിവ്യതയോടെയാണ്. ഒരു ചൂട്ടിലെ തീ മറ്റൊരു ചൂട്ടിന് പകർന്നുനൽകുന്ന സ്വാഭാവികക്രിയയുടെ മഹത്വമാണതിനുള്ളത്. ഭൂമി പലർക്കായി ദാനം ചെയ്യുന്ന ഗോത്രരീതിയെ ഇന്നത്തെ ഭൂപരിഷ്കരണത്തിന്റെ -അതിലെ സ്വത്തുടമസ്വഭാവ മൊഴിവാക്കിയാൽ - പ്രാചീനരൂപമായി കണക്കാക്കാം.

അത്തരം ഭൂവിതരണത്തിലൂടെ ഗോത്രഘടന അയഞ്ഞു തുടങ്ങുകയും കൃഷിയുടെ മണ്ഡലം ശക്തിപ്പെടുകയും ചെയ്തു. ആ മുന്നേറ്റം കാർഷികപുരോഗതിയെ ത്വരിതപ്പെടുത്തിയെങ്കിലും ഭൂമിയുടെ സാമൂഹ്യാസ്തിത്വം മാറി മറിഞ്ഞു. ഉൽപാദനോപാധികൾ കാലോചിതമായി നവീകരിക്കപ്പെടാതിരിക്കുമ്പോൾ സ്വാഭാവികമായും ഉൽപാദനം അവരോഹണത്തിന്റെ വഴിത്തിരിവിലെത്തുകയും തത്ഫലമായി നൈസർഗികമായ സാമൂഹിക സന്തുലിതാവസ്ഥയിൽ നിന്ന് ചൂഷണാധിഷ്ഠിതമായ തരംതിരിവിലേക്ക് ജനസമൂഹം ചെന്നുപെടുകയും ചെയ്യും. ഗോത്രസാമൂഹ്യതയ്ക്കെതിരെ ചരിത്രപരമായി മുളപൊട്ടുന്ന കുടുംബസ്വകാര്യതയുടെ വളർച്ച കൂടി കണക്കിലെടുത്താൽ, സമ്പത്തിന്റെ അവകാശവും അതിരുകളും നിർണയിക്കപ്പെടുന്ന മത്സരാധിഷ്ഠിത ഘട്ടം പ്രത്യക്ഷപ്പെടാനുള്ള സാഹചര്യമാണത്. നേടുന്നവർ ഉടമകളും നഷ്ടപ്പെടുന്നവർ അടിമകളുമായി വിഭജിക്കപ്പെടും. മൈസൂരിൽ നിന്നും കുടിയേറി കർഷകപ്രഭുക്കളായി മാറിയവർ വയനാട്ടിലെ ആസ്ട്രലോയിഡ് വിഭാഗക്കാരായ പണിയരെ അടിമകളാക്കി മാറ്റിയത് ഏകദേശം ബി. സി. രണ്ടായിരത്തിനടുത്താണ്. അടിമകളായവരാണ് അടിയരെന്ന് കെ. പാന്ഥരിന്റെ 'കേരളത്തിലെ ആഫ്രിക്ക' വിവരിക്കുന്നു. വള്ളിയൂർകാവിലെ ഉത്സവച്ചന്തയിൽ അടിമവ്യാപാരവും നടന്നതായി ചരിത്രമുണ്ടല്ലോ. യഥാർഥ അടിമത്തത്തിന്റെ രീതിയിൽ നിന്ന് ഒട്ടേറെ വ്യത്യാസമിതി നുണ്ട്. കൃഷിയിടങ്ങളിൽ കുടിൽ കെട്ടി പാർക്കാനുള്ള സ്വാതന്ത്ര്യവും പണിയെടുക്കുന്ന ദിവസങ്ങളിൽ പണിക്കൂലിയായി നെല്ല് കൂലി കിട്ടുന്നതും അവരെ കാർഷിക ത്തൊഴിലാളിയുടെ പ്രാഥമികതലത്തിലേക്ക് വളർത്തുന്നവയാണ്. ഗോത്രകാലത്തു തന്നെ രൂപപ്പെട്ട അടിമകളുടെ ഒരു ശൃംഖല ഫ്യൂഡൽ ഘട്ടത്തിൽ മാത്രമല്ല മുതലാളിത്ത ശക്തികളുടെ വരവിനു ശേഷവും ഇവിടെ തുടർന്നതിന്റെ ശക്തമായ സൂചനകൾ ചരിത്രത്തിലുണ്ട്. ബ്രിട്ടീഷ് ഭരണകാലത്ത് നിയമം മൂലം

അടിമവ്യാപാരം നിരോധിച്ചതിനു ശേഷവും അതിന്റെ പല രീതികൾ പ്രത്യക്ഷത്തിൽ തുടർന്നു പോന്നു.

ഇവിടെ ചന്തകളിൽ നിന്ന് അടിമകളെ വാങ്ങലല്ല, ജാതികളെ തന്നെ അടിമകളാക്കിമാറ്റാനുള്ള സൗകര്യമാണുണ്ടായിരുന്നത്. പ്രതിഫലം നൽകുന്നുവെന്ന പൊയ്മുഖത്തോടെയായിരുന്നു ആ ചൂഷണരീതിയുടെ പിൽക്കാലഉള്ളടക്കം. അധ്വാനത്തിന് തക്ക പ്രതിഫലമില്ലാത്ത തൊഴിലടിമകൾ ഒരു ഭാഗത്ത് കാർഷിക പ്രവൃദ്ധിക്കു വേണ്ടി രാപ്പകലില്ലാതെ പ്രവർത്തിക്കുകയും മറുഭാഗത്ത്, തങ്ങളുടെ ആവാസത്തിന് അടിത്തറയൊരുക്കുവാൻ പോലും ഗതിയില്ലാതെ, കുടിലോ, ഒരു തുണ്ടു നിലമോ, പേരിനു പോലും തികയാതെ ചേരിവൽക്കപ്പെട്ടുകയും ചെയ്തുവെന്നത് മലനാടിന്റെ നാട്ടുവാഴിഘടനയുടെ നഗ്നചിത്രത്തിൽ തെളിഞ്ഞു കാണാം. വർണ-ജാതി സമൂഹത്തിന്റെ രൂപത്തിലുള്ള പ്രാചീന അടിമത്തമാണ് ഈ ചൂഷകസമ്പ്രദായത്തെ നൂറ്റാണ്ടുകളിലൂടെ നിലനിർത്തിയതും. മനുഷ്യശരീരത്തിന്റെ വർണങ്ങളും ആകാരങ്ങളും പാരിസ്ഥിതികമാണ്. നൂറ്റാണ്ടുകളായുള്ള പാരിസ്ഥിതികസമ്മർദം വർണങ്ങളെ ദൃഢപ്പെടുത്തും. അൾട്രാവയലറ്റ് രശ്മികൾ പതിക്കുമ്പോൾ മനുഷ്യശരീരത്തിൽ നടക്കുന്ന മെലനോജനസിസ് പ്രക്രിയയാണ് വർണങ്ങൾക്കു പിന്നിൽ. ഇന്ത്യയിലെ ആദിമനിവാസികൾ വംശീയമായിത്തന്നെ ഇരുണ്ട നിറമുള്ളവരല്ലെങ്കിലും വലിയൊരളവുവരെ, സാഹചര്യങ്ങളിൽ പെട്ട് കറുത്തു പോയവരാണെന്ന' കോളിൻസിന്റെ (മിഷണറി എൻറർപ്രൈസസ് ഇൻ ദി ഈസ്റ്റ്) അഭിപ്രായം 1862 ൽ റവ: എച്ച്. ബേക്കർ ജൂനിയർ എഴുതിയ മലയരയർ എന്ന ലഘുലേഖയിൽ രേഖപ്പെടുത്തിയിട്ടുണ്ട്. (ഉദ്ധരണി: ഞാൻ കണ്ട കേരളം - റവ: സാമുവൽ മെറ്റീർ) 1777ൽ, ആസ്ട്രിയക്കാരൻ വൈദികൻ ബർത്തലോമ്യോ 'ഈസ്റ്റിൻഡീസ് പര്യടന'മെന്ന ഗ്രന്ഥത്തിൽ മലയാളികളുടെ നിറത്തെപ്പറ്റി പറയുന്നുണ്ട്:

"മലയാളികളുടെ നിറം പൊതുവിൽ പിംഗളവർണമാണ്. ചോഴമണ്ഡലത്തിലുള്ള തമിഴരുടെ നിറത്തേക്കാൾ ഏറെ ശോഭയുണ്ട്. കടൽത്തീരത്ത് താമസിക്കുന്ന മുക്കുവരുടേയും ചായപ്പണിയിലേർപ്പെട്ടിരിക്കുന്ന പറയരുടേയും നിറം കറുപ്പാണ്. കടൽക്കാറ്റും വെയിലും കൊണ്ട് പകൽ മുഴുവൻ പണിയെടുക്കേണ്ടി വന്നതുകൊണ്ടാണ് അവർ കറുത്തിരിക്കുന്നത്. ഉയർന്ന ജാതിക്കാരുടെ നിറം ഇതേക്കാൾ മെച്ചപ്പെട്ടത്. ഇവർ വെയിലത്തിറങ്ങി പണിയെടുക്കാതെ വൃക്ഷങ്ങളുടെ ശീതളച്ഛായയിൽ പരിശുദ്ധമായ വായു ശ്വസിച്ചും ഉത്തമമായ ഭക്ഷണം കഴിച്ചും ജീവിക്കുന്നവരാണ്." (ഉദ്ധരണി: സഞ്ചാരികൾ കണ്ട

കേരളം - വേലായുധൻ പണിക്കശ്ശേരി) അധ്വാനത്തിന്റെ നിറമാണ് ആദിമലനാടിനും നാട്ടുകാർക്കും. വർണ-ജാതികളെ നിർണയിച്ചതിൽ അധ്വാനത്തിന്റെ പങ്ക് ചരിത്രപരമാണ്. ഇന്നത്തെ കേരളത്തിന്റെ സ്വദേശികൾ - പുലയർ, പറയർ, ഇരുളർ, മുളവർ, പണിയർ, പളിയർ മുതലായ ആസ്ത്രലോയ്ഡ് നരവംശക്കാരാണ്. അന്തമാൻ, നിക്കോബാർ ദ്വീപസമൂഹങ്ങളിലെ ജനഗണങ്ങളുമായുള്ള ഇവരുടെ സാമ്യം നരവംശശാസ്ത്രകാരന്മാർ ചൂണ്ടിക്കാട്ടുന്നുണ്ട്.

ഉൽപാദനചരിത്രമെന്നത് മണ്ണിന്റെ യഥാർഥസന്തതികളുടെ നാളിതേ വരെയുള്ള പരിപ്രേക്ഷ്യമാണ്. അവർ അവരുടെ ഭൂമിയിൽ അന്യവൽക്കരിക്ക പ്പെട്ടുവെന്നതാണ് അഥവാ അവരുടെ അധ്വാനം സാമൂഹ്യഘടനകളുമായി സമരസപ്പെട്ടില്ലെന്നതാണ് അധിനിവേശശക്തികൾക്കൊന്നിനും ആദിമലനാടിന്റെ സിരകളിൽ വേരുറപ്പിക്കാൻ കഴിയാതെ പോയത്. വിദേശ അധികാരഘടനയുടെ പിന്തുണയുള്ള കമ്പോളശക്തികൾ പ്രത്യക്ഷപ്പെട്ടപ്പോൾ പോലും മലനാടിന്റെ ഉൽപാദനരീതികളിൽ ആഴത്തിലിറങ്ങാൻ സാധിച്ചില്ല. പിന്നപ്പിന്നെ അതിനു മുതിരാതെ അസന്തുലിതമായ സാമൂഹിക ഘടനയെ ഒരു പരിധി വരെ പ്രീതിപ്പെടുത്താനായിരുന്നു അവരുടെ പൊതുവായ തീരുമാനവും.

സമുദായഘടന നവീകരിച്ചാലുണ്ടാകുന്ന ഭവിഷ്യത്തുകളെക്കുറിച്ച് അക്കാലത്ത് യൂറോപ്യൻ അധികാരികൾക്ക് സ്വന്തം ചരിത്രപാഠങ്ങളിൽ നിന്ന് 'വകതിരിവും' ലഭിച്ചിരുന്നതാണ്. തുടർന്നുണ്ടായ പാഠഭേദങ്ങൾ മുതലാളിത്തയുക്തികളായി വിദേശാധീശകാലത്ത് ഇവിടെ പ്രയോഗിക്കപ്പെട്ടു. അതേപ്പറ്റി 'കേരളം മലയാളികളുടെ മാതൃഭൂമി'യിൽ ഇ. എം. എസ് വിലയിരുത്തിയത് ഇങ്ങനെയാണ്: "സാമൂഹ്യജീവിതത്തിൽ സവർണർക്കും സാമ്പത്തിക ജീവിതത്തിൽ ജന്മികൾക്കും ഭരണകാര്യത്തിൽ സാമന്തന്മാർക്കും നായന്മാർക്കുമുള്ള പ്രാധാന്യം നശിപ്പിക്കുന്നതിനു പകരം അതിനെല്ലാം മീതെ തങ്ങളുടെ സ്വന്തം രാഷ്ട്രീയാധിപത്യം കൂടി സ്ഥാപിക്കുക മാത്രമാണ് ബ്രിട്ടീഷുകാർ ചെയ്തത്. (പേജ് 146). ഭൂപരമായ അധികാരങ്ങളുമായി ബന്ധപ്പെട്ട് ജന്മിത്തത്തിന്റെ പ്രാബല്യത്തിനു കീഴിലും കൃഷിക്കാർക്ക് പ്രയോജനപ്പെട്ടിരുന്ന നാട്ടുനടപ്പ് മര്യാദകളെ തകിടംമറിക്കാനുദ്ദേശിച്ച് നിയമവൽക്കരിക്കാനാണ് ബ്രിട്ടീഷുകാർ തുനിഞ്ഞത്. അതിലൂടെ കൃഷിക്കാരന്റെ ജന്മാവകാശത്തെ റദ്ദ് ചെയ്യുകയും ഭൂപ്രഭുക്കൾക്കനുകൂലമായി ഭൂമിയുടെ അധികാരം പുനർനിർവചിക്കുകയും ചെയ്തു. കൃഷിഭൂമിയിലെ വിളവിൽ കാണം, പാട്ടം തുടങ്ങിയ നികുതിപിരിവുകളുടെ പേരിൽ ഒരോഹരിയിൽ മാത്രം അവകാശമുണ്ടായിരുന്ന ജന്മി ആ പരിധിയും കടന്ന്

കൃഷിഭൂമിയുടെ അധിപനാണെന്ന് സ്ഥാപിച്ചു കൊടുക്കുകയായിരുന്നു പൊതുവെ ബ്രിട്ടീഷ് നിയമാവലികൾ. തങ്ങളുടെ ശിങ്കിടികളായി മാറിയ ജന്മിയെ ഭൂമിയുടെ അനിവാര്യമായ അവകാശിയാക്കുകയും കൃത്യമായി നിർവചിക്കപ്പെട്ട രാഷ്ട്രീയ അവകാശികളാക്കി അവരെ മാറ്റിത്തീർക്കുകയുമായിരുന്നു ബ്രിട്ടീഷ് നയങ്ങളുടെ കാതൽ. അക്കാലഘട്ടത്തിലെ ജനതക്കുമേൽ അടിച്ചേല്പിച്ച ഫ്യൂഡൽപ്രഭുക്കളുടെ പരമ്പരാഗതഅവകാശങ്ങളും സംരക്ഷിക്കപ്പെട്ടു. അവരുടെ പ്രാമാണികസംഹിതകൾ രൂപപ്പെടുത്തിയ പരിമിതികൾക്കു പുറത്തേക്ക് സമൂഹത്തെ പ്രവർത്തിപ്പിക്കുവാൻ ബ്രിട്ടീഷുകാർ താല്പര്യമെടുത്തില്ല.

സാമ്രാജ്യത്ത വികസനത്തിനനുഗുണമായി ഈ ദേശത്തിന്റെ വിപണിയെ വിസ്തൃതമാക്കണമെന്ന ലാഭതന്ത്രം മാത്രമാണ് അവർ സ്വീകരിച്ചത്. ഗോത്രവ്യവസ്ഥയുടെ തകർച്ചയിലെ ച്യുഷണാവശിഷ്ടങ്ങളിൽ നിന്നുയർന്നു വന്ന ഒരു ഫ്യൂഡൽ സമൂഹത്തിന്റെ പരിവർത്തന പരിധിയിലൂടെ മാത്രം മുന്നേറ്റം നിയന്ത്രിക്കപ്പെട്ടു. സാമൂഹിക വ്യവസ്ഥകളുടെ ആരോഹണാവരോഹണങ്ങളിലെവിടേയും വിപ്ലവപരമായ ദൗത്യങ്ങൾ പൂർണമായും സഫലീകരിക്കപ്പെടാത്ത ഒരു ചരിത്ര പാതയാണ് ഈ ദേശത്തിനുള്ളത്. ഈ പരിധിയിൽ ചരിത്രഘട്ടങ്ങളിലെവിടേയും, നാളിതുവരെ വിപ്ലവം നടന്നില്ലെന്നു ചുരുക്കിപ്പറയാം.

തന്റെ അധ്വാനത്തിന്റെ അനുപാതം കൊണ്ട് സമൂഹത്തിന്റെ ഘടനാശേഷി നിലനിർത്താൻ ഫ്യൂഡൽകാലത്തിനു മുമ്പുള്ള ഓരോ മനുഷ്യനും ബാധ്യതപ്പെട്ടിരുന്നു. ഉൽപന്നത്തിന്റെ ഒരളവ് സമൂഹത്തിനു പ്രയോജനപ്പെടുവാനായി അർപ്പിച്ചു. പിന്നീട് ആ പ്രയോജകരുടെ സ്ഥാനത്ത് സമൂഹത്തിനു പകരം നാടുവാഴി വന്നു. അക്കാരണത്താൽ, സാമൂഹ്യബാധ്യതയിൽ നിന്ന് ജനത പതിയെ പിന്നോട്ടടിക്കുന്ന സ്ഥിതിയാണ് സംജാതമായത്. ഫലത്തിൽ, പൊതുസമൂഹത്തിന്റെ കർത്തവ്യബോധത്തെ ഫ്യൂഡലിസം കടപുഴക്കി.

മറുവശത്തെത്തുമ്പോൾ, ഇവിടേക്കു കടന്നുവന്ന വിദേശശക്തികളുടെ വാണിജ്യാസക്തി ഫ്യൂഡൽ സാമ്പത്തികസമവാക്യങ്ങളെ തകിടം മറിക്കുകയും ഭൂവുടമാഘടനയ്ക്കു പുറത്ത് മൂലധനം സ്വരൂപിക്കുന്നതിനിടയാക്കുകയും ചെയ്തു. നാടുവാഴിത്തത്തിന്റെ ആഭ്യന്തരക്ഷയത്തിലേക്കാണ് ഇത് വഴിതെളിച്ചത്. മണ്ണും അധ്വാനവും അധ്വാനഫലങ്ങളും ചരക്കുകളായി മാറുന്ന വ്യവസായ മുതലാളിത്തത്തിന്റെ അരങ്ങേറ്റം ശക്തിപ്പെട്ടു.

ഭൂമിയുടെ ഉടമസ്ഥാവകാശപരിണാമ പ്രക്രിയകളുടെ ഈ തുടർച്ചകൾക്കിടയിൽ, ആരാണ് യഥാർഥത്തിൽ ഭൂമിയുടെ അവകാശികളെന്ന അടിസ്ഥാനപ്രശ്നം ചരിത്രം ചർച്ച ചെയ്യാതെ പോയിട്ടുണ്ട്. മലനാടിന്റെ

കാർഷിക ഭൂപടത്തിൽ തന്നെ അതിന് സവിശേഷമായ ഉത്തരമുണ്ട്. അവകാശമോ അധികാരമോ അപ്രസക്തമാക്കുന്ന ഭൂമിയുടെ സവിശേഷതയാണ് അതിന്റെ ഒരുത്തരം. കൃഷിയെന്ന പ്രക്രിയയാണ് ഭൂമിയെ മേൽവിലാസത്തിലേക്കുയർത്തു ന്നത്. ദൈവങ്ങൾക്ക് സുസ്ഥിരമായ മേൽവിലാസമുണ്ടാക്കിയതും കൃഷിയാണ്. കൃഷിയിലേക്കു തിരിയുന്ന സാമൂഹികഘട്ടത്തിന്റെ സൃഷ്ടിയാ വണം ശിവൻ. ശിവനു 'ഭഗൻ' (തകൻ) എന്നും 'സിതോൻ' (സിതൻ - ശുക്രൻ) എന്നും 'സെയൂസ് അത്രോത്രിയുസ്' എന്നും ഫിനീഷ്യൻ ചരിത്രകാരനായ ഫിലോബിബ്ലിയുസ് പേരിട്ടിട്ടുണ്ട്. ധാന്യം കൃഷി ചെയ്യുവാൻ മനുഷ്യരെ ആദ്യം പഠിപ്പിച്ച ദേവൻ ഭഗനാണ്.

അതുവരെ ഭൂമിയുടെ വില രൂപപ്പെടുന്നതും പരിഗണനാ വിഷയമാകുന്നതും കാർഷികാരംഭത്തോടെയാണ്. ഭൂമിയിൽ വിളയിക്കുന്ന ഉൽപന്നങ്ങളാണ് നാടിന്റെ സമ്പദ് വ്യവസ്ഥയെ നിർമിക്കുന്നത്. ആ വ്യവസ്ഥ സമഗ്രമായി സംവിധാനംചെയ്യുന്നതിന് നേതൃത്വം നൽകലാണ് ഭരണകൂടത്തിന്റെ അടിസ്ഥാന ധർമം. നാട്ടുവാഴിയോ, ഭൂപ്രഭുവോ രാജ്യാധിപതികളോ ഈ കടമകളെ നയിക്കണം. എന്നാൽ, ഈ പ്രക്രിയകളുടെ കാര്യക്ഷമതയില്ലായ്മയും ഒരളവോളം പ്രായോഗികമായ അഭാവവുമാണ് നാളിതുവരെ ചരിത്രത്തിൽ തുടർന്നതെന്നു കാണാനും പ്രയാസമില്ല. പകരം ഉൽപാദനഫലം വർഗാധീശത്താൽ തട്ടിയെടുക്കുകയും വിവേചനപരമായി ഉപയോഗിക്കുകയും ചെയ്തതിന്റെ ചരിത്രം മുഴച്ചു നിൽക്കുന്നുമുണ്ട്. ചരിത്രത്തിലെ ഈയൊരു ദുരവസ്ഥ മറച്ചു പിടിക്കാൻ 'ഔദ്യോഗിക' ചരിത്രരചനയും പൊതുവെ ശ്രമിച്ചതായി കാണാം. അത്തരം ചരിത്രകാരന്മാരെ സംബന്ധിച്ച് അക്കാലത്ത് രാജാക്കന്മാർ മാത്രമേ ചിത്രത്തിലുള്ളു. പ്രജകൾ മുഖങ്ങൾ തെളിയാത്ത വെറും കാലാൾപ്പട.

ജീവിതം മുഴവനെടുത്തുള്ള അധ്വാന പ്രക്രിയകളിലൂടെ യഥാർഥ ഉൽപാദനം നിറവേറ്റുന്ന ശക്തിയാണ് ആ നിലയിൽ ചരിത്രത്തിലിടം കിട്ടാത്തവരായത്. ഭൂഫലം സ്വന്തമാക്കുന്നതിലും ഈ വർഗപ്രേരണ ആരംഭകാലം തൊട്ടേ ശക്തമാണ്. ഇവിടെ നമ്മളൊരു പ്രശ്നം പരിശോധിച്ചാൽ, ഭൂപ്രഭുവിന്റെ കയ്യിലേക്ക് ഭൂമിയുടെ അധികാരം എങ്ങനെ വന്നുചേർന്നുവെന്നു നിരീക്ഷിച്ചാൽ, ആരുടേയും ഭൂവധികാരം ചരിത്രപരമായി റദ്ദ് ചെയ്യപ്പെട്ടുമെന്ന സത്യത്തെ സ്വീകരിക്കേണ്ടി വരും. പ്രാഥമികമായി മാത്രം, ഓരോ തരിമണ്ണും അതിലെ വിളവും അവിടെ ജനിച്ചവരുടെ അധ്വാനിച്ചവരുടെ ജന്മാവകാശമാണ്. അവരും ഭൂമിയുടെ അവകാശികളല്ല. എല്ലാവരും ഭൂമിയുടെ മേൽനോട്ടക്കാർ മാത്രമാണ്.

ഏവരുടേയും അവകാശത്തിനു പുറത്തുള്ള പ്രകൃതിധാതുവാണ് മണ്ണ്; ആകാശം പോലെ തന്നെ. ആ നിലക്ക്, ഒരിടത്തെ മണ്ണുമായി വിദൂര ബന്ധം പോലുമില്ലാത്ത നാട്ടുവാഴിയോ രാജാവോ അതിന്റെ അധി കാരികളുടെ പരിധിയിലേ വരുന്നില്ല. അതിലെ വിളവിന്റെ ഒരോഹരി പൊതുക്ഷേമനിവൃത്തികൾക്കായി, അതിന്റെ ഉത്തരവാദിത്തമുള്ള വർക്ക് സമാഹരിക്കാമെന്നു മാത്രം. ഈ സ്വാഭാവികനിർവഹണം മറികടന്ന് ഭൂമി തങ്ങളുടെ കാൽക്കീഴിലാണെന്ന നിയമധാർഷ്ട്യമാണ് ഭൂവുടമാബന്ധങ്ങളെ എക്കാലവും നിയന്ത്രിച്ചത്, ഇപ്പോഴും നയിച്ചുകൊണ്ടിരിക്കുന്നതും.

മലനാടിന്റെ കാർഷികപ്രകൃതിയുടെ ആദിമദശയിൽ, 'കന്നി'മണ്ണും സമീകൃതമായ കാലാവസ്ഥയും വന്യനൈസർഗികതയും ഒത്തുചേരുന്ന കൃഷിഭൂമി വൻതോതിലുള്ള അധ്വാനശക്തി ആശ്രയിക്കാതെ തന്നെ പുഷ്ടി പ്രാപിക്കും. പോഷകവളത്തിന്റേയോ കീടനാശിനികളുടേയോ സഹായമില്ലാതെ തന്നെ സ്വാഭാവികമായ തഴപ്പ് കൈവരിക്കാൻ അക്കാലത്ത് വിളകൾക്കു കഴിഞ്ഞു. വിളകളുൽപാദിപ്പിക്കുന്നവരുടെ ആവശ്യവും കവിഞ്ഞ് ഉൽപാദന സമൃദ്ധിയാർജിച്ചു. സാർവദേശീയ വിപണികളുമായി കണ്ണിചേരാവുന്നിടത്തോളം സമ്പദ് ശേഷിയും അപൂർവതയും കാർഷികരംഗം കൈവരിച്ചു. പരിമിതമായ കാലയളവിൽ മാത്രമല്ല, നൂറ്റാണ്ടുകൾ നിറഞ്ഞ് ആഗോളവാണിജ്യ കേന്ദ്രമായി മലനാട് വിലസി. ഏറെയൊന്നും ദൈർഘ്യമില്ലാത്ത കേരളതീരത്ത് ഇത്രയേറെ അന്തർദേശീയ തുറമുഖങ്ങൾ രൂപം കൊള്ളണമെങ്കിൽ അതിനു കാരണം, സാമ്പത്തിക-ഉൽപാദന വിതരണവിനിമയങ്ങളുടെ കുതിപ്പു തന്നെ. ലോകത്ത് മറ്റൊരു തീരദേശത്തിനും അവകാശപ്പെടാനാവാത്തവിധം നീണ്ടതാണ് ആ പട്ടിക.

ബൈസാന്തിയോൻ (ഹോനവാർ), മംഗളാദേവീപുരം (മംഗലാപുരം), നിത്രിയാസ് (നേത്രാവതി), നീലേശ്വരം, നാന ഉന (നാനൻകുല-ഏഴിമല) മന്ദഗര (മാടായി), വളപട്ടണം, നൗറ (നാറാത്ത് / നേത്രാവതിയാണെന്ന് കേസരി... അകനാനൂറിൽ നറവ് എന്നാണ് പറയുന്നത്), കണ്ണൂർ, അർമോഗര (ധർമടം), തലശ്ശേരി, പതാലെ(പന്തലായിനി കൊല്ലം), കാപ്പാട്, കോഴിക്കോട്, തിണ്ടീസ് (സംഘം കൃതിയിലെ തൊണ്ടിപ്പട്ടണം -കടലുണ്ടി / കൊയിലാണ്ടി / പൊന്നാനിപ്പുഴയുടെ അഴിമുഖം), ബേപ്പൂർ, മുസിരിസ് (കൊടുങ്ങല്ലൂർ), കാലൈക്കരിയാസ് (ചാവക്കാട്), സുദോസ് തോമസ് (മാലിപ്പുറം), ശെംനേ (ചേന്ദമംഗലം), ബക്കരെ - ബാരിസ് (പമ്പ നദീമുഖത്ത്), പൊർക്കെ (പുറക്കാട്), എങ്കോൺ (ഏഴകോൺ, കൊട്ടാരക്കര), നെൽക്കിണ്ട

(നിരണത്തിനടുത്ത് നാക്കിട. നെടുങ്കണ്ടമാണെന്ന് എൻ. എം. നമ്പൂതിരി), കൊല്ലം, ബലിത (വിഴിഞ്ഞം), കോരൈയൂർ (കുമരകം), കൊട്ടിയറ (കോട്ടാർ), ബമ്മല (പൊമ്മല), കൊമരി (കന്യാകുമാരി).

ഇതിൽ പലതും തിരക്കേറിയ തുറമുഖങ്ങളാണെന്ന് 'പെരിപ്ലസ്' കൃതിയിൽ നിന്നും പ്ലിനിയടക്കമുള്ള സഞ്ചാരികളുടെ വിവരണങ്ങളിൽ നിന്നും വ്യക്തമാകും. ചരിത്രത്തിൽ, ശ്രീകണ്ഠപുരത്തിന്റെ വാണിജ്യ ചക്രവാളങ്ങൾ വളരെ വിശാലമായിരുന്നുവെന്നു തന്നെ വിശ്വസിക്കണം. ദേശാതിരുകൾ കടന്ന് വിശ്വകമ്പോളങ്ങൾ കീഴടക്കിയതിന്റെ കീർത്തി നിസ്സാരമല്ല. പ്രാചീനഭാരതവും മധ്യേഷ്യയും തമ്മിലുണ്ടായിരുന്ന വാണിജ്യ-സാമ്പത്തിക ബന്ധങ്ങളുടെ സുദീർഘമായ പാരമ്പര്യത്തെപ്പറ്റി ധാരാളം പഠനങ്ങളുണ്ടായിട്ടുണ്ടല്ലോ. ഭാരതത്തിന്റെ സുപ്രധാന വാണിജ്യ മുനമ്പായിരുന്നു മലബാർ തീരം. വാണിജ്യപരമായ ക്രയവിക്രയങ്ങളുടെ മർമ സ്ഥാനമായിരുന്നു മലബാർ. വിദേശങ്ങളുമായുള്ള കച്ചവട ബന്ധം വളരെ സാധാരണമായിരുന്നു. ആദിമ വെങ്കല യുഗത്തിനു മുമ്പെ (3000 BC -1900 BC) സാധാരണ വാണിജ്യ ബന്ധത്തിന്റെ തലത്തിലേക്ക് മലനാടിന്റെ വിദേശ വിനിമയം ശക്തിപ്പെട്ടു. സംഘം കൃതികൾ, പ്ലിനി - പെരിപ്ലസ് കാരൻ - വാർമിങ്ടൺ വിവരങ്ങൾ തുടങ്ങി ക്രി. വ. ആദ്യ ശതകങ്ങളെ ആധാരമാക്കുന്ന രേഖകളിൽ നിന്നു തന്നെ വിദേശ വാണിജ്യത്തിന്റെ വളരെയധികം വികസിച്ച ചിത്രങ്ങൾ കിട്ടും.

ഇസ്രയേൽ, പാലസ്തീൻ, ഗ്രീസ്, പേർഷ്യ തുടങ്ങി ഒട്ടനവധി രാജ്യങ്ങളുമായി ഉടമ്പടി രൂപപ്പെടുത്തിയ സമുദ്ര വ്യാപാരം ക്രിസ്തുവിനും ആയിരം വർഷം മുമ്പെ നടന്നതായി കാണാം - ഇസ്രയേലിലെ സോളമൻ രാജാവ് (ബി. സി. 1000) ഫിനീഷ്യരുടെ നേതൃത്വത്തിൽ അയച്ച കപ്പൽക്കൂട്ടം പൂർവദേശത്തെ ഓഫിർ തുറമുഖത്തു നിന്നും സുഗന്ധദ്രവ്യങ്ങളും സ്വർണവും കയറ്റിക്കൊണ്ടുപോയത്. (ഓഫിർ ഇവിടുത്തെ തുറമുഖമാണെന്ന ഈ കൃതിയുടെ അനുമാനം അധ്യായം ഒന്നിൽ ചർച്ച ചെയ്തതാണ്.) വയനാട്ടിൽ നിന്ന് സ്വർണാംശമുള്ള കല്ലുകളും മണലും ബേപ്പൂർ തുറമുഖത്തേക്ക് എത്തിച്ചിരുന്നതായി ലോഗൻ അടയാളപ്പെടുത്തുന്നു. മറ്റൊരു ലോകത്തുമില്ലാത്ത, മലനാടിന്റെ മാത്രം സവിശേഷതയായ തേക്കും ചന്ദന മരങ്ങളും വിദേശങ്ങളിലേക്ക് B. C. 1000 ൽ തന്നെ കയറ്റുമതി ചെയ്യപ്പെട്ടിരുന്നു. അതിനുമെത്രയോ മുമ്പേ, കേരളത്തിലെ വനങ്ങളിൽ മാത്രം കണ്ടുവന്നിരുന്ന അപൂർവം തേക്കിൻ തടികൾ സുമറിൽ എത്തിയിരുന്നതായി തെളിവുകളുണ്ട്.

റോമൻ - അറേബ്യൻനാട്ടുകളുമായി ബന്ധപ്പെട്ട് വളരെയധികം അഭിവൃദ്ധി പ്രാപിച്ച വാണിജ്യ ഘടന നിലവിലുണ്ടായിരുന്നതായും നാണയ കൈമാറ്റത്തിലും വിദേശ നാണയ വിനിമയത്തിലും വൻപുരോഗതി പ്രാപിച്ചിരുന്നതായും മനസ്സിലാക്കാവുന്നതാണ്. അത്തരമൊരു വാണിജ്യ വികസന പ്രക്രിയ സഫലമാക്കാൻവിധം മലനാടിന്റെ പശ്ചാത്തലം വികസനോന്മുഖമായിരുന്നുവെന്നു വേണം വിലയിരുത്താൻ. കാർഷിക സമൃദ്ധിയിലും സാമ്പത്തിക ഘടനയിലും വനസമ്പത്തിന്റെ ഉപഭോഗത്തിലും സുഗന്ധവ്യഞ്ജനങ്ങളുടെ ഉൽപാദനത്തിലുമെല്ലാം കൈവരിച്ച മുൻപന്തി ലോകശ്രദ്ധ ആകർഷിച്ചിരുന്നുവെന്നതു തീർച്ച. ഈയൊരു നില കൈവരിക്കണമെങ്കിൽ, അതിനു തക്ക ശേഷിയാർജിച്ച ഒരു ജനതയും പുരോഗമിച്ച ഉൽപാദനരീതികളും രാഷ്ട്രീയാധികാര വ്യവസ്ഥയും അധ്വാനശേഷിയും സാമൂഹികബോധവും ഇവിടെ അഭിവൃദ്ധിപ്പെട്ടിരുന്നുവെന്ന് നാം തിരിച്ചറിയേണ്ടതുണ്ട്. നമ്മുടെ വനാന്തരങ്ങളിലവശേഷിച്ച ഗുഹാലിഖിതങ്ങളും ചിത്രലിപികളും അത്തരമൊരു വികാസ ചരിത്രത്തിന്റെ സാംസ്കാരിക അടയാളമായി പ്രകാശിക്കുന്നു. അയ്യായിരം വർഷങ്ങൾക്കു മുമ്പേ പശ്ചിമഘട്ട നിരകളിൽ ഗുഹാചിത്രങ്ങളും ഭാഷാ ലിപികളും ആലേഖനം ചെയ്യപ്പെട്ടതിന്റെ ഉദാഹരണമാണ് എടയ്ക്കൽ ഗുഹ.

സുഗമമായ ഒരു കടൽമാർഗം കേരളത്തേയും വാണിജ്യ സാമ്രാജ്യങ്ങളേയും കൂട്ടിയിണക്കുകയും ചെയ്തു. പുരോഗതി പ്രാപിച്ച സമുദ്ര വാണിജ്യ പശ്ചാത്തലം പ്രകൃത്യാ അനുഗ്രഹിക്കപ്പെട്ടു. എ. ഡി. ഒന്നാം നൂറ്റാണ്ടിൽ ഹിപ്പോലാസ് കണ്ടെത്തിയ തെക്കുപടിഞ്ഞാറൻ കാലവർഷക്കാറ്റ് സഞ്ചാരയുഗത്തിന് കുതിപ്പേറ്റി. അതുവരെ സമുദ്ര യാത്രികർ കാനേയിൽ നിന്നും അറേബ്യയിൽ നിന്നും മറ്റും കടൽത്തീരംപറ്റി വളഞ്ഞുചുറ്റിയാണ് ഇന്ത്യയിലെത്തിയിരുന്നത്. മാസങ്ങളും വർഷങ്ങളും അതിനു വേണ്ടിയെടുക്കേണ്ടി വന്നു. എന്നാൽ, ഹിപ്പോലാസ് കാലവർഷക്കാറ്റിന്റെ ഗതി പിടിച്ച് കിഴക്കൻ നാടുകളിൽ എളുപ്പം എത്തിച്ചേരാമെന്നു കണ്ടെത്തി. 'പെരിപ്ലസ് ഓഫ് എരിത്രിയൻ സീ' യിൽ ഈ കണ്ടുപിടിത്തത്തിന്റെ പ്രയോജനം പരാമർശിച്ചത് ഇങ്ങനെയാണ്:

"ഈ കണ്ടുപിടിത്തം നടന്ന കാലം തൊട്ട് 'കാനേ'യിൽ നിന്നോ, അതല്ലെങ്കിൽ 'ലിമുരിക്കെ' ലക്ഷ്യം വച്ച് 'അരൊമത്ത'യിൽ നിന്നോ ഇന്ത്യയിലേക്ക് യാത്ര പുറപ്പെട്ടു പോകുന്ന കച്ചവട സംഘത്തിന് ചുറ്റി വളഞ്ഞ യാത്ര ഒഴിവാക്കാൻ കഴിയുന്നു. കാറ്റിന്റെ ഗതിക്കൊപ്പം നേരിട്ടങ്ങു പോയാൽ മതി".

മലനാടിന്റെ തീരം സ്പർശിക്കുകയെന്ന വിദേശവാണിജ്യഏജൻസികളുടെ അതിശക്തമായ അഭിനിവേശമാണ് ഇത്തരം ജലമാർഗങ്ങളുടെ കണ്ടെത്തലിന് പ്രേരിപ്പിച്ചിട്ടുണ്ടാവുക. മുസിരിസ് ഉൾപ്പെടെ മറ്റുതുറമുഖങ്ങൾ അക്കാലത്ത് പുരോഗതി പ്രാപിച്ചിരുന്നില്ലെന്നും ചരിത്രകാരന്മാർ നിരീക്ഷിച്ചതാണ്. റോമൻ റിപ്പബ്ലിക്കൻ കാലത്തേയോ നീറോയുടെ (BC 54-68) കാലംവരേയോ പ്രാബല്യത്തിലുണ്ടായിരുന്ന നാണയങ്ങളൊന്നും മുസിരിസിന്റെ പശ്ചാത്തലങ്ങളിൽ നിന്ന് കണ്ടെടുത്തവയിൽ ഉണ്ടായിരുന്നില്ല. മലനാട്ടിലെ ആഭ്യന്തര ജലമാർഗവും വികാസം പ്രാപിച്ചതായിരുന്നു. ജീവിതം ജലത്തിലാണെന്നു വിശേഷിപ്പിക്കേണ്ടിവരുന്ന തരത്തിൽ ജലപാതകളാൽ കോർത്തിണക്കപ്പെട്ട സഞ്ചാരശൃംഖലകളായിരുന്നു അന്നുണ്ടായിരുന്നത്.

വാണിജ്യവിനിമയത്തിന്റെ വളർച്ചയെ സഹായിക്കുംവിധം, പ്രാചീനകാലം തൊട്ടേ ജലഗതാഗതം വികസിച്ചു വന്നതായി കാണാം. ശ്രീകണ്ഠപുരവും ഇരിക്കൂറും വാണിജ്യ കേന്ദ്രങ്ങളായത് വളപട്ടണം പുഴയുടെ തടപ്രദേശങ്ങളായതിനാലാണ്. പ്രഥനാ നദിയെന്നും നെയ്ത്താരയെന്നും പെരുവളപ്പുഴയെന്നുമൊക്കെ പണ്ട് വിളിക്കപ്പെട്ടിരുന്ന ഇന്നത്തെ വളപട്ടണം പുഴയുടെ പ്രധാന ശാഖകളാണ് ശ്രീകണ്ഠപുരം പുഴയും ഇരിക്കൂർ പുഴയും. പ്രാചീന കാലത്ത് അറബിക്കടൽ പശ്ചിമഘട്ട ചെരിവിനടുത്തായിരുന്നുവെന്ന ഭൂശാസ്ത്ര നിരീക്ഷണങ്ങളും കണക്കിലെടുക്കുക. ബ്രഹ്മഗിരി മലനിരകളുമായി ബന്ധപ്പെട്ടുകിടക്കുന്ന കുടക സാമ്രാജ്യത്തിന്റെ വാണിജ്യ മുനമ്പെന്ന പ്രാമുഖ്യവും ശ്രീകണ്ഠപുരത്തിനും ഇരിക്കൂറിനുമുണ്ട്. AD 1501 ൽ പോർച്ചുഗീസ് നാവിക വ്യൂഹത്തോടൊപ്പമെത്തിയ വ്യാപാര ഉദ്യോഗസ്ഥനും കപ്പൽ സഞ്ചാര സാഹിത്യകാരനുമായ ഡ്വാർത്തെ ബർബോസ മലബാറുമായി പതിനഞ്ചു വർഷത്തെ പരിചയത്തിലെഴുതിയ ഗ്രന്ഥത്തിൽ [A Description of the Coasts of East Africa and Malabar (1518)] ഈ പ്രദേശങ്ങളുടെ വാണിജ്യ പ്രാധാന്യം രേഖപ്പെടുത്തുന്നുണ്ട്. ഇരിക്കൂറിനെ ഇയാപറങ്കോ (Eahparanco) എന്നാണ് ഗ്രന്ഥം പരാമർശിക്കുന്നത്. വിജയനഗരസാമ്രാജ്യവുമായി വാണിജ്യ ഇടപാടുകൾ കൈമാറിയിരുന്ന നഗരമായിരുന്നു ഇരിക്കൂർ. ജലഗതാഗതത്തിനനുബന്ധമായി കരമാർഗവും പിൽക്കാലത്ത്, വിശേഷിച്ചും മൈസൂർ സുൽത്താന്മാരുടെ പ്രധാന സഞ്ചാര മാർഗവും ഇരിക്കൂർ ആയിരുന്നു. ഈ പ്രദേശത്തിന്റെ ബി. സി. യുഗത്തിലെ വാണിജ്യ ഭൂപടം അതിശയകരമാണ്. ഈ പശ്ചാത്തലങ്ങളിൽ മാത്രം കണ്ടുവരുന്ന തേക്കിൻതടികൾ റോമൻ കൊട്ടാര നിർമിതിക്കു വേണ്ടി കടത്തിക്കൊണ്ടുപോയി. കുരുമുളകുപയോഗിച്ചുള്ള സുഗന്ധദ്രവ്യങ്ങൾക്ക് യൂറോപ്യൻ കൊട്ടാരങ്ങളിലുൾപ്പെടെ വൻഡിമാൻഡായിരുന്നു. അന്നേ

വികസിതമായ വാണിജ്യ ബന്ധത്തിന്റെ പ്രാചീനവിനിമയ കേന്ദ്രമാണ് ശ്രീകണ്ഠപുരവും ഇരിക്കൂറും. വിശ്വവാണിജ്യഭൂപടത്തിന്റെ പ്രധാന കണ്ണി കളാണിവ...

Origin and early history of the muslims of Kerala എന്ന ഗ്രന്ഥത്തിൽ ജെ. ബി. പി മോർ, പൂർവേഷ്യൻ രാജ്യമായ സുമാത്രയു മായി പോലും ക്രിസ്തുവബ്ദം ഒന്നാം നൂറ്റാണ്ടിൽ തന്നെ അറബികൾക്ക് ബന്ധമുണ്ടായിരുന്നുവെന്ന് പ്രമാണങ്ങളുദ്ധരിച്ച് സ്ഥാപിക്കുന്നുണ്ട്.

ദേശാന്തരവാണിജ്യത്തിലേക്ക് പ്രവേശിക്കുംവിധം സമ്പദ് വ്യവ സ്ഥയുടെ കുതിപ്പ് കൈവരിക്കണമെങ്കിൽ ദീർഘകാലത്തെ വാണിജ്യ പശ്ചാത്തലം ആവശ്യമാണ്. ലോകവാണിജ്യശക്തികളെ ആകർ ഷിക്കാനുതകുന്ന സമ്പത്തും പ്രശസ്തിയും നേടിയെടുത്തിരിക്കണം. പ്രകൃതിദത്തമായ നിധിതേടിപ്പുറപ്പെട്ടവരാരെങ്കിലും അവിചാരിതമായി ഇവിടെ എത്തിപ്പെട്ടതായ ഒരു ചരിത്രമില്ല. പ്രകൃതിദത്തമായുണ്ടായ തും അധ്വാനത്തിന്റെ ഫലമായി സൃഷ്ടിക്കപ്പെട്ടതുമായ സമ്പത്തിന്റെ പറുദീസയായി ഈ ദേശം മാറിത്തീർന്നതിന്റെ കീർത്തി അറിഞ്ഞെ ത്തിയവരാണ് വിദേശ വാണിജ്യസംഘങ്ങൾ. ഒപ്പം, വിശ്വവാണിജ്യ ശക്തികളെ ഇവിടുത്തെ വിപണിയിലേക്ക് അടുപ്പിക്കുന്നതിനുള്ള ആഭ്യന്തര മത്സരങ്ങൾ അരങ്ങേറിയതായി കാണാം. വാണിജ്യബന്ധ മുറപ്പിക്കാൻ ഇവിടുത്തെ പ്രതിനിധികൾ BC 20 ൽ റോമാ ചക്രവർത്തി അഗസ്റ്റസ് സീസറെ സന്ദർശിക്കാൻ സിറിയയിൽ ചെന്ന ഇന്ത്യൻ പ്രതിപുരുഷന്മാരെ ദമാസ്കസിലെ ഗ്രീക്ക ചരിത്രകാരനായ നിക്കോ ളോവൂസ് കണ്ടിരുന്നതായി സ്ട്രാബോ രേഖപ്പെടുത്തിയിട്ടുണ്ട്. (പേജ് 96, മുസിരിസിന്റെ കാല്പാടുകൾ - ഡോൺ ബോസ്കോ) BC 1000 നു മുമ്പ്, പ്രത്യേകിച്ച് വരാഹ മഹാകല്പാദിയിൽ സംഭവിച്ച പൂന്തിലെ ആദി ട്രോയ് നഗരത്തിന്റെ അധ:പതനം മുതൽ പുന്തിൽ നിന്ന് അറബികൾ ദക്ഷിണേന്ത്യയിലും കിഴക്കേ ഇന്ത്യയിലും മലയയിലും വാണിജ്യാർഥം താൽക്കാലിക കുടി പാർപ്പുകൾ നടത്തുകയും തങ്ങളുടെ മെഗാലിത്തിക് (വൻശിലാ) പരിഷ്കാരം ഈ ദേശങ്ങളിൽ പകരുകയും ചെയ്തിരുന്നു എന്നുള്ളത് വാസ്തവം തന്നെയാണെന്ന് കേസരി സ്ഥാപിക്കുന്നു. (ചരിത്ര ഗവേഷണങ്ങൾ, പേജ് 293-വാല്യം രണ്ട്). പശ്ചിമ മൈസൂര്, നീലഗിരി, കോയമ്പത്തൂർ, വയനാട് ജില്ലകളുൾപ്പെടുന്ന പ്രാചീന പുന്നാടിൽ (പുന്ത് നാട്/പുതുനാട്) ഈ കുടിപാർപ്പുകൾ സ്ഥിര കോളണിയായി മാറിയതും അവിടുത്തെ തോഡവർഗത്തിന്റെ സാന്നിധ്യവും ഉപോൽബലകമായി കേസരി ചൂണ്ടിക്കാട്ടുന്നു.

കേരളക്കരക്ക് അറേബ്യയുമായുള്ള ബന്ധത്തിന് സഹസ്രാബ്ദങ്ങളുടെ പഴക്കമുണ്ട്. ക്രിസ്തുവിന് മുമ്പുള്ള നൂറ്റാണ്ടുകളിൽപോലും കേരളത്തിന്റെ പടിഞ്ഞാറൻ തീരദേശങ്ങളിൽ അറബികൾ ഉണ്ടായിരുന്നുവെന്നതിന് തെളിവുകൾ ലഭ്യമാണ്. അറബികളുടെ കപ്പൽയാത്രക്ക് ക്രി.മു. 5,000 വർഷമെങ്കിലും പഴക്കമുണ്ടെന്ന് റഷ്യയിലെ സെന്റ് പീറ്റേഴ്സ്ബർഗിലുള്ള ഹെർമിറ്റേജ് മ്യൂസിയത്തിൽ സൂക്ഷിച്ചിരുന്ന രേഖകളിൽനിന്നു തെളിയുന്നു. കേരളത്തിലേക്കുള്ള കച്ചവടമാർഗം അറബികളുടെ ആധിപത്യത്തിലായിരുന്ന ഘട്ടവുമുണ്ടായിരുന്നു. യമനിലെ ഏദൻ തുറമുഖത്തുവച്ചാണ് ഇന്ത്യൻ കച്ചവടക്കാരും അറബികളും ചരക്കുകൾ കൈമാറിയിരുന്നത്. ഈ കച്ചവടമാർഗത്തെപ്പറ്റി പൗരാണിക ചരിത്രകാരനായ പ്ലിനി (ക്രി. 23-79) വിവരിക്കുന്നതിങ്ങനെയാണ്: “ഇന്ത്യയിലേക്ക് കടത്താനുള്ള ചരക്കുകൾ ആദ്യം കോപ്ടസ്സിലെത്തിക്കുന്നു. അവിടെ നിന്നും അറേബ്യൻ ഉൾക്കടൽ തുറമുഖമായ ബർണിക്കയിലെത്താൻ 12 ദിവസം യാത്ര ചെയ്യണം. മധ്യവേനലാവുന്നതോടെ കപ്പലുകൾ ബെർണിക്കയിൽനിന്ന് യാത്ര തുടരും. ഓക്കിലെസ്സിലെത്താൻ 30 ദിവസം ആവശ്യമാണ്. ഫെലിക്സ് തീരത്തുള്ള കാനെ അഴിമുഖത്തേക്കും അത്രതന്നെ ദൂരമുണ്ട്. അവിടെനിന്ന് 40 ദിവസം കൊണ്ട് ഇന്ത്യയിലെ ആദ്യത്തെ വാണിജ്യ കേന്ദ്രമായ മുസിരിസ് പിടിക്കാം.”

കേരളത്തിൽ കണ്ടെടുക്കപ്പെട്ടിട്ടുള്ള പ്രാചീന ശ്മശാന അറകളിൽനിന്നു കിട്ടിയ വസ്തുക്കൾ അറേബ്യൻ ഉപ ദ്വീപിലെ കല്ലറസ്മാരകങ്ങളിൽനിന്നു ലഭിച്ചിട്ടുള്ളവയുമായി അടുത്ത സാമ്യമുണ്ടെന്ന് 1968ൽ ആൾച്ചിൻ ദമ്പതിമാർ സ്ഥാപിച്ചിട്ടുണ്ട്. കേരളത്തിലെ ഉൽപന്നങ്ങൾ അറബികൾ വഴിയാണ് അക്കാലത്ത് യൂറോപ്പിൽ എത്തിയിരുന്നത്. പേർഷ്യൻ ഉൾക്കടൽ വഴി എത്തുന്ന ചരക്കുകൾ യമൻ, ഹിജാസ് എന്നീ രാജ്യങ്ങളിലൂടെ ഒട്ടകപ്പുറത്ത് സിറിയയിലെ തദ്മുരിലും ഈജിപ്തിലെ അലക്സാണ്ട്രിയയിലും എത്തിക്കും. യൂറോപ്പിലെ കച്ചവടക്കാർ അവിടെനിന്നാണ് ചുക്കും കുരുമുളകും ഏലവും മറ്റും വാങ്ങിയിരുന്നത്. കേരളവും ഗ്രീസും റോമും തമ്മിൽ നടന്നിരുന്ന വ്യാപാരത്തിന്റെ പ്രധാന കണ്ണി അറേബ്യയിലെ ളഫാർ തുറമുഖമായിരുന്നു. പെരിയാറിലൂടെ സ്വർണവുമായി കൊടുങ്ങല്ലൂരിൽ വന്നിരുന്ന യവനരെപ്പറ്റി സംഘകാല തമിഴ് സാഹിത്യ കൃതിയായ അകം 149-ൽ പരാമർശിച്ചിട്ടുണ്ട്. യവനർ എന്നറിയപ്പെട്ടിരുന്നത് അറബികളാണെന്നാണ് ദ്രാവിഡ ഭാഷകളെപ്പറ്റി ഗവേഷണം നടത്തിയ ബിഷപ് റോബർട്ട് കാൾഡ്വെല്ലി(1814-1891)ന്റെ അഭിപ്രായം. ഇസ്ലാമിനു മുമ്പ് അറബികളുടെ പാർപ്പിട കേന്ദ്രങ്ങൾ പടിഞ്ഞാറൻ തീരത്തുടനീളം ഉണ്ടായിരുന്നതായി ഫദ്ലുല്ലാ

ഫരീദി ബോംബെ പ്രസിഡൻസി ഗസറ്റിയറി(1896)ൽ വിവരിച്ചിട്ടുണ്ട്. കാറ്റിന്റെ ഗതി കിഴക്കോട്ട് തിരിയുന്ന, ജൂലായ് - ആഗസ്ത് മാസങ്ങളിൽ കേരളത്തിലേക്ക് പുറപ്പെട്ട്, മാസങ്ങളോളം കേരളത്തിൽ താമസിച്ച് ജനുവരിയിലോ ഫെബ്രുവരിയിലോ മടങ്ങിപ്പോവുകയായിരുന്നു പതിവ്.

ഹിജ്റ ഒന്നാം നൂറ്റാണ്ടിൽ ഈജിപ്തിലും സൗദി അറേബ്യയിലും പ്രചാരത്തിലിരുന്ന ലിപിഘടനയിലുള്ള (കൂഫിക് അറബി) ലിഖിതം ശ്രീകണ്ഠപുരം പഴയങ്ങാടിയിലെ മഖാം ശിലാഫലകത്തിലും കണ്ടെത്തുകയുണ്ടായി. ഈ ലിഖിതത്തിലെ സൂചന ഹിജ്റ 74, റബി - ഉൽ ആഖിർ മാസത്തിലേതാണ്. അതായത് AD 693. ഈ ലിഖിതത്തിന്റെ അടിസ്ഥാനത്തിൽ ചരിത്രാന്വേഷകനായ അബ്ദുള്ള അഞ്ചില്ലത്ത് എഴുതുന്നു:

“മലബാറിൽ മാലിക് ഇബ്നു ദിനാറിന്റേയും സംഘത്തിന്റേയും മതപരിവർത്തനത്തിനും പള്ളി നിർമാണത്തിനും നൂറ്റാണ്ടുകൾക്കു മുമ്പുതന്നെ, തുറമുഖാധിഷ്ഠിതമായ വാണിജ്യകേന്ദ്രങ്ങളിൽ അറബിക്കച്ചവടക്കാർ എത്തപ്പെടുകയും, ഇവിടത്തെ പ്രാദേശിക സ്ത്രീകളുമായുള്ള ‘മുഅ്ത്ത’ വിവാഹം വഴി ഇന്തോ-അറേബ്യൻ ജനത രൂപം കൊള്ളുകയും ചെയ്തിട്ടുണ്ട്. സമുദ്രതീരത്തു നിന്നും വ്യത്യസ്തമായി വളപട്ടണംപുഴയുടെ കൈവഴിയുടെ തീരത്താണ് ഈ ലിഖിതങ്ങളുള്ള കബറുകൾ സ്ഥിതി ചെയ്യുന്നത്. അത്രയുമല്ല, ഈ പ്രദേശത്തു തന്നെയാണ് ജൂതന്മാരുടെ ആദ്യകാല അധിവാസ മേഖലയും സ്ഥിതി ചെയ്തിരുന്നതും” (പേജ് 45, മലബാറിലെ ഇസ്ലാമിന്റെ ആധുനിക പൂർവ ചരിത്രം).

ബി. സി. യുഗത്തിൽ തന്നെ ആരംഭിച്ചതാണ് റോമുമായുള്ള വ്യാപാരബന്ധം. അതിനും മുമ്പ് മധ്യവർത്തികളായ അലക്സാണ്ട്രിയയിലെ യവനർ, സിറിയയിലെ യഹൂദർ, ആർമീ നിയയിലെ അറബികൾ, അക്സ മികൾ, സോമാലികൾ, പഹ്ളവർ മുഖേനയായിരുന്നു വ്യാപാരം. ദ്രാവിഡ ജനതയുടെ നാവിക പാരമ്പര്യവും അതുമായി ബന്ധപ്പെട്ട ഓടം, വഞ്ചി, തോണി തുടങ്ങിയ പദങ്ങളുടെ പ്രാചീനതയും ബി. സി. യുഗത്തിൽ തന്നെ കടൽവാണിജ്യമായി രൂപാന്തരപ്പെടാനുള്ള കാലയളവും പരിഗണിച്ചാൽ ഈ ദേശത്തിന്റെ അതിപ്രാചീനത ബോധ്യപ്പെടുമെന്ന് ‘കേരള സംസ്കാരം’ എന്ന കൃതിയിൽ പ്രൊഫ: എസ്. അച്യുതവാരിയർ അഭിപ്രായപ്പെടുന്നു. ഈജിപ്ത്, ബാബിലോണിയ, ഗ്രീസ്, ചൈന, റോം എന്നീ ദേശങ്ങളുമായുള്ള വ്യാപാരബന്ധം ബി. സി. നാലായിരത്തിനടുത്ത് നടന്നതായി, അക്കാലത്ത് വിനിയോഗത്തിലുണ്ടായിരുന്നതും ദക്ഷിണേന്ത്യയിൽ മാത്രം വിളയുന്നതുമായ സുഗന്ധദ്രവ്യങ്ങളുടേയും പട്ടിന്റേയും ഇപ്പറഞ്ഞ വിദേശങ്ങളിലെ

വിനിയോഗം വ്യക്തമാക്കുന്നു. പട്ടിന്റെ പേരു തന്നെ ആ ബന്ധത്തിന്റെ സൂചനയാണ്. ബാബിലോണിയൻ ഭാഷ 'സിൻഡു'എന്നും കന്നടയിൽ 'ശിൻഡി'എന്നും തമിഴിൽ 'ശീന്തി'യെന്നുമാണല്ലോ പ്രയോഗം.

കാർത്തേജ് നഗര ഗോപുരത്തിന്റെ ചന്ദനത്തടി നമ്മുടെ മലനാട്ടിൽ നിന്നുള്ളതാണ്. ഇവിടെ നിന്നും കയറിപ്പോയ തേക്കും വീട്ടിയും കരുന്താളിയും ആനക്കൊമ്പും നൈൽ നദീതടത്തിലെ 'സോമാലി ലാൻഡ്' പരിഷ്കാരത്തിന് ഉപയോഗിച്ചിട്ടുണ്ട്. യവനക്കപ്പലുകൾ പൊന്നുമായി വരുന്നതും പകരം കുരുമുളകു കൊണ്ടു പോകുന്നതും അകനാനൂറും പുറനാനൂറും വർണിക്കുന്നു: "ഗൃഹങ്ങളിൽ നിന്നും ഭജാറുകളിലേക്ക് കുരുമുളകു ചാക്കുകൾ കൊണ്ടുവരികയും സ്വർണം പകരം കൊടുത്ത് വ്യാപാരികൾ ഇതു കപ്പലിൽ കയറ്റി കൊണ്ടു പോകുകയും ചെയ്യുന്നു." (പുറനാനൂർ -അകം. 8) റോമൻ ജനത കുരുമുളകു ഭ്രമക്കാരാകുന്നതിനെപ്പറ്റി പ്ലിനി ആശങ്കപ്പെടുന്നുണ്ട്: "കുരുമുളകുപയോഗിക്കൽ ഇത്രക്കൊരു ഫാഷനായെന്നതു തികച്ചും ആശ്ചര്യകരമാണ്"

പാശ്ചാത്യർക്ക് കുരുമുളക് വിലപ്പെട്ട ഫാഷനായിരുന്നു. ഭക്ഷണത്തിന്റെ രുചികൂട്ടാനും, മാംസം, തേൻ തുടങ്ങിയവ കേടുകൂടാതെ സൂക്ഷിക്കാനും അവരതിനെ പ്രയോജനപ്പെടുത്തി. കുരുമുളകിന്റെ ഔഷധപ്രാധാന്യവും വിലപ്പെട്ടതാണ്. പുരാതന ഈജിപ്തുകാർ നീളൻ കുരുമുളക് മരുന്നായി ഉപയോഗിച്ചിരുന്നത് ജർമനിയിലെ ലീപ് സിഗ് സർവകലാശാല ഗ്രന്ഥാലയത്തിൽ സൂക്ഷിച്ച 3500 വർഷം പഴക്കമുള്ള എബറുടെ പാപ്പിറസ് ചുരുളുകളിൽ രേഖപ്പെടുത്തിയിട്ടുണ്ട്. മലനാട്ടിൽ നിന്നു മാത്രം ലഭ്യമായ കുരുമുളകാണത്. കുരുമുളകിനെ ഒരു ഉപമേയമായി പ്രയോഗിച്ച കവികളുമുണ്ട്. ജാഹിലി കവി ഇംറുൽ ഖൈസ്, ചിതറിക്കിടന്നിരുന്ന മാൻകാഷ്ഠത്തെ കുരുമുളകിനോടാണ് ഉപമിക്കുന്നത്. അൽ ഇദ്രീസി (AD 1100-1166) കുരുമുളക് 'മലൈ'നാട്ടിലൊഴികെ മറ്റൊരിടത്തും കൃഷി ചെയ്തിരുന്നില്ലെന്ന് സൂചിപ്പിക്കുന്നു. സിസിലിയിലെ നോർമൻ രാജാവിന്റെ നിർദേശപ്രകാരം ഇരുപതിലേറെ പണ്ഡിതരെ കൊണ്ട് ലോകമാകെ സഞ്ചരിച്ച് 15 വർഷം കൊണ്ട് തയ്യാറാക്കിയ ഭൂമിശാസ്ത്ര ഗ്രന്ഥത്തിലാണ് ആ പരാമർശം. ഭക്ഷ്യസാധനങ്ങൾ ഇവിടെ നിന്ന് കയറ്റി അയക്കുന്നതും ഇവിടത്തെ മലകളിലും മലയോരങ്ങളിലും കുരുമുളകു സമൃദ്ധിയായി വളരുന്നതും ഇദ്രീസി പ്രാധാന്യത്തോടെ വിവരിക്കുന്നു. കപ്പലുകളും വഞ്ചികളും നല്ല ഉറപ്പുള്ള മരം കൊണ്ട് പണിയുന്നു. ചില മരുന്നുകൾ ചേർത്ത് ഉരുക്കി പച്ച ഇരുമ്പ് ഉരുക്കാക്കി മാറ്റുന്നതും വാളുകൾ പണിയുന്നതുമായ പണിശാലകൾ പ്രവർത്തിച്ചിരുന്നു. ഗോത്ത് രാജാവായ അലാറിക് AD 410

ൽ റോം ആക്രമിച്ചപ്പോൾ തലസ്ഥാന നഗരി ആക്രമിക്കാതിരിക്കാൻ സന്ധിവ്യവസ്ഥകളനുസരിച്ച് 3000 റാത്തൽ കുരുമുളക കൂടി പ്രതിഫലമായി റോമക്കാരിൽ നിന്നും ഈടാക്കിയതായി പ്ലീനിയുടെ രേഖയിലുണ്ട്. ഇത് ഈ ദേശത്തു നിന്നുള്ള കുരുമുളക തന്നെയാവണമെന്ന നിബന്ധനയുണ്ടായിരുന്നതിൽ നിന്നും ആദിമലനാട്ടിലെ കുരുമുളകിന്റെ അന്താരാഷ്ട്രമൂല്യം അളവറ്റതാണെന്ന മനസ്സിലാക്കാം. കേരളത്തിലെ ഏറ്റവും നല്ലയിനം കുരുമുളക് ലഭിച്ചിരുന്ന അങ്ങാടികൾ മാഹി മുതൽ ഏഴിമല വരെയുള്ള പ്രദേശങ്ങളിലാണ്. ഗ്രീക്കു- റോമൻസാമ്രാജ്യങ്ങളേയും മധ്യ-പശ്ചിമ ഏഷ്യൻ വ്യാപാരശക്തികളേയും അത്രത്തോളം ആകർഷിക്കുന്നതിനുള്ള ചരിത്രപ്രാധാന്യവും പ്രൗഢിയും മലനാടിന് ഉണ്ടായിരുന്നുവെന്നതാണ് അനിഷേധ്യമായ സംഗതി.

ഇവിടുത്തെ മലനിരകളിൽ തഴച്ചു വളർന്ന കുരുമുളകും കാർഷികവിളകളും സുഗന്ധവ്യഞ്ജനങ്ങളും വനസമ്പത്തും വിദേശികൾക്ക് അത്രയേറെ പ്രിയമായിരുന്നു. കുരുമുളകുപയോഗിച്ചുള്ള സുഗന്ധദ്രവ്യങ്ങൾ യൂറോപ്യൻ രാജകീയകൊട്ടാരങ്ങളിലടക്കം വമ്പിച്ച സ്വീകാര്യത നേടി. കുരുമുളകിന്റെ വാണിജ്യത്തിലൂടെ സാമ്രാജ്യത്തിനുണ്ടാകുന്ന സമ്പദ് ചോർച്ചയെപ്പറ്റി റോമാ ചക്രവർത്തി ടൈബീരിയസ് സൈന്യത്തിനു മുന്നറിയിപ്പു നൽകേണ്ടുന്ന ഘട്ടം വരെയെത്തി. അതിനു വേണ്ടി മാത്രം പ്രതിവർഷം 550 കോടി സെസ്റ്റേർസ്[1] കേരളത്തിലേക്കു പ്രവഹിച്ചിരുന്നു. കേരളം മാത്രമായിരുന്നു കുരുമുളകിന്റെ ഉൽപാദന ദേശം. ഡച്ചുകാർ പിന്നീട് കേരളത്തിൽ നിന്നും ജാവയിലേക്ക് കുരുമുളകു കൃഷി വ്യാപിപ്പിച്ചു. നൂറ്റാണ്ടുകൾക്കു ശേഷവും കുരുമുളക് അമൂല്യനിധിയായി തുടർന്നു. 1736, 1737 വർഷങ്ങളിൽ സ്റ്റീഫൻലോ ബോംബെ കൗൺസിലിന്റെ CA യും പ്രസിഡണ്ടുമായ ദി ജോൺ ഹോണെസ്റ്ററിന് അയച്ച കത്തിൽ ഇരിക്കൂറിലെ ഉസ്സൻകുട്ടിയിൽ നിന്ന് കണ്ടിക്ക് 76 ഉറുപ്പിക പ്രകാരം പതിനഞ്ച് കണ്ടി കുരുമുളക് വാങ്ങിയതായി പറയുന്നു.

T. G. E. B (Tellichery Garbled Extra Bold) എന്നത് ഇന്ത്യയിലെ ഏറ്റവും നല്ല കുരുളകിനുള്ള അഗ് മാർക്ക് ലേബിൾ ആയിരുന്നു. ലോകത്ത് ഏറ്റവും വില കൂടിയ ഇനം ഇവിടെയുള്ളതായിരുന്നു. 'കറുത്ത സ്വർണ്ണ' മെന്ന വിശേഷണത്തിനും വിശ്വവാണിജ്യശക്തികളെ വശീകരിച്ച അതിന്റെ അമൂല്യമായ ആകർഷണത്തിനുമപ്പുറം നൂറ്റാണ്ടുകളുടെ ചരിത്രമടങ്ങുന്ന ധാതുപേടകം കൂടിയാണ് കുരുമുളക്.

---

1 ദീനാറിന്റെ നാലിലൊന്ന് മൂല്യമുള്ള നാണയമാണ് ഒരു സെസ്റ്റർ.
ഒരു പൗണ്ട് കുരുമുളകിന് 15 ദീനാരം. 25 ദീനാരങ്ങൾക്ക് തുല്യമാണ് ഒറീയസ് എന്ന ഒരു റോമൻ സ്വർണനാണയം.

മലനാട്ടും പുറംലോകവുമായുള്ള വാണിജ്യനയം പ്രാചീനകാലം തൊട്ടേ കുരുമുളകിന്റെ വശ്യതയിൽ കുടുങ്ങിക്കിടന്നു. അതിന്റെ സുഗന്ധ മാസ്മരികതയിൽ പാശ്ചാത്യസാമ്രാജ്യങ്ങളുടെ അടിതെറ്റി കുഴയുന്നത് പലരും ചിത്രീകരിച്ചിട്ടുണ്ട്. വനവിഭവങ്ങളും കുരുമുളകും തേക്കും ചന്ദനവുമാണ് ആദിമലനാട്ടിൽ നിന്നുള്ള പ്രധാനകയറ്റുമതി. മലഞ്ചരക്ക്, ആനക്കൊമ്പ്, മയിൽ, ഇരുമ്പ്, ഉരുക്കുൽപന്നങ്ങൾ, വിഗ്രഹങ്ങൾ, പച്ചമരുന്നുകൾ, ആഭരണങ്ങൾ, മുത്തുകൾ, മരതകം, ഗോമേദകം, വൈഡൂര്യം (Aquamarine Beryl), പുഷ്യരാഗം, ക്വാർട്സുകൾ (വെങ്കല്ല്), അഭ്രം (Feld spar), കോറുണ്ടം, സുഗന്ധിക്കല്ല് (Ame thyst), ഇന്ദ്രനീലക്കല്ല് (Lapis Lazuli), സൂര്യകാന്തിക്കല്ല് (Jasper), മാണിക്യം (Garnet), അക്ഷമണികൾ(Carnelian beads), നഖവർണി (onyx),

അക്കിക്കല്ല്, മരത്തടികൾ, സുഗന്ധവ്യഞ്ജനങ്ങൾ, പവിഴം എന്നിവയുടെ കലവറ കൂടിയാണ് മലനാടുകൾ. വിദേശങ്ങളിലേക്കു മാത്രമല്ല, ഇന്ത്യയുടെ വടക്കൻ വിപണികളിലേക്കും വിഭവങ്ങൾ കയറ്റിയയക്കപ്പെട്ടു. സിന്ധു നദീമുഖവും കേരളാതീരങ്ങളും തമ്മിലുള്ള വാണിജ്യത്തിന് അതിപുരാതനമായ ബന്ധമുണ്ട്. തുണി, ഈയം, ചെമ്പ്, കണ്ണാടി പവിഴം, മദ്യം തുടങ്ങിയവയാണ് ഇറക്കുമതി. വിദേശ നാണയങ്ങളും ഇവിടേക്ക് ഒഴുകിയെത്തി. മൗര്യസാമ്രാജ്യത്തിലേയും കിഴക്കൻ രാജ്യങ്ങളിലേയും ദ്വീപു രാഷ്ട്രങ്ങളിലേയും ഉൽപന്നങ്ങളും ഇവിടുത്തെ വിപണികളിലൂടെ മാറിമറിഞ്ഞു. മഗധ, പാടലീപുത്രം തുടങ്ങിയ വടക്കേ ഇന്ത്യൻ നഗരങ്ങളിൽ നിന്നെത്തിയ കച്ചവട സംഘങ്ങളും ജൈന - ബൗദ്ധ പുരോഹിതരും ക്രിസ്തുവർഷം തുടങ്ങുന്നതിനു മുമ്പു തന്നെ കേരളത്തിൽ മുദ്രിത നാണയങ്ങളെത്തിച്ചതായി പുരാവസ്തു ഗവേഷകനായ ഡോ:എം. ജി. ശശിഭൂഷൺ ചൂണ്ടിക്കാട്ടുന്നുണ്ട്:

"സുവർണ, കർഷാപണ എന്നീ പേരുകളിൽ അറിഞ്ഞു വരുന്ന സ്വർണനാണയങ്ങളും പുരാണ, ധരണ എന്നീ പേരുകളിൽ അറിഞ്ഞു വരുന്ന വെള്ളിനാണയങ്ങളും ഇവയിൽ ഉൾപ്പെട്ടിരുന്നു...

വെള്ളിയിലുള്ള മുദ്രിത നാണയങ്ങൾ എയ്യാൽ (34) പുത്തൻചിറ (272) അങ്കമാലി കടുകശ്ശേരി (783) എലിക്കുളം (184), കരുനാഗപ്പള്ളി (എണ്ണമറിയില്ല) എന്നിവിടങ്ങളിൽ നിന്നും ലഭിച്ചിട്ടുണ്ട്. നാണയങ്ങളെ പരാമർശിക്കുമ്പോൾ പിൽക്കാലത്ത് ഉപയോഗിച്ചിരുന്ന കാണം, കാശ്, പണം എന്നീ വാക്കുകളുടെ ആവിർഭാവം തന്നെ കർഷാപണത്തിൽ നിന്നാണ്"

(കേരള ചരിത്രം:അപ്രിയ നിരീക്ഷണങ്ങൾ, പേജ് 26).

കുരുമുളക്, ഉരുക്ക് ആയുധങ്ങൾ, സഹ്യനിലെ രത്നക്കല്ലുകളുടെ ആഭരണങ്ങൾ, മുത്ത്, ആഡംബര വസ്തുക്കൾ എന്നിവയുമാണ് യവനർ പ്രധാനമായും ലക്ഷ്യമിട്ടത്. ചൈനയിലേയും കിഴക്കനേഷ്യൻ രാജ്യങ്ങളിലേയും (ജാവ, സുമാത്ര etc), വടക്കു കിഴക്ക് ഇന്ത്യയിലെ ഗംഗാ-കൃഷ്ണാ - ബ്രഹ്മപുത്രാ തടങ്ങളിലേയും വിഭവങ്ങളും ഇന്ത്യൻ മസ്ലീനും (പതിമ്മൂന്നുതരം ബംഗാൾ-ഡാക്ക മസ്ലീനുകളിൽ ജൂഹാ എന്ന ഇനം അമൂല്യമായിരുന്നു. ചുരുട്ടിയാൽ ഒരു മോതിരത്തിൽ കൂടി കടത്താവുന്ന നിർമിതി. കാറ്റുകൊണ്ടുണ്ടാക്കിയതും മേഘ സമാനവുമെന്ന് നീറോയുടെ സമകാലികനായ പെട്രോണിയസ് ഇതിനെക്കുറിച്ചെഴുതി) ദക്ഷിണേന്ത്യൻ വിപണികളിലെത്തിക്കുകയും ഈജിപ്ത്, റോം, ബാബിലോണിയ, പാലസ്തീൻ, ഗ്രീസ്, അറേബ്യ എന്നിവിടങ്ങളിലേക്ക് കൊണ്ടു പോകുകയും ചെയ്യുന്ന വാണിജ്യത്വരയാണ് ഒന്നും രണ്ടും നൂറ്റാണ്ടുകളിൽ നിലനിന്നത്.

പാശ്ചാത്യ വാണിജ്യസംഘങ്ങൾ കിഴക്കനേഷ്യൻ രാജ്യങ്ങളിലേക്ക് നേരിട്ടു പോയി കച്ചവടം ചെയ്തിരുന്നില്ല. കാലവർഷക്കാറ്റിനനുസരിച്ചേ അവർക്കു വന്നു പോകാനാവുമായിരുന്നുള്ളു. അതിനാൽ ദക്ഷിണാപഥം ഈ വാണിജ്യ ശൃംഖലയിലെ ഇടത്താവളം കൂടിയായിരുന്നു. ജൂൺ ജൂലായ് മാസത്തിൽ മലബാർ തീരത്തെത്തണം. കൂടിയാൽ 6 മാസം, അതിനിടയിൽ തിരിച്ചു പോകണം. മൗര്യ കാലത്തിനു മുമ്പേ വാണിജ്യ സമൃദ്ധി നേടിയ കേരളത്തിന്റെ ചിത്രം ചാണക്യന്റെ അർഥശാസ്ത്രം വരച്ചുകാട്ടുന്നുണ്ട്. കുരുമുളക്, ചന്ദനം, തേക്ക് തുടങ്ങിയ ഉൽപന്നങ്ങളേയും നദികളിൽ നിന്നു ലഭിക്കുന്ന മുത്തുകളേയും (ചൗർണേയം, താമ്രപാർണികം...) പരാമർശിക്കുന്നു. മൗര്യ സാമ്രാജ്യവുമായുള്ള വ്യാപാര ശൃംഖലയിലും ഈ ദേശത്തെ ഉൾപ്പെടുത്തുന്നുണ്ട്. മൗര്യ കാലഘട്ടത്തിലും അതിനു മുമ്പും പ്രചാരത്തിലിരുന്ന നാണയങ്ങളും എയ്യാൽ, ഏഴികുളങ്ങര എന്നിവിടങ്ങളിൽ നിന്ന് ലഭിക്കുകയുണ്ടായി. ബി. സി. 123 മുതൽ ആറാം നൂറ്റാണ്ടുവരെയുള്ള വിവിധ റോമൻ ചക്രവർത്തിമാർ പുറപ്പെടുവിച്ച നാണയങ്ങൾ കേരളത്തിന്റെ പല ഭാഗങ്ങളിലായി കണ്ടെത്തിയിട്ടുണ്ട്. 1851 (1847?) ൽ അന്നത്തെ കോട്ടയം (മലബാർ) താലൂക്കിൽ നിന്ന് ഇന്ത്യയിലെ ഏറ്റവും വലിയ റോമൻ സ്വർണനാണയ ശേഖരം ലഭിക്കുകയുണ്ടായി. 22 ഇനം പുരാതനറോമൻ നാണയങ്ങൾ റോബർട് കാൾഡ്വൽ അവയിൽ കണ്ടെത്തി. റിപ്പബ്ലിക്കൻ, ഒക്ടേവിയൻ, ടൈബീരിയസ്, ക്ലാഡിയസ്, നീറോ, അഗസ്റ്റസ് സീസർ, അന്റോണിയോ അഗസ്റ്റസ്, കാലി ഗുല, ട്രാജൻ തുടങ്ങിയ റോമിന്റെ ആദ്യകാലഘട്ടത്തെ പ്രതിനിധാനം ചെയ്യുന്ന നാണയങ്ങളിൽ പലതും അവയിലുണ്ട്.

പുഴയുടെ അടിത്തട്ടിലുള്ള മണ്ണിനടിയിൽ നിന്നാണ് ഈ സ്വർണ്ണ നാണയങ്ങൾ കണ്ടെത്തിയത്. അഞ്ചു ചുമടിൽ കുറയാത്ത സ്വർണ്ണനാണയങ്ങൾ ലഭിച്ചതായും ഭൂരിഭാഗവും നാട്ടുകാർ സ്വന്തമാക്കി ഉരുക്കിയതായും 73 സ്വർണ്ണനാണയങ്ങൾ ഉത്രം തിരുനാൾ (1847-1860) വിലയ്ക്കു വാങ്ങിയതായും റോബർട് സെവൽ രേഖപ്പെടുത്തിയിട്ടുണ്ട്. കീഴല്ലൂരിലെ സ്വർണ്ണനാണയങ്ങളിൽ നല്ലൊരു ഭാഗം തിരുവിതാംകൂർ ബ്രിട്ടീഷ് റസിഡന്റായിരുന്ന ജനറൽ കല്ലനും കൈവശപ്പെടുത്തി. ബംഗാൾ ഏഷ്യാറ്റിക് സൊസൈറ്റിയുടെ ജേണലിലും (ലക്കം 20) തലശ്ശേരിയിൽ നിന്ന് 24 മൈൽ അകലെയുള്ള കിലാല്ലൂർ എന്ന സ്ഥലത്തു നിന്ന് റോമൻ നാണയ ശേഖരം ലഭിച്ചതായാണ് പരാമർശം. കോട്ടയം (മലബാർ) താലൂക്കിൽ പഴശ്ശി അംശത്തിലെ കീഴല്ലൂരിനും വേങ്ങാടിനും ഇടയിലായുള്ള വാണിയൻ കടവിൽ വച്ചാണ് ഇവ കിട്ടിയതെന്ന് Thurston Edgar (1894) കൃത്യമായി രേഖപ്പെടുത്തിയിട്ടുണ്ട്. അഞ്ചരക്കണ്ടിപ്പുഴയാണത്. ഇതിന്റെ സമീപത്താണ് ബ്രിട്ടീഷുകാരുടെ കാലത്ത് ഏഷ്യയിലെ ഏറ്റവും വലിയ കറപ്പതോട്ടം സ്ഥിതി ചെയ്തിരുന്നത്. ഈ നാണയങ്ങൾ AD 70 ൽ മണ്ണിന്നടിയിൽ കുഴച്ചിട്ടതാവാനുള്ള സാധ്യതയാണ് റോബർട് കാൾഡ്വൽ അഭിപ്രായപ്പെട്ടത്.

മുസിരിസ് ആയിരുന്ന ഇന്നത്തെ കൊടുങ്ങല്ലൂരിൽ നിന്ന് 17 കി. മീ. തെക്കുകിഴക്ക് പട്ടണം എന്ന സ്ഥലത്ത് 2007ൽ ആരംഭിച്ച ഖനന പദ്ധതിയിൽ തുറമുഖ നഗരത്തിന്റെ അവശിഷ്ടങ്ങൾ കണ്ടെത്തുകയുണ്ടായി. റോമൻ നാണയങ്ങൾ, ചേരനാണയം, ഇഷ്ടികകൾ, ചുവർ നിർമിതിയുടെ ശേഷിപ്പുകൾ, പശ്ചിമേഷ്യയിലെ പലയിടങ്ങളിലേയും പാത്രങ്ങളുടെ അവശിഷ്ടങ്ങൾ (അറേബ്യൻ ടോർപിഡോ ജാറുകളും പേർഷ്യയിലെ പാർത്തിയൻ, സസ്സാനിയൻബൗളുകളും) തുടങ്ങിയവയും ഖനനത്തിലൂടെ വെളിപ്പെട്ടു.

പട്ടണം ഉത്ഖനനത്തിൽ നിന്നും ലഭിച്ച പുരാവസ്തുക്കളിൽ നല്ലൊരു പങ്ക് കേരളവും മെഡിറ്ററേനിയൻ ചെങ്കടൽ- ഇന്ത്യൻ മഹാസമുദ്ര തീരങ്ങൾ തുടങ്ങിയ പ്രദേശങ്ങളുമായുള്ള അതിശക്തമായ വ്യാപാര ബന്ധത്തേയും സമുദ്രയാന ബന്ധങ്ങളേയുമാണ് സൂചിപ്പിക്കുന്നത്. ബി. സി മൂന്നാം നൂറ്റാണ്ടു മുതൽക്കേയുള്ള തെളിവുകളതിലുണ്ട്. ക്രി. മു. മൂന്നാം നൂറ്റാണ്ടിലെ ഇറാനിയൻ നാണയം കോയമ്പത്തൂരിനടുത്ത് സുലൂരിൽ ഒരു പ്രാചീനശവകുടീരത്തിൽ കണ്ടെത്തുകയുണ്ടായി. BC 190 മുതൽ AD 180 വരെയുള്ള റോമൻ നാണയങ്ങൾ കേരളത്തിൽ നിന്നു ലഭിച്ചിട്ടുണ്ട്. കുരുമുളകിനായിരുന്നു ഏറ്റവും ഡിമാൻഡ് എന്നതിനാൽ അക്കാലത്തെ വിദേശവ്യാപാരം മലബാറിൽ കേന്ദ്രീകരിച്ചിരിക്കാനാണ് സാധ്യത.

അക്കാലത്തെ ഏറ്റവും പ്രധാന തുറമുഖമായി കണക്കാക്കപ്പെടുന്ന മുരിചി (മുസിരിസ്)യിൽ കുരുമുളക കുറവായിരുന്നു. അക്കാലത്തെ റോമൻ സ്വർണനാണയങ്ങൾ മുരിചിയുടെ പരിസരങ്ങളിൽ നിന്നും കണ്ടുകിട്ടാതിരുന്നതും അതുകൊണ്ടാവാം.

ഒന്നാം നൂറ്റാണ്ടിൽ, പ്ലിനി മുസിരിസിൽ കപ്പലടുക്കില്ലായിരുന്നുവെന്ന് കുറിക്കുന്നുണ്ട്. (ഹിസ്റ്റോറിയ നാച്ചുറലിസ്: വാല്യം 6, അധ്യായം 26, ആകെ 37 വാല്യങ്ങൾ). ബി. സി. 190 മുതലുള്ള റോമൻ ദിനാരികൾ (പെരിപ്ലസ് നൽക്കിണ്ടയെന്നു പരാമർശിച്ച, എൻ. എം. നമ്പൂതിരി അനുമാനിക്കുന്ന സ്ഥലമായ, നെടുങ്കണ്ടത്തു നിന്നു ലഭിച്ച റോമൻ ദിനെരിയെസ്) മറ്റിടങ്ങളിൽ നിന്നു ലഭിച്ചപ്പോൾ മുചിരിയുടെ പരിസരങ്ങളിൽ ക്രി. പി. 54 മുതലുള്ള റോമൻ നാണയങ്ങൾ മാത്രമാണ് കണ്ടത്.

മലബാറിൽ നിന്ന് കുരുമുളക്, ലങ്കയിൽ നിന്ന് സിൽക്ക് ; ഇമ്മട്ടിലായിരുന്നു കയറ്റുമതി വ്യാപാരത്തിന്റെ അന്നത്തെ ഗണ്യമായ നില. ആദ്യഘട്ടത്തിലെ റോമൻ വാണിജ്യം ആദിമലനാടുമായി ബന്ധപ്പെട്ടായിരിക്കണം. എ. ഡി. ഒന്നും രണ്ടും നൂറ്റാണ്ടുകളിലെ റോമൻ സ്വർണനാണയങ്ങൾ ശ്രീകണ്ഠപുരത്തിനടുത്തുള്ള നടുവിൽ പ്രദേശത്തു നിന്നു കണ്ടെടുക്കുകയുണ്ടായി. കീഴല്ലൂരിൽ നിന്ന് ലഭിച്ച നാണയം പരിഗണിക്കുമ്പോൾ... റോമക്കാർക്കു മുമ്പേ യഹൂദരും വന്നതായി കാണാം.

ബാബിലോണിയയിലെ നെബുക്ക് നാസർ ഒന്നാം ജറുസലേം നശിപ്പിച്ച് (BC 587) യഹൂദരെ തടവിൽ പാർപ്പിച്ച് കപ്പൽ തുഴയുന്നതിന് അടിമകളാക്കിയിരുന്നു. അവർ കേരളത്തിലെത്തിയ സാഹചര്യങ്ങളിൽ രക്ഷപ്പെട്ട് ഇവിടെ ആശ്രയം കണ്ടെത്തിയിരിക്കാം. രണ്ടാം ജറുസലേം ദേവാലയം നശിപ്പിച്ച തിത്തോസ് (AD70 ൽ) അവിടുത്തെ യഹൂദരെ വിവിധ രാജ്യങ്ങളിലേക്ക് നാടുകടത്തുകയായിരുന്നു. (കറുത്ത ജൂതന്മാർ എന്നവർ വിളിക്കപ്പെട്ടു). പിൽക്കാലത്ത് സ്പെയിൻ തുടങ്ങി യൂറോപ്പിൽ നിന്നും വന്ന യഹൂദരാണ് വെളുത്ത ജൂതന്മാരായി പരിഗണിക്കപ്പെട്ടത്. നാവിക കലയിൽ മുൻപന്തിയിൽ നിൽക്കുന്നവരാണ് അന്ന് അറബികൾ. അതുകൊണ്ടു തന്നെ മറ്റാരേക്കാളും മുമ്പേ ഈജിപ്ത്, റോം, എത്യോപ്യ, അറേബ്യ, സോമാലിയ, ബാബിലോണിയാ, പേർഷ്യ, സിന്ധ്, ചൈന എന്നിവിടങ്ങളിലെല്ലാം അവരെത്തി. അറബി, റോമൻ, ചൈനീസ്, ഈജിപ്ഷ്യൻ, വടക്കേന്ത്യൻ നാണയങ്ങൾക്കു പുറമെ പതിനഞ്ചാം നൂറ്റാണ്ട് പിന്നിട്ടതോടെ വിവിധ യൂറോപ്യൻ നാണയങ്ങളും മൈസൂർ സുൽത്താന്മാരുടെ ഫറൂഖി നാണയങ്ങളും (കോഴിക്കോട് ഫറൂഖിൽ നിർമിച്ചത്) ഇവിടുത്തെ ഇടപാടുകളിൽ കടന്നു വന്നു. പ്രാചീനകേരളത്തിലെ പല നാടുകളും സ്വന്തമായ

നാണയങ്ങൾ പുറപ്പെട്ടുവിച്ചതായും കമ്മട്ടങ്ങൾ ആരംഭിച്ചതായും കാണാം. തമിഴ് ബ്രാഹ്മി ലിപികളിൽ 'കുട്ടവൻ കോത'യെന്ന് തന്റെ വെള്ളിനാണയത്തിൽ രേഖപ്പെടുത്തിയ പ്രവിശ്യാ ഭരണാധികാരി AD 180 നടുത്ത് മുചിരിയും കുട്ടനാട്ടും ഭരിച്ച ചേരരാജാവാണ്. മാക്കോത എന്ന സ്ഥലനാമം പേറിയ ചേരരാജാക്കന്മാരും ലിഖിത വെള്ളി നാണയങ്ങൾ ഇറക്കിയിട്ടുണ്ട്. കോലത്തുനാട്ടിൽ പ്രചാരത്തിലു ണ്ടായിരുന്ന നാണയങ്ങളാണ് ആനയച്ച്, താരം, ആമാട, വരാഹൻ എന്നിവ. ഈ നാണയങ്ങളെപ്പറ്റി ഉണ്ണിയച്ചീചരിതം, ഉണ്ണിയാടീചരിതം, വടക്കൻ പാട്ടുകൾ, കൃഷ്ണഗാഥ, കേരളോൽപത്തി തുടങ്ങിയ കൃതികൾ പരാമർശിക്കുന്നു. കലിപ്പണം (കാളിപ്പണം), അച്ച്, ശലാക, പുത്തൻ, രാശി തുടങ്ങി അനേകം പേരുകളിൽ നാണയങ്ങൾ പ്രചരിച്ചിരുന്നു. സ്വർണം, വെള്ളി, ചെമ്പുചക്രങ്ങളെല്ലാം ഇതിനു വേണ്ടി ഉപയോഗി ച്ചു. ആയുധങ്ങളും ആൾരൂപങ്ങളും ചാമരം, അങ്കുശം, ഛത്രം, കുംഭം തുടങ്ങിയ ചിഹ്നങ്ങൾ അതിന്മേൽ പതിച്ചു. നാണയങ്ങൾ സ്വന്തം പേരിൽ ഇറക്കി പൊങ്ങച്ചം കാട്ടുവാൻ വീരകേരളവർമ്മമാരെപ്പോലുള്ള രാജാക്കന്മാരും മുതിർന്നു. ഉൽപന്നങ്ങൾ പരദേശികളുമായി കൈമാറ്റം ചെയ്യപ്പെടുന്ന ഒരു ഘട്ടത്തിലേക്കു പ്രവേശിക്കുന്നിടത്താണ് മലനാടി ന്റെ വ്യവഹാര ജീവിതത്തിലേക്ക് നാണയങ്ങൾ കടന്നു വരുന്നത്. ആഭ്യന്തര വ്യവഹാരം ബാർട്ടർ വ്യവസ്ഥയെന്ന് പിൽക്കാലത്ത് ആരോപിക്കപ്പെട്ട കൈമാറ്റ രീതിയായിരുന്നു. യഥാർഥത്തിൽ ബാർട്ടർ രീതിയല്ല അതിലുള്ളത്. ഓരോ പ്രദേശത്തിന്റേയും പ്രകൃതിയുടേയും ധാന്യശേഷിയുടേയും കാർഷിക ജ്ഞാനത്തിന്റേയും വ്യത്യസ്തതകൾ ക്കനുസരിച്ച് ഉൽപാദനം നിറവേറ്റും. അതേസമയം എല്ലാവരുടേയും ആവശ്യങ്ങൾക്കനുസൃതമായി അവ അന്യോന്യം കൈമാറും. എല്ലാ സാധനങ്ങളും ഒരിടത്ത് കിട്ടില്ലല്ലോ. കടൽവിഭവങ്ങളും വനവിഭവങ്ങളും പരസ്പരം എത്തിച്ചു കൊടുത്താലേ ആവശ്യങ്ങൾ നിറവേറ്റാനാവൂ. ഓരോരുത്തരുമുണ്ടാക്കുന്ന വിളവുകളുടേയും ഓരോരുത്തരുടെ ആവശ്യ ങ്ങളുടേയും സമീകൃതമായ കൈമാറ്റമാണത്. സാമൂഹികബന്ധത്തി ന്റെ നിഷ്കളങ്കമായ പരസ്പരാശ്രിതത്വം. ബാർട്ടർ സമ്പ്രദായത്തിന്റെ സ്വഭാവ രീതിയിൽ പെടുന്നതുമല്ല ഇത്. വിൽക്കലും വാങ്ങലുമെന്ന് ഈ രീതിയെ വിളിച്ചുകൂടാത്തതാണ്. ഒരു വസ്തു കൊടുത്ത് അതിനു തോല്യം ചാർത്താനായി മറ്റൊന്നു വാങ്ങലായി പിന്നപ്പിന്നെ ആ സമ്പ്രദായം ദുഷിക്കുകയായിരുന്നു. പകരത്തിനു പകരം തീർക്കുകയെന്ന സമീപനം സൗഭ്രാത്രത്തിന്റെ ലക്ഷണമല്ലല്ലോ. അത്തരത്തിൽ ദുഷിച്ച വിനിമയബ ന്ധത്തിന്റെ മധ്യവർത്തിയായി പിന്നീട് നാണയത്തെ പ്രതിഷ്ഠിച്ചതോടെ സാമൂഹ്യൈക്യം കൂടുതൽ അന്യവൽക്കരിക്കപ്പെട്ടു.

നാണയസമ്പ്രദായം പരിഷ്കൃതവും പ്രാരംഭത്തിലെ വിനിമയരീതി (ബാർട്ടർ സമ്പ്രദായമടക്കം) 'അവികസിത'വുമെന്ന തലതിരിഞ്ഞ വിശ്വാസത്തിൽ നമ്മളെത്തിപ്പെട്ടു... പിൽക്കാലത്ത് വികസിച്ചു വന്ന ചരക്കു വിനിമയയുക്തിയുടെ ഭാഷയാണ് വില്പനയെന്നത് നമ്മളോർക്കാറില്ല. അത്തരം വിൽക്കൽ വാങ്ങലിന്റെ ദല്ലാൾ സ്ഥാനത്തേക്കാണ് നാണയങ്ങളും കറൻസികളും കടന്നുവന്നത്. ആ മാറ്റത്തെ, സാമൂഹികദൃഢതയുടേയും സഹകരണഭദ്രതയുടേയും അവരോഹണമായേ വീക്ഷിക്കാനാവൂ. വനവിഭവങ്ങളെന്നത് നൈസർഗികം മാത്രമല്ല, മനുഷ്യാധ്വാനത്തിന്റെ ഫലശ്രുതി കൂടിയാണ്. കാട്ടിൽ തനിയെ മുളച്ചതല്ല ചന്ദനവും കുരുമുളകും. തലമുറകളുടെ വിയർപ്പിന്റെ ചരിത്രമാണ് ഓരോ വൃക്ഷത്തിലും വിളയുന്നത്. ചന്ദനത്തോട്ടത്തിൽ കുരുമുളകു നട്ടു പടർത്തിയതായി അകനാനൂറ് രണ്ടാം പാട്ടിൽ കപിലരുടെ വർണനയിലുണ്ട്: "പാറക്കുളത്തിലെ വെള്ളത്തിൻകൊഴിഞ്ഞു വീണ മധുരമുള്ള വാഴപ്പഴങ്ങളും മലയോരത്തുള്ള പ്ലാവിലെ സ്വാദേറിയ ചക്കയുടെ ചുളകളിൽ നിന്ന് ഒഴുകിയ ചാറും ചേർന്നുണ്ടായ മദ്യം ദാഹജലമാണെന്നു കരുതി കുടിച്ച കുരങ്ങ്, കുരുമുളകു വള്ളികൾ പടർന്നിട്ടുള്ള തന്റെ ചന്ദനമരത്തിൽ കയറാനാകാതെ പൂക്കൾ വീണു കിടക്കുന്ന മെത്ത പോലെയുള്ള നിലത്തു കിടന്ന് ഉറങ്ങി".

ഇവ സ്വാഭാവിക കാട്ടുചെടികളായി ഒരിടത്തു തന്നെ മുളക്കില്ലെന്നും നാണ്യവിളകളുടെ പ്രാധാന്യം തിരിച്ചറിഞ്ഞ് വിവിധ വിളകൾ തോട്ടങ്ങളായി ഒരുക്കിയെടുത്തതാണെന്നും ഈ വിവരണത്തിൽ വ്യക്തമാകുന്നു. മീൻ വിറ്റുകിട്ടിയ നെൽക്കൂന മനയേക്കാൾ ഉയരത്തിൽ കാണാമെന്ന വിവരണത്തിൽ നിന്ന് കാർഷിക സമൃദ്ധിയുടെ ചിത്രമാണ് കിട്ടുന്നത്. ചേരൻ ചെങ്കുട്ടുവന്റെ ആസ്ഥാനകവി പരണർ പുറനാനൂറിൽ വർണിക്കുന്നു:

"മീൻ വിറ്റു വാങ്ങിക്കൂട്ടിയ നെൽക്കൂമ്പാരം മനയെ മറക്കുന്നു. മനയിൽ കൂട്ടിയിട്ട കറി (കുരുമുളക്)ക്കെട്ടുകൾ കരയേയും വഞ്ചികളേയും മറക്കുന്നു. കപ്പലിൽ നിന്നു പൊന്ന് തോണിയിൽ കയറ്റുന്നു. "

ആദി ചേരവംശത്തിന്റെ സമ്പദ് സാമ്രാജ്യത്തിന്റെ യഥാർഥ ഉറവിടം മറയൂരിലെ ചന്ദന മരങ്ങളാണ്. കൂടാതെ ആനയും ആനക്കൊമ്പുകളും... 'പതിറ്റുപത്തി'ലെ വർണന: "ചന്ദന മരങ്ങൾ വഹിച്ചുകൊണ്ടൊഴുകുന്ന കഴക്കോലെത്താത്ത ആനിയാറിൽ[2] കുളിക്കുന്ന യുവതികളുടെ കർണാഭരണങ്ങൾ അഴിഞ്ഞു വീണത് നദിയുടെ അടിത്തട്ടിൽ വ്യക്തമായി കാണാവുന്ന നദീജലം പോലെ നിർമലം"

2 ആൻ പൊരുനൈ-അമരാവതി

കശ്ശൂരിൽ ചന്ദനവും മലഞ്ചരക്കും വിറ്റിരുന്ന ചേരഗോത്രം നെൽക്കിണ്ടയിൽ കുരുമുളക് വ്യാപാരവും നടത്തി. ഇടുക്കി മലനിരകൾക്ക് പടിഞ്ഞാറായി പെരിയാറിനും മണിമലയാറിനും ഇടയ്ക്കുള്ള പ്രദേശമായിരുന്നു പുരാതന കുട്ടനാട്. ചേരന്മാരുടെ തെക്കൻ ശാഖ അവിടെ ഭരണം നടത്തിയിരുന്നതായി ഡോൺ ബോസ്കോ 'മുസിരിസിന്റെ കാൽപ്പാടുകളിലൂടെ' എന്ന ഗ്രന്ഥത്തിൽ അഭിപ്രായപ്പെടുന്നു(പേജ് 267). ചൈനീസ് പട്ടിന്റെ ഭാരതത്തിലെ കുത്തക കുറച്ചു കാലം ചേരന്മാർക്കായിരുന്നു. പതിനേഴാം ശതകം വരെ സമ്പത്തിന്റെ പ്രാമാണികതയിൽ ലോകത്തിനു മുമ്പിൽ ഒന്നാമതായിരുന്നു ഇന്ത്യ. ബ്രിട്ടീഷ് സാമ്പത്തികശാസ്ത്രജ്ഞ കാരൻ ആംഗസ് മാഡ്ഡിസണിന്റെ പഠനത്തിൽ (World economy:A millennial perspective) ആഗോള ജി. ഡി. പി. യിൽ ഭാരതത്തിന്റെ സംഭാവന ഒന്നാം ശതകത്തിൽ 30 ശതമാനത്തിനും മുകളിലാണ്. ലോകസമ്പത്തിന്റെ മൂന്നിലൊന്നു ഭാഗം.

ചൈന 25 ശതമാനത്തിലേറെയും. യൂറോപ്യൻ സംഭാവന 12 ശതമാനത്തിനു താഴെ മാത്രം. പതിനേഴാം ശതകത്തിനു ശേഷം മാത്രമാണ് ഇതിൽ വഴിത്തിരിവുണ്ടാകുന്നത്. യൂറോപ്യൻ ശക്തികളും അമേരിക്കയും മുന്നേറിത്തുടങ്ങി. ഇരുപതാം ശതകത്തിലെത്തുമ്പോൾ ഇന്ത്യ അഞ്ചു ശതമാനത്തിൽ താഴെയായി. അമേരിക്ക 22 ശതമാനം. യൂറോപ്പും 20 ശതമാനത്തിനു മുകളിലേക്ക് കുതിച്ചുയർന്നു. ഈ കുതിപ്പിന് പിന്നിൽ ഇന്ത്യയെ കൊള്ളയടിച്ചതാണ് മുഖ്യമായ ഘടകം.

അറബി സഞ്ചാരിയായ ഇബ്നു ഖുർദാദ് ബെ (AD 844-48) ഭക്ഷ്യസ്വയംപര്യാപ്തത നേടിയ ദേശമായും സുലൈമാൻ(AD 851) സമ്പൽസമൃദ്ധമായ നാടായും ഈ നാടിനെ വർണിക്കുന്നു. AD 970 റഷ്യൻ സഞ്ചാരിയും പണ്ഡിതനും ഗവേഷകനുമായ അൽ ബറൂനി സ്വർണം, വെള്ളി എന്നിവ കൊണ്ടുണ്ടാക്കിയ തദ്ദേശനാണയങ്ങളെപ്പറ്റി പറയുന്നുണ്ട്. തേക്ക്, ഈട്ടി, ഇരുൾ, ചന്ദനം തുടങ്ങി വിലകൂടിയ മരങ്ങളും കുരുമുളക്, ഏലാദി സുഗന്ധവ്യഞ്ജനങ്ങളും മലബാറിന്റെ പൊതുസ്വത്തായിരുന്നു. ലോകത്തിലെ വ്യാപാരശക്തികളാകെ ഇവിടേക്ക് ആകർഷിക്കപ്പെട്ടിരുന്നതായും ചെറുരാജ്യങ്ങളും രാജാക്കന്മാരുമാണ് അന്നിവിടെ ഉണ്ടായിരുന്നതെന്നും അദ്ദേഹം എടുത്തുകാട്ടുന്നു. 1167ൽ കൊല്ലത്തെത്തിയ സ്പാനിഷ് സഞ്ചാരി റബ്ബി ബഞ്ചമിൻ സോളമൻ ചക്രവർത്തിയുടെ വാണിജ്യക്കപ്പലുകൾ BC 973 ൽ കേരളത്തിൽ വന്നതിനെപ്പറ്റി പരാമർശിക്കുന്നുണ്ട്. എ. ഡി. 785 നും 805 നുമിടയിലുള്ള സഞ്ചാരികളുടെ വിവരണങ്ങളെ അടിസ്ഥാനമാക്കി സമുദ്ര വിജ്ഞാനീയവിദഗ്ധനായ കീയാതാം എന്ന ഭൂമിശാസ്ത്രജ്ഞൻ പൂർവദിക്കിലെ

ചില കച്ചവട കേന്ദ്രങ്ങളേയും ദക്ഷിണേന്ത്യൻ തീരങ്ങളേയും പേർഷ്യൻ ഗൾഫ് മേഖലയുമായി ബന്ധിപ്പിക്കുന്ന സമുദ്രസഞ്ചാരറൂട്ട് രേഖപ്പെടുത്തിയിട്ടുണ്ട്. ജോൺ ഓഫ് മോൻറി കോർവിനോ (AD 1292-93, കത്തോലിക്ക മിഷിനറി)ഭക്ഷണത്തിനാവശ്യമായ ധാന്യങ്ങളെല്ലാം കൃഷി ചെയ്തുണ്ടാക്കുന്നതായും സുഗന്ധവ്യഞ്ജനങ്ങൾ ആദായകരമായി ഉൽപാദിപ്പിക്കുന്നതായും കാള, പശു, ആട് എന്നിവയെ പരിപാലിക്കുന്നതായും വിവരിക്കുന്നു. മാർക്കോപോള AD1271മുതൽ 24 വർഷത്തെ സഞ്ചാരത്തിനിടയിൽ മലബാറിലെ കാഴ്ചകളും പകർത്തിയതാണ്. തടവറയിലിരുന്നാണ് ഗ്രന്ഥരചന. സഹതടവുകാരനായ റെസ്റ്റി ഷെല്ലൊ കേട്ടെഴുതുകയായിരുന്നു. മലനാട്ടിലെ വാണിജ്യത്തിന്റെ വളർച്ചയെത്തിയ മുഖം അതിൽ പ്രതിപാദിക്കുന്നു. കുരുമുളകും ഇഞ്ചിയും ഇന്ത്യൻ കായയും (നാളികേരം?) സമൃദ്ധിയായി ഉണ്ടാകുന്നു. അതിലോലവും മനോഹരവുമായ വസ്തുങ്ങൾ നെയ്യുന്നു. സമുദ്രവാണിജ്യക്കുതിപ്പിന്റെ സൂചികയായി കടൽക്കൊള്ളയുടെ ആധിക്യവും പ്രകടമാണ്. "മലിബാർ തീരത്തു നിന്നും നൂറോളം കപ്പലുകൾ കൊള്ളയ്ക്കു പോകുന്നുണ്ട്. ഈ കടൽക്കൊള്ളക്കാർ കുടുംബസമേതം കപ്പലിൽ താമസമാണ്. "

ഫ്രയാർ ഒഡോറിക് AD 1322 ൽ കേരളത്തിലെത്തിയപ്പോൾ, കുരുമുളകു വിളയുന്ന മലിബാറിലെത്തിയെന്നാണ് റിപ്പോർട്ടു ചെയ്തത്. ഇവിടെയല്ലാതെ മറ്റൊരിടത്തും കുരുമുളകു ചെടികൾ വളരുന്നില്ലെന്നും ഇവിടുത്തെ മലമ്പ്രദേശങ്ങളിൽ നട്ടുവളർത്താതെ തന്നെ കുരുമുളക് സമൃദ്ധിയായി വളരുന്നതായും ചൂണ്ടിക്കാട്ടുന്നു. മലനാട്ടിലെ കുരുമുളകു കാട്ടിലൂടെ പതിനെട്ടു ദിവസം സഞ്ചരിച്ച അനുഭവം അദ്ദേഹം വിവരിക്കുന്നു:

"കുന്നുകളും മലകളും നിറഞ്ഞ ഈ കുരുമുളകു കാടുകളിൽ ധാരാളം നദികളും തടാകങ്ങളുമുണ്ട്. അവയിൽ കൂറ്റൻ ചീങ്കണ്ണികൾ സുലഭമാണ്. കാട്ടിൽ പല ജാതി പാമ്പുകളുണ്ട്. ചെറുതും വലുതുമായ ഒട്ടേറെ മൃഗങ്ങൾ. സിംഹവും കുറവല്ല. വിവിധ വർണങ്ങളിലും വലിപ്പത്തിലുമുള്ള പക്ഷികളുടെ കള കൂജനങ്ങൾ കൊണ്ട് അന്തരീക്ഷം മുഖരിതമായിരിക്കും. കണ്ണിന് കൗതുകം പകരുന്ന പക്ഷികളുണ്ട്. അവയിലൊന്നാണ് മയിൽ. ഇതിന്റെ നൃത്തം പ്രസിദ്ധമാണ്."

ഒരു വ്യാപാര സംഘത്തെ നയിച്ചെത്തിയ ചൈനീസ് സഞ്ചാരി വാങ്-താ-യൂങ് (AD 1330- 1349) കായംകുളം, കോഴിക്കോട്, ഏഴിമല, ശ്രീകണ്ഠപുരം എന്നിവ സന്ദർശിച്ച് വിവരിക്കുന്ന കൂട്ടത്തിൽ ശ്രീകണ്ഠപുരത്തെ പരാമർശിക്കുന്നതിങ്ങനെയാണ്: "കോഴിക്കോടിനു വടക്കായി

സ്ഥിതി ചെയ്യുന്ന മറ്റൊരു വ്യാപാര കേന്ദ്രമാണ് ശ്രീകണ്ഠപുരം. ഭൂമി സമനിരപ്പും ഫലഭൂയിഷ്ഠവുമാണെങ്കിലും കൃഷി കുറവാണ്. നെയ്ത്താണ് പ്രധാന തൊഴിൽ. ഇവിടെ നിന്നാണ് ഏറ്റവും അധികം പരുത്തി വസ്ത്രങ്ങൾ കയറ്റി അയക്കുന്നത്. മേത്തരം തുണികളാണിവ. വളരെ വിശേഷപ്പെട്ടതരം തുണികൾ ഇവിടെ നെയ്യുന്നുണ്ട്. ജനങ്ങളുടെ ജീവിത രീതികളും ആചാരാനുഷ്ഠാനങ്ങളും മുമ്പ് വിവരിച്ച സ്ഥലങ്ങളിലെപ്പോലെ തന്നെയാണ്. ”

വരച്ചവരയിൽ നിർത്തി കാര്യം പറയിക്കുന്ന ഒരേർപ്പാട് ഇവിടെ കണ്ടതായും സഞ്ചാരി വിവരിക്കുന്നുണ്ട്. ഒരു വ്യക്തി മറ്റൊരു വ്യക്തിയിൽ നിന്നും കടം വാങ്ങി തിരിച്ചു കൊടുത്തില്ലെങ്കിൽ, അവർ തമ്മിൽ കണ്ടുമുട്ടിയാൽ, കടക്കാരനു ചുറ്റും കുമ്മായം കൊണ്ട് വര വരയ്ക്കും. കടം ഉടൻ വീട്ടുകയോ, അതല്ലെങ്കിൽ ക്ഷമ ചോദിച്ച് നിവാരണമാർഗം ഉണ്ടാക്കുകയോ ചെയ്താലേ ആ വട്ടത്തിൽ നിന്ന് പുറത്തു കടക്കാൻ പാടുള്ളൂ. ഈ നിയമം ആരും ലംഘിക്കാറില്ല. ആ വിധം പൂർവികാചാരങ്ങളെ ഇവർ മുറുകെ പിടിക്കുന്നതായും യൂങ് പ്രതിപാദിക്കുന്നുണ്ട്. പൂർവാചാരങ്ങൾ കൃത്യമായി പാലിക്കുന്നതിനാൽ ജനങ്ങൾ അധ്വാനശീലരായി മാറിയെന്നാണ് അറബിഗ്രന്ഥകാരൻ അൽമസ് ഊദിയുടെ യാത്രാഗ്രന്ഥം: 'സുവർണ മേഖലകളും രത്നഖനികളും' നിരീക്ഷിക്കുന്നത് (AD 956).

സുപ്രധാന രാജ്യതലസ്ഥാനമെന്ന ശ്രീകണ്ഠപുരത്തിന്റെ പ്രാധാന്യവും കണ്ണൂരിന്റെ വിശ്വ പ്രസിദ്ധമായ നെയ്ത്തു പാരമ്പര്യവും ഈ വിവരണത്തിൽ വ്യക്തമായി കാണാം. ആദ്യകാലം മുതൽക്കു തന്നെ മലബാറിന് അത്യന്തം പൂർണമായ ഒരു ഗ്രാമസമ്പ്രദായം ഉണ്ടായിരുന്നുവെന്നും അത് അവസാനം വരെ നിലനിന്നിരുന്നുവെന്നും തോമസ് മൺറോ (ഡിസം: 31, 1824) നിരീക്ഷിച്ചത്, ഡോ: കെ. കെ. എൻ. കുറുപ്പ് 'മലബാറിലെ കാർഷികബന്ധങ്ങളിൽ ഒരു പഠനം' എന്ന കൃതിയിൽ എടുത്തുകാട്ടുന്നുണ്ട്. ഭൂമി എല്ലായ്പ്പോഴും സ്വകാര്യവും വ്യക്തിപരവും ആയിരുന്നതായും ഭൂമിവിക്രയം സംബന്ധിച്ച് നമുക്കു ലഭിച്ചിട്ടുള്ള ഓരോ പഴയ ആധാരവും (അട്ടിപ്പേർ), അല്ലെങ്കിൽ കൈമാറ്റം സംബന്ധിക്കുന്ന ഓരോ രേഖയും (പട്ടോല) ഒരു സാമൂഹിക വ്യവസ്ഥിതി നിലവിലില്ലായിരുന്നുവെന്നു തെളിയിക്കുന്നതായും മൺറോ അഭിപ്രായപ്പെട്ടിട്ടുണ്ട്.

പ്രഖ്യാപിത വ്യവസ്ഥകളിന്മേലല്ലാത്ത ഒരു വ്യവസ്ഥയെ ഉൾക്കൊള്ളാൻ കഴിയാത്തതരം മൂലധനവീക്ഷണത്തിന്റെ അഭിപ്രായമായേ അതെടുക്കാനാവൂ. ഭൂമിയെ ഒരു വ്യവഹാരസ്വത്തായി കാണുന്ന, അവകാശപ്പെടുന്ന, കാഴ്ചപ്പാടിന്റെ പ്രതിഫലനമാണത്. അതിനപ്പുറം, 'അവകാശികളെ'ന്ന പദവിയെ മാനിക്കാതെ പ്രകൃതിയിലെ

അമൂല്യമായ നൈസർഗിക സമ്പത്തുകളായ വായു, ജലം, വെളിച്ചം തുടങ്ങിയ പ്രപഞ്ചാദിപ്രമാണങ്ങളിൽ പെട്ടതാണ് കരഭൂമിയുമെന്ന യാഥാർഥ്യബോധം ഈ വിശ്വാസത്തിനില്ല. എന്നാൽ, അത്തരത്തിലൊരു യാഥാസ്ഥവിന്റെ പ്രാക്തനാപരമായ ബന്ധം പ്രകൃതിയിലെ ഭൗതികോപാധികളായി കണ്ടെത്തിയ ഒരു മനുഷ്യകുലം ഇവിടെ പാർത്തിരുന്നുവെന്ന പ്രാചീനസത്യമുള്ള ദേശമാണിത്.

ആധുനികകാലത്തെന്ന പോലെ പ്രാചീനയുഗങ്ങളിലും ഉൽപാദനത്തിന്റെ അതിജീവനഘട്ടത്തിൽ നിന്നും അധീശഘടനയിലേക്കുള്ള ഒരു പരിണാമശൃംഖല വർത്തിക്കുന്നതു കാണാം. കേരളത്തിൽ മനുഷ്യസമുദായങ്ങളുടെ കുടിയേറ്റം പ്രഥമദശയിൽ അതിജീവനവുമായി ബന്ധപ്പെട്ടാണ്. ഉൽപാദനത്തിലും ഉൽപന്നങ്ങളുടെ ഉപഭോഗത്തിലുമായി ആ ജീവിതം ഒതുങ്ങുന്നു. വിതരണവും വാണിജ്യവുമാണ് അടുത്ത ഘട്ടം. അത് സാർവത്രികമാക്കാൻ വാണിജ്യ ശക്തികളെത്തുന്നു. സംസ്കാരത്തിന്റേയും ജീവിതദർശനങ്ങളുടേയും ചക്രവാളങ്ങൾ വികസ്വരമാകുന്ന ക്രമത്തിൽ മതദർശനങ്ങളുടെ വരവുണ്ടാകുന്നു. അതിനായി പ്രബോധകസംഘങ്ങളെത്തുന്നു.

വിവിധ ആശയസംഹിതകളുടെ വേലിയേറ്റവും വേലിയിറക്കവുമുണ്ടാകുന്നു. ഒന്നും തനതു സംസ്കൃതിക്കു പകരമായി മാറുന്നില്ല. പരസ്പരം കൊടുക്കൽ വാങ്ങലുകളും സംലയങ്ങളും അതിനപ്പുറം ആധിപത്യങ്ങളും സംഭവിച്ചിട്ടുണ്ടെങ്കിലും സാമൂഹ്യാടിത്തറയെ പുതുക്കിപ്പണിയുംവിധം ചരിത്രം സൗകര്യമൊരുക്കിക്കൊടുക്കുന്നില്ല. ഇവിടെ, ആര്യാധിപത്യം സമഗ്രമായി സ്ഥാപിക്കപ്പെട്ടുവെന്നു പറയാനാവുമോ? സാമൂഹ്യ നിയമങ്ങളായും ആചാരങ്ങളായും വർണ-ജാതി രൂപങ്ങളായും പന്തലിച്ചു കിടന്നിട്ടും ആര്യഭാഷ പോലും ജനകീയ ഭാഷയായി പരിവർത്തനം ചെയ്യുകയുണ്ടായില്ലെന്നു കാണുക. അതിനും മുമ്പേ നൂറ്റാണ്ടുകൾ തലമുറകളുടെ മനോഭാവത്തെ വശീകരിച്ചിട്ടും ജൈന - ബുദ്ധ- ജീവിത മാതൃകകളുടെ അനുഭവവും മറ്റൊന്നായിരുന്നില്ല. പാശ്ചാത്യശക്തികൾ അടിമുടി പിടിച്ചുകുലുക്കിയിട്ടും അധികാരത്തിന്റെ ആധുനികരീതികൾ ബലപ്രയോഗത്തിലൂടെയും അല്ലാതെയും ചെലുത്തിയിട്ടും ദേശത്തിന്റെ തനതു ജീവിതാടിത്തറയെ പാടെ ഉച്ചാടനം ചെയ്യാനായിട്ടില്ല. ചില അനുപാതങ്ങളിൽ നിർണായമായ സ്വാധീനം ചെലുത്തിയിട്ടുണ്ടെങ്കിലും. അഞ്ചു നൂറ്റാണ്ടുകൾ ആടിത്തിമിർത്തിട്ടും യൂറോപ്യൻ ഭാഷകളൊന്നും ഇവിടെ ജനകീയ ഭാഷകളായി സ്വീകരിക്കപ്പെട്ടില്ല.

ഭരണനിർവഹണങ്ങളുടെ ആദ്യന്ത ചരിത്രവും ഇതേ പ്രകാരമാണ്. മലബാറിൽ സവർണമാതൃകയിലുള്ള ഗ്രാമങ്ങൾ സമ്പൂർണമായി

സാക്ഷാത്കരിക്കാൻ കഴിഞ്ഞോ? ആധുനിക കാലത്ത് രാഷ്ട്രീയപാർടികളും വ്യാപാര കമ്പനികളും അവയുടെ ശാഖകൾ തുറക്കുന്നതു പോലെ അന്ന് നമ്പൂതിരി ഗ്രാമങ്ങൾ തുറക്കപ്പെട്ടുവെന്നേ കാണേണ്ടതുള്ളു. നിർമിച്ച 64 ഗ്രാമങ്ങൾ അതാത് പരിധിയിലൊതുങ്ങി. (AD 774 ലെ സിറിയൻ പട്ടോലയിൽ പേരെടുത്തു പറയുന്ന രണ്ട് നമ്പൂതിരി ഗ്രാമങ്ങൾ പന്നിയൂരും ചൊവ്വരും. അക്കാലത്ത് രണ്ടു സമാന്തര സംഘടിത ഗ്രാമങ്ങൾ ഉണ്ടായിരുന്നു. രണ്ടും വേദ ബ്രാഹ്മണരുടേത്. 64 ഗ്രാമങ്ങളുടെ പ്രതിഷ്ഠയൊക്കെ പരശുരാമ കഥകളിൽ പെടുത്താനേ പറ്റൂ). ഗ്രാമങ്ങളെ അടിസ്ഥാനപ്പെടുത്തിയുള്ള അവരുടെ സാമൂഹ്യസംഘടന തറകളെ ആധാരമാക്കിയുള്ള 'നായന്മാരു'ടെ സംവിധാനത്തേക്കാളും 'നാട്ടു'കളെ മാനദണ്ഡമാക്കിയുള്ള 'തീയർ' തുടങ്ങിയവരുടെ ക്രമത്തേക്കാളും ചേരികളെ ആശ്രയിച്ചുള്ള ആദിമ ചര്യയെക്കാളും മുമ്പേ ഇവിടെ ക്ഷയിച്ചു. താരതമ്യേന ആയുസ്സു കുറവായിരുന്നു.

അധികാരത്തിന്റെ ശീർഷനാഡിയിൽ പിടിച്ചതിനാൽ അതിവേഗം സമൂഹത്തിന്റെ മേലാളസ്ഥാനം കയ്യടക്കാൻ സവർണപക്ഷത്തിനു കഴിഞ്ഞുവെന്നതിൽ തർക്കമില്ല. അവർ നിർമിച്ചൊരുക്കിയ എല്ലാതരം റിപ്പബ്ലിക്കുകളുടേയും തായ് വേരിളക്കും വിധമുള്ള പിൽക്കാലത്തെ വൈദേശികാധിപത്യത്തിന്റെ നീക്കത്തിനും സാമൂഹ്യാടിത്തറയെ കീഴ്മേൽ മറിക്കാനായില്ല. ഹൊബാലിഘടന ഗ്രാമഭരണ സ്ഥാപനമായി കൊണ്ടുവന്നുവെങ്കിലും പിന്നീട് അഴിച്ചു പണിത് അംശം രൂപീകരിക്കേണ്ടി വന്നു. ഗ്രാമതല ആസൂത്രണത്തിനായി 1822-23 കാലത്ത് ഹൊബാലി സമ്പ്രദായം എടുത്തു കളഞ്ഞ് അംശസംവിധാനം സ്പെഷൽ കമ്മീഷണർ H. S. ഗ്രെമെ മുൻകയ്യെടുത്ത് നടപ്പിൽ വരുത്തിയെങ്കിലും അതിന് സമഗ്രത കൈവരിക്കാനായില്ല. കച്ചവടമൊരുക്കുന്ന സാമൂഹിക ബന്ധങ്ങളുടെ പാകപ്പെട്ട പശ്ചാത്തലത്തിലൂടെ അഥവാ വാണിജ്യപാതയിലൂടെ ആഗമനംചെയ്തവയാണ് പൊതുവെ എല്ലാ മതസംസ്കാരങ്ങളും. യഹൂദ, ജൈന - ബുദ്ധ-ബ്രാഹ്മണ, ക്രൈസ്തവ, മുഹമ്മദീയ, സംസ്കാരങ്ങളുടെ സങ്കലനത്തിന് കേരളം സാക്ഷ്യം വഹിച്ചു.

ആഭ്യന്തര കച്ചവടക്കാരായ വണിക്കുകൾ ജൈന - ബുദ്ധമതത്തിന്റെ പുറത്തേറി വന്നതാണ്. കാവുകേന്ദ്രങ്ങളിലാണ് പ്രാചീനവിപണികൾ സ്ഥാപിക്കപ്പെട്ടത്. പിൽക്കാലത്ത് കാവുകൾക്കടുത്ത് ബുദ്ധമത കേന്ദ്രങ്ങൾ തുറന്നതും കാണാം. വില്പന വസ്തുക്കളുമായി വാണിയച്ചെട്ടികൾ കാവു കേന്ദ്രങ്ങളിലെത്താറുള്ളത് പതിവാണ്. അങ്ങാടി എന്ന പ്രാകൃതപദം ജൈന-ബുദ്ധ സ്വാധീനത്തിന്റേതാണ്. എ. ഡി. ഒന്നാം നൂറ്റാണ്ടു തൊട്ടേ ആഭ്യന്തര കച്ചവടക്കാരായ വണിക്കുകൾ തമ്പടിച്ചിരുന്ന

കൊടുങ്ങല്ലൂർ കാവിനടുത്തു നിന്ന് 'ചമണ' എന്ന് ബ്രാഹ്മിയിൽ എഴുതിയ മൺചട്ടിയും ഒരു ബുദ്ധപ്രതിമയും പുരാവസ്തുഗവേഷകർക്ക് കിട്ടിയതായി പറയപ്പെടുന്നു. ചെട്ടികളുടെ വ്യാപാരശീലത്തിന്റെ അടയാളങ്ങൾ പതിനഞ്ചാം നൂറ്റാണ്ടുവരെ കാണാം. അറബിക്കടൽ മുതൽ കിഴക്ക് പശ്ചിമഘട്ടം വരേയും വ്യാപിച്ച കോഴിക്കോടിന്റെ പശ്ചാത്തലത്തിൽ തെങ്ങും കുരുമുളകുമാണ് പ്രധാന കൃഷിയെന്ന് ചൈനയിൽ നിന്നുമെത്തിയ മാഹ്വാൻ വിവരിക്കുന്നുണ്ട്:

"മലമ്പ്രദേശങ്ങളിൽ കുരുമുളക് വ്യാപകമായി കൃഷിചെയ്യുന്നു. ചെട്ടികളാണ് ഇവിടത്തെ വ്യാപാരികൾ. കൃഷിക്കാരിൽ നിന്ന് ഇവർ നേരിട്ടാണ് കുരുമുളക് വാങ്ങുന്നത്. ഇതുവഴി വരുന്ന വിദേശകപ്പലുകൾക്ക് ഇവർ ഇത് വിൽക്കും. രത്നങ്ങളും മൂല്യമേറിയ മറ്റു വസ്തുക്കളുമാണ് വിലയായി സ്വീകരിക്കുന്നത്"

ബി. സി. നാലാം നൂറ്റാണ്ടിൽ ഒരു വലിയ വാണിജ്യശക്തിയായി മെഗസ്തനീസ് ചൂണ്ടിക്കാട്ടിയ ആദിമലനാടിന്റെ മഹത്തായ വാണിജ്യ വിനിമയത്തിന്റെ പ്രാചീന സിരാകേന്ദ്രമായ ശ്രീകണ്ഠപുരവും ശ്രീകണ്ഠപുരം ആസ്ഥാനമായുള്ള ഒരു ഭരണപദത്തിനു കീഴിൽ ലോകോത്തര വാണിജ്യകേന്ദ്രമെന്ന പദവിയിൽ വിരാജിച്ചു ഇരിക്കൂറും യൂറോപ്യൻ അധിനിവേശ കാലത്തും സമ്പത്ത് കടത്തിക്കൊണ്ടു പോവാനുള്ള കവാടമായിരുന്നു. ആദിമലനാട്ടിലെ പുഴകളുടെ അഴിമുഖങ്ങളിലെല്ലാം പാണ്ടികശാലകൾ നിർമിക്കപ്പെട്ടു. കോട്ടയം രാജാവ്, ഇരുവഴിനാട് നമ്പ്യാന്മാർ, രണ്ടത്തറ അച്ചന്മാർ എന്നിവരുടെ കുരുമുളക് സമാഹരിക്കാൻ തലശ്ശേരിയിലും, ധർമടത്തും സ്ഥാപിച്ച വ്യാപാരശാലകളിലൂടെയാണ് ഇംഗ്ലീഷുകാർക്ക് സാധിച്ചത്. അഞ്ചരക്കണ്ടിപ്പുഴയിലൂടെ വേങ്ങാട് വരെ ചരക്കുതോണികൾ വന്നെത്തിയത് ചരിത്ര പരാമർശങ്ങളിലുണ്ട്. നീലഗിരിയിലെ കുന്തമലയിടുക്കിൽ നിന്നുള്ള ചോലപ്പുഴയും കാർക്കൂർ ചുരത്തിൽ നിന്നുള്ള സുവർണ നദിയും സ്വർണഅയിരുകളുമായാണ് ബേപ്പൂർ പുഴയിൽ കൂടിച്ചേർന്ന് കടൽത്തീരത്തെത്തിയത്. വിഭവസമ്പന്നമായ കുടകുനാടുകളിലെ ഉൽപന്നങ്ങളും മൈസൂരിലെ ചന്ദനവനങ്ങളുമെല്ലാം കടത്തിക്കൊണ്ടു പോയ തിരക്കു പിടിച്ച വാണിജ്യമാർഗമായിരുന്നു വളപട്ടണം പുഴ.

മടിക്കേരിയിൽ കെട്ടിയുണ്ടാക്കിയ കോട്ടയും മലബാറിന്റെ തീരങ്ങളിലെ കോട്ടകളും ഒരേ വാണിജ്യപഥത്തിന്റെ പ്രതീകങ്ങളാണ്. മൈസൂരിൽ നിന്നുള്ള ചന്ദനമരങ്ങളുൾപ്പെടെ വളപട്ടണം പുഴയിലൂടെയുള്ള ചരക്കുനീക്കത്തിലൂടെയാണ് പടിഞ്ഞാറൻലോകങ്ങളിലെത്തിയത്. വ്യാപാരത്തിനു മാത്രമായല്ല, ഈ സഞ്ചാര മാർഗങ്ങൾ

മടിക്കേരി ഗവൺമെന്റ് മ്യൂസിയം

വിനിയോഗിക്കപ്പെട്ടത്. 1834 ൽ കുടകിനെതിരെ ഉപരോധത്തിന് സേനാ വിഭാഗങ്ങൾ മാർച്ച് ചെയ്തതും ഇരിക്കൂർ വഴിയുള്ള പാതയിലൂടെ യായിരുന്നു. സാർവത്രികമായ വാണിജ്യ സംസ്കാരത്തിന്റെ അലയൊ ലികൾ തോറ്റംപാട്ടുകളിലും കാണാം. മരക്കലത്തമ്മത്തോറ്റത്തിന്റെ തുടക്കം വാണിജ്യോദ്ദേശ്യത്തിലുള്ള യാത്രയെ വിവരിച്ചുകൊണ്ടാണ്:

"അരി കറുത്ത നെല്ലും നെറം കെട്ട പൊന്നുമുണ്ട്
എന്റെ ശ്രീശൂലയില്ലത്ത്
അതിനെയൊരിക്കല് വിറ്റ് വിലച്ച
പോറ്റിപ്പൊലിക്കണം
കപ്പല് വെച്ചിറ്റ് കടലോട് വാണിഭം
ചെയ്യുക വേണമേ"

എന്റെ ശ്രീശൂലയില്ലത്ത് കെട്ടിക്കിടക്കുന്ന നെല്ലും പൊന്നും വിറ്റ വില സ്വരുക്കൂട്ടി വച്ച് കപ്പലുണ്ടാക്കി സമുദ്ര വാണിഭം നടത്തണമെന്ന സാരം. ദേശാതിർത്തികൾ കടന്നുള്ള വാണിജ്യമാണ്. എട്ടുപട്ടണത്തിലേക്കുള്ള പലതരം ചരക്കും കയറ്റുന്നതായി വിവരിക്കുന്നു. ആദ്യം ശൂർപ്പപട്ടണം (കോലാപ്പൂർ) പിന്നെ പുതിയ പട്ടണം (പുതുപട്ടണം - ഹോസ്ദുർഗ്) നാഗപട്ടണം, നരയൂധ പട്ടണം, കരിയൂർ പട്ടണം (കാർവാർ) തിരി യൂർപട്ടണം (തൃക്കരിപ്പൂർ) ആര്യപട്ടണം (ആര്യപ്പെരുമാളിന്റെ പട്ടണം - അളകാപട്ടണം) അവസാനം തിരുവാലത്തൂരെന്ന വലിയ പട്ടണത്തി ലേക്കുമായുള്ള വാണിഭ യാത്രയാണ്.

ദൈവക്കപ്പലെന്ന് കാഴ്ചക്കാർ വിശേഷിപ്പിക്കുന്ന മരക്കല ത്തെ ഒരു വിശ്വലോകമാക്കി പ്രതീകവത്കരിക്കുന്നതു കാണാം.

അതിനാവശ്യമായ പ്രതീതി ജനിപ്പിക്കാനുള്ള ചിത്രപ്പണികളാണ് കപ്പലിനു മേൽ നടത്തുന്നത്. കപ്പലിന്റെ കിഴക്കുവശത്ത് ഉദയകുല പർവതവും ആദിത്യ ഭഗവാനും തേരും തേരാളിയും, തെക്കുവശം പാശവും ദണ്ഡും കയ്യിലേന്തി മഹിഷം പുറത്ത് എഴുന്നെള്ളുന്ന യമധർമ രാജാവിനേയും ശ്രീ കാളക്കൂട പർവതത്തേയും പാണ്ഡ്യപരദേശിയേയും. (പാണ്ഡിക ശാല - പാണ്ഡ്യാല. അന്നത്തെ ദക്ഷിണഭാഗത്തെ ജനവിഭാഗം പാണ്ഡ്യരാണെന്ന സൂചന.) പടിഞ്ഞാറുവശത്ത് അസ്ത കുലപർവതവും പാൽക്കടലും ചന്ദ്രഭഗവാനും, അനന്തശയനത്തിലുള്ള വിഷ്ണുവും നാഭിയിൽ താമരയും അരയന്നവും മയിലും കുയിലും താമരയിൽ ബ്രഹ്മാവും മഹാലക്ഷ്മിയും ഭൂമിദേവിയും. വടക്ക് ആദി കൈലാസവേതാളത്തിന്റെ മുതുകിൽ എട്ടു മുഖവും പതിനാറ് തൃക്കൈകളിൽ പതിനെട്ടായുധങ്ങളുമായി ശ്രീഭദ്രകാളിയേയും വരച്ചിടുന്നു. ഇവിടെ ചിത്രമെഴുത്തെന്നത് വെറും ചിത്രപ്പണിയല്ല, സൃഷ്ടികർമം തന്നെയാണ്. കപ്പലിന് നങ്കൂരവും പായയും പാമരവും തണ്ടാളരും കപ്പിത്താനുമെല്ലാം ചിത്രമെഴുതപ്പെടുന്നതിൽ വരുന്നുണ്ട്. മൂഷികവംശത്തിന്റെ രാജമുദ്രയായ അമ്പും വില്ലിൽ നിന്നും കോലത്തിരിയുടെ മുദ്രകളായ വാളിലേക്കും തോണിയിലേക്കുമെത്തുമ്പോൾ വെട്ടിപ്പിടുത്തത്തിന്റേയും വാണിജ്യത്തിന്റേതുമായ ഉൽപാദനബന്ധങ്ങളിലേക്കുള്ള പരിവർത്തനം തന്നെയാണ് സംഭവിക്കുന്നത്.

ജനപദങ്ങളുടെ പകർച്ചകൾ

ബി. സി. മൂന്നാം നൂറ്റാണ്ടു മുതലേയുള്ള ആദിമലനാടിന്റെ ജനജീവിതഘടന ഏറെക്കുറേ വ്യക്തമാണ്. അത്രയും കാലപ്പഴക്കം സാധൂകരിക്കാവുന്ന ചരിത്രോപദാനങ്ങളുമുണ്ട്. പക്ഷെ, എഴുതപ്പെട്ട ചരിത്രത്തിലെമ്പാടും ജനജീവിതം അവ്യക്തമായേ പ്രതിഫലിച്ചു കാണുന്നുള്ളൂ.

ജനപദങ്ങളുടെ പകർന്നാട്ടങ്ങൾ വേണ്ടത്ര പകർത്തിക്കാണാത്തതിനാൽ രാജാസനങ്ങളുടെ സ്ഥാനനിർണയവും പ്രജാപതികളുടെ നാളുംപക്കവും നിറംപൊലിപ്പിച്ചുള്ള അവാസ്തവങ്ങളുടെ അകമ്പടിയുമാണ് ചരിത്രമെന്ന ധാരണ പരക്കെയുണ്ട്. അക്കാര്യത്തിൽ ചരിത്രരചനാപദ്ധതികൾ ഇനിയും മുന്നേറാനുണ്ടെന്ന ബോധ്യത്താലാണ് ആദിമലനാടിന്റെ ചരിത്രകാതൽ സ്പർശിക്കാൻ ഈ അധ്യായം ശ്രമിക്കുന്നത്. നവീനശിലായുഗത്തിനു ശേഷമുള്ള ലോഹയുഗത്തിലാണ് നമ്മുടെ ദേശത്ത് ജനവാസമുണ്ടായതെന്ന ചിന്താഗതി ചിലചരിത്രകാരന്മാർ പിൻപറ്റുന്നുണ്ട്. കെട്ടുകഥകളുടെ പാർശ്വംചേർന്നുള്ള പഠനരീതി സ്വീകരിച്ച മറ്റു ചിലരാകട്ടെ, ബ്രാഹ്മണാധിവാസത്തിലൂടെയാണ് മലനാട്ടിൽ ജനപദസംസ്കാരം വികസിച്ചതെന്ന പ്രചാരക്കാരാണ്. പകരമായി, ചരിത്രപരമായ സാമ്പത്തികാപഗ്രഥനവും സാംസ്കാരിക പ്രതിപ്രവണതകളും സാമൂഹ്യശാസ്ത്രപരമായ നിരീക്ഷണ രീതികളും അന്വേഷണത്തിന് അവലംബിക്കാതിരുന്നതിന്റെ അഭാവം എഴുതപ്പെട്ട

ചരിത്രങ്ങളിൽ ധാരാളം കാണാം. നരവംശ മാതൃകകൾ വിശകലനം നടത്തിയ ശേഷം നരവംശശാസ്ത്രജ്ഞനായ പ്രൊഫ: ബി. എസ്. ഗുഹൻ കേരളത്തേയും ആന്ധ്രയേയും ദക്ഷിണ ഒറീസ്സ പ്രദേശങ്ങളേയും ഒറ്റ ഗണത്തിൽ പെടുത്തുന്നുണ്ട്. ഈ വിഭാഗത്തിന് പ്രാചീന ഈജിപ്തു കാരും, അറബികളുമായുള്ള സാമ്യവും ശ്രദ്ധേയമാണ്.

ഈ വർണസങ്കരത്തിന്റെ പ്രാരംഭദശയായി ചരിത്രഗവേഷകർ ചൂണ്ടിക്കാട്ടിയത് താമ്രശിലായുഗകാലത്തെ അറേബ്യയിലെ പുന്തിൽ നിന്നും ബാബിലോണിയയിലേക്കും ഈജിപ്തിലേക്കുമുള്ള കുടിയേറ്റത്തെയാണ്. കേരളീയർക്കും പ്രാചീന ഈജിപ്തുകാരുടെ പൂർവികരായ അറബികൾക്കും തമ്മിൽ സാദൃശ്യം ശരീരഘടനയിൽ മാത്രമല്ലെന്നും ആചാരവേഷാദികളിലും, സംസ്കാരത്തിലും, കലയിലും കാണാമെന്നും കേസരി പ്രസ്താവിക്കുന്നുണ്ട്: "കേരളീയരുടെ ഇടയ്ക്കുണ്ടായിരുന്ന മരുമക്കത്തായവും ബഹുഭർത്തൃത്വവും ഭദ്രകാളി പൂജയും ഭഗവതി പൂജയും പൂർവമുസ്ലീം അറബികളുടെ ഇടയ്ക്കും പ്രചരിച്ചിരുന്നു" (പേജ് 248, ചരിത്ര ഗവേഷണങ്ങൾ, വാല്യം - രണ്ട്).

സ്വഭാവത്തിലും ജന്മവാസനകളിലും ഈ സാദൃശ്യം കാണാം. സംഗീതം, നൃത്തം, അംഗ ചിത്രരചന, പ്രതിമാശില്പം, കൊത്തുപണി, എന്നിവയിലുള്ള വാസനയും സാഹിത്യം, ഭൂഭാഗ ചിത്രരചന, വാസ്തുശില്പം, തത്വശാസ്ത്രം, സയൻസ്, കൃഷി, വാണിജ്യം, പാചക ശാസ്ത്രം എന്നിവയിലുള്ള ഉദാസീനതയും അറബികളിലും പൗരാണിക കൊങ്കണരിലും ഒരുപോലെയാണെന്നും കേസരി വിശദീകരിക്കുന്നു. "നൊമ്പരപ്പെടുത്തുന്ന ഫലിതത്തിൽ സമർഥരാണെങ്കിലും യഥാർഥ ഹാസരസം ഇരുകൂട്ടരിലും കുറവാണ്. പാരത്രിക സുഖാർഥം ഐഹിക സുഖത്തെ ബലി കഴിക്കുന്നതിനുള്ള സന്നദ്ധത ഇരുകൂട്ടരിലും ദൃശ്യമാണ്. അതിഥി സൽക്കാര ശീലം, സ്വാതന്ത്ര്യ മോഹം, പരിശ്രമ ശീലക്കുറവ്, ക്ഷിപ്രക്ഷോഭ ശീലം, കുടിപ്പക, ലഘു ജീവിതരീതി, ഗറില്ലാ യുദ്ധസാമർഥ്യം എന്നിവ ഒരു പോലെ ഇരുകൂട്ടരിലും കുടികൊണ്ടിരുന്നു" (പേജ് 255-ചരിത്ര ഗവേഷണങ്ങൾ - കേസരി).

കുടിയേറ്റങ്ങളും അധിനിവേശങ്ങളും ചരിത്രത്തെ സംഘർഷഭരിതമാക്കിയതായും അത് ചലനാത്മകമായ സാമൂഹിക പരിവർത്തനങ്ങളിലേക്ക് നയിച്ചതായും കാണാം. ചരിത്ര മുന്നേറ്റത്തിന്റെ മൗലികമായ രീതി തന്നെയാണത്. ഭാഷയും സംസ്കാരങ്ങളും സ്ഥലനാമങ്ങൾ വരെ പുതുക്കപ്പെടാനും സാമൂഹിക-സാമ്പത്തിക-രാഷ്ട്രീയ ഘടനയിൽ നിരന്തരമായ മാറ്റങ്ങൾ സൃഷ്ടിക്കാനും അതിലൂടെ പശ്ചാത്തലം തുറന്നു. ആര്യാഗമനം പോലെ, ഇവിടുത്തെ ജാതി വ്യവസ്ഥയെ പ്രബലമാക്കുകയും ജാതികളും

ഉപജാതികളും തമ്മിലുള്ള ശ്രേണീഘടനയിലെ അകലങ്ങളും വിവേചന മാനദണ്ഡങ്ങളും ശക്തിപ്പെടുത്തുകയും ചെയ്യുന്നതിൽ നിർണായകമായി മാറിയ അധിനിവേശങ്ങളുമുണ്ട്. ബി. സി. യുഗം തൊട്ടേ പ്രബലമായ വാണിജ്യവ്യവഹാരവും വിനിമയ ബന്ധവും മറ്റു ജനസമൂഹങ്ങളുമായി പങ്കിടാൻ ആദിമലനാട്ടിലെ ജനങ്ങൾക്കായെങ്കിൽ, അക്കാലത്ത് തന്നെ കുടിയേറ്റങ്ങളും സ്ഥിരപ്പെടാതിരിക്കില്ല. വാണിജ്യ വിഭാഗങ്ങൾ വന്നപടി തിരിച്ചു പോകണമെന്നില്ല. ഇവിടെ ആവാസമുറപ്പിച്ച കൂട്ടങ്ങൾ എത്രയോ കാണാം. ബി. സി. 3000 മുതലാരംഭിച്ച കുടിയേറ്റങ്ങളും സംഘർഷങ്ങളും സംഘകാലത്ത് അടയാളപ്പെടുത്തപ്പെട്ടതാണ്. മധുരയെ അതിഭീകരമായ വരൾച്ച ബാധിച്ചപ്പോൾ ആ ദേശക്കാരോട് പുറംനാടുകളിലേക്ക് രക്ഷപ്രാപിക്കാൻ ആവശ്യപ്പെട്ടതായുള്ള നാടോടിപ്പാട്ടുകളുണ്ട്.

പശ്ചിമഘട്ട മലനിരകളിലേക്ക് ഇത്തരം കുടിയേറ്റങ്ങളുണ്ടായതിന്റെ തെളിവുകൾ വയനാടൻ ചെട്ടികളുടേയും മലയരയരുടേയും ഐതിഹ്യങ്ങളിൽ നിന്നു വ്യക്തമാകും. മുതുവാൻ, പളിയർ, മാവിലന്മാർ തുടങ്ങിയവരുടെ ഗോത്രപ്പാട്ടുകളും ഇത്തരം സൂചനകൾ തരുന്നു. 'മഹാഭാരത' കാലഘട്ടത്തിനു മുമ്പേ ദക്ഷിണേന്ത്യയിൽ ജനവാസങ്ങളുണ്ടെന്നതിന്റെ സൂചനകൾ മഹാഭാരതത്തിൽ തന്നെയുണ്ട്. 'കേരളീ'യരും പാണ്ഡ്യരും പിന്നെ കടന്നു വരുന്നവരാണ്. കുരുക്ഷേത്രയുദ്ധത്തിൽ കേരളീയരും പാണ്ഡ്യന്മാരും പങ്കുകൊണ്ടതായി പ്രതിപാദിക്കുന്നതിനാൽ, കുരുക്ഷേത്രയുദ്ധ പംക്തിയിൽ നിന്നും യുദ്ധത്തിനു ശേഷം (BC 1100 നു ശേഷം) ദക്ഷിണേന്ത്യയിലേക്കു പ്രവേശിച്ചവരാണ് പൂർവ കേരളീയരും, പൂർവ പാണ്ഡ്യന്മാരുമെന്നു വ്യക്തമാണ്. കേസരിയുടെ അഭിമതപ്രകാരം കേരളീയർ ചന്ദ്രവംശത്തിന്റെ പിന്മുറയിൽ പെടും. യയാതിക്ക് ശുക്രാചാര്യന്റെ പുത്രി ദേവയാനിയിലുണ്ടായ രണ്ടുപേരിൽ തുർവസുവിന്റെ പരമ്പര. യദുവാണ് രണ്ടാമൻ.

പിൽക്കാലത്ത് ഹസ്തിനപുരം വാണ പുരു, യയാതിക്ക് ശർമിഷ്ഠയിലുണ്ടായ പുത്രനാണ്. യയാതിയുടെ പിതാവ് നഹുഷൻ പുരൂരവസിന്റേയും ഇളയുടേയും മകനായ ആയുഷിന്റെ പുത്രനാണ്. ഐലവംശം എന്നും വിളിക്കുന്നു. സ്വർഗദേശം എന്നർഥമുള്ള പശ്ചിമേഷ്യയിലെ ഈലം (Elam) ദേശത്തു നിന്നും വന്നവരായതിനാലാണ് ആ പേരു വീണത്. പുരൂരവസ് ബുധന്റെ പുത്രനാണ്. ബുധന്റെ പിതാവായ ചന്ദ്രനിൽ നിന്നാണ് വംശത്തിന്റെ തുടക്കം. യയാതി ബി. സി. 2110 നോടടുത്താണ് ഹസ്തിനപുരം ഭരിച്ചിരുന്നത്. പത്മപുരാണത്തിലും മറ്റും തുർവസുക്കളെ പാശ്ചാത്യർ എന്ന ധ്വനിയിൽ യവനർ എന്നു വിശേഷിപ്പിക്കുന്നുണ്ട്.

വില്ലിന്റെ നാട് എന്ന വിശേഷണവുമുള്ള ഈ ഭൂമി ഒരു കുഷ് ദേശമാണ്. കുഷാനന്മാർ (Kushites) പിടിച്ചടക്കിയ രാജ്യങ്ങളെല്ലാം കുഷ് രാജ്യങ്ങളായി അറിയപ്പെട്ടു. വില്ലാളികളും മികച്ച നാവികരുമാണ് കുഷാനന്മാർ. BC 3300,നുബിയയിലെ ഖുസ്തുളിലായിരുന്നു ഇവരുടെ താ- സേത് (വില്ലിന്റെ ദേശം) എന്ന പേരിലുള്ള സാമ്രാജ്യം. ജനങ്ങളെ വില്ലാളികൾ എന്ന അർഥമുള്ള താ- സേതി എന്നു വിളിച്ചു. ദൈവത്തിന്റെ സ്വന്തം ഭൂമിയായി ഈജിപ്തുകാർ ആ ദേശത്തെ കാണുന്നു. ക്രിസ്തുവിനു ശേഷമുള്ള കാലത്തെ വംശ- ഗോത്ര -പരമ്പരകളുടെ വളർച്ചാദശകൾ ഏറക്കുറേ നിരീക്ഷണ വിധേയമായതാണ്. വംശങ്ങളുടെ സ്വത്വപരമായ അടയാളപ്പെടുത്തൽ അതാത് വംശത്തിന്റെ ആവിർഭാവത്തിലുണ്ടാവാനിടയില്ല. വംശാന്തരഘട്ടത്തിലേക്ക് വളർച്ച പ്രാപിക്കുമ്പോൾ മാത്രം ചാർത്തപ്പെടുന്നതാണ് വംശനാമങ്ങളും അവയുടെ സ്വത്വരീതികളും.

വ്യത്യസ്ത ഗോത്രങ്ങളുടലെടുക്കുകയും അവ തമ്മിലുള്ള സംഘർഷങ്ങളിലേക്ക് ചെന്നുപെടുകയും ചെയ്യുമ്പോഴാണ് ഒരു ഗോത്രം സ്വന്തം സ്വത്വപ്രകാരത്തെ ഉറപ്പിക്കുന്നത്. അന്യഗോത്രത്തെ താരതമ്യം ചെയ്യാൻ സ്വന്തം ഗോത്രത്തിന്റെ പേശികൾ ദൃഢമാക്കേണ്ടത് ആവശ്യമായി വരുന്നു. വംശീയമായ വ്യക്തിത്വത്തിന്റെ പ്രകടനങ്ങളാണ് അവരുടേതായ ആചാരങ്ങളായും സമ്പ്രദായങ്ങളായും രൂപപ്പെടുന്നത്. സ്ഥിരവും അസ്ഥിരവുമായ ആവാസഗതി അവരെ വിവിധ ഗോത്രങ്ങളാക്കുന്നു. സുസ്ഥിരത നേടിയ ഗോത്രങ്ങളെ അവരുടെ വാസസ്ഥാനങ്ങൾക്കനുസരിച്ചായിരുന്നു വിളിക്കപ്പെട്ടത്. ഭൂപ്രദേശങ്ങളെ അടിസ്ഥാനപ്പെടുത്തി ജനവിഭാഗങ്ങളെ വർഗീകരിക്കുന്ന ഒരു പ്രകാരം അക്കാലത്ത് വികസിച്ചിരുന്നു. മലകളിൽ വസിക്കുന്നവർ മലൈയർ, കുന്നിൻപുറങ്ങളിൽ താമസിക്കുന്നവർ പൊറയർ, ഉയരത്തിൽ വസിക്കുന്നവർ വാനവർ, പടിഞ്ഞാറു ഭാഗത്തെ താമസക്കാർ കുടവർ, കുട്ടത്ത് പാർക്കുന്നവർ കുട്ടവർ, പൂഴിനാടിന്റെ അധിപർ പൂഴിയർ, മീൻപിടുത്തം തൊഴിലാക്കിയവർ മീനവർ അഥവാ പരതവർ എന്നെല്ലാം സംഘകൃതികൾ ജനവിഭാഗങ്ങളെ അടയാളപ്പെടുത്തുന്നുണ്ട്.

ഈ ദേശത്തെക്കുറിച്ചും ജീവിത രീതിയെക്കുറിച്ചും പ്രഥമസൂചനകൾ ലഭ്യമാകുന്ന ഒരു കൃതി ഇൻഡിക്കയാണ്. ഇൻഡിക്കയിൽ മെഗസ്തനീസ് ചേർമേയ് എന്നു സൂചിപ്പിച്ചത് മലബാറിലെ അടിയാളരായ ചെറുമർ സമൂഹത്തെയാണെന്ന അഭിപ്രായമാണ് ലോഗന്. ശിലായുഗത്തിന്റെ പിന്തുടർച്ചക്കാരായി ചെറുമരും കുറുമരും, ഊരാളികളും മാത്രമല്ല, അതേക്കാൾ പ്രാധാന്യത്തോടെ കാടർ, കാട്ടുനായ്ക്കർ, ആളർ, അരനാടൻ എന്നിവരെ പരിഗണിച്ചു കൊണ്ടുള്ളതാണ് ചരിത്രകാരനായ ഡോ:എ.

അയ്യപ്പന്റെ അഭിപ്രായങ്ങൾ. കാട്ടുനായ്ക്കരുടെ മറ്റൊരു തരക്കാരായ ശിലാഗുഹ വാസികളായ ചോലനായ്ക്കരും മലമ്പണ്ടാരങ്ങൾ, മലപ്പുലയർ, ഉള്ളാടർ, ഊരാളികൾ തുടങ്ങിയവരും ശിലായുഗഗോത്രത്തുടർച്ചകളിൽ പെടുന്നവരാണ്. നായാടികളേക്കാൾ പരിഷ്കരിച്ചവരായ കുറുമ്പർ പിന്നീട് കുറിച്യർ, കാട്ടുനായ്ക്കർ എന്നിങ്ങനെ ഉപഗണങ്ങളായി അന്യോന്യം രൂപാന്തരപ്പെട്ടതായി കാണാം. കാട്ടുനായ്ക്കരെ വേടരെന്നും വിശേഷിപ്പിച്ചു കാണുന്നു.

ഐതിഹ്യപ്രകാരം, അർജ്ജുനന്റെ അഹങ്കാരം ശമിപ്പിക്കാൻ ശിവൻ വേടനായി വന്നപ്പോൾ അദ്ദേഹത്തിന്റെ രക്തത്തിൽ നിന്നു പിറന്നവരാണ് വേടർ. വേടരുടെ പിന്തുടർച്ചാഗോത്ര വിഭാഗങ്ങളാണ് മുളങ്കുറുമർ, തേൻ കുറുമർ, ബെട്ടുകുറുമർ. വേടരുടെ പിന്മുറക്കാരാണ് കുറുമരെന്ന് അവരുടെ ഉൽപത്തിപുരാവൃത്തം സൂചന തരുന്നു. ഇവരുടെ മലോൻദൈവം, മലക്കാരി ദൈവം, മുത്തപ്പൻ, ഭദ്രകാളി എന്നിവയുടെ പുരാവൃത്തങ്ങൾ ഈ നാടിന്റെ ദേശജ്യാമിതിയോടു ചേരുന്നതാണ്.

ജീവിതരീതിയുടെ കാര്യത്തിൽ വേടർക്കു സമാനമാണ് പുലയർ. നീചജാതിക്കാരായി പിൽക്കാലത്ത് അരികുവൽക്കരിക്കപ്പെട്ടവർ മുഖ്യധാരയായി നിലകൊണ്ടതിന്റേയും ചൂഷണവ്യഗ്രതയില്ലാതെ പ്രകൃതിയിൽ പ്രയത്നിച്ചതിന്റേയും സ്വാഭാവികപരിസരസമ്പത്ത് കൊള്ളയടിക്കാതെ കാത്തു സൂക്ഷിച്ചതിന്റേയും ഫലശ്രുതി നിമിത്തമാണ് പാരിസ്ഥിതികജ്യാമിതി നൂറ്റാണ്ടുകളെ അതിജീവിച്ചത്. അത്തരം ജനവിഭാഗത്തിന് മേൽക്കൈയുള്ള ഒരു സാമൂഹിക ചിത്രമാണ് ആദിമ ദേശങ്ങൾ പ്രദർശിപ്പിക്കുന്നത്. പ്രാന്തവൽക്കരിക്കപ്പെട്ടശേഷം ഭിക്ഷതെണ്ടേണ്ടിവന്ന നായാടികൾ, അടിമപ്പണിക്കാരായി മാറേണ്ടി വന്ന പുലയർ, കൂലിവേലയിലും കൊട്ട നെയ്ത്തിലുമൊതുക്കപ്പെട്ട പറയർ, യഥാർഥ കാട്ടുവർഗക്കാരും കാടിന്റെ സംരക്ഷകരായിട്ടും പിൽക്കാലത്ത് കാട്ടുമരങ്ങൾ മുറിച്ചുമാറ്റാൻ നിയോഗിക്കപ്പെട്ടവരായ ഉള്ളാടർ, യുദ്ധം തൊഴിലാക്കിയ മറവർ, കവർച്ചയിലൂടെ ഉപജീവിക്കുന്ന എയ്നർ, കള്ളർ, മീൻപിടിച്ചു ജീവിച്ച മീനവർ, കുന്നുകളുടെ അധിപതികളായിരുന്ന വേടർ, കുറവർ, മലയരയർ, അരനാടന്മാർ, കാണിക്കാർ, തോടർ, മുഡുവർ, പതിയർ, ഉരിഡവർ, ഉഴവർ, എന്നിങ്ങനെ ഒട്ടേറെ വിഭാഗങ്ങൾ സാക്ഷാൽ ചരിത്ര വിധാതാക്കളായിരുന്നു.

ഫ്യൂഡൽ കാലത്ത് നിശബ്ദവേലക്കാരായി പണിയെടുക്കേണ്ടി വന്ന പുലയർ ജനനം കൊണ്ടു തന്നെ പുല (ആചാരപരമായ അശുദ്ധി) കല്പിക്കപ്പെട്ടവരായിരുന്നു. നെൽവയലുകൾ വിളഞ്ഞിരുന്നത് അവരുടെ വിയർപ്പിലാണ്. വെള്ളം വറ്റിക്കുക, നിലമുഴുതിടുക, കരകളുറപ്പിക്കുക,

വേലി കെട്ടുക, കിളക്കുക, വളമിടുക, ഞാറുനടുക, കളപറിക്കുക, കൊയ്യുക തുടങ്ങിയതൊക്കെ തൊട്ടുകൂടാത്തവരായ അവരുടെ വേല കളാണെങ്കിലും കൊയ്തെടുക്കുന്ന വിളവിന് ഉടമ അയിത്തം കല്പിച്ചിരു ന്നില്ല. ക്ഷുരകനും അലക്കുകാരനും (വെളുത്തേടൻ) അയിത്തമില്ലാത്തതു പോലെ. 'ജാതിവ്യവസ്ഥിതിയും കേരള ചരിത്രവും' എന്ന കൃതിയിലൂടെ പി. കെ. ബാലകൃഷ്ണൻ ഈ വസ്തുത ഊന്നുന്നു:

"മുങ്ങിക്കുളി മുതലായ ശുദ്ധികർമങ്ങൾ വ്യവസ്ഥ ചെയ്യപ്പെട്ട രീതി യിലല്ലെങ്കിലും, തമ്മിൽ സ്പർശമുണ്ടാകുന്നതും, തമ്മിൽ തൊട്ടടുത്തു കാണുന്നതു തന്നെയും പരസ്പരം വർജ്യമായി കരുതിയിരുന്ന പരമ പ്രാകൃതമായ ഗോത്രസ്പർധ ഏറിയും കുറഞ്ഞും എല്ലാ ഗോത്രങ്ങൾക്കും ശീലമായിരുന്ന വന്യ പ്രദേശമായിരുന്നു നമ്പൂതിരി അധിനിവേശിച്ച 'മലനാട്'. ഗോത്രങ്ങളുടെ ശീലമായിരുന്ന ഈ സ്പർധ വർഗസ്വാർ ഥത്തിനു ചേർന്ന രീതിയിൽ അയിത്താചാരമായി ചിട്ടപ്പെടുത്തുകയും സ്ഥിരീകരിക്കുകയും മാത്രമാണ് നമ്പൂതിരി തന്റെ 'ഗോത്ര സമന്വയ' പ്രവർത്തനത്തിലൂടെ ചെയ്തത്" (പേജ് 298).

പുലയർ കൂടുതൽ ധർമനിഷ്ഠയുള്ളവരും ദൈവഭക്തിയുള്ളവരു മായാണ് ഒരു മിഷനറി കണ്ടത്. ഒരു സെൻസസ് റിപ്പോർടിലെ പരാമർശമിങ്ങനെയാണ്: "അങ്ങേയറ്റം ഉപയോഗമുള്ളവരും കഠിനാ ധ്വാനികളുമായ ഒരു വർഗമാണവർ. പലപ്പോഴും ജാതി ശ്രേണിയിൽ മുകളിലുള്ളവരെപ്പോലും അതിശയിപ്പിക്കാവുന്ന തരത്തിൽ സത്യസ ന്ധത, ആത്മാർഥത, തുടങ്ങിയ അപൂർവ ഗുണങ്ങളുള്ളവരായി അവരെ വേർതിരിച്ചു കാണാനാവും. "

പുലയർക്കിടയിൽ തന്നെ വിഭാഗീകരണമുണ്ട്. കിഴക്കൻ പുലയരെ ന്നും പടിഞ്ഞാറൻ പുലയരെന്നും. കൂടുതൽ തരംതാഴ്ത്തപ്പെട്ടവരായ കിഴക്കൻ പുലയർ മഹാഭാരത യുദ്ധത്തിലെ വൈരികളിലൊരുഭാ ഗത്തുള്ള സുയോധനന്റെ അടിമകളായിരുന്നു. പടിഞ്ഞാറൻപുലയർ പാണ്ഡവരുടെ അടിമകളായിരുന്നുവെന്നു അവരും വിശ്വസിക്കുന്നു. (ഞാൻ കണ്ട കേരളം -റവ. സാമുവൽ മെറ്റീർ). പുലയർക്കു സമാനമായ ജീവിതസ്ഥിതി തന്നെയാണ് വേടർക്കും. വേട്ടയാടുന്ന ജീവിതചര്യയിൽ നിന്നു ക്രമേണ മാറ്റം വന്നു. നെൽവയലുകളിലെ പണിക്കാരായി മാറി. കാടുവെട്ടിത്തെളിച്ച ഇടങ്ങളിൽ കുര കെട്ടിയാണ് താമസം.

അതേസമയം കാർഷിക ജീവിതത്തിലേക്ക് കണ്ണി ചേരാതെ മാറി നിന്നവരാണ് മലമ്പണ്ടാരങ്ങൾ, മലവേടർ, കാട്ടുനായ്ക്കർ, ആളർ, അരനാടൻ വിഭാഗക്കാർ. ഭൂമിയോടുള്ള അതിവിശ്വാസം അവരെ അകറ്റി നിർത്തിയതാണെന്ന് കരുതണം. നിലമുഴുതു മറിക്കലും മണ്ണ്

പാകപ്പെടുത്തലുമൊക്കെ അവരെ സംബന്ധിച്ച് ഭൂമിദേവിയെ പോറലേല്പിക്കുന്ന പാപക്രിയകളാണ്. കുറവർ വിഭാഗം കുറുമ്പർ, കുറുബർ എന്നീ കൊറവജാതിക്കാരോട് അനന്യത പുലർത്തിയിരുന്നില്ല.

കാക്ക, കഴുകൻ തുടങ്ങിയവയെ ഭക്ഷിക്കുന്നവരായ കാക്കക്കുറവർ, അടിമകളും നീചരുമായി കണ്ടിരുന്ന കുണ്ടക്കുറവർ, മാടൻ, ഭദ്രകാളി തുടങ്ങിയ ഭൂതങ്ങളെ ആരാധിക്കുന്നവരായ മലയാം കുറവർ, മലവേടർ എന്നിങ്ങനെ നാല് ഉപവിഭാഗങ്ങളായി കുറവരെ വേർതിരിച്ചിരുന്നു.

മലയരയരേയും മലവേടരെന്ന് ചില ഔദ്യോഗിക രേഖകളിൽ പ്രതിപാദിച്ചു കാണുന്നു. കുന്നുകളിൽ കൃഷി ചെയ്യുന്നവരാണ് മലയരയർ. 'സവർണ'ജാതിക്കാരിൽ നിന്ന് നിറത്തിലും ആകാര സൗഷ്ഠവത്തിലും ഒട്ടും പിറകിലായിരുന്നില്ല മലയരയർ. പരമ്പരാഗതമായി ഭൂമിയുടെ ഉടമകളാണ് കാണിക്കാർ. കുന്തം ഏന്തി സഞ്ചരിക്കുന്ന ഈ വിഭാഗത്തിന്റെ മുഖ്യനും മലയരയൻ എന്നു വിളിക്കപ്പെടുന്നു. 1920ൽ ഔദ്യോഗികമായി അംഗീകരിക്കുന്നതു വരെ മലയാളശൂദ്രരെന്ന് വിളിക്കപ്പെട്ടവരാണ് നായർവിഭാഗം. 1875ലെ സെൻസസ് റിപ്പോർട്ട് പ്രകാരം നായർ വിഭാഗത്തിന് 34 പ്രധാന ഉപവിഭാഗങ്ങളുണ്ട്. സ്വന്തമായുള്ള വയലുകളുടെ കരയിൽ സ്വന്തം ഗൃഹങ്ങളിൽ വാസം. സമുദ്രതീരങ്ങളിൽ പടർന്നു കിടന്ന ശ്രേഷ്ഠ വിഭാഗമാണ് ഈഴവർ. മലബാറിൽ തീയർ എന്നും വിളിക്കപ്പെട്ടു. സിലോണിലെ ഈഴത്തു നിന്നുള്ള ഈഴവർ മലബാറിലേക്ക് കുടിയേറിയതാണെന്ന് ചൂണ്ടിക്കാട്ടുന്നവരുണ്ട്. ബുദ്ധമതം വേരാഴ്ത്തിയ സിലോണിൽ നിന്നും വന്ന തീയർ ബുദ്ധമതാനുയായികളാണെന്നും പിന്നീടു ഹിന്ദുക്കളായി മാറിയെന്നും അവരുടെ വരവോടെയാണ് കേരളത്തിൽ തെങ്ങുകൃഷിയാരംഭിച്ചതെന്നുമുള്ള വാദത്തെ നിരസിച്ചു കൊണ്ട് ഇ. എം. എസ്. തന്റെ 'കേരളം മലയാളികളുടെ മാതൃഭൂമി'യിൽ ചില സാഹചര്യങ്ങൾ എടുത്തുകാട്ടുന്നു.

കേരളത്തിന്റെ തെക്കുവടക്കു വ്യാപിച്ച സ്വാധീനം നേടുംവിധം എണ്ണത്തിൽ മുന്തി നിൽക്കുന്നവർ, സിലോണിൽ നിന്നുമെത്തിയ ബുദ്ധമതാനുയായികളാണെങ്കിൽ ആ നിലക്കുള്ള ചരിത്ര രേഖകളുടേയും ഐതിഹ്യങ്ങളുടേയും ബുദ്ധമതപരമായി വഴികാട്ടിയ തീയാചാര്യന്മാരുടേയും അഭാവം, പ്രബലമായ ബുദ്ധമതം ഉപേക്ഷിച്ച് ഹിന്ദുമതം സ്വീകരിച്ചുവെങ്കിൽ അതിനുതക്ക സാഹചര്യത്തിന്റെ അസ്വാഭാവികത എന്നിവ വിശദീകരിച്ചു കൊണ്ട് ഇ. എം. എസ് മറ്റൊരു നിഗമനത്തിലെത്തുകയാണ്: "നമ്പൂതിരിമാർ വന്ന കാലത്തെ കേരളത്തിലെ പരിഷ്കൃത ജനവിഭാഗത്തിന്റെ പിൻഗാമികളാണ് ഇന്നത്തെ നായന്മാരും തീയരും. (അന്നത്തെ അപരിഷ്കൃത ജനവിഭാഗങ്ങളുടെ പിൻഗാമികളാണ്

പുലയർ, പറയർ, നായാടികൾ, കാട്ടുജാതിക്കാർ മുതലായവർ)" (പേജ്: 79/2009 ഫെബ്രുവരിയിൽ പ്രസിദ്ധീകരിച്ച പതിപ്പ്)

ആദിവാസീയത (അപരിഷ്കൃതം) / നാഗരികത എന്ന വേർതിരിവ് സാമൂഹ്യ ശാസ്ത്രഘടനക്ക് യോജിക്കുന്നതല്ല. കൃഷിയും പ്രകൃതിസഹജമായ ആവാസ രീതികളും അപരിഷ്കൃതം, പ്രകൃതിയെ വാണിജ്യവൽക്കരിക്കൽ നാഗരികത എന്ന മട്ടിലുള്ള മനോഭാവത്തിന്റെ ഉൽപന്നമാണീ വിഭജനം. ഇനി കാർഷികാധ്വാനത്തെ അതിൽ നിന്നു മാറ്റി പരിഷ്കൃതഗണത്തിൽ പെടുത്തുന്നുവെങ്കിൽ, കൃഷിയിലും ഗോത്രസമൂഹത്തിന്റെ ഇടപെടൽ പ്രബലമാണ്. പൊള്ളുന്ന കാലാവസ്ഥയിൽ അധ്വാനിച്ചതിന്റെ അടയാളമാണ് അവരുടെ നിറമായി അവശേഷിച്ചിട്ടുള്ളത്.

ഇന്നത്തെ ഗോത്രശരീരത്തിന് കാർഷികപ്രകൃതി മെരുങ്ങുന്ന പ്രകൃതമില്ലാത്തതിനു കാരണം അവർക്കു ചരിത്രപരമായി പതിഞ്ഞ ആഘാതമാണ്. ഏതെങ്കിലും തരത്തിലുള്ള ആഘാതത്തിലേക്ക് പതിക്കുന്ന വ്യക്തി അവന്റെ കഴിവുകളെല്ലാം നഷ്ടപ്പെട്ട് പതുങ്ങേണ്ടി വരുന്നതു പോലെ സമുദായത്തിനും അവരുടെ അധ്വാനപ്രകൃതം സ്തംഭിച്ച് വിറങ്ങലിച്ചു പോകാം. പരിഷ്കൃത / അപരിഷ്കൃത വേർതിരിവിന്റെ മാനദണ്ഡങ്ങളെന്താണെന്നോ, അത് സാധൂകരിക്കുന്നുവെങ്കിൽ, ആ വിധത്തിൽ രണ്ടു വിഭാഗങ്ങളായി ഒരേ ജനപദങ്ങൾ തന്നെ ഉരുത്തിരിഞ്ഞു വരാനുണ്ടായ സാഹചര്യങ്ങളെന്തെന്നോ പ്രസ്തുത ഗ്രന്ഥത്തിന് പരിഗണനാ വിഷയമാകുന്നില്ല.

അതേസമയം ബ്രാഹ്മണ സംസ്കാരത്തിന്റെ വരവുവരെ 'പരിഷ്കൃത' വിഭാഗം ഒരേ ആചാര നടപടികളും ജീവിത രീതികളും അനുസരിച്ചിരുന്നതായി ഗ്രന്ഥകാരൻ വ്യക്തമാക്കുന്നു. ബ്രാഹ്മണ സംസ്കാരത്തിനു കീഴടങ്ങിയവർ നായന്മാരായി മാറി, ബുദ്ധമതത്തെ കൂട്ടുപിടിച്ച് ചെറുത്തു നിന്നവർ തീയരായി മാറി. ഈ ചെറുത്തുനില്പിന്റെ സഹായികളായി സിലോണിൽ നിന്നു വന്ന ബുദ്ധമതാനുയായികൾ പ്രവർത്തിച്ചിരിക്കാമെന്നും അവർ തെങ്ങുകൃഷി കൊണ്ടുവന്ന് പ്രചരിപ്പിച്ചിരിക്കാമെന്നുമാണ് ഇ. എം. എസിന്റെ വിശദീകരണം. നായർ വിഭാഗം ബ്രാഹ്മണ - ജന്മി മേധാവിത്തത്തോട് സന്ധി ചെയ്ത് കൃഷിയിലും ആയോധന വേലകളിലും ജീവിതം നയിച്ചുവെന്നും അവരിൽ ചില നാട്ടുവാഴികളും ജന്മിമാരും വരെ ആയിത്തീർന്നുവെന്നും അദ്ദേഹം നിരീക്ഷിക്കുന്നു. ബ്രാഹ്മണ കുടിയേറ്റം വംശ വൈവിധ്യങ്ങളുടേയും ആചാരത്തനിമകളുടേയും ഭൂവിനിയോഗരീതികളുടേയും കാർഷികോൽപാദന ഘടനകളുടേയും സ്വാഭാവികത തകർക്കുകയും സാമൂഹ്യ സമ്പ്രദായങ്ങളുടെ പ്രമേയങ്ങൾ മാറ്റിയെഴുതുകയും വിശ്വാസ പ്രമാണങ്ങളുടെ തിരുത്തെഴുത്തുകളിലൂടെയും

ആരാധനാലയങ്ങളുടെ കേന്ദ്രാധിനിവേശത്തിലൂടെയും സമഗ്രാധിപത്യം കാൽച്ചുവട്ടിലാക്കുകയും ചെയ്തു.

Native life in Travancore എന്ന കൃതിയിൽ സാമുവൽ മെറ്റീർ ചൂണ്ടിക്കാട്ടിയ പോലെ "ജനസംഖ്യയിൽ വളരെ ചെറിയൊരു ന്യൂനപക്ഷമായ ബ്രാഹ്മണരുടെ ആനന്ദത്തിനും താല്പര്യത്തിനും വേണ്ടി രാജ്യത്തുള്ള സകലതും അടിയറവ് വയ്ക്കണമെന്ന സങ്കുചിത ഗൂഢോദ്ദേശ്യത്തിന്റെ ഫലമായിട്ടാണ് സകല ചട്ടങ്ങളും നിർമിച്ചിട്ടുള്ളത്."

സംഘകാലത്ത് സമൂഹത്തിന്റെ ശ്രേണീഘടനകളിൽ ബ്രാഹ്മണരുടെ സുപ്രധാനമായ ഇടപെടൽ കാണാമെങ്കിലും പൗരോഹിത്യ പ്രവണതകൾ അന്ന് മുളപൊട്ടിയിരുന്നില്ല. സാംസ്കാരിക ജീവിതത്തിൽ ജാതീയമായ വിവേചനങ്ങൾ ഒട്ടുമുണ്ടായിരുന്നില്ല. വലിയവരും ചെറിയവരുമെന്ന തരംതിരിവ് ഇല്ലെന്ന വസ്തുത പുറനാനൂരിലെ ഈ വരികളിൽ കാണാൻ കഴിയും:

"പെരിയോരെ വിയത്തലും ഇലമേ,
ചിറിയോരെ ഇകഴ്ഛലും അതിനും ഇലമേ" (പദ്യം: 192)

ജനനം, മരണം, ഋതു, വിവാഹം, തുടങ്ങിയ ചടങ്ങുകളിൽ അനുഷ്ഠിച്ചിരുന്നത് പൊതുവായ ദേശരീതികൾ മാത്രമാണ്.. പുറനാനൂരിലെ മാങ്കുടി കിഴാർ പാട്ടിലും ഇതേ സാരാംശമുണ്ട്. തുടിയരുടേയും പാണരുടേയും പറൈയരുടേയും കടമ്പരുടേയും കുടികളല്ലാതെ വേറെ കുടികളില്ലെന്നാണ്. മരിച്ചവരുടെ നടുക്കല്ലല്ലാതെ ആരാധനാ വിഗ്രഹമായി മറ്റൊന്നുമില്ല. മറ്റു ദൈവങ്ങളുമില്ല. നടുക്കല്ല് വീരക്കല്ലായി പൂജിക്കപ്പെട്ടുന്നു. യുദ്ധസാഹചര്യത്തിലുള്ള ഒരു കുടി(ഗോത്രം) യുടെ ചിത്രീകരണമാവാം ഈ പാട്ട്. പോർക്കൂട്ടങ്ങളാണ് മേൽ പരാമർശിച്ച നാലും. ഖുറാസ്സാനിലെ (ഇന്നത്തെ തുർക്ക്മെനിസ്ഥാൻ, അഫ്ഗാനിസ്ഥാൻ, തജിക്കിസ്ഥാൻ, ഇറാൻ എന്നിവയുടെ ഭാഗങ്ങളുൾപ്പെടുന്നതാണ് പൗരാണിക ഖുറാസ്സാൻ)പോലെ കൂട്ടുകുടുംബസമ്പ്രദായമാണിവിടെയെന്ന് നിരീക്ഷിക്കുന്ന റഷ്യൻ സഞ്ചാരിയും പണ്ഡിതനും ഗവേഷകനുമായ അൽ ബറൂനി, മലബാറിൽ വിവിധ ആചാരങ്ങളും വിശ്വാസങ്ങളും വച്ചുപുലർത്തുന്ന ജനങ്ങൾ ഇടകലർന്ന് ജീവിക്കുന്നുണ്ടെങ്കിലും അവർക്കിടയിൽ അവരുടെ മത വിശ്വാസത്തിന്റെ പേരിൽ യാതൊരു വഴക്കും കലഹവും ഉണ്ടാകയില്ല, ഏകോദര സഹോദരങ്ങളെപ്പോലെയാണ് കഴിയുന്നതെന്നും പ്രസ്താവിക്കുന്നു, AD 970 ൽ.

ഈ കൂട്ടായ്മയുടെ പൊതുഘടന അധ്വാനത്തിന്റെ ഉപോൽപന്നമാണ്. മലപ്പുലവൻ തെയ്യം തോറ്റത്തിൽ ആ സാരാംശം കാണാം:

"നമ്മൾക്കൊരു പുനം ചെന്നു ചെയ്യ വേണം
പത്തു പലർ ജാതർ പലർ കൈയാൽ പുനം തിരിഞ്ഞു.
പച്ചക്കാട്ട കൊത്തി കരിങ്ങന വളവും കൂട്ടി"

ആദികാലം തൊട്ടേ ആദിമലനാടിന്റെ മണ്ണിൽ ഭാഷയിലും ജീവിതത്തിലും വ്യതസ്ത സംസ്കാരത്തിന്റെ ഇടപഴകലും ഇഴചേരലുമുണ്ട്. അതിന്റെ ഭാഗമായി വിദേശികളുടെ സ്വാധീനവും ആഴമേറിയ ഉള്ളടക്കം രൂപപ്പെടുത്തി. ദ്രാവിഡർ മാത്രമല്ല, യവനന്മാരും യഹൂദന്മാരും അറബികളും ആര്യന്മാരും, ജൂതന്മാരുമെല്ലാം ആ പാരമ്പര്യത്തിന്റെ ജനിതക വാഹകരാണ്. അറേബ്യ മുഹമ്മദീയമതം സ്വീകരിച്ചപ്പോൾ ഇവിടേയും അതിന്റെ ചലനങ്ങൾ രൂപപ്പെട്ടു അത്തരമൊരു ഘടനാത്മകതയിലാണ്. ഇന്ത്യയിലെ ഇസ്ലാമിന്റെ ആവിർഭാവ ചരിത്രത്തിലും ശ്രീകണ്ഠപുരത്തിന്റെ സ്ഥാനം പ്രഥമനീയമാണ്. ഇസ്ലാംദർശനത്തിന്റെ പ്രഥമ പാദമുദ്രകൾ ഈ മണ്ണിലും പതിഞ്ഞു കിടക്കുന്നു. പ്രവാചകന്റെ ജീവിതകാലത്തു തന്നെ ഇവിടെ ഇസ്ലാംമത പ്രചാരണത്തിന്റെ ശാഖകൾ തുറക്കപ്പെട്ടതിന്റെ മഹത്തരമായ അടയാളങ്ങളുണ്ട്. വിശ്വഭൂപടത്തിലെ സമുന്നതവും കീർത്തിയുറ്റതുമായ ഒരു ദേശമെന്ന നിലയ്ക്കാവണം അതിനു പാത്രീഭവിച്ചിട്ടുണ്ടാവുക. കേരളത്തിലെ ആദ്യത്തെ മുസ്ലീം പള്ളികളിലൊന്ന് സ്ഥാപിതമായത് ശ്രീകണ്ഠപുരം പഴയങ്ങാടിയിലാണ്. പഴയങ്ങാടിയിൽ പുഴയോരത്താണ് പള്ളി സ്ഥാപിച്ചത്.

ഇതിനു പിന്നിൽ കേരളത്തിലേക്കു കടന്നു വന്ന മാലിഖ് ഇബ്നു ദിനാർ നേതൃത്വത്തിലുള്ള ഇസ്ലാംപ്രബോധകസംഘമാണെന്ന പ്രബലമായ വിശ്വാസമാണ് ഇന്നുള്ളതെങ്കിലും അവരുടെ വരവിന്റെ കാലം തർക്ക വിഷയമാണ്. എട്ട്, ഒമ്പത്, പന്ത്രണ്ട് നൂറ്റാണ്ടുകളൊക്കെ ചരിത്രകാരന്മാർ ചൂണ്ടിക്കാട്ടുന്നു. പ്രബോധകസംഘം കടന്നുവന്ന കാലമേതായാലും ഏഴാം നൂറ്റാണ്ടിൽ തന്നെ ഇവിടെ ഇസ്ലാമിക ആരാധനാകേന്ദ്രമുണ്ടായിരുന്നതിന് തെളിവുകളുണ്ട്. മാലിഖ് ദിനാർപള്ളിക്ക് അല്പം കിഴക്കുമാറി പുഴയോരത്ത് സ്ഥിതി ചെയ്യുന്ന മഖാം ശിലാഫലകത്തിലെ ലിഖിതം (AD 693 ആഗസ്റ്റിൽ) അതിന്റെ കണിശമായ സൂചനയാണ്. (ലിഖിതം വിശദമായി അധ്യായം 13 ൽ കാണാം) ഇസ്ലാമിന്റെ കേരളത്തിലേക്കുള്ള ആഗമനത്തെക്കുറിച്ചും ചേരമാൻപെരുമാളിന്റെ അറേബ്യൻ യാത്രയെ സംബന്ധിച്ചും ആദ്യ പരാമർശമുണ്ടാകുന്നത് 'തുഹ്ഫത് -ഉൽ-മുജാഹിദിനി'ന്റെ (1618) രണ്ടാം അധ്യായത്തിലാണ്. സൈനുദ്ദീൻ മഖ്ദൂം രണ്ടാമൻ എന്ന സൂഫിവര്യനാണ് ഈ കൃതിയുടെ കർത്താവ്. 'പോരാളികൾക്കുള്ള പാരിതോഷികം എന്നാണ് ഗ്രന്ഥനാമത്തിന്റെ അർഥം. ഈ ഗ്രന്ഥത്തിന്റെ ഉള്ളടക്കം പ്രധാനമായും ജിഹാദ്

ആണ്. കേരളത്തിലെ വാണിജ്യസമ്പത്തിൽ പിടിമുറുക്കാൻ പോർച്ചുഗീസുകാരും അറബികളും തമ്മിൽ നടന്ന പോരിന്റെ ബാക്കിപത്രം. വിദേശികളായ പറങ്കികളെ തുരത്തിയോടിക്കാനുള്ള ജിഹാദിനാണ് രചന ഊന്നൽ കൊടുക്കുന്നത്. ആമുഖത്തിൽ തന്നെ അത് വ്യക്തമാണ്.

"സത്യവിശ്വാസികളെ കുരിശുപൂജകരായ പോർച്ചുഗീസുകാർക്കെതിരിൽ യുദ്ധത്തിനിറങ്ങാൻ പ്രേരിപ്പിക്കുകയെന്ന ലക്ഷ്യം മുൻനിർത്തിയാണ് ഞാനിത് രചിച്ചത്. പോർച്ചുഗീസുകാർ മുസ്‌ലിം പ്രദേശങ്ങൾ കടന്നാക്രമിക്കുക നിമിത്തം അവരോട് യുദ്ധം ചെയ്യേണ്ടത് ഓരോ മുസ്‌ലിമിന്റേയും വ്യക്തിപരമായ ബാധ്യതയായിത്തീർന്നതാണ് ഇതിന്റെ നിർമിതിയുടെ സന്ദർഭം."

പോർച്ചുഗീസുകാർക്കെതിരായ യുദ്ധം നയിച്ച അന്നത്തെ ബീജാപ്പൂർ സുൽത്താൻ അലി ആദിൽ ഷാക്ക് (ഭരണകാലം 1557-1580) പുസ്തകം സമർപ്പിക്കുകയും ചെയ്യുന്നു. തുഞ്ചത്തെഴുത്തച്ഛന്റെ സമകാലികനായാണ് അദ്ദേഹത്തെ കണക്കാക്കുന്നത്. ജനിച്ചത് പൊന്നാനിയാണെന്നും മരണശേഷം അടക്കം ചെയ്തത് ചോമ്പാലയിലാണെന്നും കരുതപ്പെടുന്നു. ചോമ്പാലയിൽ തന്നെയാണ് ജനിച്ചതെന്ന അഭിപ്രായവുമുണ്ട്. ഗ്രന്ഥത്തിന്റെ ആദ്യഭാഗം ആഹ്വാനവും രണ്ടാംഭാഗം മലബാറിൽ ഇസ്ലാംമതം പ്രചരിച്ചതിന്റെ ചരിത്രവും മൂന്നാം ഭാഗം വിവിധ കേരളീയ സമുദായങ്ങളുടെ ആചാരങ്ങളുടേയും ജീവിത രീതിയുടേയും വിവരണവുമാണ്. നാലാം ഭാഗത്തിലാണ് സാമൂതിരിയും കുഞ്ഞാലിമരയ്ക്കാരും ചേർന്ന് പറങ്കികളോടു നടത്തിയ ഐതിഹാസികമായ ചെറുത്തുനില്പിനെ വിവരിക്കുന്നത്.

ഇസ്ലാംപ്രബോധകസംഘത്തേയും മറ്റും പരാമർശിക്കുന്നത് രണ്ടാം ഭാഗത്താണ്: മാലിക് ഇബ്നു ദീനാർ, ശറഫ് ഇബ്നു മാലിക്, മാലിക് ഇബ്നു ഹബീബ് ഇബ്നു മാലിക്, അദ്ദേഹത്തിന്റെ ഭാര്യ ഖുമരിയ്യഃ, അവരുടെ മക്കളും അനുഗാമികളുമടങ്ങുന്ന സംഘം കൊടുങ്ങല്ലൂരിലാണ് കപ്പലിറങ്ങിയത്. പെരുമാൾ കൊടുത്തയച്ച കത്ത് കൊടുങ്ങല്ലൂരിലെ ഭരണാധികാരിക്കു കൈമാറുന്നു. മാലിക്ക് ഇബ്നു ദീനാർ കൊടുങ്ങല്ലൂരിൽ താമസമുറപ്പിക്കുകയും അവിടെ പള്ളി സ്ഥാപിക്കുകയും മറ്റിടങ്ങളിൽ പ്രബോധനത്തിനായി മറ്റു സംഘാംഗങ്ങൾ പുറപ്പെടുകയും ചെയ്തു. ഹബീബ് ഇബ്നു മാലികും ഭാര്യ ഖുമരിയ്യഃയും മക്കളിൽ ചിലരും തെക്കൻ കൊല്ലത്തേക്ക് പോയി. കൊല്ലം(തെക്കൻ) കൂടാതെ ആ സംഘം ഹേലി മാറാവി (ഏഴിമല -മാടായി), ബാർകൂർ (ഫാക്കനൂർ), മഞ്ചറൂർ (മംഗലാപുരം), കാഞ്ചർക്കൂത്ത് (കാസർക്കോഡ്), ശാലിയാത്ത് (ചാലിയം), ഫന്ദറീന (പന്തലായിനി), ദഹ്ഫത്തൻ (ധർമടം), ശിരവ്വ

പട്ടണം (ശ്രീകണ്ഠാപുരം) എന്നിവിടങ്ങളിലുമെത്തി പള്ളികൾ പണിതു. ഹിജ്റ 22 ഷഅബാൻ 12, വ്യാഴാഴ്ച (AD643) യാണ് ശ്രീകണ്ഠപുരത്ത് പള്ളി സ്ഥാപിച്ചത്.

അറേബ്യയിൽ നിന്നു കൊണ്ടുവന്ന മൂന്നു മാർബിൾക്കല്ലുകളിലൊന്ന് ഇവിടെയാണ് പ്രതിഷ്ഠിച്ചത്. പുണ്യസ്ഥലമായ സിലോണിലെ ആദംമല (സമന്ത കൂടാ)യിലേക്കുള്ള അറബിതീർഥാടകർ കേരളത്തിന്റെ തീരപ്രദേശങ്ങളിൽ യാത്രക്കിടെ തമ്പടിക്കുന്നതും ഇവിടുത്തെ പുണ്യസ്ഥാനങ്ങൾ സന്ദർശിക്കുന്നതും പതിവാണ്. ഇസ്ലാമിനു മുമ്പു തന്നെ സബയൻ അറബികൾ ആദംസ് പീക്കിലേക്ക് തീർഥാടനം നടത്താറുണ്ട്. തങ്ങളുടെ ദേവനായ അവലോകിതേശ്വരനെ ദർശിക്കാൻ ശബരിമലയിലും അവരെത്തും. എരുമേലിയിലെ വാവരുടെ പുരാവൃത്തം ഈയൊരു ബന്ധത്തിൽ നിന്നുണ്ടായതാവുമെന്ന അഭിപ്രായങ്ങളുള്ളവരുണ്ട്.

'ഏദൻതോട്ടം' സ്ഥിതി ചെയ്തിരുന്ന അറേബ്യയുടെ തെക്കുള്ള ശാലുമേക്കായലിന്റെ തീരത്തെ സൊക്കോട്രോ ദ്വീപിൽ (ഭാരതീയനാമം - സുഖാവതി) അവലോകിതേശ്വരനു തുല്യനായ അൽമക എന്നൊരു ദൈവത്തെ ഇസ്ലാമിനു മുമ്പുള്ള സബയൻ അറബികൾ ആരാധിച്ചിരുന്നു. ഇന്ത്യയിൽ പ്രാചീന കാലത്ത് ധാരാളമായി കുടിയേറിപ്പാർത്തിരുന്ന സബയൻ അറബിക്കച്ചവടക്കാരിൽ നിന്നാണ് ബുദ്ധമതക്കാർക്ക് അവലോകിതേശ്വരനെ ലഭിച്ചതെന്ന് ബിൽ അഭിപ്രായപ്പെട്ടതായി കേസരി ചൂണ്ടിക്കാട്ടുന്നു.

അത്തരത്തിലൊരു തീർഥാടകസംഘം കൊടുങ്ങല്ലൂരിൽ ചേരമാൻ പെരുമാളെ സന്ദർശിക്കാനുമിടയായി. നബിയെപ്പറ്റി പറഞ്ഞ സ്തുതികളും 'ചന്ദ്രബിംബത്തിന്റെ ഖണ്ഡനകഥ'യും രാജാവിനെ വശീകരിച്ചു. നബിയെ കാണാനുള്ള മോഹമുദിച്ച രാജാവ് തീർഥാടകരുടെ മടക്കയാത്രയിൽ അവർക്കൊപ്പം നബിയെ സന്ദർശിക്കാൻ തീരുമാനിക്കുന്നു. ഒരു തീർഥാടന യാത്രയെന്നതിൽ കവിഞ്ഞ് ഇതിൽ അസ്വാഭാവികമായി മറ്റൊന്നുമുണ്ടാവണമെന്നില്ല. പ്രജകളെ അറിയിക്കാതെയായിരുന്നു ആ യാത്ര. രാജധാനിയിലേക്കുള്ള പ്രജകളുടെ സന്ദർശനം ഏഴുദിവസത്തേക്കു മാത്രമായിരുന്നു വിലക്കിയതും. വിദേശ വാണിജ്യ സങ്കേതങ്ങളുമായി ചേരമാൻ പെരുമാളിനുള്ള അടുത്ത അനുഭവപരിചയങ്ങളും ആ യാത്രയെ ഒരു സ്വാഭാവികദൗത്യത്തിൽപെടുത്തുന്നു.

പിൽക്കാലത്ത് മാലിക് ഇബ്നു ദിനാർ തിരിച്ചു പോയതും മാലിക് ഇബ്നു ഹബീബും ഭാര്യയും കൊടുങ്ങല്ലൂരിൽ തന്നെ മരണമടഞ്ഞതും 'തുഹ്ഫത് -ഉൽ-മുജാഹിദിനി'ൽ പറയുന്നുണ്ട്. പ്രചാരത്തിലുള്ള

ഐതിഹ്യം ഇതാണെന്നും കാലത്തെപ്പറ്റി സൂക്ഷ്മമായ അറിവില്ലെന്നും ഹിജ്‌റക്കു ശേഷം 200 വർഷം കഴിഞ്ഞാണെന്നു വിചാരിക്കുവാൻ കാരണമുണ്ടെന്നും പക്ഷെ, മുസ്ലീങ്ങൾക്കിടയിലുള്ള വിശ്വാസം നബിയുടെ കാലത്താണെന്നും നബിയെ പെരുമാൾ സന്ദർശിച്ചു എന്നുകൂടി വിശ്വസിക്കുന്നതായും പുസ്തകത്തിൽ പരാമർശമുണ്ട്. ഷ്ഹ്‌ദറിലെ (ഒമാൻ) ശവകുടീരം മുസ്ലീങ്ങൾ സന്ദർശിക്കാറുള്ളതും അടക്കിയ രാജാവിനെ അസ്-സമുരി എന്ന് വിളിക്കുന്നതായും ഗ്രന്ഥം വിവരിക്കുന്നു. ചെങ്കടൽ തീരത്താണ് (യമൻ) പെരുമാൾ അന്ത്യവിശ്രമം കൊള്ളുന്നതെന്നാണ് 'കേരളോത് പത്തി'യിലെ വിവരണം. ഇസ്‌ലാംമതത്തിന്റെ അടിസ്ഥാന ദർശനമായ ഏകദൈവസന്ദേശവും പ്രബോധകസംഘത്തിന്റെ വിനയവും ഭക്തിയും ലളിതമായ ജീവിതവും തദ്ദേശീയരെ ആകർഷിച്ചതായും ഇസ്‌ലാംമതം ദൃഢമൂലമാക്കുന്നതിന് അതിടവരുത്തിയെന്നും മുസ്‌ലീങ്ങൾ അഭിവൃദ്ധി പ്രാപിച്ചുവെന്നും സൈനുദ്ദീൻ മഖ്ദൂം വിശദീകരിക്കുന്നുണ്ട്.

അറബികളുടെ പൂർവ ദിക്കുകളുമായുള്ള വാണിജ്യബന്ധം ഇസ്ലാം മതദർശനങ്ങൾക്ക് അതിന്റെ ആവിർഭാവകാലത്തു തന്നെ പ്രചാരം നേടിയെടുക്കുന്നതിന് വളരെയേറെ സഹായിച്ചു. അനുഷ്ഠാന കർമങ്ങളുമായുള്ള അന്ധമായ പ്രതിപത്തി അവരുടെ സഞ്ചാര ജീവിതത്തിന്റെ അവിഭാജ്യഘടകമായതിനാൽ ചെന്നുചേരുന്നിടത്തെല്ലാം കർമാനുഷ്ഠാനങ്ങൾക്കായി പ്രാഥമികമായി പള്ളികളും ഉയർത്തി. ഈ പ്രയാണത്തിന്റെ കാലനിർണയത്തെപ്പറ്റിയും മുഹമ്മദീയരുടെ ഇവിടേക്കുള്ള വരവു സംബന്ധിച്ചും സർവസമ്മതമായ ഒരഭിപ്രായം ചരിത്രാന്വേഷകർക്കിടയിലുണ്ടായിട്ടില്ല. ഏതെങ്കിലും ആരാധനാലയത്തിന്റെ നിർമാണകാലം കണക്കുകൂട്ടിയെടുത്തു മാത്രം ആ കാലഘട്ടത്തിന്റെ ജനജീവിതവും സംസ്കാരിക അസ്തിത്വവും അടയാളപ്പെടുത്തുന്ന ഒരു രീതിയുണ്ടല്ലോ. അതിനോടു യോജിപ്പില്ലെങ്കിലും ചരിത്രത്തിലെ ചില കാല്പാടുകൾ വ്യക്തമായി വായിച്ചെടുക്കാൻ അതു വഴിവയ്ക്കാം. ഒടുവിലത്തെ ചേരമാൻ പെരുമാൾ രാജ്യം ആശ്രിതന്മാർക്ക് വീതിച്ച് ബൗദ്ധമതം (ഇസ്ലാം മതം) സ്വീകരിച്ച് മക്കത്ത് പോയതായാണ് 'കേരളോൽപത്തി'യിൽ ഇതു സംബന്ധമായ പ്രതിപാദ്യം. ഒടുവിലത്തേയാൾ ഭാസ്കരവിവർമനല്ലെന്നതിന് കൊല്ലം രാമേശ്വര ക്ഷേത്രത്തിലെ കുലശേഖര ചക്രവർത്തിയുടെ ശാസനം (AD 1103)തെളിവാണ്. കേരളോൽപത്തിയിലെ വിവരണം ഇങ്ങനെയാണ്: "ഒടുവിലത്തെ പെരുമാളിന്റെ ഭാര്യക്ക് അകമ്പടിത്തലവനായ പടമല നായരോടുണ്ടായ കാമം നിരസിക്കപ്പെട്ടപ്പോൾ ബലാത്സംഗമാരോപിക്കുകയും പെരുമാൾ അയാളെ വധിക്കുകയും ചെയ്തു. മരണമടുത്ത നായരെ കൊണ്ടുപോകാൻ സ്വർഗത്തിൽ നിന്ന്

വിമാനം വരുന്നതു കണ്ട പെരുമാൾ ഭാര്യ ചതിച്ചതാണെന്നു തിരിച്ചറിഞ്ഞു. പാപത്തിന് പരിഹാരം നായരോട്ട തിരക്കി. ജോനകനെ കണ്ട് നാലാംവേദം സ്വീകരിച്ചാൽ മോക്ഷം പ്രാപിക്കാം എന്ന മറുപടി.

അനന്തരം ആശ്രിതന്മാർക്ക് പങ്കിട്ടു കൊടുത്ത് കൊടുങ്ങല്ലൂർ നിന്ന് മക്കത്തേക്കു കപ്പൽ കയറി. കൊയിലാണ്ടി, ധർമപട്ടണം വഴി അറേബ്യയിലേക്ക്. ജിദ്ദയിലെത്തി നബിയെ കണ്ടു. ഇസ്ലാം മതം സ്വീകരിച്ചു. താജ്ജുദ്ദീൻ എന്ന പേരും. അറബിൽ രാജാവായ മാലിക് ഹബീബ് ദീനാറുടെ സഹോദരിയെ വിവാഹം കഴിച്ച് 5 വർഷം പാർത്തു. സഹർ മുക്കൽഹ എന്ന നാട്ടിൽ വന്ന് വീടും പള്ളിയും പണിതു. കേരളത്തിൽ തിരിച്ചുവന്ന് ഇസ്ലാം മതപ്രചാരണം നടത്താനായി പുറപ്പെട്ടു. പുറപ്പെടും മുമ്പ് പനി പിടിച്ച് മരിച്ചു. അവിടെ അടക്കി. സ്യാലനായ മാലിക് ഹബീബ് ദിനാർ പെരുമാളിന്റെ എഴുത്തുകളുമായി കുടുംബസമേതം കേരളത്തിലേക്കു തിരിച്ചു. ഒരുകപ്പൽ മധുരയിൽ.

അവിടെ ഹബീബിന്റെ പുത്രൻ പള്ളി പണിത് ഖാസിയായി. മറ്റൊരു കപ്പൽ കൊടുങ്ങല്ലൂരിൽ. ഹബീബ് പള്ളി പണിതു. അദ്ദേഹത്തിന്റെ അനുയായികൾ കൊല്ലം, മാടായി, വാക്കന്നൂര്, മൈക്കുളം, കാഞ്ഞിരോട്, ശിരവ്വ പട്ടണം, ധർമ പട്ടണം, പന്തലായി, ചാലിയം എന്നിവിടങ്ങളിലും പള്ളികൾ നിർമിച്ചു"

ദെ കൂതോ എന്ന പോർച്ചുഗീസ് ഗ്രന്ഥകാരന്റെ Das Asia എന്ന കൃതിയിൽ ചേരമാൻ പെരുമാളിന്റെ കാലം AD 583 ആണ്. പെരുമാളിന്റെ മതംമാറ്റം AD 628ലാണെന്ന് കേസരി മേളത്തൂർ അഗ്നിഹോത്രിയുടെ കാലത്തെ കൂട്ടുപിടിച്ചു കൊണ്ട് പ്രസ്താവിക്കുന്നുണ്ട്. രാജാവ് ഹൈന്ദവേതര മതം സ്വീകരിച്ചതിനെ തുടർന്ന് യജ്ഞസ്ഥാനം സംരക്ഷിക്കാനാണത്രെ അന്ന് അഗ്നിഹോത്രം നടത്തിയത്. മേഴത്തോളഗ്നിഹോത്രിയുടെ കാലം AD 379 ആണ്. കൊല്ലവർഷത്തിനു മുമ്പ് രണ്ടു കാലഗണനകൾ, കല്യബ്ദവും കളച്ചൂരി (ത്രികൂടാബ്ദം) അബ്ദവും പ്രചാരത്തിലുണ്ടായിരുന്നു. AD 249 ലാണ് കളച്ചൂരിവർഷം ആരംഭിച്ചത് - മൂഷികവംശവുമായി ബന്ധമുള്ളവരാണ് കളച്ചൂരി വംശം (ഹൈഹയവംശം).

AD 379 നോട് ത്രികൂടാബ്ദം കൂട്ടിയാൽ യഥാർഥ ക്രിസ്ത്വബ്ദം കിട്ടും. അതായത് അഗ്നിഹോത്രം നടന്നത് AD 628ൽ. അതുലന്റെ 'മൂഷികവംശ'ത്തിലെ പാലകൻ ഒന്നാമനാണ് ചേരമാൻ പെരുമാൾ എന്ന് കേസരി എ. ബാലകൃഷ്ണപിള്ള നിരീക്ഷിക്കുന്നു: "ചിലപ്പതികാരത്തിലേയും പതിറ്റുപ്പത്തിലേയും ഈ ഭാഗങ്ങളിൽനിന്ന് രാജ്യം പകുത്തുകൊടുത്തതിനു ശേഷം അറേബ്യയിൽ പോയി ഇസ്‌ലാം മതം സ്വീകരിച്ച് മരണമടഞ്ഞതായി കേരളോൽപത്തിയും സൈനുദ്ദീനും പ്രസ്താവിച്ചിട്ടുള്ള

പെരുമാൾ പൽയാനൈച്ചൻകെഴക്കുട്ടവൻ ആണെന്ന സ്പഷ്ടമാകുന്ന ണ്ട്. എന്തെന്നാൽ ഇദ്ദേഹം തന്റെ രാജ്യം വീതിച്ചു കൊടുത്തു എന്ന പതിറ്റപ്പത്തും, ഇദ്ദേഹത്തിന്റെ കാലത്തു കൊടുങ്ങല്ലൂരിൽ വന്ന ബൗദ്ധരെ, അതായത് മുസ്ലീങ്ങളെ ഇദ്ദേഹം സൽക്കരിച്ച് ഹിന്ദുധർമപ്രകാരമുള്ള യാഗങ്ങൾക്കു പകരം മധുര പദാർഥങ്ങൾ കൊണ്ട് യാഗം കഴിപ്പിച്ചെന്നും, ഇദ്ദേഹം യവനരുടെ നാട്ടിൽ, അതായത് ജോനകരുടെ, അഥവാ അറബികളുടെ നാട്ടിൽ പോയി വാണ് അവിടെ വച്ച് സ്വർഗം പ്രാപിച്ചുവെന്ന് ചിലപ്പതികാരവും പറഞ്ഞിരിക്കുന്നു.

ചിലപ്പതികാരം രചിച്ചത്, എ. ഡി. 650 നും 700 നും ഇടയ്ക്കാണെന്ന് ഈ ലേഖകൻ ചൂണ്ടിക്കാണിച്ചിരുന്നത് ഓർക്കുമ്പോൾ, അതിലെ ഈ പ്രസ്താവനകളുടെ അതിയായ പ്രാധാന്യം മനസ്സിലാക്കാവുന്നതാണ്. ഈ പെരുമാൾ അറേബ്യയിലേക്ക് പോയ എ. ഡി. 628 നു ശേഷം ഒരെഴുപതുവർഷം കഴിയുന്നതിനു മുമ്പ് രചിച്ചതാണ് ചിലപ്പതികാരം. ചിലപ്പതികാര കർത്താവായ ഇളങ്കോവടികൾ, അറേബ്യയിലേക്കു പോയ പെരുമാളായ പൽയാനൈച്ചൻ കെഴകുട്ടവന്റെ മരുമകനും പിൻഗാമിയുമായ കളങ്കായ് കണ്ണിനാർ മുടിചേരലാതന്റെ മരുമകനാണെന്ന സംഗതിയും ഇവിടെ സ്മരണീയമാണ്. നടുകർകാതൈയിൽ ഉതിയൻ ചേരലാതന്റെ പുത്രനും ഇമയ വരമ്പൻ നെടും ചേരലാതന്റെ അനുജനുമാണ് പൽയാതൈ ചെൽ കെഴകുട്ടവൻ...

അതിനാൽ കാലം കൊണ്ടും ബന്ധുത്വം കൊണ്ടും മക്കത്തുപോയ പെരുമാളിനു വളരെ അടുപ്പമുള്ള ഇളങ്കോവടികളുടെ വാക്കുകൾ വിശ്വാസയോഗ്യമാണെന്നതിനു യാതൊരു സംശയവുമില്ല. പൽയാനൈച്ചൻകെഴകുട്ടവൻ അറേബ്യയിലേക്കു പോയി അവിടെ വച്ച് മരിച്ചതിനാൽ, അദ്ദേഹം ഇസ്ലാം മതം സ്വീകരിച്ചിരുന്നു എന്നും സിദ്ധാന്തിക്കുന്നു.

......

പെരുമാൾ മക്കത്തു ചെന്ന് നബിയെ കണ്ടപ്പോൾ നബിക്ക് 57 വയസ്സുണ്ടായിരുന്നു എന്ന് കേരളോൽപത്തി പറഞ്ഞിട്ടുള്ളതിനാൽ പെരുമാൾ മക്കത്തുപോയത് എ. ഡി 628 ലാണെന്ന് സിദ്ധിക്കുന്നു. സെഹർ മുക്കൽഹ എന്ന നാട്ടിൽ പെരുമാൾ തിരിച്ചുവന്നു പള്ളിയും വീടും പണിയിച്ച് അഞ്ചുവർഷം കഴിഞ്ഞിട്ടാകായാൽ അദ്ദേഹം അവിടെ തിരിച്ചുവന്നത് എ. ഡി 634 ലായിരിക്കണം. പള്ളിയും വീടും പണികഴിപ്പിച്ച് അവിടെ കുറേനാൾ പാർത്തതിനു ശേഷമാണ് പെരുമാൾ മരിച്ചത്. സെഹർ മുക്കൽഹയിൽ തിരിച്ചുവന്ന ശേഷം ഒരു മൂന്നു കൊല്ലം കൂടി പെരുമാൾ ജീവിച്ചിരുന്നു എന്നു വിചാരിക്കാം. അപ്പോൾ ഉദ്ദേശം എ.

ഡി 637 നു സമീപിച്ച് പെരുമാൾ മരിച്ചു എന്നും അതിനടുത്ത കാലത്തു തന്നെ മാലിക് ഹബീബ് ദീനാറും കുടുംബവും കേരളത്തിലേക്കു പോന്നു വെന്നും സിദ്ധിക്കുന്നു.

......

പെരുമാൾ എന്നർഥം വരുന്ന ശക്രൂതിഫർമാൾ' (ചക്രവർത്തി പെരുമാൾ) ഒരു രാജാവ് ഇസ്ലാംമതം സ്വീകരിച്ച് അറേബ്യയിൽ പോയതായി വ്യക്തമാക്കുന്ന മറ്റൊരുരേഖ ലണ്ടനിലെ ഇന്ത്യാ ഓഫീസ് ലൈബ്രറിയിൽ സൂക്ഷിച്ചിട്ടുണ്ട്. പ്രസ്തുത മതംമാറ്റത്തെപ്പറ്റി കൂടുതൽ ഗവേഷണം നടത്തിയിട്ടുള്ള ഡോ. ബർണലിന്റെ നിഗമനം ശരിയാണെങ്കിൽ ചേരമാൻ പെരുമാൾ പ്രവാചകന്റെ സമകാലീനനാണെന്ന് തെളിയുന്നതാണ്. (Journal Royal Asiatic Society, 1912)

......

200-ൽപരം ശിലാലിഖിതങ്ങൾ പരിശോധിച്ച സുന്ദർരാജും പ്രഫ. കിൽഹോണും ചേരമാൻ പെരുമാളുടെ കാലഗണനക്ക് ഉതകുന്നതൊന്നും കണ്ടുകിട്ടിയിട്ടില്ലെന്ന് എപ്പിഗ്രാഫിയാ ഇൻഡിക്കാ (വാല്യം 4)യിൽ എഴുതിയിട്ടുണ്ട്.

......

ഒന്നാമതായി പെരുമാൾ മക്കത്തുപോയതായി പറയുന്ന എ. ഡി. 628 ഇസ്ലാം ചരിത്രത്തിൽ പ്രാധാന്യമുള്ള ഒരാണ്ടാണ്. താൻ സ്ഥാപിച്ച മതത്തിന്റെ പ്രചാരണത്തിനായി നബി അന്നത്തെ പ്രധാന രാജാക്കന്മാരുടെ അടുക്കലേക്കു ദൂതന്മാരെ അയച്ചത് ആ ആണ്ടിലും അതിനു സമീപിച്ചുമായിരുന്നു.

റോമാ ചക്രവർത്തിയായ ഹെരാക്ലിയസ്, പാരസിക ചക്രവർത്തിയായ ഖുസ്റു പർവീസ്, ചീനത്തെ ടാങ് വംശജനായ ചക്രവർത്തി, അബിസീനിയായിലെ രാജാവ്, അറേബ്യയുടെ കിഴക്കൻ തീരത്തുള്ള ബനു ഹനീഫ ഗോത്രത്തിന്റെ നായകൻ, അവിടെയുള്ള ബഹ്റൈനിലെ ഭരണാധികാരി എന്നിവർക്കു തന്റെ പുതിയ മതം സ്വീകരിക്കുവാൻ ഉപദേശിക്കുന്ന കത്തുകളോടുകൂടി നബി തന്റെ ദൂതന്മാരെ ഈ ആണ്ടിലും അതിനു സമീപിച്ചും അയക്കുകയുണ്ടായി. ഇങ്ങനെ അന്നത്തെ ലോകത്തിലെ പ്രബലരായ ചക്രവർത്തികൾക്കും തന്റെ നാട്ടുകാരായ അറബികൾക്കും, കച്ചവടബന്ധങ്ങൾ ഉണ്ടായിരുന്ന രാജ്യത്തിലെ ഭരണാധികാരികൾക്കും സന്ദേശങ്ങൾ അയച്ച

നബി പണ്ടേതന്നെ തന്റെ നാട്ടുകാർക്ക് കച്ചവട ബന്ധമുണ്ടായിരുന്ന സിലോണിലേയും കേരളത്തിലേയും രാജാക്കന്മാർക്ക് സന്ദേശങ്ങൾ അയച്ചിരിക്കുവാൻ ഇടയുണ്ട്. പോരെങ്കിൽ അദ്ദേഹം ചീനത്തേക്ക് അയച്ച ദൂതന്മാർക്ക് കേരളവും സിലോണും കടന്നുപോകേണ്ടിയുമിരുന്നു. നബിയുടെ ശിഷ്യന്മാർ കേരളത്തിലും സിലോണിലും പോയിരുന്നുവെന്ന് ശൈഖ് സൈനുദ്ദീൻ പറയുന്നുമുണ്ട്.

......

നബി അയച്ച ദൂതനായിരിക്കാം കേരളോൽപത്തിയിൽ പറഞ്ഞിട്ടുള്ള അശ്രുവിങ്കൽ ചതുരപുരത്തു വേദാഴിയാരും സൈനുദ്ദീൻ പ്രസ്താവിക്കുന്ന, തീർത്ഥയാത്രക്കാരുടെ തലവനായ ശൈഖും " (P. 40 - 50, കേസരിയുടെ ചരിത്രഗവേഷണങ്ങൾ Vol-1).

അതുലന്റെ 'മൂഷികവംശ'ത്തിലെ പാലകൻ ഒന്നാമനാണ് ചേരമാൻ പെരുമാൾ എന്ന് സമർഥിക്കുന്ന കേസരി പതിറ്റുപ്പത്തിലെ പൽയനൈച്ചൻകെഴകുട്ടുവനും, കേരള ഉല്പത്തിവൈതിഹ്യത്തിലെ ഭൂതലപാണ്ഡ്യന്റെ മാതുലനും മുൻഗാമിയുമായ ദേവപാണ്ഡ്യനും, മക്കത്തുപോയ ചേരമാൻ പെരുമാൾക്ക് ഈ കൃതികളിൽ പറഞ്ഞ പേരുകൾ ആണെന്നു കൂടി കൂട്ടിച്ചേർക്കുന്നു. പശ്ചിമ ഉത്തര തീരങ്ങളും പേർഷ്യയും അറേബ്യയുമായി തുടർച്ചയായ കച്ചവടബന്ധങ്ങൾ പുലർത്തിയിരുന്നയാളാണ് ദേവപാണ്ഡ്യൻ.

അതുകൊണ്ടു തന്നെ വാഴ്ചക്കാലത്തിനു ശേഷം രാജ്യം മരുമകൻ ഭൂതലപാണ്ഡ്യനെ (മൂഷിക വംശത്തിലെ വലിധരൻ) ഏല്പിച്ച് കൊടുത്ത് അറേബ്യയിലേക്കുള്ള തീർഥാടകവഴി തെരഞ്ഞെടുക്കാൻ സാധ്യത കൂടുതലാണ്. മറ്റൊരു ചേരരാജാവ് ക്രിസ്തുമതം സ്വീകരിച്ചതായും പറയപ്പെടുന്നു. കുലശേഖര പെരുമാളിനു (AD 671) ശേഷം അധികാരത്തിൽ വാണ പുത്രൻ പള്ളിബാണ പെരുമാൾ (ഭൂതരായ പെരുമാൾ) ഇദ്ദേഹത്തിന്റെ മന്ത്രിയായിരുന്ന ക്ലായി തൊമ്മന്റെ പ്രേരണയാൽ ക്രിസ്തുമതം സ്വീകരിക്കുകയുണ്ടായത്രെ.

പറയിപെറ്റ പന്തിരുകുലത്തിലെ ശില്പി ഉളിയന്നൂർ പെരുന്തച്ചൻ ക്ലായി തൊമ്മനാണെന്നാണ് കേസരിയുടെ കണ്ടെത്തൽ. ചേരമാൻ പെരുമാൾ മുസ്ലീമായ കഥയെപ്പറ്റി ചരിത്രകാരനായ പത്മനാഭമേനോൻ പറയുന്നതിങ്ങനെ:

"ചേരമാൻ പെരുമാൾ ഇസ്ലാം മതം സ്വീകരിച്ച് മക്കത്തേക്കു പോയെന്നതിന് യാതൊരു തെളിവുമില്ല. നേരെ മറിച്ച്, അദ്ദേഹം ഒരു അടിയുറച്ച ഹിന്ദുവായി തന്നെ ജീവിതകാലം കഴിച്ചുവെന്നൂഹിക്കാനാണ് വഴി

കാണുന്നത്. ഇസ്ലാം മതത്തെക്കുറിച്ചുള്ള കഥയാവട്ടെ, രണ്ടു മതംമാറ്റങ്ങളുടെ ചരിത്രം കൂട്ടിക്കുഴച്ചുണ്ടായതായിരിക്കാനിടയുള്ളത് - ചേരമാൻ പെരുമാക്കന്മാരിലൊരാളായ ബാണപ്പെരുമാൾ ബുദ്ധമതം സ്വീകരിച്ച ചരിത്രവും കുറേ കാലത്തിനു ശേഷം കോഴിക്കോട്ടെ സാമൂതിരി രാജാക്കന്മാരിലൊരാൾ ഇസ്ലാം മതം സ്വീകരിച്ച ചരിത്രവും"

ധർമടത്ത് ഒരു ചേരമാൻ കുന്നും പോയനാട്ടുമുണ്ട്. പെരുമാൾ മക്കത്ത് പോയതിനാൽ പോയനാട് എന്നു വന്നതാണെന്ന് ചിലർ പുരാവൃത്തം ചൂണ്ടി സ്ഥിരീകരിക്കുന്നു. പൊയനാട് ആണ് പോയനാട് ആയത്. പുഴക്കര എന്നേ അതിനർഥമുള്ളൂ. മമ്പറം പുഴയോരത്ത് മൈലുള്ളമെട്ടക്കും മമ്പറത്തിനുമിടയിൽ ഒരു പൊയനാട്ടുണ്ട്. ഗോവയ്ക്കടുത്തുമുണ്ട് മറ്റൊരു പൊയനാട്.

എ. ഡി. 851 ൽ കേരള തീരങ്ങൾ വഴി ചൈനയിലേക്കു പോയ സഞ്ചാരിയായ സുലൈമാൻ താജിറിന്റെ യാത്രാരേഖകളിൽ നിന്ന് അക്കാലത്ത് ഇന്ത്യയിലോ ചൈനയിലോ മുസ്ലീങ്ങളെത്തിയിട്ടില്ലെന്ന നിഗമനം വില്യംലോഗനുൾപ്പെടെ ചില ചരിത്രകാരന്മാർ പങ്കുവച്ചിരുന്നു.

ഇളംകുളം കുഞ്ഞൻപിള്ള 'കേരള ചരിത്രം ഇരുളടഞ്ഞ ഏടുകളിൽ' പറയുന്നു: "രാജ്യം പങ്കിട്ട പെരുമാളിനോട് ചേർത്ത് കൊല്ലവർഷത്തിന്റെ ഉൽപത്തി കൽപിക്കാറുള്ളത് 'ഉദയ മാർത്താണ്ഡൻ കഥ' പോലെ അബദ്ധമാണ്. കൊല്ലവർഷാരംഭത്തിലോ അതിനു മുമ്പോ കേരളത്തിലെ ഏതെങ്കിലും രാജാവ് ഇസ്‌ലാം മതം സ്വീകരിച്ചു എന്നു വരാവുന്നതേയുള്ളൂ.

ക്രി. 851-ൽ കേരളം സന്ദർശിച്ച സുലൈമാൻ എന്ന അറബി സഞ്ചാരി ചീനരോ നാട്ടുകാരോ ആയ ഒരൊറ്റ മുസ്‌ലിം പോലും ഇവിടെ അന്ന് ഉണ്ടായിരുന്നില്ലെന്ന് രേഖപ്പെടുത്തിയിട്ടുണ്ടെങ്കിലും അതിന് കാൽ നൂറ്റാണ്ടു മുമ്പ് കേരളം വാണിരുന്ന ചക്രവർത്തി ഇസ്‌ലാം മതം സ്വീകരിച്ച വൃത്താന്തം അദ്ദേഹത്തിന്റെ അറിവിൽ പെട്ടില്ലെന്നു വരരുതോ? അത് അത്ര സ്വാഭാവികമല്ലെന്നുള്ളതു ശരിതന്നെ. പക്ഷേ, അങ്ങനെ വന്നുകൂടെന്നില്ല. "

ഇവരുടെ അഭിപ്രായത്തിൽ കേരളത്തിൽ ഇസ്ലാംമത പ്രചാരണം നടന്നത് എ. ഡി. 9-ാം നൂറ്റാണ്ട് അവസാന പകുതിക്ക് ശേഷമായിരിക്കണം എന്നാണ്. അതിനാധാരമായി എടുത്തുകാട്ടുന്നത്, സുലൈമാന്റേതായി വിശ്വസിച്ചുപോരുന്ന ഒരു പ്രസ്താവനയാണ്. അറബി സംസാരിക്കുന്നവരെയോ, ഇസ്‌ലാം മതം സ്വീകരിച്ചവരോ ആയ ചൈനക്കാരെയോ, ഇന്ത്യക്കാരെയോ താൻ കണ്ടില്ല, എന്നതാണ് ആ പ്രസ്താവന. സുലൈമാന്റെ പേരിൽ പ്രസിദ്ധീകൃതമായ

‘സിൽസിലത്തുത്തവാരീഖ്’എന്ന ഗ്രന്ഥഭാഗത്തിലെ ഈ വാചകം ലോഗൻ തന്റെ മലബാർ മാന്വലിൽ എടുത്തുദ്ധരിച്ചിട്ടുണ്ട്. ഈ അഭിപ്രായത്തോട് ഡോ: സി. കെ. കരീം പ്രതികരിക്കുന്നത് ഇങ്ങനെയാണ്: “ഈ വാചകം മാത്രം കൈമുതലാക്കിക്കൊണ്ട് മറ്റനേകം തെളിവുകളേയും, അടിയുറച്ച വിശ്വാസങ്ങളേയും, സാമാന്യ ബുദ്ധിയേയും മറികടന്നുകൊണ്ട് ഇസ്‌ലാംമത പ്രചാരണം നടന്നത് സുലൈമാന്റെ കാലത്തിന് ശേഷമായിരിക്കണമെന്ന വാദമുന്നയിക്കരുതെന്നാണ്. സുലൈമാന്റേതെന്ന് പറയുന്ന ഗ്രന്ഥം കണ്ടവരോ അത് വായിച്ചു മനസ്സിലാക്കാൻ സാധിക്കുന്നവരോ അല്ല ഈ വാദമുന്നയിക്കുന്ന എഴുത്തുകാർ” തന്റെ ‘kerala muslim History, Statistics and Directory’ എന്ന കൃതിയിൽ അദ്ദേഹം വാദിക്കുന്നു: “ഇതു സംബന്ധമായി എഴുതിയവർക്കൊക്കെ പിണഞ്ഞ ആശയക്കുഴപ്പമാണ് ഈ മതപരിവർത്തനക്കാര്യത്തിൽ ഇന്നും തർക്കങ്ങൾ നിലനിൽക്കുവാൻ ഇടയായിട്ടുള്ളത്. ബാണപ്പെരുമാൾ (പ്രവാചക സവിധത്തിലെത്തിയ ഇന്ത്യൻ രാജാവ്) ക്ക് ശേഷം അഞ്ചാമതോ ആറാമതോ പെരുമാളായി അവരോധിക്കപ്പെട്ടിരുന്ന മറ്റൊരു ചക്രവർത്തികൂടി ഇവിടെ നിന്ന് മതപരിവർത്തനം നടത്തിയ ശേഷം ഹജ്ജ് കർമ്മം നിർവ്വഹിക്കുന്നതിനും അറേബ്യയിലെ പുണ്യസ്ഥലങ്ങൾ സന്ദർശിക്കുന്നതിനുമായി പോയിരുന്നു. ഈ രണ്ടു പെരുമാക്കന്മാരുടെ മതപരിവർത്തനം ഒരാളുടേതായി കരുതിപ്പോരുന്നതുകൊണ്ടാണ് കാലഗണനയിൽ ചരിത്രകാരന്മാർ നൂറ്റാണ്ടുകളുടെ തന്നെ വ്യത്യാസം കാണിക്കുന്നത്. രിഹ്‌ലത്തുൽ മുലൂകിന്റെ കർത്താവായ ഉമർ സുഹ്രവർദി എഴുതുന്നത് പ്രവാചകന്റെ കാലത്താണ് പെരുമാൾ ഇവിടെ നിന്ന് മക്കയിലെത്തിയതെന്നാണ്. ശൈഖ് സൈനുദ്ദീൻ വിചാരിക്കുന്നത്, ‘ഹിജ്റ 200 കൊല്ലത്തിനു ശേഷമാണ് ആ സംഭവം ഉണ്ടായതെന്ന ധാരണയ്ക്കാണ് മുൻതൂക്കം’ എന്നാണ്. എന്നാൽ പ്രസിദ്ധ ചരിത്രകാരനായ ഫെരിസ്ത എഴുതുന്നത് നബി തിരുമേനിയുടെ കാലത്താണ് രാജാവ് ഇസ്‌ലാം മതം വിശ്വസിച്ച് അറേബ്യയിലേക്ക് പോയതെന്നാണ്. അതുപോലെ മതം മാറി താജുദ്ദീനെന്ന പേരിനാൽ അറിയപ്പെട്ടിരുന്ന ബാണപ്പെരുമാൾ മൃതിയടഞ്ഞത് ശഹർമുഖല്ലയിലാണ്. അവസാനത്തെ പെരുമാളുടെ ഖബർ ഹളറമൗത്ത് തീരപ്രദേശത്തെ ളുഫാർ എന്ന നഗരത്തിലാണെന്നും ശഹർ മുഖല്ലയിലല്ലെന്നും ശൈഖ് സൈനുദ്ദീനും രേഖപ്പെടുത്തുന്നു”

ഇതിന്റെ വസ്തുത വിസ്തരിക്കാൻ സുലൈമാൻ താജിറടക്കം നിരവധി സഞ്ചാരികളുടെ വിവരണങ്ങളുൾപ്പെടുത്തി AD 916 ൽ അബൂസൈദ് അൽ ഹസൻ ഇബ്നു യസീദ് സൈറാഫി എന്ന പേർഷ്യക്കാരൻ

ക്രോഡീകരിച്ച അഹ്ബാറുൽ സീൻ വൽ ഹിന്ദ് എന്ന ഗ്രന്ഥം സാക്ഷ്യപ്പെടുത്തുന്നവരുണ്ട്...

സരൻദ്വീപിൽനിന്ന് ചൈനയിലേക്കുള്ള യാത്രാമധ്യേ ലഞ്ച്യാലൂസ് എന്നൊരു സ്ഥലത്തെക്കുറിച്ചാണ് സുലൈമാൻ, അൽ ഇദ്രീസി എന്നിവരുൾപ്പെടെയുള്ള സഞ്ചാരികളുടെ വിവരണങ്ങളിൽ പരാമർശിക്കുന്നത്. നിക്കോബാർ ദ്വീപുകളെ അറബി സഞ്ചാരികൾ വിളിച്ചിരുന്ന നാമമാണത്. നിക്കോബാർ ദ്വീപുകളിൽ കച്ചവടക്കാരായ അറബികളേയോ മുസ്ലീങ്ങളേയോ അക്കാലത്ത് കണ്ടില്ല എന്ന പരാമർശിച്ചാൽ അത് വസ്തുതയാകാം. കർണാടകയിൽ നിന്നിറങ്ങിയ ജഗത്ഗുരുവിലെ (1921) ഒരു പരാമർശം കേരള മുസ്ലീം ചരിത്രത്തിൽ ഗവേഷകനായ സെയ്ത് മുഹമ്മദ് ഉദ്ധരിക്കുന്നു: 'ഞാൻ സത്യാഗ്രഹകാലത്ത് അറബിവംശജന്മാരായ മാപ്പിളമാരുടെ ലഹളയുടെ കാരണമറിയാൻ മലബാറിൽ ചെന്നപ്പോൾ അവിടെ ഒരു ഹിന്ദുദേവാലയത്തിൽ സംസ്കൃതഭാഷയിൽ എഴുതപ്പെട്ട ഒരു ശിലാലിഖിതം സൂക്ഷിച്ചു വായിച്ചു. അതിൽ അവിടത്തെ രാജാവ് മുസ്ലിമായിത്തീർന്നത് വിവരിച്ചിരിക്കുന്നു:

"ഞാൻ ഒരു ദിവസം രാത്രിയിൽ ചന്ദ്രനെ പിളർന്നത് കണ്ട് അത്ഭുതപ്പെട്ടു. ജ്യോതിഷക്കാരെ വരുത്തി ഇതിനെക്കുറിച്ച് അന്വേഷിച്ചു. അവർ ഇങ്ങനെ പറഞ്ഞു: 'രാജാവേ, അറേബ്യാ രാജ്യത്ത് ഒരു മഹാപുരുഷൻ ജനിച്ചിരിക്കുന്നു അദ്ദേഹത്തിന്റെ ധർമം ഇഹപര ഭാഗ്യങ്ങൾക്ക് കാരണമായിത്തീരുന്നതാണ് അദ്ദേഹം കാരണമാണ് ഈ സംഗതി നടന്നത്'. ഞാൻ ആ മഹാപുരുഷന്റെ സത്യസ്ഥിതി അറിയാൻ കുറേ പണ്ഡിതന്മാരെ അയച്ചു. അവർ മക്കയിൽ പോയി സംസാരിച്ചു. ജ്യോതിഷക്കാർ പറഞ്ഞത് ശരിയാണെന്ന് അവർ മടങ്ങി വന്നപ്പോൾ പറഞ്ഞു. യാഥാർത്ഥ്യം വിവരിച്ചു കേട്ടപ്പോൾ എനിക്ക് ആ മഹാപുരുഷനോട് ആദരവ് തോന്നുകയും ഞാനദ്ദേഹത്തിന്റെ ശിഷ്യന്മാരിൽ ഒരാളാവുകയും ചെയ്തു".

ഈ ശിലാലിഖിതം എവിടെയാണിപ്പോൾ? കൊടുങ്ങല്ലൂരിലെ പെരുമാൾ ക്ഷേത്രത്തിൽ അത്തരമൊന്നില്ല, മലബാറിലെ ഹിന്ദു ദേവാലയത്തിലാണതെന്ന് ജഗത്ഗുരു പറയുന്നു. ഇസ്ലാംമതം സ്വീകരിക്കുന്നതിന്റെ ന്യായമടങ്ങുന്ന ഒരു സന്ദേശം എന്തായാലും ഹിന്ദുദേവാലയത്തിൽ പ്രദർശിപ്പിക്കില്ല. അതും 1921 ലെ മലബാർ കലാപത്തിന്റെ പരിധിയിൽ. പെരുമാൾ മക്കയിലേക്കു പോകും മുമ്പേ ഇവിടെ പള്ളി സ്ഥാപിക്കുന്ന സാഹചര്യമുണ്ടായിരുന്നെന്നാണ് ചിലരുടെ നിരീക്ഷണം. ശൈഖ് ഉഹ്റുദ്ദീൻ മദനി, അബൂ ഉമർ(എരുമേലി വാവർ), മാലിക് ദീൻ, റമളാൻ (റ) തുടങ്ങിയ ആദ്യ സിയാറത്ത് സംഘ സ്വഹാബത്തിനേയും,

മാലിഖ് ദിനാർ, ഹബീബ്, ശറഫ് (റ) തുടങ്ങിയ രണ്ടാം സംഘത്തേയും പരസ്പരം കൂട്ടിക്കുഴച്ചതാണ് പ്രവാചകസംഘവും, പ്രവാചകന്റെ കാല ഘട്ടവും പ്രബോധനചരിത്രവും പള്ളി നിർമാണ വർഷവും തമ്മിലുള്ള ആശയക്കുഴപ്പമുണ്ടാക്കിയതെന്നാണ് അത്തരം നിരീക്ഷകരുടെ അഭിപ്രായം. ഹിജ്റ മൂന്നാം നൂറ്റാണ്ടിൽ ജീവിച്ച (850ൽ അന്തരിച്ച) അലി യ്യുബ്നു സൈനുദ്ദീൻ അത്വബ്രി രചിച്ച 'ഫിർദൗസുൽ ഹിക്മ' വൈദ്യ ഗ്രന്ഥത്തിൽ ഇഞ്ചിയുടെ ഔഷധ ഗുണങ്ങളെ സംബന്ധിച്ച് പരമാർശി ക്കുന്ന ഭാഗത്ത് ഒരിന്ത്യൻ രാജാവ് മുഹമ്മദു നബിയെ സന്ദർശിച്ചപ്പോൾ ഇഞ്ചി നിറച്ച ഭരണി സമ്മാനിച്ചതായും അവിടെ ഏതാനും ദിവസം സഹവസിച്ചതായും പരാമർശിക്കുന്നുണ്ട്. അബൂസഈദുൽ ഖുദ്‌രി(റ) യെന്ന സഹാബിയെ ഉദ്ധരിച്ചു കൊണ്ട് 'മുസ്തദ്റക്' എന്ന ഹദീസ് ഗ്ര ന്ഥത്തിൽ ഇമാം ഹക്കിം ഈ ഇന്ത്യൻ രാജാവിനെ പ്രതിപാദിക്കുന്നു. ഇതിൽ വിവരിക്കപ്പെടുന്ന ഇന്ത്യൻരാജാവ് പെരുമാളാണെന്നാണ് ചില ചരിത്രകാരന്മാരുടെ അഭിപ്രായം. ഈ രേഖകളെ അവലംബി ച്ചാണ് തുഹ്ഫത്തുൽ മുജാഹിദീനിന്റെ കർത്താവ് സൈനുദ്ദീൻ മഖ്ദൂം രണ്ടാമൻ ഇസ്‌ലാമികാവിർഭാവത്തിന്റെ ചരിത്രം വിശദീകരിച്ചതെന്ന് അവയുടെ ശൈലി നിരീക്ഷിച്ച ചരിത്രകാരന്മാരും അഭിപ്രായപ്പെട്ടിട്ടുണ്ട്. ഹിജ്റ മൂന്നാം നൂറ്റാണ്ടിലെ ചരിത്രകാരനായ അഹ്മദുൽ ബലാദുരി (ക്രി: 892, ഹിജ്റ: 279) യുടെ വിവരണങ്ങളെ അടിസ്ഥാനപ്പെടുത്തി ഡോ: ശംസുല്ലാ ഖാദിരി മലബാറിന്റെ പ്രാചീനചരിത്രത്തെപ്പറ്റിയുള്ള തന്റെ ഗ്രന്ഥത്തിൽ വ്യാപാരികൾക്കിടയിൽ ഇസ്ലാംമതം തുടക്കത്തിൽ തന്നെ ചെലുത്തിയ സ്വാധീനത്തെ എടുത്തുകാട്ടുന്നുണ്ട്:

"യമനിലെയും ഹളറ മൗത്തിലെയും തീരങ്ങളിലെ ജനങ്ങൾ ഹിജ്റ ഒമ്പതിലും പത്തിലുമായി ഇസ്‌ലാം സ്വീകരിച്ചു. അവരെല്ലാം വ്യാപാര വർഗത്തിൽ പെട്ടവരായിരുന്നു. അക്കാലത്ത് അവരുടെ കടൽകച്ച വടം വളരെയേറെ അഭിവൃദ്ധി പ്രാപിച്ചിരുന്നു. അവരുടെ കപ്പലുകൾ പേർസ്യ, ഈജിപ്ത്,, മഅ്ബർ, സിന്ധ്, കൊങ്കണം, മലൈനാട്, സരൺദ്വീപ്, ഖാഖില, സാബിജ്(ജാവ), ചൈന, മാച്ചൈന മുതലായ രാജ്യങ്ങളിലേക്ക് പോയിക്കൊണ്ടിരുന്നു. ഖലീഫ അബ്ദുൽ മലിക്ക് ഇബ്നു മർവാന്റെ കാലമായപ്പോഴേക്കും (ക്രി: 684-705, ഹിജ്റ: 65, 86) മുസ്‌ലിം വ്യാപാരികളുടെ ഒരു സംഘം കുടുംബസമേതം സരൺദ്വീപിൽ വന്ന് താമസമുറപ്പിച്ചു. "

മലബാറിലേക്കുള്ള ഇസ്ലാം മതത്തിന്റെ വ്യക്തമായ വഴിത്താര ഇതിൽ നിന്നു വായിച്ചെടുക്കാം. എ. ഡി 626 ൽ, അഥവാ ഹിജ്റ നാലിലോ അഞ്ചിലോ ചൈനയിൽ ഇസ്‌ലാം എത്തിയിട്ടുണ്ടെന്ന

സാഹചര്യവും കണക്കിലെടുത്താൽ അതിനോടുത്ത കാലത്ത് കേരളത്തിലും ഇസ്ലാം ആവിർഭവിച്ചതായി ഗണിക്കാം. ചൈനയിലെ മിങ് രാജകാലത്തെ ഗ്രന്ഥം മിൻ-ഷൂ ചീനയിൽ ഇസ്ലാം മതം സ്ഥാപിച്ചതിനെ വിവരിക്കുന്നുണ്ട്. മുഹമ്മദ് നബിയുടെ ശിഷ്യരായ നാല് പണ്ഡിതന്മാർ ടാങ് വംശത്തിന്റെ (AD 618-627) കാലത്ത് ചീനയിലെത്തിയതും കൊല്ലത്തു നിന്നും ചീനയിലേക്കുള്ള വാണിജ്യ വിനിമയബന്ധം കേരളത്തിലൂടെയാണെന്നതും ഇവിടുത്തെ ഇസ്ലാം ആവിർഭാവത്തിന്റെ കാലഗണനയിലേക്ക് വിരൽ ചൂണ്ടുന്നു. ആദ്യത്തെ പ്രബോധകസംഘം സ്ഥാപിച്ചതായി കരുതപ്പെടുന്ന പള്ളികളുടെ കൂട്ടത്തിലുള്ള മാടായിപ്പള്ളി നിർമിക്കപ്പെട്ടത് പള്ളിയിലെ അറബിലിഖിതത്തെ ആസ്പദമാക്കിയാൽ ഹിജ്റ 518 (AD 1124) ലാണെന്ന വാദം ചരിത്രകാരന്മാർ, എ. ശ്രീധരമേനോൻ തുടങ്ങി എം. ജി. എസ് വരെയുള്ളവർ, ഉയർത്തിയിരുന്നു.

ഈ ലിഖിതം വായിച്ച് ഹിജ്റ 518 എന്ന് ലോഗൻ രേഖപ്പെടുത്തിയെന്നാണ് എം. ജി. എസ്. നാരായണന്റെ വാദം. കറുത്ത മരപ്പലകയിൽ കൂഫിക് അറബി ലിപിയിലുള്ള ഈ ലിഖിതം പഠിച്ച ചരിത്രാന്വേഷകനായ അബ്ദുള്ള അഞ്ചില്ലത്ത് ഇതിലെ തീയതി, 'റബ്ബിഉൽ- അഖിർ മാസം വെള്ളിയാഴ്ച ദിവസം അഞ്ചാംവർഷം' ആണെന്നു നിരീക്ഷിക്കുന്നു (പേജ് 219, മലബാറിലെ ഇസ്ലാമിന്റെ ആധുനിക പൂർവ ചരിത്രം - അബ്ദുള്ള അഞ്ചില്ലത്ത്). കൂടെ വിശുദ്ധ ഖുർആനിലെ ത്വൗബ അധ്യായത്തിലെ പതിനെട്ടാമത്തെ സൂക്തം:

'പരമകാരുണ്യവാനും കരുണാമയനുമായ ദൈവത്തിന്റെ നാമത്തിൽ, അല്ലാഹുവിന്റെ പള്ളികൾ പരിപാലിക്കേണ്ടത് അല്ലാഹുവിലും അന്ത്യദിനത്തിലും വിശ്വസിക്കുകയും നമസ്കാരം നിഷ്ഠയോടെ നിർവഹിക്കുകയും സക്കാത്ത് നൽകുകയും അല്ലാഹുവെയല്ലാതെ ഒന്നിനേയും ഭയപ്പെടാതിരിക്കുകയും ചെയ്യുന്നവർ മാത്രമാണ്. അവർ നേർവഴിപ്രാപിച്ചവരായേക്കാം'.

"9-ാം നൂറ്റാണ്ടിൽ മാലിക് ഇബ്നു ദിനാറും മാലിക് ഇബ്നു ഹബീബും പഴയ പള്ളി പുനർനിർമിച്ചപ്പോൾ ആ പള്ളിയുടെ നിർമാണത്തെ പരാമർശിക്കുന്ന ലിഖിതം പഴയ പള്ളിയുടെ സ്മരണ നിലനിർത്തുവാൻ പുതിയ പള്ളിയിൽ മരപ്പലകയിലേക്ക് മാറ്റി എഴുതി സ്ഥാപിക്കുകയായിരുന്നു. പഴയ ലിഖിതമായ 5-ാംവർഷവും (എ. ഡി. 627) കൂടെ ഖുർആനിലെ ത്വൗബ അധ്യായത്തിലെ 18-ാമത്തെ സൂക്തം പുതിയ ലിഖിതത്തിൽ കൂട്ടിച്ചേർക്കുകയും ചെയ്തു. സൂറത്തുൽ ത്വൗബ ഹിജ്റ 9-ാംവർഷം അവതരണീയമായതാണ്." (പേജ് 220, മലബാറിലെ ഇസ്ലാമിന്റെ ആധുനിക പൂർവ ചരിത്രം).

പ്രധാന ചരിത്രരേഖയായി കരുതുന്ന കാസർക്കോട് തളങ്കര പ്പള്ളിയിലെ ലിഖിതമിങ്ങനെയാണ്: "മാലിക് ബ്നു ദീനാറിനാൽ സ്ഥാപിതമായ പള്ളിയാണിത്. ഇസ്‌ലാം മത പ്രചാരണാർഥവും പള്ളികൾ സ്ഥാപിക്കുവാനുമായി ഒരു സംഘം അറേബ്യയിൽനിന്നും ഇന്ത്യയിലേക്കു വന്നു. ശറഫ്ബ്നു മാലിക്, മാതൃസഹോദരൻ മാലിക് ബ്നു ദീനാർ, സഹോദര പുത്രൻ മാലിക് ബ്നു ഹബീബ് തുടങ്ങിയവ രാണവർ. കാഞ്ചർകൂത്ത് എന്ന സ്ഥലത്ത് അവരെത്തുകയും ഹിജ്റ 22 റജബ് മാസം പതിമൂന്ന് തിങ്കളാഴ്ച, ഒരു ജുമുഅ മസ്ജിദ് സ്ഥാപി ക്കുകയും പുത്രൻ മാലിക് ബ്നു അഹ്മദ് ബ്നു മാലികിനെ ഖാദിയായി നിയമിക്കുകയും ചെയ്തു. പിന്നീട് ഹിജ്റ 1223 ൽ പ്രദേശത്തുകാരനായ ആളുകളുടെ സമ്പത്തിനാൽ പഴയ പള്ളി പുനർനിർമിച്ചു. "

തളങ്കരപള്ളിയിലെ ലിഖിതം പ്രധാന രേഖയായി കരുതുന്നു. 1223ൽ പള്ളി പുതുക്കിപ്പണിയുമ്പോൾ പൂർവകാലത്തെ പള്ളിയിലുണ്ടായിരു ന്ന ചെമ്പു തകിടിലെ രേഖകൾ പകർത്തിവയ്ക്കുക മാത്രമാണ് ചെയ്തി ട്ടുള്ളതത്രെ. അറബി അക്ഷരങ്ങൾ വേർതിരിച്ചറിയാനുള്ള പുള്ളികൾ നൽകിക്കൊണ്ട് കൂഫിലിപി പരിഷ്കാരമുണ്ടായത് ഹിജ്റ 80 കളുടെ അവസാനത്തിലാണ്. അതിനു മുമ്പുള്ള പുരാതന ലിപിയാണ് കേര ളത്തിന്റെ വടക്കൻ പ്രദേശങ്ങളിലെ പുരാതന കച്ചവടകേന്ദ്രങ്ങളിൽ നിർമിക്കപ്പെട്ട മസ്ജിദുകളോടനുബന്ധമായി കാണുന്ന മഖ്ബറക ളിൽ ഉപയോഗിച്ചു കാണുന്നത്. ശ്രീകണ്ഠപുരത്തെ മഖാം മസ്ജിദിൽ ഇപ്പോഴും ഇത്തരമൊരു ലിപി ശേഷിക്കുന്നുണ്ട്. അലി ഇബ്നു ഉസ്മാൻ ഇബ്നു അദിയ്യു ഇബ്നു ഹാത്വിം എന്ന പേരാണ് ഇതിന്മേൽ എഴുതി ക്കാണുന്നത്. പ്രമുഖ സ്വഹാബിയായ അദിയ്യു ഇബ്നു ഹാത്വിം(റ)വിന്റെ മകൻ ഉസ്മാൻ എന്നവരുടെ മകൻ അലി എന്നാണ് ഇതിനർഥം.

ഹിജ്റ 74-ൽ ഇരുന്നൂറ് അനുചരന്മാരോടൊപ്പം എത്തിയതാണ് ഇദ്ദേഹമെന്നാണ് ലിഖിതം. പന്തലായിനികൊല്ലത്തു കാണപ്പെടുന്ന കുടീരം AD 788-ൽ മരിച്ച അലി ഇബ്നു ഇഫാർമാൻ എന്ന അറബിയുടേ താണ്. AD 970 ൽ റഷ്യൻസഞ്ചാരിയും പണ്ഡിതനും ഗവേഷകനുമായ അൽ ബറൂനി മലബാറിൽ അറബികളുടെ ചില കോളനികളുള്ളതായി സാക്ഷ്യപ്പെടുത്തുന്നുണ്ട്. സ്വദേശികളായ മുസ്ലീങ്ങളുമായി ഇവർ സൗഹാർദമായി കഴിയുന്നതായും അദ്ദേഹം എടുത്തു പറയുന്നു. ഒരു ജനപദത്തിന്റെ കുടിയേറ്റത്തിന്റെ ബൃഹത്തായ ആവിർഭാവത്തെ നിരീക്ഷിക്കുന്നിടത്ത്, ഒരാരാധനാലയത്തിന്റെ നിർമാണത്തീയതി നിർണയിക്കൽ കേവലമായ ചോദ്യോത്തരം മാത്രമായി കാണാവു ന്നതാണെങ്കിലും ശാസ്ത്രീയമായ രീതിയിൽ ക്ലിപ്തപ്പെടുത്താനായാൽ അത് ചരിത്രനിർണയത്തെ സഹായിക്കുമെന്നതിൽ തർക്കമില്ല.

ഇസ്ലാംമതത്തേയും ബന്ധപ്പെട്ട വീക്ഷണങ്ങളേയും സംബന്ധിച്ച് മുന്നേറ്റത്തിന്റേയും പ്രചാരത്തിന്റേയും ചരിത്രപരമായ നിർണയത്തിന്റേയും അളവുകോൽ തന്നെയാണത്. പക്ഷെ, അതേക്കാൾ എത്രയോ ചരിത്രപ്രാധാന്യമുള്ളതാണ് അറേബ്യൻ ജനവിഭാഗങ്ങളും നമ്മുടെ മലനാട്ടുമായുള്ള വിനിമയം. ഇസ്ലാം മതാവിർഭാവത്തിനും മുമ്പെ, ഒരു പക്ഷെ, ബി. സി. യുഗത്തിൽ തന്നെ അതിന്റെ അടയാളങ്ങളുണ്ട്. അറേബ്യൻ ദേശങ്ങളിൽ, ഇസ്ലാമിനു മുമ്പേയുള്ള സെമിറ്റിക് ഗോത്രങ്ങളുടെ ആത്മീയ ജീവിതത്തിന്റെ ഘടകങ്ങളായിരുന്ന തീർഥാടനം, മൃഗബലി, നരബലി, വിഗ്രഹാരാധന, ക്ഷേത്രാനുഷ്ഠാനങ്ങൾ എന്നിവ ഇതര ദേശവിഭാഗങ്ങളുമായി, പരസ്പരം പകർന്നു നൽകപ്പെട്ടതായും പ്രസരിച്ചതായും കാണാം. അറബ് ദേശീയതയുടെ വ്യാപനം എന്നോ അതിർത്തികൾ കടന്നിട്ടുണ്ട്. അതിനൊരു കലണ്ടർ ദിനത്തിന്റെ പ്രസക്തിയല്ല ഉള്ളത്. മലനാട്ടുമായുള്ള റോമൻ വാണിജ്യ ബന്ധം (തേക്ക്, കുരുമുളക്, ഏലം, കറുവ,... പഴയ വേദപുസ്തകത്തിൽ പോലും പരാമർശിക്കപ്പെട്ട, സുഗന്ധദ്രവ്യങ്ങളാൽ ആകർഷിക്കപ്പെട്ട്) ക്രിസ്തുവിന് 3000 കൊല്ലം മുമ്പേ ആരംഭിക്കുന്നുണ്ടല്ലോ. പിന്നാലെ ബാബിലോണിയക്കാർ, അസ്സീറിയക്കാർ, ഫിനീഷ്യർ... ഫിനീഷ്യർക്കു മുന്നേ അറബികൾ സുഗന്ധദ്രവ്യ വ്യാപാരത്തിന്റെ മുഖ്യ മധ്യവർത്തികളായി, ഇവിടെയെത്തിയിട്ടുണ്ട്. ആ വ്യാപാരത്തെ കോർത്തിണക്കുന്ന സാമൂഹ്യശക്തികളും ഉൽപാദന വ്യവസ്ഥയും വികസിച്ചു വന്നിരുന്നു. ചരിത്രത്തെ രൂപപ്പെടുത്തുന്നത് ഈ ഘടകമാണല്ലോ. ഏതെങ്കിലും മതസംഹിതയുടെ മേൽവിലാസത്തിനപ്പുറം ഉൽപാദന മേഖലയിലെ അധ്വാനശക്തിയെന്ന വിശേഷണമാണ് അന്നത്തെ ജനവിഭാഗത്തിനു യോജിക്കുന്നത്. ആ ജീവിത ഘടനയിലേക്കു കുടിയേറുന്നവരെ, ആര്യന്മാർ, ക്രിസ്ത്യാനികൾ, മുസ്ലീങ്ങൾ എന്നു പരിചയപ്പെടുന്നതിനേക്കാൾ, 'വിദേശ'വ്യാപാരികൾ എന്നു സൗകര്യത്തിനു വിളിക്കുന്നതാവും കുറച്ചുകൂടി അനുയോജ്യം. ആധുനികദശയിൽ വിദേശികളെന്ന വിശേഷണവും നിരർഥകമായി മാറും. വ്യാപാരമെന്നത് പ്രധാന ജീവിതരീതിയായതുകൊണ്ടാണ് അങ്ങനെ വിശേഷിപ്പിച്ചത്. വ്യാപാര വ്യവസ്ഥയുടെ വികാസം ജീവിത സംസ്കാരങ്ങളും നിർണയിക്കുന്നു. ഇസ്ലാമിനു മുമ്പുള്ള അറേബ്യൻ ഗോത്ര സംസ്കൃതിയുടെ വ്യാപനം പ്രാചീന കാലം തൊട്ടേ ഇവിടേയും ഉണ്ടാവാതിരിക്കില്ലല്ലോ. അതിന്റെ ഭാഗമായി ആരാധനാലയങ്ങളും രൂപപ്പെട്ടു. അതൊരു നീണ്ട പ്രക്രിയയാണ്. പഠനങ്ങളിലൂടെ, ഗവേഷണങ്ങളിലൂടെ കണ്ടുപിടിക്കപ്പെടുന്ന ഭൂതകാലവസ്തുതകളുടെ സമയപ്പട്ടികകൾക്കപ്പുറം, പ്രാദേശികജീവിതസമരങ്ങളുടെ അനുസ്യൂതമായ പ്രക്രിയ അത്തരമൊരു ചരിത്രരൂപീകരണത്തിന്നാവശ്യമാണ്.

അവ്വിധം സമ്പന്നമായ ചരിത്രം നമുക്കുണ്ടുതാനും. AD 622 ൽ ഇസ്ലാംമതം വിളംബരം ചെയ്യപ്പെട്ട്, അഞ്ചു വർഷം പിന്നിടുമ്പോൾ തന്നെ, ഇവിടെ പള്ളി സ്ഥാപിക്കപ്പെടണമെങ്കിൽ, അങ്ങനെയൊരു ചരിത്രപശ്ചാത്തലത്തിലേ, സാധിക്കൂ. അതല്ലെങ്കിൽ, അവിശ്വസനീയ മായ ഒരു സംഗതിയായി അതുമാറും. ഏഴാംനൂറ്റാണ്ടിന്റെ ആരംഭത്തിൽ ശ്രീകണ്ഠപുരത്ത് ഇസ്ലാം വെളിച്ചമെത്തണമെങ്കിൽ, അതിന്റെ അറബി പശ്ചാത്തലം എത്രയോ മുമ്പേ ഇവിടെ രൂപപ്പെടണമെന്നു ചുരുക്കം. അതുണ്ടായിട്ടുണ്ടുതാനും.

ജനതയുടെ പരിണാമഗതികൾ വിശകലനം ചെയ്യുമ്പോൾ അവരുടെ വിശ്വാസ പ്രമേയങ്ങളെയോ ആശയ സംബന്ധങ്ങളെയോ ആധാരമാക്കുന്നതിനു പകരം ഒരു സാമൂഹ്യജനതയെന്ന ചരിത്ര രൂപത്തെ പ്രാധാന്യത്തിലെടുക്കണം. അതിന്റെ പരിണാമങ്ങളെ അടി സ്ഥാനമാക്കണം. അതിനുപകരമായി ജനങ്ങളെ ജാതിയുംമതവും തിരി ച്ചുള്ള തരം ചരിത്രവായനയിലേക്ക് നമ്മളെങ്ങനെയോ നയിക്കപ്പെട്ടു.

ഒന്നിന്റെ (ഒരു വ്യക്തി/ കുടുംബം / വംശം / സമുദായം /മതം...) സന്തതിപരമ്പരകളിലൂടെ ഒരു സമൂഹം വികസിക്കുന്നുവെന്ന കാഴ്ചപ്പാ ടിന്റെ അനന്തരഫലങ്ങളിൽ നിന്നാണ് ജാതി-മത മാനദണ്ഡപ്രകാ രമുള്ള ചരിത്രപദ്ധതി പ്രാവർത്തികമായത്. ബുദ്ധമതദർശനം സ്വീക രിച്ച ഒരാളുടെ സന്തതിപരമ്പരകളെ മുഴുവൻ ബുദ്ധമത ചരിത്രത്തിന് അവകാശപ്പെടാനാവില്ല. അവരും ആ ദർശനം പിന്തുടർന്നെങ്കിലേ പറ്റൂ. ഇസ്ലാം ദർശനമുൾപ്പെടെ മറ്റേതു വിശ്വാസസമ്പ്രദായങ്ങൾക്കും അതെത്ര മാത്രം ജീവിതരീതിയായി അനുഷ്ഠിക്കപ്പെട്ടാലും, ഇതു ബാധകമാണ്. വാസ്തവത്തിൽ അനേകം ദർശനങ്ങൾ ഇവിടെ പ്രവേശിച്ചിട്ടുണ്ട്. ജനങ്ങൾ അവ സ്വീകരിക്കുകയോ, സംരക്ഷിക്കുകയോ തള്ളുകയോ ചെയ്തിട്ടുണ്ട്. മതദർശനങ്ങൾ മാത്രമല്ല രാഷ്ട്രീയ സിദ്ധാന്തങ്ങളും ഇത്തരത്തിൽ വന്നെത്തി. ദർശനം ജീവിതത്തിൽ പകർത്തിയവർ അവ തലമുറകളിലേക്ക് കൈമാറ്റം ചെയ്യുന്ന പ്രവണതകളും വ്യാപിച്ചു. ആ ദർശനത്തിന്റെ ചരിത്രം രേഖപ്പെടുത്തുന്നവർക്ക് അതിനു വേണ്ടി മാത്രം അതിനെ ആധാരമാക്കാം. അതുപക്ഷെ ജന പദങ്ങളുടെ ചരി ത്രമാവില്ല. ജനപദങ്ങളുടെ ചരിത്രം അതിൽ നിന്നു സ്വതന്ത്രമാണെന്നു തിരിച്ചറിയണം. 'കേരളം മലയാളികളുടെ മാതൃഭൂമി' രണ്ടാം പതിപ്പിന്റെ മുഖവുരയിൽ ഇ. എം. എസ്. ഈ വീക്ഷണം മറ്റൊരു രൂപത്തിൽ പറയുന്നുണ്ട്: "നമ്പൂതിരി പുറമേ നിന്നു വന്ന ഒരുവനാണെന്ന സിദ്ധാന്തം സ്വീകരിക്കാൻ വിഷമമാകത്തക്കവണ്ണം, കേരളത്തിൽ നമ്പൂതിരിയുടെ 'കുടുംബം, സ്വത്ത്, രാഷ്ട്രം' എന്നിവയുടെ സംഘടന നായരുടേതിനോട്

അത്രമാത്രം സദൃശവും ഉത്തരേന്ത്യൻ ബ്രാഹ്മണന്റേതിൽ നിന്ന് അത്ര മാത്രം വ്യത്യസ്തവുമാണ്. വാസ്തവത്തിൽ സാമൂഹ്യ ജീവിതത്തിന്റെ സംഘടനയുടെ അടിസ്ഥാനത്തിൽ പ്രശ്നത്തെ പരിശോധിക്കുന്ന പക്ഷം നായരും നമ്പൂതിരിയും ഒരേ നരവംശത്തിലുൾപ്പെടുന്നുവെന്നും ഒരേ സാമൂഹ്യ സംഘടനാരൂപം സ്വീകരിക്കുന്നുവെന്നും നമ്പൂതിരി വൈദിക യുഗത്തിന്റെ സാമൂഹ്യവും സാംസ്കാരികവുമായ ചട്ടവട്ടങ്ങൾ നായരേക്കാൾ അല്പം കൂടുതലായി അംഗീകരിച്ചിട്ടുണ്ടെന്നതു മാത്രമാണ് വ്യത്യാസമെന്നും തീരുമാനിക്കേണ്ടി വരും"

ഇ. എം. എസിന്റെ കൃതിയുടെ കാതൽ, ദ്രാവിഡീകൃതരായ ആര്യൻമാരും (നമ്പൂതിരിമാർ) ആര്യന്മാരായി കഴിഞ്ഞ ദ്രാവിഡരും (നായന്മാർ) തമ്മിലുള്ള സംഘർഷത്തിന്റേയും യോജിപ്പിന്റേയും കഥയെന്ന ഒറ്റ അച്ചുതണ്ടിൽ കേരളത്തിന്റെ പ്രാചീനചരിത്രത്തെ പ്രതിപാദിക്കാനുള്ള ശ്രമമാണെങ്കിലും അദ്ദേഹത്തിന്റെ ഈ നിരീക്ഷണത്തിൽ നിന്ന് എല്ലാ ജനവിഭാഗങ്ങൾക്കും ബാധിക്കുന്ന ഒരു തത്വം നമുക്ക് വായിച്ചെടുക്കാവുന്നതാണ്. ചരിത്രകാരന്മാർക്കിടയിൽ വിഭിന്നാഭിപ്രായങ്ങളാൽ കെട്ടുപിണഞ്ഞുകിടക്കുന്നതും ഇനിയും തീർപ്പുകല്പിക്കപ്പെടാത്തതുമായ വിഷയമായി ഇസ്ലാമിന്റെ കടന്നുവരവ് ഇന്നും നിലനിൽക്കുന്നു. ചരിത്രനിരീക്ഷണത്തെ അനുചിതമായ കോണിലൂടെ സമീപിക്കുന്നതിന്റെ പ്രതിസന്ധി കൂടിയാണത്. ഒരു മതദർശനത്തിന്റെ ആവിർഭാവവും പ്രചാരവുമായി ബന്ധിപ്പിച്ച് ഒരു ജനതയുടെ പ്രത്യാഗമനത്തെ നിരീക്ഷിക്കുമ്പോൾ ചരിത്രാപഗ്രഥനത്തിനും വിഭിന്നതകളുണ്ടാകാം. യഥാർഥത്തിൽ ചരിത്രത്തിന്റെ അടിത്തറയിൽ നിന്നു പരിശോധിക്കേണ്ടത് ജനപദങ്ങളുടെ ആദേശമാണ്. അതടിമുടി ആവാസപരമായ വിഷയമാണ്. സാമ്പത്തികവും വാണിജ്യവുമായ സാമൂഹിക വ്യവഹാരങ്ങളുടെ ദിശകളിലാണത് സംഭവിക്കുന്നത്... ഒരു ജനതയുടെ ആഗമന- പ്രത്യാഗമനങ്ങളെ സാമൂഹ്യനിർണയം നടത്തുമ്പോൾ, കാലനിർണായനമായാലും സംസ്കാരത്തിന്റെ സംക്രമ സൂചികയായാലും, അടിസ്ഥാനമാക്കേണ്ടത് ജനപദങ്ങളുടെ ഭാഗധേയത്തേയും മാറ്റത്തേയുമാണ്. അതിനുള്ളിൽ നിർത്തിക്കൊണ്ടേ ഏതെങ്കിലും മതപരമായ മുന്നേറ്റങ്ങളെ പരിശോധിക്കാവൂ.

അറബിവാണിജ്യസംഘാടനത്തിന്റെ വ്യാപ്തിയും വേരുപടലങ്ങളും സുദൃഢമാക്കിയെടുത്ത ഒരു സാമൂഹ്യപ്രാപ്തിയെ പിൻപറ്റിയാണ് ഇസ്ലാംദർശനവും ഇന്ത്യയിലെത്തിയെന്നത് മനസ്സിലാക്കിയാൽ പ്രബോധക സംഘങ്ങളുടെ വരവോ എവിടെയെങ്കിലും പള്ളി സ്ഥാപിച്ചതോ അതിന്റെ കലണ്ടർരേഖകളോ മുഖ്യതർക്ക വിഷയമായി

വരില്ല. ജനപദങ്ങളുടെ തുടർച്ചയായ ആഗമനപ്രത്യാഗമനങ്ങൾക്കിടയിൽ അവരുടെ ദർശനങ്ങളും വിശ്വാസ സംഹിതകളും കൈമാറ്റം ചെയ്യപ്പെട്ടും. കൈമാറ്റത്തിലൂടെ സാംസ്കാരിക ഉദ്ഗ്രഥനങ്ങളും സംഭവിക്കും. ഉറവിടത്തിലെ മതപരിപ്രേക്ഷ്യത്തിൽ നിന്ന് കാതലായ വ്യതിയാനങ്ങൾക്കിടവന്നിരിക്കും. ആദാനപ്രദാനങ്ങളിലൂടെ ആചാരാനുഷ്ഠാനസംഹിതകളപ്പാടെ കുഴഞ്ഞുമറിയാം. ക്രിസ്തുവിനു മുമ്പേയുള്ള വാണിജ്യ ബന്ധത്തിന്റെ ഇരുകരകളിലാണ് അറബിജനതയും മലനാടും. നാൽപതു ദിവസം കൊണ്ട് മറികടക്കാനാവുന്ന ഒരു കടലാണ് അതിർത്തി. ആറോ ഏഴോ നൂറ്റാണ്ടു പഴകിയ സാമ്പത്തികശൃംഖല ഇരു ഭൂഖണ്ഡങ്ങളെ കൂട്ടിയിണക്കിയിട്ടുണ്ട്. അതിനിടയിൽ കേവലം മതദർശനങ്ങൾ മാത്രമല്ല, പരസ്പരം കൈമാറിയിട്ടുണ്ടാവുക. അന്യോന്യം ജീവിതദർശനങ്ങൾ സ്വീകരിച്ചിട്ടുണ്ടാവും. ഒരു ചേരനോ പെരുമാളോ മാത്രമല്ല, അനേകമാളുകൾ, ഒറ്റയ്ക്കും കൂട്ടത്തോടെയും ദർശനങ്ങൾ ഉപേക്ഷിക്കുകയും മറ്റൊന്ന് സ്വീകരിക്കുകയും ചെയ്തിട്ടുണ്ടാവും. ഒരു ചക്രവർത്തിയുടെ മതംമാറ്റവും നാൾഗണനയും മാത്രം കേന്ദ്രവിഷയമായി ചർച്ച ചെയ്യുന്നത് ചരിത്രത്തെ സംബന്ധിച്ച് ഒരു ഫലിതമാണ്. അറേബ്യൻവാണിജ്യസംഘങ്ങളുടെ ആദേശത്തിന് അതിപ്രാചീനമായ വേരുകളുണ്ടെന്നു കാണാൻ പ്രയാസമൊട്ടുമില്ല.

മലനാടിന്റെ സമുദ്രതീരങ്ങളിലും നദീതടങ്ങളിലും വാണിജ്യസംഘങ്ങൾ ആദ്യകാലത്ത് കുടിക്കെട്ടിപ്പാർത്തത് കൂടി കാണണം. ആവാസപരിസരത്ത് മരണാനന്തര ശുശ്രൂഷകൾക്കായുള്ള ഇടങ്ങളും ഒരുക്കുമല്ലൊ. ഇരിക്കൂർനിലാമുറ്റം, ശ്രീകണ്ഠപുരം പഴയങ്ങാടി, ആയറാം മുനമ്പ്, വളപട്ടണം, പഴയങ്ങാടി... തുടങ്ങി അറബിക്കടലിന്റേയും വളപട്ടണമടക്കമുള്ള പുഴകളുടേയും തീരദേശങ്ങളിൽ ഇന്നു കാണുന്ന കബർസ്ഥാനങ്ങളുടെ ഒരു പ്രസക്തി അതാണ്. ക്രിസ്തുമതവും സെന്റ് തോമസിന്റെ ആദ്യനൂറ്റാണ്ടിലെ (അത് അംഗീകൃത ചരിത്രമാണെങ്കിൽ) വരവോടെ ഈ ഭൂപഥത്തെ സ്പർശിക്കാതിരിക്കില്ലല്ലൊ. സംഘടിതമതമായി പ്രചുരപ്രചാരമാർജിക്കുന്നത് എട്ടാം നൂറ്റാണ്ടോടു കൂടിയാണെങ്കിലും അതിനെ പ്രാമാണിക ആശയമായി കരുതിപ്പോരുകയും സ്വീകരിക്കുകയും ചെയ്തവർ അതിനുമുമ്പേ ഇവിടേയും ഉണ്ടാവണം. മിഷണറിമാരുടെ കടന്നുവരവോടെ ആ പ്രവണത ശക്തിപ്പെട്ടു കാണണം. ക്രിസ്തീയ സഭകളുടെ വിന്യാസത്തിലൂടെ ഈയടുത്ത നൂറ്റാണ്ടുകളിൽ അതിന്റെ വ്യാപനമുണ്ടായി. ആചാരാനുഷ്ഠാനങ്ങളും സാംസ്കാരിക മുദ്രകളും പരിശോധിച്ചാൽ ചരിത്രപരമായ ആവിർഭാവത്തിന്റെ സൂചനകൾ ആദ്യകാലംതൊട്ടേ കാണാം. പാട്ടുകളും കലകളും പ്രതിധ്വനിപ്പിക്കുന്ന സംസ്കാര സങ്കരത്തിന്റെ അടരുകൾ ഈ നിരീക്ഷണത്തിന് അടിവരയിടുന്നു.

ഗിരിവർഗക്കാർക്കിടയിലും ആദിവാസികളിലും മിഷണറി പ്രവർത്തനങ്ങൾ സവിശേഷമായി ഇറങ്ങിച്ചെന്നതായി കാണാം. അവരുടെ പുരാവൃത്തങ്ങളിൽ പലതിലും പ്രകടമാവുന്ന ബൈബിൾ കഥകളുടെ സാദൃശ്യത്തിൽ നിന്നു വ്യക്തമാവുന്നത് നൂറ്റാണ്ടുകളുടെ തുടക്കത്തിലേ ക്രിസ്തുമത പ്രചാരകരുടെ ഇടപെടലിനെയാണ്. മല്ലീശ്വരൻമുടിയെക്കുറിച്ചുള്ള ഇരുളരുടെ പുരാണകഥയുടെ സാരാംശം മഹാപ്രളയവും നോഹയുടെ പെട്ടകത്തെ ഓർമിപ്പിക്കും വിധം പ്രളയത്തിൽ നിന്നു ജീവകുലത്തെ സംരക്ഷിക്കുന്ന മുരുകന്റെ കഥയുമാണ്.

ക്രിസ്തുവിന്റെ ക്രൂശിത ഘട്ടത്തിനു പിന്നാലെ ക്രിസ്തുമതവും ഉദയം കൊള്ളുകയും ലോകത്തിന്റെ വിവിധ കോണുകളിലൂടെ പ്രചാരം നേടുകയുമുണ്ടായി. ഗ്രീക്ക്, ജർമൻ നാടുകളിലായിരുന്നു പ്രചാരത്തിന്റെ ആദ്യഘട്ടം. യൂറോപ്പിന്റെ മറ്റുഭാഗങ്ങളിലും വൈകാതെ പടർന്നു. യൂറോപ്യൻ അധിനിവേശശക്തികൾ കേരളത്തിലെത്തിയ പതിനാറാം നൂറ്റാണ്ടു മുതലാണ് ഇവിടെ മത വിശ്വാസം സംഘടിതമാവാൻ തുടങ്ങിയതെങ്കിലും ഒന്നാം നൂറ്റാണ്ടിൽ തന്നെ കേരളത്തിൽ മതപ്രചാരമെത്തിയതായി വിശ്വസിക്കപ്പെടുന്നു. ഇസ്ലാംമതത്തിന്റെ കടന്നുവരവിനു കവാടമൊരുക്കിയ വാണിജ്യ പശ്ചാത്തലം പ്രാചീനകാലം തൊട്ടേ വിദേശശക്തികൾക്കു മുന്നിൽ വാതിൽ തുറന്നിട്ടതിനാൽ, അവിടങ്ങളിൽ പ്രബലമായി മാറിയ സെമിറ്റിക് മതങ്ങളുടെ വരവിനുള്ള സാധ്യത തള്ളിക്കളയേണ്ടതില്ല.

ക്രിസ്തുവിന്റെ പന്ത്രണ്ട് അപ്പോസ്തലരിലൊരുവനായ തോമാശ്ലീഹ അനുയായികൾക്കൊപ്പം AD 52-ൽ കേരളത്തിലെത്തി. ഇവിടെ ദേവാലയങ്ങൾ സ്ഥാപിക്കുന്നതിനും മതപ്രേഷണത്തിനും വേണ്ടി രണ്ടു പതിറ്റാണ്ടു സഞ്ചരിച്ചു. അതിനിടയിൽ മുസ്സരിസ്സ്(കൊടുങ്ങല്ലൂർ), പാലയൂർ(ചാവക്കാട്), കൊക്കമംഗലം, പരവൂർ(കോട്ടക്കാവ്), നിരണം, കൊല്ലം, നിലയ്ക്കൽ (ചായൽ) വിശ്വാസിസമൂഹങ്ങൾ രൂപപ്പെട്ടു. സുവിശേഷങ്ങളിലാകർഷകരായ തദ്ദേശീയർ തന്നെയാണ് ആ മതധാരയിൽ ലയിക്കുന്നതും ക്രിസ്ത്യാനികളായി മാറുന്നതും. അതുകൊണ്ട് മതം ആത്മീയ തലത്തിൽ മാത്രം വിഹരിച്ചു. സാമൂഹ്യ ജീവിതത്തിന്റെ പരിണാമക്രിയകളിൽ നിന്ന് വേറിട്ടുള്ള സംഘടിതചരിത്രം പൗരോഹിത്യഇടപെടൽ വരെ ക്രിസ്തുസമൂഹത്തിനുമുണ്ടായിരുന്നില്ല.

AD 72 ൽ മൈലാപ്പൂരിൽ രക്തസാക്ഷിയാകുന്നതുവരെ തോമാശ്ലീഹ സുവിശേഷ പ്രവർത്തനങ്ങൾ നടത്തുകയും ഏഴരപ്പള്ളികൾ സ്ഥാപിക്കുകയും ചെയ്യുതായി ചരിത്രത്തിൽ രേഖപ്പെടുത്തിക്കാണുന്നു. തോമാശ്ലീഹയുടേതായി വിശ്വസിക്കപ്പെടുന്ന ശവകുടീരം മൈലാപ്പൂരിൽ കാണാം.

സെന്റ് തോമസ് മൗണ്ട്, ചെന്നൈ

ഭൗതികാവശിഷ്ടം സിറിയയിലെ എഡേസായിലേയ്ക്കും അവിടെ നിന്നും ഇറ്റലിയിലെ ഓർത്തോണയിലേക്കും കൊണ്ടു പോയതായി കരുതപ്പെടുന്നു. അറേബ്യയിലെ കിഴക്കൻ തീരത്തെ ചരിത്രാതീതമായ പരിഷ്കാരദേശം പൂത് (പുന്ത്) നിന്നും AD 345[1] ൽ കേരളത്തിലേക്ക് ക്രിസ്ത്യാനി സംഘവുമായി വന്ന ക്നായി തൊമ്മന്റെ (കാനായി എന്നതിന് വ്യാപാരി എന്നർഥമുണ്ട്) ശവകുടീരമാണ് മൈലാപ്പൂരിൽ സെന്റ് തോമസ് മൗണ്ടിലേതെന്ന് കേസരി അഭിപ്രായപ്പെടുന്നു. കുരിശുമുടിയിലേത് അപ്പോസ്തലനായ സെന്റ് തോമസിന്റെ ശവകുടീരമാണെന്നുമാണ് കേസരിയുടെ വാദം. പിന്നീടുള്ള നൂറ്റാണ്ടുകളിൽ നിരവധി പേർ ക്രിസ്തീയവേദം പ്രചരിപ്പിക്കാൻ കേരളത്തിലെത്തുകയും മിഷണറി പ്രവർത്തനങ്ങൾക്ക് നേതൃത്വം നൽകുകയുമുണ്ടായി. കേരളത്തിന്റെ

---

1 ദെ കുതോ എഴുതിയ ദസ് ആസ്യ എന്ന പോർട്ടുഗീസ് ഗ്രന്ഥത്തിൽ കലിവാക്യം ശോവാല (345). 325 ൽ തുടങ്ങിയ അബ്ദ പ്രകാരമാണെങ്കിൽ 345+ 325 =AD670.

സാംസ്കാരികവും സാമൂഹികവുമായ പരിവർത്തനത്തിന് മിഷണറിമാർ നിർണായകസംഭാവനകൾ നൽകിയിട്ടുണ്ട്. അവർ മുഖേന സ്ഥാപിതമായ വിദ്യാലയങ്ങളും ചികിത്സാകേന്ദ്രങ്ങളും അതിന്റെ ഉദാഹരണങ്ങളാണ്. ജാതിവ്യവസ്ഥയുടേയും തൊട്ടുകൂടായ്മയുടേയും പരിമിതി ഭേദിക്കാൻ ക്രിസ്തുമതം സ്വീകരിച്ച എത്രയോ ജനവിഭാഗങ്ങളുണ്ട്. നസ്രാണികൾ അഥവാ സുറിയാനി ക്രിസ്ത്യാനികൾ അഥവാ മാർത്തോമാ ക്രിസ്ത്യാനികൾ എന്ന് പൊതുവെ അറിയപ്പെട്ടിരുന്ന കേരളത്തിലെ ആദ്യകാല ക്രൈസ്തവസമൂഹം പൗരസ്ത്യ സുറിയാനിഭാഷാ സംസ്കാരവും പാരമ്പര്യങ്ങളും പിന്തുടർന്നവരാണ്.

പോർട്ടുഗീസുകാരുടെ വരവിനു ശേഷം ലത്തീൻ ആരാധനാക്രമങ്ങളും ഭാഷയും അടിച്ചേൽപ്പിക്കാൻ ശ്രമമുണ്ടായപ്പോഴാണ് സുറിയാനി ക്രിസ്ത്യാനികൾ ചേരിതിരിയാൻ തുടങ്ങിയത്. യൂറോപ്പിൽ നവീകരണത്തെ തുടർന്ന് കത്തോലിക്കാ സഭയിൽ നിന്ന് വേർപെട്ട പ്രൊട്ടസ്റ്റൻറ് പ്രസ്ഥാനങ്ങളിലെ മിഷണറിമാർ ക്രമേണ കേരളത്തിലുമെത്തിച്ചേർന്നു. എഡി. 550-ൽ സന്ദർശനം നടത്തിയ കോസ്മോസ് (ഈജിപ്ത് വ്യാപാരി, പിന്നെ പുരോഹിതനായിമാറി) അദ്ദേഹത്തിന്റെ 'ഭാരതീയ ക്രിസ്തുമത വിവരങ്ങൾ' എന്ന കൃതിയിൽ പേർഷ്യയിൽ നിന്ന് കുടിയേറിയ ക്രിസ്ത്യാനികളുടെ ഒരു സഭ 'മലൈ' എന്ന പേരിൽ ഇവിടെയുള്ളതായി രേഖപ്പെടുത്തുന്നു. തമിഴ് പഞ്ചമഹാകാവ്യങ്ങളിലൊന്നായ ചിലപ്പതികാരത്തിൽ മലൈയിൽ ഒരു പള്ളിയുള്ളതായി സൂചിപ്പിക്കുന്നുണ്ടെങ്കിലും ക്രിസ്തീയ മതസമൂഹത്തെപ്പറ്റി മറ്റു വിശദാംശങ്ങളില്ല. അഞ്ചാം നൂറ്റാണ്ടിനുശേഷം ക്രിസ്തുമതം ഇവിടെ വേരുറപ്പിക്കുന്നുണ്ട്. അസ്സീറിയക്കാരുടെ പിൻഗാമികളാണ് മധ്യേഷ്യയിൽ ആദ്യമായി ക്രിസ്തുമതം സ്വീകരിക്കുന്നത്. പേർഷ്യയിൽ നിന്നുള്ള കച്ചവടക്കാരുടെ പ്രവാഹമാണ് കേരളത്തിലും അതിന്റെ പശ്ചാത്തല മൊരുക്കുന്നത്. പേർഷ്യയിൽ 3-4 നൂറ്റാണ്ടുകളിൽ നടന്ന ക്രിസ്തുമത പീഡനം ഇതിനു പ്രേരണയായിട്ടുണ്ട്. AD. 825- ൽ മാർവാൻ സബ് റീശോയുടെ നേതൃത്വത്തിൽ മറ്റൊരു സംഘവും കേരളത്തിലെത്തി. AD 68ൽ ജറുസലേമിലെ രണ്ടാം ദേവാലയം നശിപ്പിക്കപ്പെട്ട ശേഷം ജൂതന്മാരുടെ കുടിയേറ്റവും വലിയ തോതിൽ പലേടത്തുമുണ്ടായി. 1167ൽ കൊല്ലത്തെത്തിയ സ്പാനിഷ് സഞ്ചാരി റബ്ബി ബഞ്ചമിൻ ജൂതരും കേരളവും തമ്മിലുണ്ടായിരുന്ന പ്രാചീന ബന്ധത്തെ വിവരിച്ചെഴുതിയിട്ടുണ്ട്. പോർച്ചുഗീസ് നാവികനും എഴുത്തുകാരനുമായ ബർബോസ (1480_1525)യുടെ കൃതികൾ മാടായിയിലെ ജൂത അധിനിവേശത്തെക്കുറിച്ചുള്ള സൂചനകൾ തരുന്നു.

അദ്ദേഹത്തിന്റെ The Book of Durate Barbosa, A description of East Africa and Malabar എന്നീ കൃതികൾ അതിന്റെ സാക്ഷ്യങ്ങളാണ്. പോർച്ചുഗീസ് അധിനിവേശത്തിനും നൂറ്റാണ്ടുകൾക്കു മുമ്പേ ജൂതന്മാരുടെ വരവുണ്ടായിരുന്നു. കൊടുങ്ങല്ലൂർ, പാലയൂർ, ഏഴിമല, മാള (മലക-ഹിബ്രു ഭാഷയിൽ ഉപ്പ് ആണ്. ജൂതന്മാർ കേന്ദ്രീകരിച്ചതിനാലാണ് മാള എന്ന പേരു പതിഞ്ഞിരിക്കുക) എന്നിവിടങ്ങളിൽ ആദ്യകാലത്തെ ആവാസകേന്ദ്രങ്ങൾ രൂപപ്പെട്ടു. ചാവക്കാട്, മാടായി ജൂതക്കുളങ്ങൾ ഇപ്പോഴുമവശേഷിക്കുന്നു. ക്രിസ്തുവിനു മുമ്പേ അറേബ്യരും ഫൊണീഷ്യരും ജൂതന്മാർ തുടങ്ങിയവരുമായുള്ള വ്യാപാര ബന്ധത്തിന്റെ ചരിത്രമാരംഭിച്ചതായി കാണാം. യഹൂദരെക്കുറിച്ച് പഠിച്ച് റിപ്പോർട്ട് നൽകാനെത്തിയ ആംസ്റ്റർഡാം പ്രതിനിധി സംഘത്തലവൻ മെസെ പെരേര ഡി പൈവ 1685 ൽ കേരളത്തിലെത്തുകയുണ്ടായി. അദ്ദേഹം 1687ൽ Notisias Dos judeos De Cochin എന്ന പുസ്തകമെഴുതുകയും ചെയ്തു. അതിൽ ജൂതന്മാരുടെ പ്രാചീന അധിവാസ കേന്ദ്രങ്ങളായി പരാമർശിച്ചതിൽ പെരിയപട്ടണം (വളപട്ടണം), മാറാവി (മാടായി), ചിരികണ്ടപുരം (ശ്രീകണ്ഠപുരം) എന്നിവ ഉൾപ്പെടുന്നു. 1649ൽ ഫെറിയ വൈസൂസ (ഇറ്റലി) യുടെ 'ഏഷ്യ പോർട്ടുഗീസ്' 1492 മുതൽ 1640 വരെയുള്ള സംഭവങ്ങൾ വിവരിക്കുന്നു... ചരിത്രപ്രധാനമായ ഒരു ശിലയെക്കുറിച്ച് ഫെറിയ സൂചിപ്പിക്കുന്നുണ്ട്. സാമൂതിരിയോടു കൂറുള്ള ഇടപ്പള്ളി രാജാവിനെ 1536ൽ പോർട്ടുഗീസുകാർ തോല്പിച്ചതായും നഗരംകൊള്ള ചെയ്ത് ചുട്ടുചാമ്പലാക്കിയതായും അതിൽ വിവരണമുണ്ട്. കൊള്ളചെയ്യപ്പെട്ട ഒരു ശില- മൂവായിരം കൊല്ലത്തെ രാജാക്കന്മാരുടെ നാമങ്ങൾ കൊത്തിയത് - കൊച്ചിത്തമ്പുരാന് കൈമാറിയതായും പരാമർശിക്കുന്നു. ആ ശിലയെപ്പറ്റി ഇപ്പോൾ യാതൊരു വിവരവുമില്ല. ഗുണ്ടർട്ടിന്റെ 'കേരളപ്പഴമ'യിലെ വിവരണത്തിൽ പോർച്ചുഗീസ് വൈസ്രോയി ഫ്രാൻസിസ്കോ അൽമെഡയും സംഘവും 1505 സെപ്തം 13 ന് അഞ്ചുതെങ്ങിൽ എത്തിയ ഉടനെ കോട്ട കെട്ടുന്നതിനായി മണ്ണു കുഴിച്ചപ്പോൾ ക്രൂശടയാളമുള്ള കല്ലുകൾ കണ്ടതായും പണ്ടേ ഇവിടെ വിശ്വാസികളുള്ളതായി പറങ്കികൾക്ക് തോന്നിയതായും പരാമർശിക്കുന്നു. ഇപ്പറഞ്ഞ ബർബോസ (1480-1525) കണ്ണൂർ പാണ്ടികശാലയുടെ ചുമതലയും വഹിച്ചു. വ്യാപാര സംരക്ഷണത്തിന് കോട്ട നിർമിക്കണമെന്ന് അൽമെഡ കണ്ണൂരിലെത്തിയപ്പോൾ (1505 ഒക്ടോ. 22 ന്) അഭ്യർഥിക്കുകയും അഞ്ചുദിവസം കൊണ്ട് കോട്ടയുടെ പണി ഏകദേശം തീർത്തതായും 'സന്ത് അഞ്ചലോ' എന്നു പേരിട്ടതായും പറയുന്നു. ഗവർണറായി ആൽബുക്കർക്ക് വന്ന ശേഷമാണ് വാണിജ്യത്തിനപ്പുറം ആവാസത്തിലേക്ക് കടക്കുന്നത്; ലൊപുവസ്സ് വൈസ്രോയി ആയപ്പോഴാണ്

കോട്ട ബലപ്പെടുത്തുന്നത്. വസ്സിന്റെ മരുമകൻ മെല്യൂവിനെ കൊണ്ട് ഏഴിമല ആക്രമിപ്പിക്കുന്നുണ്ട്. മാടായിപ്പാറ തീയിട്ട നശിപ്പിക്കുന്നുണ്ട്. ഒരു പക്ഷെ, അതിനുശേഷമാകാം, മാടായിപ്പാറയിലെ കുളങ്ങളും മറ്റും ഉണ്ടാകുന്നത്. 1530 ജനുവരിയിൽ മറ്റൊരു വൈസ്രോയിയുമായുള്ള തർക്കത്തെ തുടർന്ന് വസ്സ് തടവിലാക്കപ്പെട്ടു.

വാസ്കോ ഡി ഗാമക്ക് വഴികാട്ടിയത് അതിനു മുമ്പേ വന്ന രണ്ടു പോർച്ചുഗീസുകാരാണ്. പീറോ ഡി കോവിൽഹോയും ബർത്തലോമ്യോ ഡയസ്സും. ഡയസ് ഗുഡ് ഹോപ് മുനമ്പ് ചുറ്റി ഇന്ത്യയിലേക്കുള്ള വഴി തുറന്നു. ആഫ്രിക്ക മുതൽ കേരളതീരം വരെ വിശദമായ മാർഗം രേഖപ്പെടുത്തിയത് ഭാഷാ പണ്ഡിതനും പോർട്ടുഗീസ് നയതന്ത്രജ്ഞനുമായ കോയിൻഹോ ആണ്. ഗാമ എത്തിച്ചേരുന്നതിനും പത്തു വർഷം മുമ്പെ 1488 ൽ കണ്ണൂരിലിറങ്ങി.

ദേശീയവും സാർവദേശീയവുമായ ജനപ്പകർച്ചകൾക്കൊപ്പം പ്രാദേശികമായ കുടിയേറ്റങ്ങളും പഠനവിധേയമാക്കേണ്ടതാണ്. മലബാറിലേക്ക് തിരുവിതാംകൂറിൽ നിന്നുള്ള കുടിയേറ്റവും ഈ ദേശത്തിന്റെ ചരിത്രത്തിൽ നിർണായകസ്വാധീനം സൃഷ്ടിക്കുന്നുണ്ട്. വ്യത്യസ്ത ജീവിത വീക്ഷണങ്ങളുടേയും ദർശനങ്ങളുടേയും സംസ്കരണം ദേശബോധത്തിൽ ആഴത്തിൽ പതിയും. അത്തരത്തിൽപെട്ടതാണ് ഇവിടത്തെ നമ്പൂതിരിമാർ ആര്യ മതത്തിന്റെ വരവിനു ശേഷം ബ്രാഹ്മണസംസ്കൃതി സ്വീകരിച്ചത്. നമ്പ്യാർ തുടങ്ങിയ വാക്കുകളോട് നമ്പൂതിരിയെന്ന വാക്കിനുള്ള സാമ്യം പോലും ഈ വിഭാഗങ്ങളെല്ലാം ഇവിടുത്തെ ദേശത്തനിമയുടെ പരിണാമമായതിന്റേതാണ്. ഇ എം. എസ്. ചരിത്രവും ചരിത്രരചനയും എന്ന കൃതിയിൽ ഇക്കാര്യം വ്യക്തമാക്കുന്നു: "ആര്യന്മാർ ഇവിടെ വന്നിട്ടാണ് നമ്പൂതിരിമാർ ഉണ്ടായതെന്നാണ് ചരിത്ര ഗ്രന്ഥങ്ങളിൽ നിന്ന് ഞാൻ പഠിച്ചിട്ടുള്ളത്. പക്ഷെ, അത് അപ്പടി വിശ്വസിക്കാൻ ഞാനില്ല. ആര്യന്മാരുടെ ചില വിഭാഗങ്ങൾ വന്നിട്ടുണ്ടാവാം. പക്ഷേ, വടക്കേ ഇന്ത്യയിലെ ബ്രാഹ്മണർക്ക് ഇല്ലാത്ത പല സ്വഭാവ വിശേഷങ്ങളും കേരളത്തിലെ നമ്പൂതിരിമാർക്കുണ്ട്. അതിനൊരുദാഹരണം പറയുന്നത്, ഇവിടെ 64 ആചാരങ്ങളുണ്ടത്രെ. വടക്കേ ഇന്ത്യക്കാർക്ക് സ്വപ്നം പോലും കാണാൻ കഴിയാത്ത പല ആചാരങ്ങളും ഇവിടത്തെ നമ്പൂതിരിമാർക്കുണ്ട്. ഈ സ്ഥിതിക്ക് ബ്രാഹ്മണർ ഒറ്റക്കെട്ടായി ഇവിടെ വന്ന് സ്ഥിരതാമസമുറപ്പിച്ചു എന്നെല്ലാമുള്ള കഥ ഞാൻ വിശ്വസിക്കുന്നില്ല. " (പേജ് 30)

ദക്ഷിണാപഥത്തിലേക്കുള്ള വേദാചാരക്കാരുടെ കുടിയേറ്റത്തിനു കദംബരാജാവായ മയൂര ശർമൻ (AD345-360) ചാലൂക്യരാജാവായ

ജൂതക്കുളം, മാടായിപ്പാറ, ഫോട്ടോ: സവിത സഹദേവൻ

കീർത്തി വർമൻ (AD 566- 598) തുടങ്ങിയവർ കളമൊരുക്കിക്കൊടുക്കുന്നുണ്ട്. ഇവരുടെ കാലഘട്ടങ്ങൾക്കു ശേഷമാണ് അവർ കേരളത്തിലേക്ക് കൂട്ടതലായെത്തുന്നത്. കദംബ- ചാലൂക്യ - രാഷ്ട്രകൂട ദേശങ്ങളിൽ നിന്നുള്ള ഈ കുടിയേറ്റത്തിന്റെ സ്വാധീനം ഏഴാം നൂറ്റാണ്ടിനു ശേഷം രണ്ടാം ചേരരാജാക്കന്മാരുടെ പരിധിയിൽ വ്യാപിക്കുന്നു. ചാലൂക്യരുടെ കുലചിഹ്നം വരാഹമാണ്. ചാലൂക്യർ പന്നിയൂർ ഗ്രാമം സ്ഥാപിച്ചതായും, ഗരുഡനെ കുലചിഹ്നമാക്കിയ രാഷ്ട്രകൂടത്തിൽ നിന്നു വന്നവർ ചൊവ്വര ഗ്രാമത്തിന് [ചൊവ്വൻ + പുരം, ചുവന്ന ദേവന്റെ, ശിവന്റെ പുരം. പിൽക്കാലത്ത് ശുകപുരം] രൂപം കൊടുത്തതായും ലോഗൻ നിരീക്ഷിക്കുന്നു. ദക്ഷിണാപഥത്തിലെ ജനതയെ ദ്രാവിഡവംശമെന്ന്

ഒറ്റപ്പേരിൽ വിശേഷിപ്പിക്കാൻ കഴിയാത്ത വിധം അനേകം നരവംശങ്ങളുടെ എംപോറിയമാണ് അതിന്റെ പൂർവഘടന. സഹ്യപർവത നിരകളിലെ ആദിവംശങ്ങളുടെ ഏറ്റവും പൂർവികമായ ഉത്ഭവതലങ്ങൾക്ക് തനതായ സവിശേഷതകളുണ്ട്. എല്ലാവരും കുടിയേറി വന്നവരാണെങ്കിൽ വഞ്ചിമുത്തൂരിലെ ചേരവംശത്തേക്കാൾ ഗോത്രപ്പഴമ കേരളത്തിന്റെ വടക്കൻ ദിക്കുകളിലുണ്ടാവാനാണ് സാധ്യത. ഭൗമ ഗതിയുടെ കിടപ്പ് അതിലേക്കാണ് വിരൽചൂണ്ടുന്നത്. ജൈന, ബുദ്ധ, യഹൂദ, ആര്യ- ബ്രാഹ്മണ, ഇസ്ലാമിക മതങ്ങളുടെ വരവും വ്യാപനവും സങ്കലനവും സംഭവിച്ചെങ്കിലും, അതിന്റെ പരിഷ്കൃതികൾ സർവതലത്തിലും ദൃഢപ്പെട്ടെങ്കിലും, വിവിധതരം മത സംസ്കാരങ്ങളും ഈജിപ്ഷ്യൻ, റോമൻ, ബാബിലോണിയൻ, എത്യോപ്യൻ, അറേബ്യൻ, പാലസ്തീൻ തുടങ്ങിയ ദേശാന്തരസംസ്കൃതികളും കൂടാതെ ദ്രാവിഡമെന്ന പൊതുവെ പരിഗണിക്കുന്ന സംസ്കാരവും പല കാലങ്ങളിലായി ഇവിടെ സംലയിച്ചെങ്കിലും, അതിനെല്ലാം അടിത്തറയായി വർത്തിച്ച ആതിഥേയമായൊരു സാമൂഹ്യത്തനിമ ഈ ദേശത്തിന്റെ അച്ചുതണ്ടായി തുടർന്നുപോന്നിട്ടുണ്ട്. ഉത്പാദന രൂപങ്ങളിൽ നിന്നാണ് മാനവസത്ത രൂപപ്പെടുന്നതെന്നതിനാൽ ആവാസ സമാനതയിൽ ഒന്നു ചേരുന്ന ദേശങ്ങളുടെ സാംസ്കാരിക സ്വരൂപത്തിന് സമാനതലങ്ങളുണ്ടാവാമെങ്കിലും സവിശേഷമായ ഒന്ന് ഏതു ദേശയൂണിറ്റിനുമെന്ന പോലെ ഈ ദേശത്തിനുമുണ്ട്. അതിനെ, ആ സവിശേഷതയെ മലയാളിത്തമെന്നു പരിമിതമായ അർഥത്തിൽ വിളിക്കാമെങ്കിലും അതിനുമപ്പുറം സമൂലമായ ഒരർഥമുള്ള മറ്റൊന്ന് നിർവചിക്കാൻ പാകത്തിലുണ്ട്.

മറ്റൊരു ദേശത്തിനുമില്ലാത്ത അപൂർവമഹത്വം ഇതിനുണ്ടെന്നു ധ്വനിപ്പിക്കുകയല്ല; എല്ലാ ദേശങ്ങൾക്കുമുള്ളതാണ് ആ തനിമ. അത് തേടിപ്പിടിക്കാനുള്ള ഒരു സുപ്രധാനവഴി ഗോത്ര പാരമ്പര്യമാണ്. ആ പാരമ്പര്യവും കടന്ന് അതിന്റെ വേരുകൾ ആദിചേര ആധിപത്യഘട്ടത്തിനും മുൻപേയുള്ള നൂറ്റാണ്ടുകളിലേക്ക് നീണ്ടുപോകുന്നു. ബി. സി. നാലാം നൂറ്റാണ്ടിലാണ് ജൈന - ബുദ്ധമതങ്ങളുടെ പ്രവേശനവും മൗര്യന്മാരുടെ സാന്നിധ്യവും അടയാളപ്പെടുന്നത്.

ദക്ഷിണാപഥവും പിന്നിട്ട് ബുദ്ധ ദർശനം ലങ്കയിലേക്കും സാംസ്കാരികപ്പടർച്ച നേടുന്നുണ്ട്. അതിനുംമുമ്പേ അവയേയെല്ലാം ആഗിരണം ചെയ്യുന്ന ഒരു ജനപദം ഇവിടെ ഉണ്ടാകുമല്ലോ. അത്തരത്തിലൊരു പ്രാഗ് - ചരിത്ര തലത്തിന്റെ(ജനസമൂഹത്തിന്റെ) സാംസ്കാരിക മുദ്രകളാണ് എടയ്ക്കൽ ഗുഹാഭിത്തികളിലും മറ്റും ചിത്രലിപികളായി ശേഷിക്കുന്നത്. വിസ്തൃതമായ സാംസ്കാരിക ലോകത്തിന്റെ തുച്ഛമായ, ഒരു പക്ഷെ,

അപ്രധാനമായ അടയാളം മാത്രമായിരിക്കുമല്ലോ ചുമരെഴുത്തിൽ പതിയുക (ഇന്നും അങ്ങനെ തന്നെയാണ്). ജൈന - ബുദ്ധ ദർശനങ്ങളുടെ വ്യാപനത്തിനു ശേഷം എ. ഡി. രണ്ടാം നൂറ്റാണ്ടിന്റെ ആരംഭത്തിൽ വേദ സംസ്കാരത്തിന്റെ കടന്നുവരവും കുറിക്കപ്പെട്ടതായി കാണാം. മൂന്നാം ചേരവേന്തന്റെ ആസ്ഥാനകവി പാലൈ കൗതമനാരുടെ മുൻകയ്യിൽ നടന്ന പത്തുയാഗങ്ങൾ (AD 125നടുത്ത്)അതിന്റെ പ്രഥമമായ അടയാളങ്ങളാണ്.

അടിമയുടമത്തവും വർണ-ജാതി സംവിധാനങ്ങളും ഫ്യൂഡൽ വ്യവസ്ഥയും തുടർന്നുള്ള സാമൂഹിക പരിണാമങ്ങളും ചരിത്രം പല തരത്തിൽ രേഖപ്പെടുത്തിക്കഴിഞ്ഞതാണ്. ഇന്നത്തെ ജനപദങ്ങളെ സംബന്ധിച്ച് അവരുടെ ചരിത്രരൂപത്തിന്റെ കാതൽ ഒന്നാണ്. ഒറ്റദേശത്തിന്റെ പൈതൃകമാണ് അവർക്കുണ്ടാവുക. ഏതേതോ കാലസന്ദർഭങ്ങളിൽ അവർ പലതരം ദർശനങ്ങളും മതസംഹിതകളും സ്വീകരിച്ചിരിക്കാം.

സ്വീകരിച്ചവയിൽ നിന്ന് പിൽക്കാലത്ത് മറ്റൊന്നിലേക്ക് മാറിയിരിക്കാം. അതിൽ വിദേശ, സ്വദേശ, സെമിറ്റിക് ചിന്താധാരകളെല്ലാം മാറിമറിഞ്ഞു വരാം. അവരേതു ദർശനം സ്വീകരിക്കുന്നുവെന്നതനുസരിച്ച് ദേശവുമായുള്ള പൈതൃകരൂപത്തിൽ മാറ്റം വരുന്നില്ല. മനുഷ്യവംശത്തിന്റെ ചരിത്രപരിണാമത്തെ മൗലികമായി നിർവചിക്കാനുള്ള മാനദണ്ഡമല്ല അതെന്നു വ്യക്തം. ജനപദങ്ങളുടെ ജൈവപരവും സാമൂഹ്യവുമായ സമഗ്രമായ മുന്നേറ്റത്തെ രേഖപ്പെടുത്തലാണ് ചരിത്രരചനയുടെ കാതലായ രീതി. അതേസമയം ഓരോ സ്ഥാപിത പക്ഷത്തിനുമുണ്ടാവും അവരുടേതായ ചരിത്രം. ഒരു സഭയോ, ഒരു രാഷ്ട്രീയകക്ഷിയോ കുറേക്കൂടി സ്ഥാപിതവൽക്കരിക്കപ്പെട്ട മതവിഭാഗങ്ങളോ സമുദായ ഗ്രൂപ്പുകളോ അധികാരവംശങ്ങളോ രാജകുടുംബങ്ങളോ അവരവരുടെ ചരിത്രങ്ങൾ തയ്യാറാക്കും. അതെത്രയും വസ്തുതാപരമാക്കാനും ജനങ്ങളുടേതായി രേഖപ്പെടുത്താനും ശ്രമിച്ചാലും അവ ജനകീയചരിത്രമല്ല. അതാത് സ്ഥാപിതപ്രക്രിയകളുടെ ആവിർഭാവവും വളർച്ചയും പതനവും സംഗ്രഹിക്കപ്പെട്ട ചരിത്രഭാഗങ്ങൾ മാത്രമാണവ. ചരിത്രത്തെ സംബന്ധിച്ച് അവയേക്കാൾ പ്രസക്തിയും സാമൂഹ്യപ്രാധാന്യവുമുള്ളത്, പൊതുസമൂഹത്തിന്റെ ചലനപ്രക്രിയകളും പ്രകൃതിയെ മാറ്റിമറിക്കുന്നതിൽ അവ നിർണയിക്കുന്ന അടിസ്ഥാന നിയമങ്ങളുമാണ്. രാജാധികാരങ്ങളുടെ കാലഗണന കുറിച്ചില്ലെങ്കിലോ, മത-സമുദായ - രാഷ്ട്രീയ സ്ഥാപനങ്ങളുടെ നാൾവഴികൾ തിട്ടപ്പെടുത്താനായില്ലെങ്കിലോ ചരിത്രത്തിന്റെ യഥാർഥ ഉള്ളടക്കത്തെ അവയൊന്നും തന്നെ ബാധിക്കുന്നതായിരിക്കില്ല.

അധികാരപ്പകർച്ചകൾ - പ്രാചീന കാലം

ഏറ്റവും പ്രാചീന സാമൂഹ്യാധികാര കേന്ദ്രം കാവുകളാണ്. മനുഷ്യനേയും പ്രകൃതിയേയും ബന്ധിപ്പിക്കുന്ന ആത്മീയ കേന്ദ്രം. ജനങ്ങളവിടെ യാതൊരുതര വിവേചനങ്ങളുമില്ലാതെ ഒത്തുചേരുന്നു. ഭരണനിർവഹണം, അധികാര വിന്യാസം, സാമൂഹ്യബന്ധത്തിന്റെ സ്വാഭാവിക ധ്രുവീകരണവുംവികാസവും, പ്രാചീനനിർമിതിയുടെ ശാസ്ത്രപാഠങ്ങൾ, കലയുടെ പ്രയോഗം എന്നിവയുടേയെല്ലാം തട്ടകം കാവുകളാണ്.

ഊരുകളുടേയും തറകളുടേയും ഉറവിടം. ആവാസപ്രരൂപങ്ങളുടെ സംവിധാനം നിറവേറ്റപ്പെടുന്നത് അവിടെയാണ്. ആരാധനാവേദികളായും പിന്നീടവ പരിണമിച്ചു. ഒപ്പം പ്രാർഥന വേറെ - ഭരണനിർവഹണം വേറെ എന്ന വേർതിരിവിന്റെ തട്ടകങ്ങളും പ്രവർത്തനസജ്ജമായി. അധികാരത്തിന്റേയും സാമൂഹ്യാധ്വാനത്തിന്റേയും ചരിത്രപരമായ വേരുകൾ ആവിർഭവിച്ചതിന്റെ അടിസ്ഥാന ഘടകമാണ് കാവുതട്ടകങ്ങൾ. അവിടെ നിന്നാണ് ഗോത്രരൂപീകരണത്തിലേക്കും തുടർന്നുള്ള ജീവിതാഭിവൃദ്ധികളിലേക്കും സാംസ്കാരികരൂപാന്തരങ്ങളിലേക്കും വാണിജ്യാതിരുകൾ മറികടക്കാനുള്ള കുതിപ്പുകളിലേക്കും സമ്പത്തിന്റെ സാമൂഹ്യാസൂത്രണത്തിലേക്കും മനുഷ്യവംശം മുന്നേറുന്നത്. ഗോത്രജീവിതത്തിന്റെ അഭിവൃദ്ധിയും സാംസ്കാരികവികാസവും വാണിജ്യ ദിശയിലേക്ക് നീങ്ങുന്ന ഘട്ടമെത്തിയപ്പോൾ സമൂഹം പുറം ലോകത്തെ സ്വീകരിച്ചുതുടങ്ങി. സമാന്തരമായി പുറംദേശങ്ങളും ഉൽപാദനത്തിന്റേയും

സാമൂഹ്യപരതയുടേയും സ്വീകാര്യത ആർജിച്ച കഴിഞ്ഞിട്ടുണ്ടാവണം. ഗോത്രം എന്ന കേൾക്കുമ്പോഴുള്ള ഒരു മുൻവിധി നമ്മുടെ നിലപാടുകളെ അപരിഷ്കൃതമാക്കിയേക്കാം. 'പരിഷ്കാരം കടന്നു ചെല്ലാത്ത ആദിവാസി ഗോത്രങ്ങൾ' എന്ന മട്ടിലുള്ള വീക്ഷണം പുറപ്പെടുവിക്കുന്ന പ്രമേയങ്ങൾ പൊതുവെ കാണപ്പെടുന്നു.

നമ്മുടെ സാംസ്കാരികബോധത്തിന്റെ വികലധ്വനികളിൽ കുടുങ്ങിയ ഒരു മുൻവിധിയാണത്. ഗോത്ര പാരമ്പര്യമെന്നു പ്രയോഗിക്കുമ്പോൾ അത്തരത്തിൽ ഒരു സങ്കുചിതസംജ്ഞയിൽ ചെന്നുപെടുന്നുണ്ടെങ്കിൽ, പ്രാദേശിക പാരമ്പര്യം എന്നു വിളിക്കുന്നതാവും ഉചിതം. ഗോത്രമെന്നതിന് ജനപദം ഉത്ഭവിച്ച ദേശത്തിന്റെ പരിധി കടക്കാത്ത ഒരു നിർവചനം മാത്രമല്ല അതേക്കാൾ, പിറന്ന മണ്ണിൽ ചിട്ടപ്പെടുത്തിയെടുത്ത ജീവിതം, ആവാസ രീതികൾ, സാമൂഹിക ബന്ധം, ഉൽപാദന വ്യവസ്ഥ, ഭാഷ, സംസ്കാരം, പ്രകൃതി വീക്ഷണം എന്നിവയുടെ ജൈവികവും ചരിത്രപരവുമായ ജന പദത്തിന്റെ വികാസം ആ പദം ഉൾക്കൊള്ളുന്നുണ്ട്. മറ്റൊരു ഗോത്രവുമായി വിനിമയമുണ്ടാകുന്നതുവരെ ഈ ജനതയുടെ പ്രപഞ്ചം തന്നെയാണത്. പ്രകൃതിയും കാലവും അനുഗ്രഹിക്കുന്ന എല്ലാ ഗുണ ധർമങ്ങളാലും പുരോഗതി പ്രാപിച്ച ഒരു സാമൂഹ്യചിത്രമാണ് ഗോത്രം പ്രതിഫലിപ്പിക്കുന്നത്. നാഗരികതയെ സംബന്ധിച്ച വികലമായ കാഴ്ചപ്പാടിലകപ്പെട്ടു പോയവർക്ക് അത് ദർശിക്കാൻ കഴിയുന്നില്ലെന്നു മാത്രം. ഒരു ദേശം കൈവരിക്കുന്ന സമൃദ്ധി ഭരണകൂടത്തിന്റെ സൃഷ്ടിയല്ല. മലനാടിന്റെ പൗരാണിക കീർത്തി വിശ്വമെമ്പാടും പ്രസരിച്ചത് ഇവിടുത്തെ സമൃദ്ധിയെ ആസ്പദമാക്കിയാണ്. ആ സമൃദ്ധിയെന്നത് കുഴിച്ചെടുത്ത കനകമല്ല, 'കനകം' വിളയിച്ച അധ്വാനത്തിന്റെ സൃഷ്ടിയാണ്.

അതിനുമാത്രം സാമൂഹ്യക്ഷമത അധ്വാനമെങ്ങനെയായിരിക്കാം കൈവരിച്ചതെന്നു പരിശോധിച്ചാൽ ഒരു ജനതയുടെ സംഘാടനവും കരുത്തും വിളയിക്കുന്ന സാമൂഹ്യാഭിവൃദ്ധിയെ നമ്മൾ കാണേണ്ടി വരും. നാളിതുവരെ ചരിത്രം മുദ്രയടിക്കാറുള്ള അപരിഷ്കൃതജനത 'പരിഷ്കൃത'ജനത്തേക്കാൾ കരുത്തേറിയ ആശയത്തിന്റെ പ്രണേതാക്കളായിരുന്നെന്ന് ബോധ്യപ്പെടും. ആദിവാസി ജനതയുടെ സാംസ്കാരിക വ്യാപ്തി പരിശോധിച്ചാൽ നാഗരികസമൂഹം എത്രയോ പിന്നിലാണെന്നു കാണാൻ പ്രയാസമില്ല. അവരുടെ കലയും സാഹിത്യവും മാത്രം മതി ചരിത്രത്തിന്റേയും ജീവിതത്തിന്റേയും പരമാവധി ആഴങ്ങൾ അതിജീവിച്ചതിന്റെ ചിത്രം വ്യക്തമാവാൻ. സഹ്യപർവത പംക്തികളിലധിവസിക്കുന്ന ആദിവാസി - ഗോത്രവിഭാഗങ്ങൾ എങ്ങനെ

ജീവിക്കണമെന്ന് ക്ഷേമപരിപാടികൾ ആസൂത്രണം ചെയ്യുന്നവരും കല്പിക്കുന്നവരുമുണ്ടല്ലോ നമ്മുടെ അധികാര നഗരികളിൽ. അത്തരം വിദ്വാന്മാർ മനസ്സിലാക്കാത്ത ഒരു കാര്യം, നഗരവാസികളായ നിങ്ങ ളെങ്ങനെയായിരിക്കണമെന്ന് ഉപദേശിക്കാനുള്ള ചരിത്രാതീതആർ ജവം ആദിവാസികൾക്കുണ്ടെന്നതാണ്. അവരുടെ വിനയംനിമിത്തം അത്തരം കല്പനകൾ അവർ പുറപ്പെടുവിക്കുന്നില്ലെന്നു മാത്രം.

ഭരണകൂടങ്ങളില്ലാത്ത സാമൂഹ്യക്രമത്തെ പ്രാചീന നൂറ്റാണ്ടുകളിൽ നയിച്ചവരാണവർ. പ്രകൃതിക്കു യാതൊരു കോട്ടവും സംഭവിക്കാതെ സംരക്ഷിച്ചവർ. തങ്ങളുടെ ആവാസം ഭൂമിക്ക് ഭാരം തീർക്കാത്തവർ. മലയടിവാരങ്ങളിലും മലഞ്ചെരിവുകളിലും സമ്പത്തിന്റെ അക്ഷയഖനി നിറച്ചവർ. അധികാരങ്ങളില്ലാതെ ഒരു സാമൂഹ്യക്രമം എങ്ങനെ മുന്നോട്ടു പോയെന്നതിന്റെ മാതൃക മലനാടിന്റെ പ്രാചീന പാരമ്പര്യം വെളിപ്പെ ടുത്തിത്തരും. പ്രാകൃത കമ്മ്യൂണിസത്തിന്റെ വളർച്ചയുടെ ഘട്ടത്തിൽ സാമൂഹിക ജീവിതം അഭിവൃദ്ധിപ്പെടുമ്പോൾ, ചൂഷക സ്വഭാവത്തിലുള്ള ഭരണകൂടത്തെ മാറ്റി നിർത്തിയാൽ, അധികാരത്തിന്റെ ബാഹ്യരൂപ ങ്ങൾ നിർമിക്കാതിരുന്നാൽ, അധ്വാനശേഷി സർഗാത്മകമായി കുതി ക്കുമെന്നും ഒത്തുപിടിച്ചാൽ മലയും പോരുമെന്നും അവർ കാട്ടിത്തന്നു. സമ്പദ് സമൃദ്ധി വിളയിക്കാൻ മറ്റൊന്നും ആവശ്യമില്ലല്ലോ. ചൂഷകന്റെ ആചാരങ്ങളോ നിയമങ്ങളോ ഒന്നും അന്ന് രംഗപ്രവേശം ചെയ്തിട്ടില്ല.

നാടുവാഴാൻ അദൃശ്യരായ മാവേലിമാർ മതി. മറ്റാരും വേണ്ട. അധ്വാനത്തെ പ്രോത്സാഹിപ്പിക്കുന്ന നിയമസംവിധാനങ്ങൾ സ്വയമേ രൂപം കൊള്ളുകയും നാട്ടുനടപ്പുകളാവുകയും ചെയ്തു. നാട്ടുനടപ്പുകൾ നാടിന്റെ നടപ്പിനുള്ള നിയമങ്ങളാണ്. നിയമങ്ങൾ നിർമിക്കുന്നതിന് പ്രത്യേകഅധികാര സഭകളില്ല. നാടൊന്നാകെ നിയമം നിർമിക്കുന്നു. ഒറ്റ ദിവസത്തിലുണ്ടാകുന്ന പ്രഖ്യാപനമല്ല, നിരന്തരമായ സാമൂഹ്യ വ്യവഹാരങ്ങളിലൂടെ, ജീവിത സമ്പർക്കങ്ങളിലൂടെ, അനുഭവ പാഠങ്ങളിലൂടെ നിയമങ്ങൾ നിർണയിക്കപ്പെടുന്നു. നിയമങ്ങൾ വിളംബരം ചെയ്ത് നടപ്പാക്കലല്ല, നടപ്പിലായവ ക്രോഡീകരിക്കപ്പെട്ട് നിയമങ്ങളാവലാണ്. ഭാഷയിൽ പഴഞ്ചൊല്ലുണ്ടാകുന്നതുപോലൊരു സാംസ്കാരികപ്രതിഭാസമാണത്. അനേകം അനുഭവപാഠങ്ങളുടെ തേൻതുള്ളികളാണ് പഴഞ്ചൊല്ലുകൾ. സാമൂഹ്യ ജീവിതത്തിന്റെ ആറ്റിക്കുറുക്കിയ സത്തയാണ് നിയമങ്ങളായി പ്രതിഫലിക്കുക. ഇന്നത്തെ നിയമനിർമാണത്തിന്റെ തല തിരിഞ്ഞ ക്രമം. ഒരു പക്ഷെ അതാണ് നിയമപരതയുടെ ശരിയായ രൂപീകരണം. ഭരണകൂടം പദ്ധ തികൾ ആവിഷ്കരിക്കലും അവ പ്രഖ്യാപിക്കലുമല്ല, പ്രകൃതിപരമായും

സമൂഹപരമായും പ്രായോഗികതയിൽ പിറവിയെടുക്കുന്ന പദ്ധതികൾ സമാഹരിച്ച് സംരക്ഷിക്കുകയെന്നതാണ് 'അധികാര സഭ'കളുടെ, അങ്ങനെയൊന്നുണ്ടെങ്കിൽ തന്നെ, അവയുടെ കടമ. അതിനുവേണ്ടി ഓരോ വിഷയത്തിലും ആളുകളാകെ കൂട്ടം ചേർന്നിരിക്കും. ആ കൂട്ടം ചേരൽ തന്നെയാണ് അവരുടെ ആവാസം. കൂടിച്ചേരലിൽ നിന്നാണ് 'ചേരികൾ' ഉണ്ടായത്. ഗോത്ര സാക്ഷരതയുടെ ശബ്ദമാണത്. 'നായർ' മേധാവിത്തകാലത്ത് 'തറ'യായും ബ്രാഹ്മണാധിപത്യകാലമായപ്പോൾ 'ഗ്രാമ' മായും മാറി വന്നു. തറക്കൂട്ടം, നാട്ടുകൂട്ടം എന്നിവയുടെ വേരുകൾ ഗോത്ര പാരമ്പര്യത്തിലാണു കിടക്കുന്നത്. 'ഗ്രാമ'ത്തിലെ അംഗങ്ങളുടെ എണ്ണത്തിനനുസരിച്ച് മുന്നൂറ്റവർ, നാനൂറ്റവർ, അഞ്ഞൂറ്റവർ എന്നിങ്ങനെ മാറി വന്നിട്ടുണ്ടാവാം. പിന്നപ്പിന്നെ തറക്കൂട്ടങ്ങളും നാട്ടുകൂട്ടങ്ങളും രൂപമെടുത്തു. അധികാരത്തിന്റെ ശ്രേണികളുണ്ടായി;കേന്ദ്രീകരണവും.

നാടുവാഴിത്തത്തിന്റെ പ്രഥമ ദശകളതായിരുന്നു. പ്രാചീനജനാധിപത്യവ്യവസ്ഥയെന്നു വിശേഷിപ്പിച്ചാൽ അതിന്റെ സത്ത പൂർണമാകില്ല. ജനാധിപത്യ രീതിയേക്കാൾ തുറന്നതും ആധിപത്യമെന്ന പ്രതിഭാസം ഒരു വാക്കായി പോലും ആലോചനയിൽ വരാത്ത ഒരു സാമൂഹ്യ സംസ്കാരത്തിന്റെ പ്രയോഗമാണത്. മനുഷ്യരന്യോന്യം ഭാരം ചുമത്താത്ത കൂട്ടായ്മയുടെ സ്വതന്ത്രമായ ശക്തി അധ്വാനപ്രക്രിയകളേയും ഉൽപാദനോപാധികളേയും ഫലപ്രദമായി നയിച്ചു. ഈ ഫലസമൃദ്ധിയിലേക്കാണ് വിശ്വവാണിജ്യശക്തികൾ സമുദ്രം താണ്ടി വന്നത്. അറബികളും യൂറോപ്യന്മാരും നീന്തിയെത്തിയത്. ഗ്രീക്കും യമനും ചീനയും ചാടി വന്നത്. വാണിജ്യത്തിന്റെ ദല്ലാളന്മാർ ആവിർഭവിച്ചത്. നാടുവാഴികളും അധികാര പ്രഭുക്കളും പ്രത്യക്ഷപ്പെട്ടത്. അധ്വാനിക്കുന്നവരുടെ വിയർപ്പിന്റെ ഫലം കയ്യിലൊതുക്കി വിറ്റഴിക്കുന്ന സൂത്രധാരന്മാർ രാജപദങ്ങളിലെത്തുന്നത്. അവരെയാണ് രാജാവെന്നോ ചക്രവർത്തിയെന്നോ അന്ന് വിളിച്ചത്. മറിച്ച് ഓരോരോ ദേശമൂലകളിലും ജനങ്ങൾ ക്ഷേമസന്തുഷ്ടിയിലാണോ എന്നന്വേഷിക്കുന്ന ചക്രവർത്തി വെറും കഥകളിൽ മാത്രമൊതുങ്ങുന്നവരാണ്. ഗോത്രവ്യവസ്ഥയിൽ ഗോത്രമൂപ്പൻ പ്രായവും നേതൃശേഷിയും അനുഭവജ്ഞാനവും യോഗ്യതകളാക്കിയാവും നിയമിക്കപ്പെടുന്നത്. അടുത്ത മൂപ്പനാവുന്നതും അതേ യോഗ്യതയുടെ മാനദണ്ഡത്തിലാണ്. മക്കൾ പരമ്പരയിലേക്ക് കൈമാറാൻ ഗോത്രം മൂപ്പന്റെ കുടുംബസ്വത്തല്ല താനും. ഗോത്രാചാരങ്ങൾ കർശനമായിരിക്കും. അതുകൊണ്ട് മൂപ്പൻ സ്ഥാനം അനുഷ്ഠാനപരമായേ കൈമാറ്റം ചെയ്യൂ. ആദിചേരവംശത്തിന്റെ അധീശ ഘട്ടമെത്തിയപ്പോൾ രീതിയിൽ മാറ്റം വരുന്നു. ഗോത്ര വ്യവസ്ഥയിൽ നിന്നും പുറത്തു കടന്ന

കാലഘട്ടമാണത്. രാജവ്യവസ്ഥയിലെത്തിയെങ്കിലും രാജവ്യവസ്ഥ യുടെ ലക്ഷണമൊത്തതല്ല. പ്രജാക്ഷേമം മുൻനിർത്തിയുള്ള ഭരണ നിർവഹണമൊന്നുമല്ല. ഭൂസമ്പത്ത് വിറ്റഴിച്ച് സ്വർണനാണയങ്ങൾ ശേഖരിക്കലാണ് പ്രധാന ദൗത്യം. അത് രാജ്യപുരോഗതി ലക്ഷ്യമിട്ടല്ല. ചില ക്ഷേത്രങ്ങൾ പണിതു കാണാം. അതിലപ്പുറമില്ല. ധൂർത്തും ദാനവു മെല്ലാം ഹീറോയിസത്തിന്റെ ഭാഗമായി ചെയ്യുന്നുണ്ടാവാം. രാജകീയ ധർമങ്ങൾക്കനുസരിച്ച് മുന്നേറിയതിന്റെ ലക്ഷണമല്ല. മറ്റൊരു രാജാവ് തലസ്ഥാനം കീഴടക്കിയപ്പോഴും രാജ്യമാകെ കാൽക്കീഴിലാകുന്നില്ലെ ന്നതാണ് ജനങ്ങളുടെ അനുഭവം.

ഉൽപാദനവളർച്ച ജനങ്ങൾക്കിടയിൽ പൊതുവായി പ്രയോജനപ്പെ ടുത്തുന്ന സമ്പ്രദായത്തെ, കാലക്രമേണ ഉൽപന്നങ്ങൾ മൊത്തത്തിൽ കൈക്കലാക്കുന്ന വാണിജ്യവ്യഗ്രത താറുമാറാക്കി. മേൽപറഞ്ഞ ദല്ലാളന്മാരും സൂത്രധാരന്മാരും അധ്വാനിക്കുന്നവന്റെ മീതെ അവകാശം സ്ഥാപിച്ചു. വിയർപ്പൊഴുക്കുന്നവൻ വെറും അടിയാന്മാരാകുകയും അധ്വാനഫലം കയ്യടക്കുന്നവർ ഉടയോരാകുകയും ചെയ്യുന്ന സാമൂഹി കഘട്ടത്തിലേക്കുള്ള പതനമായിരുന്നു അത്. ക്രമേണ കൃഷിയിടവും മലയും മേടും കാടുകളും സ്വകാര്യവൽക്കരിക്കപ്പെട്ടുകൊണ്ട് സ്വകാര്യ സ്വത്തെന്ന അടഞ്ഞ ഉൽപാദനസങ്കേതമായി എല്ലാവരുടേതുമായ ഭൂമി രൂപാന്തരപ്പെട്ടു. ഏഷ്യാറ്റിക് ഉൽപാദനരീതികളിലെ സ്വകാര്യ ഭൂവുടമ സ്ഥതയുടെ അഭാവം സവിശേഷതയോടെ ചൂണ്ടിക്കാട്ടുന്നിടത്ത് മാർക്സ് ഈ സംഗതി പ്രത്യേകം രേഖപ്പെടുത്തുന്നുണ്ട്. കൃഷ്ണാനദിക്കു തെക്കുള്ള നിമ്നോന്നതമായ കുന്നിൻ പ്രദേശങ്ങളിൽ ഭൂസ്വത്ത് നിലനിന്നിരുന്ന തായി തോന്നുന്നുവെന്നാണ് 'കൊളോണിയലിസത്തെക്കുറിച്ച്' എന്ന രചനയിലെ പരാമർശം.

ആര്യസംസ്കാരത്തിന്റേയോ 'നായർ'സംസ്കാരത്തിന്റേയോ സ്വാ ധീനമില്ലാതെ തന്നെ സ്വയം സജ്ജമായ സാമൂഹികഘടന ആദിമല നാട് ആർജിച്ചിരുന്നു. സാംസ്കാരികമായും ഭാഷാപരമായും മാത്രമല്ല സാമ്പത്തിക-സാമൂഹികക്രമങ്ങളെ ക്രോഡീകരിക്കാനാവുന്ന രാഷ്ട്രീയ വ്യവസ്ഥയുടെ രൂപപ്പെടലുകളും അതേത്തുടർന്ന് പാകപ്പെട്ടു വന്നു. എഴുത്തുലിപിവികാസങ്ങളും സംഘസാഹിത്യസൃഷ്ടികളും മറ്റും പിറവി യെടുക്കാൻ പാകത്തിൽ സാംസ്കാരിക നിർമാണം പുരോഗമിച്ച ഒരു വ്യവസ്ഥാപനം സംഭവിച്ചിട്ടുണ്ട്. ഈ സാമൂഹിക പശ്ചാത്തലത്തിലേക്ക് നയിക്കുന്ന പരിണാമഗതി BC 1000 തൊട്ട് തുടങ്ങിയിട്ടുണ്ടെന്നാണ് ചരിത്രകാരന്മാരുടെ നിഗമനം. സംഘകൃതികളുടെ കാലഘട്ടം BC മൂന്നാം ശതകത്തിനും എ. ഡി. മൂന്നാംശതകത്തിനുമിടയിലാണെന്നത്

സ്വീകരിക്കപ്പെട്ട നിരീക്ഷണമാണ്. മൗര്യസാമ്രാജ്യത്തിനു വിധേയമല്ലാത്ത ചേര, ചോള, പാണ്ഡ്യ എന്നീ സ്വതന്ത്ര രാജ്യങ്ങളുടെ സഖ്യരൂപീകരണത്തെപ്പറ്റി (മൗര്യരുടേയും മറവരുടേയും മറ്റും ആക്രമണങ്ങൾക്കെതിരായ പ്രതിരോധക്കൂട്ടായ്മയോ, ദേശാന്തര വാണിജ്യവികസനത്തെ ഫലപ്രദമാക്കാനുള്ള നയരൂപീകരണം ഉദ്ദേശിച്ചുള്ളതോ ആവാം അത്തരം സഖ്യം) ചരിത്രാന്വേഷകർ പരാമർശിക്കുന്നുണ്ട്. BC 414 ലെ സഖ്യത്തെപ്പറ്റിയുള്ള പരാമർശം 'തീർഥ ദി ട്രഷറി ഓഫ് ഇന്ത്യൻ എക്സ്പ്രഷൻസ്'' എന്ന കൃതിയിലാണുള്ളത്.

ബി. സി. മൂന്നാം നൂറ്റാണ്ടിലെ അശോക ശിലാലിഖിതങ്ങളും ഖരവേലന്റെ ഹസ്തി കുംഭ ശാസനവും തമിഴക രാജ്യങ്ങളുടെ വികാസ പരിണാമങ്ങളോടു ചേർന്നു നിൽക്കുന്ന ചരിത്ര പശ്ചാത്തലത്തിലേക്ക് സൂചനകൾ തുറന്നിടുന്നുണ്ട്. അശോക സാമ്രാജ്യകാലത്തിനു മുമ്പുതന്നെ ഗോത്രവ്യവസ്ഥകളുടെ തകർച്ചകളും പിന്നീടുള്ള നാട്ടുരാജ്യരൂപീകരണങ്ങളും നാടുകളുടെ കൂടിച്ചേരലുകളും സംഭവിച്ചു കഴിഞ്ഞിട്ടുണ്ട്. പ്രധാനമായും ഒട്ടേറെ മലനാടുകളുടെ കൂടിച്ചേരലാണ് ചേരസാമ്രാജ്യം. ചേരൽ എന്നതിനപ്പുറം ആ വാക്കിന് സൂചനകളുണ്ടോയെന്ന് വ്യക്തമായി നിരീക്ഷിക്കപ്പെട്ടിട്ടില്ല. പക്ഷി എന്നർഥമുള്ള മുണ്ടാഭാഷയിലെ 'ചിറിയ'യിൽ നിന്നാണ് 'ചേര'മുണ്ടായതെന്ന അഭിപ്രായമുള്ളവരുണ്ട്.

'ചേരൽ' ഒരു അധികാരസ്ഥാനമായി പിന്നീട് ചാർത്തപ്പെട്ടു. 'വേന്തൻ' എന്ന പദവിയിലേക്കുയരും മുമ്പ് മൂലഗോത്രത്തിൽ പിറന്ന വ്യക്തിയല്ലെങ്കിൽ 'ചേരൽ' എന്ന സ്ഥാനം വഹിച്ചിരിക്കണം. ഈ വാക്ക് ചുരുങ്ങി 'ചെൽ' ആകുന്നതായും കാണാം. മൂന്നാമത്തെ ചേര വേന്തനെ പൽയാനൈ ചെൽ എന്നാണ് സംബോധന ചെയ്യുന്നത്. 'ചേരൽ' പദവിയിൽ നിന്നും 'പെരുമാൾ' എന്ന വിശേഷണത്തിലേക്ക് അധികാരമുയരുന്നത് പിന്നീട്. രാജാവിനും ചക്രവർത്തിക്കും പകരം പെരുമാൾ എന്നപദം ഉപയോഗിച്ചിരുന്നത് ആൾ എന്നതിനേക്കാൾ അതീതമായ ഒരു ശക്തിയെ സൂചിപ്പിക്കാനാണ്. ആര്യാധിനിവേശത്തിനും ബ്രാഹ്മണാധിപത്യത്തിനും മുമ്പുള്ള പൂർവ -ദ്രാവിഡകാലത്തിലെ അധികാരബിംബം വ്യക്തിയധിഷ്ഠിതമായിരുന്നില്ല. ചേരന്മാരുമായി നാഗന്മാർ ലയിച്ചു ചേർന്നതിന്റെ പരിണാമ പശ്ചാത്തലവും നിരീക്ഷിക്കേണ്ടതാണ്. വടക്കേ ഇന്ത്യയിലെ ആദിമ ഗോത്രമായ 'സേര'രുമായുള്ള വംശബന്ധം ഡോ: അംബദ്കർ ചൂണ്ടിക്കാട്ടുകയുണ്ടായി. ഒരു ഈജിപ്ഷ്യൻ ഗോത്രവർഗമായ 'സേറ' (രാജകുമാരൻ എന്നർഥം) ഡക്കാൻ മേഖലയിലേക്ക് കുടിയേറിപ്പാർത്ത വേട്ടക്കാരാണ്. മെഡിറ്ററേനിയൻ പാരമ്പര്യത്തിലുള്ളവരാണ് ഈ നാഗന്മാരെന്നും നിരീക്ഷിക്കപ്പെടുന്നു.

പ്രോട്ടോ -ദ്രാവിഡ കാലത്ത് ഇന്ത്യയിലെമ്പാടും നാഗകുലത്തിൽ പെട്ട ജനവിഭാഗങ്ങൾ പടർന്നിരുന്നതായി ചരിത്രകാരന്മാർ രേഖപ്പെടുത്തിയിട്ടുണ്ട്. മലബാറിലും പ്രാചീനനാഗന്മാരുടെ അധീനത്തിലായിരുന്ന ദേശങ്ങളുണ്ടായിരുന്നു. ഡോ:ആർ. ഗോപിനാഥൻ 'കേരളത്തനിമ'യിൽ വിശദീകരിക്കുന്നത്: "ദ്രാവിഡ ജനത പ്രാചീന കാലം മുതലേ ചേരന്മാർ, ചോളന്മാർ, പാണ്ഡ്യന്മാർ എന്നിങ്ങനെ വിഭജിക്കപ്പെട്ടിരുന്നു. ചേര അഥവാ സേര (പ്രാചീന തമിഴിൽ സരൈ) എന്നത് നാഗം എന്നതിന്റെ ദ്രാവിഡ ഭാഷയിലെ സമാനപദമാണ്. തങ്ങളെ സ്വയം ചേരുകൾ അഥവാ സിയോരികൾ എന്നു വിളിക്കുന്ന ഒരു ജനത, ഗംഗാതടത്തിൽ വ്യാപകമായി പടർന്ന് ഇന്നും നിലനിൽക്കുന്നുണ്ട്. സർപ്പദൈവങ്ങളിൽ നിന്നാണവരുടെ ഉൽപത്തിയെന്ന് അവർ അവകാശപ്പെടുന്നു. ചേരുകൾ വളരെ പുരാതന വംശമാണ്. ഗംഗാതലം ഒരു കാലത്ത് അവരുടെ അധീനതയിലായിരുന്നു. മുഹമ്മദൻ ആക്രമണങ്ങളുടെ കാലത്ത് അവർ നിഷ്കാസിതരായെന്നാണ് തോന്നുന്നത്. ഇപ്പോൾ ഇവർ ദരിദ്രരും ഭൂരഹിതരുമാണ്. ദ്രാവിഡരായ ചേരന്മാരുടെ ബന്ധുക്കളാണ് ഈ ജനതയെന്നതിൽ സംശയത്തിനവകാശമില്ല. ലിച്ചാവികൾക്കും നേപ്പാളിലെ നെവാർ കൾക്കും ചേരുമായി ആചാരാനുഷ്ഠാനങ്ങളിൽ ധാരാളം സാമ്യമുണ്ട്. ഓരോ കൂട്ടരും നാഗത്തെ പൂജിക്കുന്നുണ്ട്. ഇവരുടെ വൈവാഹിക ബന്ധങ്ങളുമായും ഉറ്റ സാദൃശ്യങ്ങളുമുണ്ട്. ഇവരെല്ലാം പൊതുവായ ഉൽപത്തിയുള്ളവരാണെന്ന് ഓൾഡാം സംശയാതീതമായി സ്ഥാപിക്കുന്നു. മറ്റു പലരും ഈ കണ്ടെത്തലിനെ പിന്താങ്ങിയിട്ടുണ്ട്. പഞ്ചാബിലെ താഖ്യ, ഹിമാലയ നിരകൾക്കു വെളിയിലുള്ള സത് ലജ് - ബിയാസ് താഴ് വരയിലെ സിയോ രാജ് പ്രദേശത്തെ ജനങ്ങൾ, ചിനാബ് നദിയുടെ മുകൾഭാഗത്തെ വേറൊരു സിയോരാജ് എന്നിങ്ങനെ നാഗാരാധകരും ദക്ഷിണേന്ത്യൻ ദ്രാവിഡ ബന്ധമുള്ളവരുമായ ജനത ചേര നാമം വഹിക്കുന്നുണ്ട്. " (പുറം 232)

ചേരിയുടെ അധിപനാണ് ചേരൻ. പ്രാചീന കാലത്തെ പതിനെട്ടു നാട്ടുകളെ തെൻമല, വടതല എന്നിങ്ങനെ രണ്ടു പാതികളായി വിഭജിച്ചതായി രേഖകൾ പരാമർശിക്കുന്നു. ഒരു പാതിയിൽ ഒൻപതു നാട്. ഒരു നാട് നാല് ചേരിയായും ഒരു ചേരി നാല് കോട്ടയായും ഒരു കോട്ട നാല് തറയായും സംവിധാനം ചെയ്യപ്പെട്ടിരുന്നു. ഒരു തറയുടെ പരിധിയിൽ നൂറു തറവാട്ടും. തറവാടിന്റെ അധിപൻ കാരണവർ, തറയുടേത് നായനാർ, കോട്ടയുടേത് കോടൻ, ചേരിയുടെ ചേരൻ, നാടിന്റേത് നാടൻ. ഒൻപത് നാട്ടുചേർന്ന പാതിയുടെ മേലധികാരം പാതിയാനും ഇരുപത്തിയൊന്ന് സഹ അധികാരികളും നിറവേറ്റണം. ഇരുപാതികളും ചേർന്ന മലയാള നാടിന്റെ അധിപൻ കേരളനും. ഈ

മലയാളനാടിനെയാണ് 'കേരള പുത്ര' എന്ന് അശോക ലിഖിതത്തിൽ അടയാളപ്പെടുത്തുന്നത്. ഈ കേരളൻ എന്നത് അധികാരസങ്കല്പമാണ്. പരശുരാമന്റെ പരിപ്രേക്ഷ്യവുമായി ഇത് ബന്ധപ്പെട്ടുകിടക്കുന്നു. കേരന്റെ (ശിവൻ) പുത്രനെന്ന സങ്കല്പത്തിലാണ് പരശുരാമനെ കേരളനെന്നു വിശേഷിപ്പിക്കുന്നത്. സുമേറിയൻ ഭാഷയിൽ 'കേര- ല്വ' എന്നാൽ കേര പുത്രൻ. കേരളമെന്ന ഉച്ചാരണത്തിന്റെ ഉൽപത്തി ഇതാണ്. അശോക ശാസനങ്ങളിൽ കേഡലെപുത്തോ, കേരഡപുത്രോ, കേരളപുത്ര എന്നീ പരാമർശങ്ങൾ കടന്നുവന്നതും ഇങ്ങനെയാണ്. കേരളപുത്രം സൂര്യവംശമായും (ഇക്ഷ്വാകു വംശം), സഹ്യപർവതനിരകളുടെ പൂർവ ഉത്തരഭാഗത്തെ സത്യപുത്രം ചന്ദ്രവംശ (യദുവംശം) മായുമാണ് മൗര്യ കാലഘട്ടത്തിലെ ഗണന. റോമാക്കഥകളിൽ രണ്ട് യമന്മാരിൽ ഇളയ വനായ 'ശിവന്' കേരനെന്നും മൂത്ത യമന് മഹിഷനെന്നും പേരുള്ള തായി കേസരി വിവരിക്കുന്നുണ്ട്. ശിവപിതാവായ സോമബ്രഹ്മാവാണ് മഹിഷൻ. മന്വന്തരാരംഭത്തിൽ (ബി. സി. 5556) ഗ്രീക്കുകാർ എഗീഗസ് എന്നു വിളിച്ച പ്രളയത്തിനു ശേഷം ചളിക്കളമായി മാറിയ ഭൂമി വീണ്ടും നേരെയാക്കിയെടുത്തതു ഖണ്ഡപരശുവിന്റെ പുത്രനായ പരശുരാമ നാണെന്നാണ് കഥ. കിഴക്കൻ അറേബ്യയിലെ ജെബൽ - അതൽ പർവതത്തിനു ചുറ്റുമുള്ള ദേശം മന്വന്തരത്തിന്റെ അന്ത്യത്തിൽ കേരളൻ (പരശുരാമൻ) വെള്ളം വറ്റിച്ച് മനുഷ്യയോഗ്യമാക്കി. സംസ്കൃതരൂപത്തി ലുള്ള രുദ്രൻ (ശിവൻ) എന്ന പദത്തിന്റെ ഗ്രീക്കു രൂപമാണ് എറിത്രാസ്. ഇന്ത്യാ പരിസരത്തെ കടലിന്റെ പ്രാചീന നാമം എറിത്രിയനെന്നായി രുന്നെന്ന് മുമ്പ് പരാമർശിച്ചതാണ്. 'കേരളപുത്ര'യെന്ന വിവക്ഷയിൽ പെടുന്ന പല മലനാടുകളിലൊരു ഗോത്രം മാത്രമാണ് ചേരവംശം. അശോക കാലത്തിനു മുമ്പേ മറയൂർ മലനിരകളിൽ ഉത്ഭവിച്ച് അനേ കദശകങ്ങളിലൂടെ ദക്ഷിണാപഥത്തിൽ ശക്തമായ മേധാവിത്തം പുലർത്താൻ പുരാതനമായ ഈ ഗോത്രവർഗത്തിന് കഴിഞ്ഞിട്ടുണ്ട്.

മലമടക്കുകൾക്കിടയിലെ ആദിചേരന്മാരുടെ ജീവിതഘടന വിവരി ക്കുന്ന ചരിത്രസൂചനകൾ അകനാനൂറ്, പുറനാനൂറ്, പതിറ്റുപ്പത്ത് എന്നീ കൃതികളിൽ കാണാം. വേന്തപദവിയിലെത്തിയ ചേരാധിപന്മാരെ, അവരുടെ ഭരണകാലക്രമത്തിൽ, പ്രകീർത്തിക്കുന്ന കൃതിയാണ് 'പതിറ്റു പ്പത്ത്'.

ചേരവേന്തന്മാരുടെ പരമ്പരാഗത തുടർച്ച താഴെ വിവരിക്കും പ്രകാര മാണ്:(കടപ്പാട്:മുസിരിസിന്റെ കാല്പാടുകളിലൂടെ - ഡോൺ ബോസ്കോ)

1) വാനവരമ്പൻ പെരും ചോറ്റു ഉതിയൻ ചേരലാതൻ

(AD 65 - 100 അനുമാനം) പത്നി: വെളിയൻഗോത്രത്തിലെ നല്ലിനി (നളിനി)

2) ഇമയവരമ്പൻ കുടക്കോ നെടുംചേരലാതൻ (ഉതിയൻ ചേരലിന് വെളിയൻ നല്ലിനിയിലുണ്ടായ മകൻ) (AD100-123)

പത്നി: ആവി ഗോത്രത്തിലെ പതുമൻതേവി (പത്മാവതി), ചോള രാജകുടുംബത്തിലെ മണിക്കിള്ളി. ആസ്ഥാനകവി കുമ്മട്ടൂർ കണ്ണനാർ.

3) പൽയാനൈ ചെൽ കെഴുകുട്ടുവൻ (AD123-125). യുദ്ധത്തിൽ പൂഴിനാട് നഷ്ടപ്പെട്ട് സ്ഥാനം പോയി. രണ്ടാം ചേരവേന്തന്റെ തമ്പി (ബന്ധു സഹോദരൻ). ആസ്ഥാന കവി - പാലൈ ഗൗതമനാർ

4) കളങ്കായ് കണ്ണി നാർമുടി ചേരലാതൻ (AD 125-135), നെടുംചേരലാതന്റേയും പതുമൻ തേവിയുടേയും മകൻ. ആസ്ഥാനകവി - കാപ്പിയാറ്റു കാപ്പിയനാർ

5) ചെങ്കുട്ടുവൻ (AD135-178),

കടൽ പിറകോട്ടിയ വേൽ കെഴുകെട്ടുവൻ, കാക്കൈപ്പാടിനിയാർ, നച്ചെല്ലൈയാർ എന്നീ വിശേഷണങ്ങളിലും അറിയപ്പെട്ടു.

നെടുംചേരലാതന്റേയും മണിക്കിള്ളിയുടേയും മകൻ. ഇയാളുടെ മകനാണ് ചേര വെള്ളിനാണയത്തിൽ രേഖപ്പെടുത്തിയ കുട്ടുവൻ കോത (കുട്ടുമാൻ കോത). ആസ്ഥാനകവി: പരണർ.

6) ആട്ടുകൊട്ടു പാട്ടുചേരലാതൻ (AD178 - 180) നെടുംചേരലാതന്റേയും പതുമൻ ദേവിയുടേയും മകൻ. ക്രി. പി 185 ൽ പ്രകൃതി ക്ഷോഭത്തിൽ മരിച്ചതായി പുറനാനൂർ 229 ൽ[1] പ്രസ്താവിക്കുന്നു. മുചിരിയിൽ പാണ്ഡ്യർ കാട്ടിയ അതിക്രമത്തിന് മറുപടിയായി ഇയാൾ പാണ്ഡ്യവേന്തൻ നെടും ചെഴിയനെ വെല്ലുവിളിച്ച്

1 'ഒരു കൂരിരുട്ടുള്ള രാത്രിയിൽ സമുദ്രത്താൽ ചുറ്റപ്പെട്ട ഭൂമിക്ക് വിളക്കായി മുഴങ്ങിക്കൊണ്ട് തീ പരത്തി ചിതറി, വാനത്തു നിന്ന് ഒരു നക്ഷത്രം വീണു എന്നാണ് പറഞ്ഞിരിക്കുന്നത്. ചില ഗോളസ്ഥാനങ്ങളും അതിൽ പറഞ്ഞിട്ടുണ്ട്. കാലഗണന ഇതിൽ നിന്ന് സാധ്യമാണെന്ന് തോന്നുന്നു. എങ്കിലും ക്രിപി. 185ൽ ഒരു സൂപ്പർനോവ അഥവാ ഒരു ജ്യോതിർ ഗോള വിസ്ഫോടന ദൃശ്യം കാണപ്പെട്ടതായി നാസയുടെ ചന്ദ്ര എക്സ്റേ ഒബ്സർവേറ്ററി കണ്ടെത്തിയിട്ടുണ്ട്. ചൈനക്കാരാണ് ക്രി. പി. 185 ൽ ഉണ്ടായ ഈ സംഭവം രേഖപ്പെടുത്തിയിരിക്കുന്നത്' (പേജ്371 / മുസിരിസ് കാല്പാടുകൾ - ഡോൺ ബോസ് കൊ)

പാണ്ഡ്യരാജധാനി ആക്രമിച്ചതായി സംഘംകൃതി, പുറനാന്നൂറ്. ഇയാളാണ് മുചിരി തകർന്ന യുദ്ധത്തിൽ പാണ്ഡ്യരാജാവിന്റെ തടവുകാരനാവുകയും തടവുചാടി രക്ഷപ്പെട്ടുകയും ചെയ്ത ചേരരാജാവെന്ന് പുറനാന്നൂറ് 17 ൽ കുറുങ്കോഴിയൂർ കിഴാർ പറയുന്നത്.

7) ചിക്കർപള്ളി തുഞ്ചിയ ചെൽവ കടുങ്കോ ആഴിയൻ ആതൻ (AD180-200) പത്നി: ആവിഗോത്രത്തിലെ രണ്ടാം പതുമൻതേവി. അന്തുവൻ ചേരലിന്റേയും പൊറയൻ പെരുംതേവിയുടേയും മകൻ. ആസ്ഥാനകവി:കപിലർ.

8) തകടൂർ എരിന്ത കരവൂർ ഏറിയ പെരുംചേരൽ ഇരുമ്പൊറൈ (AD200-207) ചെൽവ കടുങ്കോ ആഴിയൻ ആതന്റേയും രണ്ടാം പതുമൻതേവിയുടേയും മകൻ. ആസ്ഥാനകവി:അരശിൽ കിഴാർ

9) കുടക്കോ ഇളംചേരൽ ഇരുമ്പൊ റൈ (AD207-211), മരന്തൈയോർ പൊരുന (മാന്തൈ നഗരത്തിന് ഉടയോർ) എന്നുമറിയപ്പെട്ടു.

   കുട്ടുവൻഇരുമ്പൊറൈയുടേയും മയ്യൂർ കിഴാൻ മകൾ അന്തുവൻ ചെള്ളയുടേയും പുത്രൻ. യാനൈക്കട് മാന്തരൻ കടുങ്കോ ചേരൽ ഇരുമ്പൊറൈയുടെ പൗത്രൻ. അന്തുവൻ ചേരലിന്റെ പ്രപൗത്രൻ. ആസ്ഥാന കവി:പെരുങ്കുന്റൂർ കിഴാർ

10) ആതൻ ചെൽ ഇരുമ്പൊറൈ. (AD211-215).

   പെരും ചേരൽ ഇരുമ്പൊറൈയുടെ മകൻ. ഇതിനിടയിൽ വിവിധ ശാഖകളിലായി വേൾ, ചേരൽ സ്ഥാനങ്ങളിൽ മാത്രമിരുന്നവരും ഈ വംശപരമ്പരയിലുണ്ട്. അന്തുവൻ ചേരൽ ഇരുമ്പൊറൈ (AD125-145), ഇദ്ദേഹത്തിന്റെ പുത്രൻ യാനൈക്കട് ചെയ്മാന്തരൻ ചേരൽ ഇരുമ്പൊറൈ (AD130-185, മാന്തരൻ പൊറയൻ കടുങ്കോ, തലൈയാലങ്കാനം യുദ്ധത്തിൽ തോൽവി), ഇദ്ദേഹത്തിന്റെ പുത്രൻ കുട്ടുവൻ ഇരുമ്പൊറൈ (AD180- 195), കുട്ടുവൻ ചേരൽ കുട്ടുവൻ കോത (AD135-190), മാക്കോത രാജാക്കന്മാർ (AD190-), മാന്തരൻ ചേരൽ ഇരുമ്പൊറൈ (AD207-220), കണൈക്കാൽ ഇരുമ്പൊറൈ (AD220-225), പത്താംചേരവേന്തന്റെ പുത്രൻ പെരുംകടുങ്കോ (AD 211-), പൗത്രൻ ഇളംകടുങ്കോ തുടങ്ങിയവർ.

ദക്ഷിണാപഥത്തിന്റെ പൊതു രാഷ്ട്രീയ പ്രകൃതി പങ്കിടുന്ന മൂന്നു പ്രമുഖ രാജ്യങ്ങൾ - ചേര, ചോള, പാണ്ഡ്യർ കൂടാതെ അവരുടെ സാമന്തന്മാരായ (ഇവരെ സാമന്തന്മാരെന്ന് എല്ലാ കാലവും വിളിക്കാൻ

കഴിയില്ല)മറ്റു നാട്ടുരാജ്യങ്ങൾ. മലനിരകളിൽ മാത്രമായി, ചെരിവു കളുടേയും ഇടനാട്ടുകളുടേയുമൊക്കെ വരുതിയിൽ വിസ്തരിച്ച കിടന്ന വിവിധ നാട്ടുകൾ - മലൈനാട് (ആയ് വംശക്കാർ - ആയർ, ഇടയർ, യാദവർ), ധർമപുരി ജില്ലയിലെ തകിട്ടൂർ കേന്ദ്രമായ അതിയമാൻ നാട്, പാരിയുടെ പറമ്പുമല, നന്നന്റെ തൃശിനാപ്പള്ളിയിലെ മുശിരി താലൂക്കിലെ എരുമൈയൂര്, ഓരിയുടെ സേലം കൊല്ലിമല, പേകന്റെ മധുര-പഴനി, കാരിയുടെ ദക്ഷിണ ആർക്കാട്ടിലെ തിരുക്കോവല്ലൂർ...

ആദിചേരനാടിന്റെ ചരിത്രമന്വേഷിച്ചാൽ, വഞ്ചിമുത്തൂർ എന്ന മൂല ഗ്രാമത്തിലാണ് അവരുടെ ആരൂഢമെന്നു കാണാം.

മറയൂർ ഉൾപ്പെടെയുള്ള അഞ്ചുനാട് പ്രദേശത്തായിരുന്നു വഞ്ചിമു ത്തൂർ. ഇന്നത്തെ മറയൂർ, കാരയൂർ, കീഴാന്തൂർ, കാന്തല്ലൂർ, കോത്തഗുടി എന്നീ നാട്ടുകളെയാണ് തിരുവിതാംകൂർ ഭരണം അഞ്ചുനാടായി വിളിച്ചി രുന്നത്. ചേരന്മാരുടെ മൂലഗ്രാമത്തിന്റെ അടയാളങ്ങൾ തേടിയ ചരിത്രാ ന്വേഷകനായ ഡോൺ ബോസ്കോ 'മുസിരിസിന്റെ കാല്പാടുകളിലൂടെ' എന്ന തന്റെ കൃതിയിൽ പരാമർശിക്കുന്നു:

"ഒരു ഗോത്രവർഗത്തിന്റെ ശിലായുഗത്തിന്റെ ആദ്യകാലം മുതലുള്ള എണ്ണിയാലൊടുങ്ങാത്തത്ര ശവകുടീരങ്ങൾ മറയൂർ -കാന്ത ല്ലൂർ റോഡിലുള്ള പയസ് നഗർ മുതൽ ചിന്നാർ മലകൾ വരെയുള്ള ഉദ്ദേശം 20 ചതുരശ്ര കിലോമീറ്റർ പ്രദേശത്ത് കാണുന്നുണ്ട്. മാത്രമല്ല, ഈ പ്രദേശത്തെ ആലമ്പട്ടി വനത്തിൽ ആദിമ മനുഷ്യൻ മൃഗരക്തവും പച്ചിലച്ചാറുകളും ചേർത്തുണ്ടാക്കിയ ചായം കൊണ്ട് കരിങ്കല്ലിൽ വരച്ച ചിത്രങ്ങളും കാണുന്നു............ ഭൂനിരപ്പിനു മുകളിൽ ഉള്ളതും ഭൂമിക്കടിയിൽ ഉള്ളതുമായ അനവധി ശവകുടീരങ്ങളാണ് മറയൂർ പ്രദേശത്തുള്ളത്. മനുഷ്യന് താമസിക്കാൻ ഉണ്ടാക്കിയ കല്ലറകളും ഇതിനിടയിൽ കാണാം. ഭൂമിക്കടിയിലുള്ളവയിൽ ഇരുമ്പിന്റെ ആയുധങ്ങൾ ഉപയോ ഗിച്ച് പണിതിട്ടുള്ളവയും വളരെയേറെയുണ്ട്. ഇത് പ്രധാനപ്പെട്ട ഒരു ഗോത്രവർഗം തലമുറകളായി ഇവിടെ വസിച്ചിരുന്നു എന്നതിന് തെളിവാണ്. ഈ പ്രദേശത്തിനടുത്തായിരിക്കണം ചേരവംശത്തിന്റെ മൂലഗ്രാമം" (പേജ് 137, 138)

സ്വന്തം പേരിന്റെ കൂടെ ഗോത്രനാമം കൂടി ചേർത്താണ് പ്രയോഗി ച്ചു വന്നിരുന്നത്. കുടുംബനാമം പേരിനൊപ്പം വഹിക്കുന്ന രീതി ഇന്നു മുണ്ടല്ലോ. ഒന്നാം ചേരരാജാവായ ഉതിയൻ ചേരലാതന്റെ പേരിൽ ഉതിയയെന്നത് ഗോത്രനാമം. സൂര്യൻ എന്ന അർഥം. അധികാരസ്ഥാ നമായ 'കോ' ചേർത്താൽ കോഉതിയൻ. അത് ചുരുങ്ങി കോതയായി. മാക്കോതയെന്ന പ്രയോഗവും അങ്ങനെ വന്നു.

മൂലഗ്രാമം മുത്തൂർ. വഞ്ചിയെന്ന നാമം തലസ്ഥാനത്തെ കുറിക്കുന്നു. അങ്ങനെ ആസ്ഥാനഗ്രാമത്തിന് വഞ്ചിമുത്തൂർ എന്ന പ്രചാരം കിട്ടി. അമരാവതിക്കടുത്ത് ഇളയമുത്തൂർ എന്ന ഇപ്പോഴത്തെ സ്ഥലം ആദി ഗ്രാമത്തിനു ശേഷമുള്ള കാലത്ത് സങ്കേതമാക്കിയതാവാം. പാമ്പാർ - അമരാവതി - കാവേരി നദികളിലൂടെ കാവേരിപൂമ്പട്ടണത്തിലേക്കുള്ള സഞ്ചാരപാതയിലാണ് ഇളയമുത്തൂർ, ധാരാപുരം, കരൂർ എന്നിങ്ങനെ പിൽക്കാലത്ത് ചേരസങ്കേതങ്ങളായി വികസിച്ച സ്ഥലങ്ങൾ സ്ഥിതി ചെയ്യുന്നത്.

എട്ടാം ചേരവേന്തൻ പെരുംചേരൽ ഇരുമ്പൊറൈയുടെ കാലത്താണ് കരൂരിലേക്ക് ആസ്ഥാനം മാറുന്നത്. കരവൂർ എന്നായിരുന്നു സംഘകാലത്തെ പേര്. പശ്ചിമഘട്ടത്തിന്റെ പടിഞ്ഞാറേ മേഖലയിലേക്ക് കടന്ന് ഇടുക്കി താഴ്വരയിലെ നീലൂർ ആസ്ഥാനമായി ആധിപത്യം നേടിയ ചേരന്മാരുടെ ശാഖ പമ്പാതീരത്തും പെരിയാർ തീരത്തുമായി വാണിജ്യ തുറമുഖങ്ങളൊരുക്കി. കോയമ്പത്തൂർ, പൊള്ളാച്ചി, തിരുപ്പൂർ തുടങ്ങിയ ഭാഗങ്ങളിൽ പരന്നു കിടക്കുന്ന കട്ടനാട്ടും ഭാരതപ്പുഴയ്ക്കും പുഴയ്ക്കൽപുഴക്കുമിടയിലുള്ള കുടനാട്ടും പാലക്കാടിന്റെ കൊല്ലങ്കോട് ഉൾപ്പെടുന്ന മേഖലയായ പൊറയരാജ്യവും കൊറ്റന്റെ കുതിരമലയും കീഴടക്കി.

പടിഞ്ഞാറേ കടൽ മുതൽ കിഴക്കേ കടൽ വരേയും വടക്ക് ധർമപുരി മുതൽ തെക്ക് കന്യാകുമാരി വരേയും വ്യാപിച്ചതും ശ്രീലങ്കയുടെ ചില ഭാഗങ്ങൾ ഉൾപ്പെട്ടിരുന്നതുമായ ഒരു വലിയ രാജ്യമായി ചേരം പിന്നീട് വളർന്നു. സമാന്തരമായി മറ്റൊരു ഗോത്രവംശമായ വെളിയന്മാർ പഴനിക്കടുത്തുള്ള ആയ്ക്കുടി മൂലഗ്രാമമാക്കി ശക്തി പ്രാപിച്ചു. ആവിഗോത്രത്തിന്റെ സങ്കേതം പാലൈമല ആയിരുന്നു. പൊറയഗോത്രം തെന്മലത്താഴ്വരകളിൽ ഗായത്രിയുടെ കൈവഴികളായ സീതാറുകുണ്ട്, പലകപ്പാണ്ടി നദികൾക്കിടയിലും. ഈ ഗോത്ര ദേശങ്ങളുടെ പൊതുകേന്ദ്രത്തിലായിരുന്നു അയിരമലപരദേവതയായ 'കൊറ്റവൈ' [2] അധിവസിക്കുന്നതായി സങ്കല്പിക്കുന്നത്.

മറയൂരിലെ ചന്ദനത്തിന്റെ വിപണന സാധ്യതയും വനവിഭവങ്ങളും നദികളിലൂടെയുള്ള ചരക്കുനീക്കത്തിനുള്ള സൗകര്യങ്ങളും

---

2 'കൊറ്റ' എന്ന് തമിഴ് ബ്രാഹ്മി ലിപികളിൽ ആലേഖനം ചെയ്ത ഒരു പാത്രക്കഷണം ചെങ്കടൽ തീരത്തെ ബർണിസ് തുറമുഖത്തിനടുത്തു നിന്ന് പുരാവസ്തു ഗവേഷകർക്ക് കിട്ടുകയുണ്ടായി.
കുതിരമലയിലെ (ഇന്നത്തെ തൃശ്ശൂർ-പാലക്കാട് റോഡിലെ കുതിരാൻ)ഒരു നാട്ടുവാഴിയുടെ പേരിലും ഈ പദം കാണാം (പിട്ടൻ കൊറ്റൻ - നന്നന്റെ സേനാപതിയാൽ വധിക്കപ്പെട്ടു.

ചേരസമൂഹത്തെ വളരെ മുന്നിലെത്തിച്ചു. ഉപഗോത്രങ്ങൾ വളരുകയും പുഷ്ടിപ്പെടുകയും ചെയ്തു. അന്യ ഗോത്രങ്ങളുമായുള്ള വിനിമയവും വർധിച്ചു. മലയുടെ മറുപുറത്ത് സഹ്യന്റെ പടിഞ്ഞാറൻ മേഖലയിൽ, കുരുമുളകിന്റേയും മറ്റു മലഞ്ചരക്കുകളുടേയും ആകർഷണത്താൽ നീലൂർ (തൊടുപുഴക്കടുത്ത്) കേന്ദ്രീകരിച്ച് ചേരന്മാരുടെ തെക്കൻ ശാഖ പിൽക്കാലത്ത് രൂപപ്പെട്ടു. മീനച്ചിലാർ, മൂവാറ്റുപുഴ വഴി ചരക്കുകൾ തുറമുഖങ്ങളിലെത്തിക്കുവാൻ കഴിഞ്ഞു. തുറമുഖ നഗരങ്ങൾ വാണിജ്യ മർമങ്ങളായതോടെ അവയുടെ അധീശത്വം കയ്യടക്കാനുള്ള നീക്കങ്ങളുരങ്ങേറി. നേരിട്ടുള്ള യുദ്ധങ്ങളും യുദ്ധ സഖ്യങ്ങൾ രൂപീകരിച്ചുള്ള അടവുകളും സ്വീകരിച്ചു.

വാണിജ്യ പ്രാധാന്യമുള്ള സങ്കേതങ്ങൾ കയ്യടക്കിയുള്ള ഒരാധിപത്യമാണ് അന്നത്തെ രാജ വ്യവസ്ഥാ രീതി. സകല പ്രജകളുടേയും ക്ഷേമജീവിതത്തെ സ്പർശിക്കുന്ന ഒരു സമഗ്ര സംവിധാനത്തിന്റെ കേന്ദ്രം എന്ന നിലക്കൊന്നും രാജാധികാരം മാറിയതായി കാണുന്നില്ല.

ആ നിലയിൽ വടക്കൻ മലബാറിലെ വാണിജ്യ തുറമുഖനഗരങ്ങളേയും അവരുടെ ശക്തി കയ്യടക്കിയതായി കാണാം. പൗരജീവിതവുമായി രാഷ്ട്രീയബന്ധം മറ്റൊരു തലത്തിലും നിലനിന്നതായി കരുതാനാവില്ല.

വാണിജ്യ മുന്നേറ്റത്തിന് തുറമുഖങ്ങളിലെ സ്വാധീനം ദുർബലപ്പെടാതിരിക്കാൻ സ്വദേശശക്തികൾ മാത്രമല്ല വിദേശ ശക്തികളും -റോമാക്കാരും ഗ്രീക്കുകാരും ഈജിപ്തുകാരും യവനരെന്ന് പൊതുവെ വിളിക്കപ്പെടുന്ന പാശ്ചാത്യരായ കച്ചവട ഏജൻറുമാരുമെല്ലാം - ജാഗ്രത കാട്ടുന്നുണ്ട്. റോമാ ചക്രവർത്തി കച്ചവടക്കാരെ സംരക്ഷിക്കാൻ ഇവിടേക്ക് റോമാഭടന്മാരെ അയച്ചിരുന്നതായി റോമൻകൃതികൾ രേഖപ്പെടുത്തിയിട്ടുണ്ട്.

'ചിലപ്പതികാര 'ത്തിൽ ആട് കോട് പാട് ചേരലാതൻ യവന വളനാടിൽ നിന്നു നാടു വാണിരുന്നതായി പരാമർശിക്കുന്നത്, നറവിന്റെ തുറമുഖത്ത് വ്യാപാര മേൽനോട്ടത്തിന് താവളമടിച്ചതിനെയാണ്:

"വൻ ചൊൽയവന വള നാടാണ്ടു
പൊൻപട്ടനെട്ടുവരൈ പുകന്തേനായിരം"

കോചരുടേയും (തുളുനാട്) മറ്റും ആക്രമണത്തിൽ നിന്ന് നറവ് വാണിജ്യകേന്ദ്രം സംരക്ഷിക്കാൻ നാലാം ചേരവേന്തൻ അയച്ച സഹോദരനായ ആട് കോട് ചേരലാതൻ ആട്ടംപാട്ടുമായി സുഖമായി നറവ് കേന്ദ്രത്തിൽ കഴിയുന്നതായിട്ടാണ് വിവരണം.

AD 60- 180 വരെ മാത്രം വാണിജ്യാ ധികാരം മുരിചിക്കുമേൽ പുലർത്തിയിരുന്നവരാണ് ആദിചേരന്മാർ. ചേരന്മാരുടെ മുചിരി തുറമുഖം പാണ്ഡ്യവേന്തൻ ചെഴിയൻ ആക്രമിച്ച് നശിപ്പിച്ചതും ദേവവിഗ്രഹം

കവർന്നതുമായ പരാമർശം'അകനാനൂറി'ൽ നക്കീരൻ പ്രതിപാദിക്കുന്നു. പാണ്ഡ്യരാജാവ് നെടുംചെഴിയന്റെ ആസ്ഥാനകവിയാണ് നക്കീരൻ ആയ് രാജ്യത്തെ കൂടെ നിർത്തിയാണ് പാണ്ഡ്യരുടെ വരുതിയിലായിരുന്ന നെൽക്കിണ്ട ചേരന്മാർ പിടിച്ചടക്കിയത്. കൂടെ നിർത്താൻ വെളിയൻഗോത്രത്തലവന്റെ കുടുംബാംഗവുമായി ഒന്നാം ചേരവേന്തൻ വിവാഹ ബന്ധത്തിലേർപ്പെട്ടു. ആയ് എന്ന സ്ഥാനപ്പേരോടെ പിന്നീട് വെളിയർ ഗോത്രത്തലവനെ നെൽക്കിണ്ടയുടെ അധിപതിയുമാക്കി.

അധികാരം കുത്തകയാക്കാൻ പോരു മാത്രമല്ല, പലപ്പോഴും വിവാഹത്തിലൂടെയും ദത്തെടുക്കുന്നതിലൂടെയും ഉണ്ടാക്കിയെടുത്ത ബന്ധങ്ങളും സ്വീകരിച്ചതായി കാണാം. നറവ് വാണിജ്യകേന്ദ്രം രണ്ടാം നൂറ്റാണ്ടിന്റെ ആദ്യ പകുതിയിൽ നന്നനുമായി നടത്തിയ യുദ്ധത്തിലൂടെയാണ് പിടിച്ചെടുത്തത്. മുചിരി, തൊണ്ടി തുടങ്ങിയ മുഖ്യവാണിജ്യ തുറമുഖങ്ങളും സ്വന്തമാക്കിയ ശേഷം പെരിയാറിനും മണിമലയാറിനുമിടയിൽ ചേരവംശത്തിന്റെ തെക്കൻശാഖ സ്വാധീനം വ്യാപിപ്പിച്ചു.

പാമ്പാർ, അമരാവതി, കാവേരി നദികളിലൂടെ കാവേരിപൂം പട്ടണത്തിലേക്കും ചരക്കുകളെത്തിച്ചു. വാണിജ്യ വികാസത്തിനനുസരിച്ച് വഞ്ചിമുത്തൂർ, ഇളയ മുത്തൂർ, ധാരാ പുരം, കരൂർ എന്നിവിടങ്ങളിലേക്ക് തലസ്ഥാന സങ്കേതങ്ങൾ മാറി. ചേരന്മാരുടെ വടക്കൻ ശാഖ വളർന്ന് കൊംഗുനാടായി മാറി. ചന്ദനവും അപൂർവ രത്നക്കല്ലുകളുടെ ലഭ്യതയും ആഭരണനിർമാണവും വിശ്വവാണിജ്യ ശക്തികളെ പ്രധാനമായും ആകർഷിച്ചു. [നൊയ്യൽ നദിക്കരയിലെ പുരാതത്വ പര്യവേഷണങ്ങളിൽ വിവിധ രത്നങ്ങൾ കണ്ടെടുക്കുകയുണ്ടായി. വൈഡൂര്യം, പുഷ്യരാഗം, സുഗന്ധിക്കല്ല്, മാണിക്യം, ഇന്ദ്രനീലം, അക്കിക്കല്ല്, സൂര്യകാന്തിക്കല്ല് മുതലായവ. കൊടുമണാലിൽ (സംഘകാലത്തെ കൊടുമണം) നിന്ന് റോമൻ നാണയങ്ങളും (BC, AD ഒന്നാം നൂറ്റാണ്ടുകളിലെ) ആയുധമുണ്ടാക്കാനുപയോഗിച്ച ഉരുക്കും പുരാവസ്തുക്കളായി ലഭിക്കുകയുണ്ടായി]

ആയ്ക്കുടി ആസ്ഥാനമായ വെളിയന്മാരുടെ ആയ് ദേശം, കൊട്ടമ്പലം ആസ്ഥാനമായ പൊറയന്മാരുടെ ദേശം, പിട്ടൻ കൊറ്റന്റെ കുതിരമല,, നൊയ്യാൽ നദിയോരത്തെ കടുനാട് എന്നീ ദേശങ്ങളിലൂടെ ചേരന്മാരുടെ ആധിപത്യം പടർന്നു. സമ്പദ് സമൃദ്ധിയുടെ നാടായ കുടനാട് പിടിച്ചു. കുടനാടിന്റെ 'കോ' ആയിത്തീർന്നതിനാലാണ് ഒരു ചേരരാജാവിന് ഇമയവരമ്പൻ കുടക്കോ നെടുംചേരലാതൻ എന്ന സ്ഥാനപ്പേരു പതിഞ്ഞത്. വേന്തന്മാരായ (ചക്രവർത്തിപദം) ചേരരാജാക്കന്മാർ വഹിച്ച പദവിയാണ് ആതൻ. വേളിയർ ഗോത്ര രാജാവ് ആയ് എന്ന പദവിയും വഹിച്ചു.

ഈജിപ്തിൽ സൂര്യദേവനാണ് ആതൻ. ആരാധകനായ ഫറവോ അക്കിനാതൻ എന്നു പേരു മാറ്റി. 'ആയി' അദ്ദേഹത്തിന്റെ പിൻഗാമി. ആതൻ പദവി ഉപയോഗിക്കാത്തവരുമുണ്ട്. ചെങ്കുട്ടവൻ സ്വീകരിച്ചതായി കാണുന്നില്ല. വേന്തന്മാരല്ലാത്തവർ കുട്ടവൻ, ചേരൽ, ഇരുമ്പൊറൈ, കോ എന്നീ പദവികൾ വഹിച്ചതായി കാണാം. ചേരവേന്തൻ പ്രവിശ്യകൾ നേരിട്ട് ഭരിച്ചില്ല. ചേരൽ, കുട്ടവൻ, ഇരുമ്പൊ റൈ, ആഴിയൻ എന്നിവരാണ് അത് നിർവഹിച്ചത്. വേന്തന്മാരായി ഗണിക്കുന്നത് സ്വയം നിർണയാധീശത്തവും മറ്റു രാജാക്കന്മാരുടെ അംഗീകാരവുമുള്ള മഹാരാജാക്കന്മാരെയാണ്. ദക്ഷിണപഥത്തിൽ അത്തരത്തിൽ മൂന്നു പേർ മാത്രം - ചേര, ചോള, പാണ്ഡ്യർ. അതിവിസ്തൃതമായ സാമ്രാജ്യം ഈ മൂന്നു കൂട്ടർക്കുമില്ല. സ്വതന്ത്ര ഭരണമുണ്ടായിരുന്ന രാജ്യങ്ങൾ അവർക്കിടയിൽ ഒട്ടേറെയുണ്ടായിരുന്നു. അത്തരം രാജാക്കന്മാർ വേൾ എന്നറിയപ്പെട്ടു. ഇവർ ചില ഘട്ടങ്ങളിൽ വേന്തന്മാർക്ക് വിധേയത്വം പുലർത്തിയിട്ടുണ്ട്. വേന്തപദവിയിലെത്താൻ സാധ്യതയുള്ളവരാണ് അവർ. ചേരൻ പാണ്ഡ്യർക്കും ചോളർക്കും ശേഷമാണ് വേന്തപദവിയിലെത്തുന്നത്. ചില ചെറുനാടുകളിൽ അധികാരമുണ്ടായിരുന്നവരാണ് കോ/ കോൻ / ചിറ്ററചന്മാർ...

ഇതിനെല്ലാം പുറമെ കിഴാർ എന്നറിയപ്പെട്ട ചില പ്രാദേശിക ഭരണാധികാരികളുമുണ്ടായിരുന്നു. തമിഴ്സംഘകാലത്തിന്റെ അന്ത്യത്തിൽ രചിച്ച 'തിവാകര നികണ്ടു' വിൽ ചേരമാൻരാജാക്കന്മാർക്ക് കൊടുത്ത ബിരുദങ്ങളെപ്പറ്റി അധ്യായം 5 ൽ പരാമർശിച്ചിരുന്നുവല്ലോ.

ഗോത്രത്തലവന്മാരായ 18 വേളുകളെപ്പറ്റി സംഘകൃതികൾ പരാമർശിക്കുന്നുണ്ട്: ചേരൽ, കുട്ടവൻ, ഇരുമ്പൊറൈ, ആഴിയൻ, ആവി, വെളിയൻ (ആയി വംശം), മലയമാൻ (മാൻ =മഹാൻ), വള്ളുവൻ, വട്ടാറ്റ് ഏഴിനി, നന്നൻ, അതിയമാൻ, പാരി, ഓരി, കാരി, ഇരുങ്കോ, തിതിയൻ, തിത്തൻ, നള്ളി എന്നിവർ. ചേരരാജ്യം അഭിവൃദ്ധി പ്രാപിച്ച കാലത്ത് അതിന്റെ ഭരണസംവിധാനങ്ങളും വിപുലപ്പെട്ടു. വേന്തൻ രാജ്യത്തെ വിവിധ മേഖലകളായി തിരിക്കുകയും സ്വയംഭരണ മേഖലകൾ തുറക്കുകയും ചെയ്തു. ചേരവംശം വേൾ, കുട്ടവൻ, ഇരുമ്പൊറൈ, ചേരൽ (ചെൽ) തുടങ്ങിയ പദവികൾ അവർക്കു നൽകി. കുടനാടിന്റെ (കോടനാട് - കുടകു നാട്) ഭരണാധികാരിക്ക് കുടക്കോ എന്ന നാമം നൽകിയതായും കാണാം.

ചേരരാജ്യത്തെ വേൾ ആയിരുന്ന ഉതിയൻ ചേരൽ തന്റെ മകനെ കുടനാടിന്റെ പ്രാദേശിക ഭരണാധികാരിയാക്കിയിരുന്നു. പൊതുവെ യുദ്ധമേഖലയായിരുന്നില്ല ആ കാലഘട്ടം. വാണിജ്യ യുദ്ധങ്ങൾ

അരങ്ങേറിയിരിക്കാം. ഘോരയുദ്ധങ്ങൾ നടന്നതായതിന്റെ സാക്ഷ്യങ്ങളില്ല; സാഹിത്യകൃതികൾ കഥകളൊത്തിരി കെട്ടിച്ചമച്ചിട്ടുണ്ടെങ്കിലും. വാഴ്ത്തിപ്പാടാനും പരാജയത്തിന്റെ തെളിവുകൾ മറച്ചു പിടിക്കാനും ശ്രദ്ധിച്ചിട്ടുണ്ടാവണം. ഒന്നാം ചേരവേന്തന്റെ കാലത്ത് വെണ്ണാർ നദി മൂന്നു ശാഖകളായി പിരിയുന്ന വെണ്ണി എന്ന സ്ഥലത്ത് ചോളരുമായി നടന്ന യുദ്ധത്തിൽ ഉതിയൻ ചേരലാതൻ പരാജിതനായതിനാൽ മുരഞ്ചിയൂർ മുടിനാകരായർ എന്ന കവി സംഘകൃതിയായ പുറനാനൂർ (2) ൽ ഒരു പരാമർശവും നടത്തുന്നില്ല. അതേസമയം വേന്തന്റെ മഹത്വം നിറംപിടിപ്പിക്കുന്നതായും കാണാം:

“പെരിഞ്ചോറ്റുതിയൻ ചേരലാതന്റെ നാട്ടിലെ കടലിൽ സൂര്യനുദിക്കുകയും അദ്ദേഹത്തിന്റെ നാട്ടിൽ തന്നെ സൂര്യനസ്തമിക്കുകയും ചെയ്യുന്നു” എന്ന മട്ടിൽ കവിഭാവന കാടുകയറുന്നു. അന്നദാനം ബഹുകേമത്തിൽ നടത്തിയതിനാണ് പെരിഞ്ചോറ്റ് ഉതിയൻ എന്ന ബഹുമതി കിട്ടിയത്. അകം പാട്ടിൽ: “സ്വർഗം പൂകിയ പൂർവികർക്ക് പെരിഞ്ചോറ് കൊടുത്തപ്പോൾ അതിനു ചുറ്റും തിക്കിക്കൂടിയ കൂളികളെപ്പോലെ ചെറുതും വലുതുമായ മലകൾ അങ്ങിങ്ങായി സ്ഥിതി ചെയ്യുന്നതായി” വർണിക്കുന്നുണ്ട്. പൂർവികരുടെ ശ്രാദ്ധത്തിനാണ് അന്നദാനം.

‘ഉതിയൻ ചേരൽ എന്ന ചേരമന്നൻ ധാരാളം അന്നദാനം നടത്തി’ യതായും അകംപാട്ടിൽ മാമൂലനാർ പ്രകീർത്തിക്കുന്നു. പത്തുപാട്ടിലെ ‘പൊരുനരാറ്റുപടൈ’ യിൽ മുടത്താമക്കണ്ണിയാരുടെ യുദ്ധ വർണനയിങ്ങനെയാണ്: “വേപ്പിൻ പൂമാലയണിഞ്ഞ പാണ്ഡ്യവേന്തനും പനമ്പൂമാലയണിഞ്ഞ ചേരവേന്തനുമാകുന്ന ഇരുപെരുന്തേരും അത്തിമാല ധരിച്ച കരികാൽ വളവനെതിരായി യുദ്ധം ചെയ്തതായി.”

വേപ്പ്, പന, അത്തി എന്നിവ യഥാക്രമം പാണ്ഡ്യ, ചേര, ചോളരുടെ വംശവൃക്ഷങ്ങളാണ്. (പാണ്ഡ്യരുടെ ആദിഗോത്രം അഗസ്ത്യ ഗോത്രം. കുലത്തിന്റെ ചിഹ്നം മത്സ്യം, വൃക്ഷം വേപ്പ് (വേമ്പ്) ചേരന്മാരുടേത് ആത്രേയഗോത്രം(വിശ്വാമിത്ര ഗോത്രം:പത്മപുരാണപ്രകാരം). കുലത്തിന്റെ ചിഹ്നം വില്ല്, വൃക്ഷം പന (പോന്തൈ). തെങ്ങും പെട്ടും. ചോഴരുടേത് കാശ്യപഗോത്രം- ചിഹ്നം കടുവ, വൃക്ഷം അത്തി).

പതിറ്റുപ്പത്ത് ഒമ്പതിലെ പാട്ട് 8 ൽ ചെങ്കുട്ടുവനെ സ്തുതിക്കുന്നത്: ‘കടലിനെ വേലെറിഞ്ഞു പുറകോട്ടു മാറ്റിയ ചെങ്കുട്ടുവൻ’ എന്നാണ്. ഇമയവരമ്പൻ നെടുഞ്ചേര ലാതനെ ഹിമാലയത്തോളം കീർത്തി പരത്തിയവനായാണ് വാഴ്ത്തുന്നത്. ഉതിയൻ ചേരലാതനെ വാഴ്ത്തുകാർ വാനവരമ്പനാക്കി. ഇമയവരമ്പന്റെ രണ്ടു മക്കളിൽ മൂത്തവനാണ് ചെങ്കുട്ടുവൻ. ഇളയവൻ സന്ന്യാസം സ്വീകരിച്ച ഇളങ്കോ അടികൾ

ചിലപ്പതികാരത്തിന്റെ കർത്താവെന്ന നിലയിൽ പ്രശസ്തനാണല്ലോ. പത്താംചേരവേന്തനെപ്പറ്റി സംഘം കൃതികൾ നിശബ്ദമാണ്. ചോള ന്മാരോട് യുദ്ധത്തിൽ തോൽക്കുകയും വധിക്കപ്പെടുകയും ചെയ്തത് ഈ രാജാവാണ്. ചേരന്മാരുടെ അന്നത്തെ ആസ്ഥാനം കരവൂർ ചോളരാജാവ് കുളമുറ്റത്തു തുഞ്ചിയ കിള്ളി വളവൻ പിടിച്ചടക്കുകയും കത്തിക്കുകയും ചെയ്തപ്പോൾ ചേരവേന്തൻ യുദ്ധം നയിക്കാതെ കോട്ട അടച്ച് ഇരുന്നുവെന്ന് പുറ നാനൂറിൽ പറയുന്നു. പരാജിതനെപ്പറ്റി പരാ മർശിക്കുന്നതു പോലും ചേരപാരമ്പര്യത്തിനിണങ്ങുന്നതായിരുന്നില്ല. പത്ത് രാജാക്കന്മാരെ പ്രകീർത്തിക്കുന്ന പതിറ്റുപത്തിന്റെ ഒന്നും പത്തും അവശേഷിക്കാതിരുന്നതും അതുകൊണ്ടാവണം. പുകഴൂർ ശാസന ത്തിൽ നിന്നാണ് പത്താമന്റെ / അവസാനത്തെ വേന്തന്റെ പേര് ആതൻ ചേരൽ ഇരുമ്പൊറൈ (കോ ആതൻ ചെൽ ഇരുമ്പൊറൈ) ആണെന്നു അനുമാനിക്കപ്പെട്ടത്. (കാവേരി തീരത്ത് പുകഴൂർ ഗ്രാമ ത്തിലെ അർ നാട്ടാർ മലയിൽ കൊത്തിവച്ച ബ്രാഹ്മി ലിപിയിലുള്ള ശാസനങ്ങളിൽ നിന്ന് ഇങ്ങനെ വായിച്ചെടുത്തിട്ടുണ്ട്:

'മുതാ അമണ്ണൻ യാറ്റൂർ ചെങ്കായപൻ ഉറൈ കോ ആതൻ ചെല്ലി രുമ്പൊറൈ മകൻ പെരുങ്കടുങ്കോൻ മകൻ ഇളയ കടുങ്കോ ഇളങ്കോൻ ആക അരുപിത കൽ'). എരുമ എന്ന സ്ഥാനപ്പേരുണ്ടായിരുന്ന നാട്ടു വാഴിയുടെ (ഊരൻ) കീഴിലുള്ള എരുമയൂർ എന്ന സമതല പ്രദേശവും രണ്ടാം ചേരരാജാവിന്റെ കാലത്ത് അധീനത്തിലാക്കി. (എരുമൈയൂർ എന്ന പേരിൽ കുടക നാടിനോട് ചേർന്ന് മറ്റൊരു പ്രാചീന ദേശവുമു ണ്ടായിരുന്നു. എരുമയൂര് പിൽക്കാലത്തെ എരുമാട് എന്ന സ്ഥലനാമ ത്തിൽ അവശേഷിച്ചതു കാണാം). ബ്രിട്ടീഷ് മലബാറിലെ പൊന്നാനി, പട്ടാമ്പി എന്നിവയുൾപ്പെടെ ഭാരതപ്പുഴയ്ക്കും പുഴക്കൽപ്പുഴയ്ക്കുമിടയിലെ ഒരു താലൂക്കാണ് കുടനാട്. പൊന്നാനിപ്പുഴയ്ക്കു വടക്കും വയനാടിന്റെ പടിഞ്ഞാറുമായി കിടക്കുന്ന തീരദേശം പൂഴിനാട് കയ്യടക്കി അതുവഴി ടിണ്ടിസ് തുറമുഖത്തിലേക്ക് മാർഗമൊരുക്കി. ഇതിലേക്കുള്ള വഴി തുറന്നു കിട്ടാൻ വയനാട്ടും ചേരന്മാർ അധീനതയിൽ കൊണ്ടുവന്നു. വയനാടിന്റെ വേൾ ആയിരുന്ന നന്നനും ടിണ്ടിസിനു വേണ്ടി പൂഴിനാട് പിടിക്കുവാൻ തയ്യാറായിരുന്നു. ആയ് രാജാവ് എയിനനെ കൊന്ന തിനാൽ, പാഴിയുദ്ധത്തിലൂടെ നാർമുടിചേരലാതൻ ഏഴിമലയിലെ നന്നനോടു പകരം വീട്ടിയതായി പറയപ്പെടുന്നു. നന്നനെ വധിച്ച് അയാളുടെ അധീനതയിലുള്ള ദേശങ്ങൾ കയ്യടക്കിയതായും പുരാവൃത്ത ത്തിലുണ്ട്. അന്നത്തെ ഭൂമിശാസ്ത്ര പശ്ചാത്തലവും ചേരാധിപത്യത്തിന്റെ വളർച്ചയുടെ നിലയും പരിഗണിക്കുമ്പോൾ വടക്കൻ കേരളത്തിലെ

ഏഴിമലയോളം എത്തിച്ചേരാനുള്ള സാധ്യത പരിശോധിക്കപ്പെടേണ്ട താണ്. ഏഴിമലയുടെ പശ്ചാത്തലത്തിൽ മറ്റു ചില യുദ്ധങ്ങൾ അരങ്ങേ റിയിട്ടുണ്ട്. എ. ഡി. പന്ത്രണ്ടാം ശതകത്തിൽ ഹൊയ്സള രാജാവായ വിഷ്ണുവർധൻ പിടിച്ചടക്കിയ സ്ഥലങ്ങളുടെ കൂട്ടത്തിൽ ഏഴിമലയും ഉൾപ്പെടുന്നു. ഏഴുംമലയെന്ന നാമം മൈസൂറിലെ ഹുൺസൂറിലുള്ള ഒരു കർണാടക ശിലാലിഖിതത്തിൽ കാണാം:

"തുളു ദേശം ചക്രനൊട്ടം
തലവനപുര മു-
ച്ചംഗികോളാലവേളുംമലെവല്ലൂർ
കാഞ്ചി"

മൈസൂരിലെ കാടികെരെയുള്ള പന്ത്രണ്ടാം ശതകത്തിലെഴുതപ്പെട്ട ഒരു ലിഖിതത്തിൽ വടക്കൻ കാനറ ജില്ലയിലെ ഹൈഹയരാജവംശ ത്തിലെ ഒരു രാജാവിന് 'ഏഴും സിംഹാസന'ത്തിന്റെ അവകാശി എന്ന ബിരുദം രേഖപ്പെടുത്തിയിട്ടുണ്ട്. കടമ്പുകാവൽമരമായിരുന്ന കടമ്പുരാജ്യ ത്തെ രണ്ടാം ചേരവേന്തൻ നെടുംചേരലാതൻ ആക്രമിച്ചുവെന്ന ചരിത്രം അടിസ്ഥാനരഹിതമാണെന്ന് ചരിത്രാന്വേഷകനായ ഡോൺ ബോസ് കൊ ചൂണ്ടിക്കാട്ടുന്നു. ആ യുദ്ധത്തിൽ ലങ്കയാണ് ആക്രമിക്കപ്പെട്ടത്. വങ്കനാസിക തിസ്സ (AD 111-1 14) എന്ന സിംഹള രാജാവ് വധിക്കപ്പെട്ടു കയുമുണ്ടായി. മാന്തൈനഗരം ലങ്കയുടെ പടിഞ്ഞാറ് ഭാഗത്തെ പുരാതന തുറമുഖമാണ്. ഇത് ചേരന്മാർ പിടിച്ചെടുത്തതായും 'മഹാവംശം' പ്രതിപാദിക്കുന്നുണ്ട്.

കടലിലൂടെ കപ്പലോടിച്ചു ചെന്ന് വലിയ കടലിലെ ദ്വീപിൽ കടമ്പുമരം കാവൽമരമായിരുന്നവരുടെ വൃക്ഷങ്ങൾ വെട്ടി പെരുമ്പറയുണ്ടാക്കിയെ ന്നാണ് സംഘകൃതിയിലെ വിവരണം. (പതിറ്റു പത്ത് രണ്ടാം പത്ത്; അകനാനൂറ് 127, 347- മാമൂലനാർ). രാജധാനിക്കു ചുറ്റും വംശവൃക്ഷം വച്ചുപിടിപ്പിക്കൽ അന്നത്തെ രാജപാരമ്പര്യമായിരുന്നു.

അത് നശിപ്പിക്കപ്പെട്ടാൽ രാജാവ് പരാജിതനായതിനു തുല്യമാണ്. തുംഗഭദ്രയുടെ പോഷകനദിയുടെ തീരത്തുള്ള ബനവാസി തലസ്ഥാന മായ കടമ്പുരാജ്യം സ്ഥാപിച്ചത് AD345ലുമാണ്. AD 607 വരെ നില നിൽക്കുകയും ചെയ്തു.

ഒന്നാം നൂറ്റാണ്ടിലെ ചേരവേന്തന് രണ്ടു നൂറ്റാണ്ടു കഴിഞ്ഞുണ്ടായ ഒരു രാജ്യവുമായി യുദ്ധം നടത്തി ജേതാവാകാനുമാവില്ല. ഏഴിമല അധിപനെ പരാജയപ്പെടുത്തിയെന്ന കഥയിലും ഈ പ്രശ്നം കടന്നു വരാം. ആനമലയുടെ കിഴക്കുള്ള മറ്റൊരു ദേശത്തിന്റെ അധിപനുമാ വാം ഈ പുരാവൃത്തത്തിലെ ഏഴിമലയൻ. അവിടെ ഒരു ഏഴുമലയൻ

ക്ഷേത്രം ഇപ്പോഴുമുണ്ട്. കന്യാകുമാരി ജില്ലയിലെ തിരുവട്ടാർ ദേശത്ത് പിൽക്കാലം ചേരസാമന്തനായി മാറിയ ഏഴിനി എന്നൊരധിപന്റെ പേരും ചരിത്രത്തിലുണ്ട്. ചേരഗോത്രത്തിന്റെ പരദേവത കൊറ്റവെയുടെ സ്ഥാനമായ അയിരമലയും എലിമലയാണ്. അജിര(എലി) മാണ് 'അയിര'മായത്.

നന്നന്റെ അധീനതയിലുള്ള പൂഴിനാടിന്റെ ഭൂപ്രകൃതി പതിറ്റുപ്പത്തിൽ ചിത്രീകരിച്ചതു (3.1.20-23) വ്യത്യസ്തമായ മറ്റൊരു ദേശമാണ് പ്രദർശിപ്പിക്കുന്നത്. 'പാറക്കെട്ടുകളുള്ള വിശാലമായ കാടുകളിൽ നിന്ന് പ്രകാശം വിതറുന്ന രത്നങ്ങൾ പെറുക്കിയെടുക്കാറുള്ളതും മലകളുള്ളതുമായ പൂഴിയർ കാവ്'.

ഈ മലകൾക്കിടയിലെ കാട്ടിലാണ് പൽയാനൈ ചെൽ കെഴുകുട്ടുവന്റെ അടുത്ത ബന്ധുവായ ആയ് രാജാവ് എയ്നനും കുതിരമലയിലെ ചേര സേനാധിപതി പിട്ടൻ കൊറ്റനും നന്നന്റെ പടത്തലവൻ ഞിമിലിയാൽ കൊല്ലപ്പെട്ടപ്പോൾ കൂമനെപ്പോലെ ഒളിച്ചിരുന്നതെന്നും അകനാനൂർ പരിഹസിക്കുന്നു. വടക്കൻ കേരളത്തിലെ ഒരു രാജാവുമായി യുദ്ധം ചെയ്യാനുള്ള ചരിത്രസാഹചര്യത്തിലേക്ക് ചേരവംശം അന്ന് മുന്നേറിയതായി കരുതാനുമാവില്ല. പാണ്ഡ്യരാജാവിന്റെ ആസ്ഥാന കവിയായ നക്കീരൻ അകനാനൂറിൽ(36) ചിത്രീകരിക്കുന്ന തലൈയാലങ്കാനം യുദ്ധത്തിൽ തങ്ങളുടെ രാജാവ് വരഗുണപാണ്ഡ്യൻ (നെടും ചെഴിയൻ) കീഴ്പ്പെടുത്തിയ ഏഴു രാജാക്കന്മാരിലൊരാൾ മാത്രമാണ് ചേരരാജാവ്:

"ചേരൻ, ചെമ്പിയൻ, ചിനങ്കൊഴ തി തിയൻ,
പോർവൽയാനൈപ്പൊലമ്പൂണെഴിനി
നാരരിനറവിനെരുമൈയൂരൻ,
റേങ്കമഴകലത്തുപ്പലർന്ത ചാന്തി -
നിരുങ്കോവേൺമാനിയ രേർപ്പൊരുനനെൻ -
റെഴവർനൽവലമടങ്കവൊരുപകൻ"

(ചേരൻ, ചോളൻ, കോപപ്രകൃതനായ തിതിയൻ, സുശക്തമായ ആനപ്പടയുള്ള സ്വർണമാലധാരിയായ ഏഴിനി, പൊന്നിൻകസവു വസ്ത്രമണിഞ്ഞ എരുമൈയൂർ രാജാവ്, ചന്ദനം പൂശിയ മാറിടമുള്ള ഇരുങ്കോവേൾ, പാഞ്ഞു പോകുന്ന തേരിൽ നിന്ന് യുദ്ധം ചെയ്യുന്ന പൊരുനൻ എന്നിവരാണവർ). കൊന്നൊടുക്കിയെന്നത് അതിശയോക്തി. തടവിലായ രാജാവിനെ സേനാനായകർ രക്ഷപ്പെടുത്തുകയായിരുന്നു.

ഒന്നാം നൂറ്റാണ്ടിൽ വൽവിൽ ഓരിയുടെ കൊല്ലിമലയും എട്ടാം ചേരവേന്തനായ പെരുംചേരൽ ഇരുമ്പൊറൈ കൂട്ടിച്ചേർക്കുന്നുണ്ട്. കൊല്ലങ്കോടിലെ പൊറയനാട്ടും കട്ടു നാട്ടും അമരാവതീ തടം

മുഴുവനും ഉൾപ്പെടുന്ന ഭാഗം ഭരിക്കുന്ന വേൾ ആണ് ഇരുമ്പൊറൈ. മലയുടെ ഇരുപുറവും അധിപതിയായതിനാലാണ് ഇരുംപുറൈ എന്ന വിശേഷണം. ഇന്നത്തെ ധർമപുരിക്കു ഏഴു കി. മീ. തെക്ക് തകടൂർ ആസ്ഥാനമായ അതിയമാൻ നാടും ഇരുമ്പൊറൈ ആക്രമിച്ച് നെടുമാനഞ്ചിയേയും മകൻ പോകിട്ടെഴിനിയേയും വധിച്ച് ദേശം പിടിച്ചടക്കുന്നുണ്ട്.

അതിയമാൻ അതിനു മുമ്പ് വേൾ മലയമാനെ ആക്രമിച്ച് മുള്ളൂർമല കീഴടക്കിയതിന്റെ സൂചന തലസ്ഥാനമായ കോവിലൂർ (ഇന്നത്തെ തിരുക്കോവിലൂർ) അടുത്തുള്ള ജംബയ് ഗ്രാമത്തിലെ ശിലാശാസനം വ്യക്തമാക്കുന്നു. AD 200ൽ എഴുതപ്പെട്ട ശാസനത്തിൽ 'സതിയ പുതൊ അതിയൻ നെടുമാൻ അഞ്ചി ഇട്ട പള്ളി' എന്നാണ് ലിഖിതം. മലയമാനെന്നത് രാജാവിന്റെ സ്ഥാനനാമമാണ്. മലയമാൻ ആദ്യം ചോളന്റെ ആശ്രിതനായിരുന്നു. പിന്നെ ചേരന്റെ സാമന്തനായി. AD215ൽ ചേരതലസ്ഥാനം ചോള വേന്തൻ കുളമുറ്റത്തു തുഞ്ചിയ കിള്ളി വളവന്റെ സൈന്യം തീവച്ച് നശിപ്പിച്ച ശേഷം കുടനാട് പിടിച്ചെടുത്തതായി പുറനാനൂറ് 36 ൽ ആലത്തൂർ കിഴാർ പാടുന്നു. കൊടൈക്കനാലിനടുത്തുള്ള പാലൈ മലയാണ് (പൊതിയിൽ മലയെന്നു സംഘകൃതി) ആവിഗോത്രത്തിന്റെ ആസ്ഥാനം. ആയ്ക്കുടി ആസ്ഥാനമായ ആയ് രാജ്യം (വെളിയർ വംശം) ഒന്നാം ചേരന്റ ഭാര്യാഗോത്രം കൂടിയാണ്. പുരാതന മുരുകക്ഷേത്രം പഴനി ഈ രാജ്യത്തിന്റെ പരിധിയിലാണ്.

റോമൻ ചക്രവർത്തിമാർ അഗസ്റ്റസ് മുതൽ നെർവ വരെയുള്ളവരുടെ റോമാനാണയങ്ങൾ (63) ഈ ഭാഗത്തു നിന്നു കണ്ടുകിട്ടുകയുണ്ടായി. പാലക്കാടൻ ചുരത്തിന്റെ തെക്കുഭാഗമാണ് പൊറയദേശം. അന്തുവൻ ചേരൽ ഇരുമ്പൊറൈയു ടെ ഭാര്യാഗൃഹം കൂടിയാണ് ഇവരുടെ രാജധാനി. ഭരണത്തലവനെ നിശ്ചയിക്കേണ്ടുന്ന സന്ദർഭത്തിൽ സ്വന്തം ഗോത്രത്തിൽ യോഗ്യരില്ലെങ്കിൽ ബന്ധു ഗോത്രത്തിൽ നിന്നുള്ളവരെ അവരുടെ സമ്മതപ്രകാരം തെരഞ്ഞെടുക്കാറുണ്ട്. വെളിയൻ, ആവി, പൊറയൻ ഇതൊക്കെ ബന്ധു ഗോത്രങ്ങളായിരുന്നു.

ചേരരാജാക്കന്മാരെക്കുറിച്ചുള്ള പരാമർശങ്ങൾ സംഘകാലത്തിനുശേഷമുണ്ടായ ചില കൃതികളിലും കാണാം. എ. ഡി. 800-നടുത്ത് രചിക്കപ്പെട്ട 'മുത്തൊള്ളായിരം' ഒരുദാഹരണം. ചേരരാജാക്കന്മാരെപ്പറ്റിയും അവരുടെ ആസ്ഥാനമായ വഞ്ചിയെപ്പറ്റിയുമാണ് ഈ കൃതി പ്രധാനമായും പ്രതിപാദിക്കുന്നത്. കുലശേഖര ആഴ് വാരുടെ (എ. ഡി. 9-ാം ശതകം?) പെരുമാൾ തിരുമൊഴിയും ചില ചരിത്രവസ്തുതകളിലേക്ക് വെളിച്ചം വീശുന്നു. വൈഷ്ണവ സിദ്ധനായ നമ്മാഴ് വാരുടെ

തിരുവായ്മൊഴിയും പ്രധാനമാണ്. ചേക്കിഴാർ (എ. ഡി. 12-ാം ശതകം) എഴുതിയ പെരിയപുരാണം ചേരമാൻ പെരുമാൾ നായനാരുടെ ജീവിതകഥ അനാച്ഛാദനം ചെയ്യുന്നു. ചേരരാജധാനിയായ വഞ്ചിയെപ്പറ്റി മനസ്സിലാക്കാൻ സഹായിക്കുന്ന മറ്റൊരു കൃതിയാണ് ഒട്ടക്കൂത്തന്റെ (12-ാം ശതകം) തക്കയാകപ്പരണി.

എ. ഡി. മൂന്നാം നൂറ്റാണ്ടിൽ പൂർത്തിയായ ആദിചേരസാമ്രാജ്യത്തിന്റെ തകർച്ചക്കു ശേഷം, കുറനില മന്നന്മാരും നാടുവാഴികളും തമ്മിലടിച്ച നാലഞ്ചു നൂറ്റാണ്ടുകളാണ് കടന്നുവന്നത്. കളഭ്രരും പല്ലവരും ചാലൂക്യരും രാഷ്ട്രകൂടന്മാരും തമിഴകരാജ്യങ്ങളും മലനാടുകളും കീഴടക്കുന്നതും ഈ സാഹചര്യത്തിലാണ്. ആദ്യം കളഭ്രർ കീഴക്കി, എ. ഡി. മൂന്നു മുതൽ 6 വരെ തുടർച്ചയായല്ലെങ്കിലും കളഭ്രരുടെ അധീനതയിലാണത്രെ. ആറാം ശതകത്തിൽ കളഭ്രരെ തോല്പിച്ച് ചാലൂക്യർ അധിനിവേശം നേടുന്നു. എ. ഡി. 560-630 കാലയളവിൽ പല്ലവരും എ. ഡി. 753 ൽ രാഷ്ട്രകൂടരും കേരളം കീഴക്കിയതായാണ് ചില ചരിത്ര നിരീക്ഷണങ്ങൾ. കുലശേഖരആധിപത്യം പത്താം നൂറ്റാണ്ടിനു ശേഷം തകരുന്നതും ചോള - പാണ്ഡ്യ ആധിപത്യം തിരിച്ചു വരുന്നതും വീണ്ടും ശിഥിലമാകുന്നതും ചരിത്രം വിസ്തരിക്കുന്നു.

ഈ കാലയളവിലെ ആര്യബ്രാഹ്മണരുടെ അധിനിവേശങ്ങളും അവരുടെ ഗ്രാമസങ്കേതങ്ങളും കേരളമെന്ന ഒരു ദേശഭാഗത്തെ രൂപപ്പെടുത്തുന്നുണ്ട്. എട്ടാംനൂറ്റാണ്ടിൽ ചോള ചേരപാണ്ഡ്യന്മാരുടെ പ്രത്യാഗമനങ്ങളുണ്ടാകുന്നു. രണ്ടാം ചേരാധിപത്യമെന്ന് ചരിത്രകാരന്മാർ പരിഗണിച്ച മൂന്നാലു നൂറ്റാണ്ടുകളിലൂടെ കേരളം കടന്നു പോകുന്നു.

അപ്പോഴും ആദിമലനാടിന്റെ പ്രധാന പരിധി മൂഷികവംശമുൾപ്പെടെയുള്ള അധികാരശക്തികളുടെ അധീനതയിലാണ്. കാലക്രമത്തിൽ കോലത്തുനാടെന്ന പേരിലും ഈ പ്രദേശങ്ങൾ പരിണമിച്ചു. സംഘകാലപരിസരത്തേക്കു കണ്ണോടിച്ചാൽ പ്രധാനമായും മൂന്നു രാജ്യങ്ങളുടെ ചിത്രം അന്ന് കേരളത്തിന്റെ സ്ഥാനത്തു കാണാം. ആയ്നാട്, ചേരനാട്, മൂഷികനാട്. ചില സന്ദർഭങ്ങളിൽ കൊങ്ങുനാട്, തുളുനാട്, നഞ്ചിനാട് എന്നിവയും ഈ പരിധിയിൽ വരുന്നുണ്ട്. 'ആദിമലനാടി'ന്റെ ഭൂരിഭാഗവും ഈ ഭൂപടത്തിന്റെ പുറത്താണ്. മൂഷികനാട്, എരുമയൂർ, ചേരനാട്, മലൈനാട്, സിതനാട് (നീലഗിരിയുൾപ്പെടുന്നത്)എന്നീ ദേശങ്ങളിലേക്ക് പിൽക്കാലങ്ങളിൽ ലയിച്ച തിരോഭവിച്ച, അതിർത്തിരഹിതമായ ഒരു ദേശപംക്തിയുടെ ഭൂപടമാണ് ആദി മലനാടിന് അനുയോജ്യമാകുന്നത്. അതിന്റെ ഭൂപടം വരച്ചെടുക്കാനാവില്ല, സാമൂഹ്യവ്യവസ്ഥ വരയാനേ ചരിത്രം അനുവദിക്കൂ. അതാവിഷ്കരിക്കുന്ന

സാംസ്കാരിക പ്രകൃതി സംഘകൃതികളിലൂടെ പ്രതിഫലിക്കുന്നുണ്ട്. കൃതികളുടെ ഉള്ളടക്കത്തിൽ രാജസ്തുതികളായി നിറഞ്ഞുനിൽക്കുന്ന വിവരണങ്ങളുടെ മറുപുറത്ത് ജനപദങ്ങളുടെ ചിത്രം അദൃശ്യമായി കിടപ്പുണ്ട്. ചേര, ചോള, പാണ്ഡ്യ, ആയ് രാജാക്കന്മാരുടെ മാഹാത്മ്യ ങ്ങൾക്കൊപ്പം ദാനനിഷ്ഠനായ അതിയമാൻ നെടുമാൻ അഞ്ചിയും മൂഷികവംശം നന്നനും, മലയമാൻ തിരുമുടിക്കാരി, പറമ്പുമല പാരി, കൊല്ലിമല ഓരി, നാഞ്ചി നാട്ടുവള്ളുവൻ എന്നിവരും വാഴ്ത്തപ്പെടുന്ന പരാമർശങ്ങളിൽ നിന്ന് ഈ ദേശീയതകളെയെല്ലാം കോർത്തിണ ക്കാൻ കഴിയുന്ന സാംസ്കാരിക ചക്രവാളത്തിന്റെ വൈവിധ്യപൂർണ മായ ഏകതാനത വ്യക്തമാണ്. സഹസ്രാബ്ദങ്ങളിൽ അധിശത്വം പുലർത്തിയ രാജപരമ്പരകളുടെ സാന്നിധ്യം മലനാടിനുണ്ട്. അവയിൽ മൂഷികരാജവംശവും കോലത്തിരി രാജവംശവുമാണ് ഭരണചരിത്രത്തി ന്റെ സുപ്രധാന ഏടുകളിൽ ഇടം നേടിയിട്ടുള്ളത്.

വയനാടിന്റെ വനസാമ്രാജ്യത്തെ വരുതിയിലാക്കി മുഴക്കുന്ന് ആസ്ഥാനമായി വാണ പഴശ്ശിരാജാവും കണ്ണൂർ ആസ്ഥാനമായി ലക്ഷ ദ്വീപുൾപ്പെടെയുള്ള ദേശാധികാരം കയ്യാളിയ അറയ്ക്കൽ രാജവംശവും ഉൾപ്പെടെ ചെറുതും വലുതുമായ നിരവധി അധികാര വാഴ്ചകളുടെ പരിധിയും ഭരണക്രമങ്ങളും കടന്നുവന്ന പ്രവിശ്യകളും ചരിത്രത്തി ലുണ്ടായിരുന്നു. ഈ രാജവംശങ്ങൾ ചേരമാൻ പെരുമാളിൽ നിന്ന് അധികാര പിന്തുടർച്ച ലഭിച്ചതാണെന്ന ധാരണകളും ഒരു കൂട്ടം ചരിത്രകാരന്മാരാൽ വേരുറപ്പിക്കപ്പെട്ടിട്ടുണ്ട്.

കേരളത്തെ മുഴുവൻ കാൽച്ചുവട്ടിലാക്കി സാംസ്കാരികമായും സാമ്പ ത്തികമായും സുഭദ്രമായ അടിത്തറയുണ്ടാക്കിയെന്ന മട്ടിൽ ഒന്നും രണ്ടും ചേരസാമ്രാജ്യകഥ ആസ്ഥാനചരിത്രകാരന്മാർ പൂരിപ്പിക്കുന്നു. കൊല്ലം ഒന്നാം ശതകം തൊട്ടേ ഒരു സുവർണകാലം കേരള ജനതക്കു പ്രദാനം ചെയ്തു എന്നു വരെ ആ ചരിത്രസ്തുതി നീളുന്നുണ്ട്. ലോകത്തിലെ വലിയ സാമ്രാജ്യങ്ങളെ വെല്ലുവിളിക്കാൻ പോന്ന സാമ്പത്തിക ഭദ്രതയാണ് മഹോദയപുരം ആസ്ഥാനമാക്കി കേരളം വാണ കുലശേഖരഭരണം കെട്ടിപ്പൊക്കിയത് എന്നും ആ ചരിത്രരചനക്കാർ അഭിമാനം കൊള്ളു ന്നുണ്ട്. പക്ഷെ, ഐശ്വര്യകേരളം കളിയാടുകയായിരുന്നെന്നു വർണി ക്കുന്ന ആ സന്ദർഭത്തിലും അങ്ങനെയൊരു കേരളം ഭൂപടത്തിലുണ്ടായി രുന്നില്ലെന്നതാണ് യാഥാർഥ്യം. ഇല്ലാത്ത കേരളത്തെ കുലശേഖരന്മാർ സുവർണ കാലഘട്ടത്തിലൂടെ നയിച്ചു എന്നൊക്കെയാണ് ചരിത്ര വൃത്താന്തം നിറം പിടിപ്പിച്ചത്. അപ്പോഴും, ചെറുതും വലുതുമായ അനേകം നാട്ടുരാജ്യങ്ങളായി, പരസ്പരം കണ്ടെത്താൻ പോലും പ്രയാസകരമാം

വിധം നാൽപതിലേറെ നദികളാലും മലനിരകളാലും വേർമുറിഞ്ഞ്, ഒട്ടൊക്കെ അപരിചിത പ്രവിശ്യകളായി കിടക്കുകയാണ് കേരളം.

തെക്കേയറ്റത്തെ വേണാട്ടു മുതൽ വടക്ക് ഏഴിമലനാട്ടു വരെ ഈ കല്പിതസാമ്രാജ്യത്തിന്റെ പരിധിയിൽ വരച്ചിട്ടു. ചേരസാമ്രാജ്യത്തിന്റെ വടക്കേ അതിർത്തി മംഗലാപുരം വരെ വരച്ചു നീട്ടിയവരുമുണ്ട്. ഈ നാട്ടു രാജ്യങ്ങൾക്കൊന്നും സ്വതന്ത്ര പദവിയില്ലെന്നും കുലശേഖരന്മാരുടെ സാമന്തന്മാർ മാത്രമാണ് എല്ലാ നാടുവാഴികളെന്നുമാണ് സാധൂകരണം.

കുലശേഖര ചക്രവർത്തിയുടെ പ്രതിനിധിയായ കോയിലധികാരികൾ എന്ന ഉദ്യോഗസ്ഥനേക്കാളും താഴ്ന്ന നിലയാണ് നാട്ടുരാജ്യങ്ങൾ വാഴുന്നോർക്കുള്ളതുവെന്നു 'സ്ഥാണു രവിയുടെ കാലം' എന്ന പ്രബന്ധത്തിൽ (1946ആഗസ്റ്റ്) സ്ഥാപിക്കുന്ന ഇളംകുളം തന്നെ 'കുലശേഖര പെരുമാൾ' എന്ന തന്റെ പ്രബന്ധത്തിൽ (1946 ഒക്ടോബർ) ഭാസ്കര രവിവർമക്കു ശേഷം കേരളം വാണ വീരകേരള കുലശേഖരന്റെ അടുത്ത ബന്ധുവാണ് ഏഴിമല രാജാവായ കണ്ടൻകാരി വർമനെന്നു പ്രസ്താവിക്കുന്നുണ്ട്. അടുത്ത രാജ ബന്ധു സ്വതന്ത്ര അധികാരങ്ങളില്ലാത്ത വെറും സാമന്തനായി നിയമിക്കപ്പെടുന്നതിന്റെ പൊരുൾ വിശദീകരിച്ചു കണ്ടില്ല. രണ്ടാം ചോളാക്രമണത്തിനു ശേഷം കുലശേഖര സാമ്രാജ്യം ശിഥിലമാകുകയും നാട്ടുവാഴികൾ സ്വാതന്ത്ര്യം പ്രഖ്യാപിക്കുകയും ചെയ്തു താണെന്ന ഒരേച്ചുകെട്ടൽ നടത്തി യാഥാർഥ്യത്തിലേക്കു ചെന്നുചേരും വിധമാണ് ഇളംകുളം ആ ചേരസാമ്രാജ്യ കഥ ഉപസംഹരിക്കുന്നത്. എ. ഡി. ആയിരത്തിയൊരുനൂറോട്ടു കൂടി ചോളരുടെ പരാജയത്തിൽ കലാശിച്ച ഒരു ശതാബ്ദ കാലത്തെ യുദ്ധത്തിനു ശേഷം വിജയിച്ച രാജ്യം അക്കാരണത്താൽ ശിഥിലമാകുന്നതെങ്ങനെയെന്ന ചോദ്യവും ബാക്കി കിടക്കുന്നു. യുദ്ധാനന്തരം ബുദ്ധ -ജൈന മതങ്ങളുടെ സ്വാധീനം ദുർബലമാവുകയും ജാതീയത സുസ്ഥിരത നേടുകയും പ്രബലമായി മാറിയ ബ്രാഹ്മണ്യത്തിന്റെ പിൻബലത്തിൽ രാജകീയത കൂടുതൽ ശക്തിയാർജിക്കുകയും ചെയ്തതു കൂടി കണക്കിലെടുക്കുക. പതിനൊന്നാം ശതകം മുതൽ പതിനാറാം ശതകം വരെ നമ്പൂതിരി മേധാവിത്തം രാജകുലങ്ങളെയെല്ലാം കാൽച്ചുവട്ടിലാക്കിയിരുന്നു.

ഏഴാം നൂറ്റാണ്ടിന്റെ അന്ത്യഘട്ടത്തിനും ഒൻപതാം നൂറ്റാണ്ടിന്റെ തുടക്കത്തിനുമിടയിൽ, കേരളം തെക്ക് കൊല്ലം വരേയും വടക്ക് കോഴിക്കോട്ടുവരേയും നീണ്ടു കിടക്കുന്ന ചിത്രമേ കെ. പി. പത്മനാഭമേനോൻ വരച്ചിട്ടുന്നുള്ളു (History of Kerala). ആ രാജാക്കന്മാരുടെ മധ്യസ്ഥാധികാരം മാത്രമാണ് രണ്ടാം ചേരരാജാക്കന്മാർക്കുണ്ടായിരുന്നത്. നിർണായകമായ മൂന്നു രേഖകൾ ആ നിലക്കുള്ള അധികാരപരിധിയെ

സാധൂകരിക്കുന്നു. ഒന്ന്, ഭാസ്കര രവിവർമപ്പെരുമാൾ ജോസഫ് റബ്ബാന് (ജൂതന്) കൊടുക്കുന്ന പട്ടയത്തിൽ സാക്ഷിയൊപ്പിട്ടത് വേണാട്, ഓടനാട്, ഏറനാട്, വള്ളുവനാട്, നെടുമ്പ്രയൂർ ഉടയവരാണ്. മറ്റു നാടുവാഴികളില്ല. രണ്ട്, കൊടുങ്ങല്ലൂരിലെ ഇരവികോർത്തന് വീരരാഘവപ്പെരുമാൾ മണിഗ്രാമം കൊടുത്ത പട്ടയം. മൂന്ന്, ഒരു നാട്ടുപള്ളിക്ക് കടൽക്കരയിലുള്ള ഭൂമി ഒരു മാർവൻ സപീറിന് കൊടുക്കുന്ന രേഖയും. ചേരസാമ്രാജ്യം ഒരു കെട്ടുകഥയെന്ന് പി. കെ. ബാലകൃഷ്ണനും വാദിക്കുന്നു: "കൊടുങ്ങല്ലൂർ ആസ്ഥാനമായി ചേര സാമ്രാജ്യം ഉണ്ടായിരുന്നില്ല. മുപ്പതിലധികം നാടുവാഴി സ്ഥാനങ്ങളും മൂന്നു രാജസ്ഥാനങ്ങളും ഫലത്തിൽ സ്വതന്ത്രമായ വാഴ്ച നടത്തിയിരുന്നു. " (ജാതി വ്യവസ്ഥിതിയും കേരള ചരിത്രവും - പി കെ. ബാലകൃഷ്ണൻ) 1670 ൽ വാൻറീഡ് രേഖപ്പെടുത്തിയ കണക്കു പ്രകാരം കേരളത്തിൽ രാജപദവികളുടെ എണ്ണം 31, മാടമ്പി പ്രഭുക്കളുടെ എണ്ണം 80. ഇത് അനാദികാലം തൊട്ടേയുണ്ടെന്ന് പി കെ. ബാലകൃഷ്ണൻ അടിവരയിടുന്നു:

"38864 കി. മീ. വിസ്തൃതിയുള്ള ഒരു ദേശം. മൂന്നിൽ രണ്ടു ഭാഗത്തോളം കാടായിരിക്കുന്ന ഇവിടത്തെ ഭൂപ്രകൃതി. ബാക്കി ശേഷിക്കുന്ന ജനാധിവാസസ്ഥാനങ്ങളിൽ മുപ്പതിൽ കുറയാത്ത രാജാക്കന്മാർ, ഇവരോട് നാമമാത്രമായ വിധേയത്വമുള്ള പത്തുനൂറു മാടമ്പി പ്രഭുക്കൾ, 41 നദികളാൽ നിരന്തരം വെട്ടിമുറിക്കപ്പെട്ടു കൊണ്ടിരിക്കുന്നതും കൃത്രിമ ഗതാഗത സൗകര്യം തൊട്ടു തീണ്ടിയില്ലാത്തതുമായ പ്രദേശം. ഇവയിൽ നിന്ന് ആകക്കൂടി വിരിയുന്ന ചിത്രം, അല്പവിസ്തൃതമാ യ വന്യപ്രദേശ ഖണ്ഡങ്ങളിൽ പരമ്പരാഗതമായ തലസ്ഥാനം വഹിക്കുന്ന ചെറുതും വലുതുമായ ട്രൈബൽ ചീഫുമാരുടേതാണ്. 16-ാം നൂറ്റാണ്ടിന്റെ പ്രാരംഭ സന്ധിയിൽ നിൽക്കുമ്പോഴുള്ള കാഴ്ചയാണിത്. " (പേജ് 98: ജാതി വ്യവസ്ഥിതിയും കേരള ചരിത്രവും - പി കെ. ബാലകൃഷ്ണൻ)

ഈ ദേശങ്ങളെയെല്ലാം ഉൾപ്പെടുത്തി ഏകീകൃതമായ ഒരു സാമ്രാജ്യമെന്നത് അത്ര പ്രായോഗികമല്ല. മാർത്താണ്ഡവർമയുടെ കാലത്തു പോലും (1729-1758) തിരുവിതാംകൂറിൽ നാട്ടുരാജ്യങ്ങളെ പിടിച്ചടക്കി ലയിപ്പിച്ചിട്ടും ജനങ്ങളുടെ ഏകീകരണം സഫലമായിട്ടില്ല.

ശക്തിയുള്ളവർ സമ്പത്തിൽ കണ്ണുനട്ട് വ്യവസ്ഥകളുണ്ടാക്കിയിരിക്കാം. അത് തോറ്റരാജാക്കന്മാരും ജയിച്ചവരും തമ്മിലുള്ള ഉടമ്പടി മാത്രം. രാജാവ് സാമന്തനായി തീർന്നിരിക്കാം. ജനങ്ങളിൽ അത് പ്രതിഫലിക്കണമെന്നില്ല. ജന പദങ്ങളുടെ ഏകീകരണമാണ് രാജ്യത്തിന്റെ നിർവചനം. ആ നിലയിൽ ചേരസാമ്രാജ്യമെന്നതിന്റെ അസ്തിത്വം തെളിയിക്കപ്പെടേണ്ടതുണ്ട്. ആദിചേരവംശത്തെ ആദിമല

നാടിന്റെ വംശശൃംഖലയുമായി ഒരേ മട്ടിൽ ചേർത്തു വയ്ക്കുന്നതും ശരിയാവില്ല. പ്രാചീനശിലായുഗത്തിന്റെ പൂർവ മുദ്രകൾ ചേരമെന്ന ഗോത്ര സംസ്കൃതിയിൽ എങ്ങനെ കാണുന്നുവോ അതേപടി ആദിമലനാടിന്റെ ആത്മ സംസ്കൃതിയിൽ പ്രകടമാകില്ല. അതിന്റെ വേരുകൾ മറ്റൊരു ദേശത്തിന്റെ പൂർവികതയിലാണ്.

സൂര്യൻ രണ്ടിടത്തും ഒരേ പോലെ ആരാധനാശക്തിയായി മാറാം. അതേസമയം സ്വന്തം പരിസ്ഥിതിയിൽ നിന്ന് അവതരിക്കുന്ന ആരാധനാദേവതകൾക്ക് മാറ്റമുണ്ടാകാം. ഉദാഹരണമായി, അയിരമലയുടെ നിഗൂഢതയിൽ നിന്ന് ചേരന്മാരുടെ മുന്നിൽ പരദേവതയായി കൊറ്റവെ വെളിപ്പെടുമ്പോൾ, 'ആദിമലനാട്ടി'ൽ കാളിയാണ് പ്രത്യക്ഷപ്പെടുന്നത്.

ഓരോരോ ദേശത്തും അതാത് ആദിമ മുദ്രകൾ പതിഞ്ഞ ഗോത്രങ്ങൾ രൂപപ്പെടുന്നു. ആദിമ ദേശത്തിന്റെ രൂപീകരണത്തിന് ഓരോ ജനപദത്തിനുമുള്ള തനതു സാധ്യതകളെ തള്ളിക്കളയാനാവാത്തതുമാണ്. ആദിചേരന്മാർക്ക് പിന്തുടർച്ചയുണ്ടായോ? ആദിചേരന്മാരേയും മധ്യകാല ചേരവംശത്തേയും തമ്മിൽ ബന്ധിപ്പിക്കുന്നതെന്താണെന്ന് ഈ ചരിത്രപഥത്തിന്റെ ഉപജ്ഞാതാക്കളൊന്നും കൃത്യമായി വ്യക്തമാക്കിയിട്ടില്ല. മൂന്നാം നൂറ്റാണ്ടിന്റെ തുടക്കത്തിൽ ചോളന്മാരുമായുള്ള യുദ്ധത്തിലെ പരാജയം, റോമൻ വാണിജ്യ ബന്ധത്തിന്റെ അന്ത്യം, രണ്ടാം നൂറ്റാണ്ട് ഒടുക്കം സംഭവിച്ച പ്രകൃതിക്ഷോഭം, മുചിരിയുടെ തകർച്ച (ഒൻപതാം നൂറ്റാണ്ടിൽ മഹോദയപുരം ആസ്ഥാനമാക്കി കുലശേഖര രാജാക്കന്മാർ വന്ന ശേഷം മുസിരിസിന് ജീവൻ വച്ചിരിക്കാം. 14 -ാം നൂറ്റാണ്ടിലെ പ്രകൃതിക്ഷോഭം വീണ്ടും തകർത്തു. കാലക്രമേണ തുറമുഖ സങ്കേതം കൊച്ചിയിലേക്കു മാറ്റപ്പെട്ടു) പന്ത്രണ്ടാം നൂറ്റാണ്ടിൽ ചോള ആക്രമണത്തിൽ വീണ്ടും അവസാനിച്ച ഭരണരൂപങ്ങൾ, നാണയ വ്യവസ്ഥകളിലെ അടിസ്ഥാനപരമായ മാറ്റങ്ങൾ...

എല്ലാം കണക്കിലെടുത്തു നിരീക്ഷിച്ചാൽ പാരമ്പര്യത്തെ ഒറ്റശൃംഖലയിൽ കോർത്തിടാനാവാത്ത വിധം വ്യത്യസ്ത ചരിത്രരൂപങ്ങൾ വെളിപ്പെടുന്നതു കാണാം. ചരിത്രം അവ്യക്തമായ കാലഘട്ടങ്ങളിലും ഇവിടെ പ്രബലമായ സാമൂഹികവ്യവസ്ഥ അവധിയിൽ പോകാതെ നിലനിൽക്കുകയും മുന്നേറുകയും ചെയ്യാതിരിക്കില്ലല്ലോ. എ. ഡി. മൂന്നാം ശതകം മുതൽ എട്ടാം ശതകം വരെ കേരളചരിത്രത്തെ ഇരുളടഞ്ഞ ചരിത്രമാണെന്നാണ് പരിചയപ്പെടുത്താറുള്ളത്. ആദിചേരന്മാരുടെ തകർച്ചയെ റോമാ സാമ്രാജ്യത്തിന്റെ സുവർണ യുഗത്തിന്റെ തകർച്ചയുടെ അനുബന്ധമായി വിലയിരുത്താറുമുണ്ട്. AD 165-180 കാലത്ത് അന്തോണിയൻ പ്ലേഗ് റോമിനെ കൊന്നൊടുക്കിയത് ലോകചരിത്രത്തിലെ പ്രധാന

സംഭവമാണല്ലോ. അതിന്റെ പ്രത്യാഘാതങ്ങൾ കേരളത്തേയും പിടിച്ചുകുലുക്കിയിരിക്കുമെങ്കിലും സമാന്തരമായി ഈജിപ്ഷ്യൻ - അറബിവണിക്കുകളുമായുള്ള വിനിമയ ബന്ധം ഇവിടെ തുടരുന്നതിനാൽ റോമൻപ്രതിസന്ധി മറികടക്കാൻ കഴിയേണ്ടതാണ്. അതിനേക്കാൾ പ്രബലമായ അടിസ്ഥാന സംഘർഷങ്ങൾ ഇവിടെ രൂപപ്പെട്ടിരിക്കണം. വംശീയവും ഗോത്രീയവുമായ സാമൂഹികഘടനകളുടെ പതനങ്ങളും കുറുനില മന്നന്മാരുടേയും നാട്ടരചന്മാരുടേയും അരങ്ങേറ്റങ്ങളും സാമൂഹ്യവ്യവസ്ഥയെ ശിഥിലമാക്കിയിരിക്കാം. അതിനെ ഇരുളടഞ്ഞ കാലമെന്നൊന്നും വിളിക്കാനാവില്ല. സാമ്പത്തിക സാമൂഹിക പ്രക്രിയകളുടെ അനിശ്ചിതാവസ്ഥ എന്ന വിലയിരുത്തൽ അസ്ഥാനത്താണ്. രാജപരമ്പരകളാണ് ചരിത്രം എന്ന് ധരിച്ച് അതിനെ പിൻപറ്റിയവർക്കു വന്നുചേരുന്ന 'ഇരുളാവൽ' മാത്രമാണത്. ചരിത്രത്തിന്റെ ചലന പ്രക്രിയകൾ തുടരുന്നു. ഭൂബന്ധങ്ങളിലും ഉൽപാദന പ്രക്രിയകളിലും സാംസ്കാരിക പരിണാമങ്ങളിലും അതിന്റെ ക്രമാനുഗതമായ അനുസ്യൂതത മുന്നേറുന്നു. അതിനിടയിൽ രാജവംശങ്ങളുടേയും ഗോത്രാധിപത്യത്തിന്റേയും ശിഥിലീകരണങ്ങളും നടക്കുന്നു. അന്യോന്യം ജനപദങ്ങൾ കടന്നു കയറുന്നു. ജീവിത സമീപനങ്ങൾ പങ്കിടുന്നു. ഭാഷയും സാഹിത്യവും വാണിജ്യവും രാഷ്ട്രീയ പ്രക്രിയകളും ഉടച്ചുവാർക്കപ്പെടുന്നു. ജൈന - ബുദ്ധദർശനങ്ങളും വൈദിക സംസ്കൃതികളും മറ്റു പല സാംസ്കാരിക പദ്ധതികളും ഇതിനിടയിൽ സമന്വയിക്കപ്പെടുന്നു. ആചാരാനുഷ്ഠാനങ്ങളും പല തലത്തിൽ കൂടിക്കലരുന്നു. സാമൂഹ്യ സ്വാംശീകരണത്തിന്റെ ഓരോ അടരും ഈ കാലഘട്ടത്തിന്റെ ചരിത്രത്തേയും നിർണയിച്ചിട്ടുണ്ട്. രാഷ്ട്രീയ സംവിധാനങ്ങളുടെ രൂപീകരണത്തിനും ഏകീകരണത്തിനും ഇടയായിട്ടുണ്ട്. ആദിചേരരാജ്യം ആയ് രാജ്യം ഏഴിൽമലരാജ്യം എന്നിവയുടെ ശിഥിലീകരണ ഘട്ടത്തിനു ശേഷം കോലത്തുനാട്, കേരളം, കുലശേഖരം, ആയ് എന്നിങ്ങനെയുള്ള ഒരു ദേശ സംവിധാനത്തിന്റെ ഭൂപടം തെളിഞ്ഞു വന്നിട്ടുണ്ടാവാം. ഇതിലൊന്നും പെടാത്ത ഗോത്രഘടനയുടെ ആവാസപരമായ പരിപ്രേക്ഷ്യം അടിമുടി പൊളിച്ചെഴുതപ്പെടാതെ സംരക്ഷിക്കപ്പെട്ട സമൂഹ ഘടനകളുമുണ്ട്. മലനാടുകളുടെ ഉള്ളടക്കത്തിൽ അതിനാണ് പ്രാധാന്യം കൂടുതൽ.

അടിസ്ഥാന സാമ്പത്തിക സ്രോതസ്സുകൾ ഇവിടെ തുടരുന്നുണ്ട്. വാണിജ്യത്തകർച്ചയുടെ ഗുരുതരമായ അടയാളപ്പെടുത്തലുണ്ടായതായി അറിവില്ല. വിശ്വവാണിജ്യലോകത്തിലെ സ്ഥാനം അതേനിലവാരത്തിൽ പിന്തുടരുന്നുണ്ട്. പതിനാറാം നൂറ്റാണ്ടുവരെ, യൂറോപ്യൻ അധിനിവേശഘട്ടം വരെ ആഗോള സമ്പദ് വ്യവസ്ഥയിലെ ഇന്ത്യയുടെ പങ്ക് വളരെ മുന്നിലാണ്.

അതിനർഥം ഉൽപാദനമേഖല അതുവരെ തളരാതെ സ്ഥിരതയിൽ തുടർന്നുവെന്നു തന്നെയാണ്. ഉൽപാദനഘടകത്തെ, അഥവാ അടിസ്ഥാനചരിത്രത്തെ നിർണയിച്ചത് മറ്റൊരു ശക്തിയാണെന്ന് അതിനാൽ തെളിയുന്നു. ഏത് രാജകൾക്കും മീതെ ജനതയുടെ പങ്ക് ചരിത്രത്തെ തേർതെളിച്ചുവെന്നു തന്നെ കാണണം.

മൂഷിക വംശം

സാമൂഹ്യഘടനയെ ചലിപ്പിക്കുന്നതിൽ അധികാരത്തിന്റെ കേന്ദ്രവ്യൂഹത്തിനും അവഗണിക്കാനാവാത്ത പങ്കുണ്ട്. ചരിത്രത്തിൽ മറച്ചു പിടിക്കേണ്ട ചെയ്തികളാണ് അധികാര വംശ ത്തിന്റെ മുഖ്യസംഭാവനകളെങ്കിലും സംഭവപരമ്പരകളുടെ മുൻനിര അലങ്കരിക്കാൻ അവ ബദ്ധശ്രദ്ധാലുക്കളായതിനാലും, ചരിത്രത്തിന്റെ ഔദ്യോഗിക ആവിഷ്കാരം അധികാര പരമ്പരകളിലൂടെ ആയതിനാലും അവയെ ചേർത്തു വയ്ക്കാതെ ചരിത്രം സമ്പൂർണമാകില്ല.

മൂഷികവംശപരമ്പരകളെ മുൻനിർത്തി ആദിമലനാടിന്റെ തുടർച്ച പരിശോധിക്കേണ്ടത് സുപ്രധാനമാണ്. നിരവധി ചരിത്രാന്വേഷണ ങ്ങൾ മൂഷികവംശകാവ്യം, കേരളോൽപത്തി തുടങ്ങിയ നിരവധി ഗ്രന്ഥപാഠങ്ങളെ ആശ്രയിച്ചുകൊണ്ടും അല്ലാതെയും ഇവിടെ നടന്നു കഴിഞ്ഞു. വിവിധ പാഠഭേദങ്ങൾ ചരിത്രകാരന്മാർ രചിച്ചിട്ടുണ്ടെങ്കിലും പൊതുവായി അംഗീകരിക്കപ്പെട്ട ചരിത്രം ഇനിയും തെളിഞ്ഞു വന്നിട്ടില്ല.

'മൂഷികവംശകാവ്യ'വും 'കേരളോൽപത്തി'യും 'കേരള മാഹാത്മ്യ'വും ഇത്തരം പഠനത്തിന് ഒഴിച്ചുകൂടാനാവാത്തതാണ്. കേരളത്തിന്റെ ഭൂഘടനയും രാഷ്ട്രീയ-സാംസ്കാരിക ഉള്ളടക്കവും ഒരേകദേശംഘടനയിൽ പ്രതിഫലിപ്പിക്കുന്ന അത്തരം കൃതികൾ സുപ്രധാനമായ ചരിത്രപീ ഠികകളാണെന്നതിന് സംശയമൊട്ടുമില്ല. അവയൊന്നും അപ്പാടെ തള്ളാനോ കൊള്ളാനോ ഉള്ളതല്ല. അവ തയ്യാറാക്കിയ കാലത്തെ ഭൂമിശാസ്ത്രപരമായ ജ്ഞാനത്തിന്റെ പരിമിതികളും നൂറ്റാണ്ടുകൾ നീണ്ട ചരിത്രത്തെ വിസ്തരിക്കാനാവശ്യമായ നാനാ തലത്തിലുള്ള

സാങ്കേതികതകളുടെ അഭാവവും രചയിതാക്കൾക്ക് രാജപദത്തോടുള്ള വിധേയത്വവും ഭൂതകാലബോധത്തിന്റെ രീതികളും കണക്കിലെടുത്തേ ആ കൃതികൾ നിരീക്ഷിക്കാവൂ എന്നുമാത്രം. അതേസമയം ആദിമകാലത്തെ അടയാളപ്പെടുത്താൻ പ്രാചീന സാമഗ്രികളെ ആധാരമാക്കുന്ന ആ കൃതികളുടെ രീതിയെ മുഖവിലയായി കാണണം. 'കേരള മഹാത്മ്യം' പ്രദർശിപ്പിക്കുന്ന മാതൃക നോക്കൂ: "ഇപ്രകാരം ഋഷി പ്രോക്തമായിരിക്കുന്ന പരശുരാമായണത്തിങ്കൽ അഗസ്ത്യ സംഹിതയിൽ ആഗ്നേയ പുരാണത്തിങ്കൽ ഭൂഗോള ഖണ്ഡത്തിങ്കൽ വിഷ്ണു രഹസ്യത്തിങ്കൽ ഉപദേശകാണ്ഡത്തിങ്കൽ ഗർഗ്ഗ മഹർഷി ധർമപുത്രരോടു പറഞ്ഞിട്ടുള്ളത്" (കേരള മാഹാത്മ്യം, 1839-40, ഹെർമൻ ഗുണ്ടർട് ഗ്രന്ഥശേഖരം, ടൂബിങ്ങൻ സർവകലാശാല, ജർമനി) ചരിത്രകാരനായ കേശവൻ വെളുത്താട്ട് കേരളീയരുടെ ചരിത്രബോധത്തിന്റെ സവിശേഷതകളെ നിർണയിച്ചു കൊണ്ട് 'കേരളോൽപത്തി'യെ വിലയിരുത്തുന്നത് ഇങ്ങനെയാണ്: "മഹോദയപുരത്തെ ചേരമാൻപെരുമാക്കന്മാരുടെ കീഴിൽ കേരളത്തിലുണ്ടായിരുന്ന രാഷ്ട്രീയവ്യവസ്ഥ ദക്ഷിണേന്ത്യയിലെ മറ്റു പ്രദേശങ്ങളിൽ അതേ കാലത്തുണ്ടായിരുന്നതിൽ നിന്ന് വ്യത്യസ്തമായിരുന്നു. ഇവിടെ ബ്രാഹ്മണരുടെ സാന്നിധ്യം കുറേക്കൂടി ശക്തമായിരുന്നു; തന്മൂലം ഇവിടത്തെ സമൂഹത്തിനും രാഷ്ട്രീയത്തിനും വേണ്ടിയിരുന്നത് രാജവംശത്തിന്റെ ഉൽപത്തിയോ മഹിമയോ രാജാവിന്റെ വീര്യശൗര്യാദികളോ വാഴ്ത്തുന്നതിലധികം രാജാവിനും രാജവംശത്തിനും ബ്രാഹ്മണരോടുള്ള ഈ കടപ്പാട് എടുത്തുകാണിക്കുകയാണ്. കേരളോൽപത്തി ചെയ്യുന്നതും അതാണ് - ബ്രാഹ്മണരോട് പെരുമാക്കന്മാർക്കുള്ള വിധേയത്വം ചരിത്രത്തിന്റെ സഹായത്തോടെ പുറത്തുകൊണ്ടുവരിക.

......

കാലഗണനയിലും കാര്യകാരണവിചാരത്തിലും സാമാന്യവത്കരണത്തിലും ഒക്കെ ആധുനിക ഭാവുകത്വത്തെ തൃപ്തിപ്പെടുത്തുന്ന ഒന്നല്ല, കേരളോൽപത്തി. അതിലെ കാലഗണനയ്ക്ക് ഒരു തലയുമില്ലെന്നുവേണം പറയാൻ. കലിദിനങ്ങളിലോ ഗുണ്ടർട്ടിന്റെ പാഠത്തിൽ ക്രിസ്തുവർഷത്തിലോ കാലം കൃത്യമായി പറഞ്ഞേടത്താവട്ടെ, തീയതികൾ അത്യബദ്ധമാണ്. മുഹമ്മദ് നബിയും ചേരമാൻപെരുമാളും കൃഷ്ണദേവരായരും ഒക്കെ ഒരേ കാലത്തു ജീവിച്ച കഥയാണതു പറയുന്നതെന്നു തോന്നും. ഭൂമിശാസ്ത്രപരമായും ചില്ലറ പിഴവുകളുണ്ടതിൽ" (സാഹിത്യവും ചരിത്രവും - കേശവൻ വെളുത്താട്ട്).

1843 ൽ ഗുണ്ടർട് താളിയോലയിൽ നിന്നു പകർത്തിയ[1] 'കേരളോല്പത്തി' എന്ന ഗ്രന്ഥനാമത്തിൽ പരശുരാമന്റെ കാലം, പെരുമാക്കന്മാരുടെ കാലം, തമ്പുരാക്കന്മാരുടെ കാലം, താമൂതിരി മഹത്വം എന്നീ അധ്യായങ്ങളാണ് വിവരിക്കപ്പെട്ടത്. ഇത് രാജപരിസരത്തു നിന്നുള്ള ചരിത്രഘട്ടത്തിന്റെ ഏകദേശസ്ഥിതിയാണ്. ഉള്ളടക്കം സമ്പൂർണമായും ഒരു ബ്രാഹ്മണ നിർമിതിയാണ്. ആദിമലനാടിന്റെ യാതൊരു തരത്തിലുള്ള പൗരാണിക സ്വഭാവങ്ങളും അതിൽ സ്പർശിക്കുന്നില്ല. സാമൂതിരിയുടെ കാലഘട്ടം സവിസ്തരമായി പ്രതിപാദിക്കപ്പെടുന്നതിനാൽ ആ രാജസഭയിൽ നിന്നു സൃഷ്ടിക്കപ്പെട്ടതാകാനാണു കൂടുതൽ സാധ്യത. എന്നുവച്ചാൽ പതിനഞ്ചാം നൂറ്റാണ്ടിന്റെ പൂർവാർധം തൊട്ടുള്ള ഏതു കാലത്തുമാവാം. (ക്രിസ്തുവർഷം 1422ന മുൻപ് യാതൊരു രേഖയിലും സാമൂതിരി എന്ന പേർ ഇല്ല. മുഹമ്മദ്ബിൻ തുഗ്ലക്കിന്റെ ദൂതനായ ഇബ്ൻ ബത്തൂത്ത 1342 നും 1347നും ഇടക്ക് മൂന്നു തവണ കോഴിക്കോട് സന്ദർശിച്ചിട്ടുണ്ടെങ്കിലും കുന്നലക്കോനാതിരിയെന്നോ പൂന്തുറേശൻ എന്നോ ആണ് പരാമർശിച്ചു കാണുന്നത്. എന്നാൽ 1422ൽ പേർഷ്യൻരാജാവിന്റെ ദൂതനായ അബ്ദുൾ റസാഖ്, സാമൂതിരി എന്ന പേർ ഉപയോഗിച്ചതായി കാണുന്നുണ്ട്.). അതുവരേയുള്ള രാജപരമ്പരകളുടെ ചരിത്രവും കാലഘട്ടവും കേട്ടറിവുകളാൽ കെട്ടിച്ചമയ്ക്കുകയല്ലാതെ ആ കൃതിക്കു നിവൃത്തിയില്ല. ഭൂതരായപാണ്ഡ്യരുടെ ഭൂതങ്ങളുടെ കഥയൊക്കെ വിസ്തരിക്കുമ്പോൾ ഒരു കഥ പറച്ചിലിന്റെ സ്വഭാവമാണ് മുന്നിട്ടു നിൽക്കുന്നത്. മൂലപാഠത്തിൽ കൂട്ടിച്ചേർക്കലുകൾ വന്നതും പരിഗണിക്കണം. എഡിറ്റ് ചെയ്യുവരുടെ വകയും മാറ്റം വരാം. മക്കത്ത് പോയ പെരുമാൾ സംബന്ധിച്ച തർക്കം രണ്ടാം ഭാഗത്ത് വന്നതൊക്കെ ഒന്നുകിൽ എഡിറ്റിങ്ങിൽ കൂട്ടി ചേർത്തതോ അതല്ലെങ്കിൽ കൃതിയുടെ രചന അത്തരം തർക്കങ്ങളുടെ പശ്ചാത്തലം ഉണ്ടായശേഷമോ ആവണം. ബ്രാഹ്മണസഭയുടെ കേവലമായ യോഗതീരുമാനങ്ങൾക്കനുസരിച്ച് നിയോഗിക്കപ്പെടുന്ന ഒരു ഭരണക്രമമാണ് ആരംഭം തൊട്ടേ കൃതി വിവരിക്കുന്നത്. ഒരു രാജാവ് കാര്യകർത്താവായി വേണ്ടിവരുമ്പോൾ ഒരു സംഘം പരദേശത്തു പോയി പറ്റിയൊരാളെ ഇവിടേക്ക് ഇറക്കുമതി ചെയ്യുന്നു. പാണ്ഡ്യദേശത്തു നിന്നോ ചോളദേശത്തു നിന്നോ അങ്ങനെ ഇറക്കുമതി ചെയ്യപ്പെട്ടയാൾ പൂർവദേശത്ത് ആവശ്യം വരുമ്പോൾ ഇവിടം ഉപേക്ഷിച്ച് സ്ഥലം വിടുകയും ചെയ്യുന്നുണ്ട്. ഒരു ദേശത്ത് രാജവ്യവസ്ഥ രൂപപ്പെടുന്ന ഉൽപാദന-സാമ്പത്തിക നിയമങ്ങളോ രാജാവിനെ രൂപപ്പെടുത്തുന്ന സമ്പ്രദായകേന്ദ്രീകരണങ്ങളോ ഒക്കെ

1 ടുബിങ്ങൻ സർവകലാശാലയിലെ ഗുണ്ടർട് ശേഖരത്തിൽ നിന്ന്.

പാടെ അവഗണിക്കുന്ന, സാമൂഹ്യ സമഗ്രതയെ ഒട്ടുംസ്പർശിക്കാത്ത ഒരു സ്വഭാവമാണ് ഇക്കാര്യത്തിൽ പ്രകടമാകുന്നത്.

ബ്രാഹ്മണസഭയുടെ രക്ഷാകർത്താവായി നിർവഹണ കാര്യത്തിൽ പരിചിതനായ ഒരാളെ (മിക്കവാറും ക്ഷത്രിയൻ) എഴുന്നള്ളിക്കുന്നതാണ് കൃതിയിലെ പൊതു രീതി. അതിൽ നിന്നുള്ള വ്യത്യാസം പ്രകടമാകുന്നത് മൂന്നാമത്തെ പെരുമാളിനു ശേഷം ഭരണനിർവഹണം കാര്യക്ഷമമാക്കുന്നതിനായി രക്ഷാപുരുഷന്മാർക്കൊപ്പം തളിയാതിരിമാർ, ചാത്തിരക്കാർ (ശാസ്ത്രികൾ) എന്നിവരെ കൂടി ഉൾപ്പെടുത്തുന്ന സന്ദർഭത്തിലാണ്.

നാലാമന്റെ കാലത്ത് ബുദ്ധമതത്തിന്റെ സ്വാധീനം മുൻകൈ നേടുന്നുണ്ട്. പതിനേഴാമൻ കുലശേഖര പെരുമാളിന്റെ കാലത്ത് ഭരണസംവിധാനം കൂടുതൽ സമഗ്രമായി, ബ്രാഹ്മണാധിപത്യത്തിന് പിടിമുറുക്കാൻ പാകത്തിൽ പുതുക്കിപ്പണിയുന്നു.

'കേരളോൽപത്തി' യിൽ വിവരിക്കുന്ന 'പെരുമാൾ' മാരുടെ പരമ്പര ഇങ്ങനെ പോകുന്നു.

ക്രമം:പേര്:ഭരണകാലം: ആസ്ഥാനം:

1. കേയപ്പെരുമാൾ[2]/

8 വർഷം 4 മാസം / തളിപ്പറമ്പിന് വടക്ക് തലയൂർ (ഇന്നത്തെ തലോറ ആവാം)

2. ചോളപ്പെരുമാൾ /10 വർഷം 2 മാസം / ചോഴക്കര

3. പാണ്ടിപ്പെരുമാൾ /9 വർഷം / പാണ്ടിവമ്പന

4. ബാണപ്പെരുമാൾ / അല്ലൂർ[3]

---

2 ചേരമാൻ-കേരളൻ എന്ന പേര് ബ്രാക്കറ്റിൽ കൊടുത്തു കാണുന്നു. കേയപുരത്തു നിന്നും വന്നതിനാൽ കേയപ്പെരുമാൾ. യഥാർഥ പേര് ഈശാനവർമൻ ഒന്നാമനാണെന്നും ഭരണകാലം എഡി 528-548 ആണെന്നും കേസരി പ്രസ്താവിക്കുന്നു.

3 ആല്ലൂരാണ് അല്ലൂർ ആയത്. ആലമെന്നാൽ തമിഴിൽ വിഷം എന്നർഥം. ആലകണ്ഠൻ ശിവൻ. ഇതിൽ നിന്നാണ് ആല്ലൂർ എന്ന നാമോൽപത്തി. അത് അല്ലൂരായും - ചെല്ലൂരായും പെരുംചെല്ലൂരായും മാറി.

തളിപ്പറമ്പിന്റെ പ്രാചീനനാമമാണ് - പെരുഞ്ചെല്ലൂർ. ചിക്കർപള്ളി ഗ്രാമമെന്ന് തമിഴ് കൃതികൾ. ചികരി എന്ന തമിഴ് പദത്തിന് മൂഷികൻ എന്നർഥം. മറ്റൊരു ചെല്ലൂരിനെപ്പറ്റി കൂടി സംഘകൃതിയായ അകനാനൂർ(15) പരാമർശിക്കുന്നുണ്ട്.

'സത്യം മാത്രം പറയുന്ന കോചരുടെ തുളുനാട്ടിൽ സമുദ്രത്തിനടുത്തായി ' ഒരു ചെല്ലൂർ ഉണ്ട്. സത്യപുത്ര എന്ന ദേശനാമം അശോക ലിഖിതത്തിലുണ്ടായിരുന്നത് ഇവിടെ പ്രസക്തമാണ്.

5. തുളഭൻ (തുളുവൻ) പെരുമാൾ / 6 വർഷം / കൊടീശ്വരം.

6. ഇന്ദ്രപ്പെരുമാൾ / 12 വർഷം /അല്ലൂർ പെരിങ്കോവിലകം

7. ആര്യപ്പെരുമാൾ / 5 വർഷം

8. കുന്ദൻപെരുമാൾ / 4 വർഷം / കന്നേറ്റിയുടെ അടുത്ത് വന്ദിവാകക്കോവിലകം

9. കൊട്ടിപ്പെരുമാൾ / 1 വർഷം / കൊട്ടിക്കൊല്ലം

10. മാടപ്പെരുമാൾ / 11 വർഷം/ മാടായി

11. ഏഴിപ്പെരുമാൾ /12 വർഷം / ഏഴിമല

12. കൊമ്പൻപെരുമാൾ / 3 വർഷം 6 മാസം/നെയ്യൂര പുഴക്കര (വളപട്ടണം)

13. വിജയൻപെരുമാൾ / - / പന്തലായിനികൊല്ലം

14. വളഭൻപെരുമാൾ / - / വളപട്ടണം

15. ഹരിശ്ചന്ദ്രൻപെരുമാൾ / - /പുരളി മല

16. മല്ലൻപ്പെരുമാൾ / - /മല്ലൂരുമല്ലൻ കോട്ട (പഴശ്ശി -മട്ടന്നൂർ)

17. കുലശേഖരപ്പെരുമാൾ /- / ചിത്രകൂടം

18. ആദിരാജാ പെരുമാൾ / - / വേളാപുരം

19. പാണ്ടിപ്പെരുമാൾ

20. ചേരമാൻ പെരുമാൾ / - / വളപട്ടണം

കേയപ്പെരുമാളിനു മുമ്പേ ഭരിച്ച ഭൂതരായ പാണ്ഡ്യപ്പെരുമാൾ (ബ്രാഹ്മണരുമായി വൈരമുള്ളയാൾ), കേരളൻ (മാടായി തിരുവർകാട് മഹാഭദ്രകാളിക്ഷേത്രം നിർമിച്ചയാൾ), പാണ്ടിയൻ (ചെങ്ങർ), ചൊഴിയൻ, കുലശേഖരൻ മുതലായവർ രാജസ്ഥാനം വഹിച്ചതായും 'കേരളോൽപത്തി' പരാർശിക്കുന്നു. ഏഴാമൻ രാജ്യത്തിന്റെ അതിരുകൾ ചിട്ടപ്പെടുത്തുന്നതായി വിവരിക്കുന്നുണ്ട്. കൃതിയുടെ ആമുഖത്തിലെ അതിരുകളുമായി തീർത്തും കടകവിരുദ്ധവും രാജ്യം തന്നെ മറ്റൊന്നുമാകുന്നു. ഭൂമിശാസ്ത്ര ധാരണയുടെ അഭാവമോ കഥപറച്ചിലിന്റെ സൂക്ഷ്മതാ പ്രശ്നങ്ങളോ ആവാം.

ആകെ 160 കാതമാണ് 'കേരളോൽപത്തി' കല്പിക്കുന്ന വലിപ്പം. തമിഴ് ഐതിഹ്യം 60 കാതമേ നൽകുന്നുള്ളൂ. "ഇങ്ങിനെ പെരുമാക്കന്മാരാകുന്നതു മലനാട്ടു കൊണ്ടു ർ[4] ഖണ്ഡം. ഗോകർണ്ണത്തിൽ നിന്നു തുളുനാട്ടിൽ പെരുമ്പുഴയൊളം തുളുരാജ്യം. പെരുമ്പുഴെക്കൽനിന്നു

4 മലയാളഅക്കം നാല്.

പുതുപട്ടണത്തോളം കൂവരാജ്യം. പുതുപട്ടണത്തിൽ നിന്നു കന്നെറ്റിയൊളം കേരളരാജ്യം. കന്നെറ്റിയിൽ നിന്നു കന്യാകുമാരിയോളം മൂഷികരാജ്യം ഇങ്ങിനെ ർ ഖണ്ഡത്തിന്റെയും പേർ" (കേരളോൽപത്തി)

ദക്ഷിണ കാനറയിലെ കുന്ദാപൂർ താലൂക്കിലെ ഇന്നത്തെ കോടീശ്വര ഗ്രാമമാണ് ഗോകർണം. പിൽക്കാലത്തെ ഗോകർണമല്ല. ആര്യപ്പെരുമാളിന്റെ കാലത്തെ ഭൂപടത്തിൽ ഗോകർണം മുതൽ പെരുമ്പുഴ വരെയുള്ള രാജ്യം; പെരുമ്പുഴ മുതൽ പുതുപട്ടണം വരെ കേരളം; പുതുപട്ടണം മുതൽ കന്നെറ്റി വരെ മൂഷികം; കന്നെറ്റി മുതൽ കന്യാകുമാരി വരെ കൂവളം. ഈ ഭൂപടത്തിലെ ഒരു ഖണ്ഡം മാത്രമാണ് കേരളം. ഈ നാലു ഖണ്ഡങ്ങളുമടങ്ങുന്ന ഒരു ദേശത്തിന്റെ ചരിത്രത്തിന് 'കേരളോൽപത്തി' യെന്ന പേരു നൽകുന്ന യുക്തിയെന്താവാം?അതുപോലെ 'മൂഷികവംശ കാവ്യ'ത്തിലുള്ളത് മൂഷിക രാജ്യത്തിനു മാത്രം ബാധമാകുന്ന ചരിത്രമല്ല. എന്നിട്ടും 'മൂഷികവംശ'മെന്ന തലക്കെട്ടു വീണു. രാജ്യാതിർത്തികൾ സംബന്ധിച്ച ഭാവനാപരമായ നിർണയങ്ങളാണ് ഇവയിലെല്ലാം ഇടകലർന്നിരിക്കുന്നതെന്ന് കാണാൻ പ്രയാസമില്ല.

ഈ ഭാവനയുടെ പ്രമേയം വടക്കുദിശയിൽ നിന്നും വന്നതാണ്. നാടുകൾ മാറിമാറി കുടിയേറിയ ദേശാന്തര ജനപദങ്ങൾ കൂടെ കൊണ്ടുവന്ന ഇതിവൃത്തത്തിൽ നിന്നാണ് ഇത്തരത്തിലൊരു ഭൗമോൽപത്തി പാഠം കേരളത്തിനു നൽകുന്നത്. സഹ്യപർവതനിരകളിൽ നിന്നും ഇരുപുറങ്ങളിലേക്കും ചരിക്കുന്ന ഒരു ദേശഘടന ആദിമലനാട് രൂപപ്പെട്ടുത്തിയിട്ടുണ്ട്. അതിലേക്കാണ് 'കേരളോൽപത്തി'യിലെ ഭൗമപാഠം ചേർത്തു വയ്ക്കേണ്ടത്.

മൗര്യസാമ്രാജ്യത്തിന്റെ തകർച്ചക്കു ശേഷം ഏകദേശം രണ്ടാം ശതകത്തിന്റെ ആരംഭത്തിലാണ് കുടിയേറ്റത്തിന്റെ ഈയൊരുഘട്ടം ഉടലെടുക്കുന്നത്. പൗരാണികഥ ചമയ്ക്കുന്നവർ സത്യപുത്രനൃപന്റേയും കേരളപുത്ര റാണിയുടേയും മകനായി ഒരു രാമ ഘട മൂഷികനെ അവതരിപ്പിച്ചു കൊണ്ടാണ് തുടങ്ങുന്നത്. അതിനു മുമ്പുതന്നെ നൃപന്മാരുണ്ടെന്ന് അതിൽത്തന്നെ വ്യംഗ്യം. ഓരോ അവതരണത്തിലും പരശുരാമനെ കൊണ്ട് ഒപ്പുവയ്പ്പിക്കാൻ മറക്കുന്നില്ല. പരശുരാമനാൽ ഹൈഹയ രാജ്യത്തിന്റെ ക്ഷത്രിയ ഭൂപതി വധിക്കപ്പെടുന്നതായും ചങ്ങാടത്തിൽ കയറി രക്ഷപ്പെടുന്ന ഗർഭിണിയായ പത്നി കുലാചാര്യന്റെ സഹായത്തോടെ മരക്കലമേറി ഏഴിമല പ്രാപിച്ച ശേഷം ഗുഹയിൽ പ്രസവിക്കുന്നതുമൊക്കെയായ പ്രമേയം നിറംപിടിപ്പിക്കുന്നുണ്ട് 'കേരളമാഹാത്മ്യ'ത്തിൽ.

ആ രാജ്ഞിയിലുണ്ടായ കുമാരനാണ് രാജ്യാധിപനായി പരശുരാമനാൽ അവരോധിക്കപ്പെടുന്ന രാമഘട മൂഷികൻ. ഭാർഗവസ്വാമി

തന്നെ രണ്ടു പണിയുമെടുക്കുന്നു! ക്ഷത്രിയ രാജാവായ പിതാവിനെ വധിക്കുന്നതും പുത്രനെ മൂഷികരാജ്യത്തിന്റെ അധിപനാക്കുന്നതും !!

ഗുഹാവാസം എലിയുടെ സംരക്ഷണത്തിലായിരുന്നുവെന്ന കഥ ചേർത്ത് 'എലിമല'യുടെ ഐതിഹ്യവും അതുമായി ബന്ധിപ്പിച്ച് മൂഷികവംശത്തിന്റെ നാമകരണവും നടത്തിയവരുണ്ട്. വംശനാമം മൂഷികമെന്നു നൽകുന്നത് സംസ്കൃതവൽക്കരണത്തിനു ശേഷമാവണം. നെന്മേനിവാകയെ ആരാധിക്കുന്ന വംശപാരമ്പര്യം അതിന്റെ പിന്നിലുണ്ടാവുമെന്നും വാകമരത്തിന്റെ സംസ്കൃത പര്യായമാണ് മൂഷികമെന്നും ഏഴിമല ഏറക്കാലം വാകമരങ്ങൾ തിങ്ങി വളർന്ന കാടാണെന്നും ചിറക്കൽ ടി. തെരഞ്ഞെടുത്ത പ്രബന്ധങ്ങളിൽ വിശദീകരിച്ചു കാണുന്നു. 'പാണ്ടി' എന്ന പദത്തിനും 'വാകമരം' എന്നാണർഥം. വാകമരം പരക്കെ കാണപ്പെട്ട ദേശമാണ് പാണ്ഡ്യദേശമായി മാറിയത്. ഗുഹയിൽ പിറന്ന ഈ കുമാരനെ ഭാർഗവരാമൻ അനുഗ്രഹിച്ച് രാജാവാക്കിയെന്നതിലാണ് രാജവംശത്തിന്റെ തുടക്കം. ഈ ദേശപരിധിയിൽ അധികാര വ്യവസ്ഥ രൂപപ്പെടുന്നതുമായി ബന്ധപ്പെട്ട ചരിത്രപരമായ യുക്തികളെല്ലാം റദ്ദു ചെയ്യുന്നതാണ് അത്തരം പുരാണങ്ങൾ. രാമഘടൻ / ഇരാമകുടമൂവർ (പേരുന്നിക്കാട്ടാനോ, ആദരസൂചകമായോ പ്രയോഗിച്ചതാവാം ഇരാമനെന്ന പ്രയോഗമെന്ന അഭിപ്രായമുണ്ട്. മൂപ്പൻ പദവിയുടെ സൂചനയാവാം മൂവർ. മൂവറെന്നതിനെ ജാതിയുമായി ബന്ധപ്പെടുത്തുന്നവരുമുണ്ട്. മണിയാണി സമുദായത്തിന്റെ ഉപവിഭാഗമായ മൂവാരിയുമായി ബന്ധപ്പെട്ടതാവുന്നതുകൊണ്ട്. ഒരു പക്ഷെ, മൂകർ എന്നായിരിക്കാം.

കുടകിലെ ക്ഷത്രിയരായ മൂകയസ്വരൂപക്കാരാണ് -മത്സ്യരാജവംശം - ഇരാമകുടമൂകരുടെ പ്രാചീനപൂർവികർ. തുളുനാട്ടിലെ പ്രാചീനഐതിഹ്യം വിവരിക്കുന്ന 'ഗ്രാമപദ്ധതി' പ്രകാരം പരശുരാമൻ ആദ്യം മുക്കുവരെയായിരുന്നു ബ്രാഹ്മണരാക്കിയെടുത്തതെന്ന കാര്യം ഇവിടെ കണക്കിലെടുക്കേണ്ടതാണ്. നായരെ ബ്രാഹ്മണനാക്കി മാറ്റി രക്ഷാധികാരിയാക്കുന്ന - ഊരരശ് കയ്മൾ -ഏർപ്പാട് ഇരിങ്ങാലക്കുട, പെരുഞ്ചെല്ലൂർ ഗ്രാമങ്ങളിലും ഉള്ളതായി 'ചെല്ലൂർ നാഥോദയം ചമ്പു' പ്രതിപാദിക്കുന്നു. ത്രിമൂർത്തി സങ്കല്പത്തെ ബന്ധിപ്പിച്ചുള്ള ഒരു പദവിയുമാകാം ഇരാമകുടമൂവർ. 'ഇ' ബ്രഹ്മാവിനെ (ഹിരണ്യഗർഭൻ) സൂചിപ്പിക്കുന്നു. 'ഹി' എന്നതിന് 'ഇ'എഴുതുന്ന രീതി ഏഴിമല നരയൻകണ്ണൂർ അമ്പലത്തിലെ ശിലാരേഖയിൽ കാണാം. ('സ്വസ്തി ശ്രീ (ഇ) രണ്യ്യഗർഭൻ തേവര് തിരുവടി'). 'രാമ' വിഷ്ണുനാമത്തേയും, കുടം ശിവനാമത്തേയും സൂചിപ്പിക്കുന്നു. രാമഘടൻ തന്റെ ഭരണശേഷം രണ്ടുപുത്രന്മാർക്കായി രാജാധികാരം വീതം വയ്ക്കുകയാണ്. വടുവിനു വടക്കുദേശവും നന്ദന് തെക്കുദേശവും.

വടക്കുദേശം കിട്ടിയതിനാൽ പുത്രന്റെ പേര് വടുവായി. വടുകനെന്നത് ശിവന്റെ പര്യായവുമാണ്. വടക്കുദേശത്തിന്റെ (സത്യയപുത്ര) ആസ്ഥാനം ബലിഗ്രാമ(ബൽഗാം) ത്തിലെ മാഹിഷ് മതി. ഈ ദേശത്തിന് പിന്നീട് ആന്ധ്രപുത്രമെന്നും ഹൈഹയമെന്നും പേരുകൾ സിദ്ധിച്ചു. നന്ദനം കേന്ദ്രമായ തെക്കുദേശം രണ്ടാമത്തെ പുത്രനും കിട്ടി. നന്ദനം ആസ്ഥാനമായതിനാൽ നന്ദൻ എന്ന പേരും സിദ്ധിച്ചു. തെക്കുദേശം മൂഷികരാജ്യമായി അറിയപ്പെട്ടു. മൂഷികമെന്നു വിളിക്കപ്പെട്ടുന്ന രാജ്യവും പല കാലങ്ങളിൽ പലതാണ്. എ. ഡി. ഒന്നാം ശതകത്തിൽ ഖരവേലൻ എന്ന കലിംഗരാജാവിന്റെ ഹാഥി ഗുംഫാ ശാസനത്തിൽ പരാമർശിക്കുന്ന ഒരു മൂഷികം (ടോളമിപരാമർശത്തിലെ 'മയിസിയോലിയ') ആന്ധ്രയിലെ കൃഷ്ണാ ജില്ലയിലാണ്. കൊള്ളേറു (കോളൈ എന്നാണ് മൂഷികന്റെ തമിഴ് പദം) കായലിന്റെ നടുക്കുള്ള ദ്വീപിലെ പിഥുണ്ഡ്റ യാണ് രാജധാനി. പിഥുസ് അപ്പോളോ ദേവനാണ്. ശിവനാണെന്നു കേസരി ബാലകൃഷ്ണപ്പിള്ള അഭിപ്രായപ്പെടുന്നു.

ഉണ്ഡറാ എന്ന പദം കേരളത്തിന്റെ പര്യായമായി ഹേമചന്ദ്രന്റെ 'അഭിധാനചിന്താമണി'യിൽ ഉപയോഗിച്ചിട്ടുണ്ട്. പിഥോഡ് എന്ന ഗ്രീക്ക് പദത്തിന് കുടം, കുംഭം എന്നൊക്കെ അർഥം. ശിവൻ കുംഭസംഭവനാണ്. അഗസ്ത്യൻ എന്ന പര്യായം ശിവനുണ്ടല്ലോ.

ഉണ്ഡ്റാ =ഉന്ദുരു എന്നാൽ മൂഷികൻ. മൂഷികനെന്നാൽ ശിവനാണ്. മൂഷിക വംശത്തിന്റെ പേരിന്റെ ഉൽപത്തി മറ്റൊന്നുമാകാൻ തരമില്ല. ഗണേശന്റെ വാഹനമായി മൂഷികനെ കല്പിച്ചത് ഗണേശന്റെ പിതാവ് ശിവൻ എന്ന ഗണനയിലാണ്. വിഗ്രഹനിർമാണശാസ്ത്ര പ്രകാരം (ഹിന്ദു, ബുദ്ധ) ഒരു ദേവന്റെ ശിരസിൽ പിതാവിന്റെ ചെറിയ വിഗ്രഹം വയ്ക്കും. വിഷ്ണുവിന്റെ പിതാവായി ഗരുഡൻ. ബ്രഹ്മാവിന്റേത് ഹംസൻ എന്ന ബിരുദമുള്ള മഹാവിഷ്ണു. ശിവന്റേത് കാള (നന്ദി) എന്ന പേരുള്ള ബ്രഹ്മാവ്.

ശ്രീകണ്ഠന്റെ വാഹനമായ നന്ദിയുടെ പേരും നന്ദനവുമായി ബന്ധപ്പെടുന്നു. ശിവന് മൂഷികൻ എന്നു പര്യായം. മൂഷിക വംശം എന്ന പേര് അങ്ങനെയാണ് വന്നത്. നന്ദന്റെ മൂഷികരാജ്യം ആസ്ഥാനമായി സ്വീകരിച്ചത് നന്ദനമാണ്. ആ രാജധാനി ശ്രീകണ്ഠപുരമാകാനാണ് സാധ്യത. വളപട്ടണം പുഴയുടെ അഴിമുഖവും തീരദേശ നഗരങ്ങളും വിശ്വമറിയുന്ന വാണിജ്യ നഗരങ്ങളായി അതിനു മുമ്പേ മാറിയിരുന്നല്ലോ. പെരുഞ്ചെല്ലൂരിന് (തളിപ്പറമ്പ്) കിഴക്ക് നഥനമെന്ന ഒരു പ്രശസ്തനഗരമുള്ളതായി തമിഴ് കൃതികൾ (പതിറ്റുപ്പത്ത് - കാക്കപ്പാടിനിയാർ നച്ചെള്ളെയാർ) പരാമർശിച്ചതായ അറിവും ഇതോടു ചേർത്തു വായിക്കേണ്ടതാണ്.

എടയ്ക്കൽ ലിഖിതത്തിലെ 'നന്ന ശക്തി' എന്നതടക്കം പ്രാചീനലിഖിതങ്ങളിൽ 'നന്ദൻ' എന്ന പരാമർശം ആവർത്തിച്ച കാണാം. ശക്തി എന്നവസാനിക്കുന്ന പേരുകൾ (ഭാനു ശക്തി, ആദിത്യ ശക്തി) മൈസൂർ-ഹാസൻ ജില്ലയിൽ, നാഗവംശത്തിലുൾപ്പെട്ട സേന്ദ്രക കുല രാജാക്കന്മാർക്കുണ്ടായിരുന്നു.

നന്ദൻ എന്ന പേര് ഒരു ഗ്രാമീണ ഉദ്യോഗസ്ഥ പദവിയോ പ്രഭു പദവിയോ മാത്രമായിരിക്കാമെന്ന അഭിപ്രായമാണ് കേസരി പ്രകടിപ്പിച്ചത്. എടയ്ക്കൽ ലിപിയിൽ കുടുംബി വംശത്തിലെ രാജാവായ വിഷ്ണുവർമൻ പരാമർശിക്കപ്പെട്ടതു ചൂണ്ടിക്കാട്ടി അദ്ദേഹം പറയുന്നു: "പ്രാചീന കദംബരാജാവായ രവിവർമന്റെ (ഉദ്ദേശം ബി. സി 497-537) കീഴിലോ അദ്ദേഹത്തിന്റെ സമകാലീനരായ ത്രിപർവത (ഹലേബീഡ്) കദംബരാജാക്കന്മാരായ വിഷ്ണുവർമന്റേയും സിംഹവർമന്റേ യും കീഴിലോ നാട്ടുവാണിരുന്നിരിക്കാനിടയുണ്ട്. രവിവർമന്റെ ഒരു ചെമ്പു പട്ടയം നിലമ്പൂരിൽ നിന്ന് കണ്ടെടുത്തിട്ടുള്ള വസ്തുതയും രവിവർമന്റെ സാമ്രാജ്യത്തിൽ വയനാടിനെ തൊട്ടു കിടക്കുന്ന മൈസൂർ ജില്ലയിലെ ഏതാനും ഭാഗങ്ങൾ ഉൾപ്പെട്ടിരുന്നു എന്നുള്ള സംഗതിയും ഇവിടെ സ്മരണീയമാണ്" (കേസരിയുടെ ചരിത്ര ഗവേഷണങ്ങൾ, ഒന്നാംവാള്യം - പേജ് 11)

സുമേരിയൻ ഭാഷയിൽ സ്വർഗമെന്ന പദമാണ് 'നം'. നമ്മിന്റെ പുത്രനാണ് നന്ദൻ. അകനാനൂറിൽ നന്ദന്റെ നാടിനെ വിവരിക്കുന്നതിങ്ങനെയാണ്: "മധുരക്കള്ളും വേഗമുള്ള തേരും ഉള്ളവനായ നന്ദന്റെ മാനംമുട്ടുന്ന മലയ്ക്കു സമീപമുള്ള സ്വർണം വിളയുന്ന മല"

പതിറ്റുപത്തിന്റെ പതിക (ആമുഖം) ത്തിൽ വിശേഷിപ്പിക്കുന്നത് പെരുവായിൽനാട്ടിലെ നന്ദൻ എന്നാണ്. പെരുവയൽ എന്നത് ഇന്നത്തെ വയനാട് (വയൽനാട്) ആവാം. നീലഗിരി മുതൽ ഏഴിമല വരെയുള്ള ആദിമലനാടിന്റെ ഭാഗങ്ങൾ നന്ദന്റെ അധീനതയിലായിരുന്ന കാലമുണ്ടായിരിക്കണം.

തകടൂരിലെ അതിയമാനുമായും നന്ദൻ യുദ്ധം നടത്തിയിട്ടുണ്ട്. നന്ദൻ എന്നത് ഒന്നിലേറെ രാജാക്കന്മാർ സ്വീകരിച്ച ഒരു രാജപദവിയാകാമെന്ന നിരീക്ഷണവും പ്രസക്തമാണ്. മുചിരിയിലും തൊണ്ടിയിലും തമ്പടിച്ച ചേരന്മാരുമായി കദംബർ (നന്ദന്മാർ) ക്രിസ്തുവർഷാരംഭത്തിൽ വലിയ യുദ്ധങ്ങൾ നടത്തിയത് പ്ലിനി രേഖപ്പെടുത്തിയതായി കെ. ശിവശങ്കരൻ നായർ എഴുതുന്നു. നന്ദൻ പശ്ചിമോത്തര മൈസൂരിലെ ശാന്തരവംശം തുളുനാട്ടിലെ ആളുവ വംശം എന്നെല്ലാം വിളിക്കപ്പെട്ട രാജവംശത്തെ കീഴടക്കിയതായും പരാമർശങ്ങളുണ്ട്. നാരായണൻ ലോപിച്ചും നന്ദൻ

ആവാം. ദേവസങ്കല്പത്തിൽ ആ പേര് ഉപയോഗിക്കപ്പെട്ടതായി കാണാം. മൂന്നാം നൂറ്റാണ്ടിലേതെന്നു കരുതപ്പെടുന്ന മക്രേരിലിഖിതം അതിന്റെ സാക്ഷ്യമാണ്. 64 ഗ്രാമങ്ങളായും അവ 64 മഠങ്ങളായും 64 ദേശങ്ങളായും വേർതിരിച്ചുള്ള ഘടനയാണ് അക്കാലത്ത് ആസൂത്രണം ചെയ്യപ്പെട്ടത്. ദേശവും വസ്തുവും തിരിച്ചുള്ള ഈ ഭരണസംവിധാനം ബ്രാഹ്മണസമൂഹവുമായി ബന്ധപ്പെട്ടതു മാത്രമാണ് ; പൊതു സമൂഹത്തേയും ആ സംവിധാനത്തിനു കീഴിലേക്ക് പിൽക്കാലത്ത് കൊണ്ടു വന്നെങ്കിലും.

ഒറ്റയടിക്കല്ല, പല കാലഘട്ടങ്ങളിലായാണ് ആ സംവിധാനം പ്രയോഗിക്കപ്പെട്ടത്. 64 ഗ്രാമങ്ങളിൽ സുപ്രധാനഗ്രാമം പെരുഞ്ചെല്ലൂരാണെന്ന് ചെല്ലൂർ നാഥോദയം ചമ്പു വിവരിക്കുന്നു:

"ശ്രീമച്ചെല്ലൂരനാമാ ശിവ നിധിഷു ചതു:-
ഷാഷ്ടി സംഖ്യാമൂലാവം
ഗ്രാമേഷു ഖ്യാതി ധാമാ തിലകയതി തരാം
ഗ്രാമസിംഹോ മഹീയാൻ" (പദ്യം 24)

(ഗ്രാമങ്ങളിൽ വച്ചു രാജകീയ പദവിയുള്ളതും ഐശ്വര്യം തികഞ്ഞതും ചെല്ലൂർ നാമത്തോടു കൂടിയതുമായ ഗ്രാമം, കേരളത്തിലെ 64 ഗ്രാമങ്ങളിൽ ശ്രേഷ്ഠം, ഇത് കേരളത്തിന്റെ നെറ്റിപ്പൊട്ടാണ് - എന്നു സാരം). മൂവായിരം ബ്രാഹ്മണ ഗൃഹങ്ങളുണ്ടായിരുന്നു. ഓരോ വേദത്തിനും (ഋക്, യജുർ, സാമം) ആയിരം വീതം('ശ്രീകോലും ത്രിസഹസ്ര സംഖ്യകലരും ഭൂദേവ സംഘാ'). ലൗകികവും ആത്മീയവുമായ എല്ലാ കാര്യങ്ങളിലും സ്വയംപര്യാപ്തവും സ്വതന്ത്രവുമായ ഗ്രാമമായിരുന്നു പെരുഞ്ചെല്ലൂർ. പിന്നീട് കോക്കുന്നത്തു ശിവാങ്ങൾ പെരിഞ്ചെല്ലൂരിനെ തട്ടുമ്മേൽ, ചേരിമേൽ എന്നിങ്ങനെ രണ്ടായി പിരിച്ചു.

ബ്രാഹ്മണസമൂഹങ്ങളുടെ കടന്നുവരവിന്റെ തുടർച്ചകൾ പിൽക്കാലത്തും കാണാം. 'ഉദയവർമ ചരിതം' ആ പുരാവൃത്തം വിവരിക്കുന്നുണ്ട്. അതിന്റെ കർത്താവായ ഒരു രവിവർമത്തമ്പുരാൻ, തന്റെ പൂർവികനായ ഉദയവർമ കോലത്തിരിത്തമ്പുരാൻ പെരിഞ്ചെല്ലൂർ ഗ്രാമക്കാരായ നമ്പൂതിരിമാരുമായി പിണങ്ങിയതും അവരുടെ വൈദിക പ്രഭാവം തളർത്താൻ ഗോകർണത്തു നിന്ന് 3 അഗ്രഹാരങ്ങളിലെ 237 ഇല്ലങ്ങളെ ചെറുതാഴം ദേശത്ത് കുടിയിരുത്തിയതും പ്രസ്താവിക്കുന്നു. നീലകണ്ഠ കവി രചിച്ചതാണ് ചെല്ലൂർ നാഥോദയം ചമ്പു. നാരായണീയം, തെങ്കൈല നാഥോദയം രചനകൾ കൂടി അദ്ദേഹത്തിന്റേതായുണ്ട്. ഭാഷാരാമായണം ചമ്പുവും ഭാരത ചമ്പുവും ഇദ്ദേഹത്തിന്റേതാണെന്ന് പണ്ഡിതന്മാർ നിരീക്ഷിക്കുന്നു. കൈലാസത്തിന്റെ വർണന, ശതസോമന്റെ

തപസ്, ഭഗവദ്ദർശനം, പ്രതിഷ്ഠ, ക്ഷേത്ര വർണ്ണന എന്നിവയാണ് ചെല്ലൂർ നാഥോദയത്തിന്റെ ഉള്ളടക്കം. പതിനാറാം നൂറ്റാണ്ടിലേതെന്നു കരുതപ്പെടുന്ന ഈ കൃതി പിന്നീട് കടത്തനാട്ടു പോർളാതിരി ഉദയവർമ്മ രാജാവിന്റെ നേതൃത്വത്തിൽ 'കവനോദയ'ത്തിൽ പ്രസിദ്ധീകരിക്കുകയുണ്ടായി. ചെല്ലൂർ, പെരുഞ്ചെല്ലൂർ, ലക്ഷ്മീപുരം എന്നെല്ലാം അറിയപ്പെട്ട തളിപ്പറമ്പിന്റെ പരദേവത പരമേശ്വര പ്രതിഷ്ഠയാണ്. (പരമേശ്വരന്റെ അപേക്ഷയനുസരിച്ച് ശ്രീലക്ഷ്മി ചെല്ലൂരിൽ വന്നു താമസം തുടങ്ങിയെന്നും അതിനാലാണ് ലക്ഷ്മീപുരമെന്നറിയപ്പെട്ടതെന്നും കേരളമാഹാത്മ്യം മുപ്പത്തിനാലാമധ്യായം). മാന്ധാതാവ് പ്രതിഷ്ഠിച്ച ബിംബം ഇന്നത്തെ മാന്ധംകുന്നിൽ. മാന്ധാതാവിന്റേയും ബിന്ദുമതിയുടേയും പുത്രൻ മുചുകുന്ദൻ രണ്ടാമത് സ്ഥാപിച്ച ബിംബപ്രതിഷ്ഠ ഇന്നത്തെ മുതുകുട.

മൂന്നാമത്തെ പ്രതിഷ്ഠ, ശതസോമനെന്ന മൂഷികരാജാവ് തപസ്സിലൂടെ നേടിയെടുത്തതായി പുരാവൃത്തം സൂചിപ്പിക്കുന്ന ബിംബ പ്രതിഷ്ഠ, തളിപ്പറമ്പ് രാജരാജേശ്വര ക്ഷേത്രം. ശതസോമന്റെ തപസ്സിനൊടുവിൽ ശിവൻ പ്രത്യക്ഷപ്പെട്ട് ബിംബം നൽകുന്നതായാണ് കഥ. നാലുദിക്കുകൾ കീഴടക്കിയിട്ടും അഭിവൃദ്ധി പ്രാപിക്കാത്തതിനാലാണ് രാജാവ് തപസ്സിനു തുനിഞ്ഞത്. ശ്രീകണ്ഠന്റെ ആസ്ഥാനകവിയായ അതുലൻ രചിച്ച മൂഷികവംശകാവ്യം രാജാക്കന്മാരുടെ പട്ടിക 118 വരെ നീട്ടുന്നുണ്ട്. ഒരു രാജാവിന്റെ ഒന്നിലേറെ പദവികളെ വെവ്വേറെ രാജാക്കന്മാരായി പരിഗണിച്ചതുകൊണ്ട് നീണ്ടതാവാം. മൂഷികരാജ്യത്തിന്റെ സാംസ്കാരിക പരിസരത്തൊന്നുമില്ലാത്ത, തുറമുഖ വാണിജ്യത്തിനുള്ള അധികാരം മാത്രം കൈക്കലാക്കിയ ചേരവംശത്തിന്റെ പട്ടികയും ഇതിനൊപ്പം ചേർത്തു കാണും.

മലനാട്ടു നിരകളിലൊതുങ്ങിക്കഴിഞ്ഞിരുന്ന ആവാസപംക്തിയിൽ നിന്ന് സഹ്യപർവതത്തിന്റെ ഇരു (പൂർവ - പശ്ചിമ) ഭാഗങ്ങളിലേക്ക് കാലക്രമേണ പടർന്ന ജനപദങ്ങൾ വ്യത്യസ്ത സാംസ്കാരിക സാഹചര്യങ്ങളിലേക്ക് വഴിപിരിയുന്നുണ്ട്. മലനാടിന്റെ മലയാളത്തനിമ പിന്തുടർന്ന് പിൽക്കാലത്ത് മലയാളികളായും പൂർവേശങ്ങളിലേക്ക് പരന്നവർ തമിഴകമായും രൂപപ്പെട്ടു. തമിഴകത്തിന്റെ സാംസ്കാരിക പൈതൃകത്തിലാണ് ആദിചേരവംശത്തിന്റെ വേരുകൾ കിടക്കുന്നത്. മൂഷികരാജ്യവുമായി അവർക്കുള്ള ബന്ധം പ്രത്യേകവിഷയത്തിലുള്ള ഏതെങ്കിലും യുദ്ധമോ, ക്ഷേത്രദർശനമോ, വ്യാപാര നീക്കങ്ങളോ, തുറമുഖാധികാരമോ, നദീമാർഗസഞ്ചാരമോ ആകാം. മൂഷിക രാജ്യത്തിനു മേൽ അതിലപ്പുറമൊരു ചക്രവർത്തിപട്ടം എഴുതിക്കൊടുക്കേണ്ടതില്ല.

മൂഷികരാജാക്കന്മാരുടെ പരമ്പര ചുവടെ വിവരിക്കുംവിധത്തിലായിരിക്കുമെന്ന് അനുമാനിക്കുകയാണ്.

BC 170- 140 കാലത്ത് രാജപദവിയിലിരുന്ന രാമഘടമൂഷിക നിൽ തുടങ്ങുന്ന പരമ്പര. ഓരോ രാജാവിന്റേയും കാലയളവു സംബന്ധിച്ചുണ്ടായ നിഗമനങ്ങൾ ഇവിടെ ചേർക്കുന്നില്ല. അവ നിഗമനങ്ങളായതു കൊണ്ടും ചരിത്രത്തെ അതൊരു തരത്തിലും ബാധിക്കുന്ന വിഷയമല്ലാത്തതുകൊണ്ടും. അവരുടെ ജീവചരിത്രം എഴുതുന്നവർക്കു മാത്രമേ അത് അത്യാവശ്യമായി വരൂ.

ക്രമം / പേര്/ അനുബന്ധവിവരങ്ങൾ

1. രാമഘടൻ.

മക്കൾ വട്ടു, നന്ദൻ

2. നന്ദൻ (നാരായണഭട്ട ചോഴൻ)

ഇക്കാലത്ത് 146 ബി. സി. യിൽ തുടങ്ങുന്ന പരശുരാമാബ്ദം സ്ഥാപിച്ചതായും ആദികഴകങ്ങൾ രൂപീകരിച്ചതായും മകോതൈ (മഹോദയപുരം) പുതുക്കിയതായും പറയപ്പെടുന്നു.

3. ഉഗ്രൻ

4. സിംഹസേനൻ

5. ചന്ദ്രവർമൻ ഒന്നാമൻ

6. ബൃഹൽ സുതൻ

7. ഉഗ്രാശ്വൻ

8. ബൃഹദ് സേനൻ (ചിത്രസേനൻ)

9. ശതസോമൻ

(പെരുഞ്ചെല്ലൂർ ക്ഷേത്രം ഉദ്ദേശം

ബി. സി. 16 ൽ സ്ഥാപിച്ചു.)

10. വിശ്വപാലൻ

11. രുദ്രവർമൻ

12. വ്യാഘ്രസേനൻ

13. ഭീമവർമൻ

14. മിത്രസോമൻ

അപ്പോസ്തലൻ തോമസിന്റെ സ്വാധീനത്തിൽ ക്രിസ്തുമതത്തിൽ ആകൃഷ്ടനായി. അക്കഥയിലെ ഗൊന്ദോഫറസ് (കുന്ദവർമൻ)

ഇയാളാണ്. പാലസ്തീനിയൻ രാജാവ് ഹെരോദസ് അന്തിപ്പാസിന്റെ ദുർഭരണത്തിൽ നിന്നും മോചനം തേടിയാണ് യഹൂദർ കേരളത്തിലെത്തിയത്.

യേശുവിനെ ജ്ഞാനസ്നാനം ചെയ്യിച്ച സ്നാപക യോഹന്നാനെ വധിപ്പിച്ച രാജാവാണ് അന്തിപ്പാസ്.

15. വീരവർമൻ

16. അർജ്ജുന വർമൻ

17. വടുകവർമൻ

വടുകേശ്വരം - വടേശ്വരം - സ്ഥാപിച്ചതിനാൽ (എ. ഡി. 112) വടുകവർമയായി. ആലശുദ്ധിയിൽ ക്ഷേത്രം നിർമിച്ചതായിട്ടാണ് മൂഷികകാവ്യത്തിൽ പരാമർശം.

18. അഹീരണൻ

അഹീരണക്ഷേത്രം സ്ഥാപിച്ചു.

19. രണഭദ്രൻ

20. ആര്യഗുപ്തൻ

21. അചലൻ

(അചലപ്പട്ടണം സ്ഥാപിച്ചത് - മഞ്ചേശ്വരത്തിന് വടക്ക് ഉയിൽ ഗ്രാമം.)

22. വിക്രമ സേനൻ

23. വിനയവർമൻ

24. രാജവർമൻ

25. ജയമാനി (മാനി = സിംഹം)

26. ഉദയവർമൻ

27. ഉദയാദിത്യൻ

28. കാലസേനൻ (ഭാസ്കരഭാനുവർമൻ)

കൊംഗുദേശത്തെ പല്ലവരെ തോല്പിച്ചതായും രാജാവിന്റെ പുത്രിയെ വിവാഹം ചെയ്തതായും വിജയസ്മാരകമായി പെരുമാൾ അബ്ദം 386 എ. ഡി. യിൽ സ്ഥാപിച്ചതായും പറയപ്പെടുന്നു. എ. ഡി. 378 ൽ യഹൂദർക്ക് നൽകിയ ചെമ്പുപട്ടയത്തിൽ ഭാസ്കര രവി വർമൻ എന്നാണ്. എരമം ചാലപ്പുറം ലിഖിതം വായിച്ചെടുത്ത ഡോ: എം.ജി.എസ് . നാരായണൻ ഭാസ്കര രവിവർമയെപ്പറ്റി വ്യക്തമാക്കുന്നുണ്ട്. എ. ഡി. 1020 ലേതാണ് ലിഖിതമെന്നാണ്

അദ്ദേഹം നിരീക്ഷിച്ചത്. ഡോ: ടി. പവിത്രൻ ശിലാലിഖിതത്തിന്റെ മറുപുറത്ത് പല്ലവർ എന്ന പദം കൂടി കണ്ടെത്തുകയുണ്ടായി. ഈ സൂചന ലിഖിതത്തിന്റെ കാലനിർണയത്തെ പിന്നേയും പുറകോട്ടു വലിച്ചേക്കാം.

29. ശശി ദത്തൻ

30. നിലാതവർമൻ

31. ശിവചരിതൻ

32. ഈശാനവർമൻ ഒന്നാമൻ

(കേയപ്പെരുമാൾ)

33. കുഞ്ചിവർമൻ(ചോഴപ്പെരുമാൾ)

34. ഈശാനവർമൻ രണ്ടാമൻ.

കുഞ്ചിവർമന്റെ പുത്രിയുടെ പുത്രൻ.

രാജ്യഭ്രഷ്ടനായി മൂഷികത്തിൽ വന്നു പാർത്തിരുന്ന ചേദി രാജാവിന്റെ പുത്രി നന്ദിനിയെയാണ് ഈശാനവർമൻ കല്യാണം കഴിച്ചത്. ചേദി രാജാവിന് രാജ്യം വീണ്ടെടുത്തു കൊടുത്തു. ഈശാന വർമൻ സഹോദരീ ഭർത്താവും കേരളരാജാവുമായ രഘുപതി ജയരാഗനെ തോല്പിച്ചതായും കഥ. പരുഷ്ണി നദിക്കരയിലാണ് യുദ്ധം. ബി. സി. 17 ൽ ദക്ഷിണ പാഞ്ചാലത്തിൽ സുദാസൻ പഞ്ചാബിലെ പത്തു രാജാക്കന്മാരോട് ദശരാജ്ഞയുദ്ധം നടത്തിയതായി ഋഗ്വേദ സംഹിത വിവരിക്കുന്ന പരുഷ്ണീനദി ഝലംനദിയുടെ പോഷകമാണ്. (ഇന്നത്തെ തോഹി). ദ്രോഹ്യം = പാലാർ. തെക്കൻ കോയമ്പത്തൂരിൽ ഉദുമൽപേട്ടയിൽ തളിഗ്രാമത്തിൽ അലിയാറിനോടു ഒരു പാലാർ (പയസ്വിനി) ചേരുന്നു. ഇതാണ് മൂഷികവംശ കാവ്യത്തിലെ പരുഷ്ണിയെന്നു ചിലർ നിരീക്ഷിക്കുന്നു. തന്റെ ഭാര്യ പ്രസവിക്കാത്തതിനാൽ ഈശാനവർമൻ ഒരു ചോള രാജകുമാരിയേയും കെട്ടി. അതിൽ നൃപരാമൻ ഉണ്ടായി. ആദ്യ രാജ്ഞിക്കും പിന്നീട് പുത്രനും പുത്രിയുമുണ്ടായി. പുത്രനാണ് പാലകൻ ഒന്നാമൻ. ആദ്യം നൃപരാമൻ രാജാവായി. അദ്ദേഹം മരിച്ച ശേഷം പാലകൻ രാജാവായി.

35. നൃപരാമൻ അഥവാ ചന്ദ്രവർമൻ

36. പാലകൻ I (പാണ്ടിയൻ / തുളുവൻ പെരുമാൾ).

അതുലന്റെ 'മൂഷിക വംശ'ത്തിലെ പാലകൻ ഒന്നാമനാണ് മക്കത്തു പോയ ചേരമാൻ പെരുമാൾ (എഡി 608-628)എന്ന് കേസരി.

തുളുവൈതിഹ്യത്തിലെ ഭൂതലപാണ്ഡ്യന്റെ മാതുലനും മുൻഗാമിയുമായ ദേവപാണ്ഡ്യൻ.

ചന്ദ്രവർമന്റെ അനുജൻ. പാലകൻ വരെ പിതൃപാരമ്പര്യമായിരുന്നു. ശേഷം സഹോദരീപുത്രൻ വലിധരൻ പദവിയിലേറി. മാതൃപാരമ്പര്യത്തിലേക്കുള്ള മാറ്റം. ദേവപാണ്ഡ്യന്റെ മരുമകൻ ഭൂതല പാണ്ഡ്യൻ രാജാവാകുന്നതായി തുളുവംശചരിത്രം പറയുന്നു. (വലിധരൻ -ബലിധരൻ -ഭൂതനാഥനായ കുണ്ഡോദരന് ബലിയർപ്പിക്കാൻ ദേവപാണ്ഡ്യന്റെ സഹോദരി സത്യവതി തന്റെ മകനെ നൽകുകയുണ്ടായി. പിന്നീട് ബലി വേണ്ടെന്നു വച്ചു. മരുമകനെ രാജ്യം ഏല്പിച്ചു. മരുമക്കത്തായം ആരംഭിച്ചത് അങ്ങനെയാണെന്ന് നിഗമനം.)

37. വലിധരൻ (ഇന്ദ്രപ്പെരുമാൾ, ഭൂതല പാണ്ഡ്യൻ) പാലകന്റെ മരുമകൻ. ജൈനമതാനുയായി. ചേരചോഴ പാണ്ഡ്യരാജ്യങ്ങൾക്കു പുറമെ മൈസൂരിലെ ഹൈഹയ രാജ്യവും കയ്യടക്കി.

38. വിക്രമരാമൻ (വിക്രമാദിത്യൻ)

39. ജനമാനി

40. ശംഖവർമൻ (ചെങ്ങൽ പെരുമാൾ) ഡോ: എസ്. കൃഷ്ണസ്വാമി അയ്യങ്കാരുടെ കൃതി

'എർലി ഹിസ്റ്ററി ഓഫ് വൈഷ്ണവിസം ഇൻ സൗത്ത് ഇന്ത്യ' യിൽ ഇയാൾ ദക്ഷിണ ആർക്കാട്ടിലെ കാട്ടു മന്നനാർ -കോവിലിൽ മരിച്ചതായി പറയുന്നു. മരിച്ചത് പറശ്ശിനിക്കടവിലാണ്. 'കോട്ടുംപുറത്തു ശിവയോഗിപ്പെരുമാൾ മൊക്കംപൂകി' എന്ന ലിഖിതത്തിന്റെ സാരം മറ്റൊന്നല്ല. പറശ്ശിനിക്കടവിന് തൊട്ടരികിൽ വളപട്ടണം കോട്ടപ്പുറത്താണ് അടക്കം ചെയ്തത്. (ശിവം: ശുഭം, മൊക്കം: മോക്ഷം) തൃക്കണാമതിലകം, തൃച്ചംബരം, ഇരിങ്ങാലക്കുട ക്ഷേത്രങ്ങൾ പണിയുകയും പെരിഞ്ചെല്ലൂരിൽ ശതസോമൻ സ്ഥാപിച്ച ചന്ദ്രശേഖരക്ഷേത്രം പുതുക്കുകയും ചെയ്തു. 'കോത്രനെല്ലിനൊകുന്നൂർ' എന്ന നഗരം വിഷ്ണുവിനു കൊടുത്തു എന്ന് പതിറ്റുപത്തിൽ കാണുന്നുണ്ട്. തിരുനെല്ലിയാകാം. തികഞ്ഞൊരു വിഷ്ണുഭക്തനായ ഇദ്ദേഹത്തെയാണ് പുരളിമല മുത്തപ്പനായി (ശിവസങ്കല്പം) വാഴ്ത്തപ്പെടുന്നതെന്ന് കേസരിയെപ്പോലുള്ളവർ പ്രസ്താവിച്ചതിൽ സാംഗത്യമില്ല.

42. ചോഴിയകുലശേഖരൻ I. യഥാർഥ കുലശേഖര ആൾവാർ (ആൾവാർ = ഗരുഡൻ). 'പെരുമാൾ തിരുമൊഴി' എന്ന തമിഴ് സ്തവമാല, മുകുന്ദമാല എന്ന സംസ്കൃത വൈഷ്ണവസ്തവം എന്നിവ എഴുതി.

43. വളഭൻ I (പള്ളി ബാണ പെരുമാൾ)

ക്രിസ്തുമതാഭിമുഖ്യം പുലർത്തി.

44. കുന്ദവർമൻ II (ഭൂതരായൻ) ജൈനമതാഭിമുഖ്യം. ഇദ്ദേഹത്തിന്റെ മന്ത്രിയായിരുന്ന ക്നാനായി തോമസ് (പെരുന്തച്ചൻ) 1500 എ. ഡി. യിൽ രചിച്ച രവിവർമന്റ ഉദയവർമ ചരിതത്തിൽ 724 എ. ഡി. യിൽ ജനിച്ച ദേഹവും കോലസ്വരൂപ സ്ഥാപകനുമായ കേരളവർമന്റെ അമ്മയുടെ പിതാവായി പറഞ്ഞിട്ടുള്ള തുളുവൻ പെരുമാൾ ഇദ്ദേഹമാണെന്ന് കേസരി.

45. പാലകൻ II (ഇന്ദ്രപ്പെരുമാൾ)

46. രിപുരാമൻ(ആര്യ പെരുമാൾ) നിർമലശേഖരൻ പുറപ്പൊരുൾ വേമ്പമാലൈ ചെന്തമിഴ് ലക്ഷണ ഗ്രന്ഥം രചിച്ച അയ്യൻ ആരിതനാർ ഇയാളാണ്

47. ഗംഭീരൻ (കുന്ദൻ പെരുമാൾ)

48. ജയമാനി രാമഘടൻ കാസർക്കോട് കോട്ടിക്കുളത്ത് കോട്ട പണിതതിനാൽ കോട്ടിപ്പെരുമാളായി

49. വളഭൻ II (രാജശേഖരൻ, മാടപ്പെരുമാൾ). മൂപ്പെരുംകോട്ടമൂപ്പൻ എന്നറിയപ്പെടുന്ന വളഭന്റെ കാലത്താണ് കടലായി പെരുങ്കോട്ടയും വളപട്ടണംകോട്ടയും നിർമിച്ചത്. കണ്ണൂരിന്റെ തെക്കേ അതിർത്തിയായ കണ്ണോത്തുംചാലിനു ശേഷമുള്ള കടൽക്കരയായ ആദികടലായിലായിരുന്ന ആദ്യത്തെ കോട്ട. വളപട്ടണംകോട്ടയുടെ ശരിയായ പേര് ശിവേശ്വരംകോട്ടയെന്നാണ്. ആദി തിരുമാന്ധാംകുന്ന, കടലായി, ചെറുകുന്ന ക്ഷേത്രങ്ങളും പണിതു. മാടായിക്കോട്ട പണിയാൻ കല്പനയും പുറപ്പെടുവിച്ചു. യുധിഷ്ഠിര വിജയം, ത്രിപുര ദഹനം, ശൗരീകഥ എന്നീ യമകാവ്യങ്ങളെഴുതിയ വാസുദേവഭട്ടതിരിയുടെ സമകാലികൻ.

50. രാജവർമൻ (ശ്രീകണ്ഠൻ, ഏഴിപ്പെരുമാൾ)

51. പൂർണ വർമൻ (വിജയൻ പെരുമാൾ).

52. ബാലവർമൻ

53. ഹരിശ്ചന്ദ്ര പെരുമാൾ

പുരളി മലയിൽ ഹരിശ്ചന്ദ്ര കോട്ട കെട്ടി.

54. വിജയരാഗൻ (മല്ലൻ പെരുമാൾ) ഹരിശ്ചന്ദ്ര പെരുമാളിന്റെ അനുജൻ. ആസ്ഥാനം പഴശ്ശിഗ്രാമം(മല്ലന്നൂർ -മട്ടന്നൂർ).

55. കുലശേഖര പെരുമാൾ രണ്ടാമൻ

അഞ്ചുവീതം ക്ഷത്രിയർക്കും സാമന്തർക്കുമായി ദേശം വീതം വച്ച് വികേന്ദ്രീകരണം നടപ്പാക്കി. ബ്രാഹ്മണമേധാവിത്തത്തിന്റെ വ്യാപനത്തിന് പശ്ചാത്തലമൊരുക്കി. 'തപതീ സംവരണ'നാടകത്തിന്റെ കർത്താവ്.

56. ആദിരാജപ്പെരുമാൾ

57 പാണ്ടിപ്പെരുമാൾ II

58. ചേരമാൻ പെരുമാൾ

ഇദ്ദേഹം എ. ഡി. 1020 ന ശേഷം രാജപദവിയിൽ നിന്നും അവധിയെടുത്ത് മക്കത്ത് പോയതായി ചില ചരിത്രകാരന്മാരുടെ നിഗമനം. എ. ഡി. 1024 ന ശേഷം ആഭ്യന്തര കലഹം നിമിത്തം മൂഷികരാജവംശം തകർന്നു. മാഹിഷ്മതിയിൽ നിന്നു കടന്നു വന്നവർ സ്ഥാപിച്ച മൂഷികവംശം സ്വതന്ത്ര നാട്ടുവാഴികളായിരുന്നു. ഏകദേശം എട്ടാം നൂറ്റാണ്ടിൽ കോലത്തുനാട് എന്ന പേരുകൂടി ഈ ദേശചരിത്രത്തിന്റെ ഭാഗമാകുന്നുണ്ട്. മൂന്നാം നൂറ്റാണ്ടിന്റെ തുടക്കത്തിലാണ് ആദിചേരസാമ്രാജ്യത്തിന്റെ തകർച്ച. സമ്പന്നമായ റോമാ സാമ്രാജ്യവുമായുള്ള വ്യാപാര ബന്ധത്തിലൂടെ കൈവരിച്ച അഭിവൃദ്ധി, അധികാര ധൂർത്തിന്റേയും പകർച്ചവ്യാധിയുടേയും സാഹചര്യത്തിലുണ്ടായ റോമൻ തകർച്ചയോടെ, നിലക്കുന്നുവെന്നതു മാത്രമായിരിക്കില്ല അതിനു കാരണം. അറേബ്യൻശക്തികളുൾപ്പെടെ ശക്തമായ വാണിജ്യശൃംഖലകൾ ഈ മേഖലയിൽ അവശേഷിക്കുന്നുണ്ടായിരുന്നു.

ചേരന്മാർ സാമ്പത്തികമായി പ്രാബല്യം നേടിയെങ്കിലും രാജ്യസുരക്ഷയേയും ഭാവിയേയും മുൻനിർത്തിയുള്ള ആസൂത്രണങ്ങളുണ്ടായില്ലെന്നതാണ് പ്രമുഖ കാരണം. ആ സാഹചര്യം ശക്തി ക്ഷയത്തിലേക്കാണ് നയിക്കപ്പെട്ടത്. പടിഞ്ഞാറൻ തുറമുഖങ്ങൾ പ്രകൃതിക്ഷോഭത്തിൽ തകർന്നു. ആ വഴിക്കും വാണിജ്യം നിലച്ചു. ആശ്രിതന്മാർക്ക് ദാനം ചെയ്യുന്നതിൽ യാതൊരു നിയന്ത്രണവും പാലിച്ചില്ല. പണത്തിനു മാത്രമായി സേവനം ചെയ്യുന്ന മറവ സേനയായിരുന്നു അക്കാലത്ത്. അധികാരശക്തികൾ തകരുമ്പോൾ അവർ പാളയം വിടും.

ചേര- ചോള ബന്ധവും ഇതിനിടെ വഷളായി. ഒമ്പതാം ചേരവേന്തൻ ചോള രാജ്യത്തെ കടന്നാക്രമിച്ചതെല്ലാം അതിന് ആക്കം കൂട്ടി. ചില വേന്തന്മാർ കവിതയിലും കലയിലും സുകുമാര കലാവിനോദങ്ങളിലും രമിക്കുകയും അധികാര നിർവഹണം മറക്കുകയും ചെയ്തു. സുഖലോലുപത, യുദ്ധ നൈപുണ്യമില്ലായ്മ, സാമ്പത്തിക അച്ചടക്കമില്ലായ്മ എല്ലാം ചേർന്നപ്പോൾ ചേരവംശം നിലംപൊത്തി. റോമാ

ചക്രവർത്തി കാരക്കള്ളയുടെ കാലത്ത് (എഡി 211-2 17) തന്നെയാകണം ചേരവാഴ്ചയുടെ അന്ത്യം. കളഭ്രരും പല്ലവരും മറ്റും ചോളർക്കും പാണ്ഡ്യർക്കുമെതിരെ നീങ്ങി. സുസ്ഥിര സംവിധാനങ്ങൾ കടപുഴകി. ചെറുനാട്ടുരാജ്യങ്ങളായി ശേഷിച്ചു. കടുനാട് നാട്ടുവാഴി പെരുംകടുങ്കോ അതിലൊരാളായിരുന്നു.

ഇദ്ദേഹം കൊങ്ങുനാട്ടും ഭരിച്ചിരിക്കണം. പത്താംചേരവേന്തന്റെ മകനാണയാൾ. വെറുമൊരു നാട്ടുവാഴിയായി ചുരുങ്ങുകയുണ്ടായി. എല്ലാ രാജവംശങ്ങളുടേയും കാലപഥങ്ങളിൽ ഇത്തരം ഉയർച്ചതാഴ്ചകളുടെ രേഖീയഗാഥ കാണാം.

ശ്രീകണ്ഠപുരം - ശ്രീകണ്ഠന്റെ ആസ്ഥാനം

ഉൽപാദന വ്യവസ്ഥയാണ് ചരിത്രത്തിന്റെ അടിത്തറയും സാമൂഹ്യ ഗതിക്രമത്തിന്റെ ചാലകശക്തിയുമെന്ന മൗലികമായ യാഥാർത്ഥ്യത്തെ ആധാരമാക്കിയാൽ രാജവംശങ്ങളുടെ പങ്ക് ചരിത്ര രചനയിൽ തുലോം അപ്രധാനമാണ്. അധ്വാനിക്കുന്നവർ രൂപപ്പെടുത്തുന്ന വ്യവസ്ഥയുടെ മേൽനോട്ടക്കാർ മാത്രമാണവർ. അതേസമയം, രാജവ്യവസ്ഥയുടേയും ഫ്യൂഡൽ സമ്പ്രദായത്തിന്റേയും നാൾവഴികൾ കൂട്ടിയോജിപ്പിക്കുകയെന്ന സാമ്പ്രദായിക ചരിത്രരചനാരീതിയ്ക്കപ്പുറം ചരിത്രത്തെ സംഘർഷവൽക്കരിക്കുന്നതിൽ അധികാരവർഗയുക്തികളും നയങ്ങളും എത്രത്തോളം ഇഴചേർന്നു കിടക്കുന്നുവെന്ന അന്വേഷണം അനിവാര്യമാണ്. അതിനുവേണ്ടി പെരുമാൾ സാമ്രാജ്യത്തിന്റെ വേരുകളും, ചുഴലി സാമന്ത പ്രഭുത്വത്തിന്റെ അധീശവും കോലത്തിരി രാജവംശപ്പെരുമകളും ചിറയ്ക്കൽ കോവിലകാധിപത്യ കാലഘട്ടവും കല്യാട്, കരക്കാട്ടിടം ജന്മി വൃത്താന്തങ്ങളും വിവരിക്കപ്പെടേണ്ടതുണ്ട്.

ഏഴിമല ആസ്ഥാനമാക്കി ഭരിച്ച ഒരു രാജവംശത്തെയാണ് മൂഷിക വംശമായി ചരിത്രം അധികവും കൊണ്ടാടിയത്. ഏഴിമലയ്ക്കു മുമ്പേ ആദിമലനാടിന് ചരിത്രമുണ്ടെന്നു കണ്ടുകഴിഞ്ഞു. ഏഴിമലയ്ക്കു മുമ്പേ കരിപ്പത്തും അതിനു മുമ്പേ ശ്രീകണ്ഠപുരവുമായിരുന്നു ആസ്ഥാനം. ഏഴിക്കോട്ട (രാമന്തളി), മാടായിക്കോട്ട, പന്തലായിനി, കടലായി, വളപട്ടണം കോട്ടക്കുന്ന്, ചിറയ്ക്കൽ എന്നിവയും ആസ്ഥാന നഗരികളായിട്ടുണ്ട്. ഇതിൽ മൂഷികവംശാന്ത്യത്തിലെ ശ്രീകണ്ഠൻ വരെ വാണിരുന്ന

സുപ്രധാന ആസ്ഥാനം ശ്രീകണ്ഠ പുരമാണ്. സമുദ്രതീരത്തോടടുത്തു കിടക്കുന്ന മറ്റ് മിക്ക ആസ്ഥാനങ്ങളും നാവികാക്രമണത്തിനടിപ്പെടാനുള്ള സാഹചര്യം നിലനിൽക്കുന്നതിനാൽ ഏറ്റവും സുരക്ഷിതമായ ആസ്ഥാനമെന്ന നില കൂടി ശ്രീകണ്ഠപുരത്തിനുണ്ട്. അതേക്കാൾ ആസ്ഥാനമെന്ന നിലയിൽ ശ്രീകണ്ഠപുരത്തിനുള്ള പൗരാണികബലവും സുപ്രധാന സവിശേഷതയാണ്. സമുദ്രശക്തികളുടെ ഭീഷണി കാലക്രമേണ ഒഴിവാകുന്ന സാഹചര്യങ്ങളിലാണ് തീരദേശങ്ങളിലെ കോട്ടകൾ രാജസ്ഥാനങ്ങളായി മാറുന്നത്. അതു വരെ പ്രതിരോധക്കോട്ടകൾ മാത്രമായിരുന്നു അവ.

നൂറ്റിപ്പതിനെട്ടു രാജപരമ്പരകളെ ഒരു കാവ്യത്തിൽ കോർത്തിണക്കി അതുലൻ രചിച്ചതായുള്ള മൂഷിക വംശകാവ്യവും നമുക്ക് ലഭിച്ചതാണ്. പരശുരാമനോടു പടവെട്ടി മരിച്ച ഒരു ക്ഷത്രിയ രാജാവിന്റെ ഗർഭിണിയായ പത്നി ഏഴിമല ഗുഹയിൽ അഭയം പ്രാപിച്ചതായും, കുശിക മുനിയുടെ ശാപത്താൽ മൂഷികനായി മാറിയ ഏഴിമല ദേവത ആ ഗുഹയിൽ പ്രവേശിച്ച് രാജ്ഞിയെ ഭക്ഷിക്കാൻ ശ്രമിച്ചതായും, രാജ്ഞി അതിനെ ഭസ്മീകരിച്ചതായും, രാജ്ഞി പ്രസവിച്ച പുത്രനെ - രാമഘടമൂഷികനെന്ന നാമത്തിൽ പരശുരാമൻ രാജാവായി വാഴിച്ചതായുമാണ് ഈ കാവ്യത്തിന് പറയാനുള്ള കഥ. ശിവപുത്രനായ പരശുരാമനാണ് (ഗണപതി) മൂഷികവംശം ആദിയിൽ സ്ഥാപിച്ചതെന്ന് 'മൂഷിക വംശം' എന്ന പ്രബന്ധത്തിൽ കേസരി ചൂണ്ടിക്കാട്ടുന്നു.

"അതിവസതി മയൂരോത്പാതമ ത്രൈവ രാഷ്ട്രം" (മയൂരവംശ കാവ്യം). ശിവന്റെ മറ്റൊരു പേരാണ് മയൂരൻ. ബി. സി. 170 മുതൽ 140 വരെയാണ് രാമഘടന്റെ കാലം കേസരി അനുമാനിക്കുന്നത്. ശിവന് മൂഷികനെന്ന പേരുള്ളതുപോലെ ഗണപതിയെ മൗഷികനെന്നും വിളിക്കുന്നു.

കേസരിയുടെ വിവരണം ഇങ്ങനെയാണ്: "വാമനപുരാണത്തിൽ ഭാരതത്തിലെ വടക്കൻ ദേശങ്ങളുടെ കൂട്ടത്തിൽ ഒരു കേരളത്തേയും ഒരു മൂഷിക ദേശത്തേയും പറ്റി പറഞ്ഞിട്ടുണ്ട്. പത്മപുരാണമാകട്ടെ, മല്ലരാഷ്ട്രത്തിനും മാളവത്തിനും ഇടയ്ക്കുള്ള ഒരു കേരളത്തേയും, ദക്ഷിണദിക്കിലുള്ള ദ്രാവിഡം, കേരളം, പ്രാച്യ മൂഷികം, കർണാടകം, മാഹിഷകം, വികണ്ഡം, മൂഷികം എന്നിവയേയും പറ്റി പ്രസ്താവിക്കുന്നുണ്ട്. ഇൻഡസ് നദീമുഖം സമീപിച്ചും, കൃഷ്ണാ നദീതീരങ്ങൾ സമീപിച്ചും, ദക്ഷിണാ പഥത്തിന്റെ തെക്കുപടിഞ്ഞാറൻ കരയിലും മൂഷിക രാജ്യങ്ങൾ സ്ഥിതി ചെയ്തിരുന്നതായി ചരിത്ര രേഖകൾ സ്ഥാപിക്കുന്നു. അലക്സാണ്ടർ മഹാന്റെ ചരിത്രകാരന്മാർ സിന്ധിലെ മൂഷികത്തേയും

കലിംഗ (ആന്ധ്ര) രാജാവായ ഖാരവേലന്റെ ശാസനം കൃഷ്ണാതീരത്തെ മൂഷികത്തേയും, ആദിചാലൂക്യരാജാവായ മംഗളീശന്റെ ശാസനവും, മൂഷിക വംശകാവ്യവും കേരളോൽപത്തിയും കേരളത്തിലെ മൂഷിക ത്തേയും പറ്റി പ്രസ്താവിച്ചിരിക്കുന്നു" (പേജ് 110 - കേസരിയുടെ ചരിത്ര ഗവേഷണങ്ങൾ വാല്യം ഒന്ന്)

ശ്രീകണ്ഠന്റെ കാലത്തെ കവിയാണ് അതുലനെന്നതിൽ സംശയ മൊന്നും ബാക്കിയില്ല. ആ പിരീഡിലോ അന്നത്തെ ഒന്നോ രണ്ടോ തലമുറകൾ ഉൾപ്പെടുന്നതോ ആയ ഒരു വിവരണവുമല്ല കാവ്യം. അതു കൊണ്ടു തന്നെ അതിൽ പരാമർശിക്കുന്നതു പോലുള്ള ചരിത്രം മുഴുവനായും വിഴുങ്ങേണ്ട കാര്യമില്ല. അതേസമയം കവി എന്ന നിലയിൽ ക്രാന്തദർശിതമായ ഉൾക്കാഴ്ചമുദ്രകൾ ത്രികാലതലത്തിൽ പ്രകാശി തമാകാമെന്ന ഒരു ജ്ഞാന രീതിയെ നിരസിക്കാനുമാവില്ല. മൂഷിക ഭരണവംശത്തിന്റെ വേരുകൾ ബിസി. യുഗത്തിലേ തുടങ്ങുന്നതായി 'മൂഷികവംശകാവ്യ'ത്തിൽ നിന്നു ഗണിക്കാവുന്നതാണ്.

കേസരിയുടെ ചരിത്ര ഗവേഷണങ്ങളിൽ (വാല്യം ഒന്ന് - 'മൂഷിക വംശത്തിന്റെ ഉത്ഭവം' എന്ന അധ്യായം) മൂഷിക വംശത്തെ ചേരവം ശമായാണ് അടയാളപ്പെടുത്തുന്നത്. മൂഷിക വംശത്തിൽ നിന്നു കോല ത്തിരിവംശം ജനിച്ചതായും കോലത്തിരിമാരുടെ ഭരണ പ്രദേശത്തിന് സങ്കുചിതമായ അർഥത്തിൽ കേരളമെന്ന നാമം ലഭിച്ചതായും അദ്ദേഹം ചൂണ്ടിക്കാട്ടുന്നു. ഏഴിനി അതായത് ഏഴിമലയുടെ നാഥൻ എന്ന സ്ഥാന പ്പേർ മൂഷികരാജാക്കന്മാർ വഹിച്ചതായും എന്നാൽ ഈ ദേശം എല്ലാ യ്പ്പോഴും അവരുടെ കൈവശമുണ്ടായിരുന്നതായി തീർച്ചയില്ലെന്നുമാണ് കേസരിയുടെ അഭിപ്രായം. തമിഴ് സംഘത്തിന്റെ പ്രാരംഭ കാലത്ത്, അതായത് അഞ്ചാം നൂറ്റാണ്ടിൽ ഏഴിമല, നന്നനെന്നും മൂവനെന്നും സംഘകാവ്യങ്ങളും, പശ്ചിമോത്തര മൈസൂരിലെ ശാന്തരവംശമെന്നും, തുളുനാട്ടിലെ ആളുവ വംശമെന്നും ചരിത്രകാരന്മാരും പേരിട്ടിട്ടുള്ള ഒരു രാജവംശത്തിലെ രാജാക്കന്മാർ മൂഷികരാജാക്കന്മാരിൽ നിന്നു പിടിച്ച ടക്കുകയുണ്ടായെന്നാണ് കേസരി പറഞ്ഞു വയ്ക്കുന്നത്: എ. ഡി. ഏഴാം ശതാബ്ദത്തിന്റെ അന്ത്യകാലത്ത് ആളുവ രാജാക്കന്മാരുടെ കൈവ ശമായിരുന്നു എന്നു കാണിക്കുന്ന പ്രാചീന ശിലാലേഖനമുള്ളതായും അദ്ദേഹം എടുത്തുകാട്ടുന്നു.

ഏഴാം നൂറ്റാണ്ടു തൊട്ടേ ചരിത്രത്തിൽ മേൽവിലാസം കാട്ടുന്ന കോലത്തിരിവംശവും മൂഷിക വംശവും ഒന്നാണെന്നു വിശ്വസിക്കുന്നവ രും, മൂഷികരുടെ പിന്തുടർച്ചക്കാരു മാത്രമാണ് കോലത്തിരിക്കാരെന്നു കരുതുന്നവരും ചരിത്രകാരന്മാരിലുണ്ട്.

ഇത്തരംനിരീക്ഷണങ്ങൾ രാജരക്തത്തിന്റെ ആദിമധ്യാന്ത പാരമ്പര്യസിദ്ധാന്തത്തെ നിറം പിടിപ്പിക്കാനുള്ള ഏച്ചുകെട്ടലുകളാണ്. ഒരു രാജവംശത്തിന്റെ തുടർച്ചക്കേ മറ്റൊരു രാജവംശം സ്ഥാപിക്കാനാവൂ എന്ന വിശ്വാസം ഉൽപാദനബന്ധങ്ങളുടെ പരിണാമപ്രക്രിയകളെ ചരിത്രപരമായി നിർണയിക്കാനാവാത്തതിന്റെ ബലഹീനതയാണ് എടുത്തു കാട്ടുന്നത്. ഒരു രാജവംശം തകരുമ്പോൾ ക്ഷയിക്കുന്നത് രാജകുടുംബം മാത്രമല്ല. ആ രാജകുടുംബം, അതാത് ജനഗണങ്ങൾക്കിടയിൽ ഒരു പക്ഷെ, ഒന്നോ രണ്ടോ നൂറ്റാണ്ടുകൾ തികയും മുമ്പെ ഒരു കണ്ണി പോലും ശേഷിപ്പിക്കാതെ തിരോഭവിക്കുന്നുണ്ട്. മൗര്യ സാമ്രാജ്യം പോലും ഒന്നര നൂറ്റാണ്ടു നിലനിന്നില്ല. ഒരു രാജവംശത്തിന്റെ തുടർച്ച ചികഞ്ഞ് മറ്റൊരു രാജാധികാരവുമായി കൂട്ടിക്കെട്ടാൻ ഒരു രീതിയിലും സാധ്യമല്ല.

രാജപക്ഷത്തിനു മുമ്പേ സാമൂഹികമായ ഉൽപാദനവ്യവസ്ഥ പൊളിച്ചെഴുതപ്പെടുന്നുണ്ട്. അതാണ് രാജവംശത്തിന്റെ ക്ഷയത്തിലും പ്രതിഫലിക്കുന്നത്. ഉൽപാദനവ്യവസ്ഥയുടെ മാറിമറിയലുകൾക്കിടയിൽ മറ്റൊരു ദിശ ഉദയം കൊള്ളുകയും പുതിയ അധികാര വംശങ്ങൾ സൃഷ്ടിക്കപ്പെടുകയും ചെയ്യുന്നു. മൂഷികവംശം ആദ്യന്തം മൂഷികവംശത്തിൽ തന്നെ പൂർത്തിയാവുന്നുണ്ട്. ആദിമലനാടിന്റെ പരിധിക്കുള്ളിൽ മാത്രമായി കലാശിക്കുന്നുണ്ട്. കോലത്തിരിയുടെ കാലവും ദേശവും മറ്റൊരു ചരിത്രഘടനയാണ്. മൂഷിക വംശകാവ്യം കോലത്തിരിമാരുടെ ചരിത്രമല്ലെന്ന നിരീക്ഷണം മേലങ്ങത്ത് നാരായണൻ കുട്ടി (സംഘ സാഹിത്യ ചരിത്രം, പേജ് 127) ഉൾപ്പെടെയുള്ള ചരിത്രകാരന്മാർ ശരിവയ്ക്കുന്നു.

മൂഷിക വംശ കാലത്ത് ലക്ഷണമൊത്ത രാജവ്യവസ്ഥ രൂപപ്പെട്ടതായി പോലും തെളിയിക്കാനാവാത്ത വിധം ഗോത്ര സ്വാതന്ത്ര്യം അത്രമാത്രം പ്രബലതയോടെ അവശേഷിക്കുന്ന സാമൂഹ്യയാഥാർഥ്യം കണക്കിലെടുക്കണം. കേന്ദ്രീകൃതരാജാധികാരം വേണ്ടത്ര സുദൃഢമായിട്ടില്ലെന്നു നിരീക്ഷിക്കുമ്പോൾ തന്നെ ഏക ആസ്ഥാനമായി ഏഴിമലയെ അടയാളപ്പെടുത്തുന്നതും പുനപ്പരിശോധിക്കേണ്ടതാണ്. വിഭവസമൃദ്ധിയുടെ നടുവിൽ കഴിയുന്ന ആദിമലനാടിന്റെ തലസ്ഥാനം രാജ്യത്തിന്റെ പശ്ചിമാതിർത്തിയിലേക്കു മാറി സ്ഥിതി ചെയ്യുമെന്നു പ്രതീക്ഷിക്കുന്നതും പ്രയാസകരമാണ്.

പിൽക്കാലത്ത് വാണിജ്യവിനിമയം അഭിവൃദ്ധിപ്പെട്ടപ്പോൾ ഭരണനിർവഹണത്തിന്റെ ആസ്ഥാനങ്ങളിലൊന്നായി ഏഴിമലയും തെരഞ്ഞെടുക്കപ്പെട്ടുവെന്നു കാണണം. വളപട്ടണത്തിന്റെ പ്രാധാന്യവും സമാനമാണ്. അവിടെയാണ് ശ്രീകണ്ഠപുരമെന്ന തലസ്ഥാന

നഗരിയുടെ പ്രസക്തി കിടക്കുന്നത്. ആദിമലനാടിന്റെ അധികാരയോ ജനയ്ക്കു പറ്റിയ ഇന്ദ്രപ്രസ്ഥം ശ്രീകണ്ഠപുരം തന്നെയാണ്.

പ്രാചീനകാലത്തെ സഞ്ചാരികളുടെ വിവരണങ്ങളൊന്നും മൂഷികവംശമെന്ന നാമമോ മൂഷിക വംശവുമായി ബന്ധിപ്പിച്ചുകൊണ്ട് ഏതെങ്കിലും രാജാക്കന്മാരെ കുറിക്കുന്ന പരാമർശങ്ങളോ പ്രതിപാദിച്ചു കാണുന്നില്ല.

“ഹേഹയരാജവംശത്തെ ബലിയോകുരാസ് എന്നും നന്ദവംശത്തെ കേരബത്രോസ് എന്നുമാണ് ടോളമി വിളിച്ചത്. മൂഷിക വംശത്തെപ്പറ്റിയോ പരശുരാമബന്ധമോ ടോളമി പരാമർശിക്കുന്നില്ല”(കേരളത്തനിമ- ഡോ:ആർ. ഗോപിനാഥൻ). ബൈസാന്തിയോൻ (ഹോനവാർ), മന്ദഗര (മാടായി), അർമോഗര (ധർമ പട്ടണം, ധർമടം), നിത്ര (നെട്ടൂർ) നാനാഗുന നദീമുഖത്തുള്ള പട്ടണം എന്നീ തുറമുഖ നഗരങ്ങളെ ബന്ധിപ്പിച്ചു കൊണ്ടാണ് ടോളമിയുടെ വിവരണം. ഏഴിമലപ്പുഴയെ നാനൻകുല എന്നാണ് പരാമർശിക്കുന്നത്.

മംഗലാപുരത്തിനും വടകരക്കുമിടയിലുള്ള തീരദേശത്തേയും (പൂഴിനാട്) കിഴക്കുള്ള മലമ്പ്രദേശങ്ങളേയും ഉൾപ്പെടുത്തി ഏഴിമല ആസ്ഥാനമാക്കിയ ഒരു രാജവംശത്തിന്റെ സൂചന ചില സംഘകൃതികളിലുണ്ട്. നന്ദൻ എന്ന രാജാവിനെപ്പറ്റിയും പരാമർശമുണ്ട്. വംശനാമത്തെപ്പറ്റി സൂചനയില്ല. കൃഷ്ണാനദിയുടെ പോഷകമായ മൂസി എന്ന നദിയുടെ നാമവുമായി കേസരി മൂഷികത്തെ (മൂസികം) ബന്ധിപ്പിക്കുന്നു.

തുളുനാട്ടിലെ പ്രാചീനൈതിഹ്യങ്ങളിൽ കദംബന്മാർക്കു ശേഷവും ഹൊയ്സാളന്മാർക്കു മുമ്പുമായി തുളുനാട് ബഞ്ചികഅഭേരികളും മോനരാജവംശവും ഭരിച്ചതായി പ്രതിപാദിച്ചതിനെ മുൻനിർത്തി ബഞ്ചികഅഭേരികൾ ആളുവവംശവും മോനവംശം മൂഷിക വംശവുമാണെന്നാണ് കേസരിയുടെ വിലയിരുത്തൽ. പത്മപുരാണത്തിൽ പരാമർശിക്കുന്ന രാജ്യങ്ങളുടെ പട്ടികയിലെ പ്രാച്യ മൂഷികം, മൂഷികം, ബാല മൂഷികം എന്നീ മൂന്നു മൂഷികങ്ങൾ ഏതൊക്കെയാണെന്ന് അദ്ദേഹം ചൂണ്ടിക്കാട്ടുന്നു. കൃഷ്ണാ നദിക്കരയിലെ കൃഷ്ണ, ഗുണ്ടൂർ ജില്ലകളിലാണ് പ്രാച്യ മൂഷികം. ടോളമിയുടെ ‘ഏഷ്യയുടെ ഭൂമി ശാസ്ത്ര’ത്തിൽ, മാനാർഫയുടെ - മൈലാപ്പൂർ -വടക്കായി മൈസോളിയ എന്നാണ് ഈ രാജ്യത്തെ പരാമർശിക്കുന്നത്. പിഥുണ്ഡ്രയാണ് തലസ്ഥാനം. മസൂലി പട്ടാം എന്ന പേരിൽ കൃഷ്ണാ തീരത്തിനടുത്ത് ഇപ്പോഴുമുണ്ട് ആ ദേശം. ബി. സി. 40 നടുത്ത് ആന്ധ്ര ചക്രവർത്തികളായ ശാതവാഹകർ ഇവിടം കയ്യടക്കി. എ. ഡി. 300 നടുത്ത് ഭരിച്ച ബൃഹൽ ഫാലായന ഗോത്രജൻ ജയവർമന്റെ ഒരു ചെപ്പേട് കൊണ്ടമുടിയിൽ നിന്നും ലഭിച്ചതിൽ

മുദ്രയായി കാണപ്പെടുന്നത്, ശൂലവും വില്ലുമാണ്. ചേരരാജാക്കന്മാരുടെ ലാഞ്ചനവും ഇതുതന്നെയാണ്. മൂഷികവംശത്തിന്റെ ചിഹ്നവും അമ്പും വില്ലും തന്നെ. ബി. സി രണ്ടാം സഹസ്രാബ്ദത്തിൽ ഈജിപ്തിന്റെ ചിഹ്നമാണിത്. മൂഷികവംശകാവ്യത്തിലെ മൂഷികം ചന്ദ്രഗിരിപ്പുഴക്കും കോട്ടപ്പുഴക്കുമിടയിലെ ദേശത്തെയാണ് അടയാളപ്പെടുത്തുന്നത്.

ഇത് പിന്നീട് കോലത്തുനാടായി തുടർന്നതായും കേരളമെന്ന പേരു സിദ്ധിച്ചതായും കേസരി അഭിപ്രായപ്പെടുന്നു. ദക്ഷിണ- മധ്യ തിരുവിതാംകൂറിനെ ഉൾപ്പെടുത്തിയാണ് ബാലമൂഷികം അദ്ദേഹം അടയാളപ്പെടുത്തുന്നത്. സിന്ധു നദിയുടെ ഉത്തര ഭാഗത്ത് നാലാമതൊരു മൂഷികവുമുണ്ടായിരുന്നു. ശകവർഗമായ മശകരിൽ (മെസ്സാഗെറ്റേ) നിന്നാണ് അവിടെ ആ പേരുണ്ടായത്.

"മൂഷിക രാജ്യത്തിന്റെ തലസ്ഥാനമായി മൂഷികവംശകാവ്യം പറയുന്ന കോലപട്ടണത്തിന്റെ പേരു തന്നെ, മൂഷികവംശത്തിന്റെ ഉത്ഭവം ആന്ധ്രദേശം, അതായത് തെലുങ്കരുടെ നാട്, ആണെന്നു കാണിക്കുന്നുണ്ട്. ആന്ധ്രദേശക്കാർ തങ്ങളുടെ നാടിനെ തെനുഗു രാജ്യം, അഥവാ, തെനുഗു സീമ എന്നാണു വിളിക്കാറുള്ളതെങ്കിലും, തമിഴർ അതിനെ കൊല്ലേറ അറിസീമ, അതായത് കൊപ്പേറു രാജ്യം എന്നാണ് പേരിട്ടിട്ടുള്ളത്. കൊപ്പേറു എന്നത് കൃഷ്ണാ ജില്ലയിലുള്ള, അതായതു പണ്ടത്തെ പ്രാച്യ മൂഷികത്തിലുള്ള ഒരു വലിയ കായലിന്റെ പേരാണ്. 'കൊപ്പ്' എന്ന പദം കൊലനു, അഥവാ, ഗോലനു എന്ന തെലുങ്കു പദത്തിന്റെ രൂപഭേദമാകുന്നു. കോലനു എന്ന പദത്തിന് കായൽ എന്നും ഏറു എന്നതിന് നദി എന്നുമാണ് അർഥം. 'കോലം' എന്ന പദം കോലനു എന്ന തെലുങ്കു പദത്തിന്റെ മലയാള രൂപം മാത്രമാണ്. വളവടപ്പുഴയുടെ (വളപട്ടണം) മുഖത്തിനു സമീപമുള്ള കായലിന്റെ വക്കത്തു സ്ഥാപിച്ചതുകൊണ്ടായിരിക്കും കോലപട്ടണത്തിന് ആ പേര് ലഭിച്ചത് ". (21, ചരിത്ര ഗവേഷണം -വാല്യം ഒന്ന് - കേസരി).

വളപട്ടണമെന്ന നാമം വല്ലഭൻ സ്ഥാപിച്ചതുകൊണ്ട് കുറിക്കപ്പെട്ടതാണെന്നും ശ്രീകണ്ഠൻ സ്ഥാപിച്ചതിനാൽ ശ്രീകണ്ഠപുരം എന്ന നാമം കല്പിക്കപ്പെട്ടുവെന്നുമുള്ള വിശ്വാസമാണ് നിലവിലുള്ളത്. ഇത് രാജസേവാപരമായ നിരീക്ഷണം മാത്രമാണ്. മൂഷികവംശത്തിലെ രാജാക്കന്മാർ വ്യത്യസ്ത ആസ്ഥാനങ്ങളിലിരുന്ന് ഭരണം നിർവഹിച്ചിട്ടുണ്ട്. ശ്രീകണ്ഠപുരത്തെ ആസ്ഥാനമായി വരിച്ച രാജാവ് ശ്രീകണ്ഠനെന്ന് അറിയപ്പെട്ടതാവാനാണ് സാധ്യത.

'മൂഷിക വംശ' കാവ്യത്തിൽ ഏകദേശം പതിനൊന്നാം നൂറ്റാണ്ടിലാണ് ശ്രീകണ്ഠൻ അവരോധിക്കപ്പെടുന്നത്. അതിനും നൂറ്റാണ്ടുകൾക്കു

മുമ്പേ, ബി. സി. യുഗം തൊട്ടേ ശ്രീകണ്ഠപുരം ലോക പ്രശസ്തമാണ്. ശിവമൂർത്തിയുമായി ബന്ധപ്പെട്ടാണ് നാമകരണം നടന്നതെന്നതു തീർച്ച. ശിവന്റെ പുരം എന്ന അർഥത്തിൽ തന്നെ. ശിവപുരം എന്ന പേരിൽ അധികം അകലത്തല്ലാതെ മറ്റൊരു സ്ഥലനാമം ഉള്ളത് കണക്കിലെടുക്കുക. പയ്യാവൂർ, വയത്തൂർ ക്ഷേത്രങ്ങളുടെ പൗരാണിക അച്ചുതണ്ടിൽ ഈ ദേശത്തെയും വലിച്ചുകെട്ടുന്നതാണ് യുക്തി. ശ്രീകണ്ഠപുരം ആസ്ഥാനമാക്കി ഭരണം നിർവഹിച്ച രാജാവ് ശ്രീകണ്ഠനെന്ന നാമ പ്രതിഷ്ഠയിലേക്ക് പിന്നീടു വരികയാണ്. 'മൂഷികവംശ'കാവ്യത്തിൽ, ക്രിസ്ത്വബ്ദത്തിലെ ആദ്യനൂറ്റാണ്ടു തൊട്ടുള്ള രാജവംശപുരാണം വിവരിക്കപ്പെട്ടിട്ടുണ്ട്. മൂഷികവംശകാവ്യത്തിലെ ഒന്നു മുതൽ 15 വരെ പതിനഞ്ചു സർഗങ്ങളിലായി 1050 ൽ പരം പദ്യങ്ങളാണ് 'മൂഷിക വംശം'. ആദ്യത്തേയും അവസാനത്തേയും കുറേ പദ്യങ്ങൾ കണ്ടെടുത്തിട്ടില്ല. ചിലതു അപൂർണരൂപത്തിലുമാണ്.

മൂഷികതാവഴികളായ നൂറ്റിപ്പതിനെട്ടു രാജാക്കന്മാരേയും ഭരണകാലത്തേയും വർണിക്കുകയാണ് കാവ്യം. കാവ്യാവസാനമുള്ള പതിനഞ്ചാം സർഗത്തിലാണ് ഒടുവിലത്തെ മൂഷികനായ ശ്രീകണ്ഠനെക്കുറിച്ചു വിവരിക്കുന്നത്. നൂറ്റിപ്പതിനേഴാമത്തെ രാജാവായ വളഭൻ രണ്ടാമന്റെ അനുജനാണ് ശ്രീകണ്ഠൻ. കാവ്യത്തിലെ സൂചനകൾ പ്രകാരം ശ്രീകണ്ഠന്റെ ആസ്ഥാനകവി തന്നെയാണ് അതുലൻ. അവസാനത്തെ മൂഷികരാജാവായ ശ്രീകണ്ഠന്റെ കാലത്തെ ഇന്ദ്രപ്രസ്ഥമായിരുന്നു ശ്രീകണ്ഠപുരം. ശ്രീകണ്ഠനോടു കൂടി മൂഷികവംശം നാമാവശേഷമായി.

മൂഷികരാജ്യം ആദ്യാവസാനം സ്വതന്ത്ര രാജ്യമായിരുന്നു. അവസാനത്തെ രാജാവായി പരിഗണിക്കുന്ന ശ്രീകണ്ഠന്റെ കാലത്തുപോലും രാജ്യത്ത് തനതായ സ്വർണനാണയങ്ങൾ (ഉദാ: ശ്രീകണ്ഠൻ) പ്രചാരത്തിലുണ്ടായിരുന്നു.

രാജവംശം സ്ഥാപിതമായതു തൊട്ടുള്ള ചരിത്രത്തിൽ, ക്ഷേത്രവാണിഭത്തിലെ ചില ഇടപാടുകളോ വാണിജ്യ തുറമുഖങ്ങൾക്കു വേണ്ടിയുള്ള ഒന്നോ രണ്ടോ യുദ്ധങ്ങളോ ഒഴിച്ചാൽ, സാമന്തരാജ്യമായിത്തീരേണ്ടുന്ന ചരിത്രപ്രക്രിയകളൊന്നും നടന്നതിന് പ്രബലമായ തെളിവുകളില്ല. മഹോദയപുരം ആസ്ഥാനമാക്കിയ കുലശേഖരന്മാരോട് കീഴടങ്ങേണ്ടി വന്നതായ യുദ്ധങ്ങളും നടന്നിട്ടില്ല.

കൊല്ലവർഷം ആരംഭിച്ചതിനു ശേഷമുള്ള ചില ശിലാലിഖിതങ്ങളിൽ, കാലഗണന കുറിക്കാനുള്ള സൂചകങ്ങളായി കുലശേഖരന്മാരുടെ പേരുകാണപ്പെടുന്നതു കൊണ്ട് അവരുടെ ആധിപത്യത്തിലായിരുന്ന

രാജ്യം എന്നൊരു തീർപ്പിലെത്തരുത്. ക്രിസ്തുവർഷമെന്ന സൂചനയോടെയാണ് ഇന്ന് ലോകമെവിടേയും കാലഗണന രേഖപ്പെടുത്തുന്നത്. അതുകൊണ്ട് ലോകമാകെ ക്രിസ്തുവിന്റെ ആധിപത്യത്തിലായിരുന്നെന്ന തീർച്ചപ്പെടുത്താമോ? ശ്രീകണ്ഠൻ ഒരു ബുദ്ധമതതല്പരനായിരുന്നു. അക്കാലം ബ്രാഹ്മണമതവും ബുദ്ധമതവും തമ്മിലുള്ള ഏറ്റുമുട്ടലിന്റെ അന്തിമഘട്ടമായിരുന്നല്ലോ. ബുദ്ധമതത്തിന്റെ തകർച്ച ഈ രാജവംശത്തിന്റെ ക്ഷയത്തിനും കാരണമായിട്ടുണ്ടാവാം.

രാജകുലം അതിനുശേഷം പരിസമാപ്തി പ്രാപിച്ചിരിക്കാം. ശ്രീകണ്ഠപുരത്തിന്റെ രാജസ്ഥാനവും തിരോഭവിച്ചിരിക്കാം. പിൽക്കാലത്ത് അധികാരം സ്വായത്തമാക്കിയ കോലത്തിരിവംശം മറ്റൊരാസ്ഥാനത്തെ സ്വീകരിച്ച് രാജവ്യവസ്ഥ തുടർന്നിരിക്കാം.

മൂഷികവംശത്തിനു ശേഷമുള്ള മൂന്നു നൂറ്റാണ്ടുകൾ, പന്ത്രണ്ടാം നൂറ്റാണ്ടിന്റെ ആരംഭം മുതൽ പതിന്നാലാം നൂറ്റാണ്ടിന്റെ അന്ത്യം വരെ, വൈദേശിക ശക്തികളുടെ അധിനിവേശങ്ങൾ പ്രകടമാകും മുമ്പേയുള്ള ദീർഘിച്ച ഒരു കാലഘട്ടം, രാജാധിപത്യത്തിന്റെ പ്രബലത തുടർന്നിരിക്കാമെങ്കിലും പക്ഷെ ചരിത്രപരമായ അതിന്റെ തുടർച്ചകൾ രേഖപ്പെടുത്തുന്നതിലും രേഖപ്പെടുത്തിയവ സംരക്ഷിക്കുന്നതിലും ഉദാസീനത വ്യക്തമാണ്. ചരിത്രസാമഗ്രികളുടെ മൂല്യത്തെപ്പറ്റി നിശ്ചയമുള്ള പാശ്ചാത്യഅധികാരികളുടെ അധീനതയിൽ നാടു നിയന്ത്രിക്കപ്പെട്ടപ്പോൾ പോലും സ്ഥിതി ഭേദപ്പെട്ടില്ല. അതുകൊണ്ടു തന്നെ ജനവംശങ്ങളുടെ പരിണാമ ദശകളോ പോകട്ടെ, രാജവംശങ്ങളുടെ നാൾവഴികൾ പോലും ചരിത്ര പദ്ധതികളിലൂടെ കൃത്യമായി വായിച്ചെടുക്കാൻ കഴിയാത്ത ദുർഘടാവസ്ഥയാണ്. മൂഷിക വംശമാണ് കോലസ്വരൂപമായി പിന്നീട് മാറി മറിഞ്ഞതെന്ന ഒരഭിപ്രായം പ്രചാരത്തിലുണ്ട്. അങ്ങനെയെങ്കിൽ വംശത്തിന്റെ ആ നാമാന്തരത്തിനു കാരണമെന്തായിരിക്കാമെന്നു വിശദീകരിക്കപ്പെട്ടതായി അറിവില്ല. കോലത്തിരിവംശത്തിന്റെ രാജസ്ഥാനങ്ങൾ തന്നെ സ്ഥിരമായിരുന്നില്ല.

കോലത്തിരിമാരുടെ മൂലകുടുംബം ചിറയ്ക്കൽ താലൂക്കിലെ കരിപ്പത്ത് ആണെന്ന് ലോഗൻ പറയുന്നുണ്ട് (മലബാർ മാന്വൽ പേജ് 283). വളപട്ടണം പുഴക്കരയിലാണെന്ന് സ്ഥാപിക്കും വിധം ചരിത്രകാരനായ ജി. വൈദ്യനാഥ അയ്യർ മൂഷിക വംശകാവ്യം വച്ച് ഒരു മേപ്പ് വരച്ചതായി ശിവശങ്കരൻ നായർ രേഖപ്പെടുത്തുന്നു.

സ്ഥിരമായ ആസ്ഥാനമുണ്ടായിരുന്നവരല്ല കോലവംശം. കോട്ടക്കുന്ന്, ചിറയ്ക്കൽ, രാമന്തളി, മാടായി, കൊല്ലം (പന്തലായിനി) തുടങ്ങിയവയെല്ലാം ആസ്ഥാനപ്പട്ടികയിലുണ്ട്. പ്രബലവും സുസംഘടിതവുമായ

ഭരണചക്രത്തിന്റെ അഭാവമാവാം ഈ സ്ഥാനചലനത്തിനു പിന്നിൽ.

കോലത്തുനാട്ടരചന്മാരുടെ കാലത്ത് കടലായി എന്ന അധികാര കേന്ദ്രം ഇന്നത്തെ ചിറയ്ക്കലിലേക്കു മാറ്റി. ചെറുചേരിക്കല്ലാണ് ചിറയ്ക്കൽ. കൃഷ്ണഗാഥാ കർത്താവ് ചെറുശ്ശേരി യുടെ നാമവും ഇതിന്റെ രൂപാന്ത രമാണ്. അധികാരകേന്ദ്രത്തിന്റെ ചേരിമാറ്റം വംശത്തിന്റെ മാറ്റം തന്നെയാണ്. മൂഷിക വംശത്തിന്റെ പിന്തുടർച്ചയല്ല, മറ്റൊരു വംശത്തി ന്റെ - കോലത്തിരി - പ്രതിഷ്ഠാപനമാണ് അതിൽ നിന്നു തെളിയുന്നത്. കാനത്തൂർ എ. ഡി. പതിനാറാം നൂറ്റാണ്ടോടു കൂടി അറയ്ക്കൽ വംശത്തി ന്റെ രാജസ്ഥാനമായി മാറി.

പതിന്നാലാം ശതകത്തിൽ മലബാർ സന്ദർശിച്ച ഫ്രയർ ജോർഡാനസ് എഴുതി: “മൗണ്ട് ഡെലിക്കു തെക്കു കൊമരി വരെയുള്ള കടൽക്കര രാജ്യം മൂന്നു സ്വതന്ത്ര നാട്ടുവാഴികളുടേതാണ്. ഒന്ന് കോല ത്തിരിയുടേതാണ്. കോലത്തിരിയുടെ കാനന്നൂർ നാട് ഇരുപതു ലീഗ് ദീർഘമായി കടലോടു തൊട്ടു കിടക്കുന്നു.”

രവിവർമന്റെ ഉദയവർമ ചരിതം കോലത്തിരിവംശത്തിന്റെ ഉത്ഭ വത്തെ എ. ഡി. എട്ടാം ശതാബ്ദത്തിലാണ് സ്ഥാപിക്കുന്നത്. തുളുവൻ പെരുമാളിന്റെ (പാലകൻ ഒന്നാമൻ) മക്കൾ വഴിയാണ് കോലത്തി രിവംശത്തിന്റെ ആവിർഭാവമെന്നാണ് കേസരിയുടെ കണ്ടെത്തൽ. കോലത്തുനാടിന്റെ പതിമ്മൂന്നാം ശതകത്തിലെ അവസ്ഥയെപ്പറ്റി അറബിസഞ്ചാരിയായ റഷീദുദ്ദീനും (എ. ഡി. 1247-81) എഴുതി.

ഒന്നിലധികം തവണ ഇന്ത്യ സന്ദർശിച്ച മൊറോക്കോ സഞ്ചാരി ഇബ്നു ബത്തൂത്ത 1342 ഡിസംബറിന് മലബാർ സന്ദർശനത്തെപ്പറ്റി വിവരിക്കുന്ന കൂട്ടത്തിൽ മലബാറിലെ വലിയ രാജാക്കന്മാരിലൊരാളാ യാണ് കോലത്തിരിയെ പരിചയപ്പെടുത്തുന്നത്:

കോയിൽ എന്ന പേരിലാണ് ഇദ്ദേഹത്തെ വിളിച്ചു വരുന്നതെന്നും അമ്മാൻ, ഫാർസ് (പേർഷ്യ), യമൻ എന്നീ രാജ്യങ്ങളിലേക്ക് ചരക്കുകൾ കയറ്റി അയക്കുന്ന നിരവധി കപ്പലുകൾ ഈ രാജാവിനുണ്ടെന്നുമാണ് ഇബ്നു ബത്തൂത്ത കുറിച്ചത്.

കാശ്യപ ഗോത്രത്തിൽ പെട്ട ചന്ദ്രവംശജരുടെ പിന്മുറക്കാരായാണ് കോലത്തിരി രാജവംശം സ്വയം അടയാളപ്പെടുത്തിയിട്ടുള്ളത്.

രാജചിഹ്നത്തിൽ വാൾ, ചങ്ങലവട്ട, തോണി എന്നിവയോടൊപ്പം കോലത്തിരുവടിക്കോവിലധികാരികൾ എന്നുകൂടി മുദ്രണം ചെയ്തു. അതേപ്പറ്റി ചിറക്കൽ. ടി. എഴുതുന്നു:

“ചിറയ്ക്കൽ കോവിലകത്തെ പൊരുളറയിൽ ഒരു പെട്ടിയിൽ നിന്ന് എന്റെ അച്ഛന് സ്വർണത്തികിട്ടുകളിൽ രേഖപ്പെടുത്തിയ രണ്ടു പഴയ മുദ്രകൾ ഒരിക്കൽ എനിക്കു കാട്ടിത്തരികയുണ്ടായി. ഒന്നു രണ്ടു നാന്ദകങ്ങൾക്കു നടുവിൽ ഒരു വാകപ്പൂക്കുലയും അതിനു ചോടെ അഞ്ചു ചന്ദ്രക്കലകളും കൊത്തിയ കൊടിക്കൂറയുടെ മാതൃകയും, മറ്റേതു ചോടെ ഒരു തോണിയും അതിനു മേൽ ഒരു ചങ്ങലവട്ടയും അതിനു മുകളിൽ കുത്തനെ നിൽക്കുന്ന നാന്ദകവും അതിന്റെ ഇരു പാർശ്വങ്ങളിൽ രണ്ടു വാകപ്പൂക്കുലകളും രേഖപ്പെടുത്തിയ രാജമുദ്രയായിരുന്നു. കോലത്തുനാടു ഭരിച്ച കോലസ്വരൂപത്തിന്റെ രാജ ചിഹ്നങ്ങൾ ഇതായിരുന്നു. ”

കോലം എന്നതിന്റെ പ്രാകൃത പദം കൊല്ലം എന്നാണ്. കോവളം, കോളംബ തുടങ്ങിയ നാമങ്ങളും ഇതുമായി ബന്ധപ്പെട്ടു കിടക്കുന്നു. കോൽ എന്ന വാക്കിന് ഇറാനിയൻ ഭാഷാ കുടുംബത്തിലെ സോഡ്ഗിയൽ ഭാഷയിൽ കായൽ എന്നാണർഥം. വെള്ളംകെട്ടി നിൽക്കുന്ന സ്ഥലമെന്ന നിലയിൽ. സിന്ധി ഭാഷയിൽ ‘ദണ്ഡ’ യെന്നും. മലയാളത്തിൽ കോല്വം ദണ്ഡും ഒന്നു തന്നെയാണല്ലൊ. വെള്ളം കെട്ടി നിൽക്കുന്ന താഴ്ന്ന സ്ഥലത്തെ കോയ്‌ലോസ് എന്നു ഗ്രീക്കിലും പറയും.

കോൽ കയ്യിലേന്തിയവനാണ് കോലത്തിരി. കോൽ അധികാര സൂചനയാണ്. ആടുമാടുകളെ തെളിക്കുന്ന വടിയാണ് കോൽ. ഇടയന്മാരുടെ നേതാവിനെയാണ് കോൻ എന്നു വിളിച്ചിരുന്നത്. കോൽ ചക്രവർത്തിയുടെ കയ്യിലെത്തുമ്പോൾ ചെങ്കോലാവുന്നു.

കോൻ എന്ന വാക്ക് ഉയർന്ന അധികാരഘടനയെ സൂചിപ്പിക്കേണ്ടി വന്നപ്പോൾ ആതൻ എന്നായി. ചേരലാതൻ എന്ന രാജനാമം അങ്ങനെയുണ്ടായതാണ്. കോലമരം ഗോത്രചിഹ്നമായി കണക്കാക്കുന്ന കോളിയർ എന്ന അതിപ്രാചീന വിഭാഗം ശ്രീബുദ്ധന്റെ കാലത്തുണ്ടായിരുന്നു. ‘കോല’ത്തിന്റെ ഉറവിടം അവിടുന്നുമാവാം. കോലത്തുനാടിന്റെ ആസ്ഥാന നഗരിക്ക് കോലപട്ടണമെന്നാണ് സാമാന്യ നാമം.

പതിനഞ്ചാം നൂറ്റാണ്ടു തൊട്ടുള്ള രാജവംശഘടന കുറച്ചു കൂടി വ്യക്തതയോടെ ചരിത്രകാരന്മാർ വരച്ചുകാട്ടുന്നുണ്ട്. പി. കെ. ബാലകൃഷ്ണൻ, കേരളവർമ രാജ, ചിറയ്ക്കൽ ടി ബാലകൃഷ്ണൻ തുടങ്ങിയവരുടെ കൃതികളിൽ ഏകദേശ വിവരണങ്ങൾ വായിക്കാം. വാണിദാസ് തയ്യാറാക്കിയ വടക്കൻ ഐതിഹ്യമാലയിൽ കോലസ്വരൂപത്തെ പരാമർശിക്കുന്ന അധ്യായത്തിൽ വംശാധിപനെ ഇങ്ങനെ പരിചയപ്പെടുത്തുന്നു:

“കോലത്തിരിത്തിരുവടിക്കോയിലധികാരികൾ എന്നാണ് പൂർണ രൂപം. അത് ലോപിച്ച് കോലത്തിരുവടികൾ എന്നും പിന്നീട് കോലത്തിരി എന്നുമായി മാറി. സോമക്ഷത്രിയ വംശത്തിൽ വർമ

എന്ന വിഭാഗത്തിലാണ് കോലസ്വരൂപക്കാർ ഉൾപ്പെടുന്നത്. കശ്യപ ഗോത്രമാണ്, ചന്ദ്രവംശമാണ്, പരീക്ഷിത്തിന്റെ പാരമ്പര്യമാണ്".

1501 ൽ രചിക്കപ്പെട്ടതെന്നു കരുതുന്ന 'ഉദയവർമ്മ ചരിതം' എന്ന സംസ്കൃത ഗ്രന്ഥത്തിലാണ് കോലത്തിരിവംശത്തിന്റെ ചരിത്രം പ്രതിപാദിക്കുന്നത്. എ. ഡി. 1492 മുതൽ 1506 വരെ കോലത്തുനാടു ഭരിച്ചിരുന്ന രവിവർമ്മ (സാഹിത്യ ചരിത്രം - ഉള്ളൂർ)യാണ് ഉദയവർമ്മ ചരിതത്തിന്റെ കർത്താവ്. ചേരമാൻ പെരുമാൾ ഗോകർണത്തു ശിവദർശനത്തിനു പോയപ്പോൾ സ്വന്തമാക്കിയ മൂന്നു യുവതികളിൽ ഒരാളിൽ പിറന്ന അംബാലികയാണ് പെരുമാളിനു ശേഷം രാജ്യഭാരമേറ്റെടുത്തതെന്നും അംബാലികയുടേയും രവിവർമന്റേയും പുത്രനായി പിറന്ന കേരളവർമയാണ് കോലത്തിരിവംശം സ്ഥാപിച്ചതെന്നും ഉദയവർമ്മ ചരിതം പ്രതിപാദിക്കുന്നു. കേരളവർമയുടെ മരുമകളുടെ മകനായ ഉദയവർമൻ നാടുവാഴുന്ന കാലത്താണ് ഗോകർണത്തു നിന്നും തുളു പോറ്റിമാരെ ചെറുതാഴത്ത് കൊണ്ടുവന്ന് മലയാള ബ്രാഹ്മണരാക്കി മാറ്റി ദേവകാര്യങ്ങൾ നിർവഹിക്കാൻ തുടങ്ങിയത്. അതുവരെ കർമങ്ങൾ നിറവേറ്റിയിരുന്ന പെരിഞ്ചെല്ലൂർ ഗ്രാമക്കാരായ നമ്പൂതിരിമാരുമായി ഉദയവർമൻ പിണങ്ങിയതിനെ തുടർന്നായിരുന്നു അത്. എ. ഡി. 1621-40 വരെ വാണ ഉദയവർമ്മ കോലത്തിരി 1654 മെയ് 29 നാണ് അന്തരിച്ചത്. 1730 ൽ കോലത്തിരിരാജപദവിയിൽ പള്ളിക്കോവിലകത്ത് ഉദയവർമ്മ നാണ്. 1766 ലെ മൈസൂർ സുൽത്താന്റെ ആക്രമണം വരെ ദേശത്തിന്റെ മേൽക്കോയ്മ കോലത്തിരി രാജകുടുംബത്തിനായിരുന്നു.

പതിനെട്ടാം നൂറ്റാണ്ടിന്റെ ആദ്യപാദത്തിൽ കോലത്തിരി രാജ്യം ഭരണ സൗകര്യത്തിന് മൂന്നാക്കി വിഭജിച്ചിരുന്നു. മധ്യഖണ്ഡം (തലശ്ശേരിയുൾപ്പെടുന്ന ഭാഗം) കോലത്തിരിയുടെ നേരിട്ടുള്ള മേൽനോട്ടത്തിലിരുന്നു. വടക്കേളംകൂർ, തെക്കേളംകൂർ എന്നീ ഖണ്ഡങ്ങളാണ് മറ്റുള്ളവ.

കോലത്തിരി രാജവംശത്തിന്റെ പ്രതാപകാലമടങ്ങിയപ്പോൾ വിവിധ ശാഖകളായി വേർപിരിയുകയും ക്ഷയോന്മുഖമാവുകയും ചെയ്തു. കോലത്തിരിയുടെ രണ്ടു സഹോദരിമാരിലൂടെ മാടായി കേന്ദ്രീകരിച്ച് ഉദയമംഗലവും കരിപ്പത്തു കേന്ദ്രീകരിച്ച് പള്ളിക്കോവിലകവുമാണ് ആദ്യം രൂപമെടുത്തത്. ഉദയമംഗലംശാഖ നാലായും പള്ളിക്കോവിലകം അഞ്ചായും പിൽക്കാലത്ത് വേർപിരിഞ്ഞു. അതിലൊന്നാണ് ചിറയ്ക്കൽ കോവിലകം. 1795 ൽ കോലസ്വരൂപത്തിന്റെ സ്വത്തുവിഭജനം പൂർത്തിയായപ്പോൾ, ഗവർണർ ജനറലിന്റെ അനുമതിയോടെയും പരസ്പര ധാരണയോടെയും മുഖ്യഭാഗവും ചിറയ്ക്കൽ കോവിലകത്തിലേക്കാണ് വന്നു ചേർന്നത്. അധികാരാവകാശങ്ങൾ തമ്മിൽ അവശേഷിച്ച

തർക്കം 1803 ആഗസ്റ്റ് 6 ന് പരിഹരിക്കപ്പെട്ടപ്പോഴും ഒടുവിൽ ചിറയ്ക്കൽ താവഴിക്കായിരുന്നു അർഹത. എ. ഡി. 1795 ൽ രാജ്യാധികാരമേറ്റെടുത്ത രവിവർമ്മ കോലത്തിരി 1798 ൽ ബ്രിട്ടീഷുകാർക്ക് അധികാരം വിട്ടുകൊടുത്ത ശേഷവും മാലിഖാൻ വാങ്ങി 1850 ൽ മരിക്കുന്നതു വരെ ക്ഷേത്ര ദേവസ്വഅധികാരം മാത്രം വഹിച്ചുകൊണ്ട് ചിറയ്ക്കൽ കോവിലകത്തിന്റെ തമ്പുരാൻ പദവിയിലിരുന്നു.

അപ്രകാരം അവസാനത്തെ കോലത്തിരി ചിറയ്ക്കൽ വലിയ രാജാവായി അറിയപ്പെട്ടു. എ ഡി. 1791 ലാണ് ഒടുവിലത്തെ അരിയിട്ടുവാഴ്ച നടന്നത്. കേരള വർമ്മ രാജാവ് 1911 വരെ ചിറയ്ക്കൽ വലിയ തമ്പുരാൻ പദവി കാത്തു. ഈസ്റ്റിന്ത്യാ കമ്പനി തലശ്ശേരിയിൽ പാണ്ടികശാല പണിയാനുള്ള ശ്രമമുണ്ടാകുന്നത് 1702 ലാണ്. അതിനു മുമ്പും അതിനിടയിലുമായി പോർച്ചുഗീസ്, ഡച്ച്, ഫ്രഞ്ച്, മൈസൂർ സുൽത്താന്മാർ എന്നിവരുടെ അധീനതയിലായിരുന്നു ഈ ദേശങ്ങൾ.

വിവിധ വൈദേശിക ശക്തികളുടെ കടന്നുവരവ് അധിനിവേശമായും സംസർഗമായും ഈ ദേശത്തെ ആഴത്തിൽ കടപുഴക്കിയിട്ടിട്ടുണ്ട്. ജൂതന്മാരുടെ ആഗമനവും അതിന്റെ ഫലമായി രൂപപ്പെട്ടുവന്ന ജൂതക്കോളനികളും സൃഷ്ടിച്ച അടയാളങ്ങൾ ചിലയിടങ്ങളിലുണ്ട്. പതിനാറാം നൂറ്റാണ്ടിന്റെ ആരംഭത്തോടെ രംഗപ്രവേശം ചെയ്ത യൂറോപ്യൻ അധിനിവേശം ഇവിടെ അക്കാലത്ത് വ്യാപിച്ചുകിടന്ന അറബ് വാണിജ്യ ശക്തികളോടുള്ള ഏറ്റുമുട്ടലോടെയാണ് സ്വാധീനമുറപ്പിക്കുന്നത്. 1498 മെയ് 18ന് വാസ്കോ ദ ഗാമയും സംഘവും കപ്പലിറങ്ങിയത് സാമൂതിരിയുടെ സാമ്രാജ്യത്തിലെ പന്തലായനി കൊല്ലത്തായിരുന്നു. ഔദ്യോഗികചരിത്രത്തിൽ കാപ്പാട് ആണ് രേഖപ്പെട്ടുകിടക്കുന്നത്.

ഹെർമൻ ഗുണ്ടർട്, കോറിയ, കാസ്റ്റനഡ, വില്യം ലോഗൻ, എൻ. എം. നമ്പൂതിരി, എം. ജി. എസ്. തുടങ്ങിയ ചരിത്രജ്ഞാനികളൊരുപാടുപേർ പോർച്ചുഗീസ് നാവികസംഘം അഥവാ സാമ്രാജ്യത്ത അധിനിവേശം ഇന്ത്യയിലാദ്യമായി കാലുകുത്തിയത് പന്തലായിനിയുടെ തുറമുഖത്താണെന്ന് സ്ഥിരീകരിക്കുന്നുണ്ട്.

കൊച്ചിയും, കൊല്ലവും കണ്ണൂരും സങ്കേതമാക്കി അധികാരം വിന്യസിച്ച പറങ്കികൾ (പോർച്ചുഗീസ്) 165 വർഷം ഇവിടെ വാണതിനു ശേഷമാണ് ഡച്ചുകാരാൽ തോല്പിക്കപ്പെട്ട് കളമൊഴിഞ്ഞത്. കാർഷികമലബാറിന്റെ കടിഞ്ഞാൺ ഒന്നര നൂറ്റാണ്ടിലേറെ അവർ കയ്യിലെടുത്തു. അതിനു പ്രതിബന്ധമായി കണ്ട അറബി കച്ചവടവംശത്തെ ആദ്യം കീഴടക്കി. അടുത്തഘട്ടം രാജവംശങ്ങളെ ഭിന്നിപ്പിച്ച് സംഘർഷത്തിലാക്കി. കൊച്ചിയും കണ്ണൂരും കാൽക്കീഴിലാക്കി. പിന്നീടുള്ള

നൂറ്റാണ്ടുകളുടെ തുടർച്ചകളിൽ ഡച്ചുകാരും (ലന്ത്രീസ്) ഫ്രഞ്ചുകാരും (പരന്ത്രീസ്) ബ്രിട്ടീഷുകാരും (വെള്ളക്കാർ) ഇവിടെ അധീശം സ്ഥാപിച്ചു. വ്യാപാരക്കമ്പനികളുടെ രൂപത്തിൽ കടന്നു വന്ന് വാണിജ്യത്തിനും പിന്നെ അധികാരത്തിനും വേണ്ടി അവർ നടത്തിയ കിടമത്സരത്തിന്റെ വേദിയായി ഈ നാട് മാറി.

അതിന്റെ അലകൾ നമ്മുടെ സാമൂഹികവ്യവസ്ഥയേയും ഉടച്ചുവാർത്തു. വ്യാവസായിക മുതലാളിത്തത്തിന്റെ സർവ സന്നാഹങ്ങളോടേറ്റുമുട്ടിയും സന്ധി ചെയ്തും ഇവിടുത്തെ രാജ വ്യവസ്ഥയും ഫ്യൂഡൽഘടനകളും ആടിയിളകി. സാമൂഹിക നിയമങ്ങളും സാമ്പത്തികക്രമങ്ങളും പരിവർത്തനവിധേയമായി. ഉൽപാദനപ്രക്രിയകൾ മാറിമറഞ്ഞു. വാണിജ്യ വ്യവഹാരങ്ങളുടെ ഘടന മാറി. ഭൂനിയമങ്ങളും സാമൂഹിക സംവിധാനങ്ങളും പൊളിച്ചെഴുതി. ഭരണക്രമങ്ങൾ പുതുക്കിയെഴുതി. ഗതാഗത -വ്യവസായ -വികസന കാഴ്ചപ്പാടുകൾ പരിഷ്കരിക്കപ്പെട്ടു. വിദ്യാഭ്യാസം, സംസ്കാരം, ജീവിതരീതി എന്നിവയിലെല്ലാം അടിസ്ഥാനപരമായ വ്യതിയാനങ്ങളുണ്ടായി. എന്നിട്ടും ജാതി-ജന്മി-നാടുവാഴി ഘടന അടിമുടി തകർക്കാതെ, വിപ്ലവവൽക്കരിക്കാതെ, സാമൂഹ്യാടിത്തറയുമായി സന്ധി ചെയ്തുള്ള സമീപനമാണ് സാമ്രാജ്യ ശക്തികൾ സ്വീകരിച്ചത്.

ഈസ്റ്റ് ഇന്ത്യാ കമ്പനിയുടെ രൂപത്തിൽ കച്ചവടത്തിനായി കടന്നുവന്ന ബ്രിട്ടീഷുകാർ പതിനെട്ടാം നൂറ്റാണ്ടിന്റെ മൂന്നാം ദശകത്തിൽ തന്നെ കേരളത്തിൽ പലയിടത്തും നിലയുറപ്പിക്കാൻ ശ്രമിച്ചു. കൊച്ചിയിലും കോഴിക്കോട്ടും തുടക്കത്തിൽ സ്വാധീനമുറപ്പിക്കാൻ കഴിയാതെ പോയ അക്കൂട്ടർ തിരുവിതാംകൂറിലും വടക്കേ മലബാറിലും അടിത്തറയുണ്ടാക്കി.

1723 ലെ തിരുവിതാംകൂർ- ഇംഗ്ലീഷ് സന്ധി ബ്രിട്ടീഷ് അധിനിവേശത്തിന്റെ നിർണായമായൊരു ചൂണ്ടുപലകയാണ്. പതിനെട്ടാം നൂറ്റാണ്ടിന്റെ രണ്ടാം പാതിയിൽ മലബാർ മൈസൂർആക്രമണത്തിനു വിധേയമായി. 1766 ൽ ഹൈദരാലി മലബാർ കൈവശപ്പെടുത്തി. കേരളത്തെ മുഴുവൻ കീഴടക്കാൻ ടിപ്പുവിന്റെ ആക്രമണമുണ്ടായി. ഇംഗ്ലീഷുകാരുടെ ഇടപെടലോടു കൂടി മൈസൂർ സുൽത്താന് പരാജയപ്പെട്ടു പിന്മാറേണ്ടി വന്നു. കേരളത്തിൽ, വിപുലീകരിച്ച അധികാരഘടനയോടുകൂടിയ കേന്ദ്രീകൃതഭരണം ബ്രിട്ടീഷുകാർ കയ്യാളി. അധീശത്വം അംഗീകരിക്കാത്ത രാജാക്കന്മാരെ യുദ്ധത്തിലൂടെ വരുതിയിലാക്കി. ഒന്നര നൂറ്റാണ്ട് ആ പോരാട്ടങ്ങളുടെ ചരിത്രമാണ്. കൊച്ചി ശക്തൻ തമ്പുരാൻ, പാലിയത്തച്ചൻ, തിരുവിതാംകൂറിൽ വേലുത്തമ്പി ദളവ, മലബാറിൽ പഴശ്ശിരാജാ തുടങ്ങിയവർ ബ്രിട്ടീഷ് വിരുദ്ധ പോരാട്ടത്തിന്റെ പ്രതീകങ്ങളാണ്. ഫ്രഞ്ച് സഹായം കണക്കുകൂട്ടി വേലുത്തമ്പിയും

പാലിയത്തച്ചനും 1809 ൽ പോരാട്ടം നയിച്ചെങ്കിലും ബ്രിട്ടീഷ് പട്ടാളത്തോടു കീഴടങ്ങേണ്ടി വന്നു. 1815 ഓടുകൂടി ഇംഗ്ലീഷുകാരുടെ പൂർണ്ണ ആധിപത്യം സ്ഥാപിതമായി. മലബാറിലെ നാടുവാഴികളും രാജാക്കന്മാരും ജന്മികളും തമ്മിലുള്ള സംഘർഷങ്ങൾക്ക് ബ്രിട്ടീഷ് മേധാവിത്തം വിരാമമിട്ടു. അധികാരങ്ങളും പദവികളും അവരുടെ കീഴെ ക്ലിപ്തപ്പെടുത്തി.

ഇതിനിടയിൽ ചരിത്രത്തിന്റെ മറ്റു ചില അധ്യായങ്ങൾ എഴുതിച്ചേർത്തവരാണ് അറയ്ക്കൽ രാജവംശവും പഴശ്ശിരാജയും. കോലത്തിരിരാജാവിന്റെ അനന്തിരവൾ നങ്ങേലി ചിറയിൽ കുളിക്കുന്നതിനിടെ കയത്തിലകപ്പെട്ടെന്നും മമ്മാലി എന്ന യുവാവ് രക്ഷിച്ചെന്നും, അക്കാരണത്താൽ ആചാര ഭ്രഷ്ടയായി മാറിയതിനാൽ നങ്ങേലിയെ മമ്മാലിക്കു നൽകിയെന്നും കൂടെ സമ്പത്തും ഭൂസ്വത്തും കൊടുത്തെന്നും ആ കുടുംബം പിൽക്കാലത്ത് അറയ്ക്കൽ രാജവംശമായി മാറിയെന്നുമുള്ള ഒരു കഥയെ ചുറ്റിപ്പറ്റിയാണ് അറയ്ക്കൽ രാജവംശത്തിന്റെ ആവിർഭാവചരിത്രമുള്ളത്.

ആധികാരികത പുലർത്താത്ത പുരാവൃത്തമാണിത്. ഇതേകഥ കുമ്പളയിലെ ആരിക്കാടി ഗ്രാമത്തിന്റെ പുരാണത്തിലും കാണാം. അവിടെ ആലി ഒരു മുസ്ലീം മാന്ത്രികനാണ്. അമ്പലത്തിലെ ശ്രീഭഗവതിയുടെ സ്നാനരംഗം കാണാനിടയായ ആലിക്കു സംഭവിക്കുന്ന ആപത്താണ് ഇതിവൃത്തം. ഭഗവതിയോടൊപ്പം ഭഗവതിയോടു കാമാതുരനായ ആലിഭൂതത്തെയും പിൽക്കാലത്ത് ആ ഗ്രാമത്തിൽ ആരാധിക്കപ്പെടുന്നു.

അറയ്ക്കൽ രാജവംശം മുഹമ്മദ് അലി തൊട്ടാണ് ആരംഭിക്കുന്നത്. പരമ്പരയിലെ ഉസ്സാൻ അലി, അലിമൂസ, കുഞ്ഞിമൂസ, അലിമൂസ എന്നിവരിലൂടെ തുടരുന്നു. സ്ത്രീയാണെങ്കിൽ അറയ്ക്കൽ ബീവി എന്നും പുരുഷനാണെങ്കിൽ അലിരാജ എന്നുമുള്ള സ്ഥാനപ്പേരുകളിലാണ് രാജപദവി അറിയപ്പെട്ടിരുന്നത്. കണ്ണൂർ നഗരത്തിന്റെ പ്രതാപവും വടക്കേമലബാറിലെ കുരുമുളകിന്റേയും ഏലത്തിന്റേയും വാണിജ്യകുത്തകയും ഏറക്കാലം അറയ്ക്കൽ വംശത്തോട് ചേർന്നു നിന്നു. 1772-ൽ ഡച്ചുകാരിൽ നിന്നും കണ്ണൂർ കോട്ടയും കരസ്ഥമാക്കി. മിനിക്കോയി, അമേനി, ലക്ഷദ്വീപ് എന്നിവ അറയ്ക്കൽ ബീവിയുമായി ഉണ്ടാക്കിയ കരാർപ്രകാരം ബ്രിട്ടീഷ് ആധിപത്യത്തിലായി. പിൽക്കാലത്ത് ബ്രിട്ടീഷുകാരിൽ നിന്ന് മാലിഖാൻ പറ്റി.

1793 -97 ലും 1800-1805 വരേയും ബ്രിട്ടീഷുകാരുമായി പഴശ്ശി പോരാടി. കോട്ടയം രാജവംശം സ്ഥാപിച്ചത് ഹരിശ്ചന്ദ്രപ്പെരുമാൾ ആണെന്ന് വിശ്വസിക്കപ്പെടുന്നു. ഉദ്ദണ്ഡ ശാസ്ത്രികളുടെ കോകില സന്ദേശത്തിൽ (എ. ഡി. പതിനഞ്ചാം നൂറ്റാണ്ട്) ഈ രാജാവിനെ പ്രകീർത്തിക്കുന്നുണ്ട്.

ഭാട്ട മീമാംസ ദർശനം കേരളത്തിൽ പുന:പ്രതിഷ്ഠിച്ചത് ഇദ്ദേഹമാണ്. തലശ്ശേരി മുതൽ കുടക് വരെ വ്യാപിച്ച പുറൈകീഴ്നാടിന്റെ പരിധിയിലാണ് ഈ രാജ്യം. പുരളി മലയിലെ ഹരിശ്ചന്ദ്രൻ കോട്ടയുടെ അവശിഷ്ടങ്ങൾ ബാക്കിയുണ്ട്. എ. ഡി. പന്ത്രണ്ടാം ശതകത്തിലെ തിരുനെല്ലിശാസനപ്രകാരം പുറൈ കീഴ്നാട് അക്കാലത്ത് ഭരിച്ചിരുന്നത് ശങ്കരൻ കോതവർമനാണ്. കോട്ടയം രാജരൂപം ആരൂഢമാക്കിയത് മുഴക്കുന്നാണ്. ഇവിടെയുള്ള നീർച്ചാട്ടത്തിന്നരികെ പ്രാചീനമനുഷ്യരുടെ ആവാസ സങ്കേതത്തിൽ ഉപേക്ഷിക്കപ്പെട്ട ശില്പങ്ങളെ മുൻനിർത്തിയാണ് മുഴക്കുന്ന് ക്ഷേത്രം ആവിർഭവിച്ചത്. ശിവനും കാളിയുമെല്ലാം (ദുർഗ, പോർക്കലി) അതിൽ പെടും. ശില്പികളുടെ വരദാനങ്ങളാണ് വിഗ്രഹങ്ങൾ. മൺമറഞ്ഞ അത്തരം കലാസൃഷ്ടികൾ സ്വയംഭൂ വിഗ്രഹങ്ങളായി പിൽക്കാലം കണ്ടെടുക്കുന്നു. ആദിമ ചരിത്രത്തിന്റെ കണ്ണായ കണ്ണവം ഇതിനടുത്താണ്; കുറിച്യരുടെ ഊര്.

രണ്ടായിരത്തിലേറെ പഴക്കമുള്ള തൊടീക്കളം ക്ഷേത്രവും ഇവിടെ അടുത്താണ്. നൂറ്റാണ്ടുകൾ പഴക്കമുള്ള ചുമർചിത്രങ്ങളുടെ പ്രപഞ്ചം കൂടിയാണ് തൊടീക്കളം. പുരളിമലയുൾപ്പെടെയുള്ള മലനിരകളാണ് പശ്ചാത്തലം. മുത്തപ്പന്റെ ആരൂഢ സ്ഥാനങ്ങളിലൊന്നാണല്ലോ പുരളി മല. ക്ഷേത്രത്തിന്റെ പടിഞ്ഞാറു ഭാഗത്ത് താമസിച്ച കുടുംബത്തിന്റെ താവഴിക്കാരാണ് പഴശ്ശിരാജാവിന്റെ പടിഞ്ഞാറേ കോവിലകം.

വാണിജ്യാധിപത്യത്തിൽ തുടങ്ങി രാഷ്ട്രീയമേധാവിത്വം കൈക്കലാക്കിയ പാശ്ചാത്യശക്തികൾക്കെതിരെ ചെറുത്തുനില്പിന്റെ കുന്തമുനയായി പഴശ്ശിരാജയുടേയും, കുറിച്യരുടേയും സമരങ്ങൾ ചരിത്രത്തിൽ എഴുതപ്പെട്ടതാണ്. കുറുമ്പ്രനാട് (കുറുംപുറൈനാട്), പുറംകീഴ്നാട് എന്നീ പ്രാചീന ദേശങ്ങളുടെ പരിധിയിൽ വരുന്ന വയനാട്,, താമരശ്ശേരി, കോട്ടയം പ്രദേശങ്ങളായിരുന്നു കോട്ടയം കോവിലകത്തിന്റെ അധികാരപരിധി. പിൽക്കാലത്ത് രാജകുടുംബത്തിന് മൂന്നു താവഴികളുണ്ടായി. തെക്കേ കോവിലകം, പടിഞ്ഞാറേ കോവിലകം, കിഴക്കേ കോവിലകം. പടിഞ്ഞാറേ കോവിലകമാണ് പഴശ്ശിരാമ കേരളവർമയുടേത്. മൈസൂർ സൈന്യത്തിന്റെ ആക്രമണകാലത്ത് മറ്റു രാജകുടുംബങ്ങളൊക്കെ തിരുവിതാംകൂറിൽ രാഷ്ട്രീയ അഭയം തേടിയപ്പോൾ പഴശ്ശിരാജ ജനങ്ങൾക്കൊപ്പം നിന്ന് മൈസൂർ സുൽത്താന്മാരോട് പൊരുതി. ബ്രിട്ടീഷുകാരുമായുണ്ടാക്കിയ സൗഹൃദം പഴശ്ശിരാജക്ക് പിൻബലം നൽകിയതിനാൽ മൈസൂർ ശക്തികളെ ചെറുക്കാനായി. അതേസമയം അത്തരം സംഭവങ്ങൾ ബ്രിട്ടീഷുകാരെ സംബന്ധിച്ച് രാഷ്ട്രീയമേധാവിത്തം സ്ഥാപിക്കാനുള്ള വഴിയൊരുക്കലായി മാറി.

1792 ലെ ശ്രീരംഗപട്ടണം ഉടമ്പടി പ്രകാരം മൈസൂർ-ബ്രിട്ടീഷ് യുദ്ധം അവസാനിച്ചതോടെ തെക്കേ ഇന്ത്യയിലെ മേൽക്കോയ്മ ബ്രിട്ടീഷുകാരുടെ കയ്യിലെത്തി.

ആദ്യത്തെ പഴശ്ശി യുദ്ധം ബ്രിട്ടീഷ് സർക്കാർ ഏർപ്പെടുത്തിയ നികുതിഘടനയ്ക്കെതിരെയായിരുന്നു. 1793 മുതൽ 1797 വരെയുണ്ടായ കലാപങ്ങളെ അമർച്ച ചെയ്യാൻ കമ്പനിഭരണത്തിനായില്ല. രണ്ടാം പഴശ്ശിയുദ്ധം വയനാടിനു വേണ്ടിയുള്ളതായിരുന്നു.

ടിപ്പുസുൽത്താന്റെ കയ്യിലായിരുന്ന വയനാട് ശ്രീരംഗപട്ടണം ഉടമ്പടി പ്രകാരം കമ്പനിക്ക് അവകാശപ്പെട്ടതാണെന്ന് അവർ പ്രഖ്യാപിച്ചു. പഴശ്ശിയും ബ്രിട്ടീഷുകാരും തമ്മിൽ 1800 മുതൽ 1804 വരെ പലവട്ടം യുദ്ധങ്ങളുണ്ടായി. 1805 നവംബർ 30 ന് പഴശ്ശിരാജയുടെ അന്ത്യത്തോടെ യുദ്ധപരമ്പരകൾ അവസാനിച്ചു. ചിറയ്ക്കൽ താവഴിക്ക് രാജ്യാധികാരം പൂർണമായും വന്നു ചേരുന്നത് 1803 ലാണ്. അപ്പോഴേക്ക് ബ്രിട്ടീഷ് അധീശത്വം വ്യാപിച്ചതിനാൽ ഇതൊരു സ്വതന്ത്രാധികാരമായിരുന്നുമില്ല. ഇവരുടെ ദേശാധികാരത്തിൽ പെടുന്ന പ്രദേശങ്ങളാണ് വടക്കൻ മലബാറിന്റെ കിഴക്കൻ പ്രവിശ്യകൾ. പശ്ചിമഘട്ടത്തിന്റെ വിസ്തൃതമായ താഴ് വരകളും അതിൽ പെടും. കുറ്റ്യാട്ടൂർ, കയരളം, കുറുമാത്തൂർ, ചുഴലി, മലപ്പട്ടം, കാഞ്ഞിലേരി, കല്യാട്, അംശങ്ങളും ഈ രാജ വംശത്തിന്റെ പരിധിയിലാണ്.

വനപ്രദേശത്തോടു ചേർന്ന വലിയൊരു ഭൂപ്രദേശം ചുഴലി രാജവംശവും വാണു. കോലത്തിരി രാജകുടുംബവുമായി വിധേയത്വമുണ്ടെങ്കിലും സ്വതന്ത്രമായ അധികാരം ഒരു പരിധി വരെ ഉണ്ടായിരുന്നവരാണ് ചുഴലി രാജവംശം. അതിനുപോൽബലകമായ ഒരൈതിഹ്യം 'കേരളോൽപത്തി'യിൽ കാണുന്നുണ്ട്. ചേരമാൻ പെരുമാളിന് ശൂദ്രസ്ത്രീകളിലുണ്ടായ സന്തതിയുടെ പിൻഗാമികളാണ് ചുഴലി രാജവംശമെന്നാണ് അതിലെ പ്രതിപാദ്യം. ചുഴലി രാജപരിധിയിൽ പെട്ട സുപ്രധാന വ്യാപാരത്താവളമെന്നു ചില ചരിത്രരേഖകൾ പരാമർശിക്കുന്ന 'ശിരവു പട്ടണം' എന്നത് ശ്രീകണ്ഠപുരമാണ്. ചുഴലി രാജാധിപത്യത്തിൽ വന്നു പെട്ട ഭൂപ്രദേശത്തിന്റെ അവകാശത്തെപ്പറ്റിയുള്ള രണ്ടഭിപ്രായങ്ങൾ വില്യം ലോഗൻ വിവരിക്കുന്നുണ്ട്.

ഒരഭിപ്രായം, ചേരമാൻ പെരുമാളിൽ നിന്ന് നേരിട്ട് ചുഴലി രാജവംശത്തിന് അധികാരം ലഭിച്ചെന്നാണ്. രണ്ടാമത്തെ അഭിപ്രായം, പതിനേഴാം നൂറ്റാണ്ടിനൊടുവിൽ വടക്കൻ കോലത്തിരി രാജകുടുംബത്തിൽ പിന്തുടർച്ചാവകാശ തർക്കം രൂക്ഷമായെന്നും അതിനിടയിൽ ചുഴലിനമ്പ്യാർ സ്വന്തമാക്കിയെന്നുമാണ്.

ചിറക്കൽ രാജാവുമായി പിൽക്കാലത്തും തർക്കം തുടരുന്നുണ്ട്. ചുഴലി രാജവംശത്തിന്റെ സ്വതന്ത്ര പദവിയിൽ ചിറക്കൽ രാജസ്ഥാനം അസ്വസ്ഥരായിരുന്നു. ബ്രിട്ടീഷ്മേൽക്കോയ്മ ആരംഭിച്ച ഘട്ടത്തിൽ, നാടു മുഴുവൻ കോലത്തിരിയിൽ നിന്നു കൈമാറി കിട്ടിയ സന്ദർഭത്തിൽ ചിറക്കൽ രാജാവ് ചുഴലിനമ്പ്യാരെ വരുതിയിൽ നിർത്താൻ ചില ഉപാധികൾ വച്ചു. ചുഴലിനാടിനു താങ്ങാനാവാത്ത റവന്യൂ നിരക്ക് ചുമത്തി. പാട്ടക്കുടിശ്ശികയായി 16000 രൂപ ആവശ്യപ്പെട്ടു. ചുഴലി നമ്പ്യാർ ഇതിനെ ചോദ്യം ചെയ്തു. പ്രശ്നം രൂക്ഷമായപ്പോൾ ബ്രിട്ടീഷ് അധികാരികൾ ഇടപെട്ടു. വിഷയം പഠിക്കാൻ നിയുക്തനായ മേജർ മുറെ 1795 ഡിസമ്പർ 28 ന് റിപ്പോർട്ട് സമർപ്പിച്ചു. റവന്യൂ നിരക്ക് ഭാരിച്ചതാണെന്ന നിഗമനവും രണ്ടു കൂട്ടരും വിട്ടുവീഴ്ച ചെയ്യണമെന്ന നിർദേശവും റിപ്പോർട്ടിലുണ്ടായെങ്കിലും ചിറക്കൽ രാജാവിനെ സംരക്ഷിക്കാനുള്ള സമീപനമായിരുന്നു ബ്രിട്ടീഷ് അധികാരികൾ സ്വീകരിച്ചത്.

ചുഴലി രാജാവിന്റെ ജനങ്ങളിലുള്ള സ്വാധീനത്തെപ്പറ്റിയും സുശക്തമായ സൈനികശേഷിയെപ്പറ്റിയും മുന്നറിയിപ്പും റിപ്പോർട്ടു നൽകുന്നുണ്ട്. ആധുനിക തോക്കുകളിൽ പരിശീലനം നേടിയ ആയിരം പേരുള്ള ഗറില്ലാസംഘത്തിന്റെ ചെറുത്തുനില്പു കൂടിയായപ്പോൾ ചിറക്കൽ രാജാവിന് വിജയം അനായാസമായിരുന്നില്ല. ബ്രിട്ടീഷ് സേനയും നേരിട്ടിറങ്ങി. 1796 മെയ് 10ന് മേജർ മുറെ നയിച്ച ബ്രിട്ടീഷ് സൈന്യം ചുഴലിയിലെത്തി. ചുഴലി നമ്പ്യാരുടെ ചെറുത്തുനില്പ് അതുകൊണ്ടൊന്നും അവസാനിച്ചില്ല. പിന്നീട് ബ്രിട്ടീഷ് സൂപ്രണ്ടായ ക്രിസ്റ്റോഫർ പീലെയുടെ ഇടപെടൽ കൊണ്ടുണ്ടായ കൂടിയാലോചനയാണ് രണ്ടു കൂട്ടരും തമ്മിലുള്ള തർക്കം പരിഹരിച്ചത്.

രാജാധിപത്യത്തിന്റെ ക്ഷയത്തോടെ രാജാവിലേക്കു നൽകേണ്ടുന്ന ഭൂവരുമാനങ്ങളും അധികാരാവകാശങ്ങളും നായർ സമൂഹത്തിലെ തറവാട്ടു കാരണവന്മാർ കൈക്കലാക്കി വൻകിട ജന്മിമാരായി മാറുന്ന സാഹചര്യവും സംജാതമായിട്ടുണ്ട്. അത്തരത്തിൽ പ്രമുഖരായി മാറിയ സാമന്തപ്രഭുക്കളാണ് ചുഴലിരാജവംശം. കുറുമാത്തൂർ ആസ്ഥാനമായ നേർപ്പാട്ടു രാജവംശവും അന്നു പ്രാബല്യത്തിലുണ്ടായിരുന്നെങ്കിലും പെരുഞ്ചെല്ലൂർഗ്രാമത്തിലെ ക്ഷേത്രാധികാരത്തിന്റെ ചില നടത്തിപ്പുകളിലും മറ്റു ചില ദേശങ്ങളിലെ ക്ഷേത്രാനുഷ്ഠാനങ്ങളിലും മാത്രമായിരുന്നു കുറുമാത്തൂർ മനയുടെ മേൽക്കൈ. 19-ാം നൂറ്റാണ്ടു തുടക്കത്തിൽ ശക്തരായ ചുഴലി സാമന്തന്മാർ നാലു താവഴികളായി പിരിഞ്ഞു. കൊഴക്കിലിടം, വെള്ളൂരിടം, കനകത്തിടം, കരക്കാട്ടിടം. കരക്കാട്ടിടം നായനാരാണ് ഭൂസ്വത്ത് കൂടുതൽ കൈക്കലാക്കിയത്.

മദിരാശി സംസ്ഥാനത്തിന്റെ ഭാഗമായ മലബാർ ജില്ലയുടെ വടക്കൻമേഖലയായ ചിറക്കൽ താലൂക്കിലുൾപ്പെട്ടതും മലയോരം ചേർന്ന നിൽക്കുന്നതുമായ ഭൂപ്രദേശങ്ങൾ കൂട്ടിച്ചേർത്തതാണ് ഇരിക്കൂർ ഫർക്ക. പതിനഞ്ച് റവന്യൂവില്ലേജുകളാണ് ഫർക്കയുടെ പരിധി. ഫർക്കയുടെ വടക്കു, വടക്കുപടിഞ്ഞാറു ഭാഗത്താണ് തളിപ്പറമ്പ് ഫർക്ക. തെക്കും തെക്കുപടിഞ്ഞാറുമായി മട്ടന്നൂർ ഫർക്ക. കിഴക്കു ഭാഗം പശ്ചിമഘട്ട മലനിരകളാണ്. ചിറക്കൽ രാജാധികാരത്തിൽ നിന്നും ഈ ദേശഭാഗങ്ങൾ പതിച്ചു കിട്ടിയ സാമന്തന്മാരായിരുന്ന ഇരുവരും. ചിറയ്ക്കൽ, ചുഴലി രാജ വംശങ്ങളുടെ അധീനതയിലായിരുന്ന കിഴക്കൻ മലയോരദേശങ്ങൾ ഭൂരിഭാഗവും രണ്ടു സാമന്തന്മാരുടെ അധികാരവലയത്തിലേക്കാണ് പിന്നീട് പരിണമിച്ചത് -കരക്കാട്ടിടം നായനാരും, കല്യാട്ട് നമ്പ്യാരും. രണ്ടു ഫ്യൂഡൽ പ്രഭുക്കളുടേയും പ്രതാപത്തെപ്പറ്റി 'കാവുമ്പായി കാർഷിക കലാപം' എന്ന കൃതി അടയാളപ്പെടുത്തുന്നത് ഇങ്ങനെയാണ്:

"ഇരിക്കൂർ ഫർക്കയുടെ വടക്കൻ പ്രദേശങ്ങൾ കരക്കാട്ടിടം ജന്മിയുടേ തെങ്കിൽ തെക്കു കിഴക്കുമേഖല ഭൂരിഭാഗവും കല്യാട്ട് ജന്മിയുടെ പരിധിയിലായിരുന്നു. കിഴക്കൻ മലനിരകളിൽ ഏറ്റവും ഉയരം കൂടിയ വൈതൽമലയുടെ അടിവാരം തൊട്ട് ശ്രീകണ്ഠപുരത്തെ ഓടത്തുപാലം വരെയുള്ള ഗ്രാമങ്ങളും കുന്നുകളും കരക്കാട്ടിടത്തിന്റേതാണ്. കൂടാതെ കടമ്പേരി, മലപ്പട്ടം, പയ്യാവൂർ, വയത്തൂർ, പൊളുമ്പിടാവ് ദേവസ്വങ്ങളുടേതായ സ്വത്തുക്കളും ഇടയ്ക്കോത്ത് ഇല്ലംവക ദേവസ്വം ഭൂമിയും ജന്മി കയ്യടക്കുകയുണ്ടായി.

ചില നായർ തറവാടുകൾക്കും സ്വന്തം ജന്മാവകാശത്തിൽ കൃഷിഭൂമി ഈ പ്രദേശങ്ങളിലുണ്ടെങ്കിലും ഏകദേശം മുപ്പതു മൈൽ ചുറ്റുവട്ടം പരന്നു കിടക്കുന്ന കരക്കാട്ടിടം നായനാരുടെ ഭൂമിയുമായി താരതമ്യപ്പെടുത്തുമ്പോൾ അവയെല്ലാം തുച്ഛമാണ് (ഭൂസ്വത്തു കൂടുതൽ കയ്യടക്കുന്ന നമ്പ്യാരാണ് നായനാർ എന്ന വിഭാഗമാകുന്നത്. അവർക്കു സാമന്ത പദവിയും ലഭിക്കുന്നു). കരക്കാട്ടിടം നായനാർക്ക് നുച്യാട്, പയ്യാവൂർ, ഏരുവേശി, കാഞ്ഞിലേരി, ചേടിച്ചേരി, പൊളുമ്പിടാവ്, ചുഴലി, എള്ളരിഞ്ഞി എന്നീ സ്ഥലങ്ങളിൽ വാരം പിടിച്ചെടുക്കാനുള്ള അധികാരവുമുണ്ടായിരുന്നു. അവകാശത്തിലുള്ള മുഴുവൻ ഭൂമിയും കുടിയാന്മാർക്ക് കൃഷി ചെയ്യുന്നതിന് പങ്കുവച്ചിരുന്നില്ല. അടിയാന്മാരെ വച്ച് ചില പ്രദേശങ്ങളിൽ ജന്മി നേരിട്ട് 'ചേരിക്കൽ'പ്പണിയെടുപ്പിച്ചിരുന്നു. മങ്കട്ട, കരക്കാട്, മേലിയാൽ, ഞെക്കിളി, ഓത്തിമല, പുള്ള്യാംകുന്ന്, പ്ടാരി, വള്ള്യംമട, തുടങ്ങിയ പ്രദേശങ്ങളിൽ ചിറ്റാരി കെട്ടി താമസിച്ചായിരുന്ന

അവർ പണിയെടുത്തത്. ഓരോ ചേരിയിലും പന്ത്രണ്ടു കുടുംബങ്ങളിലെ നൂറ്റമ്പതു അടിയാളരെങ്കിലും പണിക്കാരായി ഉണ്ടാകും. അവരുടെ നേതാവായി 'തലയടിയാനും' അയാളുടെ മേൽനോട്ടക്കാരനായി 'പൊയ്ക്കിക്കാരനും'അതിനുമേൽ കീഴ് കാര്യസ്ഥനും കാര്യസ്ഥനുമുണ്ടാകും...

എള്ളരിഞ്ഞിയിലാണ് ജന്മിയുടെ ആസ്ഥാനം സ്ഥിതി ചെയ്യുന്നത്. മിക്ക സമയവും ജന്മി താമസിക്കുന്നത് ഇവിടത്തന്നെ. പടിമാളിക, പത്തായപ്പുര, നെൽപ്പുര, മഠം, നാലുകെട്ട് എന്നിവയെല്ലാം ചേർന്നതാണ് ഈ താവളം. ചില അവസരങ്ങളിൽ പയ്യാവൂർ, കുറുമാത്തൂർ, കടമ്പേരി എന്നിവിടങ്ങളിൽ മാറിമാറി താമസിക്കാറുണ്ട്.

ഉണ്ണമ്മൻ നായനാരായിരുന്നു മുതിർന്ന ഗൃഹസ്ഥൻ. ഉണ്ണമ്മൻ ഗൃഹസ്ഥ സ്ഥാനത്തു നിന്ന് മാറിയതിനു ശേഷം രയരപ്പൻ നായനാർ മൂപ്പനായി. ഉണ്ണമ്മൻ മൂന്നു വർഷമേയുണ്ടായിരുന്നുള്ളുവെങ്കിൽ രയരപ്പൻ ഇരുപത്തിയഞ്ചു വർഷം ആ സ്ഥാനത്തു തുടർന്നു. പിന്നീടുള്ള അഞ്ചു വർഷം കമ്മാരൻ നായനാരായിരുന്നു ആ സ്ഥാനത്ത്. ഇദ്ദേഹത്തിനു ശേഷം ഇരുപത്തിയൊന്നു വർഷത്തോളം ചന്തുക്കുട്ടി നായനാർ മൂപ്പനായി. അദ്ദേഹത്തിന്റെ അനുജനായ ഉണ്ണമ്മൻനായനാരാണ് പിന്നീട് ഗൃഹസ്ഥ സ്ഥാനത്തെത്തിയത്. അവസാനത്തെ രണ്ടു പേരായ ചന്തു ക്കുട്ടിയുടേയും ഉണ്ണമ്മന്റേയും കാലഘട്ടത്തിലാണ് ജന്മി-കുടിയാൻ ബന്ധം പ്രക്ഷുബ്ധമായതും പൊട്ടിത്തെറികളുണ്ടായതും...

... കോലത്തിരി രാജാവിൽ (ചിറയ്ക്കൽ) നിന്ന് സാമന്ത പദവി നേടിയ ഈ പ്രഭു രാജാവിന്റെ മന്ത്രിസഭയിലെ അംഗമായിരുന്നു. ഭൂവുടമാവകാശങ്ങൾക്കു പകരം പറ്റുന്ന വാർഷിക വേതനമെന്ന നിലയിൽ പണവും സ്വത്തുക്കളും മാത്രമായിരുന്നില്ല ചിറയ്ക്കൽ രാജാവിൽ നിന്നും മാലിഖാൻ കൈപ്പറ്റിയിരുന്നത് - ഏഴു പേരെ കൊല്ലാനുള്ള അവകാശവും നേടി. വിശാലമായ മലയോര സാമ്രാജ്യമാകെ ചൊല്പടിക്കീഴിൽ അമർത്തിപ്പിടിച്ച് പൗരസമൂഹത്തിന്റെ സർവ അവകാശങ്ങളും പിഴുതെടുത്തു വാണ ഈ പ്രഭു 'കാട്ടുരാജാവ്' എന്ന പേരിലറിയപ്പെട്ടു.

'കല്യാട്ടു സിംഹം' എന്ന നാമത്തിലറിയപ്പെട്ട കല്യാട് നമ്പ്യാർ ഇരിക്കൂർ ഫർക്കയുടെ കിഴക്കനതിർത്തിയിലെ കുട്ടുപുഴ മുതൽ പടിഞ്ഞാറേയറ്റത്ത് നായാട്ടു പാറ വരെ നീണ്ടു കിടക്കുന്ന പ്രദേശങ്ങൾകയ്യിലൊതുക്കിയിരുന്നു. വിസ്തൃതമായ ഈ ഉടമാവകാശ ഭൂമിയിൽ നിന്ന് രണ്ടു ലക്ഷം പറ നെല്ല് വാരം ലഭിച്ചിരുന്നു.

ജന്മിയുടെ താമസത്താവളം കല്യാട് താഴത്തു വീടാണ്. കൂടാതെ പടിയൂർ, പെരുമണ്ണ്, ബ്ലാത്തൂർ, കോട്ടൂർ എന്നിവിടങ്ങളിലും പത്തായപ്പുരകളും നാലുകെട്ടുകളുമുണ്ടായിരുന്നു.

സമൃദ്ധമായ ഭൂസമ്പത്ത് കൊള്ളയടിച്ച് 'ഐശ്വര്യ പ്രഭു'വെന്ന വിശേഷണവും സമ്പാദിക്കുകയുണ്ടായി. കുടാളി, നായാട്ടുപാറ എന്നിവിടങ്ങളിലെ അന്യ ജന്മിഭോഗങ്ങളും ആക്രമിച്ച് കൈവശപ്പെടുത്തി. 'കുണ്ടുവെട്ടിപ്പട'യുമായി യുദ്ധം നടത്തി വിജയം വരിച്ചതിനാൽ വീരശൃംഖലയും ലഭിച്ചു. ആ പോരിൽ പിടിച്ചുകെട്ടിയ 13 മാപ്പിളമാരെ പത്തായപ്പുരയിൽ കൊണ്ടുവന്ന് വെടിവച്ചു കൊന്നു.

......

.....തറവാട്ടിലെ തല മൂത്ത കാരണവർ രൈരു നമ്പ്യാരാണ്. മരുമക്കത്തായ സംവിധാനത്തിലൂടെയാണ് അക്കാലത്ത് കുടുംബാവകാശത്തിന്റെ വേരു പടർന്നത്. അതനുസരിച്ച് ഗൃഹസ്ഥ സ്ഥാനം രൈരു നമ്പ്യാരിൽ നിന്നും വലിയ കമ്മാരനിലേക്കും തുടർന്ന് ചാത്തുക്കുട്ടി നമ്പ്യാരിലേക്കുമെത്തി. അദ്ദേഹത്തിൽ നിന്നും അവകാശം അനുജൻ കൃഷ്ണൻ നമ്പ്യാർക്കാണ് ലഭിച്ചത്. കൃഷ്ണൻ നമ്പ്യാർക്കു ശേഷം അദ്ദേഹത്തിന്റെ മരുമകൻ അനന്തൻ നമ്പ്യാരും, അതിനു ശേഷം കുഞ്ഞിക്കമ്മാരൻ നമ്പ്യാരും അവകാശികളായി". (പേജ്: 30, 31, 32, കാവുമ്പായി കാർഷികകലാപം - എ. പത്മനാഭൻ, നാരായണൻ കാവുമ്പായി, ചിന്ത പബ്ലീഷേഴ്സ്) എടക്കാട് വെള്ളുവദേശത്തെ പ്രാമാണിക കുടുംബമായ വെള്ളുവ എടത്തിന്റെ താവഴിയിൽ പെട്ടവരാണ് കല്യാട് താഴത്തു വീട്ടുകാർ. പതിനെട്ടാം നൂറ്റാണ്ടിന്റെ തുടക്കത്തിൽ വെള്ളുവ വീട്ടിലെ കാരണവർ രൈരു നമ്പ്യാരായിരുന്നു. അക്കാലത്തെ ഏറ്റവും വലിയ ലുബ്ധനായും പേരുകേട്ട വ്യക്തി. മുൻകോപിയും ധനത്തിനു വേണ്ടി ഏതുഹീനവൃത്തിയുംചെയ്യാൻ മടിയില്ലാത്തൊരാളുമായിരുന്നു. ആശ്രിതർ രൈരു യജമാനൻ എന്നാണു വിളിച്ചിരുന്നത്. ഇയാളുടെ രണ്ടു സഹോദരിമാരിൽ ഇളയവളെ കല്യാണം കഴിച്ചു കൊണ്ടുവന്നത് ബന്ധുഗൃഹം കൂടിയായ കല്യാട് താഴത്തു വീട്ടിലേക്കാണ്. മൂത്തവൾ കല്യാണി രണ്ടുതറ അച്ചന്മാരിൽ പ്രസിദ്ധനായ ചാലാട്ടെ പള്ളിയത്ത് കണ്ണൻ നമ്പ്യാരുടെ ഭാര്യയായി. ഇവരുടെ മകനാണ് 1713 ൽ ജനിച്ച വെള്ളുവക്കമ്മാരൻ. പിൽക്കാലത്ത് മൈസൂർ സുൽത്താൻ ഹൈദരാലിയുടെ സൈനികത്തലവനും ബദനൂർ ഗവർണറുമായി മാറിയ അയാസ് ഖാൻ. പതിനെട്ടാം നൂറ്റാണ്ടിന്റെ തുടക്കത്തിൽ തലശ്ശേരി അധികാരിയായ കുങ്കൻ നമ്പ്യാരുടെ മരുമകൻ ചന്തു അധികാരിയുടെ

മകൾ മാധവിക്കുട്ടിയാണ് വെള്ളുവക്കമ്മാരന്റെ ജീവിതസഖി. പ്രേമവിവാഹമായിരുന്നു.

ചന്തു അധികാരി കൊല്ലപ്പെട്ട് അനാഥയായ മാധവിക്കുട്ടിയെ വിവാഹം ചെയ്യും മുമ്പ്, കോലത്തിരിയുടെ സൈനിക സേവനത്തിന് നിർബന്ധമായി കമ്മാരന് പോകേണ്ടി വന്നതിനാൽ, കമ്മാരൻ അമ്മാവന്റെ വീടായ, കല്യാട് താഴത്തു വീട്ടിലാണ് മാധവിക്കുട്ടിയെ പാർപ്പിച്ചത്. ഹൈദരാലിയുടെ സാമ്രാജ്യത്തിലെ ചിത്രദുർഗയിൽ ഗവർണറായി സ്ഥാനാരോഹണം ചെയ്ത് 'അയാസ് ഖാൻ സർദാർ ഷെയ്ക്ക് അയാസ് ഖാൻ ബഹദൂർ ' ആയി അറിയപ്പെട്ട ശേഷമാണ് കല്യാട്ടു വന്ന് മാധവിയേയും കൂട്ടി തിരിച്ചു പോയത്. മാധവിക്കുട്ടി ആമിനാ ബീഗമായി മാറി...

കുറുമാത്തൂർ നേർപ്പാട്ട് രാജാധികാരത്തോടു ചേർന്ന് സഹ്യപർവത താഴ് വരയിൽ എരുവേശ്ശി ആസ്ഥാനമായി മന്ദനാർ എന്ന ഒരു സാമന്തൻ കൂടി ചരിത്രത്തിലുണ്ടായിരുന്നു. സാമൂതിരിവംശത്തിന്റെ മൂലസ്ഥാപകനായി ചില ചരിത്രകാരന്മാർ ചൂണ്ടിക്കാട്ടിയ മൂഷികരാജാവ് ചെങ്ങൽ പെരുമാൾ എന്നു വിളിക്കുന്ന ശംഖവർമൻ (സാമൂതിരിമാർ മരിക്കുമ്പോൾ പെരിഞ്ചെല്ലൂർ ദേവൻ നീലകണ്ഠേശ്വരപെരുമാൾക്ക് 'പുല' കല്പിക്കുന്നതും ക്ഷേത്രം അടച്ചിടുന്നതും ഈ പൂർവിക ബന്ധം നിമിത്തമാണത്രെ) ഒരു 'തീയ'മഹിളയേയുംകൂടി കല്യാണം കഴിച്ചതായി പുരാവൃത്തങ്ങളിൽ കാണുന്നു. ആ ബന്ധത്തിലുണ്ടായ വംശപാരമ്പര്യമാണത്രെ ഏരുവേശിയിലെ മന്ദനാർ വംശത്തിന്റെ ഉറവിടം.

ചെങ്ങൽ പെരുമാളിന്റെ കാലം ഏഴാം നൂറ്റാണ്ടും മന്ദനാരുടെ കാലം പതിനേഴാംനൂറ്റാണ്ടിന്റെ അവസാനത്തിലുമാണെന്ന് കണക്കിലെടുത്താൽ ഈ പാരമ്പര്യത്തിന് യാതൊരടിസ്ഥാനവുമില്ലെന്നു വ്യക്തമാകും. കേരളത്തിലെ ഏക തീയരാജവംശം എന്ന തലക്കെട്ടോടെ ഈയടുത്ത കാലത്തായി മന്ദനാർദേശത്തെ പരിചയപ്പെടുത്തിവരുന്നതു കാണാം. കോലത്തുനാടിന്റേയോ അതിനു ശേഷം പ്രാബല്യത്തിൽ വന്ന ചിറയ്ക്കൽ രാജ്യത്തിന്റേയോ ചരിത്രം പരാമർശിക്കുന്ന പ്രമാണങ്ങളിലോ ഔദ്യോഗിക രേഖകളിലോ എവിടേയും ഇത്തരത്തിലൊരു രാജ്യത്തെ നിർവചിക്കുന്നില്ല. വിസ്തൃതമായ ഒരു രാജ്യത്തെ ഉൾപ്പെടുത്തിയുള്ള അധികാര വ്യവസ്ഥ നിലനിന്നതിന് യാതൊരു തെളിവുമില്ല. അതേസമയം, രണ്ടു നൂറ്റാണ്ടുകളിലേറെക്കാലം ഏരുവേശ്ശി ആസ്ഥാനമായി ഒരു അധികാരകേന്ദ്രമുണ്ടായിരുന്നു. കോലത്തിരി രാജവംശത്തിന്റെ അന്ത്യശതകത്തിലും ചിറയ്ക്കൽ രാജവംശത്തിന്റെ കാലയളവിലുമായി സ്മാർത്തവിചാരം നടത്തി ഭ്രഷ്ട് കല്പിക്കപ്പെടുന്ന

അന്തർജനങ്ങളെ പാർപ്പിക്കാനുള്ള പുനരധിവാസ കേന്ദ്രമായിരുന്നു അത്, എരുവേശ്ശിയിൽ, മൂത്തേടത്ത് അരമന എന്ന പേരിൽ. പെരുഞ്ചെല്ലൂർ ഗ്രാമത്തിന്റെ നിർവഹണകാര്യത്തിൽ ശ്രേഷ്ഠ പദവിയുണ്ടായിരുന്ന കുറുമാത്തൂർ മനയ്ക്കായിരുന്നു മൂത്തേടത്ത് മനയുടേയും ചുമതല.

ചിറയ്ക്കൽ രാജ്യത്തിന്റെ സാമന്തന്മാരായിരുന്നു ചുഴലി രാജ്യവും കുറുമാത്തൂർ നേർപ്പാട്ടു രാജ്യവും ഭരിച്ചിരുന്നത്. മരക്കലമേറി വന്ന ദേവതയുടെ തോഴിമാരുടെ പാരമ്പര്യക്കാരായാണ് ഈ രണ്ടു രാജവംശത്തേയും ഐതിഹ്യം കല്പിക്കുന്നത്. ഇവരുടെ അധീനതയിലുള്ള ഭൂപരമായ അതിരുകൾ തിട്ടപ്പെടുത്തിയിട്ടില്ലെങ്കിലും പശ്ചിമഘട്ടവും കടന്ന് കുടകിലൂടെ പരന്നുകിടന്നിരുന്ന ദേശങ്ങൾ ഭൂരിഭാഗവും ചുഴലിയുടെ കാൽക്കീഴിലാണ്. കുറുമാത്തൂർ മനയിൽ ചില അധികാരങ്ങൾ മാത്രമേ നിക്ഷിപ്തമാകുന്നുള്ളൂ. കുടകിലെ കരിയത്ത് നാട്ടിലടക്കം ചില കാർമികസ്ഥാനങ്ങൾ കുറുമാത്തൂരിന്റെ അധികാര പരിധിയിൽ പെട്ടിരുന്നു. കരിയത്ത് നാട്ടിൽ നിന്നാണ് പയ്യാവൂർ, വയത്തൂർ ഉത്സവങ്ങൾക്ക് ആചാരപ്രകാരം കാളപ്പുറത്ത് അരി കൊണ്ടുവന്നിരുന്നത്.

മൂത്തേടത്ത് മനയുടെ അധികാരവും കുറുമാത്തൂർ മന നിർവഹിച്ചു. 17-ാം നൂറ്റാണ്ടിന്റെ തുടക്കത്തിൽ കുറുമാത്തൂരിന്റെ അധിപതികളിൽ നിന്ന് ആ അധികാരവും എടുത്തുകളയപ്പെടുന്നുണ്ട്. പിന്നീടുള്ള രണ്ടു നൂറ്റാണ്ടിലേറെ ഭരണ നിർവഹണത്തിനായി മന്ദനാർമാരെ പ്രത്യേകം നിയോഗിക്കുകയായിരുന്നു. ആദ്യത്തെ മന്ദനാർ വളപട്ടണത്തെ ഒരു തെങ്ങുകയറ്റ തൊഴിലാളിയാണെന്നു കൂടി പുരാവൃത്തത്തിലുണ്ട്. അതിനെ പിൻപറ്റിയാണ് 'തീയ' രാജവംശം എന്ന തലക്കെട്ടു പിറന്നത്.

നാലു മന്ദനാർമാർ ഈ കാലയളവിൽ ചുമതലയേറ്റു. ആദ്യത്തെ രണ്ടു പേരുടെ കാലത്ത് ഭരണകാര്യാലയം 'ആന്തൂർ തളി' ക്ഷേത്രത്തിൽ ആയിരുന്നു. മൂന്നാം മന്ദനാരുടെ കാലത്താണ് മൂത്തേടത്ത് അരമനയുമായി ബന്ധപ്പെട്ട എല്ലാ രേഖകളും എരുവേശ്ശിയിലേക്ക് മാറ്റുന്നത്. നാലാമത്തെ മന്ദനാർ കുഞ്ഞിക്കേളപ്പൻ 1847-ൽ തന്റെ 18-ാം വയസ്സിലാണ് അധികാരമേൽക്കുന്നത്. 1902 ൽ അദ്ദേഹത്തിന്റെ മരണത്തോടെ 'മന്ദനാർ പാടി'യിലെ വാഴ്ചക്ക് തിരശ്ശീല വീണു.

രാഷ്ട്രീയ പരിണാമങ്ങളും, കാവുമ്പായി കാർഷിക കലാപവും

സംഘർഷവൽക്കരിപ്പെട്ട സാമൂഹിക ഘടനയുടെ മുന്നേറ്റത്തെ നിർണയിക്കുന്നത് നിഷേധിക്കപ്പെട്ട വിഭാഗത്തിന്റെ ഉത്ഥാനമാണ്. വർഗസമരത്തിന്റെ മർമവും അവിടെയാണല്ലോ. സാമൂഹ്യ പരിണാമത്തിന്റെ ശക്തിയായി രൂപപ്പെടുന്ന സമരങ്ങളുടെ ധാരയാണ് നാളിതുവരെ ചരിത്രത്തിന്റെ ഇന്ധനം. ലോകത്തെ മാറ്റുന്നത് വിമോചന സമരങ്ങളുടെ അച്ചുതണ്ടാണ്.

ഈ ദേശഘടനയുടേയും പൊളിച്ചെഴുത്തുകൾക്ക് ആധാരമായ അത്തരം സംഭവവികാസങ്ങളുടെ രൂപരേഖ ചെറുതും വലുതുമായ ഒട്ടനേകം ചെറുത്തു നില്പുകൾ, ഇരിക്കൂർഫർക്കയിലെ രാഷ്ട്രീയ പ്രക്രിയകൾ, കാവുമ്പായി കാർഷിക കലാപം, മറ്റനവധി ഭൂസമരങ്ങൾ എന്നിവയാൽ പൂരിപ്പിക്കപ്പെടാനുള്ളതാണ്. മുതലാളിത്തത്തിന്റെ ഉദയത്തിനുമുമ്പുള്ള സാമ്പത്തിക വ്യവസ്ഥയായിട്ടാണ് മാർക്സ് ഫ്യൂഡലിസത്തെ വിശദീകരിക്കുന്നത്. മാർക്സിനെ സംബന്ധിച്ചിടത്തോളം ഫ്യൂഡലിസമെന്നത്, കൃഷിയോഗ്യമായ ഭൂമിയുടെ നിയന്ത്രണം കയ്യാളുന്ന ഒരു ഭരണവർഗം (കുലീനർ) ആ കൃഷിയിടങ്ങളിൽ പണിയെടുക്കുന്ന കുടിയാന്മാരെ അടിമസമാനമായ രീതിയിൽ ചൂഷണം ചെയ്യുകവഴി നിലനിർത്തുന്ന വർഗസമൂഹമാണ്. രാജവ്യവസ്ഥക്കും ഫ്യൂഡൽ സമ്പ്രദായത്തിനുമെതിരായ സാമൂഹിക വിപ്ലവങ്ങളുടേയും കർഷക സമരങ്ങളുടേയും സുപ്രധാന സമരഭൂമികളിലൊന്ന് ഇരിക്കൂർ ഫർക്കയായിരുന്നു.

പഴയ ചിറക്കൽ താലൂക്കിന്റെ കിഴക്കൻ ദേശങ്ങൾ, അവയിലധികവും മലമ്പ്രദേശങ്ങൾ, അടങ്ങുന്നതാണ് ഇരിക്കൂർ ഫർക്ക.

ഭൂവുടമാസമ്പ്രദായവും ഉൽപാദനശക്തികളും തമ്മിലുടലെടുത്ത സംഘർഷങ്ങളുടെ തേരോട്ടം ഇവിടുത്തെ സാമൂഹികജീവിതത്തേയും താറുമാറാക്കി. ഈ ദേശങ്ങളിലെ അസംഘടിതരായ കുടിയാൻജനത ഇരുപതാം നൂറ്റാണ്ടിന്റെ ആദ്യപാദം തൊട്ടേ അതിന്റെ അസ്വസ്ഥതകൾ പ്രകടിപ്പിച്ചു തുടങ്ങി. ഫർക്കയിലെ ഭൂരിഭാഗം ഗ്രാമങ്ങളും കൃഷിയിടങ്ങളും ജന്മിമാരായ കരക്കാട്ടിടം നായനാരുടേയും കല്യാട് നമ്പ്യാരുടേയും അധീനതയിലായിരുന്നു. വൈദേശികാധിപത്യത്തിന്റെ ശക്തരായ ദല്ലാളന്മാരെന്ന നിലക്ക് ബ്രിട്ടീഷ് അധികാരികളുടെ മികച്ച പിൻബലവും ഈ ഫ്യൂഡൽ ശക്തികൾക്ക് കരുത്തേകി. ഫ്യൂഡൽ നിയമങ്ങൾ കൂടുതൽ രൂക്ഷതയോടെ ഇവിടെ പ്രയോഗിക്കപ്പെട്ടു.

അതിനെതിരായ പ്രതിരോധവും സംഘടിത സ്വഭാവമാർജിച്ചുവന്നു. കുടിയാൻജനതയെ സംബന്ധിച്ച് ജന്മിയുടെ അധീനതയിലുള്ള പുനംനിലം കൃഷിക്കു ലഭിച്ചിരുന്നത് കുറ്റിക്കാണമടിസ്ഥാനത്തിലായിരുന്നു. ഇത് റദ്ദ് ചെയ്യണമെന്ന ആവശ്യം കുടിയാന്മാർ ഉയർത്തി. ക്രമേണ പ്രക്ഷോഭം ചൂടുപിടിച്ചു. പുനം ഭൂമിയിലേക്കുള്ള സംഘടിതമായ കയ്യേറ്റം, പാട്ടനിഷേധം, ശീലക്കാശ് കൊടുക്കാതെയുള്ള വിത്തിറക്കൽ തുടങ്ങിയ സമരരൂപങ്ങൾ പ്രകടമായി. ജന്മിസേനയേയും പൊലീസിനേയും വകവയ്ക്കാതെ ജനങ്ങൾ മുന്നേറി. പലയിടത്തും ഏറ്റുമുട്ടലുകളിൽ കലാശിച്ചു.

1939 ൽ ചുണ്ടപ്പറമ്പിലും, 1941ൽ ഫെബ്രുവരി, മാർച്ച് മാസങ്ങളിൽ ചെരന്നക്കുഴി മലയിലും 1943ൽ കല്യാട് പരിസരങ്ങളിലും പുനം കയ്യേറ്റ സമരങ്ങൾ സംഘർഷങ്ങളിലേക്കു നീങ്ങി. കുടിയാന്റെ സ്വന്തം പരിധിയിൽ കുടുങ്ങി ആളിപ്പടരാതെ കിടന്ന ഈ കാർഷിക പ്രശ്നം കർഷകസംഘത്തിന്റേയും കമ്മ്യൂണിസ്റ്റ് പാർടിയുടേയും വരവോടെ രാഷ്ട്രീയഭൂമികയിലേക്ക് ഉയർത്തപ്പെട്ടു. ദേശീയ സ്വാതന്ത്ര്യസമരവുമായി കാർഷികസമരങ്ങളെ കണ്ണി ചേർക്കുന്ന വിമോചനശാസ്ത്രം സാർവദേശീയമായി അവതരിക്കപ്പെട്ടിരുന്നതിന്റെ ചരിത്രപശ്ചാത്തലമാണ് ഈയൊരു ദിശ നിർണയിച്ചത്.

ഇരിക്കൂർ ഫർക്കയിലെ പയ്യാവൂർ, എരുവേശ്ശി, എള്ളരിഞ്ഞി, കാവുമ്പായി, നിടിയേങ്ങ, ചേപ്പറമ്പ്, മലപ്പട്ടം, ചെങ്ങളായി, ചുഴലി, ബ്ലാത്തൂർ, പടിയൂർ എന്നിവിടങ്ങളിൽ 1937ൽ അഖില മലബാർ കർഷകസംഘം രൂപപ്പെട്ടതിന്റെ തുടർച്ചയായി തന്നെ പ്രാദേശികസംഘങ്ങൾ രൂപം കൊണ്ടു. 1934 ഫെബ്രുവരിയിൽ നണിയൂരിൽ ആവിർഭവിച്ച

കർഷക ഗ്രൂപ്പം അതിന്റെ വളർച്ചയെന്ന നിലക്ക് 1935 ജൂലായ് മാസം ഉടലെടുത്ത കൊളച്ചേരി കർഷകസംഘവും പ്രാദേശിക ജന്മിയായ കരുമാരാത്ത് നമ്പൂതിരിപ്പാടിന്നെതിരായ ചെറുത്തു നില്പുകളും ഇരിക്കൂർ ഫർക്കയിലാകെ പ്രചോദനം പകർന്നിരുന്നു. 'മലബാർ കുടിയാൻ സംഘ'മെന്ന പേരിൽ മലബാറിൽ കൃഷിക്കാരുടെ ഒരേകോപനം 1930 വരെ പ്രവർത്തിച്ചിരുന്നുവെങ്കിലും കാണക്കുടിയാന്മാർക്കു സ്ഥിരാവകാശം കിട്ടാനും കാണഭൂമി പൊളിച്ചെഴുതുമ്പോൾ ജന്മി വാങ്ങുന്ന പൊളിച്ചെഴുത്തവകാശത്തിൽ ന്യായമായ തോത് നിജപ്പെടുത്താനുമായി വെറുംകാണക്കുടിയാന്മാർക്കു വേണ്ടി മാത്രം വാദിക്കുന്ന ഒരു സംഘമായിരുന്നു അവർ. വെറുംപാട്ടക്കാരുടെ പ്രശ്നങ്ങളോട് അവർ കണ്ണടച്ചു. ജന്മിത്തം അവസാനിപ്പിക്കുകയെന്ന ലക്ഷ്യവും കൃഷി ചെയ്യുന്ന യഥാർഥ കൃഷിക്കാരന്റെ പ്രശ്നങ്ങൾ ഉയർത്തിപ്പിടിക്കാനുള്ള ശ്രമങ്ങളും കർഷകസംഘം രൂപപ്പെട്ടതിനുശേഷമാണുണ്ടായത്... ഒഴിപ്പിക്കൽ പാടെ തടയുക, പാട്ടം ചുരുക്കുക, മുൻപാട്ടമടച്ചാലേ വെറും പാട്ടക്കാരനും സ്ഥിരാവകാശമുള്ളുവെന്ന വ്യവസ്ഥ റദ്ദാക്കുക, അക്രമപ്പിരിവുകൾ നിർത്തലാക്കുക എന്നീ അടിയന്തിര പ്രാധാന്യമുള്ള ആവശ്യങ്ങൾ ഉയർത്തപ്പെട്ടു. 1940 സെപ്തംബർ 15ന്റെ മൊറാഴ സംഭവത്തിനു ശേഷം മലബാറിലാകെ കർഷക ഗ്രൂപ്പുകളുടെ സമരശക്തി പടർന്നു പിടിച്ചു. കയ്യൂർ, കരിവെള്ളൂർ, മുനയൻകുന്ന്, പാടിക്കുന്ന്, തില്ലങ്കേരി, ഒഞ്ചിയം തുടങ്ങി ഒട്ടേറെ കാർഷികപ്രക്ഷോഭങ്ങളുടെ തീപാറിയ ചരിത്രവേദി കൂടിയായിരുന്നു മലബാർ. കാർഷിക പ്രശ്നങ്ങളുടെ സംഘർഷാത്മകമായ ഒരു ഗാർഹികഘടന മലബാറിന്റെ ഭൂബന്ധങ്ങളിൽ പരിണമിച്ചുണ്ടായതിന്റെ അനന്തരഫലം കൂടിയാണത്. മലബാറിലെ ഗ്രാമസമൂഹങ്ങളും പ്രാന്തവത്കൃതചേരികളും തരിശായും ഉർവരമായും പരന്നു കിടക്കുന്ന കാർഷികപംക്തികളും കലാപത്തിന്റെ സന്നാഹപ്രവിശ്യകളായി പരിവർത്തിക്കപ്പെട്ടു. ഫ്യൂഡൽവിരുദ്ധ കുടിയാൻ മുന്നേറ്റത്തിന്റേയും അധിനിവേശവിരുദ്ധ സ്വാതന്ത്ര്യ സമരത്തിന്റേയും ദശകങ്ങൾക്ക് മലബാർ സാക്ഷിയായി. മലബാറിന്റെ ഭൗമ സമ്പത്തിലും കാർഷികസംസ്കൃതിയിലും ആർത്തിപൂണ്ട യൂറോപ്യൻ കമ്പോള ശക്തികൾ അധിനിവേശത്തിന്റെ അധികാരവ്യൂഹത്തിനുള്ളിൽ ഈ ദേശത്തെ കാൽച്ചുവട്ടിലരച്ചു. അതിന്റെ പ്രത്യാഘാതമായി പ്രതിരോധ രാഷ്ട്രീയ പരിണാമങ്ങളുടേയും സാംസ്കാരിക വ്യവഹാരങ്ങളുടേയും സാമൂഹിക സംഘർഷങ്ങളുടേയും തലസ്ഥാനമായി മലബാർ മാറി. കാർഷികസമരങ്ങളുടെ വ്യത്യസ്ത ദശകളിലെത്തിപ്പെട്ട ഭൂപ്രശ്നങ്ങളാൽ എരിപിരി കൊള്ളുന്നവയായിരുന്നു അക്കാലത്ത്, മലബാറിലെ ഗ്രാമസഞ്ചയങ്ങൾ. അത്തരം പശ്ചാത്തലത്തിൽ നിന്നും വമിക്കുന്ന സാമൂഹികസംക്ഷോഭ

ങ്ങളുടെ ചൂടുംചൂരും പ്രതിഫലിക്കുന്ന പ്രക്ഷോഭപ്രവിശ്യയായി ഈ ദേശം മാറി. ഈ കാർഷിക കലാപങ്ങൾ ചില വൈരുധ്യങ്ങളുടെ സ്വഭാവം വെളിപ്പെടുത്തുന്നുണ്ട്.

അതിൽ സുപ്രധാനം, ഭൂമിയുടെ രാഷ്ട്രീയമാണ്. അന്നത് ഭൂബന്ധങ്ങളിൽ പരിണമിച്ചുവന്ന സംഘർഷങ്ങളുടെ ബാലാരിഷ്ടതയാണ് പ്രകടിപ്പിച്ചതെങ്കിൽ, ബാലാരിഷ്ടതകളെത്രയോ മറികടന്ന് പാരിസ്ഥിതിക രാഷ്ട്രീയമായി, ഇന്നത് വികസിക്കുകയും ആഗോളവത്കരിക്കപ്പെടുകയും ചെയ്തിരിക്കയാണ്. പ്രകൃതിയുമായുള്ള മനുഷ്യന്റെ ഏറ്റുമുട്ടലിൽ നിന്നാണല്ലോ ഉൽപാദനബന്ധങ്ങൾ അനാവരണം ചെയ്യപ്പെടുന്നത്. മനുഷ്യനും പ്രകൃതിക്കുമിടയിലെ വൈരുധ്യാത്മക ബന്ധം പ്രകൃതിക്കുമേലുള്ള മനുഷ്യന്റെ ചൂഷണമെന്ന ഒരു ഘട്ടം പിന്നിട്ടു കഴിഞ്ഞിരിക്കുന്നു. ഇനിയങ്ങോട്ട് മുഴുവൻ ജീവഗണത്തിനും വേണ്ടി സുന്ദരവും സന്തുലനാത്മകവുമായ ഒരു പ്രകൃതിയെ സംവിധാനം ചെയ്യുകയെന്ന കർത്തവ്യമാണ് മനുഷ്യനു സർവോപരി നിറവേറ്റാനുള്ളത്. ഭൂമിയുടെ രാഷ്ട്രീയത്തിന്റെ തുടർച്ചയുമതാണ്. കേരളത്തിലെ ഫ്യൂഡൽ വിരുദ്ധ മുന്നേറ്റത്തിന്റെ ഘട്ടത്തിൽ ഗ്രാമപംക്തികളിൽ പൊട്ടിപ്പുറപ്പെട്ട അനേകം സംഘർഷങ്ങളുടെ അടിസ്ഥാനം ഉൽപാദന ബന്ധങ്ങളിലെ വർഗപരമായ പ്രതിസന്ധിയായിരുന്നു. ഫ്യൂഡൽ ഘടനയിലധിഷ്ഠിതമായ സ്വത്തിന്റെ അവികസിതമായ അവസ്ഥകളാണ് അന്നുള്ളത്. 1857-58 കാലത്ത് എഴുതപ്പെടുകയും 1939-41ൽ മാത്രം പൂർണരൂപത്തിൽ വെളിച്ചം കാണുകയും ചെയ്യപ്പെട്ട 'ഗ്രുൻഡ്രിസി'ൽ കാൾ മാർക്സ് വിശദീകരിച്ചതു പോലെ 'വ്യക്തി യഥാർഥത്തിൽ സ്വത്തില്ലാത്തവൻ ആണ് എന്നതാണ് വസ്തുത'.

ഇവിടേയും അടിസ്ഥാനവസ്തുത ഭൂമിയുമായി 'രക്ത'ബന്ധമുള്ളവർ മണ്ണിൽ നിന്ന് അന്യവൽക്കരിക്കപ്പെട്ടുവെന്നതാണ്. ഫ്യൂഡൽ അധികാരത്തിനു കീഴെ ഒരുപകരണത്തിന്റെ സ്വാതന്ത്ര്യമേ കുടിയാൻജനതയ്ക്ക് അനുഭവിക്കാനായുള്ളു. കലാപത്തിന്റെ ചരിത്രപരമായ ഉറവിടം യഥാർഥത്തിൽ അതാണ്. അതിൽ നിന്നടർത്തി സാമ്രാജ്യവിരുദ്ധ സമരമായി മാത്രം ഈ സംഭവപരമ്പരകളെ നിർവചിക്കുന്നതു നീതിയല്ല. അതേസമയം ഭൂപരമായ അവകാശത്തിനുള്ള കുടിയാൻകലാപങ്ങളായി മാത്രം ഈ സമരമുന്നേറ്റങ്ങളെ വിലയിരുത്തുന്നതും വസ്തുതാവിരുദ്ധമാണ്. ആ ചരിത്രത്തിന്റെ രാഷ്ട്രീയ മുന്നേറ്റം ലക്ഷ്യം വയ്ക്കുന്നത് സാമ്രാജ്യവിരുദ്ധ പ്പോരാട്ടത്തിലൂടെയാണെന്ന മഹത്തായ സത്യത്തെ വിസ്മരിക്കലാവുമത്. "മാനവചരിത്രം എഴുതപ്പെട്ടതു തൊട്ട് അതിന്റെ ചരിത്രം വർഗസമരങ്ങളുടെ ചരിത്രമാണ്" എന്ന,

എംഗൽസിന്റെ ഭേദഗതിയോടെ വിളംബരപ്പെട്ട, മാർക്സിന്റെ ഈ മൗലികനിരീക്ഷണം ഏതു ചരിത്രരചനയ്ക്കും വഴികാട്ടിയാണ്.

രണ്ടാംലോകമഹായുദ്ധത്തിന്റെ പ്രത്യാഘാതങ്ങൾ മലബാറിലെ കാർഷികസമൂഹത്തിലും സംഘർഷങ്ങൾ വളർത്തിയതിനെപ്പറ്റി അന്നത്തെ കമ്മ്യൂണിസ്റ്റ് പാർടിയുടെ വിശകലനം ഇക്കാര്യത്തിന് അടിവരയിടുന്നു:

"ഗ്രാമങ്ങളിലെ കാർഷിക- സമ്പദ് സ്ഥിതി ഒരു പൊട്ടിത്തെറിയുടെ വക്കിലാണ്. പൂഴ്ത്തിവയ്പുകാരുടേയും പുത്തൻ പണക്കാരുടേയും ഭൂമി പിടിച്ചെടുക്കുന്നവരുടേയും അധീശത്വമാണ് ഇതിനു കാരണം. ഇത്തിക്കണ്ണികളായ ഭൂവുടമകളും വൻകിട കർഷകരും കാർഷികരംഗം നശിപ്പിക്കുകയാണ്. ഉൽപാദനം തകർന്നു കൊണ്ടിരിക്കുന്നു. കടുത്ത ക്ഷാമം പൊതു പ്രതിഭാസമായിത്തീർന്നു."

ഈ സാമൂഹികസാഹചര്യത്തെ അഭിസംബോധന ചെയ്യുതിലൂടെയാണ് കർഷകസംഘം മലബാറിലെ ഗ്രാമീണജനങ്ങൾക്കിടയിൽ സമര നേതാവായിത്തീർന്നത്. വർഗബോധത്തിന്റെ കാര്യത്തിൽ തെളിച്ചം കൈവരാത്ത കർഷകജനസാമാന്യത്തെ സംഘടിത കർഷക പ്രസ്ഥാനത്തിന്റെ കൊടിക്കീഴിലണിനിരത്താനും ഫാസിസ്റ്റ് വിരുദ്ധ - ഫ്യൂഡൽ വിരുദ്ധ പോരാളികളാക്കി മാറ്റാനും കഴിഞ്ഞത് ചരിത്രത്തിലെ അജയ്യമായ അടയാളമാണ്.

1934 വരെ കൃഷിക്കാരുടെ സംഘമുണ്ടായിരുന്നില്ല. 1930ൽ മലബാർ കുടിയാൻസംഘം കാണക്കുടിയാന്മാരുടെ കാര്യത്തിനു മാത്രമായി പേരിനുണ്ടായിരുന്നെങ്കിലും. എന്നാൽ ചൂഷണം കൊണ്ടും ദുരവസ്ഥ കൊണ്ടും സമാനജീവനമുള്ള കൃഷിക്കാരുടേതായ ഒരു സമുദായമുണ്ടെന്ന സ്വത്വ സുരക്ഷയിലേക്ക് അവർ ഉയർത്തപ്പെട്ടത് സംഘടിതമായ മുന്നേറ്റത്തിലൂടെയാണ്.

അധികാരത്തിന്റെ വാൾത്തല കാട്ടി കുടിയാന്റെ ഭൂമിയും കുടികിടപ്പവകാശവും കൃഷിഭൂമിയിലവരുണ്ടാക്കിയ സർവസ്വവും സ്വന്തമാക്കിയവരാണു ജന്മി. ഭൂമിയെ ബ്രഹ്മസ്വമാക്കി തീർത്ത് ഉടമാവകാശത്തിന്റെ അനശ്വരത ഉറപ്പിക്കാനും അവർ മറന്നില്ല. രാജാവു മാത്രമല്ല സാമന്തന്മാരും നാടുവാഴികളും ദേശവാഴികളും അവരുടെ അധികാരത്തിന്റെ സ്വേച്ഛാമുദ്ര എവിടേയും പതിച്ചു. കൃഷിഭൂമിയിൽ മാത്രമല്ല തരിശുഭൂമിയിലും അവർ വിളയാടി. അധ്വാനത്തെ മറികടന്ന് വിളസമൃദ്ധി വർധിച്ചതോതിൽ കൊള്ളയടിക്കാനുള്ള കുറുക്കുവഴിയായിരുന്നു അവർക്ക് അധികാരം. ഉൽപാദനമിച്ചം കയ്യടക്കാനുള്ള ദേശാധിപത്യവും ദേവാധിപത്യവും അവർ കാൽച്ചുവട്ടിലാക്കി. കാർഷികമായ ഉൽപാദനരീതി

തങ്ങളുടെ നിയന്ത്രണത്തിൽ കൊണ്ടുവന്നു. അടിയാളരുടേയും കുടിയാന്മാരുടേയും സർവവിധ അവകാശങ്ങളും നിഹനിക്കപ്പെട്ടു. സാമൂഹികമായി സവർണജാതികൾക്കും, സാമ്പത്തികമായി ജന്മികൾക്കും, രാഷ്ട്രീയമായി നാട്ടുവാഴിപ്രഭുക്കൾക്കും മേൽക്കയ്യുള്ള, അസ്വതന്ത്രരായ ഒരു കർഷക സമൂഹത്തെ സൃഷ്ടിക്കുന്ന, പുതിയതരത്തിലുള്ള സാമൂഹികവ്യവസ്ഥയാണ് പ്രാവർത്തികമായത്. യൂറോപ്യൻ ഫ്യൂഡൽ സമൂഹത്തിൽ നടപ്പിലായിരുന്ന ഘടനാസവിശേഷതകളിൽ പലതും ഇവിടേയും അടിച്ചമർത്തലിന്റെ രീതികളായി വന്നു. അതുകൊണ്ടുതന്നെ പിൽക്കാലത്ത് വ്യവസ്ഥിതിക്കെതിരായ കലാപങ്ങളിൽ രാഷ്ട്രീയഇച്ഛാശക്തിയും സംഘടിത ബോധവും നയിക്കാനുണ്ടായപ്പോൾ അടിയാളരായ കർഷകസമൂഹമടക്കം മുൻ നിരയിലേക്കു കുതിച്ചു. ഭൂമിക്കും സ്വാതന്ത്ര്യത്തിനും വേണ്ടി നാടിന്റെ നാനാസിരകളിൽ നടന്ന സമരത്തിലൂടെ ഇടതുപക്ഷചൈതന്യം ചുര മാന്തിയൊഴുകിയ ഒരു കാലഘട്ടമായിരുന്നു അത്.

രാജ്യത്തെ വിമോചനപ്പോരാട്ടത്തിന്റെ കടമ ഗ്രാമങ്ങളിലെ ഫ്യൂഡൽ വിരുദ്ധസമരത്തിലൂടെ മാത്രമേ സഫലമാക്കാനാവൂ എന്ന തിരിച്ചറിവുണ്ടായി. കുടിയാൻജീവിതത്തിന്റെ പരിമിതമായ പ്രതിബന്ധങ്ങളിൽ നിന്നുമുയിരെടുത്ത കാർഷിക പ്രശ്നം ഒരു രാഷ്ട്രീയ പ്രശ്നമാക്കി മാറ്റിയെടുക്കാൻ കർഷസംഘത്തിനും കമ്മ്യൂണിസ്റ്റ് പാർട്ടിക്കും കഴിഞ്ഞു.

മുപ്പതുകളുടെ പാതിയിൽതന്നെ സ്വാതന്ത്ര്യം ലക്ഷ്യമിട്ടുള്ള പ്രസ്ഥാനങ്ങൾ ഗ്രാമാന്തരങ്ങളിൽ രൂപംകൊണ്ടു. വടക്കേമലബാറിലെ ഇന്ദ്രപ്രസ്ഥങ്ങളെ കിടിലംകൊള്ളിച്ച കാർഷികസമരങ്ങളുടെ വർഗഭാവുകത്വം തിരിച്ചറിയുമ്പോൾ തന്നെ അന്നത്തെ ഉൽപാദന ബന്ധങ്ങളിൽ നിന്ന് ജാതി- ജന്മി-നാട്ടുവാഴിത്ത നിയമങ്ങളുടെ വ്യവസ്ഥാവൽക്കരണമുണ്ടായെന്ന വസ്തുത കൂടി പ്രാധാന്യത്തിലെടുക്കണം.

ജാതിസമ്പ്രദായത്തിന്റെ വേരുകൾ ഭൂവുടമാവകാശങ്ങളിലാണെന്ന ചില ചരിത്രകാരന്മാരുടെ നിരീക്ഷണം മുഖവിലക്കെടുക്കാതെ പറ്റില്ല: " ഉൽപാദ ബന്ധങ്ങളിൽ ചൂഷണത്തിനു വേണ്ടി ഒരു ആശയസംഹിതയുടെ മറയായി രൂപപ്പെടുത്തിയതാണ് ജാതി "യെന്ന് ഇന്ത്യൻ ജാതിവ്യവസ്ഥയെ പഠിച്ച ഫ്രഞ്ചുപണ്ഡിതനായ മേയാസു വിശദീകരിക്കുന്നുണ്ട്.

ദലിത് വിവേചനത്തിന്റെ വ്യവസ്ഥാപിത ബോധത്തിൽ നിന്നാണ് കർഷകസംഘം എന്ന പേരു പോലും നിർണയിക്കപ്പെട്ടത്. ഗ്രാമാന്തരങ്ങളിലെ കാട്ടുകളും കുന്നുകളും മലയടിവാരങ്ങളും ഉപാധിയായി അതിജീവനം നടത്തിയിരുന്ന അടിയാളരും ചേരിനിവാസികളും മാത്രമല്ല, അന്നന്നു പണിയെടുത്തു മാത്രം കാലക്ഷേപം കഴിക്കുന്ന,

അധ്വാനമെന്ന പാവനകർമത്തിലൂടെ വിളനിലങ്ങൾക്കു ഉയിരു നൽകിയിരുന്ന കർഷകത്തൊഴിലാളികളും ഭൂരഹിതരായ അധഃകൃത വിഭാഗങ്ങളും ഈ ഗ്രാമപദങ്ങളിൽ കൃഷിഭൂമിയുടെ ഉടമകളായ കർഷകരേക്കാൾ എത്രയോ ഇരട്ടിയുണ്ടായിരുന്നു. പക്ഷെ ജാതി-വർണങ്ങളിൽ അവരിൽ ബഹുഭൂരിപക്ഷവും വരേണ്യരായിരുന്നില്ലെന്നതിനാൽ, അവരെയെല്ലാമുൾക്കൊണ്ട് മഹാശക്തി നേടാൻ വിഭാവനം ചെയ്യപ്പെട്ട പ്രസ്ഥാനത്തെ ' കർഷക' സംഘമെന്ന പരിമിതമായ വിവക്ഷയിലൊതുക്കേണ്ടി വന്നു.

കർഷക സമരങ്ങളെ ദേശീയ വിമോചന സമരത്തിന്റെ തീപ്പന്തങ്ങളാക്കി മാറ്റാൻ കോൺഗ്രസ് സോഷ്യലിസ്റ്റുവിഭാഗവും കമ്മ്യൂണിസ്റ്റു പാർടിയും ഇവിടെ യത്നിച്ചു. അസന്നിഹിത ജന്മിമാർക്കും കുടിയാന്മാർക്കുമിടയിൽ നീറിപ്പുകഞ്ഞ കാർഷിക പ്രശ്നങ്ങളെ ആധാരമാക്കിയാണ് മലബാറിൽ കമ്മ്യൂണിസ്റ്റു പ്രസ്ഥാനം അടിത്തറ പാകിയത്. 1940 ജനവരി 26 ന് കോൺഗ്രസ് സോഷ്യലിസ്റ്റു പാർടി കമ്മ്യൂണിസ്റ്റു പാർടി ഘടകമായി മാറ്റപ്പെട്ടതോടെ ഇവിടങ്ങളിലെ പ്രാദേശിക കർഷക യൂണിറ്റുകൾ കമ്മ്യൂണിസ്റ്റു പാർടിയുടെ ആശയവേദികളായി മാറി. സ്വാതന്ത്ര്യ സമരത്തിന്റെ മുൻനിരയിൽ ഇവിടെ പ്രവൃത്തി പഥത്തിലുണ്ടായിരുന്ന കോൺഗ്രസ് കമ്മിറ്റികൾ ദേശീയ നേതൃത്വം കൈക്കൊണ്ട വിമോചനകാഴ്ചപ്പാടിന്റെ പരിമിതികളാൽ ഉദാസീനമായിക്കൊണ്ടിരുന്നതിനാൽ, പകരം, കർഷകസംഘത്തിന്റെ ആഹ്വാനങ്ങളെ ഈ പ്രദേശത്തെ ജനങ്ങൾ ആവേശത്തോടെ സ്വീകരിച്ചു. ജന്മി-കുടിയാൻ സംവിധാനത്തിനുള്ളിൽ സംഘർഷഭരിതമായിക്കൊണ്ടിരുന്ന ജീവിത ബന്ധങ്ങളിൽ പ്രശ്നങ്ങളുടെ മർമം കണ്ടെത്താനും വഴിതെളിക്കാനും കർഷക സംഘത്തിന് കഴിഞ്ഞുവെന്നത് വിപ്ലവആശയങ്ങളെ ഹൃദയത്തിലേറ്റാൻ ജനങ്ങളെ പ്രേരിപ്പിച്ചു. കർഷകസംഘത്തിന്റെ സംഘടനാപരമായ അടിത്തറ ഫർക്ക യിലാകെ ശക്തി പ്രാപിച്ചു. കമ്മ്യൂണിസ്റ്റു പാർടിയുടെ പ്രാഥമിക സെല്ലുകൾ പ്രവർത്തനനിരതമായി. വളണ്ടിയർസേനകൾ രൂപം കൊണ്ടു. സ്കൂളുകളും വായനശാലകളുമുയർന്നു. എള്ളരിഞ്ഞി സ്കൂൾ, ബ്ലാത്തൂർ സ്കൂൾ, കാവുമ്പായി സ്വാമിമഠം എന്നിവ കേന്ദ്രങ്ങളാക്കി നടന്ന വിദ്യാഭ്യാസ പ്രവർത്തനങ്ങൾ സമൂഹത്തെ സാംസ്കാരികമായി സജ്ജമാക്കാൻ പോന്നതായിരുന്നു. എള്ളരിഞ്ഞിയിൽ സ്കൂൾ ആരംഭിക്കാൻ ജന്മി തന്നെയാണ് ആദ്യം മുൻകയ്യെടുത്തത്. പിന്നീടങ്ങോട്ട് അവിടുത്തെ വിദ്യാർഥികൾ നേരിന്റേയും പോരിന്റേയും പാഠം രുചിക്കാൻ തുടങ്ങിയപ്പോൾ ജന്മി തന്നെ അത് അടച്ചു പൂട്ടി. കർഷക സംഘത്തിന്റെ നേതൃത്വത്തിൽ വീണ്ടും തുറന്നെങ്കിലും ഈ

വിദ്യാലയത്തിനു നേരെ ആക്രമണങ്ങൾ നിരന്തരമായി. കാലത്തിന്റെ വെല്ലുവിളികളെ അതിജീവിച്ചു കൊണ്ട് അമൂല്യമായ പ്രതിരോധ സ്മാരകമായി സമരചരിത്രത്തിൽ ഈ വിദ്യാലയം ഉയർന്നുവന്നു. ചെറുത്തുനില്പിന്റെ ജനശക്തി പ്രബലമായതോടെ ഓരോ നീക്കത്തേയും ജന്മിപക്ഷം ഭയപ്പെട്ടു തുടങ്ങി. അധികാരിവർഗം കൂടുതൽ അക്രമാസക്തരായി. എള്ളരിഞ്ഞി, ബ്ലാത്തൂർ സ്കൂളുകളും ഐച്ചേരി, ബ്ലാത്തൂർ വായനശാലകളും തീയിട്ടു നശിപ്പിച്ചു. സാംസ്കാരിക പരിപാടികളുമായി പ്രചാരണത്തിനിറങ്ങിയ കർഷകനാടക ട്രൂപ്പിനെ ഊരത്തൂരിൽ ആക്രമിച്ചു. കർഷക സംഘം ആവിഷ്കരിച്ച വിവിധ സാംസ്കാരിക പദ്ധതികൾ (ജാപ്പ് വിരുദ്ധ കളംപാട്ടുകൾ, കർഷക ചാമുണ്ഡി, ജന്മിഭാരതം, കമ്മാര വധം നാടകം,...) ജനങ്ങൾക്കിടയിൽ രാഷ്ട്രീയ ചോദനകളുണർത്തിക്കൊണ്ടിരുന്നു.

പോരാളികൾക്കെതിരെ ഒട്ടേറെ കള്ളക്കേസ്സുകൾ ചമച്ചു. ജന്മിയുടെ വേലക്കാരിയെ ബലാത്സംഗം ചെയ്തതായ കേസ്, ജന്മിഗുണ്ട ചീക്കൽ കണ്ണന്റെ തലക്കു കൊത്തിയ കേസ്സ്, പയ്യാവൂർ വനം കയ്യേറ്റക്കേസ്, മലപ്പട്ടം നെല്ലു കേസ്, നുച്യാട് തപ്പുമുട്ടിക്കേസ്, കോട്ടൂർ പന്നിക്കൊറക് കേസ്, കുറുമാത്തൂർ പ്രതിമാ ദഹനക്കേസ്, കുയിലൂർ വണ്ണാത്തിമാറ്റ് കേസ്...

കുറ്റവാളികളായി മുദ്ര കുത്തുന്നവരെ തൂക്കിലേറ്റാനും കൊന്നെറിയാനും ഓടത്തുപാലത്തിനടുത്ത് പുഴക്കരയിൽ കഴുമരവും പയശ്ശായിക്കുണ്ടത്ത് മരണക്കൊല്ലിയുമുണ്ടായിരുന്നു.

കമ്മ്യൂണിസ്റ്റ് പാർടിയും കർഷകസംഘവും നിരോധിക്കപ്പെട്ട കാലയളവിൽ, ജാപ്പ് വിരോധ മേളകളിലൂടെയും ജനകീയ ഭക്ഷ്യക്കമ്മിറ്റികളിലൂടെയും സമാന്തരമായി പോരാട്ടം മുന്നോട്ടു കൊണ്ടുപോയി. പ്രാദേശിക സഹകരണ സംഘം രൂപീകരിക്കുന്നതിനും, അവയുടെ സ്റ്റോറുകൾ മുഖേന ഭക്ഷ്യസാധനങ്ങളെത്തിച്ച് ക്ഷാമത്തെ നേരിടുന്നതിനും, ജന്മി-കാര്യസ്ഥന്മാരാൽ പൂഴ്ത്തിവയ്ക്കപ്പെട്ട നെല്ല് പിടിച്ചെടുക്കാൻ നേതൃത്വം നൽകിയതിനുമാണ് കർഷക സംഘം നേതാവ് പി. നാരായണൻ നമ്പ്യാർ (ബ്ലാത്തൂർ) രക്തസാക്ഷിത്വം വരിച്ചത്.

സ്വാതന്ത്ര്യ സമരത്തിന്റെ രൂപഭാവങ്ങൾ ജനകീയമാക്കുന്നതിൽ, വിശേഷിച്ചും മലബാറിൽ നേതൃത്വം നൽകിയത് കമ്മ്യൂണിസ്റ്റു പാർടിയായിരുന്നു. ഇന്ത്യയുടെ സ്വാതന്ത്ര്യത്തിനു വേണ്ടി കുറേക്കൂടി മുന്നേറണമെന്ന കർഷക ജനതതിയോടുള്ള ആഹ്വാനത്തെത്തുടർന്ന് മലബാറിലെ ഓരോ ഗ്രാമത്തേയും ഉണർത്തിയെടുക്കുന്നതിൽ മികച്ച പങ്ക് കർഷക സംഘവും കമ്മ്യൂണിസ്റ്റു പാർടിയും വഹിച്ചു. 'തരിശുഭൂമി

കൃഷി ചെയ്യുക, ഭക്ഷ്യസാധനങ്ങളുടെ ഉൽപാദനം വർധിപ്പിക്കുക, കരിഞ്ചന്തയും പൂഴ്ത്തിവയ്പും തടയുക, ന്യായവിലക്ക് നെല്ല് സ്റ്റോറിലളക്കുക,' തുടങ്ങിയ ആഹ്വാനങ്ങൾ ഓരോ കാതിലുമെത്തി.

കർഷകജനത പലയിടങ്ങളിലും പോരാട്ടത്തിനിറങ്ങി. കർഷകരുടെ ആവശ്യങ്ങളംഗീകരിക്കാൻ ജന്മിമാർ വിസമ്മതിച്ചതോടെ കാർഷികമേഖല സംഘർഷപൂരിതമായി. ജന്മിമാരെ പ്രതിരോധിക്കാൻ സേനകൾ നിരന്നു. ഇരിക്കൂർ ഫർക്കയിൽ തമ്പടിച്ച പ്യൂണിറ്റീവ് പൊലീസും എം. എസ്. പി. പടയും ജന്മി ഗുണ്ടകളും ചേർന്ന് ജനങ്ങൾക്കുനേരെ അക്രമം അഴിച്ചുവിട്ടു. അതേത്തുടർന്ന് ജനങ്ങളും ഏറ്റുമുട്ടലിനു മുതിർന്നു.

ഇരിക്കൂർ പൊലീസ് സ്റ്റേഷൻ ആക്രമണമെന്നു പോർചരിത്രത്തിലിടം നേടിയ സംഭവം അത്തരത്തിലൊന്നാണ്. കയിലൂരിലെ വളണ്ടിയർ സങ്കേതത്തിൽ പരിശീലനം നടത്തുകയായിരുന്ന കർഷക സഖാക്കളെ പൊലീസ് കസ്റ്റഡിയിലെടുക്കുകയും ഇരിക്കൂർ പൊലീസ് സ്റ്റേഷൻ വരെ വഴിയിലൂടെ വലിച്ചിഴക്കുകയും വഴിമധ്യേയും സ്റ്റേഷനിലുമിട്ട് മർദിക്കുകയുമുണ്ടായപ്പോൾ സംഭവം വൻപ്രതിഷേധത്തെ ഇളക്കിവിട്ടു. ജനക്കൂട്ടം സ്റ്റേഷനിലേക്ക് മാർച്ച് ചെയ്തു. സ്റ്റേഷനു സമീപം പൊലീസ് പട മാർച്ചിനെ നേരിട്ടത് ലാത്തിയും തോക്കും കൊണ്ടാണ്. ആകാശത്തേക്ക് വെടിവയ്പുമുണ്ടായി.

ഈ സംഭവത്തെ തുടർന്ന് സ്റ്റേഷൻ ആക്രമിച്ചെന്ന കേസ് ചമച്ച് കമ്മ്യൂണിസ്റ്റ് പാർടി ഫർക്കാ സെക്രട്ടറിയായ എ. കുഞ്ഞിക്കണ്ണനടക്കം 22 പേരെ പ്രതികളാക്കി രണ്ടു വർഷത്തേക്ക് തടവിനു ശിക്ഷിച്ചു. തൊട്ടുപിന്നാലെ ഫർക്കയിലാകെ 144 നിയമം പ്രഖ്യാപിക്കപ്പെടുകയും എം. എസ്. പി. സൈന്യം എല്ലാ കേന്ദ്രങ്ങളിലേക്കും വിന്യസിക്കപ്പെടുകയുമുണ്ടായി.

പൊലീസിന്റെ നരനായാട്ടാണ് തുടർന്നരങ്ങേറിയത്. 1946 ഡിസമ്പർ 29 ന് രാത്രി ഇരിക്കൂർ ഫർക്കയിലെ കർഷക ഭടന്മാർ കാവുമ്പായിക്കുന്നിൽ ഒത്തുകൂടി. നരനായാട്ടിനെത്തുന്ന പൊലീസ് സേനയെ പ്രതിരോധിക്കുകയെന്നതാണ് പ്രധാന ഉദ്ദേശ്യം. പുനംകയ്യേറി കൃഷി ചെയ്യുകയെന്ന സമരത്തിന്റെ പ്രയോഗം മറ്റൊന്ന്. പൊലീസിനെ നേരിടാനുള്ള ആയുധങ്ങളും (നാടൻ തോക്ക്, വാരിക്കുന്തം, കവണ...) പണിയായുധങ്ങളും (മഴു, മടവാൾ, കത്തിവാൾ, കത്തി...) അവർ കരുതി. രാത്രി തന്നെ എത്തിച്ചേർന്നവർ കുന്നിന്റെ ചെരിവുകളിലും പരിസരങ്ങളിലും തമ്പടിച്ചു. ഈ വിവരം ഒറ്റുകാർ മുഖേന പൊലീസ് മേധാവികളറിഞ്ഞു. ഡിസമ്പർ മുപ്പത് പുലരുംമുമ്പെ മൂന്നുവഴികളിലൂടെ

സേന കുന്നുവളഞ്ഞു. കുന്നിനു മൂന്നു ഭാഗവും വയലാണ്. ആ വയലുക ളിൽ നിരന്ന സേന കുന്നിനോട് കൂടുതലടുത്തേക്ക് നീങ്ങി.

ഒരു സംഘം പൊലീസുകാർ വഴിവക്കിലെ വീടുകൾ തെരയാനും പിടിയിലാകുന്നവരെ മർദിക്കാനും തുടങ്ങിയിരുന്നു. അതിന്റെ ബഹളം സമരക്കുന്നിൽ അലയടിച്ചു. സമരഭടന്മാർ ജാഗരൂകരായി. മുദ്രാവാക്യ ങ്ങൾ ദിഗന്തങ്ങളിൽ മുഴങ്ങി. “ജന്മിത്തം നശിക്കട്ടെ... സാമ്രാജ്യത്തം നശിക്കട്ടെ... ഇങ്ക്വിലാബ് സിന്ദാബാദ്”

സൂര്യനുദിക്കുംമുമ്പെ ദേശമാകെ ജ്വലിച്ചു. കുന്നിനടുത്ത് ആദ്യമെ ത്തിച്ചേർന്നത് ജമേദാർ രാമകൃഷ്ണന്റെ നേതൃത്തിലുള്ള പൊലീസ് സംഘമാണ്. കർഷക ഭടന്മാർക്കിടയിൽ നിന്നായിരുന്നു ആദ്യത്തെ വെടി. ജമേദാർ രാമകൃഷ്ണന്റെ ചുമലിന്റെ വലതുഭാഗത്ത് വെടി കൊണ്ടു. അപ്പോഴേക്കും വലിയസംഘം പൊലീസുകാർ എസ്. ഐ. രാമൻമേ നോന്റേയും ഒരു സുബേദാരുടേയും നേതൃത്വത്തിൽ വന്നു ചേർന്നിരുന്നു. തൊട്ടുപിന്നാലെ സേനയുടെ ഭാഗത്തു നിന്നും ആക്രമണം തുടങ്ങി. മെഷീൻ ഗണ്ണുകളോട് നാടൻ തോക്കുകൾ ഏറ്റുമുട്ടിയത് ഒരു ചടങ്ങിനു മാത്രം. സമരസഖാക്കളുടെ വിവേകരഹിതമായ സന്നാഹങ്ങളെ തോല്പി ക്കാൻ സേനക്ക് അധികനേരം വേണ്ടി വന്നില്ല. കർഷക സൈന്യം ചിതറി ദുർബലമായി. പലർക്കും വെടിയേറ്റു, പലരും ഓടി മറഞ്ഞു. നേതൃതലത്തിലുള്ളവരാരും കുന്നിലുണ്ടായിരുന്നില്ല. അവർ സമീപത്തെ വീടുകളിലായിരുന്നു. കുന്നിൽ അവശേഷിച്ചവരെ വെടിയുണ്ടകളും പൊലീസും എണ്ണിയെടുത്തു. സഖാക്കൾ പുളുക്കൂൽ കുഞ്ഞിരാമനും പി. കുമാരനും വെടിയേറ്റു മരിച്ചിരുന്നു. മീത്തൽ വീട്ടിൽ ഗോവിന്ദന് വെടി യേറ്റിട്ടുണ്ട്. വെടികൊണ്ടു മഞ്ചേരി ഗോവിന്ദൻ മരിച്ചു. കൊയക്കാടൻ കുഞ്ഞമ്പുവിന്റെ കാൽമുട്ടിലാണ് തുടരെ മൂന്ന് വെടിയുണ്ടകൾ തറച്ചത്. നിലംപതിച്ച സഖാവ് പൊലീസ് പിടിയിലാവുകയും സംഭവത്തിലെ ഒന്നാം പ്രതിയാക്കപ്പെടുകയും ചെയ്തു.

പിടിയിലകപ്പെട്ട ആലോറമ്പൻ കണ്ടി കൃഷ്ണനെ ഒരു കവുങ്ങിനോടു ചേർത്തു നിർത്തി പൊലീസ് നിറയൊഴിച്ചു. സഖാവിന്റെ ജഡത്തിന്നരി കിലേക്ക് തെങ്ങിൽ അപ്പനമ്പ്യാരേയും വലിച്ചിഴച്ചു കൊണ്ടുവന്നു. നേരെ നിർത്തി നെഞ്ചിലേക്കാണ് നിറയൊഴിച്ചത്. പിടിയിലകപ്പെട്ട മറ്റുള്ളവ രേയും ഇതേപോലെ അവസാനിപ്പിക്കാനായിരുന്നു പൊലീസിന്റെ തുടർന്നുള്ള ചലനം. തോക്കിനു മുന്നിൽ നിരത്തി നിർത്തപ്പെട്ടവർ പത്തുപേരുണ്ടായിരുന്നു. പക്ഷെ, കാഞ്ചിയമർന്നില്ല. ഉന്നതനായ മറ്റൊരുദ്യോഗസ്ഥൻ അവിടെ പ്രത്യക്ഷപ്പെട്ടതിനാൽ തുടർന്നുള്ള കൂട്ടക്കൊല തടയപ്പെട്ടു. സമയം രാവിലെ പത്തു മണി കടന്നിരുന്നു.

സേന അവരുടെ ആസ്ഥാനത്തേക്ക് പിന്മാറി. പൊലീസ് ക്യാമ്പാക്കി തൽക്കാലം മാറ്റപ്പെട്ട എള്ളരിഞ്ഞി പത്തായപ്പുരയിലേക്ക്.

1200 വാരയിലധികം ദൂരത്തിൽ വിലങ്ങുവയ്ക്കപ്പെട്ടവരും വലിച്ചിഴക്കപ്പെട്ടു. അഞ്ചു ജഡങ്ങളും കവുങ്ങിൻ തണ്ടിൽ ചേർത്തു കെട്ടി ഒപ്പം കൊണ്ടുപോയി. ഇടതടവില്ലാതെ അന്ന് പൊലീസ് ക്യാമ്പിനു ചുറ്റിലും നിരത്തിവച്ച മെഷീൻ ഗണ്ണുകൾ അലറിക്കൊണ്ടിരുന്നു. ഡിസമ്പർ മുപ്പത്തൊന്ന് പുലരുവോളം അത് നീണ്ടു. നാലുപാടു നിന്നും പ്രത്യാക്രമണമുണ്ടായേക്കാമെന്നു പ്രതീക്ഷിക്കുന്ന പൊലീസ് മേധാവികളുടെ ഭയമായിരുന്നു ആ പ്രകടനം.

സമരക്കുന്നിലെ വെടിവയ്പ്പ് സംഭവത്തിനു ശേഷവും ഈ ദേശങ്ങൾ ചലനമറ്റില്ല. പൊലീസ് വേട്ട ഓരോ വീട്ടിലുമരങ്ങേറി. കുടിലുകൾക്ക് തീയിടുകയും തകർക്കപ്പെടുകയും ചെയ്തു. സ്കൂളുകളും വായനശാലകളും ചുട്ടെരിക്കപ്പെട്ടു. നരനായാട്ടിനിടയിൽ പിടിയിലാകുന്നവരെ കള്ളക്കേസുകളിൽപെടുത്തി. (സമരക്കുന്നിലെ വെടിവയ്പ്പ് സംഭവത്തിൽ 180 പ്രവർത്തകരുടെ പേരിലായിരുന്നു കുറ്റം ചാർത്ത പ്പെട്ടത്. അവരിൽ 159 പേർ ഏതാനും മാസങ്ങൾക്കിടയിൽ അറസ്റ്റിലായി. ബാക്കിയുള്ളവർ ഒളിവിൽ തുടർന്നു. തലശ്ശേരി സ്പെഷൽ കോടതിയിലായിരുന്നു വിചാരണ. 49 പേർ കുറ്റക്കാരല്ലെന്നു കണ്ട് വിട്ടുതിയായി. മറ്റുള്ളവർക്ക് ഒരു വർഷം കഠിന തടവും ഒരു വർഷം നല്ലനടപ്പും.)

നേതാക്കളും പ്രവർത്തകരും ഒളിസങ്കേതങ്ങളിൽ മറഞ്ഞപ്പോൾ അവശേഷിച്ച സ്ത്രീകളിൽ ചിലർ പ്രതിരോധം നയിക്കുന്ന നിലയുണ്ടായി. ഒളിവിൽ തങ്ങിയവർക്ക് നിർദേശങ്ങളെത്തിക്കാൻ പ്രവർത്തിച്ചു കൊണ്ടിരുന്നവരിലൊരാൾ, പറമ്പൻ കുഞ്ഞിരാമൻ, പൊലീസ് വലയത്തിലാകുകയും, ഭീകരമർദനമേറ്റ് കൊല്ലപ്പെടുകയുമുണ്ടായി. ഒളിവിൽ മറഞ്ഞ ഒരുകൂട്ടം പയ്യാവൂരിനടുത്തുള്ള കേളം കൊട്ടയിൽ ക്യാമ്പുചെയ്തു. അവിടെ പുനംകൊത്തു സമരം തുടർന്നു. പൊലീസിനു വിവരം കിട്ടി.

എം. എസ്. പി. സംഘം കേളംകൊട്ട ക്യാമ്പ് ആക്രമിച്ചു - 1947 ജനവരി 8 ന് രാവിലെ. മട്ടങ്ങോടൻ കുഞ്ഞിക്കൃഷ്ണൻ കസ്റ്റഡിയിലായി. മറ്റു സംഘാംഗങ്ങളെല്ലാവരും രക്ഷപ്പെട്ടു. തുടർന്നുള്ള മാസങ്ങളിൽ പൊലീസ് പീഡനങ്ങളോടും ഗുണ്ടാപ്പടകളോടും കർഷകപ്പോരാളികൾക്ക് നിരന്തരം ഏറ്റുമുട്ടേണ്ടി വന്നു. ചെറുതും വലുതുമായ കേസുകൾ ചുമത്തപ്പെട്ടു. അതിൽ പ്രമാദമായ ഒരു സംഭവമാണ് ആനക്കാരൻ കൊലക്കേസ്. കരക്കാട്ടിടം ജന്മിയുടെ ആനക്കാരനായ ചീക്കൽ കൃഷ്ണൻ 1947 ഫെബ്രു. ഒന്നിന് രാത്രി 8.30 ന് കാവുമ്പായി ആക്കാകണ്ടം വയലിൽ വധിക്കപ്പെടുകയുണ്ടായി. ഗുണ്ടാത്തലവൻ കൂടിയായ അയാളെ ഏഴ

കർഷക സഖാക്കൾ ചേർന്ന് നേരിടുകയായിരുന്നു. അയാൾ സംഭവ സ്ഥലത്തു തന്നെ മരിച്ചു. ചട്ടമ്പി സംഘത്തിൽ മൂന്ന് അനുയായികളുണ്ടായിരുന്നു. അതിലൊരാൾ, മഞ്ചേരി കുണ്ടനും സാരമായി പരിക്കേറ്റു. ഈ സംഭവത്തിൽ, പ്രമുഖ കർഷക നേതാക്കളെ പ്രതികളാക്കി കേസെടുത്തു. എ. കുഞ്ഞിക്കണ്ണൻ (പിൽക്കാലത്ത് കർഷക സംഘം സംസ്ഥാന നേതാവും MLA യുമായി) ഒന്നാം പ്രതിയായി, അറാക്കൽ കുഞ്ഞിരാമൻ, തളിയൻ രാമൻ നമ്പ്യാർ, മാടായി കുഞ്ഞപ്പ, കേളോത്ത് കൃഷ്ണൻ, മാടായി ചന്തുക്കുട്ടി, ഇ. കെ. നാരായണൻ, ഇ. കെ. ദാമോദരൻ എന്നിവരെ പ്രതികളാക്കിയാണ് കേസ്. വിചാരണ നടത്തിയ സെഷൻസ് കോടതി 1947 ജൂലായ് 14ന് മാടായി കുഞ്ഞപ്പ, മാടായി ചന്തുക്കുട്ടി, തളിയൻ രാമൻ നമ്പ്യാർ എന്നിവർക്കു വധശിക്ഷയും മറ്റുള്ളവർക്ക് ജീവപര്യന്തവും വിധിച്ചു. വിധിക്കെതിരെ അപ്പീൽ പോയതിനെ തുടർന്ന് 1947 സെപ്തംബറിൽ വധശിക്ഷ ഒഴിവായി. എല്ലാവർക്കും ജീവപര്യന്തമായി. ഈ തടവുശിക്ഷ അനുഭവിക്കുമ്പോഴായിരുന്നു ചരിത്രമോർക്കുന്ന സേലം ജയിൽ വെടിവയ്പുണ്ടായത്. കാവുമ്പായി സമരസഖാക്കളായ തളിയൻ രാമൻ നമ്പ്യാരും ഒ. പി. അനന്തൻ മാസ്റ്ററും മറ്റ് ഇരുപത് പേർക്കൊപ്പം തടവറയ്ക്കുള്ളിൽ കൊല്ലപ്പെട്ടു.

വിമോചനപ്പോരാട്ടങ്ങളുടെ അഗ്നിമുദ്രകളാൽ ചരിത്രം ജ്വലിപ്പിച്ച വർഗസമരത്തിന്റെ ഏടുകളാണ് കാവുമ്പായി കാർഷികകലാപം. കലാപത്തിന്റെ കീർത്തിമുദ്രകളണിഞ്ഞ പുലരികളും പൂക്കാലങ്ങളും ചരിത്രം അയവിറക്കുമ്പോൾ ഈ ദേശജ്വാലയും അതിൽ പടരും. ഡിസമ്പർ മുപ്പതെന്ന രക്തസിന്ദൂരം 1946 മുതലിങ്ങോട്ട് കാലത്തിന്റെ തീക്കനലാണ്. പോരാട്ടത്തിന്റെ ഹൃദയത്തിൽ കുറിച്ച ചരിത്രത്തിന്റെ അഗ്നിമുദ്ര. തീപിടിച്ച ചരിത്രം ചുണ്ടോടമർത്തി കൈമാറിയ ഒടുങ്ങാത്ത ചുംബനം. ഒരു ദിക്കിലുമസ്തമിക്കില്ലെന്നുറപ്പിച്ച ചുവപ്പു നക്ഷത്രം. തീക്കാറ്റു പാടിയ പടപ്പാട്ട്. സ്വാതന്ത്ര്യത്തിന്റെ ആകാശം മുത്തിയ സമരശിഖകളുടെ വിശ്വരൂപമാണ് അന്ന് എഴുതിവിട്ടത്. പോർനിലങ്ങളിൽ പുണർന്നു കിടക്കുന്ന വിമോചനഗാഥകളിലെ കുതിപ്പും കിതപ്പും ജ്വാലാചിത്രങ്ങൾ വരച്ചിടുന്നു. കാവുമ്പായിക്കുന്നിന്റെ പുലർകാലത്തിൽ പൊട്ടിത്തെറിച്ച ഇതിഹാസത്തിന്റെ വീരപുത്രന്മാർ പുളുക്കൂൽ കുഞ്ഞിരാമൻ, പി. കുമാരൻ, മഞ്ചേരിഗോവിന്ദൻ, ആലോറമ്പൻ കണ്ടി കൃഷ്ണൻ, തെങ്ങിൽ അപ്പനമ്പ്യാർ... എന്നെന്നും രക്തനക്ഷത്രങ്ങളായി പുനർജനിക്കുന്നു. രക്തസാക്ഷിത്തത്തിന്റെ അമരഭാവങ്ങൾ ജ്വലിപ്പിച്ച പി. നാരായണൻ നമ്പ്യാരും പറമ്പൻ കുഞ്ഞിരാമനും തളിയൻ രാമൻ നമ്പ്യാരും ഒ. പി. അനന്തൻ മാസ്റ്ററും, ചുവന്ന മേഘങ്ങളിലേക്കു യാത്രയായ ചെറിയമ്മയും എം.

സി. ആറും കോട്ടകൃഷ്ണനും എ. കുഞ്ഞിക്കണ്ണനും എം. സി. രാമർ കുട്ടി നമ്പ്യാരും മാടായി ചന്തുക്കുട്ടിയും കോയാടൻ നാരായണൻ നമ്പ്യാരും എം. സി. കുഞ്ഞിക്കണ്ണൻ നമ്പ്യാരും കാലത്തിന്റെ കീർത്തിമുദ്രകളണിഞ്ഞു തിളങ്ങുന്നു.

അവരുടെ കിനാവുകളിലൂടെ കാലമിന്നും ചിറകടിക്കുന്നു - നാട്ടുവാഴിത്തത്തിന്റെ സിംഹാസനം തകർത്ത രണഭൂമികൾക്കു മീതെ, കർഷകസമരേതിഹാസങ്ങളുടെ കൊടുങ്കാറ്റിൽ സ്വാതന്ത്ര്യത്തിന്റെ പുതുവെളിച്ചം പ്രവഹിച്ച ചരിത്രവീഥികൾ താണ്ടി പറന്ന പക്ഷികളെപ്പോലെ.

പോർസമയത്തിന്റെ കതിർക്കുലകൾ ഇനിയെവിടെ വിരിയുമെന്നറിയാതെ പിന്നീടുള്ള കാലവും...

കുടിയേറ്റങ്ങളുടെ തുടർക്കഥകൾ

"For I enquired... and learns that your house and your children were in Jurbatan"[1]

ഏദനിൽ നിന്ന് വ്യാപാരിസുഹൃത്ത് ഖലാഫ് ബി ഐസക് (Khalaf b Isaac) ശ്രീകണ്ഠപുരത്ത് (ജർ ബത്തൻ) കുടുംബത്തിനോടൊപ്പം താമസിക്കുന്ന ടുണീഷ്യൻ വ്യാപാരി ബെൻ യിജ്ജുവിന് എ. ഡി. 1147 ജൂലായ് - ആഗസ്റ്റിൽ അയച്ച കത്തിലെ വാചകമാണിത്. House എന്നതിന് bayt എന്ന പ്രയോഗമാണ് എഴുത്തിലുണ്ടായിരുന്നത്. ബെൻ യിജ്ജുവിനെപ്പറ്റിയുള്ള രഹസ്യങ്ങൾ ലോകമറിഞ്ഞത് കെയ്റോ-ഗനീസാ രേഖകളിലൂടെയാണ്.

ഈജിപ്തിലെ കെയ്റോ നഗരത്തിൽ ബെൻഎസ്രാ സിനഗോഗിന്റെ സംഭരണമുറി (ഗെനീസാ)യിൽ സൂക്ഷിച്ചിരുന്ന മൂന്നു ലക്ഷത്തോളം യഹൂദലിഖിതങ്ങളുടെ അമൂല്യശേഖരമാണ് കെയ്റോ ഗെനീസാ. പവിത്രമായ ദൈവനാമം അടങ്ങുന്നതും ഉപയോഗശൂന്യമായി കഴിഞ്ഞതുമായ ലിഖിതങ്ങൾ യഹൂദപാരമ്പര്യമനുസരിച്ച് ആദരപൂർവം സംസ്കരിക്കുവാനാണ് അവ ശേഖരിച്ചുവച്ചത്. എഡി 870 മുതൽ പത്തൊൻപതാം നൂറ്റാണ്ടു വരെയുള്ള ഒരു സഹസ്രാബ്ദത്തിലെ

1 Page: 56, India Traders of the Middle Ages Documents from the Cairo Geniza ('India Book') By S. D. Goitein and Mordechai Akiva Friedman. THE BEN-ZVI INSTITUTE, JERUSALEM, LEIDEN • BOSTON, 2008.

രേഖാസഞ്ചയമാണെങ്കിലും മധ്യയുഗത്തിൽ നിന്നുള്ള ലിഖിതങ്ങളുടെ വൈവിധ്യമാണ് കൂടുതലും.

തോൽ, കടലാസ്, പാപ്പിറസ്, തുണി എന്നീ മാധ്യമങ്ങളിൽ എബ്രായ, അറബി, അരമായ തുടങ്ങിയ ഭാഷകളിലെ ലിഖിതങ്ങളുണ്ട്. ന്യായപീഠങ്ങളുടെ തീരുമാനങ്ങളും, ഉടമസ്ഥതാപ്രമാണങ്ങളും, ഉടമ്പടിപ്പത്രങ്ങളും കച്ചീട്ടുകളും, വിവാഹ ഉടമ്പടികളും, സ്വകാര്യകത്തുകളും ഉൾപ്പെടെ.

അവയിൽ പലതും, രചയിതാക്കളുടെ സ്വന്തം കൈപ്പടയിലാണ്. യഹൂദമതലിഖിതങ്ങളാണ് ഈ ശേഖരത്തിന്റെ വലിയൊരു ഭാഗം. എഡി 10-13 ശതകങ്ങളിലെ ഉത്തരാഫ്രിക്കയുടേയും, കിഴക്കൻ മദ്ധ്യധരണ്യാഴിമേഖലയുടേയും സാമ്പത്തിക-സാംസ്കാരിക സ്ഥിതികളിലേക്കു വെളിച്ചം വീശുന്ന സുപ്രധാനരേഖകളും ഇക്കൂട്ടത്തിലുണ്ട്. മലബാറുമായി ദീർഘകാലബന്ധമുണ്ടായിരുന്ന വ്യാപാരിയും കപ്പലുടമയുമായ ബെൻ യിജ്ജു മംഗലാപുരത്ത് പിച്ചളകമ്പനിയും സ്ഥാപിച്ചിരുന്നു. അവിടെ നിന്ന് ശ്രീകണ്ഠപുരത്തുകാരിയായ ഒരു അടിമപെൺകുട്ടിയിൽ ആകൃഷ്ടനായി. അശ്വതിയെന്നാണ് അവളുടെ പേര്. അടിമവ്യാപാരത്തിന്റെ കൈവഴികളിലൂടെ മംഗലാപുരത്തെത്തിപ്പെട്ടതാവണം. വിവാഹശേഷം ബെറാഖ (Berakha) എന്ന നാമം നൽകിയെങ്കിലും 'ആഷു'വെന്നാണ് യിജ്ജു അവളെ വിളിച്ചിരുന്നത്. യിജ്ജുവെന്നതും അവരുടെ ഭാഷയിൽ യിഷു (Yishu / Ishu)എന്നാണുച്ചരിക്കാറുള്ളത്. കുടുംബനാമമായിരിക്കണം യിജ്ജു. ബെൻ യിജ്ജുവിന്റെ അച്ഛന്റേയും മുത്തച്ഛന്റേയും പേരിനൊപ്പവും യിജ്ജുവെന്നുണ്ട്.

'അബ്രഹാം ബി പെറാഹ്യ ബി യിജ്ജു' എന്നാണ് പേരിന്റെ പൂർണരൂപം. കവി കൂടിയായ അദ്ദേഹം എഴുതിയ കവിതയോടൊപ്പം ഇങ്ങനെ പരിചയപ്പെടുത്തുന്നു:

'I Abraham, son of Perahya, son of Yiju'.

മറ്റൊരു കവിതയോടൊപ്പമുള്ള നാമം അബ്രഹാം ദി മാരാവി (മാഗ്രെബി യെന്നാൽ നോർത്ത് ആഫ്രിക്കൻ). ജോസഫ്, മെവാസ്സർ എന്നീ സഹോദരന്മാരും ബെറോഖ, യൂംന എന്നീ സഹോദരിമാരും അബ്രഹാമിനുണ്ട്. ബെൻ യിജ്ജു എന്ന നാമം ഈജിപ്തിലിപ്പോൾ പ്രചാരത്തിലുള്ളത് ബെനിച്ചൊ (Benichou) എന്നാണ്. അടിമപെൺകുട്ടിയുമായി പ്രണയത്തിലാവുകയും അടിമവ്യാപാരക്കരാർ പ്രകാരം സ്വന്തമാക്കുകയും വിവാഹം കഴിക്കുകയും ചെയ്തു. ഇത് സംബന്ധിച്ച് തയ്യാറാക്കിയ പ്രമാണത്തിന്റെ, ബെൻ യിജ്ജു എഴുതിയ കരട് സെന്റ് പീറ്റേഴ്സ് ബർഗിലെ (പിന്നീട് ലെനിൻഗ്രാഡ് ആയി മാറി) റഷ്യൻ

നാഷണൽ ലൈബ്രറിയിൽ 1965 ലെ സന്ദർശനത്തിനിടെ അറേബ്യൻ മധ്യകാലഘട്ടത്തേയും യഹൂദ ജീവിതത്തേയും വിശേഷിച്ചും കെയ്റോ ഗനീസരേഖകളെക്കുറിച്ച് ഗവേഷണം നടത്തുകയായിരുന്ന ഷെലോമോ ഡോവ് ഗോയിറ്റിൻ (1900 -85)കണ്ടെത്തി.

കരാറിന്റെ കരടിൽ ഇങ്ങനെയാണുണ്ടായിരുന്നത്:

on Monday,

October 17, 1132,

"in the city of Manjarur which is in the land of India in Tuluva of Malibarat, the royal city -

... on the shores of the Great Sea."

"Ashu the slave girl, the proselyte, of Tuluva"

മഞ്ചരൂർ മലബാറിലെ പ്രമുഖനഗരമായ മംഗലാപുരമാണ്. ഗനീസാ പ്രമാണങ്ങളിലെ എൺപതിലേറെ രേഖകൾ ബെൻ യിജ്ജുവിനേയും കുടുംബത്തേയും പരാമർശിക്കുന്നതാണ്. ടുണീഷ്യയിലെ അൽ മഹ്ദിയായിൽ നിന്നുള്ള വ്യാപാരിയാണദ്ദേഹം. ഈജിപ്ത്, ഏദൻ, ഇന്ത്യ എന്നീ നാട്ടുകളെ ബന്ധപ്പെടുത്തിയുള്ള കയറ്റുമതി - ഇറക്കുമതി വ്യാപാര ശൃംഖലയിലെ പ്രമുഖൻ. എഡി. 1130 ന ശേഷം മംഗലാപുരത്തേക്കു കപ്പൽ കയറി. മലബാറിലെ താമസം പതിനേഴ വർഷത്തോളം നീണ്ടു. 1132 ഒക്ടോബർ 17 തിങ്കളാഴ്ചയാണ് അടിമപെൺകുട്ടിയെ വിമോചിപ്പിച്ച് വിവാഹം കഴിക്കുന്നത്. രണ്ടു പുത്രന്മാരും ഒരു പുത്രിയും ആ ദാമ്പത്യത്തിൽ പിറന്നു. മകൻ സുരുർ, മകൾ സീത(sit - al-dar). ഒരു മകൻ രണ്ടാം വയസ്സിൽ ഇന്ത്യയിൽ തന്നെ മരണമടഞ്ഞു. ടുണീഷ്യക്കെതിരെ സിസിലിയൻ നോർമൻഭരണകൂടത്തിന്റെ ആക്രമണമുണ്ടായ സാഹചര്യത്തിൽ കുടുംബപരമായ ആവശ്യം കണക്കിലെടുത്ത് 1149 ൽ (സെപ്തംബർ 11 നശേഷമാകാം) ബെൻയിജ്ജു യെമനിലേക്ക് തിരിച്ചു. കൂടെ രണ്ടു മക്കളും. ആഷുവിന്റെ അരികിലേക്ക് പിന്നീടവർക്ക് തിരിച്ചെത്താനായില്ല. മകൻ സുരുർ തന്റെ പതിനാറാം വയസ്സിൽ മരിച്ചു. മകൾ സീതയെ സഹോദരൻ ജോസഫിന്റെ പുത്രനായ പെരാഹ്യയെ കൊണ്ടു വിവാഹം ചെയ്യിച്ചു. അവസാന കാലത്ത് ബെൻ യിജ്ജു ഈജിപ്തിൽ അലക്സാണ്ട്രിയയിലാണ് താമസിച്ചത്. 1156 ഓഗസ്റ്റ് 11 ന് മരണമടഞ്ഞു. തന്റെ മറ്റു കുടുംബാംഗങ്ങൾ ടുണീഷ്യയിൽ നിന്നും സിസിലിയിലേക്ക് നേരത്തെ നാടുകടത്തപ്പെട്ടിരുന്നു.

മനുഷ്യന്റെ ദേശാന്തരഗമനം ആവാസം തേടിയുള്ള കുടിയേറ്റം മാത്രമായിരുന്നില്ല. പുതിയ ലോകത്തിന്റെ അതിരുകൾ തേടിയുള്ള

യാത്രാഭിനിവേശങ്ങളും പ്രകൃതിചാരുതയുടെ രഹസ്യങ്ങളും അതിരുകൾ മറികടന്നുള്ള പലതരം കാമനകളും യുദ്ധങ്ങളും അതിന്റെ പ്രചോദനങ്ങളായുണ്ട്. അജ്ഞാതദേശങ്ങളോടുള്ള അഭിനിവേശങ്ങൾക്കൊപ്പം മനുഷ്യഹൃദയങ്ങളെ കീഴടക്കിയ അനുരാഗങ്ങളുടെ സംഗീതവും ചില കുടിയേറ്റകഥകൾ കേൾപ്പിക്കുന്നു. അതിലൊന്നാണ് ബെൻ യിജുവിന്റെ കഥ. ബെൻ യിജുവിന്റെ പ്രണയകഥയിലെ നായിക അവശേഷിച്ച ജീവിതം മംഗലാപുരത്ത് പൂർത്തീകരിച്ചിട്ടുണ്ടാവാം. അവരുടെ കുടുംബാംഗങ്ങളുടെ അനന്തര തലമുറകൾ ശ്രീകണ്ഠപുരത്തിന്റെ പരിസരങ്ങളിൽ പടർന്നിട്ടുണ്ടാവാം. ഇതിഹാസത്തിന്റെ ആഴങ്ങളിലെ ഒരു രഹസ്യമായി ദേശാന്തര ജീവിതത്തിന്റെ കടങ്കഥകൾ ബാക്കിയാകുന്നു.

തിരുവിതാംകൂറിൽ നിന്നുള്ള കുടിയേറ്റമാണ് ആധുനിക മലബാറിന്റെ ജനപദങ്ങളുടെ സമവാക്യം മാറ്റിയെഴുതിയ മറ്റൊരു കാലഘട്ടം. ക്രിസ്തുമതത്തിന്റെ അടിസ്ഥാന ശിലകൾ മലബാറിൽ പാകുന്നതിലും ആ പലായനം സുപ്രധാനമായ കാലാവസ്ഥയൊരുക്കിയിട്ടുണ്ട്. 1920 കളുടെ അന്ത്യപാദം തൊട്ട് ജീവിതത്തിന്റെ മറുകര തേടി തിരുവിതാംകൂറിൽ നിന്ന് മലബാറിലേക്ക് തിരിച്ചവരുണ്ട്.

നാൽപതുകളാവുമ്പോൾ ഇവിടെ അടിയുറച്ച കഴിഞ്ഞ കുടുംബങ്ങൾ ആത്മീയമായ ആവശ്യങ്ങളിലേക്കു തിരിഞ്ഞു. അവരുടെ കൂട്ടായ്മകൾക്ക് സഭാനേതൃത്വം പച്ചക്കൊടി കാട്ടി. നാൽപതുകളുടെ ആരംഭത്തിൽ സഭ തന്നെ സംഘടിത കുടിയേറ്റങ്ങൾ ആസൂത്രണം ചെയ്തു. അതോടെ ക്ലേശ രഹിതമായ പറിച്ചു നടലുകൾക്ക് കളമൊരുങ്ങി. കുടിയേറ്റത്തിന്റെ വേലിയേറ്റം അതോടെ പ്രകടമായി. ഐക്യകേരളം നിലവിൽ വന്ന ശേഷം കുടിയേറ്റത്തിന്റെ നിയമപ്രശ്നങ്ങൾ ലഘൂകരിക്കപ്പെടുകയും മാർഗതടസ്സങ്ങളൊട്ടേറെ മായുകയുമുണ്ടായി. അനന്തരം വൻതോതിൽ കർഷക കുടിയേറ്റങ്ങളുണ്ടായി. എഴുപതുകളുടെ അന്ത്യം വരെ ഈ കുതിപ്പ് ഏറിയും കുറഞ്ഞുംതുടർന്നു. 1960 കളുടെ പാതിയോടെ ആ പ്രവാഹം മന്ദഗതിയിലാവുകയും 1970 കളിൽ കൂടുതൽ ദുർബലമാകുകയും നിലയ്ക്കുകയും ചെയ്തു. മലബാറിലേക്ക് ആകർഷിക്കപ്പെട്ടതിനെപ്പറ്റി ബിഷപ്പ് മാർ സെബാസ്റ്റ്യൻ വള്ളോപ്പള്ളി (കുടിയേറ്റം ചില ചരിത്ര സ്മരണകൾ - ലേഖനം)

"ക്രിസ്തീയ കുടുംബങ്ങളിൽ സാധാരണയായി അഞ്ചും എട്ടും അംഗങ്ങൾ ഉണ്ടായിരുന്നു. അൻപതേക്കർ സ്ഥലമുള്ള ദേദപ്പെട്ട ഒരു കുടുംബത്തിൽ രണ്ടും മൂന്നും തലമുറകൾ കഴിയുമ്പോൾ ഒരു കുടുംബത്തിന് കിട്ടുന്നത് ഒന്നോ രണ്ടോ ഏക്കർ സ്ഥലം വീതമാണ്. കുടുംബ സംവിധാനം എന്ന ഏർപ്പാട് അക്കാലത്തില്ലായിരുന്നു. ഈ

സാഹചര്യങ്ങളിൽ കൃഷിക്ക് ഉപയുക്തമായ സ്ഥലം അന്വേഷിച്ച് പോകുവാൻ ആളുകൾ നിർബന്ധിതരായി. അപ്പോഴാണ് മലബാറിനെ പ്പറ്റി അവർ കേട്ടത്. അവിടെയുള്ള ജന്മിമാർക്ക് ആയിരക്കണക്കിന് ഏക്കർ ഭൂമിയുണ്ടായിരുന്നു. മലമ്പനിയുടേയും കാട്ടുമൃഗങ്ങളുടേയും ശല്യം മൂലം ആരും അങ്ങോട്ടു തിരിഞ്ഞ് നോക്കാൻ ധൈര്യപ്പെട്ടില്ല. ജന്മിമാർ തടിവെട്ടി വിറ്റ ശേഷം പിന്നെയങ്ങോട്ട് ശ്രദ്ധിച്ചതേയില്ല. ഈ ചുറ്റുപാടിലാണ് കുടിയേറ്റക്കാരായ കൃഷിക്കാർ മലബാറിലേക്ക് വരുന്നത്. ഏക്കറിന് അഞ്ചോ പത്തോ രൂപ കൊടുത്താൽ സ്ഥലം കിട്ടാനുണ്ടായിരുന്ന കാലം. തിരുവിതാംകൂറിലേയും കൊച്ചിയിലേയും കൃഷിക്കാർ മലബാറിൽ വന്ന് ആവശ്യം പോലെ ഭൂമി വാങ്ങിച്ചു. ”

ഇതിന് അടിവരയിടുകയാണ് ആർച്ചുബിഷപ്പ് മാർ ജോർജ് വലിയ മറ്റം(ലേഖനം - മലബാർ കുടിയേറ്റവും തലശ്ശേരി അതിരൂപതയും). കുടി യേറ്റമെന്ന പ്രതിഭാസം സാധാരണ സ്വഭാവത്തിനു വിപരീതമായാണ് ഇവിടെ നടന്നതെന്നാണ് വിലയിരുത്തൽ. “സാധാരണ ഗതിയിൽ കുടിയേറ്റം നടക്കുന്നത് അവികസിത പ്രദേശങ്ങളിൽ നിന്നും താരത മ്യേന വികസിതമായ പ്രദേശങ്ങളിലേക്കും കാർഷികോൽപാദന മേഖ ലകളിൽ നിന്ന് കാർഷികേതര ഉൽപാദന മേഖലകളിലേക്കുമാണ്. ഇവിടെ നാം ചർച്ച ചെയ്യുന്ന കുടിയേറ്റം നടക്കുന്നത് അക്കാലത്ത് മദ്രാസ് പ്രസിഡൻസിയിൽ പെട്ടിരുന്ന ബ്രിട്ടീഷ് മലബാർ ജില്ലയിലേ ക്കാണ്. കൃഷിക്ക് അനുയോജ്യവും എന്നാൽ കൃഷിയില്ലാതിരുന്നതുമായ ആ പ്രദേശങ്ങളിൽ സ്വകാര്യ - സർക്കാർ - ഉടമസ്ഥതയിൽ ധാരാളം സ്ഥലം ലഭിച്ചിരുന്നു. ഈ പ്രദേശങ്ങളിലേക്കു കുടിയേറിയ ആളുകൾ വിവിധ മതവിഭാഗങ്ങളിൽ പെട്ടവരായിരുന്നെങ്കിലും അവരിൽ ബഹു ഭൂരിപക്ഷവും മാർത്തോമ്മാ ക്രൈസ്തവരായിരുന്നു. ആവർത്തന കൃഷി കൊണ്ട് മണ്ണിന്റെ ഫലപുഷ്ടി നഷ്ടപ്പെട്ടതിനാൽ ജന്മനാട് ഉപേക്ഷി ക്കാൻ അവർ തയ്യാറാകേണ്ടി വന്നു. ”

ജീവിതപരിമിതികളിൽ നിന്നുള്ള വിമോചനം ലക്ഷ്യമിട്ടാണ് കുടിയേറ്റ പ്രവണത പൊട്ടിപ്പുറപ്പെട്ടതെങ്കിലും ക്രൈസ്തവവിശ്വാസത്തി ന്റെ കല്പനകളിലും സമുദായ സംഘടനകളുടെ കടിഞ്ഞാണറ്റത്തുമായി സമുദായങ്ങൾ തളച്ചിടപ്പെട്ടു. സഭാനിയമങ്ങളാൽ വരിഞ്ഞുമുറുക്കിയതി ന്റെ ഗുണവും ദോഷവും ക്രിസ്തുവിന്റെ അനുയായികൾ പങ്കിട്ടതു പോലെ, സമ്പത്ത്, വിദ്യാഭ്യാസം, തൊഴിൽ തുടങ്ങിയ സൗകര്യങ്ങൾ നേടിയെടു ക്കുന്നതിൽ മറ്റു സമുദായ സംഘടനകളും അവരവരുടെ അനുയായികൾ ക്ക് തുണയായി. തിരുവിതാംകൂറിലെ സാമൂഹികജീവിതത്തിൽ നീറി വന്ന അസ്വസ്ഥതകളാണ് അവിടം വിട്ടൊഴിയാൻ പ്രേരിപ്പിച്ച ഒരു ഘടകം.

ജപ്പാൻ ആക്രമണകാലത്തെ ഭക്ഷ്യക്ഷാമം, ആനുപാതികമായി ഉടലെടുത്ത വിലക്കയറ്റം, പിന്തുടർച്ചാവകാശികളുടെ പെരുപ്പത്താൽ ഭവിച്ച ആളോഹരി കൃഷിഭൂമിയുടെ ദൗർലഭ്യം, സർ സി. പിയുടെ ദുർഭരണവും ക്രൈസ്തവ സമുദായത്തോടുള്ള അവഗണനയുമെല്ലാം കുടിയേറ്റത്തെ സ്വാധീനിച്ച ഘടകങ്ങളായി നിരീക്ഷിക്കാമെങ്കിലും കുടിയേറ്റ പ്രവണതയെ ത്വരിതപ്പെടുത്തിയ നിർണായകമായ പ്രേരണ മലബാറിലെ ഫ്യൂഡലുകളുടെ ജനവിരുദ്ധ കാഴ്ചപ്പാടുകളാണ്. നാൽപതുകളിലെ അതിരൂക്ഷമായ ഭക്ഷ്യക്ഷാമം മലബാറിനേയും സമരത്തീച്ചൂളയിലേക്ക് വലിച്ചിട്ടുവെന്നതാണ് ചരിത്രസത്യം. മലബാറിൽ മുപ്പതുകളിൽ കർഷക പ്രസ്ഥാനങ്ങൾ ബീജാവാപം ചെയ്തതു തന്നെ കൃഷിഭൂമിക്കുവേണ്ടിയുള്ള പോരാട്ടത്തിനാണ്. തരിശുഭൂമി കയ്യേറി കൃഷി ചെയ്യാനുള്ള സന്നാഹങ്ങളാണ് കാർഷിക കലാപങ്ങളും ഏറ്റുമുട്ടലുകളും സൃഷ്ടിച്ചത്. അതുകൊണ്ടു തന്നെ ഭക്ഷ്യക്ഷാമം, വിലക്കയറ്റം, കൃഷിഭൂമിയുടെ ദൗർലഭ്യം എന്നിവ മുൻനിർത്തി തിരുവിതാംകൂർ വിടുന്നവർ മലബാർ ലക്ഷ്യമിടാൻ സാധ്യത വിരളമാണ്. മലബാറിൽ അതേക്കാൾ രൂക്ഷമായിരുന്നു അക്കാലത്ത് അതേ പ്രശ്നങ്ങൾ. ഇവിടെ തദ്ദേശവാസികൾ അന്ന് കൊടുംക്ഷാമത്തിലായിരുന്നു. എന്നു വച്ചാൽ പലായനം ചെയ്യേണ്ടുന്ന അവസ്ഥ തന്നെ. കുടകിലേക്കും മറ്റും കുടിയേറിയത് ശ്രദ്ധിക്കുക.

വിലക്കയറ്റത്തെ പ്രതിരോധിക്കാനും ഭക്ഷ്യക്ഷാമത്തെ മറികടക്കാനും പ്രാദേശിക സഹകരണസംഘങ്ങൾ രൂപീകരിച്ച് വിളവുകൾ സംഭരിച്ച് ന്യായവിലയിൽ വിതരണം ചെയ്തും പൂഴ്ത്തിവയ്പുകൾ തടഞ്ഞും കർഷകപ്രസ്ഥാനങ്ങൾക്ക് പ്രവർത്തനനിരതമാകേണ്ടി വന്ന പ്രതിസന്ധിയുടെ കാലഘട്ടം. കുടിയേറ്റത്തെ മാടിവിളിച്ച മറ്റൊരു സാഹചര്യത്തെയാണ് നാം പ്രബലമായി ഊന്നേണ്ടത്. ഭൂപരമായ പ്രതിസന്ധികൾ മൂർച്ഛിച്ച് ജന്മി-കുടിയാൻ സംഘർഷം പൊട്ടിത്തെറിയുടെ വക്കിലെത്തിയ മലബാറിലെ രാഷ്ട്രീയ സാഹചര്യത്തിൽ, കാർഷിക കലാപങ്ങളിലൂടെ ഭൂമി കുടികിടപ്പുകാർക്കും യഥാർഥ കൃഷിക്കാർക്കും കൈമാറേണ്ടി വരുമെന്ന തീവ്രസാഹചര്യത്തെ മറികടക്കാൻ ഫ്യൂഡൽ ലോബികൾ കണ്ടെത്തിയ പോംവഴിയായിരുന്നു കിട്ടിയ വിലക്ക് വിറ്റഴിക്കൽ. തദ്ദേശികളായ കുടിയാൻജനതയെ ഭൂരഹിതരാക്കിയും അന്യവൽക്കരിച്ചും കൊണ്ട് വൻതോതിൽ കൃഷിനിലങ്ങളും പുനങ്ങളും മലഞ്ചെരിവുകളും വനമേഖലകളും അവർ തിടുക്കത്തിൽ വിറ്റഴിച്ചു. അന്നത്തെ ഫ്യൂഡൽ പ്രഭുക്കളുമായി സൗഹൃദം കണ്ടെത്താൻ കഴിഞ്ഞ സഭാ - സമുദായ - നേതൃത്വങ്ങൾക്കും തെക്കൻ രാജകുടുംബങ്ങൾക്കുമെല്ലാം കൈമാറ്റനടപടികൾ സുഗമമായിരുന്നു. ഈ അവസരത്തിന്റെ

മാടിവിളി അറിഞ്ഞു പ്രയോജനപ്പെടുത്താൻ സമുദായ നേതൃത്വങ്ങൾക്കും സാധിച്ചു. കാർഷിക കലാപങ്ങളെ നേരിടുന്ന ഫ്യൂഡൽ പ്രഭുക്കളുടെ മനോഭാവത്തെ മതസഭക്കാരും സമുദായ നേതൃത്വവും സമർഥമായി വാണിജ്യം ചെയ്തത് കാണാതിരുന്നു കൂട. മലബാറിൽ പല ഹൈന്ദവ ക്ഷേത്രങ്ങളുടെ ആയിരക്കണക്കിനേക്കറുകൾ ദേവസ്വം അധികാരികളറിയാതെ ഊരാളന്മാർ കുടിയേറ്റക്കാർക്ക് നിസ്സാര വിലക്ക് വിറ്റു.

നായർ സർവീസ് സൊസൈറ്റിയുടെ മലബാർ പ്രവേശവും ക്നാനായ സമുദായക്കാരുടെ സംഘടിതകുടിയേറ്റവും സംഭവിച്ചത് ഈ സാഹചര്യത്തെ ആശ്രയിച്ചാണ്. ആ കടന്നുവരവിന്റെ പ്രയോജനം മലബാറിലെ മലയോരദേശങ്ങളിലുമുണ്ടായി. സംഘടിത കുടിയേറ്റങ്ങളിൽ സംഘാടകർ തന്നെ വീട്, റോഡ്, പാലം, വൈദ്യുതി, ടെലഫോൺ, വിദ്യാലയം, ആശുപത്രി, തുടങ്ങിയ പ്രശ്നങ്ങളൊക്കെ പരിഹരിക്കാൻ നേതൃത്വം നൽകി. ആദ്യകാലത്തെ ഒറ്റപ്പെട്ട കുടിയേറ്റങ്ങളെ അപേക്ഷിച്ച് പിന്നീടുള്ളവ ക്ലേശഭരിതമായില്ല. ജന്മിചൂഷണങ്ങളോടും, വന്യമൃഗങ്ങളോടും, കോളറ, വസൂരി, മലമ്പനി തുടങ്ങി മാരകമായ പകർച്ചവ്യാധികളോടും ആദ്യതലമുറ മല്ലടിച്ചതിന്റെ സാഫല്യം പിൽക്കാല കുടിയേറ്റക്കാർക്കാണ് ലഭിച്ചത്. ഭക്ഷ്യ-നാണ്യവിളകളുടെ വൻതോതിലുള്ള ഉൽപാദനം, മലബാറിൽ കൃഷിയുടെ വാണിജ്യവൽക്കരണം എന്നീ മാറ്റങ്ങൾക്ക് മുഖ്യമായ കാരണം കുടിയേറ്റത്തിന്റെ അനന്തരഫലങ്ങളാണ്. അതിന്റെ ഭാഗമായി മലയോരങ്ങളിൽ ചെറുനഗരങ്ങൾ വളർന്നു. ബന്തടുക്ക, ബളാൽ, വെള്ളരിക്കുണ്ട്, രാജപുരം, ചിറ്റാരിക്കൽ, ചെറുപുഴ, ആലക്കോട്, കരുവഞ്ചാൽ, ചെമ്പന്തൊട്ടി, കുടിയാന്മല, ചെമ്പേരി, പയ്യാവൂർ, ഉളിക്കൽ, ഇരിട്ടി എന്നിവ അത്തരത്തിൽ വികസിച്ചുവന്നതാണ്. 1920 കളുടെ മധ്യം പിന്നിടുമ്പോൾ തന്നെ ഒറ്റപ്പെട്ട കുടിയേറ്റങ്ങളാരംഭിച്ചിരുന്നു.

"1926 മുതൽ തിരുവിതാംകൂറിൽ നിന്ന് മലബാറിലേക്ക് കുടിയേറ്റം ആരംഭിച്ചു. തുടർന്നുള്ള കുടിയേറ്റം മന്ദഗതിയിലായിരുന്നു. 1939 വരെ 9 കേന്ദ്രങ്ങളിലാണു കുടിയേറ്റം നടന്നത്. മണ്ണാർക്കാട്, കുറ്റ്യാടി, പേരാവൂർ, വായാട്ടുപറമ്പ്, പേരാമ്പ്ര, സുൽത്താൻ ബത്തേരി, പയ്യമ്പള്ളി, മാനന്തവാടി, തരിയോട് എന്നിവയാണ് ആ കേന്ദ്രങ്ങൾ. 1939 വരെ ഈ കേന്ദ്രങ്ങളിൽ 200 ലധികം കുടുംബങ്ങൾ കുടിയേറിയിരുന്നില്ല. അതിൽ തന്നെ 42 വീട്ടുകാർ തിരിച്ചു പോയി. 1946-55 കാലത്താണ് ഏറ്റവും കൂടുതൽ കുടിയേറ്റം നടന്നത്. 1960 മുതൽ കുടിയേറ്റം മന്ദഗതിയിലായി. 1970 ഓടു കൂടി കുടിയേറ്റം നിലച്ചു എന്നു പറയാം. മലബാറിൽ കൃഷിഭൂമി കിട്ടാനില്ലാതായി എന്നതാണ് കാരണം" (ലേഖനം:മലബാർ കുടിയേറ്റം:

പൊരുത്തപ്പെടലും പൊരുത്തക്കേടും - കുറവിലങ്ങാട് ജോസഫ്). 1926ൽ കരിപ്പാപ്പറമ്പിൽ ജേക്കബ് തോമസ്, മാളിയേക്കൽ തോമസ് ജോസഫ് എന്നിവരുടെ മണ്ണാർക്കാട് കുടിയേറ്റമാണ് തുടക്കം. അതേ വർഷം തന്നെ അയ്മനം ജോസഫും കുടുംബവും തൊട്ടിൽപ്പാലത്തിനടുത്ത് മൂന്നാംകൈ എന്നിടത്ത് താമസമാരംഭിച്ചു.

കുടിയേറ്റത്തിന്റെ മറ്റൊരു നാഴികക്കല്ല് 1928 ലെ കോളയാട് കുടിയേറ്റമാണ്. കോഴിക്കോട് രൂപത സ്ഥാപിച്ച് 5 വർഷം പിന്നിടുന്ന ഘട്ടമായിരുന്നു അത്. ഡോ: പോൾ പെരിനിയാണ് അന്നത്തെ രൂപതാധ്യക്ഷൻ. 1923 തൊട്ടേ ഫാ: പോൾ റൊസാരിയോ ഫെർണാണ്ടസ് കോളയാട് ആദിവാസികളായ കുറിച്യർ, പണിയർ, എന്നിവർക്കിടയിൽ സുവിശേഷ പ്രവർത്തനമാരംഭിക്കുകയും അവരെ കത്തോലിക്കാസഭയിലേക്ക് സ്വീകരിക്കുന്നതിനുള്ള കർമോപചാരങ്ങൾ മുന്നോട്ടു നീക്കുകയും ചെയ്തു. 1927ൽ ദേവാലയം, വിദ്യാലയം എന്നിവ പണിതു. ഈ വൈദികന്റെ സഹായത്തോടെയാണ് 1928ൽ കെ. പി. മാത്യു കുടക്കച്ചിറ സ്ഥലം വാങ്ങി കുടിയേറ്റത്തിനു തുടക്കമിടുന്നത്. കട്ടക്കയത്തിൽ മത്തച്ചൻ മൈലാടിക്കുന്നിലും സ്ഥലം വാങ്ങി. കുടുക്കച്ചിറ മത്തായി ചെറിയാൻ, ജോസഫ് വടക്കയിൽ എന്നിവരും തൊട്ടുപിന്നാലെയെത്തി. ആലക്കോട്, പേരാവൂർ, വായാട്ടുപറമ്പ് എന്നിവിടങ്ങളിലേക്കും തുടർന്ന് വ്യാപിച്ചു. 1928ൽ വായാട്ടുപറമ്പിൽ കുറവിലങ്ങാട്ടുകാരനായ ഡോ: പി. ജെ. തോമസ് 12000 ഏക്കർ വാങ്ങി. കുറേ സ്ഥലം കൃഷിക്കാർക്ക് മറിച്ചു നൽകുകയായിരുന്നു. കുറച്ചു പ്രദേശങ്ങൾ നിയമക്കുരുക്കുകളിലും പെട്ടു. 1930 ൽ കുളത്തുവയൽ, മാനന്തവാടി എന്നിവിടങ്ങളിലേക്ക് ഒറ്റപ്പെട്ട കുടിയേറ്റങ്ങളുണ്ടായി. പേരാവൂരിനടുത്ത് തുണ്ടിയിലും കൊട്ടിയൂർ പരിസരങ്ങളിലും ഇതേ കാലത്ത് തന്നെ ആളുകളെത്തി. ഒറ്റക്കും ചെറുസംഘങ്ങളായും സ്ഥലം സ്വന്തമാക്കാനുള്ള കുടിയേറ്റം മുപ്പതുകളിൽ തുടർന്നു. 1936ൽ പൂഞ്ഞാർ രാജകുടുംബം പി. ആർ. രാജവർമരാജ ആലക്കോടും പരിസരത്തുമായി 22000 ഏക്കർ വാങ്ങിക്കുകയും തോട്ടം പിടിപ്പിക്കുകയും കുറേ ഭാഗം കുടിയേറ്റക്കാർക്ക് വിൽക്കുകയും ചെയ്തു. പാലം, റോഡ്, സർക്കാർ ഓഫീസുകൾ, മറ്റു വികസന പരിപാടികൾ ആസൂത്രണം ചെയ്യുന്നതിലും രാജ പ്രത്യേക താല്പര്യമെടുത്തു. 1939 ൽ ജോസഫ് നീരാക്കൽ നെല്ലിക്കാംപൊയിൽ കുടിയേറി. 1940 ന്റെ തുടക്കത്തിൽ വൻകിട കുടിയേറ്റക്കാർ കുന്നോത്ത്, കിളിയന്തറ, അങ്ങാടിക്കടവ് പ്രദേശങ്ങളിലെത്തി. 1500 ഏക്കർ, 1000 ഏക്കർ വീതം വാങ്ങി എസ്റ്റേറ്റുണ്ടാക്കുകയായിരുന്നു അവരുടെ പദ്ധതി. ചെറുകിട കുടിയേറ്റക്കാർക്ക് മറിച്ചുവിൽക്കുകയും ചെയ്തു. 1941ൽ

ഒരു സംഘം കുടിയേറിയ എട്ടൂരിൽ 1943-'44 ലുമായി കൂടുതൽ കുടുംബങ്ങളെത്തി. 1942ൽ തിരുവമ്പാടി, ചുള്ളിയോട് ഭാഗങ്ങളിലേക്കായിരുന്നു പ്രയാണം. അതേ വർഷം തന്നെ കിടങ്ങൂർ നിന്ന് സംഘടിത കുടിയേറ്റമുണ്ടായി. അവർ വയത്തൂരാണ് ലക്ഷ്യമിട്ടത്. അവിടെ ഹിന്ദു കോളനി സ്ഥാപിച്ചു. കോവൂർ ശങ്കരപ്പിള്ള, മേക്കാട്ട് ബാലകൃഷ്ണൻ നായർ എന്നിവർക്കായിരുന്നു നേതൃത്വം. ഇതേ കാലത്ത്, മംഗലാപുരം സെന്റ് അലോഷ്യസ് കോളേജിലെ പ്രൊഫസറായിരുന്ന വി. ജെ. ജോസഫ് കണ്ടത്തിൽ (ക്നാനായ കത്തോലിക്ക കോൺഗ്രസ് പ്രസിഡണ്ട്) സംഘടിത കുടിയേറ്റമെന്ന ആശയം കോട്ടയം രൂപതാധ്യക്ഷനായ മാർ അലക്സാണ്ടർ ചൂളപ്പറമ്പിന്റെ ശ്രദ്ധയിൽ പെടുത്തി. അതിന്റെ സാക്ഷാത്കാരത്തിനായി മലബാറിലെ ഭൂവുടമകൾക്കും കോട്ടയം രൂപതയ്ക്കുമിടയിൽ അദ്ദേഹം കണ്ണിയായി പ്രവർത്തിച്ചു. ആ നീക്കത്തിൽ, നീലേശ്വരം രാജകുടുംബത്തിൽ പെട്ട കക്കാട്ടുമഠം കോവിലകം വക പനത്തടി, കള്ളാർ, ചുള്ളിക്കര, എച്ചിക്കോൽ (കുടിയേറ്റത്തിനു ശേഷം എച്ചിക്കോൽ രാജപുരമായി) ഭാഗത്തുള്ള 1800 ഏക്കർ രൂപത സ്വന്തമാക്കി. 72 കുടുംബങ്ങളെ (കാനായിൽ നിന്ന് ക്നായിത്തൊമ്മനൊപ്പം കേരളത്തിലേക്കു കുടിയേറിയതിനു കടപ്പെട്ടുകൊണ്ട്) തെരഞ്ഞെടുത്ത് ഫാ: മാത്യു ചെറുശ്ശേരിയുടെ നേതൃത്വത്തിൽ1943 ഫെബ്രു. 2 ന് കോട്ടയത്തുനിന്ന് പുറപ്പെട്ടു. 5 ന് രാജപുരത്തെത്തി. ഏക്കറിന് 8 രൂപ പ്രകാരം 12. 5 ഏക്കർ വീതം വേർതിരിച്ച് നറുക്കെടുത്താണ് ഓരോ കുടുംബത്തിനും നൽകിയത്. ബിഷപ്പ് മാർ അലക്സാണ്ടർ ചൂളപ്പറമ്പിലിന്റെ നിർദേശപ്രകാരം മടമ്പത്തും 104 കുടുംബങ്ങൾക്കു വേണ്ടി 1969 ഏക്കർ 87 സെന്റ് പ്രൊഫസർ വി. ജെ. ജോസഫ് വാങ്ങി. ഫാ: മാത്യു ചെറുശ്ശേരിയുടെ നേതൃത്വത്തിലായിരുന്നു ആ കുടിയേറ്റം. 39 കുടുംബങ്ങൾ 1943 മെയ് 7നു തന്നെ മടമ്പത്തെത്തി. തുടക്കത്തിലേ അവിടെ പള്ളിയും വൈദികനുമുണ്ടായി. ചെമ്പേരിയിലേക്കുള്ള കുടിയേറ്റത്തിന്റെ ആരംഭം 1943 ലാണ്.

കാഞ്ഞിരപ്പള്ളിക്കാരനായ പുൽപ്പയിൽ ജോസഫ് (അതിജീവനത്തിനിടെ വസൂരി പിടിച്ച് മരിച്ചു), മട്ടക്കുഴിയിൽ ജോസഫ്, കട്ടവാതുക്കൽ ഔത, കാക്കനാട്ട് കുഞ്ഞ്, വാലുമണ്ണിൽ അബ്രഹാം, സഹായി കൊച്ചുചേരിയിൽ ഇട്ടി എന്നിവരാണ് ആദ്യം കാലു കുത്തിയവർ. ഏരുവേശ്ശിയിലും അരീക്കമലയിലും പിന്നീട് ചെമ്പേരിയിലുമായി അവർ വാസമുറപ്പിച്ചു. 1943 ഏരുവേശ്ശിയിലെ ഭൂവുടമ എടക്കുവൻ കണ്ണൻ നമ്പ്യാരിൽ നിന്ന് 206 ഏക്കർ സ്ഥലം പുൽപ്പയിൽ ജോസഫും കൂട്ടരും വാങ്ങിയാണ് തുടക്കം. തൊട്ടടുത്ത വർഷങ്ങളിൽ കൂടുതൽ കുടുംബങ്ങളെത്തിച്ചേർന്നു.

1947 ഒക്ടോ. 9 ന് ജോസഫ് കിഴക്കുംഭാഗത്തച്ചൻ പ്രഥമവികാരിയായി ചാർജ് എടുക്കുമ്പോൾ 18 കുടുംബങ്ങളായിരുന്നു കുടിയേറ്റക്കാരായി ചെമ്പേരിയിൽ ഉണ്ടായിരുന്നത്. 1948 ൽ റവ. ഫാ: കുര്യാക്കോസ് കുടക്കച്ചിറ ചെമ്പേരി ഇടവകയുടെ വികാരിയായി ചുമതലയേറ്റതിനു ശേഷമുള്ള കാലഘട്ടത്തിൽ സഭയുടെ സ്വാധീനത്താൽ പ്രദേശത്തിന്റെ അടിസ്ഥാനവികസനങ്ങൾ ത്വരിതഗതിയിലായി. സ്കൂൾ, റോഡുകൾ, ആശുപത്രി തുടങ്ങിയ നിർമാണങ്ങളിൽ സഭ ശ്രദ്ധ വച്ചു. അന്ന് ചെമ്പേരിക്കാർക്ക് ആശ്രയിക്കാനുണ്ടായിരുന്ന ഏകകച്ചവടകേന്ദ്രം പതിനഞ്ചു കിലോമീറ്റർ അകലെയുള്ള ചെങ്ങളായിയാണ്. തലച്ചുമടായി ചുമന്നും കാട്ടുവഴികളിലൂടെ നടന്നും വേണം ചരക്കുകളെത്തിക്കാൻ. വിയർപ്പൊഴുക്കിയുണ്ടാക്കിയ കപ്പ, തുവര, ചോളം തുടങ്ങിയ അധ്വാനഫലങ്ങൾ അങ്ങനെ കമ്പോളത്തിലെത്തിച്ചു.

നെല്ല്, പയർ, കുമ്പളം, മത്ത, മുത്താറി, വെള്ളരി, തെന, ചാമ എന്നിവയെല്ലാം പുനത്തിൽ വിളയിച്ചു. ചെന്നക്കോഴി വാലൻ, വെള്ളക്കോഴിവാലൻ വരയൻ, വെള്ളക്കൻ, പാൽക്കൈമ, കൊളപ്പാല, സൂര്യൻ, ഞവര, പാണ്ഡി മോഡൻ, കുറുക, കീരിഷ്ടത്താട തുടങ്ങിയ വിത്തിനങ്ങൾ പാകപ്പെടുത്തി. വരിക, കളത്തുമ്പ, കത്തി, കൊത്തു വാൾ എന്നിങ്ങനെ ഏതാനും പണിയായുധങ്ങൾ മാത്രം. മഴക്കാലത്ത് ഇലയും ഈറ്റയും കൊണ്ടുണ്ടാക്കുന്ന കൊരമ്പ, പനയോല കൊണ്ടുള്ള ചെമ്പുകുട, തൊപ്പിക്കുട എന്നിവയെ ആശ്രയിക്കും. സ്വദേശത്തുണ്ടായിരുന്നതെല്ലാം വിറ്റു പെറുക്കിയാണ് വൃദ്ധരും കുട്ടികളുമടക്കം കുടുംബസമേതം അവിടെ നിന്നും പുറപ്പെട്ടത്. വാരിക്കെട്ടിയ വീട്ടുസാമാനങ്ങൾ താങ്ങിപ്പിടിച്ച് കിട്ടിയ ബസ്സിൽ എറണാകുളത്തോ, ആലുവയിലോ എത്തിപ്പെടും. അവിടെ നിന്നും ട്രെയിനിൽ ആലുവ, ഷൊർണൂർ, കോഴിക്കോട്, വഴി വണ്ടികൾ മാറിമാറിക്കയറി വളപട്ടണത്ത്. സ്റ്റേഷനുകളിൽ ഓരോ ദിവസം തങ്ങേണ്ടി വന്നേക്കാം. വളപട്ടണത്തു നിന്നും ചെങ്ങളായി വരെ ബോട്ടിലാണ് സഞ്ചാരം. ആറു മണിക്കൂറിലേറെ അതിനുമെടുക്കും.

പിന്നെ ദുർഘടം പിടിച്ച പാതയിലൂടെ കാൽനടയായി, ശ്രീകണ്ഠപുരം വഴി ചെമ്പേരി പിടിക്കും. വഴിനീളെ കൃത്യമായി വണ്ടികൾ കിട്ടിയാലും പുറപ്പെട്ട് നാലാം ദിവസമേ ചെമ്പേരിയിലെത്തൂ. എത്തിയ ശേഷം ഇവിടെ വാസമുറപ്പിക്കുന്നതിനു വേണ്ടി ഓരോ കുടുംബവും നേരിട്ട ക്ലേശങ്ങളും കഷ്ടതകളും ത്യാഗങ്ങളും വിവരണാതീതമാണ്. ചെമ്പേരിയിലെ വിശ്വാസികൾക്ക് പ്രാർഥിക്കണമെങ്കിൽ, ആദ്യകാലത്ത് കാട്ടുവഴി താണ്ടി മടമ്പത്തെത്തിച്ചേരേണ്ടി വന്നു. സമീപ വീടുകളിൽ ക്യാമ്പുചെയ്താണ് പിറ്റേന്നത്തെ ഞായർ കുർബാനയിൽ അവർ പങ്കു

കൊണ്ടിരുന്നത്. 1947 ഒക്ടോ:9 ന് കോഴിക്കോട് രൂപതയിലെ റവ. ഫാ: ജോസഫ് കിഴക്കുംഭാഗം ചെമ്പേരി യിൽ എത്തുംവരെ ഈ അവസ്ഥ യായിരുന്നു. ചെമ്പേരിയിലെ 18 വീട്ടുകാരും പങ്കെടുത്തു കൊണ്ട് ആദ്യ ദിവ്യബലി അർപ്പിച്ചത് പുളിക്കൽ ജോസഫിന്റെ വീട്ടിലായിരുന്നു.

1953 ലാണ് ചെമ്പേരി ഇടവകയുടെ സ്ഥാപനം നടക്കുന്നത്. തലശ്ശേരി രൂപത രൂപം കൊണ്ട അതേ വർഷം.

പന്ത്രണ്ടാം പീയൂസ് മാർപാപ്പ 1953 ഡിസം 31 ന പുറപ്പെടുവിച്ച 'ആദ് ക്രിസ്റ്റി എക്ലേസിയാം റെജേൻ ദാം' എന്ന വിളംബരം വഴിയാണ് തലശ്ശേരി രൂപത നിലവിൽ വന്നത്. അതിനു മുമ്പേ ചെമ്പേരിയിൽ പള്ളി നിർമിക്കപ്പെട്ടിരുന്നു. 1943 ലാണ് ബളാൽ കുടിയേറ്റം. മാത്യു മിനാട്ടൂർ എന്നയാൾ 1000 ഏക്കർ സ്ഥലം വാങ്ങി മീനച്ചിൽ അഗ്രി കൾച്ചറൽ കമ്പനി എന്ന എസ്റ്റേറ്റ് തുടങ്ങി. 4 പേർ വേറെയുമെത്തി. 1944ൽ കോടഞ്ചേരി ഭാഗങ്ങളിൽ കുടിയേറ്റം നടന്നു. 1945 ലാണ് ചിറ്റാരി ക്കൽ(തോമ്മാപുരം) കോളനി രൂപമെടുക്കുന്നത്. ആറു പേരടങ്ങുന്ന ഒരു സംഘം 650 ഏക്കർ വാങ്ങി അതിൽ 10 ഏക്കർ പള്ളിക്ക് നീക്കിവച്ചു.

കോട്ടയം അയർക്കുന്നത്തെ 24 കുടുംബങ്ങൾ വെള്ളരിക്കുണ്ടിൽ കുടിയേറുന്നത് 1946ലാണ്. പ്രാരംഭകാലത്തെ പ്രതിസന്ധികൾ തരണം ചെയ്യാനാവാതെ അതിൽ 14 കുടുംബങ്ങൾ തിരികെ പോയി. പാലാ സ്വദേശികളായ ഒരു കൂട്ടം 1949 ൽ ചിറ്റാരിക്കലിനടുത്താണ് താവളമുറ പ്പിച്ചത്. പാലാവയൽ എന്ന് ആ പ്രദേശം പിന്നീടറിയപ്പെട്ടു. കാഞ്ഞിരടു ക്കം (1952ൽ) എണ്ണപ്പാറ (1953) മാനടുക്കം (1954) മാലോം (1957)മേരി പുരമായി മാറിയ കരിവേടകം (1959) എന്നിവിടങ്ങളിലെ കുടിയേറ്റവും ചെറുസംഘങ്ങളായിട്ടായിരുന്നു. നായർ സർവീസ് സൊസൈറ്റി 1958ൽ പനത്തടി -ബാളാംതോട് ഭാഗത്ത് 4800 ഏക്കർ വാങ്ങി. 500 നായർ കുടുംബങ്ങൾക്ക് 5 ഏക്കർ വീതം 500 രൂപക്ക് വീതിച്ചു. ബാക്കി സ്ഥലം എൻ. എസ്. എസ് എസ്റ്റേറ്റ് ആക്കി. പ്രതികൂല സാഹചര്യത്തിൽ പിടിച്ചു നിൽക്കാനാവാതെ അതിൽ പലരും തിരിച്ചു പോകുകയുണ്ടായി. കുട്ടനാട്ടു പുളിക്കുന്നിൽ നിന്നുമെത്തിയ 12 കുടുംബങ്ങൾ ഫാ. മാത്യു ജെ. കൊട്ടുകാപ്പള്ളി നേതൃത്വത്തിൽ മണിക്കടവ് ഉരുപ്പൻ തട്ടിൽ 150 ഏക്കർ വാങ്ങി താവളം തുടങ്ങിയെങ്കിലും വെല്ലുവിളികളെ അതിജീവി ക്കാനാവാതെ നാല് കുടുംബക്കാരൊഴികെ ബാക്കിയെല്ലാവരും തിരിച്ചു പോയി. കുടിയേറിയ കേന്ദ്രങ്ങളുടെ പശ്ചാത്തലദേശങ്ങളും ക്രമേണ അധിവാസസ്ഥലങ്ങളായി മാറി. ഭീമനടി, കൊന്നക്കാട്, കാലിച്ചാ നടുക്കം, മാലക്കല്ല്, പാണത്തൂർ, രാജപുരം, കന്നോത്ത്, നെല്ലിക്കാം പൊയിൽ, പൈസക്കരി, ചെമ്പന്തൊട്ടി, തേർത്തല്ലി, ചെറുപുഴ തുടങ്ങി

ഒട്ടേറെ കേന്ദ്രങ്ങളിലേക്ക് കുടിയേറ്റം വ്യാപിച്ചു. 1969ൽ ഫാ: സ്റ്റീഫൻ മുതുക്കാട്ടിലിന്റെ നേതൃത്വത്തിൽ പനത്തടിക്ക് അടുത്ത് മാടത്തുമലയിൽ 750 ഏക്കർ ഏറ്റെടുക്കുകയും 1970 ൽ അവിടെ 45 കുടുംബങ്ങളെ പാർപ്പിക്കുകയും ചെയ്തു. സ്ഥലനാമം റാണിപുരം എന്നാക്കി മാറ്റി. കേരള കത്തോലിക്ക കോൺഗ്രസിന്റെ നേതൃത്വത്തിലാണ് വാഴമല കോളനി സ്ഥാപിതമായത്. 1969 ൽ 10 കുടുംബവും '70 ൽ കൂടുതൽ കുടുംബങ്ങളും അവിടെ വിന്യസിക്കപ്പെട്ടു. പിന്നീട് മിച്ചഭൂമിയായി ഏറ്റെടുക്കപ്പെടുകയും കുടിയിറക്കൽ പ്രശ്നങ്ങളെ നേരിടേണ്ടി വരികയുമുണ്ടായി. ഭൂപരമായ അവകാശ നിർണയങ്ങളെ സങ്കീർണമാക്കുന്നതിലും ആദിവാസി ഗോത്രവിഭാഗങ്ങളുടെ പരമ്പരാഗത ആവാസരീതികളിൽ അസ്ഥിരതയുടെ വിത്തുപാകുന്നതിലും ഫ്യൂഡൽഘടന വരുത്തിയ മാരകമായ മുറിവിനോടൊപ്പം കുടിയേറ്റവും ചെറിയൊരളവിൽ പോറലുകളേല്പിച്ചിട്ടുണ്ട്. ഒരു വശത്ത് ഭൂപ്രഭുത്വത്തോടു സന്ധി ചെയ്തു കൊണ്ടുതന്നെ മറുവശത്ത് കൃഷിഭൂമിയെ ഓരോയിഞ്ചും ചലിപ്പിക്കുകയെന്ന മധ്യവർത്തി രീതിയായിരുന്നു അത്.

അതിന്റെ ഗുണപരമായ അനുഭവം ഭൂമിയുടെ പ്രത്യുൽപാദനപരതയും ഉപഭോഗക്ഷമതയും സജീവമായെന്നതാണ്. എ. സി. മാത്യു 'കുടിയേറ്റവും മലബാറിലെ ഭൂവ്യവസ്ഥയും' എന്ന പ്രബന്ധത്തിൽ ഇക്കാര്യം ചൂണ്ടിക്കാട്ടുന്നു: " 1930 കളിലും 40 കളിലും കണ്ണൂർ -കാസർക്കോട് ജില്ലകളിൽ ജന്മിത്ത വ്യവസ്ഥിതിക്കെതിരെ വലിയ കർഷകമുന്നേറ്റങ്ങൾ നടന്നു. പക്ഷെ ഈ പ്രക്ഷോഭങ്ങളിൽ കുടിയേറ്റക്കാരുടെ പങ്കാളിത്തം കാര്യമായുണ്ടായിരുന്നില്ല. ഭൂമി കൈമാറ്റം സംബന്ധിച്ചുണ്ടായ വിവിധ നിയമങ്ങൾ കുടിയേറ്റക്കാരെ പല തരത്തിലും ബാധിച്ചിട്ടുണ്ട്. 1929 ലെ മദ്രാസ് കുടികിടപ്പ നിയമം, 1958ലെ Agragarian Relation Act, 1963ലെ K. L. R. Act, 1971ലെ Vesting and Assignment of private Forest Act എന്നിവ ഇവയിൽ പ്രധാനപ്പെട്ടതാണ്. കുടിയേറ്റം ഭൂമി ഇടപാടുകളെ സ്വാധീനിച്ചതിലേറെ, ഭൂമി ഉപയോഗത്തെയാണ് സ്വാധീനിച്ചത്. നാണ്യവിളകളുടെ കൃഷി വഴി ഭൂമിയുടെ സ്ഥിരമായ ഉപയോഗത്തിന് കുടിയേറ്റം വഴിതെളിച്ചു."

കുടിയേറ്റം ആദിവാസിഗോത്രവിഭാഗങ്ങളുടെ ജൈവസഞ്ചയത്തെ ഏതൊക്കെ തരത്തിൽ സ്വാധീനിച്ചുവെന്നത് അതുണ്ടാക്കാനിടയുള്ള ദൂരവ്യാപകമായ പ്രത്യാഘാതങ്ങളും സൂക്ഷ്മമായി ഇനിയും വെളിപ്പെടാനിരിക്കുന്നതേയുള്ളൂ. ആദിമസംസ്കൃതിയുടെ അടിവേരുകളിൽ തന്നെ മാറ്റത്തിന്റെ മുദ്രകൾ പതിയുംവിധം ആവാസവ്യവസ്ഥ പൊളിച്ചെഴുതപ്പെട്ടിട്ടുണ്ട്. കിഴക്കൻ മലയോരങ്ങളിൽ മാവില, കരിമ്പാലൻ

വർഗങ്ങൾ കഴിഞ്ഞാൽ ഏറ്റവും പ്രബലമായ ഗോത്രങ്ങൾ പണിയരുടേയും കുറിച്യരുടേതുമാണ്. കുറിച്യരേക്കാൾ പിന്നോക്കമാണ് പണിയർ. അവർക്ക് കൃഷി സ്വഭാവമില്ല. കാടിന്റെ നൈസർഗിക സമ്പത്തിന്റെ സിരകളിലാണവർ ഊർജം കണ്ടെത്തുന്നത്. അതേ സമയം ഇത്തിൾക്കണ്ണി സ്വഭാവം അതിനൊട്ടില്ലതാനും. കാടിന്റെ വാത്സല്യശൃംഖലയിൽ പെട്ടവർ. പക്ഷെ, കുടിയേറ്റത്തോടെ അതിൽ ശ്രുതിഭംഗമുണ്ടാകുന്നു. പരുക്കൻ പാദമുദ്രകൾ പതിയുന്നു. ഇതിന്റെ വിശദാംശങ്ങളെ വെളിപ്പെടുത്തുന്ന ഒരു സൂചന ഡോ:പി. ടി. സെബാസ്റ്റ്യൻ ഈ വിധത്തിൽ രേഖപ്പെടുത്തുന്നുണ്ട്:

"ആദിവാസികളുടെ അന്യവൽക്കരണത്തിന് പ്രധാന കാരണമായത് മലബാർ കുടിയേറ്റമാണെന്ന ഒരു വാദം നിലവിലുണ്ട്. ഇത് ഒരർധസത്യം മാത്രമാണ്. കുടിയേറ്റത്തിനു മുമ്പ് ആദിവാസികൾ പുനം കൃഷിയുമായി മാറി മാറി താമസിക്കുന്ന രീതിയായിരുന്നു. കാലക്രമേണ ജന്മിമാർ ഭൂമി കൈമാറ്റങ്ങൾ നടത്തിക്കൊണ്ടിരുന്നു. പല കൈമാറ്റങ്ങൾക്കൊടുവിൽ ഭൂമി കുടിയേറ്റക്കാരുടെ കയ്യിലെത്തി. ഇതിനിടയിൽ ആദിവാസികൾ ഭൂമിക്ക് ആധാരമോ പട്ടയമോ സംഘടിപ്പിച്ചില്ല. അങ്ങനെ സ്വാഭാവികമായും കാടിന്റെ ഉടമകളായ ആദിവാസികൾ സ്വന്തം ഭൂമിയിൽ അന്യരായി മാറി. ആദിവാസികൾ ഇന്ന് കർഷകത്തൊഴിലാളികളായി മാറ്റപ്പെട്ടിരിക്കുകയാണ്. ഈയൊരവസ്ഥക്ക് കുടിയേറ്റക്കാരെ മാത്രം കുറ്റം പറഞ്ഞിട്ട് കാര്യമില്ല. ആദിവാസികളുടെ ഭൂമി കുടിയേറ്റക്കാർ കയ്യേറിയതും അവരെ വഞ്ചിച്ച് കൈവശപ്പെടുത്തിയതിന്റെ ധാരാളം ഉദാഹരണങ്ങളും നമ്മുടെ മുമ്പിലുണ്ട്. പക്ഷെ, പൊതുവെ പറഞ്ഞാൽ, കുടിയേറ്റക്കാർ ജന്മിമാരിൽ നിന്ന് പണം കൊടുത്താണ് ഭൂമിവാങ്ങിയിരുന്നത്". (ക്രിസ്ത്യൻ മൈഗ്രേഷൻ ടു മലബാർ 1930-80)

തിരുവിതാംകൂറിൽ സ്ഥലം വിറ്റാൽ അതിന്റെ പതിന്മടങ്ങ് ഭൂമി ഇവിടെ കൈക്കലാക്കാൻ കഴിയുന്ന സാഹചര്യം ഇവിടുത്തെ ഭൂപ്രഭുക്കന്മാരുടെ സമീപനത്താൽ ഉരുത്തിരിഞ്ഞു. ഗോത്രഭൂമികൾക്കു മേൽ ആദിവാസികളുടെ പിടി ദുർബലവുമായിരുന്നു. അത് മുതലാക്കിയവരുമുണ്ട്. 'സ്വാതന്ത്ര്യസമരം കാസർക്കോട് താലൂക്കിൽ' എന്ന ലേഖനത്തിൽ ഡോ: കെ. കെ. എൻ. കുറുപ്പ് ഒരു ദാഹരണം ചൂണ്ടിക്കാട്ടുന്നു:

"താഴെക്കാട്ടുമനയുടേയും കുട്ടമത്ത് കുന്നിയൂർ തറവാടിന്റേയും കൈവശമുണ്ടായിരുന്ന ആറായിരത്തോളം ഏക്കർ വനഭൂമി ഏക്കറിന് രണ്ടു രൂപ വച്ച് ജോർജ് തോമസ് കൊട്ടുകാപ്പള്ളി എന്ന കുടിയേറ്റ കർഷകൻ (ഇദ്ദേഹം പിന്നീട് പാർലമെന്റ് അംഗമായി) വാങ്ങി.

ഇവിടുത്തെ ആദിവാസി വിഭാഗങ്ങളായ മാവിലൻ, വേട്ടുവൻ, എന്നിവരുടെ ദൈവിക സ്ഥാനങ്ങൾ അതോടെ പൂർണമായും തുടച്ചു മാറ്റപ്പെട്ടു. (കടപ്പാട്: തെയ്യംപ്രകൃതി സ്ത്രീത്വം -യു. പി. സന്തോഷ്)

പാലക്കാട് എണ്ണപ്പാടം അഗ്രഹാരത്തിൽ നിന്ന് 1865 ൽ പട്ടന്മാർ ശ്രീകണ്ഠപുരത്തിനടുത്ത് വയക്കരയിൽ കുടിയേറിയതായി കാണാം. കരക്കാട്ടിടം ജന്മിയുടെ വ്യവഹാരങ്ങൾ നോക്കി നടത്താനാണ് തുടക്കത്തിൽ അവരെത്തിയത്. ഇംഗ്ലീഷും തമിഴുമെല്ലാം അനായാസം കൈകാര്യം ചെയ്യാനറിയുന്ന വക്കീലന്മാരും പാചകക്കാരുമെല്ലാം കൂട്ടത്തിലുണ്ട്. അക്കൂട്ടത്തിൽ പ്രമുഖ കരായിരുന്ന വക്കീലായ സംഘമേശ്വരയ്യരും പാചകവിദഗ്ധനായ സഹോദരൻ രാമലിംഗ പട്ടരും. വയക്കര പ്രദേശത്ത് ആ വിഭാഗത്തിന്റെ തുടർ കുടിയേറ്റമുണ്ടായെങ്കിലും ജന്മിത്തത്തിന്റെ പ്രതാപം അവസാനിച്ചപ്പോൾ അവരിൽ മിക്കവരും തിരിച്ചു പോയി. പത്തുപതിനഞ്ച് വർഷം കൃഷി ചെയ്ത് സമ്പാദ്യമുണ്ടായതിനു ശേഷം കൊട്ടിയൂരിനടുത്ത് കുടിയേറ്റക്കാരെ മന്നത്ത് പത്മനാഭൻ പിന്നീട് ഒഴിപ്പിക്കാൻ ശ്രമിച്ചത് പ്രമാദമായ സംഭവമായിരുന്നു. ഫാദർ വടക്കൻ, വെല്ലിംങ്ങ് ടൺ എന്നിവർ സമരം നയിച്ചതിനെ തുടർന്നാണ് ഒത്തുതീർപ്പായത്. അതിന്റെ ഫലമായി കൈവശഭൂമി കുടിയേറ്റക്കാർക്ക് രേഖാമൂലം പതിച്ചു നൽകി. പുൽപ്പള്ളി, അമ്പലവയൽ, ഗൂഡല്ലൂർ, ഷിമോഗ എന്നിവിടങ്ങളിലും കുടിയിറക്ക് ഭീഷണി ഉടലെടുക്കുകയുണ്ടായി. 1966 മെയ് 10ന് കർണാടക ഗവൺമെന്റ് ഷിമോഗയിൽ നിന്ന് ഇറക്കിവിട്ട 470 കുടുംബങ്ങൾ 72 ദിവസം ഷെൽട്ടറിൽ കഴിയേണ്ടിവന്നു.

ഒടുവിൽ പള്ളിമേധാവികൾ മുഖ്യമന്ത്രി നിജലിംഗപ്പയുമായി ഉണ്ടാക്കിയ ഒത്തുതീർപ്പിനെത്തുടർന്ന് 2 ഏക്കർ വീതം നൽകാമെന്ന വാഗ്ദാനമുണ്ടായി. പക്ഷെ, ഹിന്ദുക്കൾ സമ്മതിക്കുന്നില്ലെന്ന ന്യായീകരണം ചൂണ്ടി പിന്നാലെ വാഗ്ദാനത്തിൽ നിന്ന് സർക്കാർ പിന്മാറി. അതേ തുടർന്ന് അശരണരായി മാറിയവരെ തലശ്ശേരി രൂപത ഇടപ്പെട്ട് ചന്ദനക്കാംപാറയിൽ 500 ഏക്കറേറ്റെടുത്ത് മാറ്റിപ്പാർപ്പിച്ചു. ഷിമോഗ കോളനിയെന്ന് പിന്നീടറിയപ്പെട്ട ഇവിടെ 250 കുടുംബങ്ങൾക്കാണ് അഭയം കിട്ടിയത്. ബാക്കിയുള്ളവർ തിരുവിതാംകൂറിലേക്കു തന്നെ തിരിച്ചു പോയി.

മലബാർ കുടിയേറ്റത്തിന് മറ്റൊരു തലം കൂടിയുണ്ട്. അതിജീവനമുണ്ട്, അതേക്കാളുപരി അതിൽ മിഷൻസൂത്രവാക്യങ്ങളുണ്ട്. സംഘടിതമതത്തിന്റെ ആസൂത്രണ രീതികളുമതിനുണ്ട്. കുടിയേറ്റം മാത്രമല്ല കുടിയിറക്കവും ജീവിതത്തിന്റെ പദപ്രശ്നങ്ങളാണ്. പാരിസ്ഥിതിക രാഷ്ട്രീയപരിധിയിൽ മാത്രമൊതുങ്ങാത്ത വിഷയമാണത്.

പാരിസ്ഥിതികപ്രതിസന്ധികൾ കുടിയേറ്റ - കുടിയിറക്കരാഷ്ട്രീയ പരിസരത്തു മാത്രം നിലനിൽക്കുന്നതുമല്ല... ഇന്നത്തെ ജനപദങ്ങളെ സംബന്ധിച്ച് അവരുടെ ചരിത്രരൂപത്തിന്റെ കാതൽ ഒന്നാണ്.

ഒറ്റ ദേശത്തിന്റെ പൈതൃകമാണ് അവർക്കുണ്ടാവുക. ഏതേതോ കാലസന്ദർഭങ്ങളിൽ അവർ പലതരം ദർശനങ്ങളും മതസംഹിതകളും സ്വീകരിച്ചിരിക്കാം. സ്വീകരിച്ചവയിൽ നിന്ന് പിൽക്കാലത്ത് മറ്റൊന്നിലേക്ക് മാറിയിരിക്കാം. അതിൽ വിദേശ, സ്വദേശ, സെമിറ്റിക് ചിന്താധാരകളെല്ലാം മാറിമറിഞ്ഞു വരാം. അവരേതു ദർശനം സ്വീകരിക്കുന്നുവെന്നതനുസരിച്ച് ദേശവുമായുള്ള പൈതൃകബന്ധത്തിൽ മാറ്റം വരുന്നില്ല. മനുഷ്യവംശത്തിന്റെ ചരിത്രപരിണാമത്തെ മൗലികമായി നിർവചിക്കാനുള്ള മാനദണ്ഡമല്ല അതെന്നു വ്യക്തം. ജനപദങ്ങളുടെ ജൈവപരവും സാമൂഹ്യപരവുമായ സമഗ്രമായ മുന്നേറ്റത്തെ രേഖപ്പെടുത്തലാണ് ചരിത്രരചനയുടെ കാതലായ രീതി. അതേസമയം ഓരോ സ്ഥാപിത പക്ഷത്തിനുമുണ്ടാവും അവരുടേതായ ചരിത്രം. ഒരു സഭയോ, ഒരു രാഷ്ട്രീയകക്ഷിയോ കുറേക്കൂടി സ്ഥാപിതവൽക്കരിക്കപ്പെട്ട മതവിഭാഗങ്ങളോ സമുദായ ഗ്രൂപ്പുകളോ അധികാരവംശങ്ങളോ രാജകുടുംബങ്ങളോ അവരവരുടെ ചരിത്രങ്ങൾ തയ്യാറാക്കും. അതെത്രയും വസ്തുതാപരമാക്കാനും ജനങ്ങളുടേതായി രേഖപ്പെടുത്താനും ശ്രമിച്ചാലും അവ ജനകീയചരിത്രമല്ല. അതാത് സ്ഥാപിതപ്രക്രിയകളുടെ ആവിർഭാവവും വളർച്ചയും പതനവും സംഗ്രഹിക്കപ്പെട്ട ചരിത്രഭാഗങ്ങൾ മാത്രമാണവ. ചരിത്രത്തെ സംബന്ധിച്ച് അവയേക്കാൾ പ്രസക്തിയും സാമൂഹ്യപ്രാധാന്യവുമുള്ളത്, പൊതുസമൂഹത്തിന്റെ ചലനപ്രക്രിയകളും പ്രകൃതിയെ മാറ്റിമറിക്കുന്നതിൽ അവ നിർണയിക്കുന്ന അടിസ്ഥാന നിയമങ്ങളുമാണ്. രാജാധികാരങ്ങളുടെ കാലഗണന കുറിച്ചില്ലെങ്കിലോ, മത-സമുദായ - രാഷ്ട്രീയ സ്ഥാപനങ്ങളുടെ നാൾവഴികൾ തിട്ടപ്പെടുത്താനായില്ലെങ്കിലോ ചരിത്രത്തിന്റെ യഥാർഥ ഉള്ളടക്കത്തെ അവയൊന്നും തന്നെ ബാധിക്കുന്നതായിരിക്കില്ല.

ചരിത്രത്തിന്റെ ചില ചിഹ്നങ്ങൾ

ക്രി. മു. 4000 തൊട്ടുള്ള മാനവ സംസ്കാരപരിണാമത്തിന് ശ്രീകണ്ഠപുരത്തിന്റെ പരിസരഭൂപടത്തിൽ വേരുകളുണ്ട്. ചരിത്രാന്വേഷണ രീതികളും സാമഗ്രികളും സമഗ്രമായി പ്രയോഗിക്കപ്പെടുകയാണെങ്കിൽ ബൃഹത്തായ ആ ചരിത്രം ഖനനം ചെയ്യാൻ സാധിക്കും. അതിനിയും ഉണ്ടായിട്ടില്ല. ശാസ്ത്രീയമായ ദിശയിൽ പഠനം മുന്നോട്ടുവന്നതേയില്ല; പുരാവസ്തുപഠനങ്ങൾക്കുംഎപ്പിഗ്രാഫിക് പഠനങ്ങൾക്കും ന്യൂമിസ്മാറ്റിക് (നാണയം) പഠനങ്ങൾക്കും സാധ്യതയുണ്ടായിട്ടും. പ്രാചീന ഗോത്രങ്ങളുടെ ഏടുകൾ, മൂലദ്രാവിഡ ഭാഷകളുടെ ഉൽപത്തികൾ, ശിലാപഠനങ്ങൾ, അനുഷ്ഠാന കലകൾ, ക്ഷേത്രശില്പ ശേഷിപ്പുകൾ, കാവുപുരാവൃത്തങ്ങൾ, ശവസംസ്കാര അവശിഷ്ടങ്ങൾ, മഹാശിലായുഗചിഹ്നങ്ങൾ, പ്രകൃത്യാരാധനാ മുദ്രകൾ... തുടങ്ങി അത്യന്തം വിലപ്പെട്ട പശ്ചാത്തല സ്മാരകങ്ങളാൽ സമൃദ്ധമാണ് ഈ പരിസരം. ഒരു പക്ഷെ, എ. ഡി. എട്ടാം നൂറ്റാണ്ടിനു ശേഷമേ വല്ലതും രേഖപ്പെടുത്തപ്പെട്ടിട്ടുള്ളൂ. പതിനഞ്ചാം നൂറ്റാണ്ടിനു ശേഷമേ ചരിത്രസ്രോതസ്സുകൾ സംരക്ഷിക്കപ്പെട്ടുതുമുള്ളൂ. പശ്ചിമഘട്ടങ്ങളുടെ കിഴക്കൻ മലനിരകളിൽ ഉണ്ടായിരുന്ന ഗുഹാ ജീവിതങ്ങളുടെ പ്രാചീനഅടരുകൾ അത്രയേറെ പ്രാധാന്യമുള്ളവയാണ്. ഈ പരിഗണനയിലാണ് പിന്നീടവ ജൈന-ബുദ്ധ സങ്കേതങ്ങളായി പരിണമിച്ചത്. എടക്കൽ ഗുഹാചിത്രങ്ങൾ ഇത്തരത്തിൽ പ്രബലമായ അവശേഷിപ്പാണ്. ഒരു ഗുഹയിൽ മാത്രം രൂപപ്പെടുന്നതായിരിക്കില്ല ഈ പുരാ പ്രക്രിയ. മലബാറിൽ മാത്രം 160ഗുഹകൾ ഉള്ളതായി

എടക്കൽ ഗുഹ

ആർ. സെവൽ രേഖപ്പെടുത്തിയിട്ടുണ്ട്(Pre-historic Antiquarian Reminds in the Presidency of Madras)

ഈ ദേശപംക്തിയുടെ യഥാർഥ പ്രാചീനതയെ അതിന്റെ പരപ്പിൽ പഠിച്ചെടുക്കാൻ ഏറ്റവും മികച്ച മാതൃക എടക്കൽ ഗുഹാലിഖിതങ്ങൾ തന്നെയാണ്. നമ്മുടെ സംസ്കൃതിയുടെ വളരെ പ്രാചീനമായ ബീജവാഹിനിയും കേരളത്തിന്റെ എഴുത്തുസംസ്കാരത്തിന്റെആദിമഉറവിടവുമാണത്.

1894 ൽ മലബാർ ജില്ലാ പോലീസ് സൂപ്രണ്ട് ഫ്രെഡ് ഫോസെറ്റ് കണ്ടെടുത്ത കന്മഴുവാണ് എടക്കൽ ഗുഹാലോകത്തേക്കുള്ള അന്വേഷണത്തിന്റെ വഴികാട്ടി. 1901 ൽ ഇന്ത്യാ ആന്റിക്വറി എന്ന പത്രികയുടെ മുപ്പതാം വാല്യത്തിൽ ഫോസെറ്റ് എടക്കൽ ഗുഹാ ചിത്രങ്ങളെക്കുറിച്ച് 'Notes on the Rock carvings in the Edakkal cave, wynad' എന്ന ലേഖനമെഴുതിയപ്പോഴാണ് ലോകമറിഞ്ഞത്. അതിനുമെത്രയോ മുമ്പേ ആദിവാസികൾക്ക് സുപരിചിതമായ ഇടമാണിത്. മാത്രമല്ല, എടക്കൽമലയിൽ അവരുടെ ആരാധനാകേന്ദ്രമുണ്ടായിരുന്നതിനെപ്പറ്റിയും ഫോസെറ്റ് രേഖപ്പെടുത്തിയിട്ടുണ്ട്. ചുമരിൽ കോറിവരഞ്ഞ ചിത്രങ്ങളെആൾരൂപങ്ങളായും, മൃഗങ്ങളായും വണ്ടിചക്രങ്ങളായും, സ്വസ്തിക -വൃത്തം-കുരിശ് ചിഹ്നങ്ങളായും വായിക്കപ്പെട്ടു. അക്ഷരങ്ങൾ, അക്കങ്ങൾ എന്നിവയും കോറിവരഞ്ഞതിൽ കാണാനുണ്ട്. ചിലതൊക്കെ തേഞ്ഞു മാഞ്ഞുപോയി. സ്ത്രീയും പുരുഷനും

 രൂപങ്ങളിലുണ്ട്. ചതുരത്തലയുള്ള മനുഷ്യരൂപങ്ങൾ. ചില രൂപങ്ങൾക്ക് പാദത്തോളം നീണ്ട കൈ, ഉയർന്ന മുടിയും ശിരോലങ്കാരങ്ങളും. അമ്പേന്തി നിൽക്കുന്നവർ, നായാട്ടുനായയുടെ ചിത്രം, നൃത്തരൂപങ്ങൾ. ഒരു സ്ത്രീയുടേയും പുരുഷന്റേയും ലൈംഗികാവയവങ്ങളെ ബന്ധിപ്പിക്കുന്ന രേഖ -ഇതൊരനുഷ്ഠാന വേദിയായിരുന്നെന്ന അഭിപ്രായം ഇ. ഒ. ടിൽനർ (സ്വിറ്റ്സർലാൻഡ്) ഉൾപ്പെടെയുള്ള ചരിത്രകാരന്മാർ പങ്കുവച്ചിരുന്നു. ഈ ഗുഹയുടെ അനുഷ്ഠാനപരമായ പ്രാധാന്യത്തെ ഒ. കെ. ജോണി വിശദമായി അടയാളപ്പെടുത്തിയിട്ടുണ്ട്.

വയനാടൻ ചെട്ടിമാർ തീർഥാടനം നടത്തിയിരുന്ന ഒരു മുടിയാമ്പിള്ളി ക്ഷേത്രം (മുടിയൻ പുലി ഭഗവതി ക്ഷേത്രം) മലമുകളിൽ ഉണ്ടായിരുന്നു. മലയുടെ താഴ് വരയിൽ മുള്ളക്കുറുമരുടെ മുടിയാമ്പിള്ളി ക്ഷേത്രം ഇപ്പോഴുമുണ്ട്. പുലികളുടേയും മറ്റും ദ്രോഹങ്ങളിൽ നിന്ന് രക്ഷ തേടി നരിക്കുത്ത് തുടങ്ങിയ അനുഷ്ഠാനങ്ങളും പിന്തുടർന്നിരുന്നു. ഗുഹയുടെ ഇരുഭിത്തിയിലുമായി ശേഷിച്ച ലിപികളുടെ (71 ബ്രാഹ്മിയക്ഷരങ്ങൾ, ഒരുവട്ടെഴുത്ത് അക്ഷരം, 2 കന്നഡ അക്ഷരം എന്നിവയാണ് വായനാസാധ്യമായവ. അതല്ലാത്ത അക്ഷര ലിഖിതങ്ങളും പ്രതലത്തിലുണ്ട്.) രഹസ്യങ്ങൾ അന്വേഷിക്കാൻ ഫോസെറ്റിനു ശേഷം ഒട്ടേറെ ഗവേഷണങ്ങളുണ്ടായി. ആഭരണങ്ങളും തലപ്പാവും ആയുധവും ധരിച്ച കോലത്തെ രാജരൂപമായും ഗോത്രത്തലവനായുമൊക്കെ ചിലർ തിരിച്ചറിയുന്നു. കൂടാതെ ആന, നായ, ചക്രവണ്ടികളും ചിത്രങ്ങളിൽ ആരോപിക്കപ്പെട്ടു. മുപ്പതിലേറെ മനുഷ്യരൂപങ്ങളും പതിനഞ്ചിലേറെ മൃഗരൂപങ്ങളും ഭിത്തിയിലുണ്ട്.

എടക്കൽ ഗുഹ

ചിത്രങ്ങളും ലിഖിതങ്ങളും ഒരേ കാലത്ത് രചിക്കപ്പെട്ടതുമല്ല. എഴുത്തിനേക്കാൾ വളരെ പഴക്കവും ഭാവനാപരമായ ആഴവും ചിത്രങ്ങൾക്കുണ്ട്.

ജ്യാമിതീയ രൂപങ്ങളുടെ സൂക്ഷ്മത കൊണ്ട് യാഥാർഥ്യത്തിന്റെ സങ്കീർണത വ്യാഖ്യാനിക്കാൻ ഈ ചിത്രകല ശേഷി കാട്ടുന്നു. ചുമർ ചിത്രകലയുടെ തുടക്കത്തിലല്ല എടക്കൽ വരകളുടെ സ്ഥാനമെന്ന് വ്യക്തമാണ്. നവശിലായുഗത്തിന്റെ പൂർവഘട്ടത്തിലാണ്, ബി. സി. ഏഴായിരത്തിനും ആറായിരത്തിനുമിടയിലാണ് ഇതിന്റെ കാലനിർണയം കേസരി നടത്തുന്നത്. സ്വസ്തിക മുതലായ ചിഹ്നങ്ങളിൽ അഞ്ചെണ്ണത്തിന് ബി. സി. 2500നു മുമ്പുള്ള മോഹഞ്ജദാരോ ചിത്ര ലിപികളോടുള്ള സാമ്യം ഫോസെറ്റ് കണ്ടെത്തുന്നു. എന്നാലിത് മോഹഞ്ജദാരോ ചിത്രലിപികളെപ്പോലെയുള്ള ലിപികളല്ലെന്നും കേവലം നിഗൂഢവും മതപരവുമായ ചിഹ്നങ്ങളാണെന്നുമുള്ള അഭിപ്രായമാണ് കേസരിക്ക്. (1938, മാതൃഭൂമി വിശേഷാൽ പ്രതി).

ചിത്രലിഖിതങ്ങൾ നായാട്ടു പോലെയുള്ള ഏതെങ്കിലും കർമപരിപാടിയുടെ റിഹേഴ്സലായി കാണാനാവില്ല. നീന്തൽ പോലെ റിഹേഴ്സലിന് ഇടമില്ലാത്ത ഒരു കൃത്യമാണ് അന്നത്തെ ഉപജീവന രീതികൾ. നേരിട്ടു വെള്ളത്തിലിറങ്ങലാണ് നീന്തലിന്റെ തുടക്കം. ഗുഹാവരകളുടെ പിന്നിലും ചിത്രകലയുടെ ബൗദ്ധിക വളർച്ച അന്വേഷിക്കുന്നത് അനാവശ്യമാണ്. ശിശുക്കൾ ആദ്യം ചെയ്യുന്ന കലാ ദൗത്യം വരയാണ്. അതിനെ കലയെന്നു വിശേഷിപ്പിക്കാനാവില്ല. ഏതിനേയും കീഴ്പ്പെടുത്തലാണ് ഉന്നം. നക്ഷത്രങ്ങളിലേക്കെന്ന പോലെ വിദൂരങ്ങളിലേക്കുള്ള യാത്രാസങ്കല്പങ്ങളാണ് വരകളും മറ്റും. അതിൽ ദൃശ്യങ്ങളുടെ അതിർത്തി കടക്കുമ്പോൾ അദൃശ്യങ്ങളും ദുരൂഹതകളും മാന്ത്രിക പ്രരൂപങ്ങളും കലരും. അമൂർത്തമായി (Abstract)ആയി മാറും. ആദിമ മനുഷ്യന്റെ ഉപബോധതലങ്ങളിൽ പ്രതിഫലിക്കുന്ന അവ്യക്തയാഥാർഥ്യമായിഈ ചിത്രരൂപങ്ങളെ നിരീക്ഷിക്കാവുന്നതാണ്. ദൈവത്തിന്റെ അദൃശ്യതയെ തെയ്യക്കോലമായി അണിയിച്ചൊരുക്കുന്നതിലെ നിഗൂഢത ഈ ചുമർകലയിലും പ്രകടമാണ്. അമൂർത്തതയുടെ പരിപ്രേക്ഷ്യത്തെ കലയിൽ വെളിപ്പെടുത്താനുള്ള മായികത ഇവിടെ വർത്തിച്ചിട്ടുണ്ട്. ജ്യാമിതീയ രൂപങ്ങളെ സംയോജിപ്പിച്ചു കൊണ്ട് വാസ്തു ദൃശ്യങ്ങളെ ദ്യോതിപ്പിക്കുന്ന സൃഷ്ടിപരമായ സങ്കേതാത്മകത തെളിഞ്ഞു കാണാം. സൂര്യചന്ദ്രന്മാരെ മനുഷ്യബിംബങ്ങളാക്കി സമൂർത്തീകരിക്കുന്ന കല, കേവലമായ കലയെന്നതിനപ്പുറം പ്രാക്തനമായ അനുഷ്ഠാനഘടനയായി മാറുന്നു. പ്രകൃതിയുടെ ഗണിതഭാഷ തന്നെയാണ് ഈ കലയുടെ ശൈലി. വരച്ചിടുന്നത് മൃഗ ചിത്രങ്ങളാവണമെന്നില്ല. നക്ഷത്രദൃശ്യങ്ങളെ കൂട്ടിയോജിപ്പിച്ച് എത്രയോ ജൈവശരീരങ്ങളെ നിർമിക്കുന്ന ഭാവനാക്രിയയാണ് ഈ കലയുടെ ഉറവിടം. വണ്ടിച്ചക്രങ്ങൾ വരച്ചിടേണ്ടുന്ന പാഴ്

വേലക്ക് അനുഷ്ഠാനസന്ധാരകരായ ചിത്രകാരന്മാർ തുനിയില്ല. അവർ വരച്ചിട്ടത് ഒരേ ചക്രങ്ങളല്ല, ആരക്കാലുകളും വ്യാസരേഖാഖണ്ഡങ്ങളും വൃത്തഖണ്ഡാംശങ്ങളും എണ്ണത്തിൽ വ്യത്യാസമുള്ള ചക്രരൂപങ്ങളാണ്. കാലചക്രത്തിന്റെ വിഭജനങ്ങൾ അതിൽ കാണാൻ കഴിയും. ത്രിഭുജ ശ്രേണികൾ വിന്യസിച്ചുള്ള ചിത്രണങ്ങളും ധാരാളമുണ്ട്. ഈ കലാകാരന്മാർ എടക്കൽ മലയുടെ സമീപം താമസിക്കുന്ന മുള്ളുക്കുറുമ്പരുടെ പൂർവികരാവാമെന്ന വിശ്വാസം ഫോസെറ്റ് പ്രകടിപ്പിച്ചിരുന്നു. പ്രാചീന ഇന്ത്യയിൽ പാർത്തിരുന്ന ആസ്ത്രലോ വേടർ നരവംശത്തിൽ പെട്ടവരാണിവർ. കേരളത്തിലെ മലവേടർ, മുള്ളക്കുറുമർ, ചെറുമൻ എന്നിവരും ഗോണ്ടുകൾ, മുണ്ടർ, ഹോസ് വിഭാഗക്കാരും ഈ വംശത്തിൽ വരുന്നവരാണ്.

ബി. സി. മൂന്നാം നൂറ്റാണ്ടിന്റെ കാലപരിസരമാണ് ഈ ബ്രാഹ്മി ലിഖിതത്തിനുള്ളതെന്ന് പ്രൊഫ:ബ്യൂളർ നിരീക്ഷിക്കുന്നു. അശോകലിപിയുടെ അവാന്തര രൂപമാണിതെന്ന് പ്രൊഫ: ലിഗറിയും അഭിപ്രായപ്പെട്ടു. കേരളീയരുടെ എഴുത്തിന്റെ ചരിത്രം അവിടെ ആരംഭിച്ചതായുംവിലയിരുത്തപ്പെടുന്നു. നിരീക്ഷിച്ചറിഞ്ഞ ഉള്ളടക്കത്തെ പരിഗണിച്ചാൽ ബുദ്ധമത പ്രചാരകരായ സംഘമാണ് ശിലാലിഖിതങ്ങൾക്കു പിന്നിലെ കരങ്ങളെന്ന് വിലയിരുത്തിയാലും ആ ഭാഷ തിരിച്ചറിയുന്ന ഒരു സമൂഹത്തിൽ മാത്രമേ ഈ സന്ദേശം പരസ്യപ്പെടുത്താൻ ആരും തുനിയുകയുള്ളുവെന്നു കാണണം. അതായത് എഴുത്തിന്റെ ആരംഭമേയല്ല ഒട്ടേറെ പഴകിക്കഴിഞ്ഞതാണ് ആ സന്ദർഭം. കൊത്തുപണികൾക്കു ശേഷം സഹസ്രാബ്ദങ്ങൾ കഴിഞ്ഞാണ് (ഏകദേശം 6000 വർഷം) ശിലാലിഖിതങ്ങളിലൊന്ന് കൊത്തപ്പെട്ടതെന്നും കേസരി പ്രസ്താവിക്കുന്നു. പിന്നേയും 500 വർഷം കഴിഞ്ഞാണ് തെക്കേ ചുമരിലെ ലിഖിതം ഉണ്ടായത്. ആദ്യമെഴുതപ്പെട്ട ലിപി 'കേവ്' എന്നു പേരിടപ്പെട്ട പ്രാചീന ബ്രാഹ്മി ലിപിയാണെന്നു നിരീക്ഷിച്ച കേസരി ഒരു ലിഖിതം 'സകമുനേ വേരകോവ ഹ ദാനം' എന്നു വായിക്കുകയും ചെയ്തു. അതിന് അർഥവും വ്യാഖ്യാനിച്ചു: 'ശാക്യമുനി (ബുദ്ധന്റെ) യുടെ ഒവരകൾ പലതു ദാനം ചെയ്തു' ബി. സി. രണ്ടാം ശതകത്തിൽ ഈ ദേശങ്ങൾക്ക് ബുദ്ധമത സന്ദേശങ്ങൾ പ്രചരിച്ചതിന്റെ തീവ്രപശ്ചാത്തലമുണ്ട്. അക്കാലത്ത് ശാക്യമുനിയുടെ ഒവരകൾ (ആരാധനക്കുള്ള ഗുഹകൾ) ദാനം ചെയ്യപ്പെട്ടിരുന്നുവത്രെ. അതിയമാൻ നാടിന്റെ രാജാവ് അതിയൻ നെടുമൻ അഞ്ചി മലയമാനാട് രാജാവായ മലയമാനെ തോല്പിച്ച് കോവില്ലൂർ പിടിച്ചടക്കിയതിന്റെ സ്മരണാർഥം ഗുഹ നിർമിച്ച് ഒരു ജൈന സന്ന്യാസിക്ക് ദാനം ചെയ്തതായി ഗുഹാലിഖിതമുണ്ട്.

ഗുഹാലിഖിതങ്ങളിൽ ബുദ്ധമത സന്ദേശങ്ങൾ കൊത്തിവയ്ക്കാൻ സ്വീകരിക്കുന്ന ഭാഷ പ്രധാനമാണ്. അന്യദേശത്തു നിന്നെത്തുന്ന മത മിഷണറിമാരുടെ ഭാഷ പ്രാദേശിക ഭാഷയുമായി വിനിമയം സാധിക്കുന്നുണ്ടെങ്കിലേ ആ എഴുത്ത് ഫലപ്രദമാകൂ. അതുണ്ടാവുന്നുവെങ്കിൽ, ഭാഷാപരമായ ഐക്യം വ്യാപിക്കാൻ മാത്രം, അതിനുമെത്രയോ മുമ്പേ ജനപദങ്ങളുടെ കൂടിച്ചേരലുകൾ നടന്നിട്ടുണ്ടാവണം. അതല്ലെങ്കിൽ പൊതുവായ ഒരാദി ഭാഷയിൽ നിന്ന് ഉറവെടുത്തതാവണം ലിഖിതം കൊത്തിയവരുടേയും തദ്ദേശീയരുടേയും ഭാഷ. അതല്ലെങ്കിൽ ബുദ്ധമതം നേരത്തേ സ്വീകരിച്ചു കഴിഞ്ഞ തദ്ദേശീയർ തന്നെയാവണം ചുമരെഴുത്തു നടത്തിയതും. ടി. പവിത്രന്റെ ഗ്രന്ഥത്തിൽ പ്രതിപാദിക്കുന്നത് ബൂസ് ട്രോഫെഡൻ ലിഖിത ശൈലിയിലാണ് ഈ എഴുത്തെന്നാണ്. ആദ്യവരി ഇടത്തു നിന്നു വലത്തോട്ടും രണ്ടാം വരി വലത്തു നിന്നും ഇടത്തോട്ടും മൂന്നാം വരി വീണ്ടും ഇടത്തു നിന്നും വലത്തോട്ടുമാണ് ആ ശൈലി പിന്തുടരുന്നത്. ഇത് ആശയത്തിന്റെ ക്രമം മുറിയാതെയുള്ള പ്രാചീനഎഴുത്തുസമ്പ്രദായമാണ്. മുറിയാത്ത രേഖാചലനത്തിലൂടെ ഒരാശയത്തെ ആവിഷ്കരിക്കുന്ന രീതി. ഈ ശൈലി എടക്കലിനു പുറമെ ആന്ധ്രയിലെ കർണൂൽ ജില്ലയിൽ യെരഗുഡിയിലെ അശോക ശാസനത്തിലാണ് കണ്ടെത്തിയിട്ടുള്ളത്. ബി. സി. 500 വരെ ഗ്രീക്കിൽ പ്രചാരത്തിലുണ്ടായിരുന്ന ശൈലിയാണിത്. തെക്കേ ചുമരിലെ മൂന്നു വരികൾക്ക് കുഷാന ബ്രാഹ്മി, ഭട്ടി പ്രോളോ ബ്രാഹ്മി എന്നിവയൊക്കെ കലർന്ന ലിപി ശൈലിയാണെന്നും 'എഴുത്തിടങ്ങളി'ൽ ടി. പവിത്രൻ വിശദീകരിക്കുന്നു. ഈ ചുമർസന്ദേശത്തിന്റെ ബുദ്ധമത ബന്ധത്തെയാണ് അദ്ദേഹവും എടുത്തുകാട്ടുന്നത്. വടക്കേച്ചുമരിലെ അഞ്ചാം വരി കണ്ടെത്തിയ സ്വാമിനാഥൻ 'കുടുമ്മി പുതചേര' എന്നു വായിച്ചു - കുടുമിപുത്രനായ ചേരൻ. തമിഴ് - ബ്രാഹ്മി ലിപിയാണ്. 'കടുമ മിപുതചര' (ധീരനായ ചേരപുത്രൻ)എന്നാണ് ഐ. മഹാദേവൻ വായിച്ചത്. ആറുവരികളേയും ചേർത്തുവച്ചാണ് ടി. പവിത്രൻ നിഗമനം നടത്തിയത്:

'ബിന/ശ്ലികജ / ശബരേ /... / കടുമ മിപുതചര/സുത' എന്നെഴുതിയത് ബിനശ്ലിക യശബര (സംസ്കൃതത്തിൽ -വിനശ്ലിഹ യശബലേ) എന്നാണെന്നും മൃഗങ്ങളെ കൊന്നൊടുക്കുന്നതിനെ ഇല്ലാതാക്കുന്നവൻ യശസ്സിന്റെ ബലമുള്ളവനായിത്തീരുമെന്ന ബുദ്ധ തത്വമാണിതെന്നുമാണ് അദ്ദേഹത്തിന്റെ തീർപ്പ്.

അദ്ദേഹം 'കടുമമി ബുധചര സുത' എന്ന മട്ടിൽ വാക്യം ഘടിപ്പിച്ചുകൊണ്ട് 'തീക്ഷ്ണമായ, വിശേഷമായ, ബുദ്ധമാർഗത്തിൽ മകനെ അയച്ച്' എന്ന മട്ടിൽ സാരം പൂർത്തിയാക്കുന്നു. തെക്കേ ചുമരിൽ മൂന്നു വരിയിലായി അമ്പത്തിമൂന്ന് അക്ഷരങ്ങളാണുള്ളത്.

ഒന്നാം വരി:

പലം പുഥലഷവയുഥ

വേടോം കേ മാഗപ

കചംചവമക വചഹ ഇബഫേ

(ഇതിന്റെ ആദ്യഭാഗം ഡോ: ഹൾട്ഷ് വായിച്ചത്: 'പല് പുലിതാനന്ത കാരി കോപുതിവീര'. രണ്ടാം ഭാഗം 'വേട് കോപണാകചം നന്ന ചത്തി' എന്നു വായിച്ച കേസരി രണ്ടു ഭാഗങ്ങളേയും ചേർത്ത് വിശദീകരിച്ചത്: 'പല പുലികളെ കൊന്നൊടുക്കിയ വേട് കോവനായ നാഗ വംശജൻ നന്നശക്തി' എന്നാണ്. വേട്കോവൻ, നന്നൻ എന്നതൊക്കെ പ്രാചീന ഗ്രാമോദ്യോഗസ്ഥ പദവികളാണെന്നാണ് അനുമാനിക്കപ്പെടുന്നത്. 'വേട് കോ മാനകചൻറു അത്തി', എന്നു ഡോ:എം. ആർ. രാഘവവാര്യർ. 'പല് പുലി തത്ത കാരി വേൻ കോ മലൈ കച്ചവനു ചത്തി' എന്ന് ഐ. മഹാദേവൻ. 'വേങ്കോ മലയിലെ കശ്യപനു ശക്തി'യെന്നാണ് അദ്ദേഹം അതിനു നൽകുന്ന അർഥവും. പല് പുലി സ്ഥലനാമമായിരിക്കാമെന്നും അഭിപ്രായപ്പെടുന്നു. മഹാദേവന്റെ വായനയിലെ 'വേങ്കോ മല' എടക്കലിന്റെ പഴയ പേരായിരിക്കുമോയെന്ന സംശയം പ്രകടിപ്പിച്ചവരുണ്ട്. വേങ്കോ രാഷ്ട്രം എന്നത് പല്ലവരാജാവ് സിംഹവർമന്റെ മംഗലൂർ ഫലകത്തിൽ പരാമർശിക്കപ്പെട്ടതാണ്.)

പരാമർശിക്കപ്പെട്ട നന്നശക്തി മൂഷിക വംശസ്ഥാപകൻ നന്ദന്റെ പുത്രൻ നന്നചത്തിയാണെന്ന നിരീക്ഷണവുമുണ്ട്. ചോളരുടെ കുലചിഹ്നം പുലിയാണ്. ചോളരെ യുദ്ധത്തിൽ കീഴടക്കിയതിന്റെ പ്രതീകവാക്യമായും ഈ പ്രസ്താവനയെ കാണുന്നത് അസ്ഥാനത്തല്ല.

രണ്ടാം വരി:

ഘ്ഘ ഖഥ്ണഥ്ലോ കൈ വമ്മി ക് ലാരനാട്ടുഖ്മ്ഘയമഹാഖഹര പമിപഥ്മഖച്ച ('ശ്രീ വിഷ്ണുവർമന: കുടുംബിയ കുലവർധനസ്യലിഖിതം' - ഡോ: ഹൾട്ഷ്. ബൂസ്ട്രോ ഫെഡൻ ശൈലി പ്രകാരം രണ്ടാമത്തെ വരി വലത്തു നിന്നു ഇടത്തോട്ടു വായിക്കണമെന്ന ഡോ: ടി. പവിത്രന്റെ നിർദേശമനുസരിച്ചാൽ 'ച്ചഖഥ്മപമിപരഹര ഹാമയഖമഘട്ടനാരക് ലാമ്മി വകൈഥ്ലോഥ്ണഖഘഘ' എന്നായി മാറും. ഇതിന്റെ വ്യാഖ്യാനം അപ്പോഴും ഇതു തന്നെയായിരിക്കുമോ? പവിത്രന്റെ ലേഖനം അത് വ്യക്തമാക്കുന്നില്ല.)

മൂന്നാം വരി:

ഥ്വഹറുഝഥത

എടക്കൽ ചിത്രം കൊത്തിയവർ സൂര്യാരാധകരായിരുന്നു. കാശ്യപന്മാർ സൂര്യാരാധകരാണ്. കാസ്പിയൻ തീരങ്ങളിൽ നിന്നു വന്നവർ. സൂര്യനെന്നാണ് കാസ്പിയൻ വാക്കിന്റെ അർഥം. സൂര്യവംശം സ്ഥാപിച്ച ഇക്ഷ്വാകു (വൈവസ്വത മനുവിന്റെ പുത്രൻ) കാശ്യപന്റെ പിന്തുടർച്ചക്കാരനാണ്. തുറന്ന സ്ഥലങ്ങളിലെ പാറകളിലും കൽത്തറകളിലും സൂര്യഭഗവാനെ പ്രകീർത്തിക്കുന്ന ലിഖിതങ്ങളും ചിത്രരൂപങ്ങളും മറ്റിടങ്ങളിലും കണ്ടെത്തിയിട്ടുണ്ട്. അവ രാജശാസനങ്ങളോടു ചേർത്തു മാത്രം വായിക്കുന്നത് കേവല യുക്തിയാണ്. ശില്പകലയുടേയും ശിലാലിഖിതങ്ങളുടേയും പിന്നിൽ മുഖ്യമായും ഇന്നത്തെ പോലെ അന്നും കലാകാരന്മാരുടെ കലാവിരുതുകളാണ്. ഏതു കാലത്തും സ്വതന്ത്രമായ തലത്തിലൂടെ സഞ്ചരിക്കുന്ന പ്രവണത കലാകാരന്മാരിലാവും കൂടുതലും പ്രകടമാവുക.

രാജാവിനേക്കാൾ പ്രകൃതിയുടെ ഉപാസകരാവും അവർ. രാജസങ്കേതങ്ങളിൽ തമ്പടിച്ച കലാകാരന്മാർ ധാരാളമുണ്ടാകാം. സമാന്തരമായ, ഒട്ടൊക്കെ സ്വതന്ത്രരായവരും അന്നില്ലാതെ വരില്ലല്ലൊ. അധികാര വിധേയത്വമില്ലാതെ വിരചിച്ചവർ. അവരുടേതായ കലാപ്രതലങ്ങളിൽ പ്രകൃതിദൃശ്യങ്ങൾ അവർ പകർത്തി വയ്ക്കുന്നു. രൂപങ്ങളും ലിപികളും അക്ഷരങ്ങളും ഗണിത സംഗ്രഹങ്ങളും ആവിഷ്കരിക്കപ്പെടുന്നു. എടക്കൽ ഗുഹയുടെ സമീപത്തുള്ള തൊവരിയിലെ പാറയിൽ കാണപ്പെട്ട ബ്രാഹ്മിലിഖിതം 'രര കക ഐ മ' എന്നാണ്. ജ്യാമിതീയ രൂപങ്ങൾക്കിടയിലാണ് ലിഖിതം. ഇതിന്റെ യഥാർഥ അർഥം വായിക്കപ്പെട്ടിട്ടില്ല. ഇടത്തോട്ടു വായിക്കുന്ന ശൈലി കണക്കിലെടുത്താൽ 'മകൈരം' നക്ഷത്രത്തെ രേഖപ്പെടുത്തിയതാവാം. മാദിഗ, കന്നഡ തുടങ്ങിയ ചിലഭാഷകളിൽ മകര എന്നാണുച്ചാരണം.

നക്ഷത്രക്കൂട്ടങ്ങളെ കൂട്ടിയോജിപ്പിക്കുന്ന ചിത്രരൂപങ്ങൾ പല അക്ഷരലിപികൾക്കും ആധാരമായിട്ടുണ്ട്. കാസർക്കോഡു കാറഡുക്കയിലെ ചെങ്കൽപ്രതലത്തിൽ സൂര്യാസ്തമയത്തെ ഭാവന ചെയ്ത് കൊത്തിയ വാചകം കണ്ടെത്തിയിരുന്നു.

'രിഹ ധുരെധുഥാണ മഹയുഗിസൂയ്യചന്ദ്രന്ദ'

ഇത് കുലശേഖരവംശത്തിലെ സ്ഥാണുരവിയായും ഭാസ്കരരവി രണ്ടാമനുമായൊക്കെ ബന്ധിപ്പിച്ച് ചരിത്രകാരന്മാർ വ്യാഖ്യാനിച്ചതായും കണ്ടു. ഈ ലിഖിതങ്ങളുടെ ഭാഷാപ്രാധാന്യം ഒരു പൂർവദ്രാവിഡഭാഷയുടെ സൂചനകളിലേക്ക് നയിക്കുന്നതും വരമൊഴിയിലെത്തുന്നതു വരെയുള്ള ആ ഭാഷയുടെ വായ് മൊഴി പാരമ്പര്യത്തിന്റെ ഏറ്റവും പ്രാചീനമായ ദൈർഘ്യത്തെ സാക്ഷ്യപ്പെടുത്തുന്നതുമാണെന്നതിൽ സംശയമില്ല.

ദ്രാവിഡഭാഷയും പാലിയും അന്യോന്യം കടമെടുത്ത പ്രയോഗങ്ങളും ലിപികളും അനവധിയാണ്. രണ്ടിനും സന്ധിക്കാവുന്ന പൂർവയിടവും ഭാഷയും സംസ്കൃതിയും തള്ളിക്കളയാവുന്നതല്ല. ദ്രാവിഡവട്ടെഴുത്തും അശോകന്റെ അക്ഷരമാലയും രണ്ടും സ്വതന്ത്രമായി ഉത്ഭവിച്ചതാണെന്ന ഡോക്ടർ ബർണലിന്റെ അഭിപ്രായം രണ്ടു ഭാഷയുടേയും തനതായ അസ്തിത്വം വ്യക്തമാക്കുന്നു.

ഒപ്പം രണ്ടിനുമുള്ള പൊതു പാരമ്പര്യവും കൂടിക്കലരുന്നു. അതിനാൽ എടക്കൽ ലിപിക്ക് പാലിയോടു സാദൃശ്യമുണ്ടെങ്കിലും, അതിന്റെ അടിസ്ഥാനം ആദിദ്രാവിഡ ലിപി തന്നെയാണെന്നു വ്യക്തം. പുരാതനമായ ദ്രാവിഡാക്ഷരമാലയിൽ നിന്നു മറ്റേതുണ്ടായി എന്ന് അനുമാനിക്കുന്നതാണു യുക്തിക്കു ചേരുന്നതെന്ന് ചട്ടമ്പിസ്വാമികൾ 'തമിഴകവും ദ്രാവിഡ മാഹാത്മ്യവും' എന്ന കൃതിയിൽ വിശദീകരിക്കുന്നതു കാണുക:

"ദ്രാവിഡഭാഷയിൽ അതിഖരമൃദുഘോഷാദിവർണങ്ങളുണ്ടെങ്കിലും ആ അക്ഷരങ്ങളില്ല. റ, ള, ഴ, റ്റ, ങ എന്നിവ കൂടുതലായും ഉണ്ട്. ഐ, ഔ എന്നിവ പാലിയിൽ ഇല്ല. പാലിയിലില്ലാത്ത അക്ഷരമാല കൂടി ദ്രാവിഡർ കടം വാങ്ങിയത് അത്ഭുതമായിരിക്കുന്നു. ആദ്യം കോലെഴുത്ത് (മേലോട്ടു നീണ്ട) ആയിരുന്നു. ഇതിനെ പരിഷ്കരിച്ചതാവണം വട്ടെഴുത്ത്. ഇതിൽ നിന്നുമാണു ഗ്രന്ഥമെഴുത്തുലിപി പരിഷ്കരിച്ചിട്ടുള്ളത്. മലയാളാക്ഷരമാല ഇതിൽ നിന്നും എടുത്തതാകുന്നു. വട്ടെഴുത്തിനും പാലിക്കും വളരെ സാദൃശ്യമുള്ളതു വാസ്തവം തന്നെ. അതുകൊണ്ട് ഏത് ഏതിൽ നിന്നുളവായി എന്നു പറവാൻ പ്രയാസമാണ്. അല്ലെങ്കിൽ രണ്ടിലും കാണുന്ന സാദൃശ്യങ്ങൾ യാദൃച്ഛികമല്ലെന്നു വരാം. ഇതുപോലെ യാതൊരു യഥാർത്ഥബന്ധവും കൂടാത്ത വെറും ബാഹ്യസാദൃശ്യങ്ങൾ ലോകത്തിൽ ധാരാളം കാണാം. ദ്രാവിഡരുടേതു സ്വതന്ത്രമായ ഒരു ലിപിയാകകൊണ്ടു മലയാളികളെ അക്ഷരാഭ്യാസം ചെയ്യിക്കാൻ ബുദ്ധമതക്കാർ വേണമെന്നില്ലല്ലോ".

സംസ്കൃതാക്ഷരങ്ങൾ 'ദേവനാഗരി'യായി അറിയപ്പെട്ടതിനു പിന്നിലും നാഗന്മാരുടെ പാരമ്പര്യമാണ്. ആര്യന്മാരുടെ എഴുത്തുവിദ്യയുടെ പൈതൃകം അവരിലാണ്.

ബ്രാഹ്മിലിപിയിലുള്ള പുരാതനലിഖിതങ്ങളിലൊന്നാണ് മക്രേരി സുബ്രഹ്മണ്യ - ഹനുമാൻ ക്ഷേത്രത്തിലേത്:

1. ഉഥനഗനന്നഗ (നന്നന്റെ കുന്നിലെ വരുമാനം)

2. നഗനയ്യേനമഹഥമലോനന്നാഹ

(നിത്യ ചെലവിന് ഉപയോഗിക്കാമെന്ന് നന്നൻ അരുളിയതായി.) [കടപ്പാട്: എഴുത്തിടങ്ങൾ - ഡോ: ടി. പവിത്രൻ]

തിരുനെല്ലിയമ്പലം, ഫോട്ടോ: അനിത. ഇ

മർക്കടശ്ശേരിയാണ് മക്രേരിയായത്. പെരളശ്ശേരി സുബ്രഹ്മണ്യ ക്ഷേത്രവുമായി അനുഷ്ഠാന ബന്ധമുള്ളതാണ്. തൃശിലേരിയും തിരുനെല്ലിയും അനുഷ്ഠാനപരമായ ഇതേ കടപ്പാടു പുലർത്തുന്നതു കാണാം. വട്ടെഴുത്തുലിപിയിലാണ് തിരുനെല്ലി, പെരുഞ്ചെല്ലൂർ ചെപ്പേട് ലിഖിതങ്ങൾ. തിരുനെല്ലി ചെമ്പുലിഖിതങ്ങളിങ്ങനെയാണ്:

"തിരുനെല്ലി ക്ഷേത്രത്തിലെ പ്രതിഷ്ഠാ മൂർത്തിയായ മഹാവിഷ്ണുവിന്റെ തിരുവാമൃതിനും വാടാവിളക്കിനും വേണ്ടി കുറുംപുറൈനാട് മൂത്തകൂറ് വാഴുന്ന കുഞ്ഞിക്കുട്ടൻ വർമൻ എന്ന അടികൾ വീര കുറുംബുറയാർ തിരുവടി കീഴ്ക്കാട്ട് പുറമേരിക്കൽ വസ്തു അട്ടിപ്പേറായി ദാനം ചെയ്തിരിക്കുന്നു. ദിവസവും പന്തീരടി സമയത്ത് നിവേദ്യം കാണിക്കണം. ഒരു വാടാ വിളക്കും പതിവായി കത്തിക്കണം"

പത്താം നൂറ്റാണ്ടിലേതാണ് തിരുനെല്ലി ശാസനം.

എ. ഡി. 1299നു മുമ്പ് എഴുതപ്പെട്ടതായി ഉള്ളൂർ നിരീക്ഷിക്കുന്ന 'ഉണ്ണിയച്ചീചരിത'ത്തിൽ തിരുനെല്ലിയമ്പലത്തിന്റെ ശ്രേഷ്ഠതകളാണ് വർണിക്കുന്നത്:

"പെരുചില്ലി വില്ലിയല്ല-
മിരുൾവില്ലി മാതർ മണി
തിരുവല്ലഭൻ മഹിത
തിരുനെല്ലി കുലമമര
പുരവില്ലിയോടു സഹ

ദുരഫലം പത്മ ധര
കര പല്ലവ സ്ഥരിത
മുരവെല്ലി മേവീമിക
തിരുനെല്ലി യത്രയല്യ...”

തിരുമരുളുർ (തൃശ്ശിലേരി)

ക്ഷേത്രത്തിലെ നർത്തകിയാണ് ഉണ്ണിയച്ചി.

എ. ഡി. 1145 ലെഴുതിയതായി കരുതുന്ന പെരുഞ്ചെല്ലൂർ ചെപ്പേട് ഇപ്പോൾ ബ്രിട്ടീഷ് ലൈബ്രറിയിലാണ് സൂക്ഷിക്കപ്പെട്ടിട്ടുള്ളത്. ചിറക്കൽ. ടി. സൂക്ഷിക്കാനായി കോഴിക്കോട് സർവകലാശാലയെ 1976 ൽ ഏല്പിച്ചതാണ്. അവിടെ നിന്നും ഏതോ പുരാവസ്തുവ്യാപാരി മുഖേന ബ്രിട്ടനിലെത്തുകയായിരുന്നു.

പ്രാചീനരേഖകൾ ലഭ്യമായിട്ടുള്ള ആദ്യത്തെ ബ്രാഹ്മണ അധിവാസ കേന്ദ്രംകൂടിയാണ് പെരിഞ്ചെല്ലൂർ (തളിപ്പറമ്പ്).

പെരിഞ്ചെല്ലൂർ അധികാരികളിൽ നിന്നും പുകൾമലൈച്ചേരി ചവരൻ തേവൻ എന്നൊരാൾ 707 ആനയച്ചുകൾ (നാണയം) ഭൂമിയും പലിശയും പണയവസ്തു നൽകി വായ്പയെടുക്കുന്നതു സംബന്ധിച്ച പ്രമാണമാണിത്.

പ്രാചീനകാലത്ത് പ്രാബല്യത്തിലുണ്ടായിരുന്ന വിവിധ നാണയങ്ങളെ ഡോ: ടി. പവിത്രൻ ചൂണ്ടിക്കാട്ടുന്നു:

“പയ്യന്നൂർ പാട്ടിൽ മൂഷികരാജാവിന്റെ നാണയമായ ‘ശ്രീ കണ്ടനെ’ സൂചിപ്പിക്കുന്നുണ്ട്... അനന്തപുരവർണനത്തിൽ വടക്കേ മലബാറിൽ മാത്രം പ്രയോഗിക്കുന്ന ധാരാളം പദങ്ങളെ കുറിച്ചും ഉള്ള സൂചനകൾ ഉണ്ട്. അതിൽ പറയുന്ന നാണയങ്ങളുടെ വിവരണം നോക്കുക. ശ്രീ കാളൻ, കലശൻ, ശംഖൻ, ശ്രീമാൻ, പഴയകാളയും ശ്രീധരൻ, തിനയൻ, മുള്ളവൻ, ശ്രീകണ്ടൻ, ചിരിചക്കിയും വില്ലൻ, വിലങ്ങൻ, വിറയൻ, മല്ലനും, തിരുമാമല, സന്തോഴ, നമ്പതൻ, ശൃംഗിലതയൻ, മണിയദ്വിജൻ മുത്തിൻ കുടയനും കീർത്തി കത്തിയൻ, മുതൽ മാമൂല കിരികോട ങ്ങൾ പോയഞ്ചുമിരഞ്ചും കാശുഭാഗവും കട്ടിപ്പൊന്നും പണിപ്പൊന്നും എട്ടോപാതി പണന്തുമും.

......

തിരുവട്ടൂർ ക്ഷേത്രത്തിലെ ശ്രീകോവിലിനകത്തുള്ള 9 വരി വട്ടെഴുത്തിലും ഗ്രന്ഥാക്ഷരത്തിലുമെഴുതിയ ശിലാലിഖിതത്തിലെ നാലാം വരിയിൽ മൂഷികരാജാവിന്റെ സ്വർണനാണയത്തിന്റെ സൂചനയായി ‘വിജയം

ശ്രീകണ്ഠ' എന്ന് ഇന്നത്തെ മലയാളത്തോടു സാമ്യമുള്ള രീതിയിലാണ് രേഖപ്പെടുത്തിയിട്ടുള്ളത്. ഇതിൽ അഞ്ചാമത്തെ വരിയിൽ ജയമാനി എന്ന മൂഷികരാജാവിനേയും സൂചിപ്പിക്കുന്നു" (63, എഴുത്തിടങ്ങൾ)

ശ്രീകണ്ഠാപുരം പഴയങ്ങാടിയിലെ കബർലിഖിതങ്ങൾ കൂഫിക്ക് അറബി അക്ഷരങ്ങളിലാണ്. പുള്ളിയും കുത്തുമില്ലാത്ത ലിഖിതങ്ങളായതിനാൽ അറേബ്യയിലെ അമവികളുടെ ഭരണകാല(എ.ഡി. 661-750)ത്തിനു മുമ്പേ എഴുതപ്പെട്ടതാണെന്നു ചൂണ്ടിക്കാട്ടപ്പെട്ടിട്ടുണ്ട്. ഹജ്ജാജ് ഇബ്നു യൂസുഫിന്റെ (എഡി 694-714) കാലഘട്ടത്തിലാണ് പുള്ളിയും കുത്തും ചേർത്തു പരിഷ്കരിച്ചത്. മൂന്നു കബറുകളുടെ മീസാൻകല്ലിൽ ലിഖിതങ്ങളുണ്ടെങ്കിലും ഒന്നു മാത്രമേ തെളിഞ്ഞു കാണുന്നുള്ളൂ.

ഇവിടെ പ്രഥമഖാസിയായ സൈനുദ്ദീൻ ഉമർ ഇബ്നുൽ മുഹമ്മദുൽ മാലിക്, അലിയുബ്നു ഹനീം, ഉമർ മുഹ്ദാർ എന്നിവരുടേതാണ് കബറുകൾ. തെളിഞ്ഞു കാണുന്ന കറുത്ത കരിങ്കല്ലിലുള്ള (12' x 28') മൂന്നുവരി ലിഖിതം കൂഫിക്ക് അറബിലിപിയിലാണ്. "പരമ ദയാലുവും കരുണാവാരിധിയുമായ അല്ലാഹുവിന്റെ നാമത്തിൽ ഇവിടെ കബറടക്കം ചെയ്യപ്പെട്ടത് അലിയു ബ്നു ഹനീം. അദ്ദേഹത്തിന്റെ മേൽ ദുആയും കരുണയും ഉണ്ടാകുമാറാകട്ടെ.

റബ്ബി - ഉൽ ആഖിർ മാസം ഹിജ്റ 74"

(എഡി 693 ആഗസ്റ്റ്).

അദിയ്യുബ്നു ഹാത്വിം എന്ന സ്വഹാബിയുടേതാണ് ഈ കബർ എന്ന വിശ്വാസമായിരുന്നു പൊതുവെ. ആ വിശ്വാസം തിരുത്തപ്പെടേണ്ടതാണെന്ന് സൂക്ഷ്മമായ വായനയിൽ ബോധ്യപ്പെട്ടുമെന്ന് അബ്ദുള്ള അഞ്ചില്ലത്ത് തന്റെ ഗ്രന്ഥത്തിൽ വിവരിക്കുന്നു:

"മഖാം ശിലാഫലകം മുൻപ് വായിച്ചത്:

പരമകാരുണികനും കരുണാവാരിധിയുമായ അല്ലാഹുവിന്റെ നാമത്തിൽ, ഈ കബർ അദിയ്യ ബ്നു ഹാതിം (റ) ന്റേതാണ്. പ്രവാചകന്റെ കാലത്ത് ഇവിടെ ഇരുന്നൂറ് പേരോടൊപ്പം വരികയും ഹിജ്റ 74ൽ വഫാത്തുകയും ചെയ്തു.

കരുണാമയനായ നാഥാ, നിന്റെ അനുഗ്രഹങ്ങൾ ഇദ്ദേഹത്തിൽ ചൊരിയേണമേ. ആമീൻ..

...ചരിത്രത്തെ തെറ്റിദ്ധരിപ്പിക്കുന്ന രീതിയിലുള്ളതായിരുന്നു ശിലാലിഖിതത്തിന്റെ ഈ വായന. അദിയ്യ് ഇബ്നു ഹാതിം, സ്വഹാബി ത്വയ്യിഅ ഗോത്ര നേതാവ് അബൂ ത്വരീഫ് അബൂ വഗ്ബ് എന്നീ വിളിപ്പേരുണ്ട്. 'ത്വയ്യിഅ' ഗോത്ര നേതാക്കളിൽ ചിലർ നബി(സ) അടുക്കൽ വന്നു.

അതിൽ അദിയ്യ ഉണ്ടായിരുന്നില്ല. ഇസ്ലാമിക വിശ്വാസം സ്വീകരിക്കു ന്നതിനു മുമ്പ് ഇദ്ദേഹം ക്രിസ്ത്യാനിയായിരുന്നു. പിൽക്കാലത്ത് ഇദ്ദേഹം നബി(സ) ഉമർ(റ)യിൽ നിന്നും ചില ഹദീസുകൾ ഉദ്ധരിച്ചിട്ടുണ്ട്. നബി(സ) നിര്യാണത്തിനു ശേഷം ഹാതിമും അദ്ദേഹത്തിന്റെ ഗോത്രവും അടിപതറാതെ നിന്നു. മദയൻ വിമോചനം ഖാദിസിയ, നഹ്റവാൻ എന്നീ യുദ്ധങ്ങളിലും അദ്ദേഹം പങ്കെടുത്തിരുന്നു. ഖാലിദുബിൽ വാലിദ് ശാമിൽ നടത്തിയ സൈനിക നീക്കങ്ങളിലും ഇദ്ദേഹം പങ്കെടുത്തിരു ന്നു. ജമൽ യുദ്ധങ്ങളിൽ അദിയ്യ അലിയുടെ പക്ഷത്തായിരുന്നു. ജമൽ യുദ്ധത്തിൽ അദ്ദേഹത്തിന് ഒരു കണ്ണ് നഷ്ടപ്പെട്ടു. 120 വയസ്സുവരെ അദ്ദേഹം ജീവിച്ചിരുന്നു. സ്ഥിരതാമസം കൂഫയിലായിരുന്നു. ഹിജ്റ 68 (എ. ഡി. 687) ൽ കൂഫയിൽ മരണപ്പെട്ടു. ഇദ്ദേഹം മതപ്രബോധന വുമായി ബന്ധപ്പെട്ടുകൊണ്ട് മലബാറിൽ എത്തപ്പെട്ടിരുന്നില്ല." (പേജ് 59, മലബാറിലെ ഇസ്ലാമിന്റെ ആധുനിക പൂർവചരിത്രം)

ശ്രീകണ്ഠപുരത്തു നിന്നും ഒമ്പതു കി. മീ. അകലെയുള്ള പ്രശസ്ത തീർഥാടനകേന്ദ്രമായ നിലാമുറ്റത്തെ കബറുകളിൽ രേഖപ്പെടുത്തിയ അറബി ശിലാലിഖിതങ്ങളെ മുൻനിർത്തി അബ്ദുള്ള അഞ്ചില്ലത്തിന്റെ കൃതി വിവരിക്കുന്നതിങ്ങനെയാണ്: "ഒരു കബറിൽ രേഖപ്പെടുത്തിയി രിക്കുന്ന അറബി ലിഖിതം 'ശത്രുക്കളാൽ വധിക്കപ്പെട്ടവരാണെന്നും ഇവരുടെ മേൽ അല്ലാഹുവിന്റെ കാരുണ്യം വർഷിക്കട്ടെ' എന്നുമാണ്. വേറൊരു കബറിൽ രേഖപ്പെടുത്തിയിരിക്കുന്ന അറബിലിഖിതം 'ഈ കബറിൽ ഒന്നിലേറെ പേരെ അടക്കം ചെയ്യപ്പെട്ടിട്ടുണ്ട്' എന്നാണ്. മറ്റൊരു കബറിൽ രേഖപ്പെടുത്തിയ ലിഖിതം 'ഈ കബറിൽ ഒരു കുട്ടി കൂടി അടക്കം ചെയ്യപ്പെട്ടിട്ടുണ്ട്' എന്നാണ്. നിലാമുറ്റത്ത് ഏറ്റവും പ്രാധാന്യപൂർവം പരിപാലിക്കപ്പെടുന്ന കബറിൽ രേഖപ്പെടുത്തിയിരിക്കു ന്നത് 'ഈ കബറിൽ അടക്കം ചെയ്യപ്പെട്ടത് സുൽത്താൻ' എന്നാണ്. സുൽത്താൻ എന്ന പരാമർശം ഇബ്നു ബത്തൂത്ത അദ്ദേഹത്തിന്റെ സഞ്ചാരചരിത്രത്തിൽ ശ്രീകണ്ഠാപുരത്തെ പരാമർശിക്കുന്നിടത്ത് സൂചി പ്പിക്കുന്നുണ്ട്. ഇത് ഈ കച്ചവട സമൂഹത്തിന്റെ 14-ാം നൂറ്റാണ്ടിലെ സാന്നിധ്യത്തിനുള്ള പ്രധാന തെളിവാണ്. അതേസമയം അറബി വണികന്മാരുടെ പ്രധാന അധിവാസ മേഖലയാണ് ഇരിക്കൂർ എന്ന് ബർബോസയും വില്യം ലോഗനും രേഖപ്പെടുത്തിയിട്ടുണ്ട്.

"'The Regents of the Sea' എന്ന ഗവേഷണ ഗ്രന്ഥത്തിൽ ബ്രൂഷൻ എഡി 1523-24 ൽ ഇരിക്കൂറിൽ പോർച്ചുഗീസ് അധിനിവേശവിരുദ്ധ പോരാട്ടം നടന്നിരുന്നുവെന്നു രേഖപ്പെടുത്തുന്നു. ഇവിടുത്തെ കബറുക ളുടെ നിർമാണരീതിയും ഇതിൽ രേഖപ്പെടുത്തിയ അറബിലിഖിതങ്ങളുടെ

സമാനമായ പഴക്കവും പോർച്ചുഗീസ് അധിനിവേശ വിരുദ്ധ പോരാട്ട ങ്ങളിൽ വധിക്കപ്പെട്ടവരുടെ കബറുകളാവാം ഇരിക്കൂറിലുള്ളത് എന്നു സൂചിപ്പിക്കുന്നു. " (പേജ് 50, മലബാറിലെ ഇസ്ലാമിന്റെ ആധുനിക പൂർവ ചരിത്രം).

ശ്രീകണ്ഠപുരം മാലിക് ഇബ്നു ദിനാർ പള്ളിയിൽ വെള്ളിയാഴ്ച പ്രാർഥനയ്ക്കുപയോഗിക്കുന്ന വാളിന്റെ (30 x 1.5 ഇഞ്ച്) പിടിവശത്ത് കാണപ്പെട്ട വട്ടെഴുത്തുലിഖിതം വളരെ പഴക്കമുള്ളതല്ല. ചുഴലിസ്വരൂപം ദാനം നൽകിയ വാളാണിത്. 'മലയാള വർഷം 964' (എഡി 1789) എന്ന് ഡോ:എം. ആർ. രാഘവവാര്യരും 'അറിയാതറനൈൻ 790 ഇൻ' (എഡി 1615)എന്ന് ഡോ: ടി. പവിത്രനും ഈ ലിഖിതം വായിക്കുകയുണ്ടായി.

കോലെഴുത്തിൽ നിന്നും വട്ടെഴുത്തിലേക്കുള്ള വളർച്ച പ്രതലത്തിന്റെ പൊരുളുകളിലും എഴുത്തായുധത്തിന്റെ സാങ്കേതികതയിലും മനുഷ്യമ നസ്സിന്റെ ആരോഹണത്തിലും സംഭവിക്കുന്ന പുരോഗതിയുടെ പ്രതിക രണം കൂടിയാണ്. അതിന് ബാഹ്യശക്തികളുടെ ഇടപെടൽ സുപ്രധാന ഘടകമാണ്. അതേക്കാൾ മുഖ്യം തനതടിത്തറയാണ്. അത് എടക്കൽ ലിപിയിലെന്ന പോലെ ഏതിലും, ഭാഷയിലും സംസ്കാരത്തിലുമൊക്കെ, പ്രകടമാണ്. ഗുഹാചിത്രങ്ങളിൽ മനുഷ്യരുടേയും പക്ഷിമൃഗാദികളുടേയും പ്രകൃതിബിംബങ്ങളുടേയും അധ്വാനത്തിന്റേയും അധികാരത്തി ന്റേയും അനുഷ്ഠാനത്തിന്റേയും രൂപങ്ങളും ആശയങ്ങളും കൂടിക്കലർന്ന പ്രമേയ ങ്ങളാണ് എടക്കൽ ഗുഹയെ അലങ്കരിക്കുന്നതെങ്കിൽ മറ്റു മിക്കവാറും ഗുഹാഭിത്തികളിൽ മാനുഷികചിത്രങ്ങളേക്കാൾ മറ്റു കഥാപാത്രങ്ങ ളാണ് അധികവും. ആയുധങ്ങളും പലതരംമൃഗങ്ങളും സൂര്യചന്ദ്രഗണങ്ങളു മൊക്കെയാണ് നിറയുന്നത്. വേട്ടയാടലിനിരയാകുന്ന മൃഗത്തിൽ നിന്നും വളർത്തുമൃഗങ്ങളിലേക്കെത്തുന്നതിനിടയിൽ ചിത്രപരമായ ഉള്ളടക്കം മാത്രമല്ല ചരിത്രപരമായ നീണ്ട പരിണാമങ്ങളും കൈമാറിയിരിക്കണം.

ചിത്രദൃശ്യങ്ങളിലെ സങ്കീർണതകളിൽ നിന്നു, ഇന്നത്തെ സാംസ്കാരിക പ്രതിച്ഛായയുടെ സാമൂഹ്യാനുപാതത്തിൽ പരിശോധി ച്ചാൽ, മനസ്സിലാക്കാനാവുന്നത് അന്നത്തെ സാമൂഹികപരിപ്രേക്ഷ്യ ത്തിന്റെ യഥാതഥ ചിത്രീകരണമാവണമെന്നില്ല. കലാകാരന്മാർ ഒരു കാലത്തിൽ മാത്രം സഞ്ചരിക്കുന്നവരല്ല. കലയും അധ്വാനവും വേർതിരി വില്ലാത്ത ഒരു കാലമണ്ഡലമായാലും സൃഷ്ടിയിൽ കല പ്രയോഗിക്കപ്പെ ടുന്നുണ്ടെങ്കിൽ, ഭാവനയുടെ ബലം നിശ്ചയമായും പ്രവർത്തിച്ചിരിക്കും. അതുകൊണ്ട് പ്രാചീനകലകളിൽ പ്രതിഫലിച്ചിരിക്കുന്നതും അവരുടെ ഭൂത-വർത്തമാന - ഭാവി കല്പനകളുടെ കൊളാഷുകളും ദാർശനികതകളു മാവാം. ചക്രവണ്ടിയുടെ ചിത്രം ഗുഹാ ഭിത്തിയിൽ കണ്ടാലുടനെ ഗുഹയ്ക്കു

വെളിയിലെ ജീവിതവ്യവസ്ഥയിലെ യാഥാർഥ്യമായി രേഖപ്പെടുത്തുന്നത് അത്ര പന്തിയല്ല. ഒരു പക്ഷെ, അതിനുമെത്രയോ കാലംമുമ്പേ നടപ്പിലായ, അന്നേരത്ത് പ്രാബല്യത്തിലില്ലാത്ത ഒരു ദൃശ്യത്തെ ആവിഷ്കരിക്കുന്നതാകാം. അതല്ലെങ്കിൽ വരാൻ പോകുന്ന സാങ്കേതികതയെ വിഭാവനം ചെയ്യലാ വാം. വീരന്മാരെ വരച്ചിടുമ്പോഴും അവർക്കു വേണ്ടി വീരക്കല്ലുകൾ സ്ഥാപിക്കുമ്പോഴും അന്നത്തെ സാമൂഹ്യചരിതത്തിന്റെ പകർപ്പാ കണമെന്നില്ല. വീരന്മാർ ജീവിക്കുകയും പൊരുതുകയും ചെയ്തൊരു കാലത്ത് വീരാരാധനയെന്ന വിശ്വാസ സമ്പ്രദായം രൂപപ്പെടണമെന്നില്ല. അതിനു പിന്നേയും സാംസ്കാരിക പരിണാമം സംഭവിക്കണം. വീരനായകന്മാർ ദൈവികപരിപ്രേക്ഷ്യത്തിലേക്ക് വിശുദ്ധരാക്കപ്പെട്ടതിനു ശേഷമാവാം ചിത്രലിഖിതങ്ങളിൽ സ്ഥാനം പിടിക്കുക. കലാസങ്കേതങ്ങളുടെ കാലപരമായ ഈ അസ്ഥിരത പൊതുവെ ചരിത്രകാരന്മാർ കണക്കിലെടുത്തു കാണാറില്ല.

കണ്ടതിനെ പകർത്തലാണ് കണ്ണിന്റെ കല. കാണാത്തതിനെ നിർമിക്കുകയും പ്രവർത്തിപ്പിക്കുകയും ചെയ്യുന്ന ധർമമാണ് കലയുടെ കണ്ണിന്. ഈ വ്യത്യാസത്തിൽ നിന്നു വേണം ചരിത്രത്തിന്റെ കലയേയും വിമർശനത്തിനു വിധേയമാക്കാൻ. ചരിത്രത്തെ സംബന്ധിച്ച സൂക്ഷ്മ ധാരണ ലഭിക്കാൻ ലിഖിതങ്ങളേക്കാൾ ചിലപ്പോൾ വായ്മൊഴി പാരമ്പര്യം പ്രയോജനപ്പെട്ടേക്കാം. മറ്റേതിനേക്കാളും വായ്മൊഴികളാണ് കാലത്തെ അതിജീവിച്ചതെന്നു കണ്ടെത്താൻ നമുക്ക് കഴിയാതെ പോയോ എന്നു സംശയിക്കേണ്ടതാണ്. കണ്ണിൽ പതിഞ്ഞതിനേക്കാൾ കാതിൽ പതിഞ്ഞതു നീണ്ടു നിൽക്കാം.

സ്ഥലനാമങ്ങൾ ചരിത്രത്തിന്റെ ലിഖിതങ്ങൾ

സ്ഥലനാമവിജ്ഞാനീയമായ വിശകലനങ്ങളിൽ നിന്ന് ഓരോ നാമത്തിന്റേയും ചരിത്രവും സാംസ്കാരികവുമായ പരിണാമത്തിന്റെ ഉൾക്കാഴ്ചകൾ തുറന്നുകിട്ടിയേക്കാം. മുഖ്യമായും ഭൂപ്രകൃതിയെ ആധാരമാക്കിയായിരുന്നു സ്ഥലനാമപദങ്ങൾ രൂപപ്പെട്ടു വന്നത്. പ്രത്യയത്തെ പ്രകൃതിയിൽ ചേർത്തുണ്ടാക്കുന്നതാണ് പദമെന്ന് 'കേരളപാണിനീയ'ത്തിൽ വിവരിക്കുന്നുണ്ടല്ലോ.

"നാരായവേരാം പ്രകൃതി,
തടിയാമംഗമെന്നത്;
പ്രത്യയം കവരംപോലെ
മേല്ക്കുമേല്പുതുവിപ്പുതും"

പ്രകൃതി പ്രത്യയങ്ങൾ, സന്ധിപ്രകരണം, കേരളപാണിനീയം, എ. ആർ. രാജരാജവർമ്മ).

സംഘകാലത്തെ വ്യാകരണഗ്രന്ഥമായ തൊൽക്കാപ്പിയം അന്നത്തെ പ്രകൃതിയേയും സാമൂഹിക സംവിധാനങ്ങളേയും കൂട്ടിയിണക്കുന്ന ഭാഷാരീതികളും സൗന്ദര്യ ദർശനങ്ങളും വെളിപ്പെടുത്തുന്നവയാണ്. സംഘം കൃതികൾ ഭൂപ്രകൃതിയെ കുറിഞ്ചി, മുല്ല, മരുതം, നെയ്തൽ, പാല എന്നീ പൂവുകളെ അടിസ്ഥാനപ്പെടുത്തി ഐന്തിണൈകളായാണ് തിരിച്ചിരുന്നത്. ഭൂപ്രദേശത്തിന്റെ സ്വഭാവത്തിനനുസരിച്ചുള്ള സാമൂഹ്യക്രമം തന്നെയായിരുന്നു അത്. ഓരോ തിണയും അവിടുത്തെ ജൈവപ്രകൃതിയുടെ സവിശേഷതകൾ സസൂക്ഷ്മമായും സമഗ്രമായും

രേഖപ്പെടുത്തുന്നു. സംഘകാലകൃതികളെ ആധാരമാക്കി പ്രദേശങ്ങൾക്കു നാമകരണമുണ്ടായെന്നല്ല, മറിച്ച് സംഘകൃതികൾക്കു മുമ്പേ സാമൂഹ്യപ്രായം വന്ന സമ്പ്രദായങ്ങളും ജീവിത സംഹിതകളും ഒരു രൂപരേഖയായി സാഹിത്യകൃതികളിൽ ഇടം പിടിച്ചുവെന്നേ കാണാവൂ.

സ്ഥലനാമങ്ങളുടെ സ്വഭാവത്തിനനുസരിച്ചാണ് പ്രാഥമികമായി പേരുവിളി രൂപപ്പെടുക. സാംസ്കാരികാധിനിവേശത്തിനു ശേഷമാണ് അതാതിനനുസരിച്ച പ്രതീകവൽക്കൃത നാമങ്ങളുണ്ടാവുന്നത്.

മലയും മലമ്പ്രദേശങ്ങളുമാണ് കുറിഞ്ചി. കാടും കാടിനോടു ചേർന്ന ദേശങ്ങളും മുല്ല. വയലും ചേർന്നു കിടക്കുന്ന ഇടങ്ങളും മരുതം. കടലും തീരവും നെയ്തൽ. കുറിഞ്ചി, മുല്ല സ്ഥലങ്ങൾക്കരികിൽ വരണ്ട് തരിശായ ഇടങ്ങൾ പാല. ചിലേടങ്ങളിലെ ദേശവാസികൾ അതാത് സ്ഥലനാമ പ്രകാരം വിളിക്കപ്പെട്ടു. ഭൂമിയാണ് സർവതിന്റേയും അടിത്തറ. ദ്രാവിഡം എന്ന പേരു തന്നെ ഭൂമിയോടുള്ള ആരാധനയിൽ നിന്നുടലെടുത്തതാണ്.

തിരു + ഇടം = തിരുവിടമാണ് ദ്രാവിഡമായതെന്ന് ചട്ടമ്പിസ്വാമികൾ നിരീക്ഷിക്കുന്നു. ദേവതാനാമങ്ങളും ഇതിഹാസങ്ങളിലെ പേരുകളും സ്ഥലനാമങ്ങളായി പതിഞ്ഞിട്ടുണ്ട്. രാജാവിന്റെ പേരുമായി സ്ഥലനാമങ്ങളെ ബന്ധിപ്പിക്കുവാനുള്ള തിടുക്കം ചില ചരിത്രകാരന്മാർ കാട്ടാറുണ്ട്. മഹാരഥന്മാരുടെ സ്മാരകമായും ജന്തുജീവിതത്തിന്റേയും സസ്യപ്രകൃതിയുടേയും അടയാളങ്ങളായും കാർഷിക ചിഹ്നങ്ങളായും കുടിയേറിവന്നവരുടെ പൂർവദേശത്തിന്റെ നാമമായും മതസംബന്ധിയായ സൂചനകളായും സ്ഥലനാമങ്ങൾ രൂപാന്തരപ്പെട്ടു വന്നു. കാവുകളേയും മാതൃബിംബങ്ങളേയും സംബന്ധിക്കുന്ന നാമങ്ങൾക്കായിരിക്കാം പ്രഥമ പരിഗണന ലഭിച്ചിരിക്കുക.

മാതാവിനെ മാനിക്കുന്നതിലൂടെയാണ് മാമാനിക്കുന്ന് രൂപപ്പെട്ടത്. ഭൂമി തന്നെയാണ് മാതാവ്. മാമാനിക്കുന്ന് ഭഗവതീ ക്ഷേത്രത്തിന്റെ ആദിമപ്രസക്തി സുവ്യക്തമാണ്. അതേക്കാൾ പൂർവദശകളിൽ കാവുകളുടെ ബന്ധം തെളിഞ്ഞു കാണാം. സ്ഥലങ്ങളുടെ പൗരാണികത വെളിപ്പെടുത്തുന്ന സ്ഥലനാമങ്ങളിലൊന്നാണ് കാവുമ്പായി. ഭൂസവിശേഷതകളുമായുള്ള ബന്ധം തന്നെയാണ് മിക്ക സ്ഥലനാമങ്ങളും പ്രകാശിപ്പിക്കുന്നത്. ശ്രീകണ്ഠപുരത്തിനു ചുറ്റുവട്ടത്തിൽ തന്നെ ഭൂപരമായ പ്രത്യേകതകളിൽ പെടുത്താവുന്ന അനേകം സ്ഥലനാമ ഗണങ്ങൾ കാണാം.

ചേരി/ഏരി (കാഞ്ഞിലേരി, പെരുന്തലേരി, ചേടിച്ചേരി..),

കുളം (നിടുകുളം, വടുവൻകുളം, കൊളപ്പ, കൊളന്ത,... സ്ഥാനം എന്ന അർഥത്തിലും കുളമെന്ന പ്രയോഗിക്കാറുണ്ട്),

കോട്(ചെരിക്കോട്, തലക്കോട്, കോറങ്കോട്,...),

കടവ് (വണ്ണായിക്കടവ്, പാറക്കടവ്, മണക്കടവ്,...),

വയൽ (കല്ലുവയൽ, കൊട്ടൂർ വയൽ, വയത്തൂർ, വയലിന്റെ കര വയക്കരയും),

തട്ട് (ഒടുവള്ളിത്തട്ട്, കോളിത്തട്ട്,...),

ചാൽ (കരുവൻചാൽ, പാടിച്ചാൽ,...),

കളം (പൊടിക്കളം, മുത്താറിക്കളം, പരിക്കളം,...),

കല്ല് (ഉളിക്കൽ, ചിറ്റാരിക്കൽ,...),

പാറ (ചന്ദനക്കാംപാറ, ഏറ്റുപാറ, നെല്ലിപ്പാറ,...),

പറമ്പ് (ചേപ്പറമ്പ്, തളിപ്പറമ്പ്, വായാട്ടു പറമ്പ്,...),

മല (കുടിയാന്മല, മലപ്പട്ടം,...),

കയം (പാലക്കയം, മിഡിലാക്കയം,...)

ഊര് ചേർത്തു വിളിക്കുന്ന സ്ഥലങ്ങളും നിരവധിയുണ്ട്. പയ്യാവൂർ, കൊട്ടിയൂർ, ഊരത്തൂർ,... ദിക്ക് എന്ന അർഥമുള്ള പദമാണ് ഊര്. ബൈബിൾ പുരാണത്തിലെ പൂർവികപിതാവ് അബ്രഹാമിന്റെ 'ഉർ' എന്ന ദേശം ബ്രിട്ടീഷ് ആർക്കിയോളജിസ്റ്റ് സർ ലിയോണാർഡ് വൂൾലെ ഖനനം ചെയ്ത് കണ്ടെത്തുകയുണ്ടായല്ലോ. ഊരിന്റെ ഏതെങ്കിലുമൊരു സ്വഭാവത്തെ എടുത്തുകാട്ടുന്ന പേരുകളാണ് അധികവും. പുഴയാണെങ്കിൽ ആയിപ്പുഴ; കുന്നാണെങ്കിൽ കുന്നത്തൂര്; ഊരിന്റെ ഇരുകൂറും ഇരിക്കൂറിൽ ഒത്തുചേരുന്നു. കുന്ന് പുഴയിലേക്ക് ഇരുന്നുപോയ ഊരാണ് ഇരിക്കൂർ.

അതേസമയം ഇരു + ഊട് ആണ് ഇരൂട്. കൂടൻ കുരിക്കളുടെ പുരാവൃത്തത്തിൽ ഇരിക്കൂറിന്റെ പുണ്യവും പ്രാധാന്യവും പരാമർശിക്കുന്നുണ്ട്. മാവിലായിയിലെ പേരുകേട്ട മണിക്കുന്നിക്കുടുംബത്തിൽ ചക്കിയുടെ മകനായി പിറന്ന രയരോൻ മഹാസിദ്ധനായി വളരുന്നതാണ് പുരാവൃത്തം. മക്കളില്ലാതെ മനംനൊന്ത ചക്കിക്ക് മാടായിക്കാവിൽ ഭജനമിരുന്ന് നേടിയ പ്രസാദമാണ് ഈ പുത്രൻ. സർവവിദ്യകളുമഭ്യസിക്കുകയും ആയോധനാ പാടവത്തിൽ അഗ്രഗണ്യനാവുകയും ചെയ്ത ഈ യുവാവ് കോലത്തിരിത്തമ്പുരാന് വെല്ലുവിളിയാവുമെന്ന ഘട്ടം വന്നപ്പോൾ, തമ്പുരാൻ പല പരീക്ഷണങ്ങളിലേക്കും തള്ളിവിടുകയായിരുന്നു. ഒടുവിൽ വേക്കളം രാജാവുമായി ഏറ്റുമുട്ടാനും നിയോഗിക്കപ്പെട്ടു.

ഒരു ലക്ഷം വരുന്ന മഹാസേനയെ രയരോൻ ഒറ്റക്കെതിരിട്ട ജയം നേടി. വെട്ടിപ്പിടിച്ച വേക്കളം കോട്ട കോലത്തിരി രാജാവിനു സമർപ്പിച്ചതോടെ, രാജാവിനു രയരനോടുള്ള ശത്രുത മാറി. കോട്ടയിൽ പാതി രയരന് സമ്മാനിച്ചപ്പോൾ ആ യുവാവ് വിനയപൂർവം നിരസിക്കുകയും "അർഥവും അധികാരവുമൊന്നും വേണ്ട, അടിയനെ ഈ നിലയിലെത്തിച്ച പഞ്ചമൂർത്തികൾക്ക് വാസസ്ഥാനമനുവദിച്ചാൽ മാത്രം മതി"യെന്ന് അപേക്ഷിക്കുകയും ചെയ്തു. അങ്ങനെ പഞ്ചമൂർത്തികൾക്കുവേണ്ടി നൽകിയ പ്രതിഷ്ഠാ സ്ഥാനങ്ങളിലൊന്നാണ് ഇരിക്കൂർ ഇരിക്കൂറിന്റെ പരിസരപ്രദേശങ്ങളിൽ മാത്രം ഒട്ടേറെ ഊരുകളുണ്ട്. പട്ടാനൂർ, കുയിലൂർ, പടിയൂർ, ബ്ലാത്തൂർ, ഊരത്തൂർ... ഊരന്റെ ഊരാണ് ഊരത്തൂർ. സംഘം സാഹിത്യത്തിൽ പ്രേമത്തിന്റെ വ്യത്യസ്ത ഭാവങ്ങൾ പ്രകാശിപ്പിക്കുന്ന അകത്തിണയിൽ പെട്ട കൃതികളിലെ നായികാനായകന്മാരെ പേരിട്ട വിളിക്കാറില്ല. ഊരൻ, കുറത്തി, നാടൻ എന്നിങ്ങനെ പൊതുപേരുകളാണ് നൽകിയിരുന്നത്. മലദേശം, ഇടനാട്, തീരദേശം എന്നിവയുടെ നാഥന്മാരെ യഥാക്രമം നാടൻ, ഊരൻ, ചേർപ്പൻ എന്നിങ്ങനെ വിളിച്ചു വന്നു.

ഭൂപ്രകൃതിയെ ആധാരമാക്കി ഏഴ് അകത്തിണകളും ഏഴ് പുറത്തിണകളും നിർദേശിക്കപ്പെട്ടിട്ടുണ്ട്. കാടും കാടുചേർന്ന കുറ്റിക്കാടുകളും പുൽമേടുകളും നിറഞ്ഞ സ്ഥലമാണ് മുല്ല. ഈ തിണയുമായി ബന്ധപ്പെട്ട പൂവ് മുല്ലയാണെങ്കിലും കല്ല, കളവം, തോൻറി കാന്തൾ, പിടലം എന്നിവയേയും മുല്ലത്തിണയുമായി ബന്ധപ്പെടുത്തുന്നുണ്ട്. കല്ല എന്ന പൂവിനോടു ബന്ധപ്പെടുത്തി കല്യാടിനെ കല്ലയുടെ നാട് ആയി കാണാം. കല്ലയെന്ന പ്രാകൃതപദത്തിന്റെ സംസ്കൃതമാണ് കല്യ. ഈ ദേശത്തെപ്പറ്റി പ്രചാരത്തിലുള്ള ഒരൈതിഹ്യം അഹല്യാമോക്ഷമാണ്. അഹല്യ എന്നാൽ കലപ്പ ചെല്ലാൻ സാധിക്കാത്തത്. കല്ലുള്ള പ്രദേശം, മൃതമായ ഭൂമി. ഇവിടെയെത്തിയപ്പോൾ സീതയുടെ ദാഹം ശമിപ്പിക്കാൻ രാമൻ അമ്പെയ്ത് വെള്ളം കണ്ടെത്തിയെന്നാണ് വിശ്വാസം. (ഇന്നത്തെ കുഴൽക്കിണർ !) കല്ലിന്റെ നാട് എന്ന പരിഗണനയും കല്യാടിനു നൽകാം. ഗൗതമശാപത്താൽ കല്ലായി മാറിയ അഹല്യയെ മോചിപ്പിച്ച കഥ യഥാർഥത്തിൽ കൃഷിയോഗ്യമല്ലാത്ത കല്ലമേടുകളെ ഉർവരമാക്കി മാറ്റിയ കാർഷികാധ്വാനത്തിന്റെ ഇതിവൃത്തം തന്നെയാണ്. രാമൻപള്ളി തീർഥം ഇതിനടുത്തു തന്നെയാണ്. പാടി, ചേരി, പള്ളി എന്നിവ മുല്ലത്തിണയിൽ താമസിക്കുന്നവരുടെ സങ്കേതങ്ങളാണ്. മുല്ലച്ചേരി മട, കുറുക്കൻ മട, നരിമട എന്നിങ്ങനെ നിരവധി ഗുഹകളും ഈ പരിസരത്തിന്റെ ഭാഗമാണ്. ഇതിനു നടുവിലുള്ള ഒരു പ്രദേശമാണ് ബ്ലാത്തൂർ.

പ്ലാത്ത് (ഞാവൽ) എന്ന സസ്യവുമായി ബന്ധിപ്പിച്ച് ഉൽപത്തി പറഞ്ഞു കേൾക്കാറുണ്ട്. മലബാർ പ്ലം എന്നറിയപ്പെടുന്ന സസ്യമാണ് ഞാവൽ. ബ്ലാത്തൂരിന്റെ നിഷ്പത്തി ഗുഹയിൽ നിന്നു തന്നെയാവണം.

വിലം, ബിലം എന്നെല്ലാം പര്യായങ്ങളുണ്ടല്ലോ.

ബിലം + ആത്ത്(അകത്ത്) + ഊര് >

ബിലാത്തൂർ > ബ്ലാത്തൂർ.

വന്ന വഴി ഇങ്ങനെ തന്നെയാവാം.

ഇവിടെ നിന്നും അകലെയല്ലാതെ കിടക്കുന്ന കുന്നാണ് കുന്നത്തൂർ പാടി. പള്ളി പ്രാകൃത ഭാഷാപദമാണ്. ബുദ്ധ-ജൈനക്ഷേത്രങ്ങളും ക്രിസ്ത്യൻ, മുസ്ലീം ആരാധനാലയങ്ങളും പള്ളികളാണ്. പള്ളി എന്ന വാക്ക് ബുദ്ധമതത്തോടും പാലിഭാഷയോടും ബന്ധപ്പെടുത്തി പറയാറുണ്ട്. പള്ളി എന്ന പദം ശുദ്ധദ്രാവിഡമാണെന്നും ഇതിനെ പാശ്ചാത്യ-ഇൻഡോ-യൂറോപ്യൻ ഭാഷകളിൽ ഉപയോഗിക്കാറുണ്ടെന്നും ഡോക്ടർ കാൾഡ്വൽ അഭിപ്രായപ്പെട്ടതു പരിഗണിച്ചാൽ പള്ളിയെന്ന പദവും ദ്രാവിഡഭാഷയിൽ നിന്ന് കയറ്റുമതി ചെയ്യപ്പെട്ടതാണെന്നു കാണാം. ഈ പദം പാലിയിലുണ്ടെങ്കിൽ ദ്രാവിഡരോട് ഇരവൽ വാങ്ങിയതാണെന്നാണ് ചട്ടമ്പിസ്വാമികളുടേയും അഭിപ്രായം. പുരുഷാരമുള്ള സ്ഥലം എന്നാണ് ഈ വാക്കിനു പൊതുവായ അർഥം. ഇത്രത്തോളം മാഹാത്മ്യമുള്ളതായി കരുതുന്ന പള്ളി എന്ന വാക്ക് പാലി ആയിരുന്നെങ്കിൽ പ്രത്യേകിച്ചും സംസ്കൃതക്കാർ അംഗീകരിച്ചിരിക്കുന്ന സ്ഥിതിക്ക്, അമരകോശക്കാരൻ വിട്ടുകളയുമെന്നൂഹിക്കാൻ കൂടി നിവൃത്തിയില്ലെന്നും സ്വാമികൾ എടുത്തുകാട്ടുന്നു. ഗുഹാവാസത്തിന്റെ അവശേഷിപ്പുകളായ മടകളോ കൽഗുഹകളോ ഇവിടെ ഒട്ടേറെ ദേശങ്ങളിൽ കാണാൻ കഴിഞ്ഞിട്ടുണ്ട് (ബ്ലാത്തൂർ, കുന്നത്തൂർപാടി, കാവുമ്പായി...). മടയുടെ പറമ്പാകാം മടമ്പം. പുഴയും കുന്നും ചേർന്നു നിൽക്കുന്ന മനോഹരമായ പ്രദേശം. ധ്യാനലീനരാകാൻ അനുയോജ്യമായ പ്രകൃതി. മടമ്പംപുഴയുടെ മറുകരയാണ് വഞ്ചൂറ് (വഞ്ചി + ഊര്). മലഞ്ചെരിവിലായി വഞ്ചിയം എന്ന സ്ഥലനാമവുമുണ്ട്. ആറ്റുവഞ്ചിയെന്ന പുൽച്ചെടിയോടു ബന്ധിപ്പിക്കാമെങ്കിലും (ഇവിടെ പുഴയോരങ്ങളിൽ ധാരാളമായി കണ്ടു വന്നിരുന്നു) വഞ്ചൂറിനു തൊട്ടടുത്തു തന്നെ തുമ്പേനി എന്ന സ്ഥലമുള്ളതിനാൽ മറ്റൊന്നുകൂടി ചിന്തിക്കാതെ വയ്യ. യുദ്ധങ്ങളും കലഹങ്ങളും പ്രമേയമായ സംഘകൃതിയായ പുറംകവിതകളിൽ യുദ്ധസമ്പ്രദായത്തെ അടിസ്ഥാനമാക്കി ഏഴു തിണകളായി തിരിക്കുന്നുണ്ട്. വെട്ചി, വഞ്ചി, തുമ്പ, ഉളിഞ്ചി, വാകൈ, പാടാണ്ടിണൈ, കാഞ്ചിത്തിണൈ എന്നിവ.

മടമ്പം

'വഞ്ചി'യിൽ നിന്നും വഞ്ഞൂറും 'തുമ്പ' യിൽ നിന്ന് തുമ്പേനിയും രൂപപ്പെട്ടു. ചൂളിയുടെ നാടാണ് ചൂളിയാട്. കക്കയുടെ പുറന്തോടിന് 'ഇച്ചൂളി' എന്ന പദം ഇവിടെ നാട്ടുഭാഷയിലുണ്ട്. ഈ ദേശം പുഴക്കരയാണ്. കക്ക നീറ്റുന്ന ചൂളകൾ പ്രവർത്തിച്ചിട്ടുമുണ്ടാകണം. അടിച്ചേരി മണ്ണടിഞ്ഞുണ്ടായ ചേരി തന്നെയാണ്. തൊട്ടടുത്ത് പുഴയോരദേശമാണ് അട്ടൂർ. താണ പ്രദേശം എന്നർഥം. അധികം അകലെയല്ലാതെ കോർളായ്, കയരളം ദേശങ്ങളും വെള്ളത്തിൽ നിന്നുയർന്നുവന്നതാണ്. കേരളം എന്ന വാക്കിന്റെ നിഷ്പത്തി നേരത്തെ വിശദീകരിച്ചതാണ്. അതേ വാക്കിന്റെ ഉച്ചാരണഭേദങ്ങളാണ് ഇവയും. ആറളം മറ്റൊരു വകദേദമാണ്. വളപട്ടണംപുഴയ്ക്ക് പൂർവകാലത്തുണ്ടായിരുന്ന വിസ്തൃതിയെ എടുത്തുകാട്ടുന്നു ഈ പ്രദേശങ്ങൾ. കടവുകളിലൊന്ന് അറിയപ്പെടുന്നത് പെരുമ്പാറക്കടവ് എന്നാണ്. പുഴയുടെ മറ്റൊരിടത്ത് പാറക്കടവുണ്ട്. പാറയുള്ള കടവ് ആയിരിക്കില്ല, അക്കരെയെത്താൻ ചാടിക്കടന്നാൽ പോര, പറന്നുകടക്കണമെന്നു തന്നെ ധ്വനി. പെരുമ്പാറക്കടവ് വിസ്തൃതിയുടെ വ്യാപ്തി എടുത്തുകാട്ടുന്നു. വിസ്തൃതിയുടെ സംസ്കൃത പദമാണ് പ്രഥന. ഈ പുഴയുടെ പ്രാചീന കാലത്തെ ഒരു നാമം അതായിരുന്നല്ലൊ.

പെരുമ്പാറക്കടവിനടുത്തു തന്നെയാണ് വളക്കൈ. വളപട്ടണം പുഴയുടെ തീരത്തു നിന്നകലെയല്ല. പുഴയുടെ ഒരു കൈവഴിയുടെ കരയാണ്. വളക്കുറുള്ള സ്ഥലമാണ് വളക്കൈ. വളപട്ടണം പുഴയുടെ ഒരു കൈവഴി വളഞ്ഞുചുറ്റുന്ന ഒരിടം കൂടിയാണ് വളക്കൈ. അവിടെ വച്ച് വളയുന്ന കൈവഴി... വളയാത്ത ദേശം തൊട്ടടുത്ത് തന്നെയുണ്ട് - നിടുവാലൂർ. നെടുങ്ങോം, നിടിയോടി തുടങ്ങിയ സ്ഥലങ്ങളും ആ ഗണത്തിൽ വരും. വളക്കൈ ഒരു ചിനപ്പേരു കൂടിയാണ്. (ശരീരാവ യവങ്ങളെ ബന്ധപ്പെടുത്തിയുണ്ടാക്കുന്ന പേരാണ് ചിനപ്പേർ. ഉദാ: കണ്ടക്കൈ, നടുവിൽ, കണ്ണൂർ, തലശ്ശേരി, കടലുണ്ടി, കണ്ണപുരം, കണ്ണവം. കണ്ണായ ഊരാണ് കണ്ണൂർ. ('സ്ഥല'ത്തിന്റെ തമിഴ് പര്യായം തന്നെയാണ് കണ്ണ്). തലയായ ചേരി തലശ്ശേരിയും. (തലൈ എന്നതിന് ചൈനീസിൽ സമുദ്രമെന്നർഥം - സമുദ്രത്തിനോടു ചേർന്ന ചേരി തലശ്ശേരി.) തലൈയുടെ ചീനരൂപം ദലൈ. കടലിന്റെ തുണ്ടി (നാഭി) യാണ് കടലുണ്ടി. യൂറോപ്യന്മാർക്ക് കണ്ണൂർ കണ്ടപ്പോൾ അവരുടെ പൗരാണികദേശമായ കാനോൻ ദേശത്തിന്റെ ഭ്രമമുടലെടുത്തിരിക്കാം. കാനന്നൂർ എന്ന് അവർ ഉച്ചരിച്ചപ്പോൾ ആ പൗരാണികത അവരു ടെയുള്ളിൽ പ്രതിസ്പന്ദിച്ചു കാണും. കണ്ണൂരിന്റെ അതിരിൽ, നീരൊഴുകുന്ന ചാൽ കണ്ണോത്തുംചാൽ. അതിനു ശേഷം കാനത്തൂർ. കാനമെന്നത് കാട് ആണ്. ഒരു കാലത്ത് അവിടെ കാടും പുഴയും ഉണ്ടായിരിക്കണം. ആറ്റടപ്പ ആറ് അടഞ്ഞപുഴയാണ്. കടൽ ഉള്ളിലേക്ക് തള്ളി നിന്നതിന്റെ സൂചനകൾ കടക്കര, കാപ്പാട്, പെരുങ്ങളഴി തുടങ്ങിയ അടുത്തടുത്ത സ്ഥലനാമങ്ങളിലുണ്ട്. നടുവിൽ പോലെ 'വില്ലി'ൽ അവസാനിക്കുന്ന അനേകം സ്ഥലനാമങ്ങളുണ്ട്. നായാട്ടുജീവിതത്തിന്റെ സുപ്രധാന അടയാളമാണ് അമ്പും വില്ലും. പല പല പുരാണേതിഹാസങ്ങളും വംശചിഹ്നങ്ങളും രാജ്യങ്ങളുടെ ഔദ്യോഗികഅടയാളങ്ങളുമെല്ലാം ഈ ആയുധത്തോടു കടപ്പെട്ടിരിക്കുന്നു. മൂഷികരാജവംശത്തിന്റെ ചിഹ്നം അമ്പും വില്ലുമാണ്. ശ്രീരാമൻ സീതയെ നേടാൻ വില്ലു കുലച്ച കഥ പോലെയൊന്ന് ഗ്രീക്കുപുരാണത്തിലും കാണാം. 'ഒഡീസി'യിൽ ഹോമറിന്റെ ഇതിഹാസ കഥാപാത്രം ഒഡീസിയസ് നീണ്ട സാഹസി കയാത്ര കഴിഞ്ഞ് തിരിച്ചെത്തിയപ്പോൾ വൃദ്ധനായ ഭിക്ഷക്കാരന്റെ രൂപത്തിലായിത്തീർന്നതിനാൽ ഒഡീസിയസ്സിനെ യജമാനസ്നേഹി യായ ആർഗോസ് എന്ന പട്ടി ഒഴികെ ആരും തിരിച്ചറിഞ്ഞിരുന്നില്ല. സുന്ദരിയും ധനാഢ്യയുമായിരുന്ന പെനിലോപ്പിനെ സ്വായത്തമാക്കാ നായി വിവാഹാർഥികൾ കൊട്ടാരത്തിൽ തമ്പടിച്ച സമയമായിരുന്നു അത്. അവരുടെ ശല്യമൊഴിവാക്കാൻ ഒരു ഒരു മത്സരമൊരുക്ക പ്പെട്ടു. ഒഡീസിയസ്സിന്റെ വില്ലെടുത്ത് ഞാൺ വലിച്ചു കെട്ടുന്നയാളെ

കണ്ണൂർ സെന്റ് ആഞ്ചലസ് കോട്ട. ഫോട്ടോ: സവിത സഹദേവൻ

സ്വീകരിക്കാമെന്നായിരുന്നു ആ വെല്ലുവിളി. എയ്യുന്ന അമ്പ് പന്ത്രണ്ടു വളയങ്ങളിലൂടെ നിർദിഷ്ട ലക്ഷ്യത്തിലെത്തണം.

പെനിലോപ്പിനെ മോഹിച്ച് അവിടെ തമ്പടിച്ചവരെല്ലാം ആ പരീക്ഷയിൽ പരാജയപ്പെടുകയായിരുന്നു. ഒഡീസിയസ്സാവട്ടെ, ഈ വെല്ലുവിളി യേറ്റെടുത്തു കൊണ്ട് സ്വയം തുറന്നു കാട്ടാനുള്ള അവസരമാക്കി മാറ്റി. പാർഥനെ പരീക്ഷിക്കാൻ കിരാതനായി വേഷം മാറി വന്ന പരമശിവൻ നായാട്ടിൽ കുടുങ്ങിയ പന്നിക്കു വേണ്ടിയുള്ള ഒരു തർക്കത്തിലേർപ്പെടുന്നുണ്ട്. അതിന്നൊടുവിലാണ് അർജ്ജുനന് ശിവൻ പാശുപതാസ്ത്രം സമ്മാനിക്കുന്നതും. പന്നിയെ സംരക്ഷിക്കാൻ അർജ്ജുനൻ യുദ്ധത്തിനു തയ്യാറായി വില്ലു കുലയ്ക്കുകയാണ്. വില്ലിന്റെ തല നിലത്ത് ഊന്നിയ ഇടം തലവിൽ. നടുഭാഗം കൊണ്ടു സ്ഥാനം നടുവിൽ. ഞാണിന്റെ അവസാനത്തെ ഭാഗം സ്പർശിച്ചത് ഒട്ടവള്ളി. ഞാണൊലി (വില്ലിന്റെ അല) മുഴങ്ങിയ ദേശം അലവിൽ. ഇമ്മട്ടിൽ കഥ ചമയ്ക്കുന്നതും കൗതുകകരമാണ്. മറ്റൊരു കഥയിൽ കിരാതശിവൻ തന്നെയാണ് വില്ലാളി. പന്നിക്ക് അമ്പേറ്റത് എമ്പേറ്റ്. മാതമംഗലത്തെ തൃപ്പന്നിക്കുന്നമ്പലം ഏറ്റുമുട്ടിയ സ്ഥലമാണ് (വേടനാട്ടത്തിന്റെ പുരാവൃത്തം). ആടി-വേടൻ അനുഷ്ഠാനത്തിൽ ശിവ-ശക്തി ഇതിവൃത്തമാണല്ലൊ കഥിക്കുന്നത്.

'വള'യെന്ന വാക്കു ചേർന്ന സ്ഥലങ്ങൾ വേറെയും കാണാം. കാവേരി നദിക്കരയിലെ ഏറ്റവും ഫലഭൂയിഷ്ഠമായ ഭൂമിയാണ് ചോഴ (ചോള) ദേശം. അത് വളനാട് എന്നറിയപ്പെട്ടിരുന്നു. ചോള ഭരണത്തിലെ ദേശവിതാനത്തിൽ ഊരു(ഗ്രാമം)കളുടെ കൂട്ടത്തെ കുൻറം (കോത്രം) എന്നും കുൻറങ്ങളുടെ കൂട്ടത്തെ 'വളനാട്' എന്നുമാണ് വിളിച്ചിരുന്നത്. വളമുള്ള വിളനിലങ്ങളുടെ നാഥൻ എന്ന അർഥത്തിലാണ് ചോഴം ഉപയോഗിക്കുന്നത്. വളക്കൈയുടെ സമീപദേശമായ ചുഴലിയെന്ന പേര് ചോഴത്തിൽ നിന്നുണ്ടായതാവണം. ഐതിഹ്യം മറ്റൊന്നാണ്.

ആര്യനാട്ടിൽ നിന്നും മലനാട്ടിലേക്കു പലായനം ചെയ്ത രാജകുമാരിയുടേയും സംഘത്തിന്റേയും സമുദ്രയാത്രാവേളയിൽ അവരെ വഹിച്ചുള്ള മരക്കപ്പലിനെ മലനാടിനോടടുപ്പിച്ചത് ചുഴലിക്കാറ്റുകളാണ്. ചുഴലി ഭഗവതിയുടെ പേരിനു പിന്നിലെ കഥാബന്ധം ഇതാണ്. പിന്നീട് രാജാവിന്റെ വകയായുള്ള കുടിജന്മഭൂമിക്കും ചുഴലിയെന്ന നാമം ചാർത്തപ്പെട്ടു. ഉർവരതയുള്ള ഭൂമിയുടെ അധിപനെ വളവൻ എന്നും വിശേഷിപ്പിച്ചിരുന്നു. വളപട്ടണമെന്ന ദേശനാമവും ഈയർഥത്തിൽ രൂപപ്പെട്ടതാവണം. കാവേരി വള നന്ദൻ എന്ന രാജാവിനെ ബന്ധപ്പെടുത്തി വളപട്ടണമെന്ന പേരിന്റെ സാധ്യത ഒന്നാമത്തെ അധ്യായത്തിൽ പരാമർശിച്ചിരുന്നുവല്ലൊ.

ശ്രീകണ്ഠപുരം ആലോറക്കോട്ടയിൽ നിന്നുള്ള ദൃശ്യം

ശ്രീവല്ലഭ (മഹാവിഷ്ണു)ന്റെ പേരിൽ നിന്ന് തിരുവല്ലയുണ്ടായതു പോലെ വല്ലഭപട്ടണവും അതേ ദേവനാമത്തിൽ നിന്നു വന്നതുമാകാം. ആരാധനാമൂർത്തികളുടെ പേരു ചാർത്തുന്ന ശൈലി പിന്തുടർന്ന അനേകം സ്ഥലനാമങ്ങളുണ്ട്. ബ്രഹ്മാവിൽ നിന്ന് ബ്രഹ്മഗിരിയും ഗണപതിയുമായി ബന്ധിപ്പിച്ച് കൂട്ടംമുഖവുമുണ്ടായതുപോലെ. വല്ലഭപട്ടണത്തെ (വളപട്ടണം) ആസ്ഥാനമാക്കി വാണ രാജാവ് വല്ലഭനെന്ന പദവി സ്വീകരിച്ചുവെന്ന് കരുതുന്നതിൽ തെറ്റില്ലല്ലൊ. വളപട്ടണവുമായി സാമ്യമുള്ള വേളം എന്ന നാമം മറ്റൊരു പുരാതനധ്വനിയാണ് ഉണ്ടാക്കുന്നത്. പ്രാചീന ക്ഷേത്രങ്ങളിലൊന്നാണ് മയ്യിലിനടുത്ത് വേളം ശ്രീ മഹാഗണപതി ക്ഷേത്രം. കൊല്ലം കേന്ദ്രമാക്കി വേൾമന്നന്മാർ സ്ഥാപിച്ച നാടാണ് വേണാട്. വേളിയർവംശത്തിന്റെ ശാഖയായ ആയ് രാജ്യാധിപതികളുടെ പിന്തുടർച്ചക്കാരാണ് വേണാട്ടധിപന്മാർ. സംഘസാഹിത്യത്തിൽ ആയ് (ഇടയന്മാർ) രാജാക്കന്മാരെ ആയ് വേളുകൾ എന്നു വിശേഷിപ്പിക്കുന്നുണ്ട്. സഹ്യപർവതത്തിന്റെ ദക്ഷിണ ധ്രുവവും കുട്ടനാടിനു തെക്കോട്ട് കന്യാകുമാരി വരെയും തിരുനെൽവേലിയുമൊക്കെ അടങ്ങുന്ന പെരിയാറിനും താമ്രപർണി നദിക്കുമിടയിലുള്ള പ്രദേശമാണ് ആയ് രാജ്യം.

വേടർ, ഇടയർ, കുറവർ എന്നിവരൊക്കെ വേളിയറുകളാണ്. ഏഴിമല നന്നൻ പ്രമുഖനായ വേളിയറാണ്. വേളിയർ വംശത്തിന്റെ ചരിത്രപരിസരവുമായി വേളം, വേളാപുരം, വേളാർകോട്ട (കുടക്) തുടങ്ങിയ സ്ഥലനാമങ്ങളെ ബന്ധിപ്പിക്കാവുന്നതാണ്. വേൾ എന്നാൽ മണ്ണ്. വേൾ ആളുന്നവർ വെള്ളാളർ. കൃഷിയുള്ളവർ, ഭൂമി ഭരിക്കുന്നവർ എന്നെല്ലാം വിവക്ഷ. ചേര, ചോള, പാണ്ഡ്യ രാജാക്കന്മാരും ഈ

വംശത്തിൽപ്പെട്ടവരായിരുന്നു. 'കാല'ത്തിന്റെ പര്യായമായ 'വേള' എന്നതിനോടും വേളത്തിന്റെ ഉൽപത്തി ചേർത്തുവയ്ക്കാവുന്നതാണ്.

സസ്യങ്ങളേയും വിളവിനേയും അടിസ്ഥാനമാക്കിയും സ്ഥലനാമങ്ങൾ ധാരാളമുണ്ടായിട്ടുണ്ട്. ചെടികളിലും വൃക്ഷങ്ങളിലും ദേവതകൾ കുടിയിരിക്കുന്നു. അന്നമുണ്ടാക്കുന്നതാണ് അന്നൂര്. അന്നൂരിനെ പശുപതിയുമായി ബന്ധിപ്പിച്ച് പയ്യന്നൂരുണ്ടായി. വിളക്കന്നൂർ, വലിയന്നൂർ, ഇടയന്നൂർ, മട്ടന്നൂർ, മുട്ടന്നൂർ അങ്ങനെ പട്ടിക നീട്ടാം. മുത്താറിക്കളം, എള്ളരിഞ്ഞി, കൈതപ്രം എന്നിവയും സസ്യങ്ങളുടെ സൃഷ്ടിയാണ്. എള്ളരിഞ്ഞി പ്രത്യക്ഷത്തിൽ എള്ളിനോടാണ് സാമ്യമെങ്കിലും ഇലഞ്ഞിമരത്തിൽ നിന്നാണ് ആ പേര് വന്നിട്ടുണ്ടാവുകയെന്ന് അനുമാനിക്കാവുന്നതാണ്. ഇലഞ്ഞിമരത്തിൽ കുടിയിരിക്കുന്ന ദേവതയാണ് എരിഞ്ഞിക്കൽ ഭഗവതി. ഇളയ എരിഞ്ഞിയാണ് എള്ളരിഞ്ഞി. ഗുളികൻ ചെമ്പകത്തിലും കാളി കരിമ്പനയിലും മുത്തപ്പൻ കാഞ്ഞിരത്തിലും കുടികൊള്ളുന്ന പോലെ. കാഞ്ഞിരക്കൊല്ലി എന്ന മലയുടെ പ്രാധാന്യം മുത്തപ്പനുമായി ബന്ധപ്പെട്ട തന്നെ. കുന്നത്തൂർ പാടിയുടെ സമീപത്താണ് വിനോദ സഞ്ചാരികളെ ആകർഷിക്കുന്ന ശശിപ്പാറയും അളകാപുരി വെള്ളച്ചാട്ടവുമുള്ള കാഞ്ഞിരക്കൊല്ലി. ഉർ, കർ എന്നീ സ്വനങ്ങളുടെ സംയുക്തമാണ് കുറുമാത്തൂർ.

കുറുമർ, കുറുമ്പർ, കുറിച്യർ, കുറവർ എന്നിങ്ങനെ അറിയപ്പെടുന്ന, നായാടികളേക്കാൾ മുന്നേറിയ വിഭാഗക്കാരുമായി ബന്ധപ്പെട്ട് സ്ഥലനാമങ്ങൾ കാണാം. മലബാറിലെ കുറുമ്പ്രനാട് എന്ന ചെറുരാജ്യം കുറുംപൊറൈനാട് ചുരുങ്ങിയതാണ്. ചെറിയ കുന്നുകളുടെ നാട്. കുന്നുകളുടെ കീഴെയുള്ള നാട് പുറൈകീഴ്നാട്. വയനാട്, കോട്ടയം, ഗൂഡല്ലൂർ താലൂക്കുകൾ പതിന്നാലാം നൂറ്റാണ്ടിനു മുമ്പ് പുറൈക്കീഴ്നാട് എന്നാണ് അറിയപ്പെട്ടിരുന്നതെന്ന് നേരത്തെ സൂചിപ്പിച്ചിരുന്നല്ലോ. ദ്രാവീഡിയൻ ദേശനാമങ്ങളിൽ പലയിടത്തും കാണപ്പെടുന്ന ഉരു, ഉർ, കുർ, കർ എന്നിവ സുമേറിയൻ ഭാഷയിലെ സ്ഥലനാമങ്ങളിലുമുണ്ടെന്ന് ചൂണ്ടിക്കാട്ടപ്പെട്ടിട്ടുണ്ട്. ബാബിലോണിയൻ സംസ്കാരവും പ്രാചീന ദ്രാവിഡ സംസ്കൃതിയുമായുള്ള ചേർച്ച മുമ്പ് പരാമർശിച്ചതാണല്ലൊ. ദ്രാവിഡരുമായി നാലായിരത്തിലേറെ കൊല്ലം സംസർഗമുണ്ടായിരുന്ന നാഗവിഭാഗത്തിന്റെ പിന്തുടർച്ചക്കാരിൽ പെടുന്ന മുണ്ടകൾ, ഗോണ്ടുകൾ എന്നിവരുടെ ഭാഷകളായ മുണ്ടയും ഗോണ്ടും നമ്മുടെ പ്രാചീനഭാഷകളിൽ ലയിച്ചു കിടപ്പുണ്ട്. അതിന്റെ സ്വാധീനമുള്ള സ്ഥലനാമങ്ങൾ നിരവധിയാണ്. ഇതേ സംസ്കൃതിയുമായി പൂർവബന്ധമുള്ള ഇന്തോനേഷ്യയിലും മറ്റും കുട എന്നതിലവസാനിക്കുന്ന

സ്ഥലനാമങ്ങൾ നഗരം, കോട്ട എന്നിവയെ സൂചിപ്പിക്കുന്നവയാണ്. വൃത്തസ്തൂപികാകൃതിയുള്ളവയെ, കുന്നുകളെ, കൂടം എന്നും പറയാറുള്ളത് ഈ ഭാഷാബന്ധമാണ്. കുടക് എന്ന നാമം ശ്രദ്ധിക്കുക. കുറുമാത്തൂരിനടുത്ത് കുന്നം എന്ന സ്ഥലമുണ്ട്. ഇതിന്റെ ഉയർന്ന രൂപമാണ് കുന്നുകൾ. ചുണ്ടക്കുന്ന്, പുള്ളിമാൻകുന്ന്. അഗസ്ത്യമുനിയെ മാനിച്ച് ഉയർന്നപർവതത്തെ അഗസ്ത്യകൂടമായി വിളിച്ചു. ശ്രീകണ്ഠപുരത്തെ ഉയരമുള്ള മലയാണ് ആലോറക്കോട്ട. ശിവന്റെ ഒരു പേരാണ് കുംഭ സംഭവൻ (അഗസ്ത്യൻ). ബലൂചിസ്ഥാനിലും സിന്ധിലുമായി കൊങ്കണം അഥവാ കേരളം സ്ഥിതി ചെയ്തിരുന്ന കാലത്ത് ബലൂചിസ്ഥാനിൽ ഒരു കുംഭരാജവംശമുണ്ടായിരുന്നു. സിന്ധു സൗവീര രാജ്യത്തിനാണ് പുരാണങ്ങൾ ഉത്തര മൂഷികം എന്നു പേരിട്ടത്. മൂഷികർണ്ണൻ എന്ന ഒരു വർഗവും സിന്ധിൽ പാർത്തിരുന്നു. കർണനെന്നത് മുണ്ടാഭാഷയിലെ കൊൻ (പുത്രൻ) എന്ന വാക്കിന്റെ രൂപാന്തരമാണെന്ന് പ്രിസിലുസ്കി (പാരിസ്) വ്യക്തമാക്കിയിട്ടുണ്ട്. ഹൻ, ഹവൻ എന്നിങ്ങനെയും മകൻ എന്നർഥത്തിൽ ആ ഭാഷയിൽ പ്രയോഗിച്ചു. സംസ്കൃതം വാഹനൻ എന്നാക്കി. വ്യൂഹം - അവതാരം എന്നർഥം. പുത്രൻ പിതാവിന്റെ അവതാരം. ഉത്തര മൂഷികത്തിന്റെ തലസ്ഥാനമായ രോരുകം ഉത്തരസിന്ധിലെ ഇൻഡസ് നദിയുടെ കിഴക്കേ കരയിലെ ആലോർ (ആളുവ ഊർ-വഞ്ചി അഭരികൾ -തുളുനാട് ഭരിച്ചത്.) എന്ന ഗ്രാമത്തിന്റെ സ്ഥാനത്താണ്. ഇന്നത്തെ രോഹ്റി (സുക്കൂർ, പാകിസ്ഥാൻ) നഗരത്തിനടുത്ത്. ശ്രീകണ്ഠപുരമെന്ന മൂഷിക തലസ്ഥാനത്തിനടുത്തും ഒരു ആലോർ - ആലോറക്കോട്ട. കേരളീയരുടെ പൂർവികരുടെ പാദം സിന്ധിലെ മൂഷികരാജ്യത്തും പതിഞ്ഞിരുന്നുവെന്നു സാരം. അധികാരത്തിന്റേയും സൈന്യശേഷിയുടേയും സുരക്ഷാ കവചമായി കോട്ട ഉയർത്തുന്നു. കോട്ടയുടെ ഊരാണ് കോട്ടൂർ. ഒരു പുഴയുടെ ഇരുഭാഗങ്ങളിലുമാണ് പുരവും കോട്ടയും (ശ്രീകണ്ഠപുരവും കോട്ടൂരും.). കോട്ടൂരിലെ ആവണക്കോൽ (കോൽ -കോവിൽ) എന്ന പുഴയോരദേശത്തു നിന്നും ഈയിടെ വളരെ പഴക്കമേറിയ ഓട്ടുകളും പീരങ്കിയുണ്ടകളും കണ്ടെടുക്കുകയുണ്ടായി. ആവണക്കോലിന്റെ മറുകരയിലാണ് കേരളത്തിൽ ഇസ്ലാം പ്രബോധകരുടെ പ്രഥമ പാദമുദ്ര പതിഞ്ഞ സ്ഥലവും. കോട്ടൂർ എന്ന സ്ഥലനാമം മറ്റിടങ്ങളിലും കാണാം. ആദിമലനാടിന്റെ മറ്റൊരു ദിക്കിൽ കോട്ടൂർ എന്ന ദേശമുണ്ട്.

ചോള രാജാവായ കൃഷ്ണരായർ എന്ന പേരുള്ള രാജരാജൻ ഒന്നാമൻ (985-1014) നിയോഗിച്ച സൈന്യത്തിന്റെ നായകൻ അമര ഭുജംഗൻ (കൊങ്ങു രാജ്യത്തിന്റെ അധിപൻ) കോട്ടൂർ, ഇന്ദ്രഗിരി, നീലഗിരി ദുർഗം എന്നിവ പിടിച്ചടക്കിയതായും കേരള രാജാവ് ഭയന്ന്

എരുമാട് സൂഫി ശഹീദ് വെടിയേറ്റ് വീണ ഇടം. ഫോട്ടോ: എ. പത്മനാഭൻ

സമുദ്രമധ്യത്തിലുള്ള ദ്വീപിൽ അഭയം പ്രാപിച്ചതായും പ്രാചീനചരിത്രത്തിൽ പരാമർശമുണ്ട്. അമരഭുജംഗൻ തനിക്കു കിട്ടിയ സമ്പത്ത് സഹ്യപർവതനിരകളിലെ ഒരു ശിവാലയത്തിൽ നിക്ഷേപിച്ചതായും കാണുന്നു. ഒടുവിലത്തെ ചേരമാൻ പെരുമാളിന്റെ കാലത്ത് കൃഷ്ണരായർ ആനമല കേറി കോട്ടയുറപ്പിച്ചു എന്നതാണ് 'കേരളോൽപത്തി'യിലെ പരാമർശം.

അതേസമയം കോട്ടയുമായി ബന്ധപ്പെട്ടല്ല കോട്ടയമുണ്ടായത്. അയം വെള്ളക്കെട്ടുള്ള സ്ഥലത്തെ കുറിക്കുന്നു. കോടിപ്പോയ ആകൃതി കൈവരിച്ച സ്ഥലങ്ങളാണ് കോടി. വെള്ളത്തിലേക്കു തള്ളിനിൽക്കുന്ന മുനമ്പുകളെ അങ്ങനെ വിളിക്കുന്നു.

ഇലകൾ കോട്ടി കൊട്ടകൾ മെനയുന്ന പലതരം പ്രാണികളുണ്ടല്ലോ. കോട്ടയുടേയും കൊട്ടയുടേയും സാരാംശങ്ങളൊന്നാണ്. വിശുദ്ധവനങ്ങളായി ആരാധിക്കുന്ന പ്രത്യേക സങ്കേതങ്ങളെ 'കോട്ടം' എന്നു വിളിച്ചതിന്റെ ധ്വന്യാംശവും മറ്റൊന്നല്ല. വാവലിപ്പുഴയുടെ ഇരുകരകളിലുമുള്ള ഇത്തരത്തിലൊരു ഊരാണ് കൊട്ടിയൂർ. വിശുദ്ധവനവും വിശുദ്ധജലവും ഒന്നിച്ച ഊര്. കോട് എന്ന പ്രയോഗവും ഇതോടു ബന്ധപ്പെട്ടതാണ്. തീരത്തോടടുത്ത അതിർകരകൾ മാത്രമല്ല, കുന്നിന്റെ അതിരിൽ ദൃശ്യമാകുന്ന ദേശങ്ങളേയും അത്തരത്തിൽ പെടുത്താം. ആലക്കോട് ഉദാഹരണം. ആലം ജലാംശമുള്ള നിലത്തെ സൂചിപ്പിക്കുന്നു. ഉറവുള്ള സ്ഥലത്തിന് കോഴി എന്ന ദ്രാവിഡപ്രയോഗവും കാണുന്നു. കോഴിക്കോടിന്റെ നിഷ്പത്തി അങ്ങനെയാവാം.

വയലിൽ നിന്നുള്ള വാക്കാണ് വയത്തൂരും. കാർഷിക സംബന്ധിയാണ് കാലിയാർ എന്ന ദൈവവിശേഷണം. കാർഷികഘട്ടത്തിലേക്ക് കാലെടുത്തു വച്ച കിരാതന്റെ പിറവിയുടെ സൂചന അതിലുണ്ട്. കിരാതമൂർത്തിയായി കാലിയാർ പ്രതിഷ്ഠിക്കപ്പെടുന്നു. പരമശിവന്റെ ആദിരൂപമാണ് കാലിയാർ അഥവാ പശുപതി. പാശുപതാസ്ത്രം നൽകിയാണ് ശിവൻ അർജ്ജുനനോട് പ്രീതി കാട്ടുന്നത്. അർജ്ജുനതപസ് അവസാനിപ്പിച്ചശേഷം കുടകിലെ കാലിയാർ മലയിൽ നിന്നും പാർവതിയുമൊത്തുള്ള പരമേശ്വരന്റെ സഞ്ചാരം മലനാട്ടിലൂടെയാണ്.

ആ സഞ്ചാരത്തിൽ വയത്തൂരിലെത്തിയെന്നതാണ് പുരാതനമായ വയത്തൂർ ശിവക്ഷേത്രത്തിന്റെ ഐതിഹ്യം. വയത്തൂരിനടുത്താണ് ഉളിക്കൽ. ശിവന് ഉളിന്ദനെന്നും പര്യായം. സുമേരിയൻ ഭാഷയിൽ 'ഉൾ' എന്നാൽ നക്ഷത്രം. ഉളിക്കല്ല് =നക്ഷത്രക്കല്ല്. നനവൂറുന്നതിനെ ഉളിയുക എന്ന് പറയാറുണ്ട്. വയത്തൂർ കാലിയാരുടെ പ്രതിഷ്ഠയുടെ ആദിമൂലസ്ഥാനം കുടകാണ്. കുടകും ഈ ദേശവും ചരിത്രത്തിൽ ഒരേ അധികാര പരിധിയിലൂടെ കടന്നുവന്നുവെന്നതിന്റെ ഒരു തെളിവുകൂടിയാണിത്. കുടകരും തദ്ദേശവാസികളും ചേർന്നാണ് ഇവിടെ ഉത്സവം ആഘോഷിച്ചു വരുന്നത്. മകരമാസം ഒന്നു മുതൽ പന്ത്രണ്ടു വരെ നടത്തുന്ന ഊട്ടുത്സവത്തിൽ ഊട്ടിനു വേണ്ട അരിസാധനങ്ങൾ കുടകിൽ നിന്നും കാളപ്പുറത്ത് കൊണ്ടുവരുന്നു. പയ്യാവൂരുട്ടിലും സമാനമായ ചടങ്ങുകളാണ് ഉൾപ്പെട്ടിട്ടുള്ളത്. അർജ്ജുനന് പാശുപതാസ്ത്രം നൽകി

അനുഗ്രഹിച്ച ഇടം പയ്യാവൂരാണെന്ന ഐതിഹ്യമാണ് പയ്യാവൂർ മഹാ ശിവക്ഷേത്രത്തിന്റെ പൊരുൾ. പയ്യനെന്നത് പശുപതിയുടെ പര്യായം. പശു എന്ന അർഥത്തിലുള്ള പ്രാകൃതപദമാണ് ആയ്. അയ് എന്നും ഉച്ചരിക്കാറുണ്ട്. ഇടയന്മാരുടെ സങ്കേതവും ആ പേരിലറിയപ്പെട്ടു.

അയ് ചേരിയാണ് അയിച്ചേരി. കൊടുംതമിഴ്പദമായ പൈ എന്നതും പശുവിന്റെ സൂചകമാണ്. ഇടയന്മാരുടെ സങ്കേതത്തിന് ആയ് എന്നു മാത്രമല്ല ചേടി എന്നും പേരുണ്ട്. ചേടിച്ചേരി ഒരു പക്ഷെ അങ്ങനെ വന്നതാവാം. മണ്ണിന്റെ ഗുണത്തിനനുസരിച്ചുമാകാം. ചേടിയായതിനാ ലാവാം ചേടിച്ചേരി. ചുവന്നതാണെങ്കിൽ ചെമ്പൻതൊട്ടി, ചേപ്പറമ്പ്, ചെമ്പേരി. ചെമ്പേരി (ചെമ്പ് + ഏരി) ലോഹാംശത്താൽ ചെമന്ന ഏരിയാണ്. പയ്യാവൂർ ശിവക്ഷേത്രത്തിലേക്ക് വെള്ളാട് ക്ഷേത്രത്തിൽ നിന്ന് ചെമ്പുകൊണ്ടുപോകുമ്പോൾ വിശ്രമിച്ച സ്ഥലമെന്ന ഐതിഹ്യവും ചെമ്പേരിയെ ചുറ്റിപ്പറ്റിയുണ്ട്. പ്രാചീനവാസസങ്കേതമായ ചേരി, ഏരി എന്ന രൂപത്തിലും, സ്ഥലനാമങ്ങളിൽ ധാരാളമായി കണ്ടുവരുന്നു. കൃഷിയോഗ്യമാക്കി വളച്ചെടുക്കുന്ന ഭൂമിയെ വിളിച്ചു വരുന്നതാണത്. നവീന ശിലായുഗത്തിന്റേയും ലോഹ യുഗത്തിന്റേയും അടയാളങ്ങള വശേഷിക്കുന്ന സ്ഥലമാണിവിടം. കുടകിലെ എരുമാട്ടും (എരുമൈയൂര് ലോപിച്ചതാവാം) മലബാറിലെ എരമവും ഒരേ സംസ്കൃതിയുടെ സൂചക ങ്ങളാണ്. എരുമാട് എന്ന സ്ഥലം ഇപ്പോൾ സുപ്രസിദ്ധമായ പുണ്യ സ്ഥലമാണ്. എരുതുകളുടെ നാടാണ് ഏറനാട്. ഏറ് എന്നാൽ ഇവിടെ കന്ന് എന്നർഥം. ഉദയമെന്ന ആശയവുമായി ബന്ധപ്പെട്ട 'എരു' എന്ന പദം കൃഷിനിലത്തെ പരാമർശിച്ചും പ്രയോഗിച്ചു കാണുന്നു. "ഏരിനും നന്റാൽ എരുവിടുതൽ കട്ടപിൻ നീരിനും നന്റതൻ കാപ്പ്" (1038, തിരു ക്കുറൾ, തിരുവള്ളുവർ, സംഘ കൃതി, എ. ഡി. രണ്ടാം ശതകം) നില മൊരുക്കുക, വളമിടുക, കളനീക്കുക, ജലസേചനം നടത്തുക എന്നിവ പോലെ തന്നെ പ്രധാനമാണ് കതിർചെടികളെ കാത്തു സൂക്ഷിക്കുന്നത് എന്നു സാരം. കാളയെ എരുതെന്നു വിളിക്കുന്നത് കാർഷികബന്ധം നിമിത്തമാവാം. ഈ പദം എരുവേശ്ശി എന്ന നാമത്തിലും കാണാം. വേശ്ശി എന്ന ഭാഗം വശ്യമായതിനാലെന്ന വ്യാഖ്യാനം കേൾക്കാറുണ്ട്. വേശ്യയെന്ന വാക്കും വശ്യതയുടെ സദ് സൂചനയാണല്ലോ. അതിന് അർഥാന്തരം ചാർത്തിയത് പിൽക്കാലത്തെ സാമൂഹ്യപ്രേരണക ളാണ്. വേശ്യയെന്നു മുദ്രകുത്തുന്നതിലും, കുലത്തിൽ നിന്നും ആചാര സമ്മർദങ്ങളാൽ കുടിയിറക്കപ്പെടുന്നവരെ പ്രത്യേകം പാർപ്പിക്കുന്ന സങ്കേതങ്ങളൊരുക്കുന്നതിലും ആ പ്രവണത ചെന്നെത്തി. അവ കുലട കളായി മാറ്റപ്പെടുന്നവർക്കുള്ള വേശ്യാചേരികളായി കണക്കാക്കപ്പെട്ടു.

ഏരുവേശി അത്തരമൊരു സങ്കേതമായിരുന്നുവെന്നത് ശരി. ഭ്രഷ്ട കല്പിക്കപ്പെട്ടവരെ പുനരധിവസിപ്പിക്കാനൊരുക്കിയ മൂത്തേടത്ത് മനയും അതിന്റെ അധിപരായ മന്ദനൻവംശവും വംശാന്ത്യകാലത്ത് ഗണികവൃത്തിക്ക് പേരു കേൾപ്പിച്ചതായി പഴയ ആൾക്കാർ പറയാറുണ്ട്.

തേവിടിശ്ശിയെന്ന വാക്കിന്റെ ഉത്ഭവം കലാപരമായ മഹത്വത്താൽ ശ്രേഷ്ഠമായതാണ്; അവർ വശ്യതയുള്ള രൂപഭാവങ്ങളുള്ളവരാണ്. ദേവദാസിയെന്നാണ് യഥാർഥത്തിൽ വിശേഷണം. ജനങ്ങളെ ആകർഷിക്കുന്നതിനു വേണ്ടി ക്ഷേത്രങ്ങളോടനുബന്ധിച്ച് സ്ഥാപിച്ചിരുന്ന കലാശാലകളുടെ ചുമതല നിറവേറ്റിയിരുന്നവരാണിവർ (ക്ഷേത്രത്തോടനുബന്ധിച്ച പാഠശാലകളിൽ നിയമിതരാവുന്ന പണ്ഡിതന്മാർക്ക് പട്ടത്താനവും നൽകിയിരുന്നു. ദേവദാസീസ്ഥാനം പോലെ തന്നെയാണിതും). കലാപ്രതിഭകളായ കുലീനകളെ തേവടിച്ചിസ്ഥാനങ്ങളിൽ നിയമിച്ചതിന്റെ ശാസനങ്ങളുണ്ട്. മലബാറിൽ ചോക്കൂർ ക്ഷേത്രത്തിൽ എഡി 932ൽ കൊത്തിയിട്ട രേഖയിൽ തേവടിച്ചി സ്ഥാനത്തെപ്പറ്റി പരാമർശമുണ്ട്.

മാന്യമായ പദവിയായിരുന്നു അത്. തേവിടിച്ചികൾ എന്ന വാക്കിലെ 'അടികൾ' അക്കാലത്ത് ബ്രാഹ്മണർ, രാജാക്കന്മാർ, സന്ന്യാസിമാർ, രാജകന്യകൾ, ദേവദാസികൾ എന്നിവർക്കു മാത്രം നൽകിയിരുന്ന വിശേഷണമാണ്. ദേവദാസീപദം നേടിയ രാജസഹോദരിമാരും ധർമപത്നികളും ചരിത്രത്തിലുണ്ട്. കൂത്തിച്ചികൾ എന്ന പര്യായം നോക്കുക. കൂത്തമ്പലത്തിൽ നൃത്തമാടുന്നവരാണ്. സകലകലാ നിപുണരായ ഉത്തമസ്ത്രീകളാണ് ദേവദാസികൾ. അവരുടെ പുരുഷന്മാർ നമ്പിയാരെന്നും അറിയപ്പെട്ടു. പിൽക്കാലത്ത് ആ സ്ഥാനത്തിന്റെ മഹിമക്ക് എന്തുകൊണ്ടോ മങ്ങലേറ്റു. കുലത്തിൽ നിന്ന് പുറന്തള്ളപ്പെടേണ്ടവരാണെന്ന അധഃപതനത്തിൽ വരെ ആ ധാരണ വ്യതിചലിച്ചു.

ഭൂമിയെന്ന അർഥമുള്ള ഇശി എന്ന വാക്കാണ് ഇവിടെ ചേരുന്നത്. എരു + ഇശി: എരുവേശ്ശി. ('ഉ'കാരത്തിനു ശേഷം 'വ' കാരാഗമം. ഓർന്നിത്യം എന്ന ലീലാതിലകസംജ്ഞാവ്യവഹാരം). പഴശ്ശി, പൈസക്കരി, പയസായിക്കുണ്ടം എന്നീ സ്ഥലനാമങ്ങളും'ഇശി' യോടു ബന്ധപ്പെട്ടുകിടക്കുന്നു. ഒരു കാലത്ത് ആടുമാടുകളെ സംരക്ഷിക്കുന്ന ഇടയന്മാരുടെ ചേരികൾ പലതും പിൽക്കാലത്ത് ആ പേര് നിലനിർത്തിയിട്ടുണ്ട്. ആയ് എന്ന പ്രയോഗം പരിസരങ്ങളിലെ മറ്റു ചില ദേശനാമങ്ങളിലുമുണ്ട്. പരിപ്പായ്, തേർലായ്, കോർളായ് എന്നിവ അതിൽ പെടും. പരപ്പായ നിലം കൂടിയാണ് പരിപ്പായ്. തൊട്ടടുത്ത് ചെങ്ങളായി ഉണ്ട്. ചെങ്ങളഴി (ചെങ്ങൽ + അഴി)ചെങ്ങളായി ആയതാവണം.

ഐന്തിണകളിലെ മരുതനിലങ്ങളോട്ട ബന്ധപ്പെടുത്തിയ പൂക്കൾ താമരയും പിന്നെ ചെങ്ങഴിനീരുമാണ്. ചൊവ്വയ്ക്കടുത്ത് അറബിക്കട ലോരത്ത് പെരുങ്ങളായി (പെരിയ കടലഴി) എന്ന സ്ഥലമുണ്ട്. തോടും പുഴയും ചേരുന്ന ഒരിടമാണ് ചെങ്ങളായി. കര പുഴയിലേക്ക് അഴിഞ്ഞു പോകുന്ന ചിലയിടങ്ങളെ പാരഴികളെന്നു പറയാറുണ്ട്. 'പാരഴി'യാകാം 'പാഴി' ആയും പഴയങ്ങാടിയായും മാറിത്തീർന്നത്.

പാണ്ഡ്യരാജാവായ നെടുമാറ പാണ്ഡ്യൻ (ഉദ്ദേശം എഡി 660-690) യുദ്ധം ചെയ്തതായി പറയപ്പെടുന്ന ഇരുപതു സ്ഥലങ്ങളിൽ പാഴി, കുളത്തൂർ, കുളന്തൈ എന്ന സ്ഥലങ്ങളെല്ലാം പെടുന്നു. ഈ സ്ഥലനാമ ങ്ങളെല്ലാം ശ്രീകണ്ഠപുരത്തിന് ചുറ്റുവട്ടമുണ്ട്. "പാഴിയെന്ന നഗരം നന്നൻ എന്ന സംഘകാവ്യങ്ങളിൽപ്പേരുള്ള സാമന്ത രാജവംശം തുളുനാട്ടിലോ മൈസൂരിലോ സ്ഥിതി ചെയ്യുന്നതായി "കേസരി കണക്കുകൂട്ടുന്നു. ചെങ്ങ ളായിയെന്ന നാമത്തോട്ട അടുത്ത സാമ്യമുള്ള സ്ഥലനാമമാണ് ചെങ്കള. ചെങ്കളം എന്നതിന് അർഥം അഴകുള്ള പ്രദേശം എന്നാകുന്നു. ചെങ്കളം സിങ്കളമായും സിംഹളമായും പിന്നീടത് സിലോൺ (സീ- ലയൺ) ആയും മാറി. ചിങ്ങംരാശിക്ക് സിംഹരൂപമാണ്. ചിങ്ങത്തിൽ നിന്ന് നേരിട്ട് ചെങ്ങളവും ചെങ്കളവും രൂപപ്പെടാം. സിലോണിന്റെ പഴയനാമം ഇപ്പോൾ ശ്രീലങ്കയായി തിരിച്ചു വന്നു. പ്രകാശിക്കുക എന്നർഥമുള്ള ഇലങ്കുക എന്ന വാക്കാണ് തമിഴിൽ ഇലങ്കൈ ആയതും ഒടുവിൽ ലങ്കയായി പരിണമിച്ചതും.

മലനാടിന്റെ ജനപ്രിയനായ ദേവൻ മഹാശിവനാണെന്നു തോന്നും, അത്രയേറെ സ്ഥലനാമങ്ങളുണ്ട്. ശ്രീകണ്ഠപുരം, ശിവപുരം, പയ്യാവൂർ, വയത്തൂർ, തുടങ്ങി നിര നീണ്ടു പോകും. മയ്യിൽ ശിവന്റെ മറ്റൊരു പര്യാ യമായ മയൂരൻ എന്നതിൽ നിന്നുണ്ടായത്. കൂത്താടുന്ന തേവന്റെ (ശിവന്റെ) ഇടമാണ് കൂത്തുപറമ്പ്. പ്രകൃതിയുടെ ആത്മരൂപമാണ് ശിവനിൽ പ്രതീകവൽക്കരിക്കപ്പെട്ടത്. ശിവസങ്കേതം കാടിന്റെ കാലസ്ഥിതിസംഹിതയിലാണ്. മലനാടിന്റെ പൗരാണികതയിൽ ലയിച്ചു കിടക്കുന്ന കാലാതീത ഇതിവൃത്തങ്ങളിൽ നിന്ന് ദൈവികമായ അത്തരത്തിലൊരു കേന്ദ്രകഥാപാത്രം പിറവിയെടുക്കാതിരിക്കില്ല. തളിപ്പറമ്പിൽ രാജരാജേശ്വരനായി ശിവൻ വാഴുന്നതും മലനാടിന്റെ പ്രാർഥനാ സങ്കേതങ്ങളിൽ ശിവസ്തുതി ആധിപത്യം നേടുന്നതും ഇക്കാരണം കൊണ്ടു തന്നെ. താപസവനങ്ങൾക്കനുയോജ്യമാം വിധം ഭാവവിലാസങ്ങളുള്ള, ഇരുളുംവെളിച്ചവുമിടകലർന്ന, കാടും കാട്ടരുവിയും കവിതകൾ നിറച്ച ധ്യാനമുഗ്ദ്ധവും ഒരാദിമശൂന്യത മുറ്റിനിൽക്കുന്നതുമായ ആരണ്യ സുകൃതമായിരിക്കണം മലനാടിന്റെ പ്രകൃതി. അഗസ്ത്യമുനിയും

ശംബര മഹർഷിയും മാന്ധാതാവ് മഹർഷിയും മലനാടിന്റെ വിശ്രാന്തിയിലൂടെ കടന്നുപോയതായി ഐതിഹ്യകഥകൾ. കൃതായുഗത്തിലെ ഒരു രാജാവായിരുന്ന മാന്ധാതാവ് രാജ്യം ഉപേക്ഷിച്ച് സന്ന്യാസം സ്വീകരിച്ച ശേഷം നടത്തിയ തീർഥയാത്ര ഇവിടെയുമെത്തി. അദ്ദേഹത്തിന്റെ തപസ്സിൽ സംപ്രീതനായ ശിവൻ ആഗ്രഹപ്രകാരം ശിവലിംഗം സമ്മാനിച്ചു. ശിവലിംഗം പ്രതിഷ്ഠിക്കാനായി ശ്മശാനങ്ങളില്ലാത്ത വിശുദ്ധസ്ഥലം തേടിയാണ് തളിപ്പറമ്പിലെത്തിയത്. പാർവതി ഭദ്രകാളിയെ അയച്ച് ശിവലിംഗം തിരിച്ചുപിടിച്ചതായും കഥാവ്യാഖ്യാനങ്ങളുണ്ട്. അങ്ങാടിപ്പുറം തിരുമാന്ധാംകുന്ന് ക്ഷേത്രമഹിമയുമായി ബന്ധപ്പെട്ടും ഇക്കഥ കേൾക്കുന്നു. പിന്നീട് മാന്ധാതാവിന്റെ മകൻ മുചുകുന്ദൻ തപസ് ചെയ്ത് മറ്റൊരു ശിവലിംഗം നേടിയെടുത്തതായും തളിപ്പറമ്പിൽ പ്രതിഷ്ഠ നടത്തിയതായും കഥ നീളുന്നു. അദ്ദേഹത്തിനു ശേഷം ഈ ശിവലിംഗം അപ്രത്യക്ഷമാവുകയും പിൽക്കാലത്ത് മൂഷികവംശരാജാവ് ശതസോമൻ മൂന്നാമത്തെ ശിവലിംഗം പ്രതിഷ്ഠിച്ചുവെന്നുമാണ് കഥയുടെ ബാക്കി.

ദക്ഷിണ ഭാരതത്തിലെ ശിവക്ഷേത്രങ്ങളിൽ പ്രമുഖ സ്ഥാനത്താണ് തളിപ്പറമ്പ് രാജരാജേശ്വര ക്ഷേത്രം. പുരാതനമായ ശക്തിപീഠങ്ങളിലൊന്നായി ഈ ക്ഷേത്രം കരുതപ്പെടുന്നു. കശ്യപന്റെ ശാപത്താൽ, പിശാചായിത്തീർന്ന ദാരികന് ഭദ്രകാളി ശാപമോക്ഷം കൊടുത്ത പുണ്യസ്ഥലമായാണ് തളിപ്പറമ്പിനെ ഐതിഹ്യം അടയാളപ്പെടുത്തുന്നത്. ദക്ഷന്റെ യാഗശാലയിൽ അപമാനിതയായപ്പോൾ സ്വയമൊരുക്കിയ അഗ്നിവലയത്തിൽ ദേഹത്യാഗം ചെയ്ത സതിയുടെ അസ്ഥിപഞ്ജരമേന്തി രുദ്രകോപിതനായ ശിവൻ സംഹാര താണ്ഡവമാടുകയുണ്ടായി. ശിവന്റെ കോപമണയണമെങ്കിൽ ശിരസ്സിൽ നിന്ന് ഭൗതികാവശിഷ്ടം നീക്കം ചെയ്യാതെ വയ്യ. വിഷ്ണു പ്രത്യക്ഷപ്പെട്ട് ശരം പ്രയോഗിച്ചു. അതേറ്റ് സതീദേവിയുടെ ഭൗതികാവശിഷ്ടം പതിച്ചത് തളിപ്പറമ്പിലാണത്രെ. അത്തരത്തിൽ ഐതിഹ്യപ്പൊലിമകൾ കഥയെ നിറം പിടിപ്പിക്കുന്നു. ചെല്ല(സമ്പത്ത്)ത്തിന്റെ ഊര് ചെല്ലൂർ. അക്കാലത്തെ സമ്പത്ത് സൂക്ഷിക്കുന്ന കലവറ (ഇന്നത്തെ ബാങ്ക്) അമ്പലങ്ങളാണല്ലൊ. ശ്രീ പരമേശ്വരക്ഷേത്രത്തിന്റെ സ്ഥാനത്താൽ ആ ദേശം പെരിഞ്ചെല്ലൂരായി.

സ്ഥലനാമം തളിപ്പറമ്പ് ആയി മാറുന്നത് പിന്നീടാണ്. രാജധാനിയോടടുത്ത് നിർമിക്കുന്ന ക്ഷേത്രങ്ങളെ പൊതുവെ തളി എന്നു വിളിച്ചതായി കാണാം. ബ്രാഹ്മണരുടെ 64 ഗ്രാമങ്ങളെ ഏകോപിപ്പിച്ച് അധീശത്വം അരക്കിട്ടുറപ്പിക്കാനുള്ള ഭരണസംവിധാനങ്ങൾ രൂപപ്പെടുത്തുന്ന കാലത്ത് പെരുഞ്ചെല്ലൂരെന്നായിരുന്നു തളിപ്പറമ്പിന്റെ പേര്.

ബ്രാഹ്മണർക്കു വേണ്ടി അത്തരം സംവിധാനങ്ങളെ മുന്നോട്ടു നയിക്കാൻ നാല് കഴകങ്ങളാക്കി തിരിച്ചപ്പോൾ അതിലൊന്ന് പെരിഞ്ചെല്ലൂരാണ്. പിന്നീടത് ഏഴായി വർധിപ്പിക്കുന്നുണ്ട്. ക്ഷേത്രഭരണ നിർവഹണത്തിനായി ഈ ഏഴു കഴകങ്ങളെ ഉൾപ്പെടുത്തി നാല് തളികളാക്കുകയും ഓരോന്നിന്റേയും സ്ഥാനീയരായി തളിയാതിരിമാരെ നിയമിക്കുകയും ചെയ്തു. അന്നത്തെ സുപ്രധാന കേന്ദ്രങ്ങളെന്ന നിലക്ക് തളികളെ തളിയാതിരിമാർ (തലൈയാത്തർ - ആത്തർ എന്നാൽ പെരിയവർ.) താമസസ്ഥാനങ്ങളാക്കിയതാവാം.

തളിയാതിരിമാർ പിന്നീട് സർവാധികാരികളായി മാറി. തളിയാതിരിമാരുടെ സംഘാടനത്തിനായി നാല് 'കലക്ക'കളേർപ്പെടുത്തി. അതിലൊന്ന് പെരിഞ്ചെല്ലൂർ കലക്ക. ആസ്ഥാനകോവിലകം പണിതത് പെരിഞ്ചെല്ലൂരിന് അകലെയല്ല. രാജരാജേശ്വര ക്ഷേത്രത്തിൽ നിന്നും, അഞ്ചു കിലോമീറ്റർ തെക്കുകിഴക്കായി ഇന്ന് കരിമ്പം എന്നറിയപ്പെടുന്ന സ്ഥലത്ത് പനക്കാട് പുഴയുടെ പടിഞ്ഞാറ് ചേർന്നാണ് കരിപ്പത്ത് കോവിലകം സ്ഥിതി ചെയ്തിരുന്നത്. മൂഷികൻ എന്നർഥമുള്ള കരുപ്പെ എന്ന തമിഴ് പദത്തിൽ നിന്നാവണം ഈ പദം വന്നത്. കരിമ്പം തോട്ടത്തിലെ കുലോം പറമ്പിൽ (കോലം -കോലത്തിരിയുടെ ആസ്ഥാനമായിരുന്നല്ലൊ)രാജവംശത്തിന്റെ കൊട്ടാരാവശിഷ്ടങ്ങളും വലിയ കൽക്കെട്ട് കിണറും മണിക്കിണർ ഒക്കെ ബാക്കിയുണ്ട്.

ഇപ്പോഴത്തെ കുണ്ടത്തിൽ കാവ് മുമ്പ് കുലോംപറമ്പിലായിരുന്നുവെന്ന് പഴമക്കാർ പറയുന്നു. കാവിൽ വലിയ തായിപരദേവത കെട്ടിയിറങ്ങിയാൽ, തിരുമുടി പായ്ക്കപ്പലിന്റെ പായയാണെന്നു സങ്കല്പിച്ച് കടൽക്ഷോഭത്തിൽ പെട്ട ചലനങ്ങൾ സൃഷ്ടിക്കാറുള്ളതും താടിയും ഉറുക്കും മറ്റും ധരിച്ച വേഷങ്ങളും അതിനുതക്ക ഭാഷകളും അനുബന്ധമായി പ്രദർശിപ്പിക്കാറുള്ളതും പുരാവൃത്തത്തിലെ മരക്കലമേറി വന്ന ദേവതയുടെ പരിപ്രേക്ഷ്യത്തിലാണ്. വനപ്രകൃതിയുടെ മായികതയിൽ വിടർന്ന പ്രാക്തനാ ഗാഥകളെ പിൻപറ്റിയാണ് തൃച്ചംബരം ക്ഷേത്രത്തിന്റെ ഉത്ഭവവും. ശ്രീശംബര മഹർഷി ഭഗവദ്‌വിലാസങ്ങൾ കാണാൻ തപസ്സനുഷ്ഠിച്ച വനഭൂമിയാണ് ക്ഷേത്രം സ്ഥിതിചെയ്യുന്ന സ്ഥലമെന്നും, അതിന്റെ ഓർമമുദ്രയായി തിരുശംബര എന്ന പേരിൽ നിന്നാണ് തൃച്ചംബരം ക്ഷേത്രത്തിനു ആ പേരു വന്നതെന്നുമാണ് പുരാവൃത്തം.

ശ്രീശംബരത്തെ തൃച്ചമ്മരമായും (ചെം + മരം) സംസ്കൃതവൽക്കരിച്ചിട്ടുണ്ട്. മാന്ധാതാവ് തപസ് ചെയ്തു ഇടമാണ് മാന്ധൻ കുന്ന്(ഇന്ന് അറിയപ്പെടുന്നത് ഭ്രാന്തൻ കുന്ന്). ഭ്രാന്തൻ കുന്നിൽ ധ്യാനനിമഗ്നനായ ശിവാങ്ങൾ (കൊട്ടുങ്കാട്ടു കൊതിയൻ) യോഗീശ്വരനും പരിവ്രാജകനും

പരമഭാഗവതന്മമായ വിശിഷ്ട ഗ്രന്ഥങ്ങൾ രചിച്ച മഹാനാണ്. പ്രശ്നമാർഗം, ഭദ്രദീപം, യോഗാമൃതം, പ്രപഞ്ചസാരം ഭാഷാ വ്യാഖ്യാനം, ദ്വിശതി തുടങ്ങി ഒട്ടേറെ കൃതികൾ സമ്മാനിച്ച മറ്റു പണ്ഡിതന്മാരും ഈ പരിസരങ്ങളിലുണ്ട്.

തൃച്ചംബരത്തിന്റെ സമീപദേശമായ പാലകുളങ്ങര വീരർകാളിത്തോറ്റത്തിൽ കടന്നു വരുന്നു. പെരുങ്ങായി കയ്മളുടെ ആദിമൂല ദേവതയാണ് വീരർ കാളിയമ്മ. (പുതിയ ഭഗവതി തോറ്റത്തിലും പരാമർശമുണ്ട്).

"വാക തേച്ച് മയം വരുത്തിക്കൊണ്ടാരല്ലോ,
മുങ്ങിക്കുളിച്ച് തേവാരക്കല്ലേറി നിൽക്കുമ്പോൾ,
അപ്പോൾ പോന്നാൻ തൃക്കണ്യാർ പുരം വാഴും എൻ പെരുമകനോ,
നീറ്റിലോരെ നിഴൽ പോലെ തോന്നിയല്ലവിടാ,
പണ്ടില്ലാത്തൊരാരംഭം വീരപാൽക്കുളങ്ങര"

"അസ്തമലയും കനകമലയും കൂടിയേടത്ത്
തോന്നുന്നല്ലോ വീരനല്ലരയാലും വീരപാൽക്കുളമോ-
വീരനല്ലരയാക്കീൽ പെറ്റു പിറന്ന്
വീരപാൽപട്ടരുടെ പൊൻമകളായി
പിറന്ന് വളർന്ന് മൂവാണ്ടിൽ മുടി പൊലിച്ചാരേ"

ആദിചേരന്മാരുടെ തലസ്ഥാനങ്ങളുടെ (വഞ്ചി, കരവൂർ) പരിസരത്തുമുള്ള ചില സ്ഥലനാമങ്ങൾ ശ്രീകണ്ഠപുരത്തിനടുത്തും കാണാം. പടിയൂർ, കരവൂർ, കോട്ടൂർ, വഞ്ചിയം, വഞ്ഞൂർ തുടങ്ങിയവയെല്ലാം അത്തരത്തിൽ പെടും. കാവേരിയുടെ പോഷകനദി നൊയ്യൽ കരയിലും പടിയൂർ ഉണ്ട്.

കുടകിലെ മറ്റൊരു രാജാവായ വൈതൽക്കോനുമായി ബന്ധപ്പെട്ടു ത്തി വൈതൽമലയുടെ നാമോൽപത്തിയെ പരാമർശിക്കാറുണ്ട്. ഒരു കാലത്ത് അദ്ദേഹത്തിന്റെ അധികാരത്തിലായിരുന്നത്രെ വൈതൽമല. കോ, കോൻ എന്നീ പദങ്ങളെല്ലാം അധികാരചിഹ്നം ധരിച്ചവരെയാണ് സൂചിപ്പിക്കുന്നത്. (കോൻ എന്നതിന് പുത്രൻ എന്നുമർഥം). ഗോത്രങ്ങൾ തമ്മിൽ വിരോധത്തിലാവുമ്പോൾ അന്യോന്യം ആട്ടുമാട്ടുകളെ മോഷ്ടിക്കുന്ന ഏർപ്പാടുണ്ടായിരുന്നു പണ്ട്. അതിനെ തടയാൻ അതിർത്തിയിൽ കോൽ കൊട്ടത്ത് ഒരാളെ 'കോൻ' പദവിയിൽ നിർത്തും. കോൻ നാടിനെ സംരക്ഷിക്കുന്ന ഒരധികാര പദവിയായി പിന്നീട്ടു മാറി. ചെറുതും വലുതുമായ അധികാരത്തിന്റെ ആസ്ഥാനങ്ങളെ ബന്ധിപ്പിക്കുന്ന പദങ്ങളാണ് കോ, കോൻ, കോയി, കോയിൽ (കോ + ഇൽ, കോവിൽ) തുടങ്ങിയവ.

കൊയിലി (ശ്രീകണ്ഠപുരം പുഴയോരത്തെ ഗ്രാമം) യെന്ന ദേശനാമം ദൈവികമായ അധികാരസ്ഥലമാണ്. കോൻ + കാനം എന്നതാവാം കൊങ്കണമായത്(കാനം = കാട്, പുഴ). പരശുരാമന്റെ മാതാവ് രേണുകയുടെ പര്യായമാണ് കൊങ്കണം. നർമദാ തീരത്ത് പരശുരാമൻ ഭരിച്ചിരുന്ന മാഹിഷ് മതി എന്ന രാജ്യത്തെപ്പറ്റി പരാമർശമുണ്ടല്ലോ. മാഹിഷ് മതിയെന്നതും രേണുകയുടെ പര്യായമാണ്. അവിടെ നിന്നാണ് ബ്രാഹ്മണസമൂഹം കേരളത്തിലേക്ക് കുടിയേറിയത്. ഏഴിമല കേന്ദ്രീകരിച്ചും കൊൻകാനമെന്ന നാട്ടുണ്ടായിരുന്നതായി ഇളംകുളം നിരീക്ഷിച്ചിട്ടുണ്ട്. കടൽത്തീരത്തിന്റെ തലവൻ എന്നാണ് കൊങ്കണം എന്ന വാക്കിന്റെ ആശയം.

വൈതൽമല പൈതൽ മല എന്ന പേരിലും അറിയപ്പെടുന്നു. 'Way Dal' എന്ന പ്രയോഗസാധ്യതയാണ് 'മലബാർ മാന്വലി'ൽ വില്യം ലോഗൻ ചൂണ്ടിക്കാട്ടുന്നത്. ഏഴു കുടകുമലകളിലേറ്റവും ചെറുതെന്ന അടിസ്ഥാനത്തിൽ പൂർവകാലത്ത് 'പൈതൽ' എന്ന പേരു വീണതാണെന്നും, അതല്ല, ഉണ്ണികൃഷ്ണാവതാരത്തെ ബന്ധപ്പെടുത്തിയുള്ളതാണെന്നും വ്യത്യസ്ത അഭിപ്രായങ്ങളാണ് അതേപ്പറ്റിയുള്ളത്. വൈതൽമല, വഞ്ചിയോൻമല, ചാരിക്കുന്ന്, കീഴാർമല, കാട്ടിമല, കടുവൻ മല, കാളിമല എന്നിങ്ങനെ ഏഴുമലകളെ പഴയ തലമുറ പരിചയപ്പെടുത്തുന്നു.

"ഇങ്ങെവിടേക്ക് വഴിപോവാനായിതിലേ പോന്ന്
ഏഴിനും മീത്തൽ പോകുന്ന ഞാൻ ഇട്ടപ്പയിലമ്മേ..."

കതിവനൂർ വീരനായി മാറിയ മന്ദപ്പന്റെ യാത്രാമൊഴിയിലെ പരാമർശത്തിലും ഏഴു പർവതങ്ങളുടെ ദൃശ്യം കാണാം.

വായ്മൊഴികളായും വരമൊഴികളായും സംരക്ഷിക്കപ്പെട്ട അറിവിന്റേയും അനുഭൂതികളുടേയും ഭാഷകളുടേയും ചരിത്രം നിരന്തരമായ ജ്ഞാനക്രിയകളിലൂടെയേ സമഗ്രമാവുകയുള്ളു. കാലാവശേഷിതമായ ജ്ഞാനസാമഗ്രികളും നമുക്ക് അധികമില്ല. സ്ഥലനാമങ്ങൾ പൂർവസംസ്കൃതിയിലേക്കു കടക്കാനുള്ള പാസ് വേർഡ് കൂടിയാണ്. ഓരോ പ്രദേശത്തിന്റേയും സ്വന, പദ സംസ്കാരങ്ങളിലും അടിവേരുകൾ ഉണ്ടാകും. മുഖ്യധാരയിൽ നിന്നു പുറന്തള്ളപ്പെട്ട ജനവിഭാഗങ്ങളുടെ പുരാവൃത്തങ്ങളിലുമുണ്ടാകും ഒളിഞ്ഞു കിടക്കുന്ന ഒരു പാടു ചരിത്ര സത്യങ്ങൾ. അധിനിവേശ തന്ത്രങ്ങളാൽ തകർക്കപ്പെട്ട സ്വത്വ ഘടനകൾ ഭാഷയിലുമുണ്ടാകുമല്ലോ.

കാവുമ്പായി എന്നത് 'കാവിൻവഴി' എന്ന പദത്തിന്റെ ഉച്ചാരണഭാഷാന്തരമാണ്. വഴിയുടെ രൂപഭേദമാണ് 'ബയി'. തുളുഭാഷയുടെ സ്വാധീനം 'ബയി' പ്രയോഗത്തിൽ വ്യക്തമാണ്. മലവാരം മലബാരം

(മലബാർ) ആയതിലും ഈ തുളസ്വാധീനം ഒരു പക്ഷെ ഉണ്ടാകാം. കാവിലേക്കുള്ള വഴിയെന്ന വ്യക്തം. ഈ ദേശത്തേക്കു കടക്കുന്നവർക്ക് കവാടം തൊട്ടേ കാവുകൾ കാണാമെന്നതിൽ മാത്രം ഒതുങ്ങുന്നതല്ല ആ ഭാവന. ധാരാളം വൃക്ഷങ്ങളുള്ള സ്ഥലത്തെ വിശുദ്ധീകരിച്ചാണ് കാവ് എന്നു പരാമർശിക്കുന്നത്. തമിഴിൽ കൂടൽ എന്ന അർഥത്തിലും പ്രയോഗിക്കുന്നു. ആരാധനാ സ്ഥാനമായി അവിടം പരികല്പിക്കപ്പെട്ടു. കോട്ടം, അറ, മുണ്ട്യ തുടങ്ങിയ സങ്കേതങ്ങൾക്കും ഇതേ പരിപ്രേക്ഷ്യ മാണ്. കാവിന് കാട് എന്ന വിസ്തൃതവും നിഗൂഢവുമായ ഒരാശയത്തിന്റെ അടരുണ്ട്. ചിരന്തനമായൊരു നാടോടികത അലഞ്ഞുതിരിയുന്നതിന്റെ അപൂർവഭാവങ്ങൾ വന്യരാശിയിൽ ലയിച്ചു കിടക്കുന്നുണ്ടെന്നതാണ് ആ നിഗൂഢത. ഗ്രാമഗോത്രം ഒളിപ്പിച്ചുവച്ച ഒരു കടങ്കഥയായോ, പുരാവൃത്ത ങ്ങളുടെ പവിത്രശോഭയായോ കാവുമ്പായി ശേഷിക്കുന്നു.

തൊഴിലടിസ്ഥാനത്തിൽ ജനവിഭാഗത്തിന് പേരു വീണതുപോലെ ജനഗണത്തിന്റെ പേര് ദേശത്തിലും പതിഞ്ഞതായി കാണാം. സംഘ കൃതിയായ പുറനാനൂറിൽ മാങ്കുടി കിഴാർ നാല് പോർവിഭാഗങ്ങളെ പരാമർശിക്കുന്നുണ്ട്. തുടിയർ, പാണർ, പറൈയർ, കടമ്പർ. ഇതിൽ പറൈയർ വസിക്കുന്ന ദിക്കിനെ പറശ്ശിനിയായും തൊട്ടടുത്ത് കടമ്പ രുടെ വാസസ്ഥലത്തെ കടമ്പേരിയായും കാണാവുന്നതേയുള്ളൂ. അലഞ്ഞു തിരിഞ്ഞ പാണരുടെ സങ്കേതങ്ങളായിരിക്കണം കേരളത്തി ന്റെ വടക്ക് പാണത്തൂർ തൊട്ട് തെക്ക് പാണക്കുന്നു വരെ. പറശ്ശിനിയെ ന്ന പേരിനു നിറംചാർത്തുന്ന കഥകളൊന്നിലേറെയുണ്ട്. പറച്ചിങ്ങക്കാ ടുകൾ ചെടിച്ചു വളർന്ന ഒരു ചെളിമ്പ്രദേശമായതിനാലാണ് ആ പേരു വന്നതെന്ന് പറയുന്നതിൽ അസാംഗത്യമില്ലെങ്കിലും ചരിത്രപരമായ കാരണങ്ങളും തിരയാവുന്നതാണ്. അതിലൊന്നാണ് കുടകരാജാവിന്റെ ഊരാളനായി വന്ന് ഈ ദേശത്തിന്റെ മേൽക്കോയ്മ വഹിച്ച പറയൻ ചീനിയുടെ കഥ. അയാൾ കൊല്ലപ്പെട്ട സ്ഥലം പറശ്ശിനി. ആ പ്രദേശത്ത് വളപട്ടണംപുഴയെ പരുഷ്ണിയെന്നു വിളിച്ചിരുന്നതു കണക്കിലെടുത്താൽ പരുഷ്ണി ഉച്ചാരണത്തേയ്മാനത്തിലൂടെ പറശ്ശിനിയായതായി വരാം. പരുഷ്ണി വാവലിന്റെ പര്യായമാണ്. വാവലിപ്പുഴയും പറശ്ശിനിപ്പുഴയും ഒരേ പുഴയുടെ ഭാഗങ്ങളാണല്ലോ. മൂഷികരാജാവ് ഈശാനൻ രണ്ടാമന്റെ കാലത്ത് കേരള ദേശത്തെ സാമന്തരാജാവായ രഘുപതി ജയരാഗൻ കലാപമുണ്ടാക്കിയതായും അതേത്തുടർന്ന് ഈശാനൻ കേരളദേശം ആക്രമിച്ചതായും ചരിത്രമുണ്ട്. രണ്ടു സൈന്യവും കൊലച്ചേരിയിൽ ഏറ്റുമുട്ടി. (ഇന്നത്തെ കൊളച്ചേരി). പരുഷ്ണിനദി കടന്നുവന്ന് യുദ്ധം ചെയ്തുവെന്നാണ് ശ്ലോകത്തിലെ വിവരണം. പരുഷ്ണീ നദീതീരത്തുള്ള

വാഹിനി ഭരണദേശത്തു വച്ച് രഘുപതിയുമായി യുദ്ധം ചെയ്ത് അദ്ദേഹത്തെ തോല്പിച്ചതായും മൂഷികവംശകാവ്യം പരാമർശിക്കുന്നു. കൊളച്ചേരിയും പറശ്ശിനിയും ഒരു പുഴയുടെ ഇരുകരകളിലായി സ്ഥിതി ചെയ്യുന്ന സ്ഥലങ്ങളാണല്ലൊ. വളപട്ടണം പുഴയെ പ്രാദേശികമായി അതാത് സ്ഥലത്തിന്റെ പേരിനോട് ചേർത്താണ് ഇന്നും പരിചയപ്പെടുത്താറുള്ളതുമാണ്. പറശ്ശിനിയുടെ നാമം പാർശ്വനാഥനുമായി ബന്ധപ്പെടുത്തുന്നതിലും ചരിത്രപരമായ സാധുതയില്ലാതില്ല. ജൈന - ബുദ്ധമതസ്വാധീനം പ്രകടമാകുന്ന അനേകം സ്ഥലനാമങ്ങൾ ശ്രീകണ്ഠപുരത്തിന്റെ പരിസരങ്ങളിലുണ്ട്. ബുദ്ധമതസ്വാധീനത്തെ എടുത്തുകാട്ടുന്ന ഒരു പേരാണ് ഓടത്തുപാലം. ഓടനാടിന് ആ പേരുണ്ടായത് ബുദ്ധമത കേന്ദ്രമായി മാറിയപ്പോഴാണ്.

ഒഡ്ഡൻ എന്നാൽ ബുദ്ധൻ. ഒഡിയ നാട്ടിൽ നിന്നു വന്ന ഭിക്ഷുക്കളിലൂടെയാവണം ആ പേര് ഇവിടെയെത്തിയത്. ശ്രീകണ്ഠപുരത്തിന്റെ കിഴക്കൻ മലയോരദേശമായ 'മിഡിലാക്കയ'ത്തിന്റെ ആദ്യഭാഗം മിഥിലാ എന്ന വാക്കിൽ നിന്ന് വന്നതാവാം. ഓണം ആദിമലനാടിന്റെ ആഘോഷ പാരമ്പര്യത്തിൽ സ്ഥാനം പിടിച്ചതിലും ബുദ്ധസംസ്കാരത്തിന്റെ സ്വാധീനം നിരീക്ഷിക്കപ്പെട്ടതാണല്ലൊ. ശ്രവണൻ, ശ്രവണി ബുദ്ധഭിക്ഷുക്കളുടെ പേരും ശ്രാവണമാസവുമായുള്ള ബന്ധവും വ്യക്തമാണ്. മഞ്ഞ അവരെ സംബന്ധിച്ച് അനുഷ്ഠാന നിറമാണ്. മഞ്ഞവർണം പ്രസരിക്കുന്ന പ്രകൃതിയെ ആണ് മിഥിലാപുരി എന്നു വിളിച്ചത്. മിഡിലാക്കയമെന്ന നാമകരണത്തിനു പിന്നിലും അത്തരമൊരു പ്രകൃതിഛായ വർത്തിച്ചിട്ടുണ്ടാകാം. മഹാശിലായുഗ കാലത്ത് വയനാടൻ കുന്നുകളിൽ നിന്നും സ്വർണം കുഴിച്ചെടുത്തിരുന്നതായി അറിയാവുന്നതാണല്ലൊ. അവിടെ നിന്നും ഉത്ഭവിക്കുന്ന പുഴക്ക് പൊന്നാനിയെന്ന പേരു വന്നതും പുഴയിൽ നിന്ന് സ്വർണം അരിച്ചെടുത്തിരുന്നതും ബ്രിട്ടീഷ് ഭരണകാലത്തെ രേഖകൾ സാക്ഷ്യപ്പെടുത്തുന്നു. സഹ്യപർവതപ്രദേശത്ത് സ്വർണം വിളയുന്ന ഒരു മലയുണ്ടായിരുന്നതും അരയം എന്ന തലസ്ഥാനദേശം കരികാലചോഴൻ നശിപ്പിച്ചതും സംഘകൃതിയായ പുറനാനൂർ പരാമർശിക്കുന്നുണ്ട്.

അരയം എന്ന പേരിനു സാമ്യമുള്ള അരീക്കമല എന്ന സ്ഥലം മിഡിലാക്കയത്തിന് തൊട്ടടുത്ത് തന്നെയുണ്ട്. ജൈനരുടെ ആരാധനാമൂർത്തി ആദിതീർഥങ്കരനായ ഋഷഭദേവനാണ്. വാഹനം കാളയാണ്. ജൈനരുടെ ശിവൻ തന്നെയാണ് ഋഷഭദേവൻ. വായ്മൊഴിയായി കൈമാറിയ ജൈന ദർശനങ്ങൾ ഗുജറാത്തിലെ വല്ലഭിയിൽ വച്ചാണ് വരമൊഴിയാക്കിയത്. വല്ലഭിയോടുള്ള ജൈനബന്ധം വളപട്ടണത്തെ

പറശ്ശിനിക്കടവ്. ഫോട്ടോ: സവിത സഹദേവൻ

വല്ലഭപട്ടണമെന്നു വിളിക്കുന്നതിലേക്കെത്തിച്ചിരിക്കാനുമിടയുണ്ട്. തമിഴ് പഞ്ചമഹാസാഹിത്യത്തിലെ 'വളയപതി' ഒരു ജൈന സാഹിത്യകൃതിയാണ്. ആ കൃതിയുടെ ഇതിവൃത്തം ഏതു സാരാംശവുമായി ചേർന്നു നിൽക്കുന്നുവെന്ന് തിരിച്ചറിയാനായിട്ടില്ലെങ്കിലും അതിന്റെ നാമം ഇതിഹാസങ്ങൾക്കൊപ്പം ഒഴുകിയെത്തിയ വളപട്ടണംപുഴയോടു ചേർന്നു നിൽക്കുന്നു. ജൈനമതസ്ഥാപകനായ വർധമാന മഹാവീരൻ തീർഥങ്കരന്മാരിൽ ഇരുപത്തിനാലാമനാണ്. മഹാവീരന്റെ ലാഞ്ഛനം സിംഹമാണ് (ചിങ്ങം). ചിങ്ങത്തിൽ നിന്നാണ് ചെങ്ങളായി തുടങ്ങിയ നാമങ്ങളുടെ ഉൽപത്തി. വൃക്ഷം ശാലമാണ്(സാലം=മാവ്). മാവിലായി, മാക്കൂട്ടം, മാവുംചാൽ, മാവിച്ചേരി തുടങ്ങി ഒട്ടേറെയുണ്ട് ഇവിടെ അത്തരം സ്ഥലനാമങ്ങൾ. യക്ഷൻ മാതംഗനാണ്. മാതമംഗലം തുടങ്ങി ദേശനാമങ്ങൾ കാണാം. യക്ഷി സിദ്ധായിക. കുടകിലെ സിദ്ധാപുരം മറ്റും ആ പേരു ധ്വനിപ്പിക്കുന്നു. സിദ്ധായികയുടെ അവതാരമായിട്ടാണ് 'ചിലപ്പതികാര'ത്തിലെ നായിക കണ്ണകിയെ കല്പിക്കുന്നത്. കഥാപാത്രത്തെ മാവിനോടായിരുന്നു ബന്ധിച്ചത്. മരുതൻ ഇളനാഗൻ പാടിയത്: "ഒരു മുലൈയറുത്ത തിരുമാവുണ്ണി"യെന്നാണ്. മാവ് അതിൽ തിരുവൃക്ഷമാണ്. 'കണ്ണകി'യുടെ ഇതിവൃത്തത്തിന്റെ പ്രധാനമായ ഒരു സഞ്ചാരപഥം കുന്നത്തൂർ ആണല്ലോ. കുന്നത്തൂർപാടി അതിപുരാതനമായ പ്രാക്തന സങ്കേതമാണ്.

തീർഥങ്കരൻ പുണ്യസ്നാനത്തിന്റെ തീർഥത്തെയാണ് ഉൾക്കൊള്ളുന്നത്. തീർഥത്തിന് കടവ് എന്നും അർഥം കല്പിക്കുന്നു. ജീവിതമാകുന്ന കടവു കടത്തി മോക്ഷം കൊടുക്കുന്നവനെന്ന പൊരുളാണ് തീർഥങ്കരൻ എന്ന വിശേഷണത്തിനുള്ളത്. മോക്ഷത്തിലേക്കുള്ള കടവാണ് പാർശ്വനാഥൻ. പറശ്ശിനിക്കടവ് എന്ന പ്രയോഗത്തിന്റെ യഥാർഥ ആശയം മറ്റൊന്നല്ല. ഇരുപത്തിമൂന്നാമത്തെ തീർഥങ്കരനാണ് പാർശ്വനാഥൻ (ബി. സി. 794- 706). ഈ തീർഥങ്കരന്റെ ലാഞ്ഛനം പത്തിയുള്ള പാമ്പാണ്. പാമ്പിൽ നിന്നാണ് പാമ്പിനിശ്ശേരിയെന്ന പേരുണ്ടായത്;പിന്നെയത് പാപ്പിനിശ്ശേരിയുമായി. തീർഥങ്കരന്റെ വൃക്ഷം ധാതകി (താതിരി)യും യക്ഷൻ പാർശ്വ യക്ഷനും യക്ഷി പത്മാവതിയുമാണ്. പ്രാചീനരാജധാനി 'വഞ്ചി'യുടെ അപരനാമം പത്മാവതിയെന്നാണ്. പാർശ്വനാഥന് 'പുരിസാദാണീയ' എന്ന ബിരുദമുണ്ട്. ജനതയുടെ കണ്ണിലുണ്ണിയെന്നർഥം. 'പുരി'യിൽ നിന്നാണ് 'പുര'മുണ്ടായത്. ദേശത്തിന്റെ കണ്ണാണ് തലസ്ഥാനം.

ശ്രീകണ്ഠപുരം എന്ന രാജകീയനാമം ഉടലെടുത്തതിലും ജൈന സംസ്കൃതിയുണ്ടെന്നു പറയാം.

"കാളക്കൂടാഭരണജം ശ്രീശോഭാ കണ്ഠേ അസ്യേതി ശ്രീകണ്ഠ:"

(കാളക്കൂട വിഷത്തിന്റെ ശോഭ കണ്ഠത്തിലുള്ളവൻ -ശിവൻ)

ശ്രീകണ്ഠപുരമെന്ന നാമത്തിന്റെ ആദിമോൽപത്തി പരമശിവനുമായി ബന്ധപ്പെട്ടുകിടക്കുന്നു. ആദിമലനാടിന്റെ ആധാരകേന്ദ്രം. വിശ്വവാണിജ്യ ശക്തികളെ വശീകരിച്ച വനസമ്പത്തുകളുടെ പറുദീസ. കുരുമുളക്, തേക്ക് തുടങ്ങി വിശ്വസുഗന്ധം പരത്തിയ രാജകീയ സസ്യം ചന്ദനം വരെ. ലോകപ്രശസ്തമായ ചന്ദനവ്യാപാര കേന്ദ്രങ്ങളിലൊന്ന് മൈസൂർ ആണല്ലോ. ചന്ദനക്കാംപാറയെന്ന പേരിലുള്ള മലയോര ദേശം ശ്രീകണ്ഠപുരത്തിനടുത്തു തന്നെയുണ്ട്. ആഗോളവാണിജ്യ ശക്തികളേയും സാമ്രാജ്യാധിപതികളേയും ആകർഷിച്ച സുഗന്ധചന്ദനത്തിന്റെ ദിവ്യവിഹാരമാണ് ശ്രീകണ്ഠപുരം ആസ്ഥാനമായ ആദിമലനാട്. ചന്ദനത്തിന്റെ സംസ്കൃതം ശ്രീഖണ്ഡയെന്നാണ്. ശ്രീഖണ്ഡപുരം തന്നെയാണ് ശ്രീകണ്ഠപുരം.

ഭാഷ, സാഹിത്യം - ചില ചരിത്രോപദാനങ്ങൾ

സാംസ്കാരികവിനിമയത്തിന്റെ അനുച്ഛേദമാണ് ഭാഷാപരിണാമത്തിന്റെ സവിശേഷതകൾ. തനതുഭാഷയും ഉച്ചാരണ ശൈലികളും അതിന്റെ പിന്തുടർച്ചാഭേദങ്ങളും പഠനവിധേയമാക്കിയാൽ, അനേകം സാമൂഹികഅടരുകളുടെ സഹസ്രാബ്ദങ്ങളായുള്ള രൂപപ്പകർച്ചകളും ചിഹ്നങ്ങളും തെളിഞ്ഞുവരും. ചരിത്രാന്വേഷണത്തിന്റെ ഏറ്റവും സുപ്രധാനസങ്കേതമാണ് അതെന്ന് നമ്മൾ തിരിച്ചറിയേണ്ടതുണ്ട്. സാംസ്കാരികപരിണാമ ചരിത്രത്തിൽ നിന്നു ഭാഷയെ മാത്രമായി ഒറ്റപ്പെടുത്തിയെടുത്തു നിരീക്ഷിക്കാനാവില്ല. ഏതു ഭാഷക്കും അടിസ്ഥാനപരമായ ഒരു സാംസ്കാരികസ്വത്വം ഉണ്ടായിരിക്കും. അതിന്റെ നട്ടെല്ലുതകർത്ത് മറ്റൊരു ഭാഷയ്ക്കോ സംസ്കാരത്തിനോ ആ സ്ഥാനമേറ്റെടുക്കാനാവില്ല. ഭാഷാടിസ്ഥാനത്തിൽ വേർതിരിഞ്ഞു ദർശിക്കാവുന്ന ഇന്നത്തെ സാമൂഹികചിത്രം വരയ്ക്കാനുപയോഗിച്ച ചായക്കൂട്ടുകൾ ചരിത്രാരംഭത്തിലേതെന്നു തന്നെ പറയാം. ഭാഷയുടെ പ്രാചീനരൂപം വെളിപ്പെടുത്തുന്നത് സംസ്കാരത്തിന്റെ ആദിമകോശത്തെയാണ്.

ഒരു ഭാഷയുടെ പ്രാചീനരൂപത്തെ പരിഭാഷപ്പെടുത്തിയാൽ മാത്രമേ പുതിയ രൂപത്തെ തിരിച്ചറിയാനാവൂ എന്ന അവസ്ഥയോളം ഭാഷയ്ക്ക് പരിണാമം സംഭവിച്ചിട്ടുണ്ടെന്നതും ശരി തന്നെ. ആദിമനിവാസികൾ ഗോത്രങ്ങളായി ജീവിച്ചിരുന്ന കാലത്ത് ഭാഷയും ഗോത്രത്തനിമ പുലർത്തി. പരിസരത്തിന്റെ ഓരോ ചിഹ്നവും വാക്കുകളിൽ കൂടുകെട്ടി.

അതാത് ജൈവ - അജൈവ ചിഹ്നത്തിന്റെ ചുരുക്കെഴുത്തായി അതാത് വാക്കുകൾ പിറന്നു. ഗോത്രങ്ങൾ ചേർന്ന് ഗണങ്ങളുണ്ടായപ്പോൾ ഭാഷയും സങ്കരമായി. ഗണചിഹ്നങ്ങൾ ഭാഷാപരമായി പെരുകി. കാർഷിക ജീവിതത്തിന്റെ തടങ്ങളിൽ നിന്നാണ് ഏറ്റവും കൂടുതൽ ഉപാധികൾ ഭാഷയിലേക്ക് കടന്നു വന്നത്. ഭാഷ സംസ്കാരത്തിന്റെ ശിലകൾ പാകി. കൃഷിയുടെ സമൃദ്ധിയെ സംരക്ഷിക്കാൻ ഭൂമിദേവതകൾ സങ്കല്പിക്കപ്പെട്ടു. ദേവീപൂജകൾ പ്രാധാന്യം നേടി. ദ്രാവിഡർക്കു മുമ്പേ, പ്രോട്ടോ - ആസ്ത്രലോയിഡ് വംശങ്ങൾ തൊട്ടേ ഇത്തരത്തിൽ വിവിധ പൂജകൾ ആവിർഭവിച്ചു. സംസ്കാരങ്ങൾക്കു രക്തബന്ധം കൃഷിയോടാണെന്നു തീർച്ച. കാർഷികാടിത്തറയിലാണ് ഭാഷയും സംസ്കാരവും ആവിർഭവിച്ചതും വികാസം പ്രാപിച്ചിച്ചതും. അതിന്റെ വിശ്വഘടന പ്രാപിതമാകുന്നത് വാണിജ്യത്തിലൂടെയും. എത്രതന്നെ വിശ്വാർജിതമായാലും ഓരോ ഭാഷയുടേയും ആദിമഘടന നിർണായകമാണ്. ഏതു ഭാഷയും അതിന്റെ പ്രാചീന പരിണാമഗതികളും ലോകത്തെ സംബന്ധിച്ച് തുല്യപ്രാധാന്യമാണ്. ഏതെങ്കിലും ഒരു ഭാഷയെ മാത്രമായി ആദിമൂലഭാഷയായി പരിഗണിച്ചുള്ള അന്വേഷണരീതി അസ്വീകാര്യവുമാണ്. ഓരോ ദേശത്തിനുമുണ്ട് തനതുഭാഷയുടെ പ്രാകൃതം. ആ പ്രാകൃതവും പല കൈവഴികളുടെ ഒത്തുചേരലാണ്. ദ്രാവിഡത്തിന് ദ്രാവിഡത്തിന്റേതായ മൂലഘടനയുണ്ടെന്ന്

മഹാകവി ഉള്ളൂർ ചൂണ്ടിക്കാട്ടുന്നു: "കൊച്ചിയിലെ കാടന്മാർ, തിരുവിതാംകൂറിലെ ഊരാളികൾ തുടങ്ങിയ ഏതാനും ജാതിക്കാർ അടങ്ങിയ നീഗ്രിറ്റോയിഡ് എന്ന മനുഷ്യവർഗമാണ് ദക്ഷിണഭാരതത്തിൽ ആദ്യമായി നിവസിച്ചിരുന്നതെന്നും, ആ വർഗത്തെ തോടർ, ബഡഗർ, കാണിക്കാർ മുതലായ ജാതിക്കാർ ഉൾപ്പെട്ട പ്രോട്ടോ–ആസ്ത്രലോയിഡ് വർഗം കീഴടക്കി എന്നും, ഈ വർഗം മുണ്ഡാഗോത്രത്തിൽപ്പെട്ട ഏതെങ്കിലും ഭാഷകൾ സംസാരിച്ചിരുന്നിരിക്കാമെന്നും ആണ് ചില പണ്ഡിതന്മാരുടെ അഭ്യൂഹം. എന്നാൽ ഇക്കാലത്തു മുണ്ഡാഭാഷകൾ ഉത്തരഭാരതത്തിൽ ചില വനേചരന്മാരുടെ ഇടയിൽ മാത്രമേ പ്രചരിയ്ക്കുന്നുള്ളൂ. ഗോദാവരിനദിക്കു തെക്ക് അവയിൽ യാതൊന്നിനും പ്രവേശമില്ല. ആ സ്ഥിതിക്കു പണ്ട് അവയ്ക്കു ദക്ഷിണ ഭാരതത്തിൽ വ്യാപ്തിയുണ്ടായിരുന്നാലും ഇല്ലെങ്കിലും ദ്രാവിഡത്തെത്തന്നെ ഇവിടത്തെ ആദിമഭാഷയായി പരിഗണിക്കുന്നതു പ്രായോഗികദൃഷ്ട്യാ പ്രമാദമാകുന്നതല്ല" (കേരള സാഹിത്യ ചരിത്രം)

ഭാഷോൽപത്തിയുടെ നരവംശരീതികളും സാമൂഹ്യ വ്യവഹാരപരിണാമങ്ങളും വിരൽ ചൂണ്ടുന്നത് ഓരോ ദേശത്തും ഭാഷ

രൂപംകൊണ്ടിട്ടുണ്ടാവുമെന്ന പ്രമാണത്തിലേക്ക തന്നെയാണ്. "സെന്തവെസ്ത എഴുതപ്പെട്ട പാഴ്സിഭാഷ മുതൽ ബർമ എന്ന് വിളിക്കപ്പെടുന്ന ബ്രഹ്മദേശത്തിലെ ഭാഷവരെയും നേപ്പാളം തൊട്ട് ലങ്കവരേയും ഇന്ത്യയെന്ന ഈ ഉപഭൂഖണ്ഡത്തിൽ പ്രാചീനകാലത്ത് പതിനേഴ് ഭാഷാഭേദങ്ങൾ നിലവിലുണ്ടായിരുന്നു. ഇവ ഓരോ പ്രദേശത്ത് നിലവിലിരുന്ന സംസാരഭാഷകൾ ആണെന്ന് കാണാം. പൈശാചിപോലുള്ള ചിലതിന് ജനവർഗഭാഷ എന്ന നിലയുണ്ടാവാം. ഇക്കൂട്ടത്തിൽ ഒന്നാണ് വൈദികം. മറ്റൊന്നാണ് ദ്രമിളം അഥവാ ദ്രാവിഡം" (വിഷ്ണുനാരായണൻ നമ്പൂതിരി 'കോളനി വീക്ഷണവും -വിവേകാനന്ദ ദർശനവും).

ദക്ഷിണാപഥത്തിലെ വ്യത്യസ്ത ഭാഷാസരണികളെ, അതിന്റെ ദേശ വേരുകളെ സൂക്ഷ്മമായി പരിഗണിക്കാതെ നിർവചിക്കാനുള്ള ശ്രമങ്ങളാണ് ഏറെയും നടന്നത്. വിവിധ വംശാടിത്തറയിലുള്ള സകല ഭാഷകൾക്കുംകൂടി ദ്രാവിഡം എന്ന പൊതുനാമം നൽകിക്കൊണ്ട് ഡോ: കാൾഡ്വെൽ തന്നെ അതിനു മുൻകയ്യെടുത്തു.

ചൂഷണസംവിധാനം കാര്യക്ഷമമാക്കുന്നതിനായി യൂറോപ്യൻരാഷ്ട്രതന്ത്രം അവതരിപ്പിച്ച ദേശീയോദ്ഗ്രഥനമെന്ന ആശയത്തിന്റെ ഭാഷാരീതി മാത്രമാണത്. തമിഴ്, തെലുങ്ക്, കർണാടകം, മലയാളം മുതലായവയുടെ ജനയിത്രിയായി ഒരു ആമൂലദ്രാവിഡഭാഷയെ അന്വേഷിച്ചു കൊണ്ട് അതേ ഭാഷാദർശനത്തെ മറ്റുള്ളവരും പിന്തുടർന്നു. ഓരോ ശിശുവിനൊപ്പവും ഓരോ ഭാഷയും പിറക്കുന്നുണ്ടെന്ന പ്രകൃതി നിയമത്തെ നമ്മൾ അവഗണിച്ചു. എല്ലാ ഭാഷകളും തമ്മിലുള്ള രക്ത ബന്ധത്തെ പരിഗണിക്കേണ്ടതു തന്നെ. ഒരേയൊരു മൂലഗൃഹത്തിൽ പിറന്നതു കൊണ്ടല്ല ജൈവമാതൃകകളുടെ നിയതിസമാനതകളാണ് അത്തരം രക്തസാദൃശ്യത്തിന്റെ അടിസ്ഥാനം. തെക്കേയിന്ത്യയിലെ എല്ലാ ഭാഷകളും തമ്മിൽ ഗോത്രജീവിതത്തിന്റേയും ദ്രാവിഡജീവിതത്തിന്റേയും ആത്മപരമായ കൂടിക്കലർപ്പിന്റെ ആദിമബന്ധമുണ്ട്. പഴന്തമിഴും പ്രാചീനമലയാളവും പഴയ കന്നഡയും തമ്മിൽ അനുദൃശ്യമായ സാമ്യം കാണാം. പ്രാചീനദ്രാവിഡ സ്വഭാവം മൂന്നും പുലർത്തുന്നു. തെക്കേയിന്ത്യ ഉത്തരദ്രാവിഡം, ദക്ഷിണ ദ്രാവിഡം, മധ്യ ദ്രാവിഡം എന്നിങ്ങനെ മൂന്നായി തരംതിരിച്ചാൽ ദക്ഷിണദ്രാവിഡം എന്നതിൽ നിന്നുള്ള പരിണാമമുദ്രകളാണ് തമിഴ്, മലയാളം, കന്നഡ എന്നിവയിൽ കൂടുതലുമുള്ളത്.

സ്ഥലനാമങ്ങളും ദേവനാമങ്ങളും പൊതുവെ ഈ മൂന്നുഭാഷകളോടും കടപ്പെട്ടിരിക്കുന്നതു പ്രകടമായി കാണാം. പഴന്തമിഴിന്റെ

പല വകഭേദങ്ങളുടെ സൂചന സംഘകാല കൃതികളിൽ തന്നെയുണ്ട്. ചേരമാൻ കുടക്കോ നെടുഞ്ചേര ലാതനും ചോഴൻ വേർപഹ്റട കൈപ്പെരുവിറർ കിള്ളിയും (കുളമുറ്റത്തു തുഞ്ചിയ കിള്ളി വളവൻ കരവൂരെറിന്താൻ) തമ്മിലുള്ള യുദ്ധത്തിൽ പതിനെട്ടു ഭാഷക്കാരായ പടയണിയെ പരാമർശിക്കുന്നുണ്ട്. (പുറനാനൂറ് - 62)

മനുഷ്യർ എന്ന നിലക്കുള്ള സ്വാഭാവികസാദൃശ്യം വ്യത്യസ്ത ഗോത്ര ങ്ങളുടെ ഭാഷകൾ തമ്മിലുള്ള പ്രാചീനബന്ധത്തിലും പ്രകടമാണ്. ഈ സാദൃശ്യത്തിനപ്പുറം ഓരോ ഭാഷയ്ക്കും തനതായ വേരുകളുണ്ട്. പ്രാചീന മലയാളമെന്ന് നമ്മളിന്ന് വിശേഷിപ്പിക്കുന്ന, വായ്മൊഴിയായും ആംഗ്യ മൊഴിമുദ്രകളായും വിനിമയം ചെയ്യപ്പെട്ട, ആലേഖനം ചെയ്യുന്നതിന് ഏറക്കുറെ വഴങ്ങാത്ത, അഥവാ ഏകദേശ രൂപത്തിൽ അക്കാലത്ത് ആലേഖനം ചെയ്യപ്പെട്ടിട്ടുണ്ടെങ്കിൽ തന്നെ (ഗുഹാചിത്രങ്ങളിലും മറ്റും) ഇന്നത്തെ ഭാഷയിലേക്ക് ഇനിയും പൂർണമായും വായിച്ചെടുക്കാൻ കഴിഞ്ഞിട്ടില്ലാത്ത, ഒരു ഭാഷയുണ്ട്. അതിനെ പ്രാചീനമലയാളമെന്ന് പ്രത്യേകിച്ച് എടുത്തുപറയേണ്ടതില്ല. മലയാളം എന്ന നാമം തന്നെ അതിപ്രാചീനമാണ്. അത് 'മല'യുടെ മാതൃഭാഷയാണ്. മലയിൽ നിന്ന് ഉറവെടുത്തതും വിവിധ ഗോത്ര സംജ്ഞകളടങ്ങുന്നതും പ്രകൃതിയുടെ അസംഖ്യം ചിഹ്നലിപികളുടെ പകർപ്പുകളുമാണത്. കോലെഴുത്തായും പിന്നീട് വട്ടെഴുത്തായും കലാനുസൃതം മാറിമറഞ്ഞ തുടർലിപികളായും തെളിഞ്ഞു കാണുന്ന വള്ളിപുള്ളി വിസർഗങ്ങളിത്യാദി എല്ലാതരം ചിഹ്ന ങ്ങൾക്കും പിന്നിൽ പ്രകൃതിദൃശ്യങ്ങളിലെ ഓരോരോ രൂപാംശങ്ങളുണ്ട്.

അതിസൂക്ഷ്മമായ അനുപാതത്തോടെയാണ് അവ ചിത്രണം ചെയ്യ പ്പെട്ടത്. ഭാഷ സാമൂഹ്യമായ സിരാധമനികളാണ്. അതമ്മട്ടിൽ സങ്കീർ ണവുമാണ്. ഓരോ ദേശവും ഭാഷയുടെ ഗർഭഗൃഹമാണ്. പിന്നീടുള്ള പരി വർത്തനങ്ങൾക്ക് മറ്റു ഭാഷകളുമായുള്ള സമന്വയം നിമിത്തമാവുമെന്നു മാത്രം. ഒന്നുകൂടി സൂക്ഷ്മമാക്കിയാൽ, ഓരോ വ്യക്തിയിലും ഭാഷയുടെ വേരുകളുണ്ട്. ഭാഷ സാമൂഹിക ഉൽപന്നം മാത്രമല്ല, വ്യക്തിയുടെ സ്വനസവിശേഷതയുടെ ചലനം കൂടിയാണ്. മലയാളികൾക്കിടയിൽ തന്നെ അനേകം വകഭേദങ്ങളോടെ മലയാളം ഉച്ചരിക്കപ്പെടുന്നത്, മലയാള ഭാഷയുടെ തദ്ദേശീയമായ വ്യതിയാനമായി മാത്രം കണ്ടുകൂട. അതാത് പ്രാദേശികതയുടെ സംസ്കൃതിതലത്തിന്റെ സ്വഭാവങ്ങളെ മലയാളത്തിന്റെ സാമാന്യപ്രകൃതവുമായി സമന്വയിപ്പിക്കുന്ന പ്രതി ഭാസവും കണക്കിലെടുക്കണം. ഓരോ പ്രദേശവും (ഓരോ വ്യക്തിയും) ഉച്ചരിക്കുന്നത് അവരവരുടെ സ്വരവും ഭാഷയുമാണ്. അവ സാമൂഹ്യ മായി വ്യവഹരിക്കപ്പെട്ടതിലൂടെ ഉണ്ടായ ഏകതാനതയാണ് ഏതു

ഭാഷയ്ക്കുമെന്ന പോലെ ഇന്നത്തെ മലയാളത്തിനുമുള്ളത്. ഈ ഏകതാനതയും വ്യതിരിക്തതയും ഏകദേശം എ. ഡി. നാലാം ശതകത്തിലേ പ്രകടമാണ്. ഉറവിടത്തിൽ ഭാഷയ്ക്ക് സ്വതന്ത്ര സ്വത്വമുണ്ട്. ആ വ്യക്തിത്വം വ്യക്തിയിൽ തുടങ്ങുന്നു, സാമൂഹ്യതലത്തിലൂടെ മുഴങ്ങുന്നു, ഗോത്രീയമായും ദേശീയമായും പടർന്നു പിടിക്കുന്നു, അന്യോന്യ പടർച്ചകളിലൂടെ ഒരു നാടിന്റെ ഭാഷയായി പരിവർത്തിക്കുന്നു. ആ പടർച്ച പൂർണമാകുന്നില്ല. ഇനിയും തുടരും. ഓരോ ഭാഷയുടേയും ഉൽപത്തിയെവിടെ, പൂർത്തീകരണ മെവിടെ എന്ന അന്വേഷണം പോലും കഴമ്പില്ലാത്തതാണ്. ആദിമലനാടിന്റെ ഭാഷാ പരിണാമത്തിനും ഇതു ബാധകമാണ്. ഓരോ വ്യക്തിയും അവരവരുടെ ലോകത്തു നിന്നു പ്രക്ഷേപിക്കുന്ന സ്വരവിനിമയം വ്യവസ്ഥിതമാകുമ്പോൾ ഭാഷ ക്രമപ്പെടുന്നു. ആദ്യം സ്ഥിതപ്പെട്ടത് ഗോത്രരൂപം തന്നെ.

ഭാഷാപരമായും, വ്യക്തിയുടെ ജൈവ സമാനത ഗോത്രഭാഷയുടെ അടിസ്ഥാനത്തെ നിർണയിക്കുന്നു. നൂറുകണക്കിനു ഗോത്രങ്ങളുടെ ഭാഷാസംയോഗങ്ങളിലൂടെയാണ് ഭാഷ പൊതുരൂപം ആർജിക്കുന്നത്. ദക്ഷിണേന്ത്യയുടെ പരിധിയിൽ അങ്ങനെയുണ്ടായ ഭാഷായോഗമാണ് ആദിദ്രാവിഡമെന്നു വിശേഷിക്കുന്ന ഒരു ഭാഷയുണ്ടെങ്കിൽ അതും. ഇതിനായിരിക്കണം, പൊതുവായ ഒരാദി ദ്രാവിഡഭാഷയിൽ നിന്ന് ഉരുത്തിരിഞ്ഞുണ്ടായതാണ് തമിഴ്, കന്നഡ, മലയാളം തുടങ്ങിയ ഓരോ ഭാഷയുമെന്നതിനേക്കാൾ, സംഭവ്യത. ഭാഷാസാന്ദ്രതയിൽ മുന്നിൽ നിൽക്കുന്ന മേഖലയാണ് ആദിമലനാട്. മലയാളം, തമിഴ്, തുളു, കന്നഡ, കൊടവ, തമിഴ്, ഇരുള, ബഡഗ, കോത, തോത, മാദിഗ, കുറുമ്പ തുടങ്ങി നിരവധി ഭാഷകളുടെ കലവറ. ഭാഷാഗോത്രങ്ങളുടെ പരസ്പര വിനിമയമാണ് ഏകീകൃത ഭാഷയിലെത്തിക്കുന്നത്. വിനിമയവേഗത കാലക്രമേണ കൂടി വരും. സാഹിത്യ സൃഷ്ടികളിലെ ഭാഷ സംബന്ധിച്ചും ഇത് പ്രസക്തമാണ്.

ദക്ഷിണപഥമാകെ ഒറ്റ ഭാഷാഗൃഹമായിരുന്നെന്നു കരുതാനാവില്ല. പ്രാദേശികമായി ഭാഷകൾ തമ്മിൽ ആദിമവ്യത്യാസമുണ്ടായിരുന്നു. പഴംതമിഴ് ഒരു കാലത്ത് പൊതു ഭാഷയായിരുന്നെന്ന വീക്ഷണം സ്വീകരിക്കുകയാണെങ്കിൽ, ദേശങ്ങൾക്കനുസരിച്ച് പിൽക്കാലത്ത് വ്യത്യസ്ത ഭാഷകളായി പരിണമിക്കാനുള്ള ചരിത്രപരമായ സാഹചര്യമെന്തായിരുന്നെന്നു കൂടി വിശദീകരിക്കേണ്ടിവരും. മലയാളത്തേയും തമിഴിനേയും വേർതിരിച്ചത് ദുർഗമമായ സഹ്യപർവതമാണെന്ന തിയറി ഏതു കാലത്തും പ്രസക്തമാകേണ്ടതായിരുന്നില്ലേ? വ്യാപാരത്തിനോ ചെറുരാജ്യങ്ങളുടെ ഏകോപനത്തിനോ ഭാഷാപരമായ

പ്രതിബന്ധങ്ങൾ അന്നുണ്ടായിരുന്നതായി അറിവില്ല. ബ്രാഹ്മണാധിനിവേശത്തിനു ശേഷം സംസ്കൃത ഭാഷയുടെ ഉപയോഗം വ്യാപകമായിട്ടും എന്തുകൊണ്ട് പൊതുസമൂഹത്തിന്റെ അടിത്തട്ട് സംസ്കൃതത്തെ അപ്പാടെ സ്വീകരിച്ചില്ല ! സാഹിത്യകൃതികൾ ഇറങ്ങിയിരിക്കാം. ഇംഗ്ലീഷ് ഭാഷയിൽ എത്ര കൃതികൾ കേരളത്തിൽ ഇന്നുണ്ടാകുന്നു! അക്കാദമിക വിദഗ്ധന്മാരൊക്കെ അതിന്റെ പിന്നാലെയാണ്. എന്നിട്ടുമെന്തേ ജനകീയതലത്തിൽ ഇവിടെ ഇംഗ്ലീഷ് വിനിമയ ഭാഷയായിത്തീരുന്നില്ല ? ഭാഷാനിർമാണത്തിന്റെ ജനാധിപത്യ ഘടന അനിഷേധ്യമായ പ്രക്രിയയാണ്. വാക്കുകൾക്കും ആംഗ്യചലനങ്ങൾക്കുമപ്പുറത്ത് ഭാഷയുടെ നിർവചനസാധ്യത കൂടി തിരിച്ചറിഞ്ഞേ ഈ വിഷയത്തെ വീക്ഷിക്കാവൂ. മലയാളഭാഷയുടേയും നിഷ്പത്തിക്ക് മലദേശത്തിന്റെ ജൈവസവിശേഷതകൾ നിറഞ്ഞ തനതായ ഗരിമയുണ്ട്. അതുകൊണ്ടു തന്നെ ആദിമലനാടിന്റെ മാതൃഭാഷയായ മലയാളത്തെ ഇന്നത്തെ കേരളവുമായി ബന്ധപ്പെടുത്തുമ്പോൾ അതിനുള്ള ചരിത്രാവകാശം തീർത്തും ദുർബലമാണെന്നു തിരിച്ചറിയണം.

ആദിമലയാളത്തെ രക്തത്തിൽ വഹിച്ച ഒരു സമൂഹം കീഴ്പ്പെട്ടു പോയതിന്റെ ചരിത്രംകൂടി ഇന്നത്തെ മലയാളത്തിൽ നിന്നു വായിക്കാം. ഒരു സംസ്കാരത്തിനു മേൽ മറ്റൊരു സംസ്കാരത്തിന് വിജയക്കൊടി നാട്ടാൻ മികച്ച ഒരായുധമാണ് ഭാഷ. ഇംഗ്ലീഷ് അധികാരഭാഷയായി സ്ഥാനം പിടിച്ചപ്പോൾ സംസ്കൃതവും, സംസ്കൃതം അധികാരം കയ്യാളിയ കാലത്ത് മലയാളവും എങ്ങനെ അധികാരത്തിൽ നിന്ന് പിന്തള്ളപ്പെട്ടുവോ അതിനു സമാനമായ ഉൾവലിയൽ 'ഔദ്യോഗിക' മലയാളത്തെ അഭിമുഖീകരിക്കാനാവാതെ പ്രാചീന മലയാളത്തിന്റെ കാര്യത്തിൽ സംഭവിച്ചു. അതിന്റെ അനേകം സരണികൾ പിൻവലിഞ്ഞ് വറ്റിവരണ്ടു. അത്തരം ഭാഷകളെ ദമിതമായ സാമൂഹ്യദളങ്ങൾക്കിടയിൽ നിന്ന് ഉത്ഖനനം ചെയ്യേണ്ടത് ഒരു വിമോചനപ്രശ്നം കൂടിയാണ്. മലയാളത്തിന് മാതൃരാജ്യമുണ്ടെങ്കിൽ അത് ആദിമലനാടാണ്, മാവേലിയുടെ സ്വന്തം നാട്.

ഭാഷ എന്നതിലുപരി ദേശത്തിന്റെ നാമധേയമായിട്ടാണ് മലയാളം പ്രയോഗിക്കപ്പെട്ടതെന്ന് തെളിയിക്കുന്ന ചരിത്രവായനകളുണ്ട്. 'കേരളത്തനിമ'യിൽ ഡോ: ആർ. ഗോപിനാഥൻ അക്കാര്യം പരാമർശിക്കുന്നു:

" മലൈയാളം ദ്രാവിഡ വാക്കാണ്. ഇത് ആദ്യകാലങ്ങളിൽ സ്ഥലസൂചകമായും മലൈയാളർ ജനസൂചകവുമായാണ് ഉപയോഗിച്ചിരുന്നത്. കൊല്ലി മലയാളവും കൊല്ലി മലയാളരും എന്ന പ്രയോഗം ഇത് തെളിയിക്കുന്നുണ്ട്. രാഘവ അയ്യങ്കാർ എഴുതുന്നത് (Some aspects of Kerala and Tamil Literature, P 64, 1973)മലയാളർ എന്ന നാമം തമിഴ് ശാസനങ്ങളിൽ ഉപയോഗിച്ചിരിക്കുന്നത് കേരളത്തിലെ ആളുകളെ മാത്രം കുറിക്കുന്നതിനല്ലെന്നും കൊല്ലിമല (കോയമ്പത്തൂർ), വടക്കൻ ആർക്കോട്ടിലെ ചെങ്ങം നിവാസികളേയും വിവക്ഷിക്കുന്നുണ്ടെന്നുമാണ്. അതുപോലെ കൊല്ലിമലയുടെ താഴ്‌വാരങ്ങളിൽ പാർക്കുന്നവരെ, കൊല്ലി മലയാളം, മുതലിമലകൾ, മുട്ടുനീർ മലയാളർ എന്നിവരെ, പറ്റിയും വായിക്കാൻ കഴിയും. ഈ മലകളിൽ പാർത്തിരുന്നവരെ കുറിക്കാൻ മലയാളർ എന്നു പ്രയോഗിച്ചിരുന്നു. പിന്നീട് ഈ വാക്കിന് അർഥവ്യത്യാസമുണ്ടാകുകയും അത്, കടൽമലൈനാട് എന്ന്, ചേരനാട്ടിൽ പെട്ടവരെ മാത്രം പരാമർശിക്കുന്നതാകുകയും ചെയ്തു. അതായത് കേരളവും മലയാളവും തമ്മിൽ യഥാർഥത്തിൽ ഒരു ബന്ധവും ഭൂമിശാസ്ത്രപരമായും ചരിത്രപരമായും ഉണ്ടായിരുന്നില്ല. കേരളം കേവലം കടൽത്തീരം മാത്രമാണ്. കൊങ്കണത്തിന്റെ ഭാഗവും. മലയാളത്തിന് കേരളവുമായി ആ അർഥത്തിൽ ഒരു ബന്ധവുമുണ്ടായിരുന്നില്ല" (പുറം 127).

മലയാളമെന്നത് ദേശനാമമാണെന്നു കാണാം;ആ ദേശത്തിന്റെ ജനസമൂഹത്തെ 'മലയാളികൾ' എന്നും വിളിക്കുന്നു. അപ്പോൾ അവരുടെ ഭാഷയെന്താണെന്ന ഒരു ചോദ്യം ബാക്കി നിൽക്കുന്നു. മലൈപ്പേച്ചും മലയാംതമിഴും ആണെന്നു പറയുന്നവരുണ്ട്. അതിന്റെ രൂപാന്തരം ചെന്തമിഴ് - കൊടുന്തമിഴിലിലൂടെ മലയാളഭാഷയായി പരിണമിച്ചുവെന്നാണ് അത്തരം നിരീക്ഷണങ്ങൾ ചെന്നെത്തുന്നത്. പ്രാചീന തമിഴകത്ത് പ്രാബല്യത്തിനുണ്ടായിരുന്ന ഭാഷ അക്കാലത്തെ വ്യാകരണകൃതിയായ തൊൽക്കാപ്പിയം അടയാളപ്പെടുത്തുന്നുണ്ട്.

തമിഴിന്റെ പ്രാചീനവ്യാകരണ കൃതിയാണെങ്കിലും അതിലുപയോഗിച്ച വാക്കുകൾ, ഇന്നു മലയാളഭാഷ സംരക്ഷിക്കുന്ന പലതും, തമിഴകത്ത് കാണാനില്ല. 'തമിഴകത്ത്' എന്ന വാക്കു പോലും അതിനുദാഹരണമാണ്. ചില വാക്കുകൾ വാക്യത്തിൽ പ്രയോഗിക്കുമ്പോൾ 'അത്' എന്ന പ്രത്യയം ചേർക്കാറുള്ളത് 'എഴുത്തതികാരം' (തൊൽക്കാപ്പിയം) നിബന്ധിക്കുന്നുണ്ട്. കാറ്റത്ത്, മഴയത്ത്, വെയിലത്ത്... തുടങ്ങി ഒട്ടേറെ വാക്കുകൾ ഇപ്പോഴും മലയാളത്തിലുണ്ട്. മറ്റു ചില വാക്കുകൾ തിരിച്ചും പ്രകടമാണ്. എന്നുവച്ചാൽ മലയാളത്തിനും തമിഴിനും പൊതുവായ മൂല ദ്രാവിഡഭാഷയുണ്ടായിരുന്നുവെന്നു പ്രത്യക്ഷത്തിൽ പറയാം. ദ്രാവിഡ ഭാഷകളെ സാമാന്യമായി പരാമർശിക്കാൻ തമിഴ് എന്നുപയോഗിച്ചിരുന്നതിനാൽ തമിഴിന്റെ ഭാഷാന്തരമാണ് മലയാളമെന്ന വിശ്വാസം പരക്കെ നിലനിന്നിരുന്നു.

അതേസമയം പൊതുവായ ആദിദ്രാവിഡഭാഷ വിവിധ നാട്ടുകളുടെ ചട്ടക്കൂടിൽ വ്യതിയാനങ്ങൾക്ക് വിധേയമായതാണെന്നതിനേക്കാൾ പ്രാധാന്യത്തിലെടുക്കേണ്ടുന്ന ഘടന അതാത് ഗോത്രസഹജതയിൽ പിറവിയെടുത്ത ആദിഭാഷകൾ മൂല ദ്രാവിഡഭാഷയിൽ പതിച്ച് ഭാഷാ യോഗമുണ്ടായെന്നതാണ്. ഇക്കാര്യം മറ്റൊരു തരത്തിൽ ശരിവയ്ക്കുന്നുണ്ട് തൊൽക്കാപ്പിയം.

വാക്കുകളെ ഇയർ ചൊൽ, തിരിച്ചൊൽ, തിശൈച്ചൊൽ, വടച്ചൊൽ എന്നിങ്ങനെ നാലായി തിരിക്കുന്നുണ്ട്. മൂലദ്രാവിഡ ഭാഷയിൽ നിന്ന്, ചെന്തമിഴ് ദേശത്തിന്റെ തനതു പദങ്ങളും അതിനുപുറത്തെ പന്ത്രണ്ട് ദേശങ്ങളിലെ പദങ്ങളും അന്യഭാഷയിൽ നിന്നു കടമെടുത്ത പദങ്ങളും സംസ്കൃതപദങ്ങളും വേർതിരിച്ച നിർവചിക്കുകയാണ് അതിലൂടെ തൊൽക്കാപ്പിയർ. പന്ത്രണ്ടു ദേശങ്ങളായി വിശദമാക്കുന്നത്: പൂഴിനാട്, കർക്കാനാട്, കുട്ടനാട്, കുടനാട്, അരുവാനാട്, അരുവാവടതലൈനാട്, പന്റിനാട്, തെൻപാണ്ടിനാട്, പോതുങ്ങർ നാട്, ഒലിനാട്, ചീത നാട്, മലൈനാട് എന്നിവയാണ്.

ഇവിടെ എന്ന ആശയം വ്യത്യസ്ത ദേശമൊഴികളിൽ ഇങ്ങ്, ഇംഗെ, ഇംഗ, ഇംഗനേ, ഇംഗട്ട, ഇംഗലെ, ഇംഗടെ, ഇംഗൈ... എത്ര തരത്തിൽ ഉച്ചരിക്കപ്പെടുന്നു. ഓരോ തരത്തിനും അതാത് ദേശമൊഴി പാരമ്പര്യ ത്തിൽ ഉറവിടമുണ്ട്. ഏതൊരു ഭാഷയും 'അ' എന്ന അക്ഷരം തന്നെ ഉച്ചരിക്കുന്നത് കടമെടുത്തല്ല. അകാരസ്സർവഭൃതത്വം വിശദീകരിച്ച കൊണ്ട് ചട്ടമ്പിസ്വാമികൾ അഭിപ്രായപ്പെട്ടത് ഒരു കുട്ടി ആദ്യമായി പുറ പ്പെടുവിക്കുന്ന സ്വരമായ 'അ' എന്നതിന്റേയും, കരഞ്ഞതിനെ തുടർന്ന് വായ പൂട്ടുമ്പോഴുണ്ടാകുന്ന 'മ' എന്ന സ്വരത്തിന്റേയും ചേർച്ചയാലാണ് 'അമ്മ' എന്ന പദം രൂപം കൊണ്ടതെന്നാണ്. 'അ' 'ക' 'ങ' എന്നു തുടങ്ങി സാക്ഷാൽ പ്രകൃതി താലോലിച്ച വളർത്തിയ അക്ഷരങ്ങളും അമ്മ, അപ്പ മുതലായ മൃദുപദങ്ങളും ഇന്നേതു ഭാഷയുടെ വകയായിരി ക്കുന്നുവോ, ആ ഭാഷ അഥവാ അതിന്റെ പ്രാകൃതരൂപം ആയിരിക്കണം ആദിമാതൃഭാഷയെന്നു കൂടി അദ്ദേഹം 'ആദി ഭാഷ' എന്ന കൃതിയിൽ 'തമിഴ് സംസ്കൃതാദി താരതമ്യം' എന്ന ഭാഗത്ത് പ്രതിപാദിക്കുന്നുണ്ട്.

'അക്ഷരാണാമകാരോസ്മി' (അക്ഷരങ്ങളിൽ അകാരമാണു ഞാൻ) എന്ന് ഭഗവത് ഗീത പ്രകാശിപ്പിക്കുന്ന പൊരുളും അതു തന്നെയാണ്. ഒന്നാമത്തെ കുറൾ ആയി തിരുവള്ളുവർ അത് ഈ വിധമെഴുതി:

"അകര മുതല എഴുത്തെല്ലാം ആതി
പകവൻ മുതറ്റേ ഉലക"

('അ'കാരത്തിൽ അക്ഷരമാലകൾ ആരംഭിക്കുന്നതു പോലെ ആദി ഭഗവാനിൽ നിന്ന് ഈ പ്രപഞ്ചം ആരംഭിക്കുന്നു.)

പ്രാചീന കാലത്ത് കലയും സാഹിത്യവും ജീവിതത്തിൽ നിന്നു വേറിട്ടതല്ലെന്നും ജീവിതരീതി തന്നെയായിരുന്നെന്നും സാമൂഹിക ദർശനങ്ങൾ ഏറക്കുറെ അംഗീകരിച്ചതാണല്ലോ. കലക്കുവേണ്ടിയുള്ളതല്ല കല എന്ന ദർശനം പ്രാചീനജീവൽക്രമത്തിന്റെ പ്രത്യക്ഷദൃശ്യത്തിൽ വ്യക്തവുമാണ്. പക്ഷെ, ജീവിതക്രമം മാത്രമേ പ്രത്യക്ഷത്തിലുള്ളൂവെന്നും ഭൗതിക കവചത്തിനുള്ളിലെ ഭാവ മണ്ഡലത്തിന്റെ അനന്തതലങ്ങൾ അദൃശ്യമാണെന്നും അത് ആധുനിക കാലത്തിന്റേതായ സവിശേഷതയല്ലെന്നും പ്രാചീന മനുഷ്യന്റെ ആത്മീയലോകം സങ്കീർണമാണെന്നും തിരിച്ചറിയുന്നവർക്ക് കലയും ജീവിതവും തമ്മിലുള്ള വേർതിരിവ് വ്യക്തമാകും. എങ്ങനെ ജീവിക്കുന്നുവെന്നത് കലയേയും സാഹിത്യത്തേയും പരിമിതപ്പെടുത്തുകയില്ല. ജീവിതത്തിന്റെ നിഷേധാത്മക ധാരകളാണ് സർഗശക്തിയെ നിയന്ത്രിക്കുന്നത്. ധർമത്തിന് സമ്പൂർണമായും ഗ്ലാനി സംഭവിക്കുന്നിടത്താണ് ഗീതോദയമുണ്ടാകുന്നത്. ബ്രഹ്മത്തേയും ധർമത്തേയും സദാചാരങ്ങളേയും സാമൂഹികയാഥാർഥ്യങ്ങളേയും ബന്ധിപ്പിക്കുന്ന കുറളുകൾ ഓർമിപ്പിക്കാൻ തിരുവള്ളുവർ തീരുമാനിച്ചുവെങ്കിൽ അതിന്റെയെല്ലാം ലൗകികവും അലൗകിവുമായ അഭാവം അദ്ദേഹത്തെ അസ്വസ്ഥപ്പെടുത്തിയിരിക്കുമെന്നു വേണം തീർച്ചപ്പെടുത്താൻ. അതിലേക്കു നയിച്ച സമ്മർദങ്ങൾ കേവലം സാങ്കല്പികമായിരിക്കില്ല, സമൂഹത്തിന്റേയും കുടുംബത്തിന്റേയും വ്യക്തി ബന്ധങ്ങളുടേയും അകവും പുറവും ചരിത്രപരമായി ബോധ്യപ്പെട്ടതിന്റെ സാകല്യം തിരുക്കുറളിനുണ്ട്.

വ്യക്തിഗതവും സാമൂഹികവുമായ ജീവിതതലങ്ങളെ അടിസ്ഥാനപരമായി പരിഗണിച്ചുള്ള ഒരു നിയമസംഹിത എന്ന നിലക്കുതന്നെ തിരുക്കുറൾ അന്ന് സമുദായം ഏറ്റെടുത്തു. ഈവിധം ചെയ്യണമെന്നു കാട്ടിത്തരുന്നതല്ല, ഇങ്ങനെ ചെയ്യരുത് എന്നു വിലക്കുന്നതാണ് നിയമം.

പ്രകൃതിവിരുദ്ധമായ ജീവിതസമീപനങ്ങളെ പ്രകൃത്യാദർശത്തിലേക്ക്, ബ്രഹ്മത്തിലേക്ക്, തിരിച്ചുവിടാനുള്ള ഗുരുകർമമാണ് തിരുക്കുറൾ അനുഷ്ഠിക്കുന്നത്. വിഭക്തിയിൽ നിന്ന് ഭക്തികേന്ദ്രിതമായ ഒരാത്മീയ ക്രമത്തിലേക്ക് സമുദായത്തിനുള്ള ദിശാനിർണയമാണത്.

ദു:ഖത്തിലും ആലസ്യത്തിലുമാണ്ടു കിടക്കുന്ന മനുഷ്യമനസ്സുകളെ ശക്തിയിലേക്കുണർത്താനുള്ള ദൗത്യം. ജനജീവിതത്തിന്റെ സമസ്ത മേഖലകളേയും അതിനായി സ്പർശിക്കുന്നു. അറം (ധർമ പ്രകരണം), പൊരുൾ (അർഥപ്രകരണം), ഇൻപം (കാമ പ്രകരണം) എന്നീ

വിഭാഗങ്ങളിലായി ബ്രഹ്മസ്തുതി, ഇല്ലറം (ഗാർഹസ്ഥ്യം), തുറമറം (സംന്യാസം), അരശിയൽ (രാജധർമം), അങ്കവിയൽ (ഭരണ സംവിധാന ധർമം), ഒഴിപിയൽ (പ്രജാ ധർമം), കളവിയൽ (പ്രണയവേഴ്ചകൾ), കർപ്പിയൽ (ചാരിത്ര്യധർമം) എന്നിവ സൂക്ഷ്മദർശനം നടത്തുകയാണ് കവി. കുടുംബം, സമൂഹം, രാഷ്ട്രം എന്നിവയുടെ സമഗ്രമായ മൂല്യങ്ങളെ സംരക്ഷിക്കാനുള്ള വ്യഗ്രതയാണ് ഈ കൃതിക്കു പിന്നിലെന്ന വസ്തുത പ്രകടമാണെന്നതിനാൽ സമൂഹത്തെയാകെ ബാധിച്ച മൂല്യച്യുതിയുടെ യഥാർഥചിത്രം ഇതിൽ നിന്നും വരച്ചെടുക്കാവുന്നതാണ്.

ചരിത്രത്തെ പ്രജാധിപതികളുടെ വാഴ്ത്തുകളായി മാത്രം സംരക്ഷിക്കപ്പെട്ടതിനാൽ യഥാർഥഭൂമിക അടച്ചിട്ട അധ്യായം തന്നെയാണ്. മലനാടിന്റെ ഭാഗധേയം പരാമർശിക്കുന്ന സാഹിത്യകൃതികൾ പലതും നമുക്കു സുപരിചിതമാണ്. തിരുക്കുറൾ, എട്ടുത്തൊകൈ, പത്ത് ലഘുകാവ്യങ്ങൾ, പത്തു ബൃഹദ് കാവ്യങ്ങൾ, ചിലപ്പതികാരം, മണിമേഖല തുടങ്ങിയ സംഘകാല കൃതികളിൽ നിന്നു ലഭിക്കാവുന്ന പാർശ്വചിത്രങ്ങളും മൂഷിക വംശം, ബ്രഹ്മാണ്ഡപുരാണത്തെ ആശ്രയിച്ച് എഴുതിയ കേരളോൽപത്തി, കേരളദേശധർമം, കേരളനാടകം, കേരളപ്പഴമ, കേരളമാഹാത്മ്യം, ഉണ്ണിയച്ചിചരിതം, ഉണ്ണിച്ചിരുതേ ചരിതം -ചമ്പുക്കൾ, ഉണ്ണിയാടി ചരിത്രം, പയ്യന്നൂർ പാട്ട്, കൃഷ്ണഗാഥ, ഉദയവർമ ചരിതം, ഹരിവംശം, വായ് മൊഴി പാരമ്പര്യത്തെ വ്യാഖ്യാനിക്കുന്ന ശ്രുതപലായിനിയിൽ പ്രതിപാദിക്കുന്ന രതവർമനെഴുതിയ 'കേരള വംശം', ഉണ്ണുനീലിസന്ദേശം... അത്തരത്തിൽ എത്രയോ വിശിഷ്ട കൃതികളുണ്ട്. ഉണ്ണിയച്ചിചരിതം കൊല്ലവർഷം 450 ൽ ഉണ്ടായതാണ്. തിരുനെല്ലിക്കു സമീപമുള്ള തിരുമരുതൂർ ക്ഷേത്രത്തിലെ തേവടിച്ചിയാണ് ഉണ്ണിയച്ചി. ഗോകർണത്തെ ഇഡുകുഞ്ജം, വെളക്കുറ്, ഉണ്ഡവതി, ശ്രീവല്ലി എന്നീ നാലു ഗ്രാമക്കാരായ കർണാടക ബ്രാഹ്മണരെ കോലത്തുനാട്ടിലേക്ക് ആനയിച്ച് ചെറുതാഴം ഗ്രാമത്തിൽ താമസിപ്പിച്ച കോലത്തിരി രാജാവ് ഉദയവർമന്റെ വിശദാംശങ്ങളാണ് ഉദയവർമ ചരിതം.

ഗോത്രസംസ്കൃതിയിൽ വിളഞ്ഞ എണ്ണമറ്റ കലാസാഹിത്യസൃഷ്ടികൾ, കാലയവനികക്കുള്ളിൽ മറഞ്ഞു കഴിഞ്ഞു. മറവു ചെയ്യലുമാകാം. സംഘകൃതികളിൽ തന്നെ ചാതുർവർണ്യത്തോട് പ്രതികൂല മനോഭാവം പ്രകടിപ്പിച്ചവയെ പൂർണമായും തമസ്കരിച്ചതായി ഇളംകുളം അഭിപ്രായപ്പെടുന്നുണ്ട്. അധികാര വാഴ്ത്തുകളായ രചനകളാണ് സംരക്ഷിക്കപ്പെട്ടവയിൽ മിക്കതും. മറ്റുള്ളവയിൽ പലതും വായ്മൊഴിവഴി അതിജീവിച്ചതാണ്. ചരിത്രത്തെ ഇരുളടഞ്ഞ കാലമെന്ന് നിർവചിക്കുമ്പോൾ കൊട്ടിയടക്കപ്പെട്ടതാണെന്ന ഒരു യാഥാർഥ്യവും അതിനകത്തുണ്ട്.

രാജവാഴ്ചക്കാലത്ത് അധികാര കേന്ദ്രങ്ങളിൽ നിന്നും അന്യവൽക്കരിക്കപ്പെട്ട ഗോത്ര സമൂഹത്തിന്റെ കലാസൃഷ്ടികളും പാർശ്വവൽക്കരിക്കപ്പെട്ടു. ഗോത്രഗാനങ്ങൾ പൊതുവെ മേൽക്കോയ്മാപക്ഷത്തിന്റെ കണ്ണിൽപെടാതെ പരമ്പരാഗതമായി കൈമാറേണ്ടി വന്നതാണ്. അവരുടെ ജീവിതപരമായ ഉള്ളടക്കത്തിന്റെ തുടർച്ചകളായി അവ നിലനിർത്തിപ്പോരേണ്ടിയും വന്നു. അതിനു വേണ്ടി കലയും സാഹിത്യവും സാമൂഹ്യ-പാരിസ്ഥിതിക ജൈവികതയിൽ ലയിക്കാൻ പ്രാപ്തമാക്കും വിധം 'ലയന'ശേഷി സ്വായത്തമാക്കേണ്ടി വന്നു. സൃഷ്ടികളെ പ്രതീകങ്ങളിലൂടെയും ബിംബാവലികളിലൂടെയും രൂപകം ചെയ്യേണ്ടിവന്നത് അധികാര വ്യവസ്ഥയുടെ കണ്ണുവെട്ടിക്കാനുള്ള രീതികളായി മാറി. അവരുടെ കലയുടെ അതിജീവനത്തിന് അതേ പരിഹാരമുണ്ടായിരുന്നുള്ളു. ജീവിതത്തിന്റെ പൂർണതക്കു വേണ്ടി കൂടിയാണ് കലയുടെ നിലനില്പ്.

ഗോത്ര - നാടോടി കലാരൂപങ്ങളിലെ ചരിത്രസങ്കീർണതകൾക്കും ആഴത്തിനും ഉൾക്കനത്തിനും ഈ രീതികൾ നിമിത്തമായി. കാലത്തെ സുദൈർഘ്യത്തിൽ തരണം ചെയ്യാനുള്ള ശില്പഘടനകൾ കൈവന്നു. സർവോപരി അധ്വാനത്തിന്റെ കൂട്ടായ്മയിലെന്ന പോലെ കലാനിർമിതിയിലും സാമൂഹ്യോൽപാദന രീതിയാണ് പിന്തുടർന്നത്. നാടോടിപ്പാട്ടുകൾ പൊതുവെ അത്തരത്തിൽ രചിക്കപ്പെട്ടതാണ്. കലാസ്വാദനവും സാമൂഹ്യമാണ്. കലാകാരനേയും കവിയേയും കൂട്ടായ്മയിൽ നിന്നൊറ്റപ്പെടുത്തിയത് ഫ്യൂഡൽ ഘട്ടമാണ്. നാടുവാഴിയുടെ കൺവെട്ടത്ത് കലാകാരനെ ഇരുത്തി കലയുടെ സാമൂഹ്യപരതയെ വേർപെടുത്തി. കവികളേറെയും വാഴ്ത്തുപാട്ടുകളിൽ മുഴുകി. അത്തരം കൃതികൾ പ്രോത്സാഹിക്കപ്പെടുകയും പണക്കിഴിയും ഭൂമിയും ദാനം ചെയ്ത് അധികാരത്തിന്റെ വരുതിയിൽ നിർത്തുകയും ചെയ്തു. ജനാധിപത്യകാലത്തെ പുരസ്കാരവേലത്തരങ്ങൾ ഇതേ പ്രവണതയുടെ തുടർച്ചകളാണ്. അക്കാലത്ത് രാജവാത്സല്യം പതിഞ്ഞ കൃതികൾ ചരിത്രോപദാനങ്ങളായി നമുക്കു മുന്നിൽ ശേഷിക്കുന്നു. എങ്കിലും, ചരിത്രകാരന്മാരെ സംബന്ധിച്ച് അതുമൊരു മുതൽക്കൂട്ടാണെന്ന് അംഗീകരിക്കുന്നതിൽ തെറ്റില്ല.

പക്ഷെ അതിന്റെ ചരിത്രാംശത്തെ കൃത്യമായി തിരിച്ചറിയണമെന്നു മാത്രം. സംഘകൃതികൾ പൊതുവെ വാഴ്ത്തുപാട്ടുകളാണെങ്കിലും, നീതിബോധവും സ്വാതന്ത്ര്യവും അടിയറ വയ്ക്കാത്ത കാവ്യസംസ്കാരം ഉയർത്തിപ്പിടിച്ചതായി കാണാവുന്നതാണ്. അതേസമയം കാലത്തിന്റെ സാങ്കേതികതയെ അതിജീവിക്കാതെ സ്വാഭാവികമായും നശിച്ചുപോയ കലാസാഹിത്യ സൃഷ്ടികൾ അതിലേറെയുണ്ട്. ഈ ആധുനികകാലത്തും

സമൂല്യമായ സൃഷ്ടികൾ ശ്രദ്ധിക്കപ്പെടാതെ, സംരക്ഷിക്കപ്പെടാതെ പോകുന്നു. ശ്രീകണ്ഠപുരത്തിന്റെ പരിസരങ്ങളിൽ തന്നെ ജ്ഞാനദി വ്യന്മാരും പ്രഭാവരുമായ എഴുത്തുകാരുണ്ടായിരുന്നു. അറിയപ്പെടാതെ പോയ സൃഷ്ടികളുമുണ്ട്. വേദാന്തജ്ഞാനിയും പണ്ഡിതനുമായ ഒരാൾ നിടിയേങ്ങ സ്വാമിമഠത്തിലെ സ്വാമിയാണ്.

നീലേശ്വരം മുല്ലശ്ശേരി തറവാട്ടിൽ 1850 നു മുമ്പാണ് സ്വാമിയുടെ ജനനം. വളർന്നു യൗവനമെത്തിയപ്പോൾ ഉൽപതിഷ്ണുവായി മാറി. യാഥാസ്ഥിതികമായ ചുറ്റുപാടിനോടു പൊരുത്തപ്പെടാനാവാതെ വീടുവിട്ടിറങ്ങി. ആ ദേശാടനം ആദ്യം ചേക്കേറിയത് കുടകുദേശത്ത്. തുടർന്ന് ശൃംഗേരി. ആ ആത്മീയ സന്നിധിയിൽ വച്ച് വേദപഠനംനട ത്തി. ഉപനിഷത്തുക്കളും ഗീതയും ബ്രഹ്മസൂത്രവും വശത്താക്കി. ബ്രഹ്മ വിദ്യാഭ്യാസത്തിലൂടെ പണ്ഡിത ശ്രേഷ്ഠനായി മാറി. കുടകിൽ തന്നെ തിരിച്ചെത്തി സംന്യാസജീവിതമാരംഭിച്ചു. ആ കാലത്താണ് വീരാ ജ്പേട്ടയിൽ വ്യാപാരത്തിനെത്തിയ നിടിയേങ്ങ സ്വദേശി മാതപ്പള്ളി ചന്തുവിനെ പരിചയപ്പെടുന്നത്. സ്വാമിയുടെ നിത്യ സന്ദർശകനും ആരാധകനുമായി മാറിയ ചന്തു തന്റെ സ്വാധീനത്താൽ സ്വാമിയെ നിടിയേങ്ങയിലെത്തിച്ചു.

നിടിയേങ്ങ തന്റെ ഏകാന്തതയ്ക്കിണങ്ങുന്ന പ്രശാന്തമായ ഒരു ഗ്രാമമായി സ്വാമിക്ക് ബോധ്യപ്പെടുകയും ഒരു പർണശാല പണിയുകയും ചെയ്തു. അശരണർക്കും രോഗികൾക്കും അനാഥർക്കുമൊക്കെ ആശ്വാസം പകരുന്ന അഭയകേന്ദ്രമായും യാഥാസ്ഥിതിക പ്രവണ തകൾക്കെതിരായ പ്രതിരോധമായും പർണശാല മാറി. സ്വാമിയുടെ സിദ്ധികൾ അനേകമാളുകളെ ആകർഷിച്ചു. അവഗണിക്കപ്പെട്ടവരും അടിയാളന്മാരും കൺകണ്ട 'ദൈവ'മായി സ്വാമിയെ അറിഞ്ഞു തുടങ്ങി. ഒരിടക്കാലത്ത് സവർണ ജാതിക്കാരുടെ പെരുമാറ്റത്തിൽ അസ്വ സ്ഥനായി സ്വാമി തിരോധാനം ചെയ്തിരുന്നു. വിഷമവൃത്തത്തിലായ ആരാധകർ കുടകിൽ നിന്നു തന്നെ സ്വാമിയെ കണ്ടെത്തുകയും പശ്ചാ ത്താപം പ്രകടിപ്പിച്ച് തിരിച്ചു കൊണ്ടു വരികയും ചെയ്തു. സമാധിയടയും വരെ നിടിയേങ്ങയിലേയും പരിസരങ്ങളിലേയും ജനങ്ങൾക്കിടയിൽ ചൈതന്യവത്തായ ആത്മീയ തേജസ്സായി വർത്തിച്ചു. സമാധി ദിനമായ കുംഭം20 എഴുന്നള്ളിപ്പോടുകൂടി ആചരിച്ചു വരുന്ന ചടങ്ങ് തുടർന്ന് എല്ലാ വർഷവും ജനങ്ങൾ സംഘടിപ്പിക്കുന്നു.

പണ്ഡിതപ്രവീണ്യനായ മറ്റൊരാളാണ് മാവിലകോമർകുട്ടി എഴുത്ത ച്ഛൻ. നിരവധി പ്രാമാണിക ഗ്രന്ഥങ്ങളുടെ കർത്താവും പല തലമുറകൾ ക്ക് അക്ഷരത്തിന്റേയും ജ്ഞാനത്തിന്റേയും നവദിശ കാട്ടിക്കൊടുത്ത

മാവില കോമർകുട്ടി എഴുത്തച്ഛൻ

ഗുരുശ്രീ കോമർകുട്ടി എഴുത്തച്ഛൻ. ഈ ലേഖകന്റെ കുട്ടിക്കാലത്തെ സംബന്ധിച്ച് എഴുത്തച്ഛൻ ഞങ്ങളുടെ വീട്ടുചുമരിൽ കാലപ്പേടി കൂടാതെ കഴിയുന്ന ഒരു ഫോട്ടോ ആയിരുന്നു. ആ ഫോട്ടോ വീട്ടിൽ പൂജിക്കപ്പെട്ടിരുന്നത് എഴുത്താചാര്യൻ എന്ന നിലക്കു മാത്രമല്ല, ഞങ്ങളുടെ തറവാട്ടു കാരണവർ കൂടിയായിരുന്നു അദ്ദേഹം. തറവാടിനോടു ചേർന്നായിരുന്നു എഴുത്തച്ഛൻ പ്രതിഷ്ഠിച്ച സ്വാമിമഠം. കരക്കാട്ടിടത്തിലെ പാഠശാലയിലെ ഗുരുവേല അവസാനിപ്പിച്ചായിരുന്നു എഴുത്തച്ഛൻ കാവുമ്പായിയിലെത്തി സ്വാമിമഠം പ്രതിഷ്ഠിച്ചത്.

മയ്യിൽ വേളമാണ് സ്വദേശം. അവിടെ നിന്നും കോട്ടൂരിലെ 'വല്ലത്തില്ലത്ത്' വന്നു തങ്ങിയ കാലത്ത് അദ്ദേഹത്തിന്റെ പാണ്ഡിത്യം കേട്ടറിഞ്ഞ അന്നത്തെ ഫ്യൂഡൽപ്രഭു കരക്കാട്ടിടം നായനാർ നാലുകെട്ടിലേക്ക് വിളിച്ചു വരുത്തുകയായിരുന്നു. എഴുത്തച്ഛനെക്കൊണ്ട് താളിയോലയിൽ കൃഷ്ണപ്പാട്ട് എഴുതിച്ചാണ് ആ ബന്ധം തുടങ്ങിയത്. നാൽപത് ദിവസം കൊണ്ട് ആ ജോലി പൂർത്തീകരിച്ചു. അതിൽ സംപ്രീതനായ ജന്മി തന്റെ നാലുകെട്ടിൽ തന്നെ പാഠശാല സ്ഥാപിച്ച് എഴുത്തച്ഛനെ അധ്യാപകനായി നിയമിക്കുകയും ചെയ്തു. വർഷം പ്രതി 720 സേർ

നെല്ലും 36 രൂപയും പ്രതിഫലം നൽകും. പിൽക്കാലത്ത് സഹോദരി മാരോടൊപ്പം കാവുമ്പായിയിലേക്ക് താമസം മാറ്റി. കാവുമ്പായിയിൽ പ്രതിഷ്ഠിച്ച സ്വാമിമഠം വിദ്യാദാനം നടത്തുന്നതിൽ മാത്രമല്ല, പിൽക്കാലത്ത് രാഷ്ട്രീയ മൂവ്മെന്റ് വളർത്തിയെടുക്കുന്നതിലും സിരാകേന്ദ്രമായി നിലകൊണ്ടു. സംസ്കൃതഭാഷയും, വേദാന്തം തുടങ്ങി ജ്ഞാനശാഖകളും ശിഷ്യഗണങ്ങൾക്കു കൈമാറുന്നതിൽ അപരിമേയമായ സംഭാവന കളാണ് ആ പണ്ഡിതനിൽ നിന്ന് അക്കാലത്തുണ്ടായത്. ബ്രഹ്മഭാവം ദർശിച്ച മനസ്സിന്റെ ആ ഉടമയിൽ നിന്ന് നിരവധി ശ്ലോകങ്ങളും കൃതികളും ലോകത്തിനു ലഭിച്ചു. രചനകളിൽ പ്രൗഢോജ്ജ്വലമെന്നു ചൂണ്ടിക്കാട്ടാവുന്നത് 'മനഃസംബോധനം - മണിപ്രവാളം', വേദാന്തര ഹസ്യം ഭാഷാ ഗാനം എന്നീ കൃതികളാണ്. ഈ കൃതികൾ രചിച്ചത് 1930 കളുടെ ആദ്യ പാതിയിലാവണം. 1936 നു മുമ്പേ കൃതികൾ വായിക്കാൻ കഴിഞ്ഞതായി അദ്ദേഹത്തിന്റെ ഉത്തമശിഷ്യനായ എസ്. കെ. ഒതേനൻ നമ്പ്യാർ സ്മരിക്കുന്നുണ്ട്. ഇദ്ദേഹത്തിന്റെ പരിശ്രമഫലമായി 1971 ലാണ് കയ്യെഴുത്തുപ്രതി (താളിയോല) അച്ചടിമഷി പുരളുന്നത്. അസ്സൽ കോപ്പിയാക്കി പകർത്തിയെഴുതിയത് പി. കൃഷ്ണമാരാരാണ്. കടമ്പേരി യിലെ പി. കൃഷ്ണൻ നമ്പ്യാരാണ് പ്രകാശകൻ. പുസ്തകത്തിന്റെ ആമുഖത്തിൽ എസ്. കെ. ഇങ്ങനെ പരാമർശിക്കുന്നുണ്ട്: "നാലഞ്ചു വർഷങ്ങൾക്കു മുമ്പ് ഗുരുനാഥന്റെ ഭാഗിനേയൻ ശ്രീ. എം. സി. രാമർ കുട്ടി നമ്പ്യാരവർകൾ 'ഭക്തപ്രലാപം'എന്ന ദേവീസ്തോത്രം പുസ്തക രൂപത്തിൽ പ്രസിദ്ധീകരിക്കുകയുണ്ടായി. ഗുരുനാഥന്റെ കൃതികളിൽ വെച്ചു സുപ്രധാനമായ 'വേദാന്ത രഹസ്യം ഭാഷാഗാനം' അവിടുത്തെ അന്തേവാസികളിൽ പ്രമുഖനും സൽകാര്യ പ്രസക്തനുമായ ശ്രീ പി. കൃഷ്ണൻ നമ്പ്യാരവർകൾ കഴിഞ്ഞ വർഷം പ്രസിദ്ധീകരിച്ചു. ഇപ്പോഴിതാ ആ മഹാനുഭാവൻ 'മനഃസംബോധന'മെന്ന വിശിഷ്ട ഗ്രന്ഥരത്നവും പ്രസിദ്ധീകരിക്കുവാൻ സന്നദ്ധനായിക്കഴിഞ്ഞിരിക്കുന്നു".

ഈ ഗ്രന്ഥത്തിന് അവതാരികയെഴുതിയത് പ്രസിദ്ധനായ ടി. എസ്. തിരുമുമ്പും ദുർഘടപദങ്ങൾക്ക് ടിപ്പണി ചെയ്തത് പണ്ഡിറ്റ് ഒ. കെ. മുൻഷി യുമാണ്. 'വേദാന്ത രഹസ്യ'മെന്ന കൃതിയെപ്പറ്റി ടി. എസ്. തിരുമുമ്പ് 1970 ജനവരി 5 നെഴുതിയ ഒരു കുറിപ്പിങ്ങനെയാണ്:

"സാംഖ്യകാരികാ തത്വചിന്തകളെ സമഞ്ജസമായി ഇങ്ങനെ അടക്കിയൊതുക്കി സുഖകരമാംവണ്ണം പ്രതിപാദിച്ചതും മാണ്ഡൂക്യോ പനിഷത് പ്രതിപാദ്യമായ 'ഓം' കാര തത്വത്തെ ശിവപരമായി വിനിർണയിച്ചതും 'തത്ത്വമസി' എന്ന മഹാവാക്യത്തെ വേദതത്ത്വാ വിരുദ്ധമായ ഒരു പുതിയ വീക്ഷണകോണിൽ കൂടി സമർഥിച്ചതുമായ ഈ കൃതി അനിർവചനീയമായ ഒരാനന്ദമാണ്".

ഈ രണ്ടു കൃതികളെ കൂടാതെ അമുദ്രിതങ്ങളും അസുലഭങ്ങളുമായ അനേകം താളിയോല ഗ്രന്ഥങ്ങളും സ്തോത്രങ്ങളും കോമർകുട്ടി എഴുത്തച്ഛന്റെ വകയായി ഉണ്ട്. സംസ്കൃതം, മലയാളം, കർണാടകം ലിപികളിലായിരുന്നു രചനകൾ. അതേക്കുറിച്ച് എസ്. കെ. സ്മരിച്ചു കൊണ്ടു പറയുന്നതിതാണ്: "പുസ്തകം അച്ചടിപ്പിക്കുവാൻ ഞാൻ പലപ്പോഴും ഗുരുനാഥനോട് അപേക്ഷിച്ചിരുന്നുവെങ്കിലും അവിടുന്ന് അതിന്നുദ്യമിക്കുകയുണ്ടായില്ല. യശോർഥസമ്പാദനത്തിൽ അവിടുത്തേക്കുള്ള വൈമുഖ്യമായിരിക്കും ഈ ഔദാസീന്യത്തിന് കാരണമെന്നൂഹിക്കുന്നു". അദ്ദേഹത്തിന്റെ രചനകൾ വെളിച്ചം കാണുന്നതിനെപ്പറ്റി 'മണിപ്രവാള'ത്തിന്റെ ആമുഖത്തിൽ എസ്. കെ. ഇത്ര കൂടി പരാമർശിക്കുന്നുണ്ട്.

"ഈ മണി പ്രവാളം പ്രസിദ്ധീകരിച്ചു കഴിഞ്ഞാൽ ഗുരുവിന്റെ ഭാഷാകൃതികളിൽ മൂന്നും പ്രകാശിതങ്ങളായി. ഇനി അവിടുന്ന് സംസ്കൃത ഭാഷയിൽ നിബന്ധിച്ച ഭക്തിരസ നിഷ്യന്ദികളായ ഏഴ് സ്തോത്ര രത്നങ്ങൾ പ്രസിദ്ധീകരിക്കുവാൻ ബാക്കിയുണ്ട്"

ഇന്നു നാമാലോചിക്കുമ്പോൾ എത്ര അമൂല്യമായ സൃഷ്ടികളാണ് നമുക്ക് നഷ്ടപ്പെട്ടതെന്നു കാണുക. ആ കയ്യെഴുത്തുപ്രതികളോ താളിയോലക്കെട്ടുകളോ സംരക്ഷിക്കപ്പെട്ടില്ല. സാമന്തൻ കനകത്തിടത്തിൽ ഒതേനൻ നമ്പ്യാർ ആ ഗുരുനാഥന്റെ മഹാശ്രേഷ്ഠനായ ശിഷ്യരിലൊരാളാണ്.

" അജ്ഞാന ഘോര തിമിരാവൃത ദൃഷ്ടിയായി
വിജ്ഞാനമറ്റ വലയും ജനതയ്ക്കുദാരം
സുജ്ഞാനനേത്രമരുളും കരുണാപയോധേ!
പ്രജ്ഞാന രൂപ! ഗുരുദേവ! നമോ നമസ്തേ"

സ്വന്തംഗുരുശ്രീയുടെ കൃതിക്ക് ആമുഖമായി 1971 ൽ ഈ ശിഷ്യൻ രേഖപ്പെടുത്തിയ ശ്ലോകമാണിത്. ഗുരുഗീതയിലെ വരികൾക്ക് തന്റേതായ ചമയം. കാവുമ്പായിയിലെ കനകത്തിടത്തിന്റെ പിന്നിൽ രണ്ടു ജന്മിമാർ തമ്മിലുള്ള പോരിന്റെ കഥയുണ്ട് - പ്രതാപശാലിയായ കനകത്തിടം നായനാരും എരുവേശ്ശിയിലെ മന്ദനാരും തമ്മിൽ. മന്ദനാരുടെ കാമലഹരിക്ക് അടിപ്പെടാതെ രക്ഷപ്പെട്ട ഒരു യുവതിയെ കാവുമ്പായിയിലെ ഒരു ഭവനത്തിൽ കനകത്തിടം നായനാർ സംരക്ഷണം നൽകിയത്രെ. യുവതിയെ തേടിയെത്തിയ മന്ദനാരും പടയാളികളും കാവുമ്പായിയിലെ പുള്ളിമാൻ കുന്നുവരെ വന്ന് വെടിമുഴക്കുകയുണ്ടായി. നായനാരും സംഘവും പ്രതിരോധിച്ചതിനാൽ തിരിച്ചു പോയി. ആ യുവതിയുമായി നായനാരുടെ ബന്ധം സ്ഥിരപ്പെടുകയും ചെയ്തു. ആ തറവാടാണ് നമ്മുടെ കവിയുടേത്. 1944ൽ അതിഭയങ്കരമായ നേത്രരോഗം ബാധിച്ച്

കുടജാദ്രിയിലെ സർവജ്ഞപീഠം. ഫോട്ടോ: എ. പത്മനാഭൻ

കവി ശ്രേഷ്ഠന്റെ കാഴ്ച മങ്ങിപ്പോയിരുന്നു. പിൽക്കാലത്തെ യാത്രയും സാഹിത്യസപര്യയുമെല്ലാം നിർവഹിച്ചത് പരസ്സഹായത്തോടെ മാത്രം. ക്ഷേത്ര മാഹാത്മ്യങ്ങളുടെ നീണ്ട പരമ്പരകളെഴുതി. ശ്രീ മൂകാംബികാ കീർത്തനങ്ങൾ, ശ്രീദേവീവിലാസം, നീല ബാലൻ, ശ്രീ സുബ്രഹ്മണ്യ സുപ്രഭാതം, ശ്രീ വൈദ്യനാഥസ്തവം, ശ്രീകൃഷ്ണസ്തവ മഞ്ജരി, ശ്രീകിരാതേശ്വരസ്തവം, മഹാദേവസ്തവം... തുടങ്ങി ഇരുപതിലേറെ രചനകൾ. പല രചനകളും ഒന്നിലധികം പതിപ്പുകളിറങ്ങി. അദ്ദേഹത്തിന്റെ സഞ്ചാരവും രചനാ ജീവിതവും വിസ്മയിപ്പിക്കുന്നതാണ്.

കുടിയേറ്റ സമൂഹങ്ങളുടെ സ്വാധീനത്താൽ സങ്കരമാകുന്ന സാമൂഹിക ശൈലികൾ ഭാഷയേയും സ്വാധീനിക്കുന്നുണ്ട്. നിരന്തരം പുതുക്കപ്പെടുകയും പരിണാമ വിധേയമാകുകയും ചെയ്യുന്ന ഭാഷ പഠനസാധ്യതകളുള്ള ഒരു സാമൂഹ്യ 'ജനിതകം' കൂടിയാണ്. തിരുവിതാംകൂർകുടിയേറ്റത്തിലൂടെ മലബാറിലെത്തിയ ഒന്നാം തലമുറക്കാർ സ്വന്തം സംസാരഭാഷ കുറേക്കാലം തുടർന്നു. തദ്ദേശീയരും അതനുകരിച്ചു. തിരിച്ചും ഇടകലർന്നു. രണ്ടാംതലമുറ കുടിയേറ്റക്കാരുടെ കാലമായപ്പോൾ വ്യക്തമായ വ്യത്യാസം പ്രകടമായി. ഭാഷയുടെ ഘടനാപരമായ പരിണാമത്തിന്റെ ധ്വനി സമുദായപരമോ പ്രാദേശികമോ ആയ 'സ്വത്വം' അടയാളപ്പെടുത്തിയ മറ്റെല്ലാ വിഭാഗങ്ങളുടെ ഭാഷാപ്രയോഗങ്ങളിലും വെളിപ്പെടുന്നുണ്ട്.

ഭാഷാലിപികളുടെ രൂപാന്തരവും മറ്റൊരു പഠനോപാധിയാണ്. പ്രാചീന ലിപിയായ വട്ടെഴുത്തിനും പിന്നീട് രൂപപ്പെട്ട കോലെഴുത്തിനും ഗ്രന്ഥ ലിപിക്കും സംഭവിച്ച രൂപപ്പകർച്ചകൾ സാംസ്കാരിക പഠനത്തിന്റെ ഉപ സൂചകങ്ങളാണ്. ഭാഷയിൽ മാത്രമല്ല, സാഹിത്യ-സാംസ്കാരിക-രാഷ്ട്രീയ ദർശനങ്ങളിലും രൂപഭാവാന്തരങ്ങളുടെ പരിണാമ പ്രവണത തുടരുന്നുണ്ട്. നാളിതുവരെയുള്ള സാംസ്കാരിക-കലാരൂപങ്ങളും ആചാരാനുഷ്ഠാനങ്ങളും താളിയോല രചനകളും ശില്പങ്ങളും ചുമർചിത്രങ്ങളും ലിപിരൂപങ്ങളും ക്ഷേത്രകലകളുമൊക്കെ സമഗ്രമായി സംരക്ഷിക്കാനും വായിച്ചെടുക്കാനും കഴിഞ്ഞിരുന്നെങ്കിൽ മലനാടിന്റെ അതിശയിപ്പിക്കുന്ന ചരിത്രം നമുക്കു മുമ്പിൽ അനാവൃതമായേനെ. മലനാടിന്റേതു മാത്രമായ വിസ്മയലോകം തുറന്നുകാണാനുള്ള ചരിത്രാന്വേഷണപദ്ധതികൾ വികസിച്ചു വരേണ്ടതുണ്ട്.

സംസ്കാരത്തിന്റെ ചില ശിലകൾ

സാംസ്കാരികജീവിതത്തിന്റെ തനതു പരിവർത്തനങ്ങളും സവിശേഷതകളും മനസ്സിലാക്കാനുള്ള പദ്ധതികളിലാണ് ചരിത്രം അതിന്റെ കലാപ്രമേയങ്ങൾ സാക്ഷാത്കരിക്കുന്നത്. ആചാരാനുഷ്ഠാനങ്ങളിലൂടെ, ദിവ്യകലാപാരമ്പര്യങ്ങളിലൂടെ, മൺമറഞ്ഞതും അല്ലാത്തതുമായ കാവ്യ - കലാരൂപങ്ങളിലൂടെ, നാടോടി സംസ്കൃതിയെ പ്രകാശിപ്പിക്കുന്ന ഒട്ടേറെ ഉത്സവങ്ങളിലൂടെ, സാഹിത്യ സൃഷ്ടികളിലൂടെ ഒക്കെയാണ് നമ്മുടെ സംസ്കാരം സംശ്ലേഷിക്കപ്പെട്ടുകൊണ്ടിരുന്നത്. അവയുടെ സംഹിതസാരാംശങ്ങളോട് ഉപേക്ഷ കാട്ടിയാൽ ചരിത്രരേഖ തീർത്തും വികലമായിരിക്കും. സാംസ്കാരിക സൂചകങ്ങളെ ചരിത്രത്തെളിവുകളായി രൂപാന്തരപ്പെടുത്തേണ്ടതിന്റെ പ്രാധാന്യം ഡി. ഡി. കോസാംബി എടുത്തു കാട്ടിയതാണ്. അതിനാൽ മലനാടിന്റെ ഭൗമവ്യാപ്തിയിൽ നിർവചിക്കാവുന്ന സാംസ്കാരിക മാതൃകകളുടെ ഒരന്വേഷണം കൂടി നമ്മൾ നിറവേറ്റേണ്ടതായുണ്ട്. സംസ്കാരമെന്നാൽ ജീവിതത്തിന്റെ പാഠഭേദങ്ങളിലൂടെയുള്ള ജനങ്ങളുടെ പ്രയാണങ്ങളും, സഹവർത്തിത്തത്തിന്റെ അടയാളങ്ങളും, ഭാഷയായും സാഹിത്യമായും കലയായും ആവിഷ്കരിക്കപ്പെടുന്ന അനുഭൂതികളും, അനുഭവ സാരാംശങ്ങളും, സാമാന്യശീലങ്ങളുമെല്ലാം സമരസപ്പെടുന്ന സാമൂഹ്യമായ ഉള്ളടക്കമാണെങ്കിൽ ഏതു ജൈവപരിധിയിലും തനതായ മാതൃകകളും സംസ്കാരത്തിനുണ്ടാവും. ഉൽപാദന രീതികളുടെ ആവിർഭാവത്തിൽ തന്നെ വേരൂന്നുന്ന ജൈവബന്ധങ്ങളുടെ അന്തസ്സത്ത സംസ്കാരത്തെ

നിർണയിക്കുന്നുണ്ട്. ജീവിതത്തിന്റെ ജനകീയരീതിയെ വികസിപ്പിക്കുന്ന സാമൂഹികചോദന ഉൽപാദന പ്രക്രിയയുടെ മണ്ഡലത്തിൽ മാത്രം ഒതുങ്ങുന്നതുമല്ല. കലയും അനുഭൂതിയും വിലയിരുത്തപ്പെടുന്ന സാമൂഹ്യായ്മയുടെ ആത്മമണ്ഡലം കൂടി സംസ്കാരത്തിന്റെ സംക്രമണ പരിധിയാണ്. മനുഷ്യൻ സ്വീകരിച്ചതും ഉപേക്ഷിച്ചതുമായ സാംസ്കാരിക മുദ്രകളെല്ലാം ചരിത്രവായനക്കു പ്രിയപ്പെട്ടതായിരിക്കണം. ഭാഷയിലും കലയിലും സാഹിത്യത്തിലും ഉൽപന്നങ്ങളിലും കാർഷികോപാധികളിലും ഉപഭോഗ രീതികളിലും സകലമാന ഉപകരണങ്ങളിലും നിയമത്തിന്റേയും അധികാരത്തിന്റേയും വ്യവഹാരങ്ങളിലും ആചാരാനുഷ്ഠാനങ്ങളുടെ ചരിത്രപരതകളിലും സൗന്ദര്യബോധത്തിലും ഭാവനയുടെ ജനകീയ തലങ്ങളിലും മതസംഹിതകളിലും പ്രത്യയശാസ്ത്ര ദർശനങ്ങളിലും വിതാനം ചെയ്യപ്പെടുന്ന സാമൂഹ്യവും വ്യക്തിഗതവുമായ സകല പ്രവർത്തനങ്ങളും സംസ്കാരത്തെ സമഗ്രമാക്കുന്നു.

മനുഷ്യൻ ജനിച്ചുവളരുന്ന സാഹചര്യത്തിന്റെ സർവതലരൂപവും സാമൂഹിക ബന്ധങ്ങളുടെ സൂക്ഷ്മരൂപ തലങ്ങളും വസ്തുനിഷ്ഠമായും ആത്മനിഷ്ഠമായും വരച്ചെടുക്കുന്ന സാംസ്കാരിക ഗ്രാഫിന് സവിശേഷതകളുടെ ഒരു തനിമയുണ്ടാകും, മറ്റു ഗ്രാഫുകളുമായുള്ള ഏകതാനതയുടെ അപൂർവതയുമുണ്ടാകാം. ഇവ രണ്ടും കൂട്ടിച്ചേർക്കപ്പെടുന്നതാണ് ഒരു നാടിന്റെ സാംസ്കാരിക ഭൂപടം. ഇത് മലനാടിനുമുണ്ട്. അത് ഇന്നത്തെ അതിരുകൾക്കനുസരിച്ച് വരച്ചുണ്ടാക്കാൻ പ്രയാസമായിരിക്കാം. അതിനൊരു കാരണം ചരിത്രം തള്ളിക്കളഞ്ഞ വാസ്തവികാധികാരങ്ങളാണവ. മറ്റൊന്ന് കാലഹരണപ്പെട്ട ആത്മീയാവകാശങ്ങളുമാണ്. വിസ്മരിച്ചു കൂടാത്ത സാംസ്കാരിക മൂലധനം അടച്ചു വച്ച ആ കലവറകൾ ചരിത്രകാരന്മാർക്ക് തുറക്കാവുന്നതാണ്. തെക്കൻ കരിയാത്തൻതോറ്റം അവതരിപ്പിക്കുന്ന തനതായ പ്രപഞ്ചവീക്ഷണം നോക്കൂ:

"ഒന്നിനാലൊരു ദിവസം വാഴ്ക ദൈവമേ
രണ്ടിമ്മൽ ശിവശക്തിസ്വരൂപം വാഴ്ക
മൂന്നിമ്മൽ ത്രിമൂർത്തികളും വാഴ്ക
നാലുമ്മൽ നാങ്കു വേദവും
അഞ്ചുമ്മൽ പഞ്ച കരിക്കന്മാരും
ആറിമ്മൽ അറുവന ജാതികളും
ഏഴിമ്മേൽ ഏഴുവന ജാതികളും
എട്ടുമ്മൽ തിരുവെട്ടക്ഷരവും
ഒമ്പതുമ്മൽ ഓം നമസ്കാരം
പത്തിൽ പരബ്രഹ്മം"

ആദി നാരായണനും, ശിവശക്തിമാരും, ത്രിമൂർത്തികളും ചതുർവേദങ്ങളും ഗുരുനാഥന്മാരും അറിവജ്ഞരും എഴുത്തുകാരും അക്ഷര-സ്വരരൂപങ്ങളും ചേർന്ന ജ്ഞാനബ്രഹ്മം സൃഷ്ടിക്കപ്പെട്ടുംമുമ്പുള്ള പ്രപഞ്ചനിലയെപ്പറ്റിയാണ് തുടക്കത്തിൽ തന്നെ തോറ്റം വിവരിക്കുന്നത്:

"അന്ന് അണ്ഡജമില്ല ഭൂമിയില്ല
ഭൂമിയിൽ ചിങ്ങാമിടമില്ല
ഇളയം മാനുകളില്ല
വെളിയം മാർവെളിവില്ല
ഏറ്റമില്ലയിറക്കമില്ല
ഓട്ടമില്ല ഒഴുക്കമില്ല
ഓട്ടുവതില്ല ഒളിപ്പതില്ല
പാറുവതില്ല, പറക്കതില്ല"

അണ്ഡകടാഹമോ ഭൂമിയോ, സിംഹാസനങ്ങളോ പ്രജകളോ, വെളിച്ചമോ ഇരുട്ടോ, പർവതങ്ങളോ സമുദ്രങ്ങളോ, കാലഗതികളോ പ്രവാഹങ്ങളോ, സ്ഥൂലജീവികളോസൂക്ഷ്മജീവികളോ, പാറ്റകളോ പറവകളോ ഒന്നുമില്ലാത്ത ലോകം. ദൈവത്തെ പ്രകൃതിയുടെ നാനാതലങ്ങളിൽ നിന്നു നിർമിച്ചെടുക്കുകയായിരുന്നു മനുഷ്യനെന്ന് തോറ്റം അതിസൂക്ഷ്മമായി വെളിപ്പെടുത്തുന്നു: "എള്ളിലെയെണ്ണ പോലെയും ഉപ്പിന്റെ കൂർമം പോലെയും വാഴപ്പഴത്തിന്റെ മധുരം പോലെയും കത്തും തീയുടെ ഗാംഭീര്യംപോലെയും ഇരിപ്പിതല്ലോ അന്ന് സാക്ഷാലീശ്വരൻ കറക്കണ്ട്യപുരാൻ തിരുവടി"

എള്ളിലെഎണ്ണയും ഉപ്പിന്റെ തീവ്രതയുംപഴത്തിന്റെ മധുരവും തീയുടെ പെരുംചൂടും അതുപോലെ എല്ലാറ്റിലുമിരിക്കുന്ന സത്തയെ ചേർത്തുണ്ടാക്കിയതാണ് ഈശ്വരൻ. 'കറക്കണ്ട്യപുരാൻ തിരുവടി' (കരക്കണ്ടൻ തിരുവടി)യെന്നാൽ നീലകണ്ഠൻ.

മതപരമെന്നു വിശേഷിപ്പിക്കുന്നതിനേക്കാൾ ഗ്രാമീണാനുഷ്ഠാനങ്ങൾ എന്നു വിളിക്കാനാവുംവിധം സാംസ്കാരിക പ്രമേയങ്ങളടങ്ങിയ പ്രാക്തനരീതികൾ നിരവധിയുണ്ടായിരുന്നു. അവ മിക്കവാറും മൺമറഞ്ഞു കഴിഞ്ഞു. പല ഭേദഗതികളോടെ ചിലതു തുടരുന്നു. പുരാവൃത്തങ്ങളിലും തോറ്റങ്ങളിലും ചരിത്രപഥത്തിന്റെ സാരാംശങ്ങളുടെ മാറ്റൊലികളുണ്ട്. അവയുടെ സമാഹരണങ്ങളും പഠനങ്ങളും പല ശാഖകളായി ഇന്നു പുരോഗമിക്കുന്നുണ്ട്. സാംസ്കാരിക സ്മാരകങ്ങൾ പ്രതിനിധാനം ചെയ്യുന്ന ജനപദങ്ങളുടെ ജീവിത പ്രവിശ്യകൾ കണ്ടെത്താൻ അത്തരം പഠന പദ്ധതികൾ സഹായിക്കും. അതിനു പറ്റുന്ന ഏറ്റവും സമൃദ്ധമായ കലവറയാണ് മലനാട്. ആഴമേറിയ കരിങ്കടൽ

കണക്കെ ചരിത്രത്തിന്റെ നിഗൂഢസാമ്രാജ്യം മുറ്റിനിൽക്കുന്ന ഒരു ഭൂമ്യ ലയായിരുന്ന മലനാടെന്ന് ഇന്നവശേഷിക്കുന്നു. പ്രാക്തനകലകളെ മാത്രം മാനദണ്ഡമാക്കി നമുക്ക് നിശ്ചയിക്കാം. പ്രാചീന സാംസ്കാരി കസമ്പത്തിന്റെ ലക്ഷണങ്ങളും സമുദ്രകളും ഇവയിലൂടെ തെളിഞ്ഞു കാണാം.

അതിപ്രാചീനഗോത്രകലകളുടേയും സാംസ്കാരിക ജീവിതത്തിന്റേ യും അടിത്തറ കേവലം ഭൗതിക ജീവിതാ ന്വേഷണവുമായി ബന്ധപ്പെട്ടു മാത്രം കിടക്കുന്നതല്ല. അതിനപ്പുറത്ത് ജീവിതോപാധികളുമായി ബന്ധ പ്പെടുത്താൻ കഴിയാത്ത വിധം പ്രപഞ്ചത്തെ അടയാളപ്പെടുത്താനുള്ള ഭാവനാതീതവും അമൂർത്തവുമായ വേലകളുണ്ട്. അത്തരം പൊരുളുക ളിൽ നിന്നു കൂടിയാണ് അവരുടെ കലകൾ -ചിത്രകലയും ശില്പനിർ മാണവും നൃത്തവും, മന്ത്രവാദങ്ങളുമെല്ലാം പിറന്നത്. ജ്യാമിതീയ രേഖാ ചിത്രങ്ങളടങ്ങുന്ന കൊത്തുവേലകളിൽ നിന്നു മനസ്സിലാക്കാവുന്നത്, പ്രാപഞ്ചികവും ഗണിതപരവും ഭൂമിശാസ്ത്രപരവുമായ അഭിവൃദ്ധിയ്ക്കൊപ്പം നിഗൂഢ ദർശനങ്ങളുടെ വികാസം കൂടിയാണ്. ജ്ഞാനനിർമിതിയ്ക്കപ്പുറം, ആഭിചാരക്രിയകൾ പോലെ അയഥാർഥലോകത്തിന്റെ അടരുകളി ലേക്ക് ഇന്ദ്രിയാനുഭവങ്ങളെ സങ്കീർണമാക്കാനുള്ള നിഗൂഢോദ്ദേശ്യം മനുഷ്യൻ സ്വീകരിച്ചിട്ടുണ്ടെങ്കിൽ, അതിന്നർഥം ശക്തിമത്തായ ഒരു സർഗപ്രപഞ്ചത്തെ കീഴ്പ്പെടുത്താൻ ആദിമകാലത്തെ മനുഷ്യവംശ ത്തിന് സാധിച്ചിട്ടുണ്ടെന്നു തന്നെയാണ്. പൗരാണികചുമർചിത്രങ്ങ ളിലെ മാന്ത്രികക്കളങ്ങളും തരംഗമനുഷ്യരുടെ ചിത്രീകരണവുമൊക്കെ സാക്ഷ്യപ്പെടുത്തുന്നത് അതാണ്. അവരുടെ ചികിത്സാമുറകളിലും അതിന്റെ ധാരകൾ പ്രവർത്തിക്കുന്നതായി കാണാം. വൈദ്യപരിജ്ഞാ നത്തിൽ അതിസൂക്ഷ്മമായ അന്വേഷണങ്ങൾ നടത്തിയവരാണവർ. ഔഷധികളുടെ ബൃഹത്തായ കലവറ പ്രകൃതിയിൽ നിന്നു നിർണയിച്ചു. മനുഷ്യന്റെ ശരീരത്തെ മാത്രമല്ല, മനസ്സിനേയും രോഗാതുരതയിൽ നിന്നു രക്ഷിക്കാനുള്ള ജ്ഞാനാന്വേഷണങ്ങൾ നടത്തി. അതിന്റെ ഫലമായാണ് മന്ത്രവിദ്യകൾ ചികിത്സാസമ്പ്രദായങ്ങളിൽ പ്രയോഗി ക്കാനുള്ള രീതികൾ വളർന്നത്. ആധുനിക കാലത്തുപോലും മനുഷ്യരെ ബാധിക്കുന്ന ശാരീരികാസുഖങ്ങളുടെ മാനസിക പശ്ചാത്തലത്തെ ചികിത്സാവിധികൾ ലക്ഷ്യമിടാറില്ലെന്നതു കൂടി കാണുക. അതീന്ദ്രി യസ്പന്ദനങ്ങളെ ഇന്ദ്രിയപരതയുമായി ദൃഢപ്പെടുത്തി ശരീരത്തിന്റെ പൂർവപരത പുനർനിർമിക്കാനുള്ള ശുശ്രൂഷാകർമം തന്നെയാണ് അത്.

ചികിത്സയെ അനുഷ്ഠാനപരമാക്കുന്നതിലൂടെ മരുന്നിന്റെ ഉത്തേജന ത്തെ സ്ഥായിയാക്കി. ഇന്ത്യൻ ആന്റി ക്വാറി-1876-ൽ മി. വാൽ ഹൗസ് എഴുതി:

“മാന്ത്രിക വിദ്യയും ആഭിചാരവും തഴച്ച വളർന്ന ഒരു നാടാണ് മലബാർ എന്നത് നമുക്ക് കണക്കിലെടുക്കുക. ഏറ്റവും കരുത്തുള്ള ഭൂത പ്രേതപ്പിശാചുക്കൾ നിവസിക്കുന്നത് ഇവിടെയാണ്. മന്ത്രവാദത്തിൽ മലയാള ഭഗവതിയെ തങ്ങളിലേക്കു എത്തിക്കാൻ അഭ്യർഥിക്കുന്നതു കാണാം. “ഓം ഹ്രീം ഹ്റോം. മലയാള ഭഗവതിയേ ഞങ്ങളിലേക്കു പ്രവേശിച്ചാലും...”

സംഗീതം, നൃത്തം, ചിത്രകല തുടങ്ങി എല്ലാതരം സാംസ്കാരിക പദ്ധതികളിലും അനുഷ്ഠാനപരതയുടെ ആത്മീയതലം പ്രയോജനപ്പെടുത്തി. സഹസ്രാബ്ദങ്ങൾക്കു ശേഷവും കാലത്തെ അതിജീവിക്കുന്ന അതിന്റെ ശേഷി ഇങ്ങനെയുണ്ടായതാണ്. നാടോടിസംസ്കൃതിയിൽ സ്വാംശീകരിക്കപ്പെട്ട സൂക്ഷ്മമായ സാമൂഹ്യസ്പന്ദനങ്ങളെ പരിഗണിച്ചുള്ള സമഗ്രചരിത്രം ഇനിയും വിശദീകരിക്കപ്പെടാനിരിക്കുന്നതേയുള്ളൂ. സാമൂഹിക ശാസ്ത്രജ്ഞാനത്തിന്റെ രീതി സമ്പ്രദായങ്ങൾ ചെന്നെത്താത്ത ഇരുണ്ട ഗോത്രഖനികൾ നമ്മുടെ സംസ്കൃതിയിലുണ്ട്. നാടോടി വാങ്മയ രൂപങ്ങളായും നാടൻ കലകളായും നൂറ്റാണ്ടുകൾ നീണ്ട സാംസ്കാരികസമരഭേദങ്ങളുടെ സൂക്ഷ്മവും സ്ഥൂലവുമായ അടയാളങ്ങൾ വിശകലന വിധേയമാക്കിക്കൊണ്ട് സാക്ഷാത്കരിക്കേണ്ടതാണത്. അതിജീവനത്തിന്റേയും പ്രതിരോധത്തിന്റേയും ആഖ്യാനങ്ങളായി ആവിഷ്കാരം നേടിയ കലാപ സൃഷ്ടികളാണ് പൊതുവെ ആദിവാസി കലാരൂപങ്ങളെങ്കിലും അതിനപ്പുറം പ്രപഞ്ചത്തേയും ജീവരൂപങ്ങളേയും കലാത്മകമാക്കാനും തമ്മിൽ കൂട്ടിയിണക്കാനും നിഗൂഢത നിർവചിക്കാനുമുള്ള പ്രക്രിയകളാണവ. നാഗാരാധന ഉദാഹരണമായെടുത്താൽ, അതിനു പിന്നിൽ ഇഴജന്തുക്കളോടുള്ള ഭയമാണെന്നു കാണാനാവില്ല. ഭയപ്പെട്ടതിനെ പൊതുവെ ആരാധിക്കില്ല. നാഗസങ്കല്പത്തിന്റെ പൊരുൾ പാമ്പുകൾ നിധി കാട്ടിക്കൊടുക്കുമെന്ന പ്രമേയമാണ്. പകിട്ടേറിയ സർപ്പക്കളങ്ങൾ വരയ്ക്കപ്പെട്ടത് അക്കാരണത്താലാണ്. പുള്ളുവൻ പാട്ടുകളിലുൾപ്പെടെ -സർപ്പാരാധന മുറ്റിനിൽക്കുന്നതും ജ്യാമിതീയചിത്രകലകളിലും ചുമർവരകളിലും സർപ്പാകൃതികളുടെ ആധിക്യം കാണപ്പെടുന്നതും പവിത്രമായ ബന്ധത്തിന്റെ സൂചനകളാണ്.

“കാവോട്ടു വള്ളി തന്നിൽ
കളിയാടാൻ വാ
പൂവോട്ടു മാലകൾ കൊണ്ടാ- രാധിപ്പാൻ വാ”
“ആടുന്ന നാഗങ്ങളെ ച്ചുടുന്നുണ്ടവരും”

ഇത്തരത്തിൽ മനോഹരമായ വാഴ്ത്തുകളാണ് നാഗങ്ങളെ ചുറ്റിപ്പറ്റിയുള്ളത്. നാഗസമൂഹങ്ങളോടു പാരമ്പര്യബന്ധം പുലർത്തുന്ന പ്രാചീന

ഗോത്രവർഗരീതികൾ മലനാട്ടിലെ ആദിസമൂഹങ്ങളുടെ വിശ്വാസധാരകളിൽ ലയിച്ചു കിടക്കുന്നതായി കാണാം. ലോകത്തിലെ ഏറ്റവും പ്രാചീനമായ സാംസ്കാരിക പാരമ്പര്യത്തിലേക്ക് ഇവരുടെ വേരുകൾ നീണ്ടു കിടക്കുന്നുണ്ടെന്നു തന്നെ കരുതണം. കേവലം ആര്യരും ദ്രാവിഡരും തമ്മിലുള്ള സംഘർഷ പരിസരത്തു മാത്രം നമ്മുടെ സാംസ്കാരികപാരമ്പര്യം ഒതുങ്ങുന്നില്ല. ആദിദ്രാവിഡരുടെ പൂർവസംസ്കൃതി ഹാരപ്പൻനാഗരികതയിലും സുമേറിയൻ, ഈജിപ്ഷ്യൻ സംസ്കാരങ്ങളിലും വേരുകളാഴ്ത്തുന്നതായി ചരിത്രകാരന്മാർ നിർണയിച്ചിട്ടുണ്ട്. ഇതേ പൂർവികതയാണ് നാഗ സംസ്കാരത്തേയും ആശ്ലേഷിച്ചത്.

സമാനമായി ദ്രാവിഡപൂർവികരുടെ കണ്ണി പൂർവേഷ്യൻ ദേശങ്ങളായ സുമാത്ര, ജാവ, മലേഷ്യ തുടങ്ങിയ ഇടങ്ങളിലേക്കും നീളുന്നു. ഈ ജനസമൂഹങ്ങളുടേയെല്ലാം സങ്കരത്തിന്റെ സ്വാഭാവികത ഭാഷയിലും സംസ്കാരത്തിലും പ്രതിഫലിക്കുന്ന ജനപദമാണ് ആദിമലനാടിൽ വളർന്നുവന്നത്. ഗോത്ര സവിശേഷതകളും സ്വത്വരീതികളും പ്രകടമായ മാറ്റങ്ങളില്ലാതെ തുടരുന്നുവെന്നും അഥവാ മാറ്റമുണ്ടെങ്കിൽ തന്നെ സമൂഹത്തിന്റെ വളർച്ചയും പുരോഗമനവും മന്ദഗതിയിലായിരിക്കുമെന്ന ഒരു മുൻവിധി നമ്മുടെ ചരിത്രകാരന്മാരെ പിടികൂടാറുണ്ട്. അവരെ അപേക്ഷിച്ച് കേരളത്തിലെ ഗ്രാമങ്ങളിലും ഗ്രാമങ്ങളെ അപേക്ഷിച്ച് നഗരങ്ങളിലും പരിഷ്കാരത്തിന്റെ തോത് കൂടുതലാണെന്ന ചിന്താഗതിയും അതിന്റെ അനുബന്ധമായുണ്ട്. പൊതു വികസന സങ്കല്പങ്ങൾക്കും സാമ്പത്തികാഭിവൃദ്ധിയിലൂന്നിയ മാനദണ്ഡങ്ങൾക്കും അനുസരിച്ച് ഇത് വസ്തുതയുമാണ്. ഒരു പക്ഷെ അമ്പതുവർഷം കൊണ്ട് നഗരസമൂഹം കൈവരിച്ച വികാസം ആയിരംവർഷം കൊണ്ടു പോലും ആദിവാസി ഗോത്രങ്ങളിൽ സംഭവിച്ചിട്ടുമുണ്ടാകില്ല. അതേസമയം ജീവിത സംസ്കാരങ്ങളുടെ മറ്റെല്ലാ മാനദണ്ഡങ്ങളിലും (ഭാഷ, വികാരം, സ്വഭാവം, ഭക്ഷണം, വസ്ത്രധാരണം, വ്യക്തി - കുടുംബബന്ധരൂപീകരണങ്ങൾ, ജീവിതക്രിയകൾ, സാമൂഹ്യബന്ധങ്ങൾ, പെരുമാറ്റ ശൈലികൾ, ആഘോഷ രീതികൾ, കല - സാഹിത്യ-ദർശനാദി രൂപങ്ങൾ, ചിന്താമണ്ഡലം, അധ്വാന രീതികൾ, ഉൽപാദന- ഉപഭോഗ പ്രക്രിയകൾ) ഒട്ടും പിന്നിലല്ലാത്ത നവീകരണത്തിന് ആ ജനവിഭാഗങ്ങളും വിധേയരായിട്ടുണ്ട്. ഈ മാറ്റം അടുത്തറിയാതെയുള്ള വിശകലന ദിശകളിലാണ് ചരിത്രകാരന്മാർ മിക്കവരും വ്യാപരിച്ചു കാണുന്നത്.

എഡി. 900- 1150 ലെ ചരിത്രവിവരങ്ങളടങ്ങിയ അൽ ഇദ്രിസിയുടെ ബൃഹത്തായ ഭൂമിശാസ്ത്രഗ്രന്ഥം 'കിത്താബ്ന്ന സ്സഹത്തുൽ മുസ്ത്താഖ് ഫി ഇഖ്ത്താഖിൽ അഫാഖ്' മലൈ നാട്ടിലെ ആത്മീയക്രമങ്ങൾ

വിവരിക്കുന്നു. വിഗ്രഹപൂജ, അഗ്നിപൂജ, അഗ്നിയിൽ ആത്മബലി, സൂര്യനമസ്കാരം, വൃക്ഷാരാധന, സർപ്പാരാധന തുടങ്ങിയവ അതാത് അനുഷ്ഠാന സൂക്ഷ്മതയോടെ പാലിക്കപ്പെട്ടിരുന്നതായി വിശദീകരിക്കുന്നു. വിഷജന്തുക്കളുടെ സങ്കേതമായ സർപ്പക്കാവുകൾ വീട്ടിന്നരികിൽ തന്നെയാണ് ഒരുക്കിയിരുന്നത്. ഒരു വിഭാഗം മനുഷ്യരാവട്ടെ, യാതൊരു ആരാധനയും നടത്തുന്നില്ല. എല്ലാതരം ആരാധനാ സമ്പ്രദായത്തേയും നിഷേധിക്കുന്നവരും കൂട്ടത്തിലുണ്ട്. മലബാറുകാരുടെ വിഗ്രഹാരാധനയെ മാർക്കോപോളയും തന്റെ സഞ്ചാര കൃതികളിൽ എടുത്തുകാട്ടുന്നുണ്ട്. ഗിരിവർഗം ആരാധിക്കുന്ന വനമൂർത്തികളും കാളി, മാരിയപ്പൻ, ചപ്പുമ്മ, കരിങ്കുട്ടി, ചക്കി, അയ്യ, മലങ്കാരി, കരിയപ്പൻ തുടങ്ങിയ പ്രാക്തന ബിംബങ്ങളും കീഴാള സമൂഹത്തിന്റെ പ്രതിരോധത്തിന്റേയും അതിജീവനത്തിന്റേയും സൂക്ഷ്മമായ പ്രതിരൂപങ്ങളാണ്. ഓരോ അനുഷ്ഠാനകലാരൂപവും നവോത്ഥാന -സമര -സാമൂഹിക ബോധത്തിന്റെ അടയാളം കൊത്തപ്പെട്ടതാണ്. പൂമാതൈ പൊന്നമ്മയുടേയും പൊട്ടൻ തെയ്യത്തിന്റേയും തോറ്റങ്ങളിൽ അത് പ്രകടമായി കാണാം. ഇത്തരം കലാസൃഷ്ടികൾ അന്നത്തെ സാംസ്കാരിക പരിസരത്തിന്റെ പ്രതിച്ഛന്ദമാണ്.

അതിജീവനസമരങ്ങളുടേയും ഉന്നതമായ സഹവർത്തനത്തിന്റേയും ആകത്തുകയായ സാമൂഹികബന്ധങ്ങളുടെ ശ്രേഷ്ഠത കൈവരിക്കാൻ അന്നത്തെ ജനവിഭാഗങ്ങൾക്കു സാധിച്ചിരുന്നുവെന്നത് സംശയാതീതമാണ്. “സദാചാര ബോധത്തിൽ ഇത്രയും ശുദ്ധമായ നിഷ്കർഷത പാലിക്കുന്ന മലവർഗക്കാരെ ലോകത്തു മറ്റൊരിടത്തും കണ്ടെത്താൻ കഴിയില്ല.” ഇതേഴ്സണിന്റെ ഈ വാക്കുകൾ (Tribes and casts of south India) അതിന്റെ സാക്ഷ്യപത്രമാണ്. ജീവിതദുരിതവും ദുരന്തവും വംശപ്പേരുകളായി ഇന്നും അനുഭവിക്കേണ്ടി വരുന്ന, എത്രയോ തലമുറകളായി ഒരേ ചുറ്റുപാടിൽ കെട്ടിയിടപ്പെട്ടവരായി കഴിയേണ്ടി വരുന്ന വിഭാഗമാണെങ്കിലും മാനസികവും സാംസ്കാരികവുമായ ഉന്നതങ്ങളിലെത്തിപ്പെടാൻ ആദിവാസിവിഭാഗങ്ങൾക്കു സാധിച്ചിട്ടുണ്ടെന്ന കാര്യം അംഗീകരിച്ചേ പറ്റൂ. ഒട്ടേറെ അനുഭവങ്ങളിൽ ഒന്നു മാത്രം എടുത്തുകാട്ടട്ടെ. വയനാട്ടിൽ കബനിപ്പുഴയോരത്തെ ഇരുപതിലേറെ കുടുംബങ്ങൾ പൊറുക്കുന്ന ഒരു കോളനിയിൽ 2018ലെ പ്രളയത്തെ തുടർന്ന് ദുരിതാശ്വാസ പ്രവർത്തനങ്ങൾക്ക് എത്തിപ്പെട്ടപ്പോഴായിരുന്നു അനുഭവം. അവരവിടെ ഭീതിജന്യമായ സ്വന്തം പൈതൃകത്തോടു പോരാടുന്നതായിട്ടാണ് തോന്നിയത്. പോരാട്ടമെന്നു പറയുന്നതു ശരിയായിരിക്കില്ല. കൊമ്പനാന കുടിലിനു വട്ടംചുറ്റുമ്പോൾ, കുഞ്ഞിന്റെ കുർക്കംവലി അമർത്തിക്കാൻ മൂക്കുംവായും പൊത്തിപ്പിടിച്ചെന്നാണ്

ആ അമ്മ പറഞ്ഞത്. അതിനെ പോരാട്ടമെന്നു വിളിക്കാമോ !ദുരന്തത്തിന്റെ മദയാനകൾക്കു മുന്നിൽ മൂന്നു തലമുറകൾ ഇങ്ങനെയായിരുന്നുവെന്നാണ് കാരണവരായ മാരിയപ്പൻ ഓർത്തെടുത്തത്.

മൂത്തമകന്റെ ചികിത്സക്ക് ചെറിയൊരു തുക കൊടുത്തപ്പോൾ ഇരുപത്തിമൂന്നുകാരിയായ സീന സ്നേഹഭാവത്തിൽ നിരസിച്ചു കൊണ്ടു പറഞ്ഞത്, ‘അതു വേണ്ട, നിങ്ങൾക്കാവശ്യമുണ്ടാവില്ലേ’ എന്നാണ്. ദുരിതക്കെടുതിയിൽ സ്ഫുടം ചെയ്ത മഹത്വമുണ്ടായിരുന്ന ആ വാക്കുകളിൽ. ഞങ്ങൾക്ക്, ആ പണം അവരെ പിടിപ്പിക്കേണ്ടതായി വന്നു. പണം ആസക്തിയോടെ ചാടിപ്പിടിക്കുന്നവരെ കണ്ടുശീലമുള്ള ‘പരിഷ്കൃത’ വാസികൾ നമ്മൾ അപരിഷ്കൃതരായി മുദ്രകുത്തിയ അവരുടെ ആ നിലപാടിനു മുന്നിൽ നാണിച്ചുപോകുന്ന സന്ദർഭം. നാലു മക്കളുടെ അമ്മയാണ് ആ യുവതി. മൂത്തവൻ മനോരോഗി. അവനു വയസ്സ് പത്തായിട്ടും പിടിവിടാവുന്ന പക്വതയിൽ എത്തിച്ചേർന്നിട്ടില്ല. ചികിത്സകൾ പലതു ചെയ്തു. തക്കംകിട്ടിയാൽ, റോഡിലേക്കോടും, വാഹനത്തിനു നേരെ കേറും, കല്ലെറിയും. സദാനേരം അവനെ ഒരു കയ്യിൽ ഒതുക്കി വേണം, സീനയ്ക്ക് മറ്റു മൂന്നു കുരുന്നുകളെ കാക്കാൻ, കുടി പുലർത്താൻ, കൂലിവേല ചെയ്യാൻ, ഹൃദ്രോഗിയും കുടിയനുമായ താലികെട്ടിയവനെ താങ്ങാൻ, കാട്ടാനയെ പേടിച്ചു കൊണ്ട് തല ചായ്ക്കാൻ, ദിനാന്ത്യം കണ്ണൊന്നണയ്ക്കും മുമ്പ് കണ്ണീർ മറക്കാൻ... ഈ നിത്യസങ്കടത്തിൽ നിന്നു കൊണ്ടാണ് ആ പ്രതികരണമുണ്ടായതെന്നു കാണുക.

സംസ്കാരമെന്നത് ചരിത്രാത്മകമായ വിവക്ഷയിൽ രാഷ്ട്രീയ സാമൂഹികജീവിതത്തിന്റെ സാർവത്രികഘടന തന്നെയാണ്. ജീവിതത്തിന്റെ സാരാംശങ്ങളിൽ മാത്രമല്ല, സമൂഹത്തിന്റെ ഭൂത-വർത്തമാന - ഭാവിതലങ്ങളുടെ ആത്മരൂപത്തെ സമഗ്രമായി പ്രതിഫലിപ്പിക്കാൻ അതിന്റെ നിർവചനത്തിലൂടെ സാധിക്കും. ഒരു ജനതയെ അതിന്റെ ചരിത്രഭാഗധേയത്തോടെ ചൂണ്ടിക്കാട്ടാൻ സാംസ്കാരിക ഭൂപടത്തേക്കാൾ മറ്റൊന്നില്ല. സാംസ്കാരികമായ ഏകോപനങ്ങളുടെ ചിഹ്നം വഹിക്കുന്ന ജനതയെ ഭൂപരമായ അതിരുകൾക്കതീതമായി നമുക്ക് നിർവചിക്കാവുന്നതാണ്. ഭരണപരവും ഭാഷാപരവും ഭൂപടപരവുമായ വ്യവഹാരനിർണയങ്ങളെല്ലാം പല കാലങ്ങളിലായി മാറി മറഞ്ഞു വരുന്നതാണ്. അതിന്റെയെല്ലാം അന്തർധാരയായി വർത്തിക്കുന്ന സാംസ്കാരിക പ്രക്രിയകളുണ്ട്. അവ സംസ്കരിച്ചെടുക്കുകയെന്നതാണ് ചരിത്രസാമഗ്രികളായ മറ്റേത് ഉപദാനങ്ങളേക്കാളും സുപ്രധാനം. ശിലാലിഖിതങ്ങളിൽ അതാത് കാലഘട്ടത്തിലെ മിനുസപ്പെടുത്തിയ അധികാരമുദ്രകൾ മാത്രമേ കാണൂ. അന്നത്തെ കലണ്ടറിലെ ചില അക്കങ്ങൾ കൃത്യതയോടെ

കണ്ടേക്കാം, പക്ഷെ, അന്നത്തെ കാലത്തിന്റെ യഥാർഥശബ്ദം അതിൽ നിന്നു കേൾക്കില്ല. ശാസനങ്ങളുടേയും കല്പനകളുടേയും രാജധ്വനികളിൽ ജനതയുടെ നിശ്വാസങ്ങളോ സാമൂഹ്യചലനങ്ങളോ മിടിക്കില്ല. അതറിയാൻ കാലം രഹസ്യ കോഡുകളായി സൂക്ഷിച്ചു വച്ചിട്ടുള്ള സാഹിത്യ-സാംസ്കാരികഅടയാളങ്ങളും മിത്തുകളും ഡീകോഡ് ചെയ്ത് വായിക്കണം. അവയോടു താരതമ്യം ചെയ്യുമ്പോൾ, നമുക്കു ലഭിച്ചിരിക്കുന്ന ശിലാലിഖിതങ്ങളോ അധികാര ശാസനങ്ങളോ എത്ര നിസ്സാരമാണെന്നറിയുക. സമകാലിക സംഭവങ്ങൾ നിരീക്ഷിച്ചാൽ തന്നെ ശിലാലിഖിതങ്ങളുടെ നിസ്സാരത ബോധ്യപ്പെടും. ഒരു പാലത്തിന്റെ ശിലാഫലകം ആ നിർമിതിയുമായി യാതൊരു ബന്ധവുമില്ലാത്ത ഏതോ മന്ത്രിയുടെ നാമം പ്രാധാന്യത്തോടെ വഹിക്കുന്നുണ്ടാവാം. ഒരു പക്ഷെ, അധികാരികളുടെ അഴിമതി നിമിത്തം ആ പാലം തകർന്നു പോയാലൊ, അക്കാര്യം ഔദ്യോഗിക ലിഖിതങ്ങളിൽ കാണില്ല. ചരിത്രത്തിന്റെ യഥാർഥ ഗ്രാഫ് രേഖപ്പെടാതെ പോവുന്നു.

തെയ്യങ്ങൾ ആദിദൈവങ്ങളുടെ ദൃശ്യപ്രതിരൂപങ്ങളാണ്. ദൈവങ്ങൾക്ക് ഓരോ വ്യക്തിയിലും ഓരോ പ്രതിരൂപമുണ്ടാവും. ഒരാൾ സങ്കല്പിക്കുന്ന വിഷ്ണുരൂപമല്ല മറ്റൊരാളുടെ വിഷ്ണുവിന്. ജനങ്ങൾ മുപ്പത്തിമുക്കോടിയുണ്ടെങ്കിൽ അത്രയും ദേവതകളുണ്ടാവും. സ്ഥലകാലങ്ങളാവട്ടെ, ആദിമവും ജീവിതവിഹാരങ്ങളുമായി നിബന്ധിക്കപ്പെട്ടതുമാണ്. കൊട്ടാരമതിൽക്കെട്ടുകൾക്കു പുറത്താണ് മിക്ക ദൈവങ്ങളുടേയും ആരൂഢം. തെയ്യം കെട്ടിയിറങ്ങുന്ന ഇടങ്ങൾ കാവുകളോ, പള്ളിയറകളോ, മുണ്ട്യകളോ കോട്ടങ്ങളോ ആണ്. കൊട്ടാരകൊത്തളങ്ങളിലേക്ക് പിന്നീട് പ്രവേശിച്ചതാണ്. പ്രകൃതിയുടേയും ജനപദങ്ങളുടേയും വിശുദ്ധവിതാനങ്ങളിലാണ് ആരാധനാലയങ്ങൾ. പ്രകൃതിയുമായാണ് ആരാധനയുടെ ലയം. വൃക്ഷങ്ങളും പക്ഷികളും നാഗങ്ങളും മൃഗങ്ങളുമാണ് മൂർത്തികൾ. കൽത്തറകളിലാണ് മൂർത്തികളുടെ ഇരിപ്പിടം. ശ്രീകോവിലുകൾ പിന്നെ വരുന്നതാണ്. മനുഷ്യാരംഭം തൊട്ടേയുള്ള ചരിത്രസാമഗ്രികളാണ് സാംസ്കാരികഉപദാനങ്ങൾ. ആദിപ്രരൂപങ്ങൾ തന്നെയാണവ. അനുഷ്ഠാനമെന്നോ കലയെന്നോ നമുക്ക് ഇന്നു വിളിക്കാവുന്ന സാംസ്കാരിക ആവിഷ്കാരങ്ങളുടെ പഴക്കം ശിലാലിഖിതങ്ങൾക്കോ രാജശാസനങ്ങൾക്കോ ഉണ്ടാവാനും തരമില്ല. രാജാവിനെ മാത്രം പ്രതിഫലിപ്പിക്കുന്നതാണ് ഒരു ചെപ്പേടെങ്കിൽ ജനജീവിതത്തെ മുഴുവൻ പ്രതിഫലിപ്പിക്കുന്ന സാംസ്കാരിക സമ്പത്താണ് തോറ്റംപാട്ടുകൾ. ഒരാളുടെ രചനയും ജനപദങ്ങളുടെ രചനയും തമ്മിൽ സാമൂഹ്യപരമായ സത്യാവിഷ്കാരത്തിൽ വലിയ അന്തരങ്ങളുണ്ടാവാതെ വയ്യ.

മാതൃത്വമെന്ന ആദിമപ്രമേയത്തിന്റെ ഏറ്റവും പുരാതനമായ പ്രതിച്ഛായ കളിലാണ് അമ്മദൈവങ്ങൾ രൂപപ്പെടുന്നത്. കാളി, ഭഗവതി, ചാമുണ്ഡി തുടങ്ങി ഒട്ടേറെ തെയ്യങ്ങളുടെ കോലങ്ങളിലും, അതാതിന്റെ തോറ്റങ്ങളിലും (വെളിച്ചപ്പാട്), തോറ്റംപാട്ടുകളിലും, തിറകളുടെ സ്വരൂപങ്ങളിലും, അതിന്റെ വെള്ളാട്ടങ്ങളിലും അനുഷ്ഠാനപരതയ്ക്കൊപ്പം ചരിത്രവും കുടികൊള്ളുന്നു. കാല, ദേശങ്ങളുടെ ഭിന്നപ്രകൃതികളെ സൂക്ഷ്മമായി വേർതിരിച്ചു കാട്ടുംവിധം മുന്നൂറിൽപരം ദേവതമാർ തെയ്യം -തിറകളിൽ കെട്ടിയാടപ്പെടുന്നുണ്ട്. മുച്ചിലോട്ട് ഭഗവതി, പടക്കെത്തി ഭഗവതി, കണ്ണങ്കാട്ട് ഭഗവതി, പുലിയൂരു കാളി, കണ്ണമംഗലത്ത് ഭഗവതി, അഷ്ടമച്ചാൽ ഭഗവതി, ഇളമ്പച്ചി ഭഗവതി, ചെമ്പിലോട്ട് ഭഗവതി, മടയിൽ ചാമുണ്ഡി, കക്കര ഭഗവതി, നരമ്പിൽ ഭഗവതി, അറത്തിൽ ഭഗവതി, മൂവാളംകുഴിച്ചാമുണ്ഡി, തായ് പരദേവത, വയനാട്ടുകുലവൻ, കുണ്ഡോറച്ചാമുണ്ടി, തുളുവീരൻ തെയ്യം... ഇങ്ങനെ ഓരോ ദേശത്തും ഓരോ പേരിൽ ദേവതകളറിയപ്പെടുന്നു.

വനദേവതകളാണ് പ്രമുഖ മൂർത്തികളിലധികവും. വനത, കൊറ്റവെ, കാട്ടുമടന്ത, മുത്തപ്പൻ, അയ്യപ്പൻ, മലപ്പിലവൻ, പൂവില്ലി, പൂതാടി, തലച്ചിൽ, പുലികണ്ടൻ, മാരപ്പുലി, കണ്ടപ്പുലി, വേട്ടയ്ക്കൊരു മകൻ, കൊടുങ്കാളി, മലങ്കുറത്തി തുടങ്ങി നിരവധിയുണ്ട്. അതിജീവനത്തിന്റെ ഉപാധികളായ നായാട്ടിന്റേയും പുനംകൃഷിയുടേയും കർമരക്ഷയ്ക്കും പരിപാലനത്തിനും ദേവതകളാവശ്യമായി വരുന്നു. അതിനുമുമ്പേ പ്രകൃതിയുടെ മാതാവായ അമ്മദൈവങ്ങൾ ആരാധിക്കപ്പെട്ടു, ആദിപരാശക്തിയായി. ഗോത്രസമൂഹത്തിന്റെ ആദിമൂല ദേവത കാളിയമ്മയാണ്. ഉടമാവകാശസങ്കല്പവും സ്ത്രീകളെ കേന്ദ്രീകരിച്ചാവും ആരംഭിച്ചിരിക്കുക. ആദിയിൽ മക്കത്തായത്തിനു മുമ്പേ മരുമക്കത്തായമുണ്ടായതും ഉടമ സ്ത്രീകളായതിനാലാവാം. നാരീനായകത്വമാണ് ഭഗവതീസങ്കല്പങ്ങളുടേയും ആരാധനകളുടേയും ഉറവിടം. ശ്രീകണ്ഠപുരത്തിന്റെ പരിസരത്തെ ഏറ്റവും പുരാതനമായ ഒരു പ്രാർഥനാലയം മാമാനിക്കുന്ന് ആണ്. മഹാമുനിക്കുന്ന് ലോപിച്ചതാവാം. പുഴയോരത്ത് ഭദ്രകാളീ സങ്കല്പത്തിൽ സ്ഥാപിതമായ ഈ ആരാധനാകേന്ദ്രത്തിന്

ആറായിരത്തിലേറെ വർഷം പഴക്കം കല്പിക്കപ്പെടുന്നു. മഹിഷാസുരനെ നിഗ്രഹിച്ചതിന്റെ കോപമാണ് ഇവിടെ കാളിയുടെ ഭാവം. ശിവൻ ശിശുവായി പ്രത്യക്ഷപ്പെട്ട് ആ കോപം മുലപ്പാലിലൂടെ കുടിച്ചു തീർത്തുവെന്നാണ് ഈ വിശ്വാസത്തിലെ ഭാവന. ഒരു കാലത്ത് ദ്രാവിഡരുടേയും പിന്നീട് ശാക്തേയരുടേയും കാലക്രമേണ ഹൈന്ദവരുടേയും ആരാധനാമൂർത്തിയായിത്തീർന്ന ഒരു ഭഗവതിയാണ് കാളി

(ഭദ്രകാളി). ശിവപുരാണങ്ങളിൽ രക്തബീജനെ വധിക്കാൻ കാട്ടിയ പാർവതിയുടെ രൗദ്രതയാണ് മഹാകാളി. സർവരക്ഷയും മോക്ഷവും നൽകുന്ന ജഗദീശ്വരി തന്നെ കാളികാപുരാണത്തിലെ കാളി.

പ്രാകൃതിക പ്രതിഭാസങ്ങളുടെ ശക്തി സ്വരൂപങ്ങളെ സങ്കല്പിച്ച് അവയെ കുടിയിരുത്തുന്ന പ്രക്രിയയാണ് ആരാധനാലയങ്ങളായി വികസിക്കുന്നത്. ആദിമകാലത്ത് അത്തരത്തിൽ രൂപം പ്രാപിച്ചവ കാവുകളാണ്. കാവുകളിലെ മൂർത്തികളായി കാവിലമ്മ, ഭദ്രകാളി, ദുർഗ, ചാമുണ്ഡി, അന്നപൂർണേശ്വരി എന്നിങ്ങനെ വിവിധ ഭാവസ്വരൂപങ്ങൾ ആരാധിക്കപ്പെടുന്നു. കാളി(കൊറ്റവെ), കുളി, കരിങ്കുട്ടി, മലക്കാരി, മാരിയമ്മ, കരിയപ്പൻ, ചപ്ലമ്മ, അയ്യ, കാട്ടുഭഗവതി, മറുത, കുട്ടിച്ചാത്തൻ തുടങ്ങി കാവിലെ പ്രത്യക്ഷങ്ങൾ പലതരമാണ്.

ശിശു മാതാവിൽ അഭയം പ്രാപിക്കുന്നതു പോലെ മനുഷ്യൻ പ്രകൃതിയുടെ ചിറകിന്നടിയിൽ സുരക്ഷ തേടുന്നു. മാതൃസേവയിൽ നിന്നുണ്ടായ ബൃഹത് രൂപമാണ് ദേവീപൂജകൾ. സ്ത്രീദേവതകളായിരിക്കണം ആദ്യം സൃഷ്ടിക്കപ്പെട്ടിരിക്കുക. അമ്മയെ അമാനുഷിയാക്കുന്നതാണ് കാളി. അധീശബോധത്തിന്റെ പ്രതിഫലനപ്രരൂപം തെയ്യക്കോലത്തിലുണ്ട്. സങ്കല്പത്തെ രൂപവൽക്കരിക്കാനുള്ള ശ്രമം. നിറങ്ങൾ ബാഹ്യപ്രകൃതിയിൽ നിന്നു കിട്ടുന്നതു മാത്രമല്ല, അകം ലോകത്തിന്റെ അത്ഭുതങ്ങൾ സമ്മാനിക്കുന്നതു കൂടിയാണ്. നിറത്തിന്റെ രൂപങ്ങൾ തന്നെ ഉള്ളിൽ കടന്നു വരുന്നു. പരിചിത നിറങ്ങളും അപരിചിത നിറങ്ങളുമുണ്ടാവും.

ഇന്ന് മേർഘഡ് സംസ്കാരം എന്നു വിളിക്കുന്ന പുരാതനമായ നാഗരികതയുടെ കാലത്ത് (ബി. സി. 7000- 3200) അമ്മദൈവങ്ങളെയാണ് ആരാധിച്ചിരുന്നത്. മേർഘഡിന്റെ ഭാഗമായ കുള്ളി എന്ന സ്ഥലത്ത് (ഇന്നത്തെ പാകിസ്ഥാനിലെ ബലൂചിസ്ഥാൻ) 6000 വർഷങ്ങൾക്കു മുൻപ് ഉണ്ടായിരുന്ന കാർഷികഗ്രാമങ്ങളിൽ നിന്നാണ് ഇന്ത്യയിൽ ആദ്യമായി സ്ത്രീദൈവങ്ങളെ ആരാധിച്ചിരുന്നതിന്റെ തെളിവുകൾ ലഭിച്ചത് (ബഷാം; ദ വണ്ടർ ദാറ്റ് വാസ് ഇന്ത്യ, സുർജീത്ത് പബ്ലിക്കേഷൻസ്, ഇംഗ്ലീഷ്; ന്യൂഡൽഹി ഇന്ത്യ). ആശ്രിതഭാവം മുന്നിട്ടു നിൽക്കുന്നതിനാൽ സ്ത്രീകളായിരിക്കണം ദേവതകളുടെ ആദ്യസ്രഷ്ടാക്കളും. ഭയത്തിന്റേയും വിശ്വാസത്തിന്റേയും മായികസ്പർശത്തിനു കീഴ്പ്പെടാനുള്ള സാധ്യത പുരുഷഗണത്തേക്കാൾ കൂടുതൽ അവർക്കാണ്. പ്രാക്തനരീതികൾക്കു പൊതുവെ സ്ത്രൈണാംശം മുന്നിട്ടു നിൽക്കുന്നതു കാണാം. പൂജകൾക്ക് വിഗ്രഹമോ ക്ഷേത്രസങ്കേതങ്ങളോ വിശേഷിച്ച് ആവശ്യമില്ലെന്നതും ഒരു ഘടകമാണ്. ആരാധനാമൂർത്തിയെ പൂക്കളോ മണ്ണോ കൊണ്ടു മാത്രം നിർമിക്കുകയുമാവാം. പൂരോത്സവം തന്നെ

മികച്ച ഉദാഹരണം. മലനാടിന്റെ സ്വന്തമെന്നു പറയാവുന്ന അനുഷ്ഠാന രൂപമാണ് പൂരോത്സവം. കാമദേവനെ പൂജിക്കുന്ന ചടങ്ങുകളാണതിൽ മുഖ്യം. മീനമാസത്തിലെ കാർത്തിക മുതൽ പൂരം നക്ഷത്രം വരെയാണ് പൂരാഘോഷം. കോപാകുലനായ ശിവന്റെ ദൃശ്യശരത്താൽ ഭസ്മമായി പ്പോയ കാമദേവനെ പുനരുജ്ജീവിപ്പിക്കാൻ കാമപത്നി രതീദേവി നടത്തിയ അർച്ചനകളാണ് അതിൽ പ്രകടമാകുന്നത്. കാമവിഗ്രഹം ഉണ്ടാക്കി പൂജ നടത്തുന്നു. ചാണകം കൊണ്ടോ മണ്ണുകൊണ്ടോ പൂക്കൾ കൊണ്ടോ വിഗ്രഹമുണ്ടാക്കി നിരത്തും. അതിനു ചുറ്റും പൂവിടും. മലനാട്ടിൽ ആ കാലാവസ്ഥയിൽ വിരിയുന്ന മുരിക്കിൻപൂ, നരയൻ പൂ, ചെമ്പകം, എരിഞ്ഞി പൂക്കളാണ് ഇതിനായി ഉപയോഗിക്കുന്നത്. അതേ ഉപയോഗിക്കാവൂ എന്ന നിബന്ധനയുമുണ്ട്. അനുഷ്ഠാനകലയെ മറ്റു ദേശക്കാർ പകർത്താതിരിക്കാനുള്ള മുൻകരുതലുകളാവാം ഒരു പക്ഷെ അതൊക്കെ. വീടുകളിൽ മാത്രമല്ല മലനാട്ടിലെ കാവുകളിലും ക്ഷേത്രങ്ങളിലും ചടങ്ങുകൾ അരങ്ങേറുന്നു. പൂരക്കളികളും പൂരപ്പാട്ടുകളും ഈ കലയെ കൂടുതൽ നിറംപിടിപ്പിച്ചു. പ്രകൃതിയുടെ വ്യാകരണവുമായി മനുഷ്യജീവിതത്തെ ലയിപ്പിക്കുകയെന്നതാണ് ഇത്തരം ആഘോഷങ്ങ ളുടെ സത്ത. പ്രകൃതിയെ വരുതിയിൽ നിർത്താൻ മനുഷ്യൻ സ്വീകരിച്ച ആയുധങ്ങൾ - തീ, തീപ്പന്തം, വാൾ, അമ്പും വില്ലും തുടങ്ങിയവ -അവയുടെ പുരാതന പ്രകൃതത്തിൽ തന്നെയാണ് തെയ്യങ്ങൾക്കൊപ്പമുള്ളത്. അത്തരം ആയുധങ്ങളുടെ നവീനരൂപങ്ങൾ പലതും ഉടലെടുത്തിട്ടും തെയ്യങ്ങൾ അവയൊന്നും സ്വീകരിക്കുകയുണ്ടായില്ലെന്നതു സുപ്രധാന മാണ്. കുരുത്തോല തൊട്ടുള്ള ചമയങ്ങളിലും മഞ്ഞളും അരിച്ചാന്തുമിട്ടുള്ള മെയ്യെഴുത്തുകളിലും അവയുടെ അതിപ്രാചീനതയുടെ ലക്ഷണങ്ങളേ കാണാനാവൂ. ഔഷധങ്ങൾ കണ്ടുപിടിക്കുംമുമ്പേ, രോഗം വിതയ്ക്കുകയും ശമിപ്പിക്കുകയും ചെയ്യുന്ന ദേവതമാർ അവതരിപ്പിക്കപ്പെട്ടത് സുപ്രധാന സംഗതിയാണ്. അതിൽ, രോഗത്തിനെതിരായ ഔഷധമല്ല, രോഗ സാഹചര്യത്തെ വരുതിയിൽ നിർത്താനുള്ള കരുതലാണുള്ളത്. മാരി, വസൂരി മാല, ദണ്ഡദേവൻ, പുതിയ ഭഗവതി തുടങ്ങി ഒട്ടേറെ രോഗദേവതമാർ അവതരിച്ചു. മനോപരിചരണത്തെ ഉന്നംവച്ച് മന്ത്ര മൂർത്തികളും പ്രത്യക്ഷപ്പെട്ടു. കുട്ടിച്ചാത്തൻ, ഭൈരവൻ, ഗുളികൻ, ഉച്ചിട്ട, പൊട്ടൻ തെയ്യം, ഘണ്ടാ കർണ്ണൻ, കരിഞ്ചാമുണ്ഡി... കാർഷികസമൃദ്ധി ക്കും ഉർവരതയ്ക്കും കാലിച്ചേകോൻ, വിഷ്ണുമൂർത്തി, കോതാമൂരി, ഉച്ചാർ ഗുളികൻ, പുള്ളിക്കുറത്തി (പാർവതി - പർവതത്തിന്റെ പുത്രി), പാർവതി പെറ്റ പൊൻമകൾ കുത്താർ കുറത്തി (സൂര്യദേവനിൽ നിന്നു വരം വാങ്ങി ഭൂമിയിലേക്കിറങ്ങിയവൾ) തുടങ്ങിയവർ. മുപ്പത്തഞ്ചു ദേവതമാരെ പല തോറ്റങ്ങളിലും പ്രകീർത്തിക്കുന്നു. തമ്പുരാൻ മന്ത്രക്കോലപ്പൻ, തായ്

ഗുളികൻ, ഫോട്ടോ വിവേക് ബാലകൃഷ്ണൻ

പരദേവത, കളരിയാൽ ഭഗവതി, സോമേശ്വരി, ചുഴലി ഭഗവതി, പാടി ക്കുറ്റി, വയത്തൂർ കാലിയാർ, കീഴൂർ ശാസ്താവ്, കീഴൂർ വൈരജാതൻ, മടിയൻ ക്ഷേത്രപാലൻ, വീര ചാമുണ്ഡി, വീരഭദ്രൻ, മഹാഗണപതി, യക്ഷൻ, യക്ഷി, കുക്ഷിശാസ്തൻ, ഊർപഴശ്ശി, വേട്ടയ്ക്കൊരു മകൻ, ഇളം കരുമകൻ, പൂതൃവാടി, വെമ്മൂരിക്കൻ, കരിമൂരിക്കൻ, ഭദ്രകാളി, വിഷ്ണുമൂർ ത്തി, രക്തേശ്വരി, രക്തചാമുണ്ഡി, ഉച്ചിട്ട, കരിവാള്, ഘണ്ടാകർണ്ണൻ, വീരൻ, പുതിയ ഭഗവതി. ബി. സി. യുഗത്തിൽ തന്നെ ഈ ദേശത്തേക്ക് വലിയ പായ്ക്കപ്പലുകൾ അടുത്തിട്ടും ഏതാനും തെയ്യങ്ങൾ മരക്കല ദേവതമാരായാണ് അറിയപ്പെട്ടത്. ചുഴലി ഭഗവതി, ആയിത്തി ഭഗവതി, ആര്യപ്പൂങ്കന്നി, അസ്രാളൻ ദൈവം, ബപ്പിരിയൻ, പൂമാരുതൻ... എന്നിവ.

പ്രാകൃതയുഗത്തിലെ ജലസഞ്ചാരത്തിന്റെ വൈപുല്യവും പഴക്ക മേറിയ ജലയാനങ്ങളുടെ സാധ്യതകളുമാണ് ഇതിൽ തെളിയുന്നത്. മരക്കലത്തമ്മത്തോറ്റത്തിലെ വിവരണപ്രകാരം, ആര്യർനാട്ടിലെ പട്ടത്തിയുടെ മകളായി പിറന്ന് പിതൃഗൃഹത്തിലേക്ക് മരക്കലം വഴി സഞ്ചരിച്ച് നെന്മല (നെൽ+ മല)നാട്ടിൽ എത്തിച്ചേർന്നതാണ്

മരക്കലത്തമ്മ (ശ്രീശൂലമില്ലത്ത് ശൂലകഠാരിയമ്മ). തമ്മപ്പൻ തിരുവടി (നമ്മപ്പൻ/നല്ലച്ഛൻ) വ്യാപാരത്തിന് തിരുവാലത്തൂര് എത്തിയപ്പോൾ ഒരു വിധവയായ പട്ടത്തിയുടെ വീട് ഊണ് വീടാ (ഭാര്യവീട്)ക്കിയപ്പോഴാണ് പുത്രിയുണ്ടായത്. സമുദ്രയാത്രയുടെ കപ്പിത്താനായിരുന്ന ബപ്പൂരാൻ (അസ്രാളൻ).

"കാറ്റും വീത് നല്ലെ വൈലും
കളിത്ത സമയമല്ലിപ്പഴോ
മാഗളൻ എന്നൊരു വളർഭ്രമീന്നവര്
കീയുന്ന നേരത്ത്"

കാറ്റും വെയിലും കളിരുമുള്ള നേരത്ത് മംഗളനെന്ന സമൃദ്ധിയാർന്ന ഒരിടത്തു നിന്നിറങ്ങുന്ന എന്ന സാരം.

ആരിയപ്പൂങ്കന്നിത്തെയ്യം ആര്യനാട്ടിൽ നിന്നും മലനാട്ടിലേക്കു വന്ന കന്യകയുടെ കഥയാണ്.

പൂങ്കന്നിക്കോലത്തിനൊപ്പം ബപ്പൂരാൻ കോലവുമുണ്ട്. മാപ്പിള തെയ്യമെന്ന വകഭേദമാണ് ആരിയപ്പൂങ്കന്നി. തെയ്യക്കോലത്തിന്റെ തോറ്റത്തിൽ ശ്രീകണ്ഠപുരം പഴയങ്ങാടിപ്പള്ളി സ്ഥാനം പിടിക്കുന്നുണ്ട്:

"എന്നാറെ അവിടുന്ന്
രണ്ടു കപ്പലായിക്കയറി
പതിനൊന്നു തങ്ങന്മാര്
കൊടുങ്ങല്ലൂര് വന്നിറങ്ങിയല്ലൊ
എന്നിട്ടവർ അവിട നാടുവാഴും
രാജാവിന്റെ സമ്മതത്തോടെ
ഒരു പള്ളിയുണ്ടാക്കി
അതിപ്പിന്നെ മാടായിപ്പള്ളി അബ്ദുറഹിമാൻ പള്ളി
മുട്ടത്തു പള്ളി
പന്തലായിനിപ്പള്ളി
സെയിനുദ്ദീൻ ഖാദി
ശിരുവംപട്ടണത്തു പള്ളി
ശിഹബുദ്ദീൻ ഖാദി
.....
എന്നിങ്ങനെ ആദിയിൽ
പതിനൊന്നു പള്ളിയല്ലൊ
കരിങ്കല്ലാലെ പണി കഴിപ്പിച്ചത്
എന്റെ മാടായി നഗരമേ... "

ഏഴാം നൂറ്റാണ്ടിൽ സ്ഥാപിതമായ ഇസ്ലാം ആരാധനാ കേന്ദ്രം - ശ്രീകണ്ഠപുരം പഴയങ്ങാടി മഖാം

ചേരമാൻ പെരുമാൾ കൊടുങ്ങല്ലൂരിൽ നിന്നു കപ്പൽകയറിയതും കൊയിലാണ്ടി കൊല്ലം, ധർമപട്ടണം വഴിയുള്ള സമുദ്രയാത്രക്കു ശേഷം സഹർമുക്കൻ ഹയ്യാ എന്ന ബന്തറിലെത്തിയതും ജിദ്ദയിൽ ചെന്ന് മുഹമ്മദു നബിയെ കണ്ട് മാർഗം കൂടിയതും താജുദ്ദീനെന്ന നാമം സ്വീകരിച്ചതും തോറ്റം വിവരിക്കുന്നു. അവിടെ അഞ്ചു വർഷം പാർക്കുന്നതിനിടെ മാലിഖ് ഹബിയാരെന്ന അറബി രാജാവിന്റെ മകൾ റിജിയത്തു ഉമ്മാറെ കെട്ടി. തിരികെ മലയാള ദേശത്തേക്കു മടങ്ങുന്നതിനിടെ ദീനം പിടിച്ച് മരണമടഞ്ഞു. അയാൾ പുറപ്പെട്ടുവിച്ച എഴുത്തും മുദ്രയുമായി രണ്ടു കപ്പലിൽ പതിനൊന്നു തണ്ടാന്മാർ ഇവിടെ ദീനും പള്ളിയും സ്ഥാപിക്കാൻ മലയാള ദേശത്തെത്തി. അവർ പതിനൊന്നു കരിങ്കല്ലുകൾ കൊണ്ടുവന്നതും പതിനൊന്നു പള്ളികളുണ്ടാക്കിയതും തോറ്റത്തിലുണ്ട്. അതിൽ പറയുന്ന ശിരുവപട്ടണത്ത് പള്ളിയാണ് ശ്രീകണ്ഠപുരം പള്ളി.

സെന്റ് തോമസിന്റെ ആഗമനത്തെ ഇതിവൃത്തമാക്കിയാണ് മാർഗംകളികളുണ്ടായത്. സുറിയാനി ക്രിസ്ത്യാനിവിഭാഗം പാരമ്പര്യമായി ആ

കളിരൂപം അവതരിപ്പിച്ചു പോന്നു. അനുഷ്ഠാനരൂപത്തിലുള്ള സംഘ കലയാണത്. തോറ്റങ്ങളിലും അനുഷ്ഠാനങ്ങളിലും കാലദേശാനുസൃതവും ഭാഷാപരവുമായ പല ഭേദഗതികളും വന്നുഭവിച്ചതും അധീശതാല്പര്യം കലർത്തിയതും, പിൽക്കാലങ്ങളിലെ പ്രവണതകളാണ്. അതിൽ ദൈവത്തിനു പകരം രാജാവിനേയും ഫ്യൂഡൽപ്രഭുക്കളേയും പുരോഹി തന്മാരേയും ആസനസ്ഥരാക്കി. ദേവസ്തുതിക്കൊപ്പം തമ്പുരാൻ വാഴ്ത്തു കളും മൂലത്തോറ്റങ്ങളിൽ കൂട്ടിച്ചേർത്തു. വരവിളികളും സ്തുതികളും കീർത്ത നങ്ങളും പൊലിച്ചു പാട്ടുകളും താളവൃത്തങ്ങളും മടക്കോലകളും ഫ്യൂഡൽ വ്യാകരണത്തിലാക്കി. മൂന്നായരീശ്വരൻ[1] തോറ്റത്തിൽ അസുരനായ ദാരികനെ വധിച്ച ശേഷമുള്ള ഭദ്രകാളിയുടെ[2] യാത്ര വിവരിക്കുന്നുണ്ട് ; വഴിയിൽ, കരിക്കണ്ടൻചാലിൽ വലിയതോട് എത്തിയപ്പോൾ ശോഭ യാർന്ന ബാലനെ കണ്ടുമുട്ടുന്നു. വാത്സല്യത്തോടെ എടുത്ത് മുലയൂട്ടുന്നു. ക്ഷേത്രപാലനെന്ന് നാമകരണം നൽകുന്നു:

"മികവെഴും ഭൂതലത്തിൽ
നല്ലതോ കോല മന്നൻ
നാട്ടിൽ മുമ്പുറ്റ കോവിൽ
ചൊല്ലെഴും തിരുകാടമ്പം"

തിരുകാടമ്പ് - തിരുവർക്കാട്ടുകാവ് (മാടായിക്കാവ്). കോലത്തിരി രാജാക്കന്മാരുടെ മുഖ്യ ആരാധനാ സങ്കേതമാണ് ഈ കാവ്.

'കരിക്കണ്ടൻചാലിൽ വലിയതോട്' എന്ന ദേശസ്ഥാനം അതേപടി തോട്ടുങ്കര ഭഗവതിയുടെ പുരാണത്തിൽ കാണാം. കാക്കരത്തോട് കരികണ്ടനമ്പലമെന്ന പേരിൽ. ഒരു നാടുവാഴിയുടെ ക്രൂരതയ്ക്കിരയായി മരണം വരിക്കേണ്ടി വന്ന സ്ത്രീ കഥാപാത്രമാണ് അതിലെ നായിക. തെയ്യം തിറയാട്ടങ്ങളിലും തോറ്റങ്ങളിലും രാജസേവക്കാർ നടത്തുന്ന മാറ്റിയെഴുത്തിന് എത്രയോ ഉദാഹരണങ്ങൾ നിരത്താനാവും. ചില ഫ്യൂഡൽ പ്രഭുക്കൾ പിറക്കുന്നതിനുമെത്രയോ നൂറ്റാണ്ടുകൾക്കു മുമ്പേ പ്രചരിച്ചു പോന്ന ഇതിവൃത്തങ്ങളിൽ പോലും ഇതേ ഫ്യൂഡൽ പ്രഭുക്കൾ കഥാപാത്രങ്ങളായി കടന്നു കൂടിയിട്ടുള്ള സൃഷ്ടികളും നിരവധിയാണ്.

1 വെളിച്ചപ്പാടൻ ദൈവം, മുന്നാഴിയരിച്ചോറ് അവകാശം.

2 'ഭദ്രോൽപത്തി പ്രകരണത്തിൽ' ശിവപുത്രിയാണ് ഭദ്രകാളിയെന്ന സങ്കല്പമുണ്ട്. ഈ കാളി ശിവന്റെ തൃക്കണ്ണിലെ അഗ്നിയിൽ നിന്നും അവതരിച്ചതാണ്. ദാരികനെ വധിക്കാൻ വേണ്ടിയാണ് അവതാരം. ദാരികൻ ഒരു അസുര ചക്രവർത്തിയാണെന്ന് ഭദ്രോൽപത്തി പ്രകരണത്തിൽ കാണാം. സ്ത്രീയാൽ മാത്രമേ വധിക്കപ്പെടാവൂ എന്ന വരം ഇദ്ദേഹം ബ്രഹ്മാവിൽ നിന്നും നേടി മൂന്നുലോകങ്ങളും കീഴടക്കിയതാണ്. സപ്തമാതാക്കളിൽ പെടുന്ന ഭഗവതിയാണ് ഭദ്രകാളി.

അതുകാരണം, പുരളിമല മുത്തപ്പൻ ചേരമാൻ കോട്ട നായനാരും അണ്ടലൂർ ദൈവത്താർ ചെങ്കൽ പെരുമാളും നമ്പോല മുത്തപ്പൻ കുലശേഖര പെരുമാൾ ഒന്നാമനുമാണെന്ന കണ്ടുപിടിത്തങ്ങൾ വരെ ചില ചരിത്രഗവേഷകർ നടത്തുകയുണ്ടായി! പരമശിവന്റെ അന്തർസ്വരൂപമാണ് പുരളിമലമുത്തപ്പൻ അഥവാ അയ്യൻ തിരുവടി. കണ്ണുമൂടപ്പെട്ട ശേഷം ആത്മപരിധിയുടെ അകലോകത്തു വ്യവഹരിക്കേണ്ടി വന്നവൻ. കാഴ്ചയുടെ കേന്ദ്രമെന്ന ആശയമാണ് പുരം. പുരളിമലയിലെ തപസ്സിനെ തുടർന്നാണ് കണ്ണു തുറക്കപ്പെടുന്നത്. ശിവന്റെ മൂന്നാം കണ്ണിൽ പിറക്കുന്ന അഗ്നിയാണ് കാളി. പുരളി ദുർഗയുടെ പര്യായമായത് അങ്ങനെയാണ്. ആദിമ മനുഷ്യൻ തീ കണ്ടു പിടിച്ചതുമായി ചേർന്നു കിടക്കുന്ന കാലപ്പഴക്കമുള്ള കഥയാണിത്. ഇത് ഏഴാം നൂറ്റാണ്ടിനു ശേഷമുള്ള രാജാക്കന്മാരോടു ചേർത്തു കെട്ടുന്നത് കടന്നകൈ ആണ്.

ദ്രാവിഡദൈവമെന്ന് പ്രകീർത്തിക്കുന്ന ശിവനെപ്പറ്റി ഏറ്റവും ദീർഘമായ സ്തോത്രം യജുർവേദത്തിലെ രുദ്രാധ്യായമാണെന്നാണ് വിഷ്ണുനാരായണൻ നമ്പൂതിരിയുടെ അഭിപ്രായം. (കോളനി വീക്ഷണം: വിവേകാനന്ദർശനം.) ഗ്രീക്ക് ഐതിഹ്യപ്രകാരം ശിവസങ്കല്പത്തിന്റെ പഴക്കം ബി. സി. 5675 തൊട്ടേ തുടങ്ങുന്നു. ശിവനായ ഹെർമെസിന്റെ (ബുധൻ) ജന്മസ്ഥലം കില്ലേനയാണ്. സംസ്കൃതത്തിൽ കുതിരയെന്നർഥമുള്ള കില്ലി എന്ന പദത്തിൽ നിന്നാണ് ആ പേരുണ്ടായത്. കില്ലേനയാണ് ആദികൈലാസപർവതം.

എരിത്രാസിന്റെ സംസ്കൃത രൂപമാണ് രുദ്രൻ (ശിവൻ). റോമാക്കഥകളിലെ രണ്ട് യമന്മാരിൽ ഇളയവന്റെ പേര് 'കേരൻ' എന്നാണ്. ശിവനുമായി യോജിച്ചു നിൽക്കുന്ന സങ്കല്പമാണത്. മൂത്തവൻ ബ്രഹ്മാവും. ജനപദങ്ങളുടേയും സംസ്കാരങ്ങളുടേയും മാത്രമല്ല ഒപ്പം പുരാവൃത്തങ്ങളുടെ ദേശാടനവുമുണ്ടായതിന്റെ വ്യക്തമായ അടയാളങ്ങളും നമ്മുടെ പാരമ്പര്യത്തിൽ പ്രകടമാണെന്ന് ഗവേഷകർ കണ്ടെത്തിയതാണ്. അയ്യപ്പൻ കൂത്തുകാരുടെ തോറ്റത്തിൽ കന്യാദേവിയുടെ വലത്തെ തുടകീറിയാണ് അയ്യപ്പൻ ജനിക്കുന്നത്. മഹാദേവസങ്കല്പമാണ് അയ്യപ്പൻ. പ്രാചീന ഗ്രീക്കുകാരുടെ മദ്യ ദേവനായ ദിയോനീസസ് (നമ്മുടെ പുരാണത്തിലെ ഇന്ദ്രൻ) പിറന്നത് സിയൂസ് ദേവന്റെ തുടയിൽ നിന്നാണ്. തീബ്സിലെ രാജാവ് കദ്മസിന്റെ പുത്രി സെമേലയാണ് ദിയോനീസസിന്റെ മാതാവ്. സിയൂസിനാൽ സെമേല ഗർഭം ധരിച്ചതറിഞ്ഞപ്പോൾ സിയൂസിന്റെ ഭാര്യ ഹേരാദേവി കുഞ്ഞിനെ നശിപ്പിക്കാൻ പദ്ധതിയിട്ടു. അതിനു വേണ്ടി സെമേലയെ സമീപിച്ച് തന്നോടെന്ന പോലെ മിന്നലായി സമീപിക്കാൻ സിയൂസിനോട്

അപേക്ഷിക്കണമെന്ന് നിർദേശിച്ചു. സെമേല അപ്രകാരം അപേക്ഷിക്കുകയും ചെയ്തു. അതേത്തുടർന്ന് സിയൂസിന്റെ സ്പർശമേറ്റ സെമേല ആ നിമിഷം കരിഞ്ഞൊടുങ്ങി. അതിനു മുമ്പേ സിയൂസ് ഭ്രൂണത്തെ മാറ്റി തന്റെ തുടയിൽ വഹിച്ചിരുന്നു. അങ്ങനെ സംരക്ഷിക്കപ്പെട്ട് പിന്നീട് പുറത്തുവന്ന ശിശുവാണ് ദിയോനീസസ്. പുരാവൃത്തങ്ങൾ പലതും കാലദേശങ്ങൾക്കനുസരിച്ച് മാറ്റിയെഴുതപ്പെട്ടതായി കാണാം.

തെയ്യം, നാടോടി കലാരൂപങ്ങൾ ഫ്യൂഡൽ താൽപര്യങ്ങൾക്കനുസരിച്ച് പൊളിച്ചെഴുതപ്പെട്ടതിന്റെ ചരിത്രമാണ് അതിൽ ഗണ്യമായ ഭാഗം. അതുവഴി പ്രാചീനകലാരൂപങ്ങൾ ഇവിടെ സംരക്ഷിക്കപ്പെട്ടുവെന്ന ഒരു വസ്തുത കാണാതിരുന്നു കൂട. ഫ്യൂഡൽ കരങ്ങൾ ഒരു പരിധി വരെ നാടൻ കലകളുടെ പ്രോത്സാഹനമായി നിലകൊണ്ടിട്ടുണ്ട്. പിൽക്കാലത്ത് സാംസ്കാരികമായ കീഴ്പ്പെടുത്തലായി അത് പരിണമിക്കുകയും ചെയ്തു. അതേസമയം അത്തരം സാംസ്കാരികതന്ത്രങ്ങളെയെല്ലാം മറികടന്ന് തെയ്യത്തിന്റെ മഹത്തായ പൊരുൾ 'അനുഷ്ഠാന കല'യെന്ന കരുത്തുറ്റ കവചത്താൽ കാലത്തെ അതിജീവിക്കുകയായിരുന്നു. തോറ്റംപാട്ടുകളുടെ അത്ഭുതാവഹമായ മൂല്യത്തെപ്പറ്റി ഡോ: എം. വി. വിഷ്ണു നമ്പൂതിരി എഴുതുന്നു:

"തെയ്യംതിറകളുടെ തോറ്റങ്ങളെല്ലാം കേവല സ്തുതികളല്ല. ദേവതകളുടെ ഉത്ഭവം, മാഹാത്മ്യം, സഞ്ചാരം, രൂപ വിശേഷം, ശക്തിപ്രകടനം, തുടങ്ങിയവ അവയിൽ വർണനാവിഷയമാകാറുണ്ട്. മിക്ക ദേവതകൾക്കും ഹ്രസ്വമായ തോറ്റങ്ങളേയുള്ളു. അതേസമയം, ഇതിവൃത്തപ്രാധാന്യമുള്ള ദീർഘ ഗാനങ്ങളും കുറവല്ല. ദേവതയായി അവതരിച്ച് മനുഷ്യരായി ജീവിതം നയിച്ചവർ, മനുഷ്യരായി ജനിച്ച് മരണാനന്തരം ദൈവികതയിലേക്ക് ഉയർന്നു ജീവിക്കുന്നവർ, മേൽ ലോകത്തു നിന്ന് കീഴ് ലോകത്തിറങ്ങി അലൗകികത കൈവിടാതെ ഭൂലോകത്ത് കുടികൊള്ളുന്നവർ, ആത്മാഹുതി ചെയ്ത് ദേവലോകം പൂകിയ ശേഷം ദേവതയായി ഭൂമിയിലേക്കു തിരിച്ചു വന്നവർ, മൃഗ രൂപം ധരിച്ച് സഞ്ചരിക്കുന്ന ദൈവങ്ങൾ, ദേവതാ രൂപം ധരിച്ച തിര്യക്കുകൾ, സ്വർഗം പ്രാപിച്ച് ഭൂമിയിലേക്കു തന്നെ വന്നു ചേർന്ന പുരാണേതിഹാസ പുരുഷന്മാർ, അന്യരക്തം ഊറ്റിക്കുടിക്കുന്ന ഉഗ്ര ദേവതകൾ, അഗ്നിയിൽ നിന്നും വെള്ളത്തിൽ നിന്നും ചോരയിൽ നിന്നും വിയർപ്പിൽ നിന്നും പൊട്ടി മുളച്ചവർ എന്നിങ്ങനെ അത്ഭുതവും വൈവിധ്യവും നിറഞ്ഞ ദേവതകളുടെ പുരാവൃത്തങ്ങൾ ആഖ്യാനം ചെയ്യുന്നവയാണ് മിക്ക തോറ്റംപാട്ടുകളും. " (ഉത്തരകേരളത്തിലെ തോറ്റംപാട്ടുകൾ - ആമുഖ പഠനം)

ഗോത്രസാരാംശമടങ്ങിയ പൗരാണിക കലാരൂപങ്ങളും, കീഴാള സംഘർഷങ്ങളും പിടച്ചിലുകളും ദമിതമായ തോറ്റങ്ങളും തെയ്യങ്ങളും, വിവിധസമുദായങ്ങളുടെ ജീവിത സംസ്കൃതികളിൽ നിന്ന് ആവിർഭവിച്ച പാട്ടുകളും നൃത്തങ്ങളും അനുഷ്ഠാനകലകളും മലനാടിന്റെ സാംസ്കാരിക പൈതൃകത്തെ ബൃഹത്താക്കുന്നു. ഓരോ നാടിനും സ്വന്തമായ ചില പ്രത്യേക പ്രാക്തന കലകൾ കാണും. അവ മറ്റു ദേശങ്ങളിലും കൊണ്ടാടപ്പെട്ടുമെങ്കിലും അതിനോരോന്നിനും 'ഈറ്റില്ല'ങ്ങളുണ്ടാകും. അനുഷ്ഠാന രൂപത്തിന്റെ സ്വദേശത്ത് അതിന്റെ പ്രാക്തനവേരുകൾ പടർന്നു കിടക്കും. അവരുടെ ജൈവസംസ്കൃതിയിൽ രൂപം കൊണ്ട ഭൗതികപരമായ ജീവിതാവിഷ്കാരങ്ങളും അമൂല്യങ്ങളാണ്. മഹത്തായ പാരമ്പര്യത്തിന്റെ തുടർച്ചകളതിനുണ്ടുതാനും. കണ്ടെത്തപ്പെട്ട കാർഷി കോപാധികളും സാമഗ്രികളും, ആഹാരത്തിനും ഔഷധത്തിനുമായി സൃഷ്ടിക്കപ്പെട്ട സസ്യങ്ങളും വിത്തുകളും, കരകൗശല സാങ്കേതിക വിദ്യകളും വേലകളും, അമാനുഷികശക്തികളെ നിയന്ത്രിക്കാനുള്ള മന്ത്രതന്ത്രങ്ങൾ, ഋതുപ്പകർച്ചകളെ വായിച്ചെടുക്കാനുള്ള അറിവുകൾ തുടങ്ങി വിസ്മയകരമായ കലവറ പ്രാചീനസാംസ്കൃതി സൂക്ഷിക്കുന്നു.

ഏതു പുതിയ ആശയസംഹിതകളേയും സ്വാംശീകരിക്കുവാൻ തക്ക സഹവർത്തിധാര പണ്ടുമുതലേ ഇവിടെ പ്രകടമാണ്. ബുദ്ധ, ജൈന, ഹിന്ദു, ക്രിസ്തു, ജൂത, ഇസ്ലാം തുടങ്ങി മതദർശനങ്ങളും ഗാന്ധിസം, മാർക്സിസം, മാവോയിസം തുടങ്ങി രാഷ്ട്രീയ ദർശനങ്ങളും പാരിസ്ഥി തിക ദർശനങ്ങളും ചെലുത്തിയ ചരിത്രപരമായസ്വാധീനം ഇവിടെ സവിശേഷമായൊരു സാംസ്കാരികഘടന രൂപപ്പെടുത്തിയിട്ടുണ്ട്. സർവതിനേയും സ്വാഗതം ചെയ്യാൻ ശീലിക്കപ്പെട്ട തുറന്ന സാമൂഹിക ശ്രേണിയായിരുന്നു ഈ ദേശത്ത് അടിസ്ഥാനപരമായി വർത്തിച്ചിരു ന്നത്. "ട്രൈബൽ സമൂഹങ്ങൾ കാർഷിക സമൂഹങ്ങളായി വളരുന്ന പ്രക്രിയയുടെ ഭാഗമായി ചില ട്രൈബുകൾ ജാതികളായി പരിവർത്തി ക്കപ്പെട്ടിരുന്നെങ്കിലും" (റൊമീലാ ഥാപ്പർ) അത്തരം ജാതികൾ സ്ഥാ യീവൽക്കരിക്കുകയോ സ്ഥാപനവൽക്കരിക്കുകയോ ചെയ്യപ്പെടാതിരു ന്നതിനാൽ മറ്റു സംസ്കാരങ്ങൾക്കും ഇവിടേക്കു വന്നു പതിക്കുവാനായി. ജൈനമതം ഇവിടെ ചന്ദ്രഗുപ്തമൗര്യൻ കാലംതൊട്ട് പ്രചരിച്ചതായി കരുതപ്പെടുന്നു. ബി. സി. നാലാം നൂറ്റാണ്ടിൽ തന്നെ ജൈനമതം സിലോണിലെത്തിയെന്നത് ചരിത്രകാരന്മാർ അംഗീകരിച്ചതാണ്. ദക്ഷിണേന്ത്യയിലൂടെയാണ് സിലോണിലേക്കുള്ള സഞ്ചാരപഥം. മതഭി ക്ഷുക്കൾ എത്തിച്ചേരണമെങ്കിൽ ഇവിടെ ജനസംസ്കാരങ്ങൾ പുഷ്ടി പ്പെട്ടിരിക്കണം. കേരളത്തിലെ പ്രാചീന നിർമിതികളിലും മഹാശിലാ

ഘട്ടത്തിലെ കുടക്കല്ലുകൾ, തൊപ്പിക്കല്ലുകൾ തുടങ്ങിയ സ്മാരകങ്ങളിലും ജൈന-ബുദ്ധമത സ്വാധീനങ്ങൾ സുവ്യക്തമാണ്. വയനാട്, മധുര, സേലം, കോയമ്പത്തൂർ, കർണാടക-ശ്രാവണ ബൽഗോള (ഭദ്രബാഹു ജൈന സന്ന്യാസി) ഉൾപ്പെടുന്ന പ്രദേശങ്ങളിൽ ഇപ്പോഴും ജൈനമതാ വശിഷ്ടങ്ങളുണ്ട്. കുടക-കൊങ്ങുനാട്ടു പ്രദേശങ്ങളിലാണ് പ്രധാനമായും കേന്ദ്രീകരിച്ചത്. വയനാട് പനമരത്തിനടുത്ത് പുത്തനങ്ങാടിയിലെ ജൈനക്ഷേത്രം (വിഷ്ണുഗുഡി) പ്രാചീനകാലത്തു തന്നെ സ്ഥാപിക്കപ്പെട്ട താണ്. മധ്യകാലം വരെ ജൈനമതം ഇവിടെ നിലനിൽക്കുകയും ചെയ്തു. ജൈനസ്ഥാപനങ്ങൾക്ക് എ. ഡി. 8-9 നൂറ്റാണ്ടിനിപ്പുറത്തേക്കു നീളുന്ന ചരിത്രമില്ലെന്നു പുരാവസ്തു - ലിഖിതങ്ങളെ മുൻനിർത്തി എം. ആർ. രാഘ വവാരിയർ വാദിക്കുന്നുണ്ട് (കേരളീയത-ചരിത്ര മാനങ്ങൾ). അശോക കാലത്തു (ബി സി. മൂന്നാം ശതകം)തന്നെ ബുദ്ധസന്ന്യാസിമാരും ദക്ഷി ണാപഥത്തിലേക്കു ലക്ഷ്യമിട്ടു. സിലോണിലേക്കും ബുദ്ധമതം അതേ ഘട്ടത്തിൽ വ്യാപിച്ചു. ബുദ്ധമതത്തിന്റെ ഹീനയാന ശാഖയായിരുന്നു തുടക്കത്തിൽ പ്രചരിച്ചത്.

പ്രൊഫ: എസ്. അച്യുതവാരിയർ എഴുതുന്നു: " അശോകന്റെ കാലം മുതൽ എ. ഡി. ആറാം ശതകം വരെയുള്ള കാലഘട്ടത്തിലേതെന്നു കരുതാവുന്ന ഒരു ബുദ്ധവിഗ്രഹവും കേരളത്തിൽ നിന്നു കണ്ടു കിട്ടിയി ട്ടില്ല. അതിനു കാരണമുണ്ട്. വിഗ്രഹാരാധന വിധിച്ചിട്ടില്ലാത്ത പിടക ഹീനയാന ബുദ്ധമതമായിരുന്നു അക്കാലം വരെ. ഏഴാം നൂറ്റാണ്ടിലാണ് ചോള പാണ്ഡ്യ ദേശങ്ങളിലെന്നപോലെ കേരളത്തിലും മഹായാനബു ദ്ധമതം പ്രചാരത്തിലായത്. അതോടെ ഇവിടേയും ബുദ്ധവിഗ്രഹോപാ സനയാരംഭിച്ചു" (പേജ് 36, കേരള സംസ്കാരം).

പതിനഞ്ചാം നൂറ്റാണ്ടിന്റെ പൂർവാർധത്തിലെത്തിയ മാഹ്വാൻ, കൊച്ചി, കോഴിക്കോട് രാജാക്കന്മാർ ബുദ്ധമത വിശ്വാസികളാണെന്നും എല്ലാ ദിവസവും രാവിലെ ബുദ്ധവിഗ്രഹത്തിനു മുന്നിൽ രാജാവ് ദണ്ഡ നമസ്കാരം ചെയ്യുന്നതായും വിവരിക്കുന്നു. ബ്രാഹ്മണ -ജൈനമതങ്ങളെ അപേക്ഷിച്ച് ബുദ്ധമതത്തിന് കൂടുതൽ സ്വാധീനമുണ്ടായിരുന്നുവെ ന്നാണ് വിശദാംശങ്ങളോടെ ഡോ: പി. കെ. ഗോപാലകൃഷ്ണൻ 'കേരള ത്തിന്റെ സാംസ്കാരിക ചരിത്ര'ത്തിൽ (പേജ് 184, 185) സ്ഥാപിക്കുന്നത്. ചേരചക്രവർത്തി (പള്ളി ബാണപ്പെരുമാൾ) ബുദ്ധമതം സ്വീകരിച്ചതും സ്ഥാനത്യാഗത്തിനു മുതിർന്നതുമടക്കം ശക്തമായ ജീവിതദർശനമായി അതിവിടെ പടരുകയുണ്ടായെന്നത് വസ്തുതയാണ്. ബി. സി. മൂന്നാം നൂറ്റാണ്ടു കാലത്ത് ബുദ്ധമതം തമിഴകത്തു പ്രചരിച്ചതിന് ലിഖിതങ്ങളും തെളിവുകളായുണ്ട്.

മംഗലാപുരം, ഏഴിമല, പന്തലായിനി, കൊടുങ്ങല്ലൂർ, കൊല്ലം എന്നീ തുറമുഖനഗരങ്ങളിൽ ശക്തമായ ബുദ്ധമത സ്വാധീനകേന്ദ്രങ്ങളുള്ളതായി എഡി 970 ലെ റഷ്യൻ സഞ്ചാരി അൽ ബറൂനി ചൂണ്ടിക്കാട്ടുന്നുണ്ട്. വളപട്ടണം, പള്ളിക്കുന്ന്, മാടായി എന്നിവിടങ്ങളിൽ ബുദ്ധവിഹാരങ്ങളുയർന്നു. അത്തരത്തിലൊന്നായ ശ്രീമൂലവാസം ദൂരദേശങ്ങളിലുമറിയപ്പെടുന്ന തീർഥാടന കേന്ദ്രമായി മാറി. (അഫ്ഘാനിസ്ഥാനിലെ ഖാണ്ടഹാറിൽ നിന്ന് "ദക്ഷിണാപഥേ ശ്രീമൂലവാസ ലോകനാഥ" എന്ന ലിഖിതമുള്ള ഒരു ബുദ്ധപ്രതിമ കണ്ടുകിട്ടിയതായി എം. ഫൗച്ചർ രേഖപ്പെടുത്തിയിട്ടുണ്ട്.). ശ്രീമൂലവാസം പിന്നീട് കടലെടുത്തു പോയി. ഇതിന്റെ യഥാർഥ സ്ഥാനം എവിടെയാണെന്ന് ഇനിയും കണ്ടെത്താനായിട്ടില്ല.

അമ്പലപ്പുഴക്കും തൃക്കുന്നപ്പുഴക്കുമിടയിലായിരിക്കുമെന്നാണ് പാലിയം ശാസനത്തിലെ[3] സൂചനകളെ മുൻനിർത്തി ഇളംകുളം അനുമാനിക്കുന്നത്. വിക്രമാദിത്യ വരഗുണൻ തിരുമൂലപാദത്തിന് ഭൂമി ദാനം ചെയ്യുന്നതു മാത്രമല്ല രേഖയിലെ പ്രതിപാദ്യം. പരാന്തക ചോളന്റെ കേരളാക്രമണവും ചെപ്പേടിലുണ്ട്. ഒരു മതപ്രചാരകസംഘത്തിന് ഭൂമി ദാനം ചെയ്യുന്നതു കൊണ്ട്, ആ സംഘത്തിന്റെ ആസ്ഥാനകേന്ദ്രം അതേ രാജാവിന്റെ പരിധിയിൽ വരണമെന്നുമില്ല. വിക്രമരാമൻ കടലാക്രമണത്തിൽ നഷ്ടമായിക്കൊണ്ടിരുന്ന ശ്രീമൂലവാസത്തെ കല്ലുകൾ അടുക്കി സംരക്ഷിച്ചതായും വളഭൻ എന്ന മൂഷികരാജാവ് ചേര-ചോളയുദ്ധത്തിൽ പങ്കെടുത്ത് ആസ്ഥാനത്തേക്കു മടങ്ങുമ്പോൾ ശ്രീമൂലവാസം ക്ഷേത്രത്തിൽ ദർശനം നടത്തിയതായും മൂഷികവംശകാവ്യം പറയുന്നു. താന്ത്രിക ബുദ്ധമത ഗ്രന്ഥമായ 'ആര്യ മഞ്ജുശ്രീ മൂലകല്പ'ത്തിൽ ശ്രീമൂലഗോഷ വിഹാരം എന്നാണ് പരാമർശം.

വിഹാരദുർഗം പള്ളിക്കുന്നാണെന്ന് പ്രൊഫ:പി. വിശ്വനാഥൻ. പള്ളിക്കുന്നിനു പടിഞ്ഞാറ് കടൽക്കരയിൽ ചാലാട്ടമ്പല (ധർമശാസ്താ ക്ഷേത്രം) മായിരിക്കാം മൂലവാസത്തിന്റെ യഥാസ്ഥാനമെന്ന് ചിറക്കൽ. ടി അഭിപ്രായപ്പെട്ടു. വിഹാര ദുർഗത്തിലെ യുദ്ധത്തിൽ നന്നൻ ചേരസൈന്യത്തെ തോല്പിച്ചതു കണക്കിലെടുത്താണ് ഈ അനുമാനം. ഓണനാട്ടുകരയാണെന്ന് ഒരു കൂട്ടർ. അവലോകിതേശ്വര ബുദ്ധൻ പോതാളകത്തിൽ അവതരിച്ചതിനാൽ (ആദിവാസികളുടെ ആരാധനാമൂർത്തിയായ അയ്യപ്പനെ സ്വകീകരിച്ച് ശബരിമലയെ സ്വന്തമാക്കിയെന്നു നിരീക്ഷിക്കുന്നതാവും വസ്തുതാപരം) പോതാളകം ശബരിമലയാണെന്നാണ് കേസരി. എഡി 642 നടുത്ത് ദക്ഷിണേന്ത്യയിലെത്തിയ

---

3 ശാസനകാലം AD 925 ഡിസമ്പർ 29 ആണെന്ന് ഇളംകുളവും AD898 ഡിസം. 8 ആണെന്ന് എം. ജി. എസും അഭിപ്രായപ്പെടുന്നുണ്ട്.

അണ്ടലൂർ കാവ്-സന്ദീപ്. ടി, കാഴ്ച, അണ്ടലൂർ

(കാഞ്ചി പുരത്ത്) ബുദ്ധഭിക്ഷുവായ ഹ്യയാൻ സാങ് തന്റെ സഞ്ചാര ഗ്രന്ഥത്തിൽ കേട്ടറിവു വച്ച് ശ്രീമൂലവാസത്തെ പരാമർശിക്കുന്നുണ്ട്.

കാഞ്ചിയിൽ നിന്ന് ഉദ്ദേശം 500 മൈൽ തെക്ക് 'മൊ-ലൊ-കു-ച' എന്ന രാജ്യത്ത് (ചി -മൊ- ലൊ എന്ന പേരുമുണ്ടെന്ന് ആ ഗ്രന്ഥത്തിന്റെ ചൈനീസ് എഡിറ്ററുടെ കുറിപ്പ്.) മൊ- ല - യെ എന്ന പർവതം സ്ഥിതി ചെയ്യുന്നതായും അതിന്റെ കിഴക്ക് പോതാളകമല സ്ഥിതി ചെയ്യുന്ന തായും മുകളിൽ തടാകമുണ്ടെന്നും ഒരു നദി പുറപ്പെട്ട് ഇരുപതു തവണ വലംവച്ച് ദക്ഷിണ സമുദ്രത്തിൽ പതിക്കുന്നതായും തടാകത്തിന്റെ സമീപത്ത് ഒരു ശിലാക്ഷേത്രമുള്ളതായും മല ചവിട്ടിപ്പോയി ദർശിച്ച് അനുഗ്രഹം വാങ്ങുന്നതായും വടക്കുകിഴക്ക് സിലോണിലേക്ക് കപ്പൽ കയറുന്ന തുറമുഖമുണ്ടെന്നും എഴുതിയതിനെ ഉദ്ധരിച്ചാണ് ഇത് മലയ പർവതത്തെപ്പറ്റിയുള്ള സൂചനയാണെന്ന് കേസരി അഭിപ്രായപ്പെട്ടത്.

അഗസ്ത്യകൂടത്തിന് പൊതികം എന്ന പര്യായമുള്ളതു കണക്കിലെടു ത്ത് പോതാളകം അഗസ്ത്യകൂടമാണെന്ന നിരീക്ഷണവുമുണ്ട്. ബി. സി. മൂന്നാം ശതാബ്ദത്തിന്റെ മധ്യത്തിൽ സ്ഥാപിക്കപ്പെട്ട മൂലവാസം എ. ഡി. ആറാം നൂറ്റാണ്ടിൽ കടലാക്രമണത്താൽ നാശഭീഷണി നേരി ട്ടെങ്കിലും ഒമ്പതാം നൂറ്റാണ്ടിനു ശേഷം കടൽ വിഴുങ്ങിയതായാണ് കരുതപ്പെടുന്നത്. മൂലവാസത്തിന്റെ തിരോധാനം ബുദ്ധമതത്തിന്റെ തിരോഭാവത്തെ കൂടി വെളിപ്പെടുത്തുന്നു. അണ്ടലൂർ താഴെ കാവ് ആണെന്നാണ് തന്റെ 'കോലത്തു പഴമ'യെന്ന കൃതിയിലൂടെ എം. പി. കുമാരൻ നിർദേശിക്കുന്നത്. പള്ളിക്കുന്നോ അണ്ടലൂർ താഴെ കാവോ ഏറക്കുറേ അനുകൂലിക്കാവുന്ന നിരീക്ഷണങ്ങളാണ്. മൂഷികവംശകാ വ്യത്തിലെ വിശദാംശങ്ങളിൽ നിന്ന് മൂലവാസം അന്നത്തെ രാജധാനി യായ തൃക്കണ്ണാമതിലകത്തിനു തെക്കുവശത്തായി സ്ഥിതി ചെയ്തിരുന്നു. ശ്രീകണ്ഠപുരത്തിന്റെ നാമവും തൃക്കണ്ണാപുരവുമായി സാദൃശ്യം പുലർ ത്തുന്നു. ഹ്യയാൻ സാങ് മലയ പർവതത്തിന്റെ പശ്ചാത്തലത്തിലുള്ള മോലൊകുടം (മലകുടം) രാജ്യത്തിന്റെ ആസ്ഥാനമെന്ന് സുവ്യക്തമായി പരാമർശിക്കുന്നുമുണ്ട്. അദ്ദേഹത്തിന്റെ സഞ്ചാരവിവരണത്തിൽ ഇവിട ത്തുകാർ മതപഠനത്തേക്കാൾ അധികം കച്ചവടം ഇഷ്ടപ്പെട്ടിരുന്നതായും ഹിന്ദുക്കളും ജൈനരും ധാരാളമുള്ളതായും ബുദ്ധമതക്കാർ കുറവാണെ ന്നും സൂചിപ്പിക്കുന്നു. മൂഷിക രാജ്യത്തിന്റെ രാജധാനിയായ ശ്രീകണ്ഠപുര ത്തിൽ നിന്ന് അധികം അകലെയല്ലാതെ തെക്കുഭാഗത്തായി കടലിന ടുത്ത ഒരു ദേശത്തെ മൂലവാസമായി അടയാളപ്പെടുത്താമെന്നതേയുള്ളൂ. അതാണ് കോലത്തു പഴമയിൽ നിരീക്ഷിച്ച അണ്ടലൂർ താഴെ കാവ്. പലവട്ടം കടൽ വിഴുങ്ങിയിരിക്കാവുന്ന ഭൂപ്രദേശങ്ങളാണ് ആ പരിസരം.

തൊട്ടടുത്ത ദേശമായ മേല്പൂര് വെള്ളത്തിൽ നിന്നും മേലേക്ക് (മുകളിലേക്ക്) പൊന്തി വന്ന ഊരാണ്. തൊട്ടടുത്താണ് ധർമടം. ബുദ്ധമത ദർശനത്തിന്റെ ഇരിപ്പിടം ആ നാമത്തിൽ തന്നെയുണ്ടല്ലോ. ഇനി മറ്റൊരടിസ്ഥാനവും കൂടി പരിഗണിക്കാവുന്നതാണ്. അണ്ടല്ലൂർ ശ്രീരാമക്ഷേത്രമാണ് രാമായണത്തെ അടിസ്ഥാനമാക്കിയുള്ള ദക്ഷിണേന്ത്യയിലെ അപൂർവം ക്ഷേത്രങ്ങളിലൊന്ന്. ബുദ്ധനെ മറികടക്കാനുള്ള ദാർശനിക സഞ്ചാരമാണല്ലോ രാമായണം. ബുദ്ധദർശനത്തെ ഉന്നമിട്ടുകൊണ്ട് ആ ചിന്താപദ്ധതി പോയ വഴിയിലൂടെയെല്ലാം രാമായണവും പിന്തുടർന്നു. കള്ളനേക്കാളും നീചനും ജനദ്രോഹിയുമായി ബുദ്ധനെ ചിത്രീകരിക്കുന്നയാളാണ് രാമായണ കർത്താവെന്ന് ചരിത്രാന്വേഷകനായ നജീബ് ചോമ്പാൽ ചൂണ്ടിക്കാട്ടുന്നു:

"യഥാ ഹി ചോരസ്സ തഥാ ഹി ബുദ്ധ-
സ്തഥാഗതം നാസ്തികമത്ര വിദ്ധി
തസ്മാദ്ധി യഃ ശങ്ക്യ തമഃ പ്രജാനാം
ന നാസ്തികേനാഭിമുഖോ ബുധഃ സ്യാൽ (അയോദ്ധ്യാകാണ്ഡം)

(ബുദ്ധനും ചോരനും സമാനരാണ്. എന്നാൽ, തഥാഗതൻ നാസ്തികനുമത്രേ! ആകയാൽ, അങ്ങ് പ്രജകൾക്ക് ഏറെ ദ്രോഹം ചെയ്യുന്ന നാസ്തികരോട് ആഭിമുഖ്യം കാട്ടരുത്) രാമകഥയിലെ ശ്ലോകങ്ങളിൽ വച്ച് ഏറ്റവും മൂല്യവത്തായത് ഇതത്രേ! കാരണം, നമ്മുടെ ചരിത്രവുമായി കാവ്യത്തെ ബന്ധിപ്പിക്കുന്നത് ഇതാണ്. നമുക്കും രാമനുമിടയിൽ 864,000 സംവത്സരങ്ങൾ നീണ്ട ദ്വാപരയുഗം കീറാമുട്ടി കണക്കേ കിടക്കയും, ചുരുങ്ങിയത് 870,000 വർഷങ്ങൾക്കപ്പുറം 10,000 സംവത്സരം നാട് 'ഐശ്വര്യത്തോടെ' ഭരിക്കയും ചെയ്ത രാമൻ വെറും 2, 555 വർഷങ്ങൾക്കിപ്പുറത്ത് ധർമ്മം പ്രചരിപ്പിച്ച നടന്ന ഒരാളെ പറ്റി പരാമർശിച്ച കാവ്യത്തിലെ നായകനും, കവിയുടെ സ്വന്തം ആശ്രമത്തിൽ നായികയെ ഉപേക്ഷിച്ചവനും ആകുമ്പോൾ, അത് അടിവരയിട്ടു പറയുന്ന വസ്തുത ഇതത്രേ!

ബുദ്ധനോടും ബുദ്ധധർമത്തോടുമുള്ള നിന്ദ മേൽപറഞ്ഞ ഒറ്റ ശ്ലോകത്തിൽ ഒതുങ്ങുന്നതല്ല. രാമായണത്തിലെ പ്രതിനായകൻ ലങ്കയിലെ രാജാവാണ്. ബിസി 260-ൽ സമ്രാട്ട് അശോകൻ മക്കളെ ലങ്കയിലേക്കയച്ച് ബുദ്ധധർമത്തെ അന്നാട്ടിൽ വേരുറപ്പിച്ചതായി അറിയാമല്ലോ? ലങ്കയിലേക്ക് ഇവർ തെരഞ്ഞെടുത്ത അതേ പാതയാണ് രാമാദികളും പിന്തുടരുന്നത്" ('രാമരാജ്യത്തിനു സ്വാഗതം' - എഫ്. ബി. കുറിപ്പ് - 5-8-2020)

ഹ്യുയാൻ സാങ്ങിന്റെ സഞ്ചാരകാലത്ത് ബുദ്ധമതം ഇവിടെ ക്ഷയോന്മുഖമായ സ്ഥിതിയിലെത്തി നിൽക്കുകയാണെന്ന സൂചനയും അദ്ദേഹത്തിന്റെ വിവരണങ്ങളിലുണ്ട്. ശങ്കരാചാര്യരുടെ നേതൃത്വത്തിൽ കൈവരിച്ച ഹിന്ദുമതത്തിന്റെ ദാർശനികമായ ഉണർവ് ബുദ്ധമതത്തിന്റെ അപചയത്തിന് പ്രധാന കാരണമിട്ടു. സംഘടിതമായ വേട്ടയാടലിനും ജൈന - ബുദ്ധമതങ്ങൾ വിധേയരായി. 63 ശൈവയോഗികളിൽ ഏറ്റവും പ്രസിദ്ധനായ തിരുജ്ഞാനസംബന്ധമൂർത്തിയുടെ (ശങ്കരാചാര്യർ സൗന്ദര്യലഹരിയിൽ പരാമർശിക്കുന്ന ദ്രവിഡശിശു) പ്രേരണയാൽ ജൈനരെ വേട്ടയാടിയ സംഭവം അത്തരത്തിൽ പെട്ടതാണ്. ജൈനമത ഗ്രന്ഥങ്ങൾ ചുട്ടെരിച്ചതും ആറ്റിലെറിഞ്ഞതും ജൈനരെ തൂക്കിലേറ്റിയതുമായ സംഭവങ്ങളും അരങ്ങേറിയിരുന്നു. ഉത്സവത്തിലെ യുദ്ധഭേരികൾക്കു പകരം ആനയെഴുന്നള്ളത്തുൾപ്പെടെയുള്ള ആഘോഷങ്ങൾ നടപ്പായതും മൃഗബലിയും മറ്റും നിരുത്സാഹപ്പെട്ടതും ബുദ്ധമതസ്വാധീനത്താലാണ്. പള്ളികളുംപള്ളിക്കൂടങ്ങളും ബുദ്ധവിഹാരങ്ങളോടു ചേർന്നു രൂപപ്പെട്ടു. ആതുരശാലകളും ആയുർവേദ ചികിത്സാപദ്ധതികളും സ്ഥാപിക്കപ്പെട്ടു. അയ്യപ്പആരാധനയുമായി ബന്ധപ്പെട്ട ശരണംവിളികളിലും വ്രതാനുഷ്ഠാനങ്ങളിലും ബുദ്ധമതവിശ്വാസത്തിന്റെ മുദ്രയുണ്ട്. വിവിധ വിശ്വാസ സമ്പ്രദായങ്ങളും മതസംഹിതകളും ഈ ദേശത്തേക്കു കടന്നു വരികയും സാമൂഹ്യമായി ആഴത്തിൽ വേരൂന്നുകയും കാതലായ മാറ്റങ്ങളുണ്ടാക്കുകയും ചെയ്തെങ്കിലും ആദിമലനാടിന്റെ തനതായ ദേശസംസ്കൃതിയുടെ മൗലികഘടന സ്വന്തം രീതിയിൽ തന്നെ മുന്നേറിയിട്ടുണ്ട്. കടന്നുവന്ന ദർശനങ്ങളുടേയൊക്കെ മൗലികസ്വഭാവം, ഓരോന്നായി, അതാതിന്റെ ചരിത്രപരമായ സംഭാവനകളർപ്പിച്ച ശേഷം രംഗത്തു നിന്ന് ക്രമേണ തിരോഭവിച്ചുകൊണ്ടിരുന്നതായി കാണാം. ജൈന, ബുദ്ധ, ജൂത, ബ്രാഹ്മണ, യൂറോപ്യൻഅധിനിവേശ പദ്ധതികൾക്കെല്ലാം ഈയൊരു പതനമുണ്ടായിട്ടുണ്ട്. നീണ്ട കാലം സാമൂഹിക സിരകളെ വരുതിയിൽ നിർത്തിയ ബ്രാഹ്മണഗ്രാമങ്ങളൊന്നും അവശേഷിക്കുന്നില്ലെന്നു കാണുക. അതേസമയം പരസ്പര സമന്വയത്തിലൂടെ ദേശസംസ്കൃതി പുതുക്കിപ്പണിയപ്പെട്ടിട്ടുണ്ട്. കാവുകളിലെ അനുഷ്ഠാനങ്ങൾക്ക് തുടർച്ചയുണ്ടായെങ്കിലും ഗോത്രപരമായ കെട്ടുപാടുകൾ അഴിഞ്ഞു വീണു. പിതൃപൂജയും വൃക്ഷാരാധനയും നാഗാരാധനയും ദുർദേവതാ സങ്കല്പങ്ങളുമൊക്കെ കൂട്ടിച്ചേർക്കപ്പെട്ടുവെങ്കിലും അവ ക്ഷേത്രസങ്കല്പങ്ങളിലേക്ക് മാറാനും ദേശാതീത സാമൂഹിക ബന്ധങ്ങളെ സ്വീകരിക്കാനുമിടയായി. സംസ്കാരത്തിന്റെ സങ്കരവും തനതുമായ വേർപെടുത്തിക്കാണൽ പ്രയാസമാകുംവിധം സംസ്കാരങ്ങൾ കൂടിക്കലർന്നിട്ടുണ്ട്. എങ്കിലും തനതു സംസ്കൃതിവേരുകളിലാണ്

ഏതു ജനപദങ്ങളുടേയും ആത്മപ്രപഞ്ചം ഊർജം നേടുക. സ്വയം അടയാളപ്പെടുത്താനുള്ള ഓരോരാളുടെ ശൈലിയാണ് സാമൂഹ്യമായ സ്വത്വത്തെ പൂരിപ്പിക്കുന്നത്. ഗോത്രങ്ങളോരോന്നും അവരവരുടെ ട്രൈബൽ ജീവിതപാറ്റേണുകൾക്ക് ആദിരൂപം നൽകുന്നുണ്ട്. ഉദാഹരണമായി ആരാധനാലയങ്ങളെടുത്താൽ, അവയുടെ പ്രാകൃതമായ ആദിരൂപങ്ങൾ തനതായ ചമയങ്ങളിലും ചലനങ്ങളിലും സംവിധാനം ചെയ്യപ്പെട്ടതാവും. മഹാശിലായുഗത്തിലെ ശില്പകല കാലക്രമേണ മനുഷ്യന്റെ ആവാസഘടനയെയാകെ സൗന്ദര്യവൽക്കരിക്കാൻ പ്രയോഗിക്കപ്പെട്ടു. വീടുകളും കെട്ടുകളും കോട്ടകളും കൊട്ടാരങ്ങളും ക്ഷേത്രങ്ങളും പിൽക്കാലത്ത് സംവിധാനം ചെയ്യുന്നതിലേക്ക് ശില്പബോധം വികസിച്ചു. അതേസമയം ഏതും എന്തിനും ഉപയോഗിക്കുകയെന്ന സാമാന്യ ശൈലി സ്വീകരിച്ചതുമില്ല. പാരിസ്ഥിതികമായ അനുപാതമാണ് നിർമാണരീതികളെ നിർണയിക്കുന്നത്. അനുഷ്ഠാനപരത കലരും. വിഗ്രഹങ്ങൾക്കുള്ള ശിലകൾ വിഗ്രഹങ്ങൾക്കുവേണ്ടി മാത്രം; ആരാധനാലയങ്ങൾക്കുള്ള കല്ലുകൾ അവയുടെ നിർമിതിക്കു മാത്രം. അതാത് കാലാവസ്ഥയ്ക്കിണങ്ങും വിധം വീടുകൾ തയ്യാറാക്കുന്ന ശൈലിയും പിന്തുടർന്നു. അതിനായി മൺചുമരിലും ഓലപ്പുരകളിലുമൊതുങ്ങുന്ന നിർമാണസാമഗ്രികളെ മാത്രം ആശ്രയിച്ചു. പി കെ. ബാലകൃഷ്ണന്റെ 'ജാതി വ്യവസ്ഥിതിയും കേരള ചരിത്രവും' എന്ന കൃതിയുടെ പേജ് 226 ൽ അക്കാര്യം പരാമർശിക്കുന്നു: "എ. ഡി. ഒമ്പതാം നൂറ്റാണ്ടു മുതലാണ് കല്ലും മരവും ഉപയോഗിച്ചുള്ള 'സ്ട്രക്ചറൽ' നിർമിതികൾ കേരളത്തിൽ നിലവിൽ വരുന്നത്. ആറാം നൂറ്റാണ്ടിന്റെ തുടക്കത്തോടെ പല്ലവർക്കു കീഴിൽ ഗംഭീരമായ ഏകശിലാ ശില്പങ്ങളും കരിങ്കല്ലുകൊണ്ടുള്ള 'സ്ട്രക്ചറൽ' ശില്പങ്ങളും കർണാടകത്തിലും തമിഴ്നാട്ടിലും ഉണ്ടായപ്പോൾ കേരളം സ്ട്രക്ചറൽ നിർമിതികളുടെ ഘട്ടത്തിലേക്കു കടന്നിരുന്നില്ല എന്നാണല്ലോ ഇതിനർഥം. എല്ലാ ദിക്കിലും ചെങ്കൽ മടകളും മിക്ക ദിക്കിലും പാറക്കൂട്ടങ്ങളുമുള്ള കേരളത്തിൽ, അവയുടെ പ്രാകൃതിക പ്രയോഗം കൊണ്ടുള്ള തൊപ്പിക്കല്ലുകളും നെടുംശിലകളും കല്ലറകളും പരക്കെ രൂപം കൊണ്ടപ്പോൾ അവ കൊണ്ടുള്ള കെട്ടിട നിർമാണം (ക്ഷേത്രവും) എന്തുകൊണ്ട് ഇവിടെ ഉണ്ടായില്ല എന്ന ചോദ്യം നാം ഗൗനിക്കേണ്ട ചോദ്യമാണ്. "

നിർമിതികളെ സംബന്ധിച്ച പ്രാചീന മനുഷ്യന്റെ ആശയത്തെ സവിശേഷതകൾ തിരിച്ചറിഞ്ഞ് നിരീക്ഷിക്കേണ്ടതുണ്ട്. പ്രകൃതിക്കെതിരായ ഒരു പദ്ധതിയായി അവർ നിർമാണങ്ങളെ കണ്ടിരുന്നില്ലെന്നു കരുതേണ്ടി വരും. ഒരു നിർമാണത്തിനു വേണ്ടി പ്രകൃതിയിൽ നിന്നൊരു

വിഭവമെടുത്താൽ, ആ വിഭവം മാത്രമല്ല, അതെടുത്ത ഇടവും അവർ പ്രയോജനപ്രദമാക്കുന്നു. ചെങ്കല്ല് വെട്ടിയെടുത്തു കഴിഞ്ഞാൽ അവിടം ചെങ്കല്ലറകളായി വിനിയോഗിക്കപ്പെട്ടു. കരിമ്പാറകൾ പൊട്ടിച്ചെടുത്താലുണ്ടാകുന്ന ശൂന്യതയെ അവർ പാർപ്പിടങ്ങളോ, ഗുഹാഗാലറികളോ ആക്കുന്നു. വീടെന്ന ആശയം പ്രകൃതിക്കെതിരാണെങ്കിൽ അവർ വീട് വേണ്ടെന്നു വയ്ക്കും. പ്രകൃതിയുടെ സന്തുലനത്തെ അലോസരപ്പെടുത്താത്ത വിധം പാറക്കെട്ടുകൾക്കിടയിലും ഗുഹകളിലും മരപ്പൊത്തുകളിലും ആവാസമൊരുക്കി. വീടും ആരാധനാലയങ്ങളും ശക്തമായി നിർമിക്കുന്ന സമ്പ്രദായങ്ങളിലേക്ക് ചെന്നെത്തിയപ്പോഴും ചില വിഭാഗങ്ങൾ ഗുഹകളും പൊത്തുകളും ഒഴിവാക്കിയില്ല. താവളമുറപ്പിക്കാത്തവർ സഞ്ചാരഘടനയെ ആവാസത്തിനുള്ള സങ്കേതമാക്കി. വീട് അഭേദ്യമായ ആശയമായി സംരക്ഷിച്ചില്ല. പ്രകൃതിയെ ഒരാലയമായി സ്വീകരിച്ചു.

താമസിക്കുന്ന കുടിയിൽ ആരെങ്കിലും മരിച്ചാൽ, മരിച്ചവരോടൊപ്പം വീടും മറവു ചെയ്തിട്ട് അടുത്ത ആവാസം തേടുന്നവരാണ് മലപ്പണ്ടാരങ്ങൾ. കലയും ജീവിതവും സാമൂഹ്യ ശൈലികളും തമ്മിൽ പരസ്പരം വേർപെടുത്താനാവാത്ത സാംസ്കാരികബോധത്തിലേക്കാണ് ഇത് വിരൽ ചൂണ്ടുന്നത്. ഈ കലാ വീക്ഷണം ശില്പ - ചിത്രകലകളിൽ മാത്രമൊതുങ്ങുന്നതല്ല, സാഹിത്യത്തിന്റെ പ്രകൃതവും മറ്റൊന്നായിരുന്നില്ല.

ജീവിതത്തിന്റെ സപര്യയങ്ങളും വിപര്യയങ്ങളും ആവിഷ്കരിക്കപ്പെട്ടവയാണ്, പഴഞ്ചൊല്ലുകളും നാടോടിക്കഥകളും നാടൻ പാട്ടുകളുമൊക്കെ. നാടിന്റെ അധികാരപക്ഷത്തിലൂടെ സഞ്ചരിച്ചാണ് സംഘസാഹിത്യങ്ങൾ രചിക്കപ്പെട്ടത്. ജനപക്ഷത്തിന്റെ വികാരങ്ങൾ മറ്റൊരു ഭാഷയിൽ ഗോത്രകലകളും പകർത്തി. വിവിധ ജനവിഭാഗങ്ങൾ അവരവരുടെ ജീവിതപഥത്തിനുള്ളിൽ മിത്തുകളേയും ഐതിഹ്യങ്ങളേയും പകർത്തുകയും വ്യാഖ്യാനിക്കുകയും ചെയ്തു. ശക്തിദേവതകളുടെ ആരൂഢങ്ങൾ പ്രകൃതിയിലെ സ്വാഭാവിക പ്രതീകങ്ങളിലാണ്. മുച്ചിലോട്ട് ഭഗവതിക്ക് കരിമ്പനയും ചോന്നമ്മക്ക് പനയും ഇളയ ഭഗവതിക്ക് ഇലഞ്ഞിയുമായിരുന്നല്ലോ ഇരിപ്പിടം. പ്രകൃതിയിൽ നിന്നും വേർതിരിക്കാനാവാത്ത ആത്മീയ ഭൂപടം അന്നത്തെ കാഴ്ചപ്പാടുകളെ നിർണയിച്ചു. ഇന്നത്തെ മതബോധത്തിന്റെ കോണിലൂടെ അന്നത്തെ ആത്മീയതയെ വീക്ഷിക്കരുത്. കാവുകൾ അധികാരത്തിന്റേയും വിശ്വാസ സംഹിതകളുടേയും പ്രാമാണികസ്ഥാനങ്ങളായി രൂപമെടുത്തപ്പോഴും പ്രകൃതിയോടൊട്ടിനിന്നു. അധികാരത്തിന്റെ പടർച്ചയും ശാക്തീകരണവും ചെറുചെറു കാവുകൾ ചേർന്നുള്ള കാവുതട്ടകങ്ങളിലൂടെയാണ് വികസിച്ചത്. ആ ശ്രേണി ഒരു സാമ്പത്തികശൃംഖല കൂടിയായി മാറി. സ്വത്തുനിയമങ്ങൾ

ദേവക്രിയകളുമായി കൂട്ടിക്കെട്ടിയാണ് സാംസ്കാരിക അടിത്തറ ഭദ്രമാക്കിയത്. ഭക്തിയും സമ്പത്തും തമ്മിലുള്ള അടിസ്ഥാന ബന്ധമൊരുങ്ങി. കാവുശൃംഖലയിലൂടെ വിഭവ സമാഹരണം ശക്തിപ്പെട്ടു. തലപ്പത്ത് ഊരാളന്മാർ ഇരിപ്പുറപ്പിച്ചു. അവർ പിന്നീട് നാടുവാഴികളായി വളരുന്നു. പ്രമുഖ നാടുവാഴികൾ, എല്ലാംദേവിയുടെ സ്വത്തായി പ്രഖ്യാപിക്കുകയും വരവുകൾ അവർ മാത്രം അനുഭവിക്കുകയും ചെയ്യുന്നു. ഇതേ കണ്ണോടെയാണ് തറവാടുകളിൽ കുടുംബ ക്ഷേത്രങ്ങളും പരദേവതാ സങ്കല്പങ്ങളും സ്ഥാപിക്കുന്നത്.

ഇവിടെയൊന്നും ബ്രാഹ്മണ സംസ്കൃതിയുടെ ഇടപെടലില്ല. അതുണ്ടാവുന്നത് പിന്നീടാണ്. കാവടിസ്ഥാനത്തിൽ വളർന്ന സമ്പ്രദായത്തിലൂടെ രൂപപ്പെട്ട നാടുവാഴികളെ പിൽക്കാലത്ത് ബ്രാഹ്മണ്യ ദർശനത്തിന് എളുപ്പം പിടികൂടാൻ കഴിഞ്ഞു. അതുവഴി സാമൂഹ്യാധികാരവും സുഗമമാക്കി. തറക്കൂട്ടത്തിനും നാട്ടുകൂട്ടത്തിനും അതീതമായി ഒരധികാരശക്തി അങ്ങനെ നിലവിൽ വന്നു. ഉടൈയവരായും സ്വരൂപങ്ങളായും അധികാരത്തിന്റെ ക്രോഡീകരണങ്ങളുണ്ടായി. ആദിചേരന്മാരുടെ രാഷ്ട്രീയ ശക്തി കേന്ദ്രീകരിച്ചത് കാവുകൂട്ടായ്മകൾ ശക്തമായിടത്താണെന്നു കാണാം. ബ്രാഹ്മണ്യത്തിൽ കാവുകളിലൊരു ഭാഗം ക്ഷേത്രാധിഷ്ഠിതവുമായി.

“നാടുവാഴി കേന്ദ്രങ്ങളെല്ലാം കുലശേഖര ഭരണം ആരംഭിക്കുന്ന കാലത്ത് കാവുതട്ടകങ്ങളുടെ ക്രോഡീകരണത്തിലൂടെ നാട്ടു ഭരണം നടത്തുന്നുണ്ട് എന്നു വേണം കരുതാൻ. നാടുകൾ പതിനെട്ടുകാവു തട്ടകരൂപത്തിലാണ്. ഭൂവിസ്തൃതി നാടുടയവർക്കില്ല എന്നാണ് കരുതാവുന്നത്. അതിനാൽ ഒരു വലിയ രാഷ്ട്രീയശക്തിയൊന്നുമല്ല ഉടൈയവർമാർ. അതിന്റെ തെളിവാണ് നാടുവാഴി കേന്ദ്രങ്ങളെല്ലാം ഒരു പോലെ കാവുദേവതയെ പരദേവതയായി കാണുന്ന രീതി. ആദിചേരന്മാരുടെ കീഴിൽ ഉണ്ടായിരുന്ന കാവുശൃംഖല കാവുതട്ടക ഭരണത്തിലാണെന്നിരിക്കെ ഊരുക്കൾക്ക് പ്രാമാണ്യമുണ്ട്. ഈ ഊരുകൾ ബ്രാഹ്മണീകരണകാലത്തും ക്ഷേത്രഭരണഘടകമായി തുടർന്നു കാണുന്നുണ്ട്...

....ഉടൈയവരുടെ തുടർച്ചയാണ് സ്വരൂപങ്ങൾ. അതിനാൽ അടുത്ത പരിണാമം അവരിലൂടെയാണ്. കാവു ക്രോഡീകരണത്തിന്റെ ദിശ ശ്രദ്ധിക്കുക. മാമാങ്കം നടത്തിയിരുന്ന കാലത്ത് സാമൂതിരിക്ക് നൂറ്റിയൻപതിൽപരം കാവുകൾ നേരിട്ടുള്ള നടത്തിപ്പിലുണ്ട്. കാർഷിക ബന്ധമുള്ള അനേകം ഉത്സവങ്ങൾ കാണാം. നാനൂറിൽ പരം ആഘോഷങ്ങളാണ് സാമൂതിരിയുടെ കാവുകളിൽ നടക്കുന്നത്. സാമൂതിരിമാരുടെ താഴെയുള്ള കാവധികാരികളായ 151 സ്ഥാനി നായന്മാരുൾപ്പെടെയുള്ള ബ്രാഹ്മണേ

തരരായ കാവധികാരികളുണ്ട്. സ്വകാര്യകാവും കാവുതട്ടകവും നൂറുകണ ക്കിനാണ്. അവർക്കൊക്കെ ഭൂമിയും അനേകവിധ വരുമാനവുമുണ്ട്" (കേരള സംസ്കാരം: അകവും പുറവും -എൻ. എം. നമ്പൂതിരി)

കാവുസങ്കേതങ്ങൾ പിൽക്കാലത്ത് പിന്തള്ളപ്പെട്ടു. ക്ഷേത്രവൽക്ക രണത്തിൽ ശാക്തേയാരാധനാസ്ഥാനങ്ങൾക്കാണ് പ്രധാനമായും പരിക്കേറ്റത്. എ. ഡി. നാലാം നൂറ്റാണ്ടിൽ ചാലൂക്യരാജാവായ മയൂരവർ മന്റെ സഹായത്തോടെ പ്രവേശിച്ച ബ്രാഹ്മണസമൂഹം കേരളത്തിൽ പല കാലങ്ങളിലായി സ്ഥാപിച്ചെടുത്ത 64 ഗ്രാമസമ്പ്രദായത്തിൽ മൂലധന കേന്ദ്രീകരണം ലക്ഷ്യമിട്ടാണ് ക്ഷേത്രരൂപീകരണം ശക്തിപ്പെ ട്ടത്. സുമേറിയൻ പിരീഡിൽ തന്നെ (ബി. സി. 3000) ക്ഷേത്ര കേന്ദ്രിത സംസ്കാരം ആവിർഭവിച്ചിരുന്നെങ്കിലും ആദിമലനാടിന്റെ പരിധിയിൽ ക്ഷേത്രങ്ങൾ നിർമിക്കപ്പെട്ടില്ല.

എണ്ണമറ്റ കാവുകളും ക്ഷേത്രങ്ങളും മറ്റ് ആരാധനാ കേന്ദ്രങ്ങ ളും, അവിടങ്ങളിലെ നാനാതരം ഉത്സവങ്ങളും ആഘോഷങ്ങളും ആരാധനാലയങ്ങൾക്കു പുറത്തെ സമാന്തര കലാപദ്ധതികളും രൂപപ്പെട്ടുവന്നതിന്റെ സാമൂഹ്യ പശ്ചാത്തലം വരച്ചെടുക്കേണ്ടതാണ്. പ്രാചീനസമുദായങ്ങളിലൊരു വിഭാഗത്തിന്റെ പ്രത്യേകിച്ചും, പാണർ, പറയർ, പുലയർ എന്നിവരുടെ വാഴ്ത്തുപാട്ടുകളിൽ നിറഞ്ഞു നിൽ ക്കുന്ന ഒരിതിവൃത്തമാണ് മഹാബലി. എല്ലാ മാവേലിക്കഥകളും 'ആദി മലനാടി'ന്റെ ഉള്ളറിവുകളിലേക്ക് തുറന്നിടുന്നു. ഭൂമിയെ കന്യകയായി കല്പിക്കുന്നതും മഹാബലിയുടെ മകളായി ഭൂമികന്യകയെ കാണുന്നതു മായ ഇതിവൃത്തങ്ങൾ ഭൂമി നഷ്ടപ്പെടുന്നതിന്റേയും പ്രളയത്തിൽ നിന്ന് വീണ്ടെടുക്കുന്നതിന്റേയും പൊരുളുകൾ പലവിധത്തിൽ പറയുന്നതാണ്.

മാവേലിയുടെ നാട് സ്ഥിതിസമത്വത്തിന്റെ മഹാസന്ദേശം വിളംബരം ചെയ്യുന്ന ഒരാശയമാണ്. ഒരു ഭാവനാസൃഷ്ടിയോ യാഥാർ ഥ്യങ്ങളോടു ചേർന്നു നിൽക്കുന്ന ചരിത്രാഖ്യായികയോ ആവാം. വെറും ഭാവനയാണെങ്കിൽ, കള്ളവും ചതിയും അസമത്വവും നിറഞ്ഞു നിൽക്കു ന്ന ഒരധികാര വ്യവസ്ഥാപനത്തിനെതിരായ സർഗാത്മകപ്രതിഷേ ധമാവാം. ഇരുണ്ട കാലത്തു നിന്നും വെളിച്ചത്തിന്റെ ലോകം പ്രത്യാശ ചെയ്യലാവാം.

ചരിത്രാഖ്യായികയാണെങ്കിൽ അതിനു തക്ക ചരിത്ര പ്രതലങ്ങ ളുണ്ടാവും. മഹാബലിയുടെ ഐതിഹ്യത്തെ സംബന്ധിച്ച് എണ്ണമറ്റ വ്യാഖ്യാനങ്ങളുണ്ടായിട്ടുണ്ട്. അതിൽ ആധികാരികമായ ദിശയിലേക്ക് നയിക്കുന്ന ഒരു നിരീക്ഷണം എൻ. വി. കൃഷ്ണവാരിയരുടേതാണ്. കാർഷി കവൃത്തിയിലും വിശ്വാസപരമായ സാമൂഹ്യ രീതികളിലും ഒട്ടിനിൽക്കുന്ന

ദ്രാവിഡഘടനയുടെ ഭാവലക്ഷണങ്ങൾ മാവേലിചരിതത്തിനുണ്ട്. ബി. സി. പത്താം ശതകത്തിനു മുമ്പ് സുമേറിയയും മെസപ്പൊട്ടോമിയയും ഉൾപ്പെടെയുള്ള രാജ്യങ്ങൾ അസീറിയൻ ചക്രവർത്തി കീഴടക്കി ഭരിച്ചിരുന്നു. സുമേറിയൻ, മെസപ്പൊട്ടോമിയൻ സംസ്കാരങ്ങൾ വിശ്വ പ്രാധാന്യം നേടിയതാണല്ലൊ. അസീറിയൻ സാമ്രാജ്യം ശക്തി പ്രാപിച്ചത് അതിന്റെ അവസാന കാലത്താണ്. ചക്രവർത്തിമാരിൽ ശ്രേഷ്ഠനായ അസുർ ബലി പാലിനു ശേഷം നിനവേ തലസ്ഥാനമാക്കിയ അസീറിയൻ സാമ്രാജ്യം അസ്തമിച്ചതായി പറയപ്പെടുന്നു. അസുര ബലി പാലിന്റെ പതനത്തിനു ശേഷം പിന്മുറക്കാർ ചേരസാമ്രാജ്യത്തിൽ സംഘടിതമായി കുടിയേറിയപ്പോൾ, അസുര ബലിയെ ചുറ്റിപ്പറ്റിയുള്ള ഐതിഹ്യവും കൂടെപ്പോന്നതാവാമെന്നും എൻ. വി. വിശദീകരിക്കുന്നു. പ്രാചീനകാലത്തെ മലനാട്ടുകളിലൊന്നായ പറമ്പുമലരാജ്യത്തെ(ഇപ്പോഴത്തെ നാമക്കലിന്റെ കിഴക്കു ഭാഗം) ഭരണാധികാരിയും ദാന പ്രിയനുമായ പാരിയുടെ ജനക്ഷേമകരമായ ഭരണത്തേയും അതിന്റെ പതനത്തേയും ഇതേ ഇതിവൃത്തവുമായി കൂട്ടിയിണക്കിയതാവാമെന്ന നിഗമനം ഡോ: ആർ. ഗോപിനാഥൻ കൂട്ടിച്ചേർക്കുന്നു. ലോകത്തെമ്പാടുമുള്ള ഐതിഹ്യങ്ങൾ മിക്കവയും ഒന്നാണെന്നും ഭാഷാപരവും പ്രാദേശികവുമായ ഭേദങ്ങളോടെ വ്യാഖ്യാനം ചമയ്ക്കുകയാണെന്നുമെന്ന കേസരിയുടെ കണ്ടെത്തൽ എൻ. വി. കൃഷ്ണവാരിയരുടെ അഭിപ്രായത്തെ ബലപ്പെടുത്തുന്നുണ്ട്.

ഓണം കൊയ്ത്തുത്സവമായിരുന്നു. വൈഷ്ണവമതക്കാർ വിഷ്ണുവിന്റെ ജന്മനക്ഷത്രവുമായി അതിനെ ബന്ധിപ്പിച്ചു. സംഘകാവ്യം 'മതുരൈ കാഞ്ചി'യിൽ ചിങ്ങത്തിലെ തിരുവോണം വിഷ്ണുവിന്റെ ജന്മനക്ഷത്രമായി കൊണ്ടാടുന്നത് പരാമർശിക്കുന്നുണ്ട്:

"കണങ്കൊളവുണർക്കടന്ത പൊലന്താൻ
മായോൻ മേയാവോണരുന്നാൾ...
.....
പേരിചൈനന്നൻ പെരുമ്പെയർ നന്നാട്
ചേരിവഴിവിനാർപ്പെഴുന്താങ്കു
മുതൈയാമഞ്ചന്റെ പിൻറൈ"

(അവുണരെ - രാക്ഷസരെ -തോല്പിച്ച വിഷ്ണുവിന്റെ അഥവ നന്നന്റെ - നാരായണൻ - ജന്മദിനമായ ഓണം നാളിൽനിന്നുണ്ടായ ആർപ്പുവിളിയെ പ്പറ്റി -) പ്രാചീന പാരസിക ചരിത്രത്തിൽ, കലീവ് രാജവംശത്തിന്റെ ഒടുവിലത്തെ രാജാവായി ഒരു മഹാബൽ ഉണ്ടായിരുന്നു. ഹിരണ്യകശിപു ക്ഷീരസാഗരത്തിന്റെ (കാസ്പിയൻ കടൽ) തെക്ക് ഇന്നത്തെ

ടെഹറാൻ നഗരത്തിന് വടക്ക് കിടന്ന പണ്ടത്തെ ഹിർകേനിയ രാജ്യം ഭരിച്ചിരുന്നു.

പുത്രൻ പ്രഹ്ലാദൻ പാതാള (പാതാളമെന്നതിന്റെ ഒരർഥം ഭാരതത്തിന്റെ പശ്ചിമ ഭാഗം / മറ്റൊന്ന്, ബാക്ട്രിയ) ത്തിലെ രാജാവ്. പ്രഹ്ലാദന്റേയും പുത്രൻ മഹാബലിയുടേയും കാലത്ത് കാസ്പിയൻ കടലിന്റെ തെക്കേക്കരയിലെ സാമ്രാജ്യം ബാക്ട്രിയ വരെ നീണ്ടു നിന്നിരിക്കണം. മഹാബലിയുടെ പുത്രൻ ബാണന്റെ രാജധാനി - ത്രിപുരം - ശിവൻ നശിപ്പിച്ചതായി പത്മപുരാണം. തപുരി എന്ന വർഗം അലക്സാണ്ടരുടെ കാലത്ത് അവിടെ ഉണ്ടായിരുന്നു. മഹാബലിയെ വംശസ്ഥാപകരായി കാണുന്ന ആദിമലനാട്ടിലെ ചില വിഭാഗങ്ങൾക്ക് ബൃഹദ് ബാണ രാജവംശവുമായി (ഗുപ്തർക്കു മുമ്പ് ഇന്ത്യയിൽ ശക്തമായിരുന്ന) ബന്ധമുണ്ടായിരുന്നതിനാലാവണം ഇവരും ആഘോഷിച്ചു.

മാവേലിക്കു മേൽ വേറെ നാടൻപാഠങ്ങളുമുണ്ട്. കുറിച്യർക്കിടയിൽ പ്രചാരത്തിലുള്ള വടക്കേരിഭഗവതിയെ സംബന്ധിച്ച ഐതിഹ്യകഥ,, മലക്കാരി ദേവതയുടെ കഥ, മാപോതിക്കഥ, ഉള്ളാടരുടെ വില്ലാട്ടിലെ ശാസ്താവിന്റെ കഥ, കാണിക്കാരുടെ പൂമാദേവിയമ്മപ്പാട്ട്, പണിയരുടെ പടച്ചോൻ ഭൂമിയുണ്ടാക്കിയ പുരാണം, തോറ്റംപാട്ടുകൾ, മലനാട്ടു പടപ്പാട്ടുകൾ, മലപ്പുലയരുടെ പാട്ടുകൾ, പാണവരും പുള്ളുവരും പാടി നടന്നത്, മുളങ്കുറുമരുടെ കിളിപ്പാട്ടുകൾ, തുടങ്ങി എത്രയോ പുരാവൃത്തങ്ങൾ പ്രതിഫലിക്കുന്ന ജൈവപ്രകൃതി ചരിത്രനിരീക്ഷണത്തിന് അടിസ്ഥാനമാക്കാവുന്നതാണ്. മിത്തുകളുടെ ഇതിവൃത്തങ്ങൾ പൊതുവെ, സാമൂഹിക ബന്ധങ്ങളുടേയും ജീവിതാതിരുകളുടേയും ദേശഘടനകളുടേയും അതിരുകൾക്കുള്ളിൽ ഒതുങ്ങി നിൽക്കുന്നവയാകും. കാലദേശങ്ങളെ നിർണയിക്കാനുള്ള സാംസ്കാരികനിരീക്ഷണത്തിന് ഇവയെ ആധാരമാക്കുന്നതിൽ തെറ്റില്ല. അതിജീവനപ്രക്രിയകളുമായി തലമുറകളെ ചേർത്തു നിർത്താനും പരിശീലിപ്പിക്കാനും അതിന്റെ സമ്പ്രദായവൽക്കരണം അനിവാര്യമാണ്. ആചാരാനുഷ്ഠാനങ്ങളുടെ ഉള്ളടക്കം മുഖ്യമായും അതിജീവനോദ്ദേശ്യപരമാണ്.

"എയ്യുന്നതുണ്ടു ഞാൻ മാനതിന്
എയ്ക്കിലോരമ്പു തറപ്പതുണ്ട്.
വെള്ളപ്പുറമേയോ പോയീതമ്പ്
പന്നിപ്പുറമെയൊന്നാഴ് ന്നീതമ്പ്
പന്നിയൊന്നെയ്തു യിടത്തൊഴിച്ചു
മാനുമൊന്നെയ്തു വലത്തൊഴിച്ചു

4 'എ'കാരത്തിനു പകരം 'അ'കാരോച്ചാരണം.

പൂക്കോട്ടയ്യപ്പാ എന്തു ചെയ്‌വൂ "
(മലപ്പുലവൻ തോറ്റം).

നായാട്ടുജീവിതത്തെ മാത്രം പതിനെട്ടാചാരവും [5]പത്ത് അവസ്ഥ[6] യുമായി സമ്പ്രദായവൽക്കരിച്ചതായി കാണാം.

മൂഷികവംശത്തിന്റെ ആദിമൂലം വിവരിക്കുന്ന ഐതിഹ്യങ്ങളുടെ ദേശപശ്ചാത്തലം പ്രധാനമായും ആദിമലനാടാണ്. ആര്യനാട്ടിൽ നിന്നും മലനാട്ടിലേക്ക് പലായനം ചെയ്ത അരചകുമാരി മലനാട്ടിലെത്തി തേജസ്വിയായ ദേവിയായി അവതരിക്കുന്ന പുരാവൃത്തം നിരവധി ഇതിവൃത്തങ്ങളിൽ ലയിച്ചു ചേർന്നിട്ടുണ്ട്. പലായനയാത്രയുടെ കപ്പലിലുണ്ടായിരുന്ന മൂന്നുവിഗ്രഹങ്ങൾ കൈവശപ്പെടുത്തിയത് അന്നത്തെ പ്രമുഖരായ മൂന്നു നാടുവാഴികളായിരുന്നത്രെ. അതിൽ അസാധാരണ പ്രഭാവമുള്ള വിഗ്രഹം കൊഴക്കിലിടം സാമന്തനാണ് കിട്ടിയത്. ഇത് കരസ്ഥമാക്കാൻ കോലത്തിരിക്കോവിലകത്തിനു മോഹമായി. കോലത്തിരിപ്പട സാമന്തനെ പിന്തുടർന്നു. സാമന്തൻ വിഗ്രഹം തുണിയിൽ പൊതിഞ്ഞ് പലയിടങ്ങളിൽ മാറ്റി മാറ്റി ഒളിപ്പിച്ചാണ് കടത്തിയത്. കല്യാശ്ശേരി മണക്കുളങ്ങര, എരിഞ്ഞിക്കൽ,

---

5 പതിനെട്ടാചാരം: കുന്നു, കോയ്മ, വലിയ, കാടർ, വീടർ, ആളടിയാൻ, ചേകവർ, വേട്ടക്കുറി, വില്ല്, വല, മെരുദം, ഉളി, അയലൊടി, ഊർപ്പള്ളി, ഊപ്പുര, മണ്ണുല, മണി, കൊറ്റങ്കോള്.

6 പത്ത് അവസ്ഥ:

'എങ്കിലോ പത്തവസ്ഥകളേതെന്നു കേട്ടതിനെച്ചൊല്ലുന്നാകിൽ
ആണപ്പടി കേൾക്കാനും പുരപ്പടി
കാപ്പാനുമല്ലൊ
നായുകൾക്കറിവേറ്റവതു -
അമ്പൊടി വില്ലൊടി നായാടിയിമ്മൂവരുമല്ലൊ
കൈക്കാർക്കെഴും ചങ്ങാതികൾ -
വാതിലുംചോലയുംപതിനെട്ടുവീതായ
കുന്നിന്റെ കിഴക്കെ വാതിലൂടെയല്ലോ
നായിനെ കേറ്റേണ്ടത് -
അയ്യപ്പനേംപരദേവതമാരേംകുമ്പിട്ടു-
വേണമല്ലൊ നായാട്ടുകുന്നേറ്റാൻ -
നായും വലയും ചേകവർക്കും
പരിപാലിക്കും തനിക്കും ദോഷമേതും വരുത്തരുതേ -
ഓർത്തറിഞ്ഞുവെന്നോരുകിലേ കുന്നിന്റെ വാതിലിൽ നായയെക്കേറ്റാവൂ -
അറിഞ്ഞറിയിക്കയല്ലോ വേണ്ടൂ
നടന്നു നടത്തിക്കയല്ലോ നല്ലൂ
കൊടുത്തു കൊടുപ്പിക്കയല്ലോ ഞായം
കൊന്നു കൊല്ലിക്കയല്ലാ ചേതം.

കടമ്പേരി, പുളിമ്പിടാവ്, നിടിയേങ്ങ, നടുവിൽ, വെള്ളാട്, വെള്ളോറ എന്നീ സ്ഥലങ്ങൾ പിന്നിട്ട് ഒടുവിൽ ചുഴലി വടക്കേക്കാവിൽ കുഴിച്ചിട്ടു. കാലം കുറേ കഴിഞ്ഞ് വിഗ്രഹം പുറത്തെടുത്ത് പ്രശ്ന വിചാരപ്രകാരം അവിടെ ക്ഷേത്രം പണിതു. ചുഴലി ഭഗവതി ക്ഷേത്രത്തിന്റെ പിറവിയും ചുഴലി ദേശത്തിന്റെ പുരാവൃത്തവും ഇതാണ്. ശ്രീകണ്ഠപുരമുൾപ്പെടെ മലനാടിന്റെ വലിയൊരു ഭാഗം സുദീർഘമായൊരു കാലഘട്ടം ചുഴലി രാജവംശത്തിന്റെ അധീനതയിലായിരുന്നു.

ആത്മീയദർശനങ്ങളായി പ്രതിഫലിക്കുന്ന സാമൂഹ്യത്തനിമയാർന്ന ജൈവ സംഘർഷങ്ങൾക്കു പുറമെ അപരാനുഭവങ്ങളുടെ കുടിയേറ്റവും സംസ്കൃതിയെ കാലോചിതമായി സങ്കരമാക്കുന്നുണ്ട്. അനുഷ്ഠാനകല കളിലും ആചാരങ്ങളിലും ആഘോഷങ്ങളിലും ആദേശം ചെയ്യപ്പെടുന്ന ദർശന സംഹിതകളുടെ നൂറ്റാണ്ടുകളിലൂടെയുള്ള രൂപ വ്യതിയാനങ്ങ ളാണ് പിൽക്കാല സാമൂഹിക മണ്ഡലത്തിന്റെ ആത്മീയ ഘടനയെ നിർണയിക്കുന്നത്. മതപരവും മതേതരവുമായ വിചാരഗതികളുടെ വരവ് മലനാടിന്റെ ചരിത്രത്തേയും പുതുക്കിയെടുക്കുന്നതായി കാണാം. ആ പുതുക്കലിന്റെ പരിവർത്തന സൂചിക ഏറ്റവും സൂക്ഷ്മമായി പ്രതിഫ ലിക്കുന്ന ഒരു മികച്ച പ്രതലം ഭാഷയാണ്. അനേകം പൂർവ ഭാഷകളുടെ മിശ്രണമായിരിക്കും ഇന്നത്തെ ഓരോ ഭാഷയും. കാലം കടഞ്ഞുകളഞ്ഞ എല്ലാതരം സംസ്കാരങ്ങളുടേയും സമ്പ്രദായങ്ങളുടേയും വിശ്വാസങ്ങളുടേ യും ഫോസിലുകൾ ഭാഷാശില്പത്തിൽ ശേഷിക്കുന്നുണ്ട്.

ഏതധിനിവേശ സംസ്കാരത്തിന്റേയും മുദ്രകൾ സ്ഥലനാമങ്ങളായും ആരാധനാചിഹ്നങ്ങളായും അനുഷ്ഠാനങ്ങളായും ഇവിടെ ബാക്കി കിട പ്പുണ്ട്. മതപരമായ പ്രതീകങ്ങളുടെ സാമൂഹ്യവത്കൃതസമന്വയത്തിന്റെ അനേകം മാതൃകകൾ നമുക്ക് കണ്ടെത്താവുന്നതാണ്. ക്രിസ്തുമതത്തി ന്റേയും ആര്യമതത്തിന്റേയും ഇസ്ലാമിന്റേയും യഹൂദരുടേയും ബ്രാഹ്മണ രുടേയും കടന്നുവരവു മാത്രമല്ല, ഒരു പക്ഷെ, അതേക്കാൾ പ്രാചീന സംസ്കൃതിയെ രൂപപ്പെടുത്തിയ മറ്റു ദർശനങ്ങളുടെ അടിത്തറയും ഇവിടെ പാകപ്പെട്ടിട്ടുണ്ട്. ആദിദ്രാവിഡ ജൈവികത, തീർഥാടകദർശനമായ ബുദ്ധമതത്തിന്റെ സാമൂഹികലയങ്ങൾ, ജൈന മതത്തിന്റെ ഉയർച്ച താഴ്ചകളും ആര്യ- ദ്രാവിഡ ഉദ്ഗ്രഥനത്തിന്റെ സാമ്പ്രദായികഅനുരഞ്ജ നങ്ങളും ശൈവ-വൈഷ്ണവ പ്രതിഷ്ഠാപനങ്ങളും ശാസ്താവിന്റെ ബൗദ്ധ ഭാവങ്ങളും, പരബ്രഹ്മ സേവ, പ്രകൃതി പൂജകൾ, മാതൃപിതൃപൂജകൾ, വൃക്ഷാരാധന, നാഗാരാധനകൾ, ദുർദേവതകൾ, ഭൂതാരാധനകൾ... ഒക്കെ അതിശക്തമായ പാരമ്പര്യം സൃഷ്ടിച്ചിട്ടുണ്ട്.

ആഘോഷങ്ങളുടെ പശ്ചാത്തലവും സുശക്തമായ സാംസ്കാരിക ധാരയിൽ രൂപംകൊള്ളുന്നതാണ്. ഓണം, വിഷു, ക്രിസ്തുമസ്, ഈസ്റ്റർ, ബക്രീദ്, മിലാദ് - ഇ- ഷെറീഫ്, മുഹറം, റംസാൻ, ഉറൂസുകൾ, നവരാത്രി, തിരുവാതിര, ശിവരാത്രി, അഷ്ടമിരോഹിണി, ദീപാവലി, വിവിധ വ്രതാനുഷ്ഠാനങ്ങൾ, മണ്ഡലപൂജ, വേടൻപാടൽ... മുതലായവ ആത്മീയവീക്ഷണങ്ങളെ ഉദ്ധരിപ്പിച്ചു. ജീവിതരീതികളേയും വീക്ഷണങ്ങളേയും സാമൂഹ്യ വൽക്കരിക്കുന്ന കലാരൂപങ്ങൾ വികസിച്ചു. കാർഷികോത്സവങ്ങൾ, അനുഷ്ഠാനപരമായ ഉത്സവങ്ങൾ, നാടോടികലാരൂപങ്ങൾ, തെയ്യങ്ങൾ, തീയാട്ടങ്ങൾ, കൂത്തുകൾ, നാടകം, നൃത്തം, സംഗീതരൂപങ്ങൾ, നാടോടി നൃത്തരൂപങ്ങൾ, പൂരക്കളികൾ, സംഘകളികൾ (ഗോദാമൂരി, ഒപ്പന, മാർഗംകളി, തിരുവാതിര, വിവിധ സംഗീത രൂപങ്ങൾ...) കളരി വിദ്യകളുൾപ്പെടെ ആയോധനകലകൾ, കളമെഴുത്തുകൾ, വാസ്തു - ശില്പകലാ-ദാരുശില്പ - ചിത്രകലാ -വിദ്യകൾ, കൈത്തൊഴിൽ കലാവേലകൾ, കൊത്തു പണികൾ, കരകൗശല വേലകൾ, മഠങ്ങളും ഗുരുകുലങ്ങളും വിദ്യാലയങ്ങളും പഠനക്കളരികളും ഗ്രന്ഥശാലകളും സാംസ്കാരിക സഭ കളുമുൾക്കൊള്ളുന്ന ജ്ഞാനമണ്ഡലങ്ങൾ, സംസ്കൃതം, തമിഴ്, കന്നഡ, തുളു, ഉറുദു, അറബി, കൊങ്കണി, ഇംഗ്ലീഷ്, ഫ്രഞ്ച്, പോർച്ചുഗീസ്, പേർഷ്യൻ, ചൈനീസ്, ഹിന്ദി തുടങ്ങി വിവിധ ഭാഷാജ്ഞാനങ്ങൾ... ഇങ്ങനെ സാമൂഹ്യസംസ്കാരത്തിന്റെ ശിലകളായി വർത്തിച്ചവ നിരവധിയാണ്.

ഉൽപാദനാധിഷ്ഠിതവും അല്ലാത്തതുമായ ഏതു സാംസ്കാരികമുദ്രയും തനതു ദേശത്തിന്റേയും ദേശാന്തരത്തിന്റേയും സാരാംശങ്ങൾ കൂടിക്കലർന്നതായിരിക്കും. അതുകൊണ്ടു തന്നെ ചരിത്രത്തിന്റെ വഴികാട്ടികളാണ് ഇത്തരത്തിൽ ഏതു കാര്യവും. അതുപോലെ, ഭൗതിക അടരുകളായ പുരാശിഥിലങ്ങളും പലേടത്തുമവശേഷിക്കുന്നുണ്ട്.

ഇവിടെ വൈതൽമലയിൽ സമതല പ്രദേശത്തൊരിടത്ത് പുരാതനമായ കാവിന്റെ ശിലാ മുദ്രകൾ തങ്ങി നിൽക്കുന്നതായി കണ്ടിരുന്നു. കൽക്കെട്ടും കുളവും അവശിഷ്ടങ്ങളിലുണ്ട്. ഇതിന്റെ പ്രാചീനപശ്ചാത്തലത്തെപ്പറ്റി പലതരത്തിലുള്ള ഊഹാപോഹങ്ങളാണ്. സമാനമായ ക്ഷേത്രാവശിഷ്ടങ്ങൾ ഇതോടു ചേർന്നു കിടക്കുന്ന കർണാടക വനമേഖലകളിൽ ചിലേടങ്ങളിലും (കത്തിയവാണിലും മറ്റും) കാണപ്പെട്ടിട്ടുണ്ട്. എഡി. നാലാംനൂറ്റാണ്ടിൽ ആന്ധ്രയിലെ ശ്രീശൈലത്തു നിന്നും ശൈലേശ്വരൻ എന്ന രാജാവ് സമുദ്ര ഗുപ്തന്റെ ആക്രമണം ഭയന്ന് അരങ്ങത്ത് എത്തിയതായും പതിമ്മൂന്നാം നൂറ്റാണ്ടുവരെ ആ വംശം നിലനിന്നതായും വൈതൽമലയിൽ ക്ഷേത്രം പണിതതായും ഒരു

കൂട്ടർ കരുതുന്നു. മൈസൂർ സുൽത്താന്മാരുടെ ആക്രമണത്തെ ഭയന്ന് മലബാറിലെ ഏതോ രാജാവ് ഇവിടെ ഒളിച്ചതാണെന്നാണ് മറ്റൊരഭിപ്രായം. പിഴച്ചുപോയ തമ്പുരാട്ടിയെ ഭ്രഷ്ട് കല്പിച്ച് ചിറക്കൽകൊട്ടാരത്തിൽ നിന്ന് ഇറക്കിവിടേണ്ടി വന്നപ്പോൾ, വൈതൽമലയിൽ അവരെ സംരക്ഷിക്കാൻ വേണ്ടി കെട്ടിയ കോട്ടയാണെന്നും പറയപ്പെടുന്നു.

വൈതൽമലയുടെ രഹസ്യവും സുരക്ഷിതവുമായ വലയം പലതിനും പല കാലങ്ങളിൽ അഭയം കൊടുത്തിരിക്കാം. കുടകിന്റെ പടിഞ്ഞാറേ മലമടക്കുകളിൽ ആധിപത്യം വഹിച്ചിരുന്ന 'വൈതൽക്കോൻ' (ഇതൊരു രാജപദവിയോ, സ്ഥാനപ്പേരോ ആവാം) മാരുടെ ആസ്ഥാനമായിരുന്നു വൈതൽമലയെന്ന് പഴമക്കാർ വിശ്വസിക്കുന്നു. കോൻ എന്ന വാക്ക് പ്രധാനിയെന്ന അർഥത്തിൽ പ്രയോഗിക്കപ്പെട്ടതാണ്. ചെങ്കോ ലേന്തിയവരാണവർ. വൈതൽ ദേശത്തിന്റേയും ചരിത്രത്തിന്റേയും പൂർണരൂപമറിയാനുള്ള അന്വേഷണങ്ങൾ തുടരേണ്ടതാണ്. ഈ വിഷയത്തിൽ എഴുതപ്പെട്ട ഒരു പ്രബന്ധത്തിൽ (കണ്ണൂർ - കുടക് ബന്ധങ്ങൾ: കുടിയാന്മലയെ അടിസ്ഥാനമാക്കി ഒരു വാമൊഴി പഠനം) ഡോ: പി. ജെ. വിൻസെന്റ് വാമൊഴി പാരമ്പര്യത്തെ മുൻനിർത്തി ആ ദേശത്തിന്റെ പുരാവൃത്തങ്ങളേയും ദേവസ്ഥാനങ്ങളേയും അവയുടെ കുടകുബന്ധങ്ങളേയും ശ്രദ്ധാർഹമാക്കുന്നുണ്ട്. വൈതൽമലയിൽ അമ്പലത്തറ സ്ഥിതി ചെയ്യുന്ന സ്ഥലത്ത് നടക്കാറുള്ള ആഘോഷങ്ങളെപ്പറ്റി അദ്ദേഹത്തിന്റെ ലേഖനം പരാമർശിക്കുന്നതിങ്ങനെയാണ്:

"1960കൾ വരെ അമ്പലത്തറ സ്ഥിതി ചെയ്യുന്ന ഭാഗത്ത് മകരമാസത്തിലെ കാർത്തിക നാളിൽ ചില ആഘോഷങ്ങൾ (ഉത്സവം) നടന്നുവന്നതായി കരിമ്പാലരും ആദ്യകാല കുടിയേറ്റക്കാരും സാക്ഷ്യപ്പെടുത്തുന്നുണ്ട്.

നിരവധി പന്തങ്ങൾ കത്തിച്ചിരുന്നതായും ചെണ്ടകൊട്ടും പീപ്പിവിളിയും കേട്ടിരുന്നതായും പഴമക്കാർ പറയുന്നു. കത്തിയവാണ - ചാരിക്കുന്ന് വഴി വനത്തിലൂടെ വൈതൽമലയിലെത്തുന്ന കുടകരാണ് വർഷം തോറും പ്രസ്തുത ചടങ്ങുകൾ നടത്തിയിരുന്നതെന്ന് കരുതപ്പെടുന്നു. കരിമ്പാലർ, മാവിലർ, പറയർ, തീയർ തുടങ്ങിയ കുടിയേറ്റ പൂർവ നിവാസികളല്ലാത്ത ഒരു വിഭാഗമാണ് ഈ ചടങ്ങുകൾ നടത്തിയിരുന്നത് എന്ന കാര്യത്തിൽ തർക്കമില്ല. ഇതേ കാലത്ത് (മകരമാസത്തിൽ) കുടിയാന്മല ടൗണിൽ നിന്നും കുത്തനെ ഉയർന്നു നിൽക്കുന്ന പള്ളിക്കുന്ന് മലകളിലെ പാറക്കെട്ടുകൾക്കിടയിൽ ഒരു 'ദേവസ്ഥാനം' ഉണ്ടായിരുന്നതായും അവിടെ എല്ലാ വർഷവും കുടകർ വന്ന് പൂജ കഴിച്ച് പോവാറുണ്ടായിരുന്നെന്നും പഴമക്കാർ പറയുന്നു.

വൈതൽ മലയുടെ തെക്ക്-പടിഞ്ഞാറ് സ്ഥിതി ചെയ്യുന്ന ചാത്തമലയുടെ മുകളിൽ അസാമാന്യ വലിപ്പമുള്ള ചോലമരം ഒരു ദേവസ്ഥാനമാണെന്നും അവിടെ നിന്നും വൈതൽമലയിലേക്കും പള്ളിക്കുന്നിലേക്കും ചില 'പോക്കുവരവുകൾ' ഉണ്ടെന്നും പഴമക്കാർ പറയുന്നു. വൈതൽമലയിൽ നിന്നു തുടങ്ങുന്ന 'തേരോടം' (പോക്കുവരവുകൾ) പള്ളിക്കുന്ന്, ചോലമരം ഇവ സ്പർശിച്ച് പയ്യാവൂർ ശിവക്ഷേത്രത്തിൽ അവസാനിക്കുന്നു എന്ന് ഒരു ഐതിഹ്യം പറഞ്ഞു കേൾക്കുന്നു. വൈതൽമലയിൽ അനുഷ്ഠാനങ്ങൾ നടത്തിയിരുന്ന ജനവിഭാഗത്തെ (കുടകർ) ചാത്തമലയിലെ ദേവസ്ഥാനം, പള്ളിക്കുന്ന് ദേവസ്ഥാനം, പയ്യാവൂർ ശിവക്ഷേത്രം എന്നിവയുമായി ബന്ധിപ്പിക്കുന്നു എന്നതാണ് ഈ ഐതിഹ്യത്തിന്റെ പ്രസക്തി".

സാമൂഹികമായി രൂപപ്പെട്ടു വന്ന ആചാരക്രമങ്ങളിൽ നിന്നും ദേശവിഭജനത്തിന്റെ രൂപരേഖകൾ വരച്ചെടുക്കാവുന്ന രീതി പ്രയോഗിച്ചു നോക്കുകയാണെങ്കിൽ, മലയാളികളും കുടകരും വ്യത്യസ്ത ദേശങ്ങളിലെ ജനപദങ്ങളല്ലെന്നതിന്റെ സൂക്ഷ്മമായ തിരിച്ചറിവു കിട്ടും. പയ്യാവൂർ ക്ഷേത്രാചാരങ്ങളിൽ കുടകരുടെ നാഭീ- നാള ബന്ധം അനിഷേധ്യമായ ഒരിതിവൃത്തമാണ്.

ക്ഷേത്രോത്സവത്തിന്റെ ദേവഗാഥകളിലൂടെ ചെവിയോർക്കുകയാണെങ്കിൽ വാക്കുകളിലൊതുങ്ങാത്ത ഇതിവൃത്തഘടനകളുടെ മുഴക്കം കേൾക്കാം. ഏതൊരു കഥയിലും കുടുങ്ങാത്ത ചിരപരിചിതരായ ഒട്ടേറെ കഥാപാത്രങ്ങൾ, പിൻമാറിയ ചരിത്ര സന്ധികളിലെ പടപ്പിറപ്പുകൾ മുന്നിലേക്കു വരും. നിത്യപ്രണയത്തിന്റെ ഹൃദയപരിധിയിലെ ശിവ-പാർവതിമാരുടെ സംഗമവും, ദേശ സംസ്കൃതിയുടെ അതിർ സ്ഥലികളിൽ ചിതറിക്കിടന്ന കുടകരുടേയും മലയാളികളുടേയും പൈതൃക കൂട്ടായ്മയിൽ പരിലസിച്ച പയ്യാവൂരുത്സവപ്പെരുമയുടെ പിൻമുദ്രകളും, ഊട്ടുത്സവത്തിന് കാളപ്പുറത്ത് അരിയുമായി എത്തുന്ന കുടകിലെ കടിയത്തു ഗ്രാമത്തിലെ കുടുംബക്കാരും കൺമുന്നിലെത്തും.

കുടകിലെ കാലിയാർ മലയിൽ നിന്ന് ശിവൻ ഇറങ്ങിവന്ന് താപസനായ അർജ്ജുനനെ അനുഗ്രഹിച്ച ഇടമായിട്ടാണ് പയ്യാവൂരിനെ സങ്കല്പിക്കുന്നത്.

"കൈതമല താനോ
കൈതത്താർ മലയിലോ, വേടാ
കൈതമലമേല്വണ്ടർജ്ജുനൻ
തപസ്സിരിപ്പൂ... "

വേടൻപാട്ടിൽ അർജ്ജുനനെ ഉണർത്താൻ പ്രത്യക്ഷനാവുന്ന ശിവൻ മറ്റാരുമല്ല, അതിയൻ-ആദിത്യൻ - ആണ്. പാർവതി -ചന്ദ്രിക - യുമുണ്ട് കൂടെ. "അതിയരൻ മകളേ കുറത്തി"യെന്ന് മലങ്കുറത്തിത്തോറ്റം.

നൂറ്റാണ്ടുകൾക്കു മുമ്പ് പയ്യാവൂരിലും പരിസരദേശങ്ങളിലും അരിക്ഷാമം അതിരൂക്ഷമായപ്പോൾ കാലിയാറീശ്വരന്റെ (ശിവൻ) ഊട്ടുത്സവം മുടങ്ങി. അതേത്തുടർന്ന് കാലിയാർ കാടുംമലയും കടന്ന് കുടകിലെത്തി. അവിടെ കാലിമേയ്ക്കുന്ന കുട്ടികളെ കണ്ടു. തന്റെ മായവിദ്യയാൽ അവർക്കു പഴങ്ങൾ നൽകി ആശ്ചര്യ ചരിതരാക്കി - വീട്ടിൽ ചെന്ന് അച്ഛന്മാരെ കൂട്ടി വരാൻ പറഞ്ഞു. അപ്രകാരം അച്ഛന്മാരെത്തി. പക്ഷെ അവർ കണ്ടത് ഒരു നരിയെ. വന്നവർ പേടിച്ചോടാൻ തുനിഞ്ഞപ്പോൾ ദൈവം വിശ്വരൂപം കാട്ടിക്കൊടുത്തു.

പിന്നീട് അവരേയും കൂട്ടി രാജാവിന്നടുത്തേക്കു തിരിച്ചു. ഈ ഐതിഹ്യമാണ് കടിയത്തു നാട്ടിൽ നിന്ന് ഊട്ടുത്സവത്തിന് അരിയുമായി 'എരുതാട്ടി വരുന്ന' അനുഷ്ഠാനമായി മാറിയതെന്നു പറയപ്പെടുന്നു. കുംഭം പത്തിന്റെ ഉത്സവാന്ത്യത്തിൽ ചൂളിയാട് ദേശക്കാരുടെ ഓമൽക്കാഴ്ച ക്ഷേത്രത്തിൽ പ്രവേശിക്കുന്നതോടെ കുടകർ കാളകളേയും ഓടിച്ച് തദ്ദേശത്തേക്ക് തിരിക്കുകയാണ്.

ഇതിഹാസങ്ങളിലും കല്പിത കഥകളിലും പൗരാണിക കീർത്തനങ്ങളിലും നീതിയുടേയും മോചനത്തിന്റേയും സമരമുദ്രകളുടെ ചിലമ്പൊലികളുണ്ടെന്നും തലമുറകളായി പോരടിച്ചു കൊണ്ടിരുന്ന അധ:സ്ഥിത വികാരത്തിന്റെ ആത്മഭാഷയും ആയുധങ്ങളും ചരിത്രത്തെ വിസ്മയം കൊള്ളിച്ചിരുന്നതായും മിക്ക പുരാവൃത്തങ്ങളും സാക്ഷ്യപ്പെടുത്തുന്നു. അതിന്റെ ഉത്തമോദാഹരണമാണ് ആദിമലനാട്ടിലെ മുത്തപ്പന്റെ ചരിതം. കണ്ണൂർ ജില്ലയുടെ കിഴക്കനതിർത്തിയിലാണ് കുന്നത്തൂർമല. പയ്യാവൂരിൽ നിന്നും കാഞ്ഞിരക്കൊല്ലിയിലേക്കുള്ള റോഡരികിലാണ് കുന്നത്തൂർ പാടി ദേവസ്ഥാനമുള്ളത്.

മുത്തപ്പന്റെ മാതൃക്ഷേത്രം ഏരുവേശിയിലെ പാടിക്കുറ്റി മഹാദേവി ക്ഷേത്രമാണ്. ചിരപുരാതനമായ കുവല്യകളും കുറുകല്യകളും മുഴങ്ങുന്ന കാടിന്റെ കളിത്തട്ടാണ് കുന്നത്തൂർ പാടി. പൗരാണികതയുടെ അപൂർവ ഗൃഹ ദൃശ്യങ്ങളാലനുഗൃഹീതമായ സഹ്യാദ്രിയുടെ താഴ്‌വരകൾ. കുന്നത്തൂർ പാടി മഹോത്സവത്തിന്റെ പുരാവൃത്തത്തിൽ യുഗാന്തരവൃത്താന്തങ്ങളുടെ വരികൾ മായാതുണ്ട്. കേരളത്തിലെ ഏറ്റവും പ്രാചീനഗോത്രമായി പരിഗണിക്കാവുന്ന കാട്ടുനായ്ക്കന്മാരുടെ ആരാധനാമൂർത്തികളാണ് മാരിയമ്മയും, മസ്തി ദൈവവും ഹെത്തപ്പിനും. ഹെത്തപ്പിൻ എന്നാൽ മുത്തപ്പൻ. മലയരയരുടേയും അവരുമായി വംശ

സാദൃശ്യമുള്ള കാണിക്കാരുടേയും പളിയരുടേയും പ്രധാനമൂർത്തിയാണ് വേട്ടയാടുന്ന ദൈവം കറുപ്പയ്യ. കറുപ്പയ്യയുടെ വകഭേദമാണ് മുത്തപ്പൻ. പുലർകോട്ടമയ്യപ്പനായി ജനകേന്ദ്രത്തിലും ശബരമലഅയ്യപ്പനായി കാനനകേന്ദ്രത്തിലും ഇതേ ദിവ്യമൂർത്തി കുടികൊള്ളുന്നു.

വീരമ്പനാർ (ബീരപത്തിരൻ)തെയ്യം ഇതിവൃത്തവും മുത്തപ്പൻ പുരാവൃത്തത്തിൽ നിന്ന് വ്യത്യസ്തമല്ല. മുത്തപ്പൻകഥ ചോന്നമ്മയോടും ചേർന്നു നിൽക്കും. കാലിച്ചേകോൻ തെയ്യവും ഇതുതന്നെ. അതിൽ കുട്ടിയുടെ പേര് ബീരപത്തിരനു (വീരഭദ്രൻ)പകരം 'കുഞ്ഞൻ പാടി'യെന്നായി.

"വീരമ്പനാറ് നാടാലേ ദൈവമെന്ന്
വീരപ്പേരും നരിക്കിയെറിഞ്ഞു.
നല്ലി പൊടിക്കളം തട്ത്ത്യേരിക്ക്
പ്ളാത്തുരു വന്ന് ഒരു വിളി കൊണ്ട്
ചാത്തപ്പൻ കോട്ടയടുത്തുവരിക്ക്
മാമാനിക്കുന്നത്തു
എഴുന്നള്ളിക്കൊണ്ട്."

(വീരഭദ്രൻ തോറ്റം)

ഹരിയപുരാൻ തിരുവടി, അയ്യൻപുരാൻ തിരുവടി എന്നീ നാമങ്ങളിൽ പ്രത്യക്ഷപ്പെടുന്നതും മുത്തപ്പനാണ്. നാഗരാജാവ്, ബ്രഹ്മൻ, ശൂദ്രൻ, ചേരട്ടവാലൻ, ചുരുട്ടവാലൻ, ചെങ്കന്നിക്കണ്ണൻ, ചവരി വാലൻ, കിളരവൻ, പരവനായി എന്നീ നായ്ക്കളുമായാണ് മുത്തപ്പന്റെ സഞ്ചാരം.

ഇതേ മുത്തപ്പപുരാവൃത്തം ബ്രാഹ്മണവ്യാഖ്യാനത്തിനു ശേഷം മറ്റൊരു വിധത്തിലായി. അയ്യങ്കര ഇല്ലത്തിന്റെ അരമനയും ആഡംബരങ്ങളും ഉപേക്ഷിച്ചാണ് മുത്തപ്പന്റെ പുറപ്പാട്. പാടിക്കുറ്റി അന്തർജനത്തെ, തന്റെ പോറ്റമ്മയെ, മാതൃവാത്സരയുടെ അവിരാമമായ കിതപ്പുകളിലും വിരഹമൂർച്ഛയിലും അനാഥമാക്കിയാണ് മുത്തപ്പൻ പടിയിറങ്ങിയത്. കാടിന്റെ ഇച്ഛയറിഞ്ഞ്, ആദിവാസി കുടിലുകളിലേക്ക്, തന്റെ ഈറ്റില്ലത്തിലേക്ക് മുത്തപ്പൻ തിരിച്ചുവിളിക്കപ്പെടുകയായിരുന്നു. കാടിനും നാടിനും കണ്ണിലുണ്ണിയായ കലാപകാരിയായി മാറുന്ന മുത്തപ്പന്റെ പ്രയാണം ഉൾക്കൊള്ളാനാകാതെ പൈതൃക വ്യവസ്ഥ കലിതുള്ളിയപ്പോൾ മാതൃത്വത്തിന്റെ സ്നേഹവാത്സല്യച്ചരടുകൾ മുറിച്ചുമാറ്റി മുത്തപ്പൻ തന്റെ പോർജീവിതം തുടർന്നു. അനീതിക്കു മുന്നിൽ മകൻ അതിസാഹസികത കാട്ടുമെന്ന് തിരിച്ചറിഞ്ഞ പാടിക്കുറ്റിയമ്മ അവനെ കൊണ്ട് പൊയ്ക്കണ്ണുകെട്ടിച്ച് ആ പോരാളിക്ക് വിവേകത്തിന്റെ യഥാർഥ കാഴ്ച പകർന്നു.

ദുഷ്കരമായ പ്രതിബന്ധങ്ങൾ മുന്നിൽ നിരന്നു കിടന്നപ്പോൾ, കണ്ണു മൂടപ്പെട്ട മുത്തപ്പന് വഴികാട്ടിയും തുണയുമായി വെള്ളാട്ടവും അവതരിച്ചു വെന്നാണു വിശ്വാസം. അയ്യങ്കര നിന്നിറങ്ങിയ മുത്തപ്പൻ മുഴക്കവള്ളി ക്കോട്ട വഴിയാണ് കുന്നത്തൂരിലെത്തിയത്. കുന്നത്തൂർ മലയിലെത്തിയ മുത്തപ്പൻ ഒരു പനയിൽ കയറി കള്ളു കവർന്നു കുടിക്കുന്നതു കള്ളിന്റെ അവകാശിയായ അടിയാൻ ചന്തന്റെ കണ്ണിൽ പെട്ടു. കോപാകുലനായ ചന്തൻ ശകാരത്തോടെ തന്റെ കയ്യിലുണ്ടായിരുന്ന അമ്പു തൊടുക്കാ നൊരുങ്ങിയപ്പോൾ ഭഗവാൻ തന്റെ വിശ്വരൂപം കാട്ടിക്കൊണ്ട് ചന്തനെ ശിലാരൂപനാക്കി മാറ്റി. കാണാതായ ചന്തനെ തേടി പരിഭ്രാന്തയായി അവിടെയെത്തിയ ചന്തന്റെ ഭാര്യ കല്ലായിക്കൊടി അടിയാത്തിയുടെ നിലവിളിയിലും പ്രാർഥനയിലും കനിവുണ്ടായ ഭഗവാൻ ചന്തന് പുനർ ജന്മം നൽകുന്നു. ആ ദമ്പതികളുടെ പരിചരണത്തിലും ഭക്തിയിലും അലിവു തോന്നിയ മുത്തപ്പൻ പ്രകൃതിരമണീയമായ കുന്നത്തൂർ പാടിയെ തന്റെ ആരൂഢ സ്ഥാനമായി പ്രതിഷ്ഠിച്ചു. പയ്യാവൂർ - കാഞ്ഞിരക്കൊല്ലി റോഡിൽ നിന്ന് പടവുകൾ കയറിച്ചെന്നാണ് മുത്തപ്പന്റെ കനക ഭൂമിയി ലെത്തുന്നത്. ആദ്യം കാണാനിടയാകുന്നത് കൽക്കെട്ടിനുള്ളിലെ കലശ സ്ഥാനമാണ്. പടിഞ്ഞാറുദിക്കിന്നഭിമുഖമായി ഒരു ഗുഹയും ഗുഹയ്ക്കു മുന്നിൽ ഒരു ശിലാപീഠവും ഉള്ളിൽ ഒരു ശിലയുമുണ്ട്. ഉത്സവകാലത്ത് ഗുഹാമുഖത്ത് ഒരു മടപ്പുര നിർമിക്കും. അതാണ് ശ്രീകോവിൽ. മുത്ത പ്പൻ കെട്ടുന്ന അഞ്ഞൂറ്റാന്റെ സ്ഥാനമായ അണിയറ, വാഴുന്നവരുടെ ആസ്ഥാനമായ കങ്കാണിയറ, കോമരത്തിന്റെ കയ്യാല, ചന്തന്റെ കയ്യാല എന്നിവയും ചേർന്നതാണ് പാടിസങ്കേതം. ഗണപതിക്കു നേദിക്കും പോലെ മുത്തപ്പനെ സംബന്ധിച്ച് ഏതു കാര്യത്തിനും പ്രധാ നമാണ് പൈങ്കുറ്റി. പൈങ്കുറ്റി വച്ച ശേഷം വെള്ളാട്ടം. തുടർന്നരങ്ങേറുന്ന തിരുവപ്പനക്കും മൂലംപെറ്റ ഭഗവതിക്കും ശേഷം പുലർച്ചെ വെള്ളാട്ടം ഒരിക്കൽ കൂടി രംഗത്തുവരും. തിരുവപ്പനയ്ക്കു സമാനമായ വേഷം ധരിച്ച് ദേഹത്ത് വേരിന്റെ പാട്ടുകളെഴുതി വൃദ്ധ വേഷത്തിലാണ് വെള്ളാട്ടം ഇറങ്ങുന്നത്. കറുത്ത രുക്കു താടിക്കു പകരം നരച്ച മീശയും കുറ്റിത്താ ടിയുമാണ്. ചന്ദ്രക്കലയുടെ ആകൃതി തോന്നിക്കുന്ന വെള്ളി കൊണ്ടു ണ്ടാക്കിയ കൊട്ടുമുടിയും. കയ്യിലായുധമായി അമ്പുംവില്ലും. തിരുവപ്പന കെട്ടിയാടുന്നത് ആചാരപ്രകാരം പാനൂരിനടുത്തുള്ള വള്ള്യായിയിലെ അഞ്ഞൂറ്റാന്മാരാണ്. ചന്തന്റെ നിർദേശപ്രകാരം രണ്ട് അടിയാന്മാർ വള്ള്യായിയിൽ ചെന്ന് അഞ്ഞൂറ്റാനെ കൂട്ടിക്കൊണ്ടുവരണം. ധനുമാസം ഒന്നാം തീയതി അഞ്ഞൂറ്റാൻ കുന്നത്തൂരിലെത്തിച്ചേരും. ധനുരണ്ടിനും മകരം രണ്ടിനും തിരുവപ്പനയും മൂലംപെറ്റ ഭഗവതിയും വെള്ളാട്ടവും പാടിയിൽ നിർബന്ധമാണ്. ഇതര ദിവസങ്ങളിൽ തിരുവപ്പനയുടെ

കല്പനയുണ്ടെങ്കിലേ മൂലംപെറ്റ ഭഗവതി കെട്ടിയാടൂ. പെരുവണ്ണാനാണ് ഭഗവതി കെട്ടിയാടുന്നത്. പാടിയിൽ പ്രവേശിക്കൽ തൊട്ടുള്ള ചടങ്ങുകൾ ധനു രണ്ടിനാണ് ആരംഭിക്കുന്നത്. കലശമെഴുന്നള്ളത്ത്, മുത്തപ്പനെ പുരളിമലയിൽ നിന്ന് പാടിയിലേക്ക് വരുത്തുന്ന മലയിറക്കൽ ചടങ്ങ്, മുഖത്തെഴുത്ത്, സന്ധ്യാവേല, കോമരത്തിന്റെ ഉറഞ്ഞുതുള്ളൽ മുതലായവ. മുഖത്തെഴുത്തിനു ശേഷം അഞ്ഞൂറ്റാൻ താഴത്തെ തറയിലിരുന്ന് കിരീടംവച്ച് ഇടങ്കയ്യിൽ അമ്പും വില്ലുമേന്തി, വലന്തലയുടേയും ഇലത്താളത്തിന്റേ യും വാദ്യസംഗീതത്തോടെ അയ്യൻതോറ്റം പാടുന്നു.

തോറ്റം, മുടിവയ്പ്പ്, വരവിളി, ഭക്തജനങ്ങളോടുള്ള ഉരിയാടലും അനുഗ്രഹവും, മുടിയഴിക്കൽ, മല കയറ്റൽ എന്നീ ചടങ്ങുകൾ തിരുവപ്പനക്കും വെള്ളാട്ടത്തിനും മൂലംപെറ്റ ഭഗവതിക്കും യഥാവിധി വേണം. അയ്യൻ തോറ്റം കഴിഞ്ഞാൽ വീത്ത്. അതുകഴിഞ്ഞാൽ രണ്ടാം തോറ്റം. മദ്ദളം, ചെണ്ട, ചീനി, ഇലത്താളം എന്നിവയുടെ അകമ്പടിയോടെ മുറുകിയ രാഗത്തിലാണ് രണ്ടാം തോറ്റം. ദേവന്റെ നാല് അവസ്ഥകളുടെ പ്രതിരൂപങ്ങളായി നാട്ടുവാഴിശ്ശൻ ദൈവം, പുതിയ മുത്തപ്പൻ, പുറങ്കാല മുത്തപ്പൻ, തിരുവപ്പന എന്നിവ കെട്ടിയാടുന്നു. തിരുവപ്പനയാണ് നിത്യേനയുള്ള മുത്തപ്പൻ. വേട്ടക്കൊരുമകനും ഊർപ്പഴശ്ശിക്കും നാളികേരമുടച്ച ശേഷം കറുത്ത ഞുക്കതാടിയും മീശയും കൊമ്പോലക്കാതും തിരുവാഭരണങ്ങളും അണിഞ്ഞ മുത്തപ്പൻ മടപ്പുര വാതിൽക്കലെത്തി പൊയ്ക്കണ്ണുകെട്ടി തിരുമുടി വയ്ക്കുന്നു. പള്ളിവേട്ട കഴിഞ്ഞാൽ ചൊല്ലിവിളിക്കൽ, ഊട്ടറിയിക്കൽ എന്നീ ചടങ്ങുകളുണ്ട്. ശേഷം ദ്വിഗ്വിജയകഥകൾ വിസ്തരിക്കുന്നു.

ദക്ഷിണ സ്വീകരിക്കൽ, ഭക്തരുടെ പ്രശ്നങ്ങൾ കേട്ട് പരിഹാരം നിർദേശിക്കൽ, കുഞ്ഞുങ്ങളുടെ ചോറൂണ്, നാമകരണം, തുലാഭാരം തൂക്കൽ തുടങ്ങിയ ചടങ്ങുകളും നടക്കും. തുലാഭാരത്തിന് കാട്ടുകല്ലും ദ്രവ്യമാക്കാമെന്ന സമ്പ്രദായം പാടിയിലുണ്ട്. തിരുവപ്പനയുടെ കല്പനപ്രകാരം

മൂലം പെറ്റ ഭഗവതി കെട്ടിയാടുന്നത് അന്ത്യയാമങ്ങളിലാണ്. കുന്നത്തൂർ പാടിയിൽ മുത്തപ്പൻ പ്രവേശിച്ചപ്പോൾ സ്ഥലദേവതയും സൗമ്യമൂർത്തിയുമായ ഭദ്രകാളി സ്വാഗതം ചെയ്തിരുന്നതിന്റെ അനുഷ്ഠാനമായാണ് ഭഗവതിയുടെ കെട്ടിയാടൽ. സൂര്യോദയത്തിനു മുമ്പ് ഭഗവതിയും മുടിയഴിക്കുന്നു. മകരം രണ്ടിന് പുലർച്ചെ ഉത്സവം സമാപിക്കും. കളിക്കപ്പാട്ടു കഴിഞ്ഞ് പാടിസങ്കേതം ശുചിയാക്കുന്നു. അഞ്ഞൂറ്റാൻ മദ്ദളം കൊട്ടിക്കൊണ്ട് ദൈവത്തുംമല കഴിക്കുന്ന കല്ലിന് മൂന്നു പ്രദക്ഷിണത്തോടെ ആചാരം ചെയ്തു കഴിഞ്ഞാൽ മുത്തപ്പൻ മല

കയറി യാത്രയാകുന്നുവെന്നാണ് സങ്കല്പം. അയ്യങ്കരമന ഇരിക്കുറിന ടുത്തുള്ള ആയിപ്പുഴ എന്ന സ്ഥലത്താണെന്നും പുഴയോരത്തു വച്ച് പാർവതിക്കുട്ടി അന്തർജനം ദർശിച്ച ബാലനാണ് മുത്തപ്പനെന്നും വൃദ്ധ ബ്രാഹ്മണ ദമ്പതികൾ വളർത്തി വലുതാക്കിയപ്പോൾ ഇല്ലംവിട്ടിറങ്ങി കുന്നത്തൂരിലെത്തിച്ചേർന്നതാണെന്നുമുള്ള കഥാഭേദങ്ങളും കാണാം. വളർത്തമ്മയായ പാർവതിക്കുട്ടിയാണ് പാടിക്കുറ്റിയമ്മയായി മാറിയ തെന്ന കഥാംശവും അതിന്റെ ഭാഗമാണ്.

എന്തുകൊണ്ട് വളർത്തച്ഛൻ, വളർത്തച്ഛൻ എന്തുകൊണ്ട് ആരാധ നാമൂർത്തിയായി പരിണമിച്ചില്ല, ആ ബാലന്റെ പെറ്റമ്മ എന്തുകൊണ്ട് പുരാവൃത്തത്തിൽ അനാവൃതമാകുന്നില്ല തുടങ്ങിയ സംശയങ്ങളൊക്കെ ചോദിക്കാനുള്ള ഇട ഐതിഹ്യങ്ങൾ തരുന്നില്ല. കുടകുദേശത്തെ ഒരു ഫ്യൂഡൽ പ്രഭുവിന്റെ ആശ്രിതനായ പറയൻ ചീനിയാണ് മുത്തപ്പനെന്ന മറ്റൊരു കഥയുമുണ്ട്. മുത്തപ്പൻ മലബാർ - കുടകപ്രദേശങ്ങളിലാകെ ആരാധനാമൂർത്തിയായും പ്രാക്തന സംസ്കൃതിയുടെ പ്രതിഷ്ഠയായും പരി ഗണിക്കപ്പെട്ടതിന്റെ അനന്തര പ്രതിഫലനമായിരിക്കണം ഇത്തരം വ്യത്യസ്ത ആഖ്യാനങ്ങൾ. ഓരോ ദേശത്തിനും ഓരോ വായനയാവാലൊ. പക്ഷെ ഇക്കഥയിലൊരു കാണാപ്പുറമുണ്ട്. കുടകും ഇദ്ദേശങ്ങളുമെല്ലാം കൂടിച്ചേർന്ന ഒറ്റ മേൽക്കോയ്മയുടെ ഭൂപടം ഈ ഐതിഹ്യങ്ങളിൽ നിന്നു തെളിഞ്ഞു കിട്ടും. അതേസമയം ഒരു വേലക്കാരനായി മാത്രം പരിഗണിക്കപ്പെട്ട പറയൻ രാജാവായി മാറുന്ന സാമൂഹിക വിപ്ലവം എങ്ങനെ അരങ്ങേറിയെന്ന ചോദ്യമൊക്കെ കെട്ടുകഥകളിൽ അപ്ര സക്തമാണ്.

രാജാവിന്റെ ഊരാളനായി അധികാരം വഹിച്ച നിലയിൽ കണ്ടാൽ ആ കഥക്കും പ്രസക്തിയുണ്ടാവാം. തെന്മല, പന്തളം, ഇടുക്കി ഭാഗങ്ങളിൽ മധുരയിൽ നിന്ന് ഒരു രാജാവിനൊപ്പം വന്നവരാണ്, അദ്ദേഹത്തിനു വേണ്ടി ഊരുകളുടെ മേൽനോട്ടം വഹിക്കുകയും പിന്നീട് തിരിച്ചു പോകാതെ 'ഊരാളികൾ' എന്ന വിഭാഗമായിത്തീരു കയും ചെയ്തതെന്ന് പറയപ്പെടുന്നു. അത്തരത്തിലൊരു കഥ തള്ളിക്ക ളയാതിരിക്കുകയുമാവാം. തപം ചെയ്തവനാണ് തപ്പൻ. താപസന്മാർ ഒന്നിലേറെയുണ്ടാകും. മുത്തപ്പൻ മുപ്പത്താറു കൊല്ലം ഗുഹയ്ക്കകത്തു നിന്നും ദൈവഭജനം നടത്തിയതിനാലാണ് മടപ്പുരയെന്ന പേരു വന്ന തത്രെ. 308 മടപ്പുരകളിൽ ഏറ്റവും പുരാതനം കുന്നത്തൂർ പാടിയാണ്. മുത്തപ്പന്റെ ആരൂഢമായി ഇന്നിത് അറിയപ്പെടുന്നു. പുരളിമല മറ്റൊരു സ്ഥാനമാണ്. വിഷ്ണുമൂർത്തിയായ മുത്തപ്പൻ പുരളിമല യിൽ നിന്നാണ് ശിവ (തപനൻ) മൂർത്തിയായ ചെറിയമുത്തപ്പനെ

വില്ലുകൊണ്ട് തട്ടിയുണർത്തുന്നത്. തപോനിദ്രയിലായിരുന്നു. പിന്നീടവർ പുരളിമലചിത്രപീഠം കേന്ദ്രമാക്കി കുടകുമല മുതൽ കടലോരം വരെ നാടു വാണുവെന്നാണ് ഇതിവൃത്തം. ആരണ്യക സങ്കേതങ്ങളിലെ അതിപ്രാചീന ജീവിതത്തിന്റെ ആത്മസംഘർഷങ്ങളെ സമൂർത്തമായി പ്രതിഷ്ഠിച്ചതാണ് ശ്രീമുത്തപ്പൻ. ഏരുവേശി പാടിക്കുറ്റി ക്ഷേത്രത്തിന്റേയും കുന്നത്തൂർ പാടി യുടേയും ഐതിഹ്യങ്ങളുടെ ആധാരങ്ങളെ കണ്ണിചേർക്കുന്ന ഒരു കഥാതന്തു മാത്രമായി മുത്തപ്പനെ കാണാനാവില്ല. ആദിമ ഗോത്ര വ്യവസ്ഥയ്ക്കും പ്രാചീന രാജ വ്യവസ്ഥക്കുമിടയിൽ ഉടലെടുത്ത സാമൂഹികവും പാരിസ്ഥിതികവും വിശ്വാസാധിഷ്ഠിതവുമായ വിവിധതരം സംഘർഷങ്ങളുടെ അടരുകൾക്കിടയിലാണ് മുത്തപ്പന്റെ സ്വരൂപമുള്ളത്. കുന്നത്തൂർ എന്ന ദേശനാമം കണ്ണകിയെന്ന ഇതിഹാസ കഥാപാത്രവുമായും ഇഴചേർന്നു കിടക്കുന്നതു കാണാം. കണ്ണകി കുന്നത്തൂരിൽ വേങ്ങ മരത്തിൻ ചോട്ടിലാണ് മരിച്ചു വീഴുന്നത്. ചിലപ്പതികാരം വഞ്ചികാണ്ഡത്തിൽ, കണ്ണകിയെ ദേവന്മാർ രഥത്തിൽ കയറ്റി സ്വർഗത്തിലേക്കു കൊണ്ടുപോകുന്ന രംഗത്ത് കുന്നത്തൂരിന്റെ ചിത്രമുണ്ട്:

"കുരുവിയോപ്പിയും കിളി കടിന്തും
കുന്റത്തു ച്ചെന്റു വൈകി,
യരുവിയാടിയുംചുനൈ കടൈന്തും
മലവൃറ്റ വരുവേ മുൻ,
മലൈ വേങ്കൈ നറുനിഴലിൽ വള്ളി പോർവീർമനനടുങ്ക,
മുലൈയിഴന്തുവന്തുനിന്റീർ യാവിരോ വെനമുനിയാതെ,
മണമതു രൈയോടരച്ച കേട്ടറവിൽ വിനൈ വന്തുരത്തകാലൈ,
കണവനെയങ്കിഴന്തു പോന്ത കടുവനൈയേൻ യാനെന്റാൾ"

(കുരുവികൾ ചേക്കയിരിക്കുകയും കിളികൾ കളിക്കുകയും ചെയ്യുന്ന കുന്റത്തരുവികളും ഉറവുകളും കടന്ന് മലവഴിയിലൂടെ വന്ന് വേങ്ങമരത്തിന്റെ നറു നിഴലിൽ മുലയില്ലാതെ വള്ളിയെപ്പോലെ ഭയങ്കരിയായി നിൽക്കുന്ന അവിടുന്ന് ആരാണെന്ന് കോപിക്കാതെ പറയേണമേ) എന്ന് കുന്നത്തു പാർത്തിരുന്ന കുറവർ കണ്ണകിയോട് അപേക്ഷിക്കുന്നു.

അപ്പോൾ കണ്ണകിയുടെ മറുപടി:

"മധുരയിലെ രാജാവിന്റേയും ആ നഗരത്തിന്റേയും അധഃപതനം വന്ന കാലത്ത് മൃതനായ കണവനെ വിട്ടും വച്ചുപോന്ന മഹാപാപിയാണ് ഞാൻ"

"ചിറുകുടിയീരേ, ചിറുകുടിയീരേ,
തെയ്വം കൊള്ളുവിൻ ചിറുകുടിയീരേ,
നിറങ്കിളരരുവിപ്പറമ്പിൽ താഴ്‌വരൈ

നറുഞ്ചിനൈവേങ്കൈ നന്നിഴർ കീഴോർ 'കണപുരം പൂണ്ട'

കുലശേഖര ആഴ്വാറിന്റെ 'പെരുമാൾ തിരുമൊഴി'യിൽ

"മന്നവുകൾ കൗചലൈ തൻ മണി വയറു വായ്ത്തവനേ !,
തെന്നിലങ്കെക്കോൻ മുടികൾ ചിന്തു വിത്തായ്!
ചെമ്പോൻപേർ,
കന്നിമാമതിൻപുടൈ പൂഴ് കണ പുരത്തെൻ കരുമണിയേ!,
എന്നുടൈയ ഇന്നമുതേ! ഇരാകവനെ ! താലേലോ... "

(ലോകമറിയുന്ന കൗസല്യയുടെ മകനായി പിറന്നവനേ, തെക്കൻ കോവിൽ വാഴുന്നവന്റെ ചെറു സന്താനമേ, കന്നിസൂര്യനായ് ചുവന്നു തുടുക്കുന്ന കണപുരത്തിന്റെ കുരുന്നേ, എന്നുടയ അമൃതേ, രാഘവനെ, താലോലം...)

കണപുരമെന്ന പരാമർശങ്ങൾ ശ്രീകണ്ഠപുരത്തിന്റെ സൂചനയാണോയെന്നതു ചിന്തിക്കാവുന്നതാണ്. ഉദ്ദണ്ഡശാസ്ത്രിയുടെ 'കോകില സന്ദേശത്തിൽ' നായകൻ തൃച്ചമ്പരത്തു ചെന്ന് ദേവനെ ദർശിക്കുന്നതിനെപ്പറ്റി കോകിലയോട് പറയുന്നുണ്ട്.

വളംതലൈ എന്നത് വളപട്ടണംപുഴയാണ്. 'അഞ്ജനവളപുരി' യെന്ന പദപ്രയോഗവും കാണാം. ശ്രീവർധനപുരമെന്ന പരാമർശം ശ്രീകണ്ഠപുരത്തെയാവാം. കടൽത്തുരുത്തിൽ പിറന്ന ലക്ഷ്മിയാണ് പ്രതിപാദ്യം.

'സിന്ധു ദ്വീപ്' എന്ന പ്രയോഗവുമുണ്ട്. തെക്കുമ്പാട് താഴെ കാവിന്റെ പുരാവൃത്തം 'ആഴിതീരം താങ്ങി' യെന്ന തീരമുനമ്പിൽ മരക്കലത്തിൽ തോഴിമാരൊപ്പം വന്നിറങ്ങിയ ദേവതയുടെ കഥയാണ്. ആ ദേവത കുടികൊള്ളുന്ന ദേശത്തിന്റെ പരിപ്രേക്ഷ്യമാവാം സിന്ധു ദ്വീപ്. കണ്ണകിയുടെ ഇതിവൃത്തം ചിലപ്പതികാരത്തിൽ മാത്രമല്ല, മണി മേഖലയിലും ആറ്റുകാൽ പൊങ്കാലയിലും വരെ കാണാം. കൊടുങ്ങല്ലൂരിൽ ചേരൻ ചെങ്കുട്ടവൻ പ്രതിഷ്ഠിച്ച ക്ഷേത്രവും പരിസരങ്ങളിലെ ക്രിസ്തീയ ദേവാലയങ്ങളിൽ ആരാധനാമൂർത്തിയും സിംഹള നാട്ടിലെ പതിനി എന്ന ദേവതാസങ്കല്പവും കണ്ണകിയുടെ പ്രമേയത്തെ അടിസ്ഥാനപ്പെടുത്തിയുള്ളതാണ്. കുന്നത്തൂരിനെ ആരൂഢമാക്കി മാത്രമല്ല മുത്തപ്പപുരാവൃത്തമുള്ളത്. കൊംഗുദേശത്തും സുപ്രധാന ദേവതാ സങ്കല്പമായിരുന്നു മുത്തപ്പൻ. സേലം ജില്ലയിലെ തിരുച്ചംഗോഡിലെ ശങ്കരിദുർഗ് ആയിരുന്നു ആ പുരാവൃത്തത്തിലെ പുരളിമല.

മുത്തപ്പനും ചോന്നമ്മയും തമ്മിലും രണ്ടു ദേവതകൾക്കും കാലിച്ചാൻ ദൈവവുമായും ഉള്ള ബന്ധങ്ങളെ പഠനവിധേയമാക്കുന്നത്

കൗതുകകരമാണ്. ഉർവരാരാധനയിൽ പ്രതിഷ്ഠിച്ച ദേവസങ്കല്പമാണ് കാലിച്ചാൻ (കാലിച്ചേകോൻ). സേവകനിൽ നിന്നുമുൽപദിച്ചതാണ് ചേകോൻ പ്രയോഗം. ഇടയസമൂഹത്തിന്റെ തെയ്യം. ആവാസത്തിന്റെ സ്ഥിരത, വളർത്തുമൃഗപരിപാലനത്തിന്റെ തുടക്കം, കാർഷികോൽ പാദന സംവിധാനങ്ങളുടെ വികാസം, എന്നിവയാൽ ബന്ധിതമായ ചരിത്ര സാഹചര്യത്തിൽ നിന്നാണ് കാലിച്ചാൻ തെയ്യത്തിന്റേയും കോതാമൂരിയാട്ടം (ഗോദാവരിയാട്ടം) ഉൾപ്പെടെയുള്ള മറ്റു കലാരൂപ ങ്ങളുടേയും ആവിഷ്കാരം. സാമൂഹ്യായ്മയുടെ ആരംഭത്തിലെ ആദ്യത്തെ കലാരൂപങ്ങളിലൊന്നാവും ഇത്. പ്രകൃതിയേയും മനുഷ്യനേയും പരസ്പരം പൂരിപ്പിക്കുന്ന അനുഷ്ഠാനപദ്ധതികളിൽ നിന്നാണ് തെയ്യവും വിഭാവനം ചെയ്യപ്പെട്ടത്.

പാരിസ്ഥിതികവ്യവസ്ഥ നിശ്ചയിക്കുന്ന കലാമാനദണ്ഡങ്ങളുടെ സാകല്യം ഈ കലാരൂപത്തിനുണ്ട്. തെയ്യത്തിന്റെ പ്രാക്തനസംസ്കൃ തിയുമായി ബന്ധപ്പെടുത്തി സാംസ്കാരിക പരിസ്ഥിതി പഠനം നടത്തി യാൽ ആദിമലനാടിന്റെ രൂപരേഖ വരയ്ക്കാവുന്നതാണ്. അത്തരമൊരു നാടിന്റെ ദേശീയചിഹ്നമായി ജ്വലിക്കേണ്ടത് ആനയോ, അമ്പുംവില്ലോ തോണിയോ ഒന്നുമല്ല, തെയ്യബിംബമാണ്. അധ്വാനത്തിന്റെ കേവല മൊരുപകരണമെന്നതിനേക്കാൾ അധ്വാനത്തിന്റെ സർഗാത്മകത സ്വതന്ത്രമാവുന്നതിന്റെ സാർവത്രിക ഭാവവും പ്രകൃതിയുടെ ഉർവരതാ ശക്തിയുമാണ് തെയ്യം സ്വാംശീകരിക്കുന്നത്. കാലിച്ചാൻ തെയ്യം അന്നത്തെ ജനതയുടെ സാമൂഹ്യകലയാണ്. വിഭാഗീയതയില്ല. കലാ കാരന്മാരിലൂടെ അത് പരമ്പരകളിലേക്ക് പകർന്നു. പിൽക്കാലത്ത്, വ്യത്യസ്ത ദേവതാ സങ്കല്പങ്ങളോടെ ഈ തെയ്യം കെട്ടിയാടുന്നത് 'സാമുദായിക' വിവക്ഷയിൽ പറഞ്ഞാൽ, പുലയരുംവണ്ണാന്മാരുമാണ്.

ഈ തെയ്യത്തിന്റെ ഇതിവൃത്തത്തെ മറ്റൊരു ചേരുവയിൽ ചാലി ച്ചതാണ് മുത്തപ്പനും ചോന്നമ്മയും. ഈ സംശയത്തിന് അടിസ്ഥാന വുമുണ്ട്; അതാത് തോറ്റങ്ങളുടെ ജനിതകരേഖകൾ നിരീക്ഷിക്കു, സമാ നതകൾ തെളിഞ്ഞു കാണാം. കാലിച്ചാൻതോറ്റത്തിൽ, പരമശിവന് പാടിക്കുറ്റിയമ്മയിൽ പിറന്നതാണ് കാലിച്ചേകോൻ. നായാട്ടിനിറങ്ങിയ ആഴകൻ, എഴുപത്തിരണ്ട് പുറമലയും താണ്ടി, കാവേരിയും കടന്ന് പാടി ക്കുറ്റിയില്ലത്തെത്തിയതു വിവരിക്കുന്നുണ്ട്. അത്തമുദിച്ച്, മൂവഞ്ചു പാതിര പിന്നിട്ട നേരത്താണ് ഇല്ലത്തിന്റെ പടിവാതിൽക്കൽ ചെന്ന് പാടിക്കു റ്റിയമ്മയെ വിളിക്കുന്നത്. അന്നേരം അവർ വാതിൽ തുറന്നുകൊടുത്തില്ല. ആശാവിജൃംഭിതനായ ശിവൻ കോട്ടയ്ക്കകത്തേക്ക് വരക്കല്ലെറിഞ്ഞ് അഗ്നിയുണ്ടാക്കിയപ്പോൾ അതിൽ ഭയപ്പെട്ട് പാടിക്കുറ്റിയമ്മക്ക്

വാതിൽ തുറക്കേണ്ടി വന്നു. അന്നത്തെ സൽക്കാരവും അന്തിയുറക്കവും കഴിഞ്ഞ് ശിവൻ തിരിച്ചുപോകുമ്പോൾ, സന്താനമുണ്ടായാൽ എന്തു ചെയ്യുമെന്ന് പാടിക്കുറ്റിയമ്മ തിരക്കി. പെണ്ണാണെങ്കിൽ ഇവിടെ വാഴട്ടെ, പുത്രനെങ്കിൽ കൈലാസത്തിലേക്ക് അയക്കണമെന്നായിരുന്നു മറുപടി. പാടിക്കുറ്റിയമ്മയ്ക്കു പിറന്നതു പുത്രൻ.

'ഭഗവാൻ നായാട്ടു കഴിഞ്ഞു വരുന്ന കാലത്ത്
ശിവനുണ്ടായുള്ളോരു കുട്ടിയാണ് നീ'

എന്നു ചൊല്ലി അവനെ ശിവനരികിലേക്കു പറഞ്ഞു വിടുന്നു.

പിതൃസന്നിധിയിലാണ് പിന്നീടവന്റെ വളർച്ച. അവിടുത്തെ വാസകാലത്ത്, പിതാവുമായി കലഹത്തിലായി. ശിവന്റെ മന്ത്രപ്പാത്രവും അമൃതും അനുമതിയില്ലാതെ കഴിച്ച കാരണത്താൽ പുത്രൻ ശാസനയ്ക്കിരയായി. 'തൃക്കണ്ണ് പൊട്ടി തൃക്കായ്ക്ക് വീണു പോട്ടെ' യെന്നു ശപിച്ചു. അതോടെ അന്ധനായ്ത്തീർന്ന പുത്രൻ ഒടുക്കം പിതാവിനു വഴിപ്പെട്ടു. പിന്നീട് അവനെ വെള്ളിക്കണ്ണും പൊയ്ക്കണ്ണും കൊടുത്ത് യാത്രയാക്കുകയാണ്. ഇരിക്കൂർ നഗരവും കടന്ന് കുന്നൂരിലെത്തി (കുന്നത്തൂർ) ഒരു പന്തീരാണ്ടുകാലം അവിടെ കഴിഞ്ഞു. അനന്തരം മലയിറങ്ങി മറുദിക്കുകളിലേക്കു യാത്രയായി. ഇത്രയുമാണ് കാലിച്ചാൻ ദൈവത്തിന്റെ തോറ്റം.

ഇതിനോടു സമാനമായ ഇതിവൃത്തമല്ലേ മുത്തപ്പനിലും രൂപപ്പെട്ടിട്ടുള്ളത്. പിതൃവ്യവസ്ഥയോടു കലഹിച്ചാണ് മുത്തപ്പനും അയ്യങ്കര ഇല്ലത്തോടു വിടപറയുന്നത്. കാട്ടാറിലെ കുളക്കടവിൽ നിന്ന് കണ്ടെത്തിയ ബാലനെ സന്തതികളില്ലാതിരുന്ന പാടിക്കുറ്റിയമ്മ സ്വന്തമാക്കി വളർത്തുകയായിരുന്നു. മുതിർന്നപ്പോൾ, അരമനയും ആഡംബരങ്ങളും ഉപേക്ഷിച്ച് മുത്തപ്പനും പടിയിറങ്ങി. അയ്യങ്കരയിൽ നിന്നിറങ്ങിയ മുത്തപ്പൻ കുന്നത്തൂർമലയിലെത്തിച്ചേരുകയും അവിടെ കരിമ്പനച്ചുവട്ടിൽ, അടിയാൻ ചന്തന്റെ ആവാസ പംക്തിയിൽ ആരൂഢമുറപ്പിക്കുകയും ചെയ്ത ശേഷം പുഴകളും പർവതങ്ങളും പിന്നിട്ടുള്ള ജൈത്രയാത്രയായിരുന്നു ആ ജീവിതം. ഇതേ ഇതിവൃത്തത്തിന്റെ ദേശഭേദങ്ങളോടെയുള്ള ലിംഗപരിഭാഷയാണ് ചോന്നമ്മ. എറവള്ളിക്കുലോത്ത് സന്തതികൾ പിറക്കാത്തതിനാൽ കുലോത്തമ്മ ഋഷിയാരുടെ മധുവനത്തിൽച്ചെന്നു തപസ്സിരിക്കുകയാണ്. നാൽപത്തിയൊന്നാം ദിവസം വരസിദ്ധിയുണ്ടായി. മഹർഷി ജപിച്ചിട്ട പുഷ്പം തിന്ന മാൻപേടയാണ് ഗർഭം ധരിക്കുന്നതും മനുഷ്യക്കുഞ്ഞിനെ പ്രസവിക്കുന്നതും. മലമടയിൽ അനാഥക്കുട്ടിയെ കണ്ട കുറത്തി ആ കുഞ്ഞിനെ കോലോത്തെത്തിക്കുന്നു.

അവരുടെ മകളായി വളരുന്നു. പിതൃധികാരത്തോടു കലഹിച്ച് അവളും കോവിലകം വിട്ടിറങ്ങുന്നു. ഈഴോര കരിമ്പനയുടെ മടയിടയിൽ

പിന്നീട് വാസമുറപ്പിക്കുന്നതായാണ് പുരാവൃത്തം. ഇത്തരത്തിൽ പുരാസങ്കല്പങ്ങളുടെ സമാനത, ഒരു പക്ഷെ, അതിജീവനവ്യവസ്ഥയുടെ വിമോചന പ്രശ്നങ്ങളുടെ ഏകതാനതയായിരിക്കാം. പീഡനാനുഭവങ്ങളുടേയും നീതിബോധത്തിന്റേയും സ്വകീയഭാഷയും ആയുധമുദ്രകളുമാണല്ലോ അധ:സ്ഥിത കലകളിൽ എക്കാലവും ജ്വലിച്ചുകൊണ്ടിരുന്നത്.

കുന്നത്തൂർ പാടിയിലെ മഹോത്സവ രാത്രികളുടെ പുരാവൃത്തങ്ങളിൽ ദേവഗീതങ്ങളുടെ അനാദിയായ താളങ്ങളാണ തോറ്റമിടുന്നത്. ജനപദങ്ങളുടെ ജീവഹൃദയങ്ങളിൽ രക്ഷകരായി ഉദിക്കുംമുമ്പ് എത്രയെത്ര ആത്മപരീക്ഷകളും അശാന്തമായ അഗ്നിചിത്രങ്ങളും സ്വയം നെഞ്ചേറ്റുവാങ്ങിയിട്ടുണ്ടാവും ഏതു ദൈവവും. പ്രകൃതിയുടെ ഗർഭഗൃഹത്തിൽ പൂർണാവിഷ്കാരം നേടുന്നതിനിടയിൽ, കാലത്തിന്റേയും ദേശപ്രപഞ്ചത്തിന്റേയും കണക്കറ്റ കണ്ണീരുകളും കാളകൂടവിഷങ്ങളും കുടിച്ചു വറ്റിച്ചിരിക്കും ഈ അവതാരമൂർത്തികൾ.

അതിപുരാതനമായ കാലരഹസ്യങ്ങൾ മർമരമിടുന്ന ഈ കാടിന്റെ കളിത്തട്ടിലെ ശീതള ശാന്തിയിൽ നിൽക്കുമ്പോൾ ഏതോ അപരിചിതമായ ഭൂതാവേശം ഉള്ളിലെവിടെയോ തോറ്റമിടുന്നതായി തോന്നാം.

ചോന്നമ്മ രക്തചന്ദ്രനാണ്.

'പൊലികയെന്ന് പൊലിയുണർത്തി
പൂകളാകുമ്പളോ'

അന്തിവെളിച്ചം കൊളുത്തി ഏറെ നേരംകഴിഞ്ഞുള്ള ചന്ദ്രന്റെ പൂർണമുഖം ദർശിക്കുകയാണ്.

രക്തചന്ദ്രനെന്നത് പൂർണചന്ദ്രഗ്രഹണ സമയത്ത് ഇരുണ്ട ചുവപ്പുനിറത്തിലാവുന്ന ചന്ദ്രബിംബമാണ്. ഗ്രഹണമില്ലെങ്കിലും പാതിര പിന്നിടുന്ന, അകലത്തിലാവുന്ന, പൂർണചന്ദ്രന് ചുവപ്പാർന്ന തിളക്കമായിരിക്കും.

ചന്ദ്രനെ സൂര്യൻ പ്രസവിച്ചതാണെന്ന സങ്കല്പം തുടർപരാമർശങ്ങളിലുണ്ട്:

'നിനച്ചാരല്ലോ ഇവരെപ്പെറ്റ
തമ്മരവിഅമ്മ'

തമ്മരവി അമ്മയെന്നത് നമ്മ രവി അമ്മയാണ്. തകാരം ഉച്ചാരണഭേദത്തിനനുസരിച്ച് തവർഗത്തിലെ ഏത് വ്യഞ്ജനമായും മാറി വരാം. നല്ലമ്മയെന്നർഥം. അർക്കദേവിയാണ്. സൂര്യപുത്രിയായി ചന്ദ്രികയെ (ഇന്ദു) ഭാവന ചെയ്തു. ഇ-റ്റ്സിങ് എ. ഡി. 671 ൽ ഇന്ത്യൻ യാത്ര നടത്തിയെഴുതിയ 'യാത്രാവിവരണ'ത്തിൽ വടക്കൻ ഗോത്രക്കാരായ മങ്കോളുകൾ ഭാരതത്തെ 'ഇന്ദു' എന്നു വിളിച്ചിരുന്നതായും ചീനഭാഷയിൽ

ഹിന്ദുവെന്നു പ്രയോഗിച്ചിരുന്നതായും പരാമർശിക്കുന്നുണ്ട്. ഇന്ദുവിൽ നിന്ന് തത്ഭവിച്ചതാകാം ഇന്ത്യയും ഹിന്ദുവും. ചൈനയെ ദിവ്യദേശമെന്നും ഇന്ത്യയെ സ്വർഗീയ വിഭവശാലയായും വിശേഷിപ്പിച്ചു. വീരമ്പനാർ ദൈവത്തിന്റെ തോറ്റത്തിൽ, കാളിയങ്കാട്ട് കോട്ടയിൽ നമ്മരവി അമ്മ ആദിനാഥനെ നാൽപതു ദിവസം വ്രതം[7] നോറ്റുണ്ടായ സന്താനമാണ് വീരമ്പിനാർ. സൂര്യതേജസ്സായി വാഴുന്ന ചില അമ്മ കഥാപാത്രങ്ങളായും ഈ പേര് പ്രത്യക്ഷപ്പെടാം. തെക്കൻ കരിയാത്തൻ തോറ്റത്തിൽ കരിങ്കലയ്ക്കൽ നമ്മരവി അമ്മയായി അവതരിപ്പിച്ചതു കാണാം.

ചോന്നമ്മയുടേതാകണം മുത്തപ്പനേക്കാൾ മുമ്പുണ്ടായ ഇതിവൃത്തം. ആദിപ്രകൃതിയിൽ, ആകാശവും ഭൂമിയും തമ്മിലുള്ള ബന്ധത്തിന്റെ പ്രഥമമായ കലാപ്രമേയങ്ങൾ സ്ത്രീയുടെ ജാതകത്തിൽ പൊട്ടി വിടരുന്നതാണ്. അത് പിന്നീട് പുരുഷപ്രമേയമാക്കി മാറ്റാനാണ് സാധ്യതയേറെ ; തിരിച്ചല്ല. ചോന്നമ്മയുടെ കഥ മുത്തപ്പനിലേക്ക് പകർന്നു. കാലിച്ചാൻ കഥ തൊട്ടേ പ്രമേയത്തിന്റെ അണ്ഡാശയത്തെ അമർച്ച ചെയ്തിരിക്കാം. മലപ്പിലവനും ഇതേ ഇതിവൃത്തശൈലി പിന്തുടർന്നു. എയ്യനാണ് അയ്യനും അയ്യപ്പനുമായത്. മുത്തപ്പൻ വെള്ളാട്ടത്തിന് പറശ്ശിനി കാട്ടിക്കൊടുക്കുന്നത് കുന്നത്തൂരിൽ നിന്നും അമ്പെയ്താണ്. അമ്പു പതിച്ച സ്ഥലത്താണ് പറശ്ശിനിമഠപ്പുര പ്രതിഷ്ഠിക്കപ്പെട്ടത്; പുഴക്കരയിലാണ്. അന്ന് സഞ്ചാരം മുഖ്യമായും നദീമാർഗത്തിലൂടെയാണെന്നതിനാൽ അമ്പിന്റെ പ്രയാണമല്ല, ആളുടെ പ്രയാണം തന്നെയാണത്. ഈ അമ്പെയ്ത്ത് അയ്യപ്പനിലുമുണ്ട്. പന്തളം രാജാവിന് അയ്യപ്പൻ സ്ഥാനം കാട്ടിക്കൊടുക്കുന്നത് അമ്പെയ്താണല്ലോ. നാൽപത്തൊന്നു ദിവസമാണല്ലോ അയ്യപ്പഭക്തന്മാരുടെ മണ്ഡലകാലവ്രതം. ചോന്നമ്മയും 41 ദിവസമായിരുന്നു തപസ്സിരുന്നത്.

ബുദ്ധമതത്തിന്റെ കടന്നുവരവിനു മുമ്പേ ഉത്ഭവിച്ച ഒരു ഇതിവൃത്തത്തെ സ്വന്തമാക്കാൻ അയ്യപ്പനു പകരം ബുദ്ധമതക്കാർ അവലോകിതേശ്വരനെ അയ്യപ്പന്റെ പിതൃസ്ഥാനത്ത് പ്രതിഷ്ഠിച്ചു. ശിവപുത്രനാണല്ലോ ശാസ്താവ്. ബുദ്ധന്റെ പര്യായങ്ങളിൽ ശാസ്താവിനെ പെടുത്തി. വാസ്തവത്തിൽ ചാത്തനെ ശാസ്താവ് എന്ന് പരിഷ്കരിക്കുകയായിരുന്നു. ചാത്തൻ എന്ന ദേവത അതിനു മുമ്പേ ഇവിടുത്തെ മിത്തുകളിലുണ്ട്. ചിലപ്പതികാരത്തിൽ ആ ദേവതയെ പരാമർശിക്കുന്നതു കാണാം. അയ്യപ്പൻ

---

7 സന്താനലബ്ധിക്കു വേണ്ടി അനുഷ്ഠിക്കുന്ന പ്രധാന വ്രതങ്ങളിൽ ഒന്നാണ് സ്കന്ദഷഷ്ഠി. സുബ്രഹ്മണ്യപ്രീതിയിലൂടെ സന്താനാഭിവൃദ്ധി നേടിത്തരുന്നതാണത്ഷഷ്ഠീവ്രതം. ബ്രഹ്മാവിനെ ബന്ധിച്ചതിനാൽ സർപ്പമായി മാറിയ മകൻ സുബ്രഹ്മണ്യനെ തിരിച്ചു കിട്ടുന്നതിനായി അമ്മ പാർവതി ഷഷ്ഠീവ്രതം അനുഷ്ഠിച്ചെന്നാണ് ഐതിഹ്യം.

തമിഴർക്ക് അയ്യനാരാണ്. ചാത്തനെന്നും വിളിച്ചു. 'അയ്യപ്പൻ വേദിയ ചാത്തൻകോവിൽ' എന്ന് കന്യാകുമാരി ഗുഹാനാഥൻ ക്ഷേത്രത്തിലെ (രാജരാജ ചോളൻ കാലത്തെ) ശാസനങ്ങളിലുണ്ട്.

വേടനും മുത്തപ്പനും വേട്ടക്കുറവനും വേട്ടക്കൊരുമകനും അയ്യപ്പ നുമൊക്കെ സൃഷ്ടിക്കപ്പെട്ടത് വേട്ടക്കാരൻനക്ഷത്ര(ശബരിഗണം) ത്തെ അടിസ്ഥാനപ്പെടുത്തിയാണ്. നായാട്ടുജീവിതാടിത്തറയിൽ ആ സങ്കല്പം അസാധാരണമായ സ്വാധീനം ചെലുത്തി. ബുദ്ധമതത്തിന്റെ ബൗദ്ധിക നേതൃത്വം ഇവിടെ അത് ഫലപ്രദമായി പ്രയോജനപ്പെടുത്തി. ശാസ്താവിന്റെ പ്രതിഷ്ഠക്കു മുമ്പുതന്നെ (പ്രതിഷ്ഠ നടത്തിയത് പന്തളം രാജാവാണെന്നാണ് പറയപ്പെടുന്നത്. പന്തളം രാജാക്കന്മാർ തിരുവി താംകൂറിൽ പ്രവേശിക്കുന്നതു തന്നെ എഡി 904 ലാണെന്നാണ് ശങ്കുണ്ണി മേനോൻ 'തിരുവിതാംകൂർ ചരിത്ര'ത്തിൽ പ്രസ്താവിക്കുന്നത്.) ശബരിമല ബൗദ്ധ തീർഥാടന കേന്ദ്രമായി മാറിയിരുന്നു. ബുദ്ധമതം പൂർണമായ താന്ത്രിക രൂപം പൂണ്ടതിനു ശേഷം നടന്ന അയ്യപ്പപ്രതിഷ്ഠയോടു കൂടിയാണ് അതൊരു ഹിന്ദുതീർഥ സ്ഥലമായി ഭവിച്ചതെന്ന് കേസരി ചൂണ്ടിക്കാട്ടുന്നുണ്ട്. മുത്തപ്പന്റെ ഇതിവൃത്തതന്തുവിന്റെ ആവിർഭാവം പിതൃവ്യവസ്ഥയോടുള്ള നിഷേധത്തിൽ നിന്നാണെങ്കിൽ അതേ സാമൂഹികസംഘർഷത്തിന്റെ ഉറവിടത്തിൽ നിന്നാണ് കതിവന്നൂർ വീരനും പിറക്കുന്നത്. ഒരേ സന്ദേശത്തിന്റെ തന്നെ സൃഷ്ടിപരമായ വകഭേദങ്ങളെന്നു സംശയിക്കാവുന്ന വിധം കഥയടുപ്പം ഇവ തമ്മിലുണ്ട്. ഒപ്പം തന്നെ, മലബാറിന്റേയും കുടകിന്റേയും പ്രാചീനആവാസഘടന ഒറ്റ ദേശസത്തയിൽ നിന്നു പിറവിയെടുത്ത ജീവസംസ്കൃതിയെ പിൻപ റ്റുന്നതാണെന്നു സാക്ഷ്യപ്പെടുത്തുക കൂടിയാണ് കതിവന്നൂർ വീരന്റെ ഇതിവൃത്തം. കതിവന്നൂർ എന്ന പേര് കുടകിലെ വീരാജ്പേട്ടക്കടുത്തുള്ള കദന്നൂർ എന്ന ദേശവുമായി ബന്ധപ്പെട്ടുള്ളതാണ്. കദന്നൂരാണ് കതി വന്നൂർ എന്നു നമ്മൾ പറഞ്ഞു വരുന്നത്. അസുരനെ ഏഴുതുണ്ടമാക്കി വെട്ടിയെറിഞ്ഞ വയൽ. കദനമെന്നാൽ യുദ്ധമെന്നുമർഥം. ഈ യുദ്ധ ത്തിന് വിഭിന്ന സാരാംശങ്ങളുണ്ട്. പൈതൃകത്തോടുള്ള ഏറ്റുമുട്ടൽ, കാർ ഷികപംക്തിയുടെ കുത്തക നിർണയിക്കാനുള്ള അധികാരത്തിനായുള്ള കലഹം, ദാമ്പത്യബന്ധത്തിലെ സംഘർഷ മൂർഛകൾ എന്നിങ്ങനെ വിവിധമാനങ്ങളിൽ വായിക്കാവുന്ന ഒരു മിത്താണിത്.

ചെമ്മരത്തിയാൽ സംശയിക്കപ്പെട്ടതിന്റെ പ്രതിഫലനമായി പുരുഷ മാനസികതലം എരിഞ്ഞാളുന്നതിന്റെ ഒരു ഘട്ടമായി ഈ കദനത്തെ നിരീക്ഷിക്കുന്നതാവും കൂടുതൽ ഉചിതം. മാങ്ങാട്ടു നിന്നും കതിവന്നൂരെ ത്തിയാണ് നമ്മുടെ മന്ദപ്പൻ മരണാനന്തരം ദൈവമായത്, കതിവന്നൂർ വീരനെന്ന ദൈവം.

കതിവനൂർ വീരന്റെ പുരാവൃത്തത്തിലെ കദനൂർ ഗ്രാമം

"മനുഷ്യനായി മല കയറിപ്പോയ മന്ദപ്പൻ ദൈവമായി ചുരമിറങ്ങുന്നു... മരണാനന്തരം അട്ടഹാസവും അരുളപ്പാടുമായി വെളിപ്പെട്ട ദൈവം. പന്ത്രണ്ട് കരിങ്കലശം ഒറ്റക്കയ്യാലെടുത്തുല്ലസിച്ചിട്ടും ഇടിനാവും മീശക്കുഴിയും നനയാത്ത ദൈവം" (എൻ. പ്രഭാകരൻ: കുടക് കുറിപ്പുകൾ) പണ്ടു പണ്ട് ദൈവം നടന്ന വഴിയാണിതെന്ന നിശബ്ദമായ ഭൂത സ്പന്ദനം തുടിക്കുന്ന വഴികളാണ് തോറ്റം വരച്ചിടുന്നത്.

പിതാവായ കുമരപ്പനുമായി കലഹിച്ച് മാങ്ങാട്ടെ വീടുവിട്ടിറങ്ങിയ മന്ദപ്പൻ കുടകിലേക്കാണ് നീങ്ങുന്നത്. കുടക് അന്യദേശമല്ല, വാണിജ്യ ബന്ധങ്ങളാലും കുടുംബ ബന്ധങ്ങളാലും ഒട്ടും അപരിചിതവുമല്ല. ചിര പരിചിതമായ സമ്പർക്കപഥങ്ങളിലൂടെ ജനപദങ്ങൾ പരസ്പരം കണ്ണിചേർക്കപ്പെട്ടതാണ്.

തോറ്റത്തിൽ വിവരിക്കുന്ന പ്രകാരം മന്ദപ്പന്റെ സഞ്ചാരപാതയിതാണ്: മാങ്ങാട്ടുനിന്നു യാത്ര തിരിച്ച്, മാങ്ങാട്ടു തെരു എരിഞ്ഞിക്കീൽ താവളം, കാവുമ്പായി വയൽ, ഏരുവേശ്ശിയിലെ പാടിക്കുറ്റി മഹാദേവി ക്ഷേത്രം, വണ്ണായിക്കടവു വഴി നീണ്ടുപോകുന്ന ആ യാത്ര വന്താർമുടിപ്പുഴ കടന്ന് കുടകിലെ നേരമ്മാവന്റെ വീട്ടിലെത്തിച്ചേരുന്നു.

ഇതേ വഴിത്താരയിലൂടെയാണ് കുടക് നാടോടി ഗാനമായ 'രണ്ടു ദേവതക്കുട്ടികളുടെ പാട്ടി'ൽ നായികമാരുടെ സഞ്ചാരവും.

ആകാശത്തെ പാൽക്കടൽ തീരത്തെ ഒരു പുറ്റിൽ നിന്നുദ്ഭൂതരായവരാണ് രണ്ടു ദേവതക്കുട്ടികൾ. ഒരു ചെമ്പരുന്തിനെ വാഹനമാക്കി കണ്ണൂർ കടപ്പുറത്തു വന്നിറങ്ങുന്നു. തിരിച്ച് തൃച്ചംബരം, കാഞ്ഞിരങ്ങാട്, തളിപ്പറമ്പ് പുണ്യസ്ഥാനങ്ങൾ ദർശിച്ച് വണ്ണായിക്കടവ്, കൊട്ടമല വഴി കുടകിലെത്തി അവിടെ പ്രതിഷ്ഠിക്കപ്പെട്ടുന്നതായാണ് പ്രമേയം. ഈ വഴികളിലൂടെ സഞ്ചരിക്കുന്ന ഒരന്വേഷിക്ക്, പാടിപ്പരന്ന ദേവഗീതങ്ങളുടെ അനാദിയായ താളങ്ങൾ ഇവിടെയെവിടെയൊക്കെയോ യുഗങ്ങളായി തപം ചെയ്യുന്നതായി തോന്നാം. പിതൃത്വത്തോടു പിണങ്ങി, പെരുമലകൾ കയറി കുടകുദേശത്തെത്തി, ധീരമൃത്യു പ്രാപിച്ച്, അനന്തരം പുനപ്പിറവിയെടുത്ത്, കതിവന്നൂർ വീരനെന്ന ദൈവമായി ചുരമിറങ്ങി വന്ന മന്ദപ്പനെന്ന കഥാപാത്രത്തിന്റെ കാലാന്തരങ്ങളിലെ പിന്തുടർച്ച പോലെ, പിന്നെയുമെത്രയോ ജനപദങ്ങളുടെ ആഗമന പ്രത്യാഗമനങ്ങളുണ്ടായതായി കണ്ടെത്താം.

കുടകുരാജനുമായി തെറ്റിയ മന്ദപ്പനുമായി മുത്താർകുടി കുടകർ ഏറ്റുമുട്ടി. വിജയം മന്ദപ്പന്റെ ഭാഗത്തായിരുന്നു. തിരിച്ചെത്തിയപ്പോൾ തന്റെ പീഠമോതിരവും ചെറുവിരലും നഷ്ടപ്പെട്ടിരുന്നതായി മനസ്സിലാക്കി. അതു വീണ്ടെടുക്കാൻ പിന്നേയും പടക്കളത്തിലേക്കു നിരായുധനായി ചെന്ന മന്ദപ്പനെ വെട്ടിനുറുക്കുകയായിരുന്നു.

"നമ്മുടെ മന്ദപ്പനെ വിട്ടുപിരിയാൻ നേരത്തിങ്കൽ
ഉച്ചിയിലെന്തൊരു വെള്ളിനക്ഷത്രം നിന്നു കാണുന്നെടോ"

എന്ന ചൊല്ലോടെ ചെമ്മരത്തിയും ചാടി ചിതയിലേക്ക്. മന്ദപ്പനെ ദഹിപ്പിച്ച ചിതാഗ്നിയിൽ.

വയനാട്ടുകുലവൻ, പുതിയ ഭഗവതി, ചോന്നമ്മ, മുച്ചിലോട്ടു ഭഗവതി, ഭൈരവൻ, ചാമുണ്ഡി, പുലിമറഞ്ഞ തൊണ്ടച്ചൻ, പടക്കെത്തി ഭഗവതി (വടക്കെത്തി ഭഗവതി)... എന്നിങ്ങനെ ആദിമലനാടിന്റെ പൈതൃകരേഖകൾ പരമ്പരകളായി കൈമാറിക്കൊണ്ടു വന്ന അനുഷ്ഠാനകലകളും സാംസ്കാരിക മുദ്രകളും അനവധിയുണ്ട്. സൂഫിപാരമ്പര്യത്തിന്റെ പ്രാചീന മഹത്വം പ്രകാശിക്കുന്ന ഇടങ്ങളാണ് ഇരിക്കൂർ നിലാമുറ്റവും ആയാർ മുനമ്പും. പുഴയോരത്തെ പുണ്യസ്ഥലത്തിന്റെ പരിവേഷം ഒരു കബർസ്ഥാൻ എന്നതിലുപരി പ്രപഞ്ച രഹസ്യങ്ങളിൽ ലയിച്ചു ചേരാനുള്ള ആത്മീയകവാടമെന്ന മഹത്വമാണ്. പ്രകൃതിയുടെ നിലാപ്പകർച്ചകളിൽ വിടരുന്ന ഹൃദയദർശനങ്ങളാണ് സൂഫിസത്തെ വേർതിരിക്കുന്നത്. സൂഫിവര്യന്മാരുടെ ആവാസ കേന്ദ്രങ്ങളിലൊന്നായിരുന്നു നിലാമുറ്റം. പോർച്ചുഗീസുകാരുടെ ആഗമനത്തിനു ശേഷം കബറിടമായി സ്ഥിരപ്പെട്ടു (1524 ഞായർ പുലർച്ചെ 4 മണിക്ക് അറബിക്കച്ചവടക്കാരെ

ആക്രമിച്ചതായി പരാമർശമുണ്ട്). ഒരു പക്ഷെ, പോർച്ചുഗീസ് നരവേട്ടയോ, അതിജീവിക്കാനാവാത്ത മഹാമാരികളോ സൂഫി ആവാസത്തെ തകർത്തിരിക്കാം. ഒന്നിലധികം പേരെ (കുട്ടികളടക്കം) ഒരേ കബറിൽ അടക്കം ചെയ്യേണ്ടി വന്ന ഒരു സന്ദിഗ്ധഘട്ടം ഉടലെടുത്തിരുന്നതായി കരുതേണ്ടി വരും. ശത്രുക്കളാൽ വധിക്കപ്പെട്ടവരാണെന്നും അല്ലാഹുവിന്റെ കാരുണ്യം ഇവർക്കു വർഷിക്കട്ടെയെന്നുമുള്ള ലിഖിതങ്ങൾ കബറിൽ കാണാം. മറ്റൊരു കബർ 'സുൽത്താൻ' പരിഗണന നൽകിയിരുന്ന ഒരാളുടേതാണ്. കച്ചവട സംഘത്തിന്റെ തലവൻ എന്ന സൂചന ഇബ്നു ബത്തൂത്തയുടെ വിവരണത്തിലുണ്ട്. നിലാമുറ്റത്തു മാത്രം കാണാവുന്ന കാലിഗ്രാഫിയും കബർ ടെക്നോളജിയുമാണ് ഒരു സവിശേഷത.

സി. എൻ അഹ്മദ് മൗലവിയും കെ. കെ മുഹമ്മദ് അബ്ദുൽ കരീമും തങ്ങളുടെ 'മഹത്തായ മാപ്പിള സാഹിത്യ പാരമ്പര്യം' എന്ന ഗ്രന്ഥത്തിൽ രേഖപ്പെടുത്തി കാണുന്നത് ഇവിടെ ഹിജ്റ എട്ടിലുള്ള കബറുകൾ തങ്ങൾ കണ്ടുവെന്നാണ്. "ഇരിക്കൂർ നിലാമുറ്റം എന്ന പ്രദേശത്തിലും വളരെ പൗരാണികതയുള്ള മഖ്ബറകളാലും അത്യപൂർവമായ ലിഖിതങ്ങളാലും നിറഞ്ഞ ഈ പ്രദേശത്തെത്തിയാൽ ഏഴാം നൂറ്റാണ്ടിലെ പ്രതീതിയാണ് അനുഭവപ്പെടുന്നത്. ഇവിടത്തെ വളരെ പുരാതനമായ കല്ലറകളുടെ രൂപത്തിലുള്ള മഖ്ബറകൾ ഒട്ടേറെ വസ്തുതകൾ അന്തർവഹിക്കുന്നുണ്ട്. ഏക്കറുകളോളം കാട്ടുമൂടികിടക്കുന്ന ഈ പുരാതന ശ്മശാനം ആർക്കിയോളജി വകുപ്പിന്റെ പങ്കാളിത്തത്തോടെ പഠനമനനങ്ങൾക്ക് വിധേയമാക്കുകയാണെങ്കിൽ ഒട്ടേറെ ചരിത്ര വസ്തുതകൾ അനാവരണം ചെയ്യാനാകും"

ആദിമലനാടിന്റെ സംസ്കാരത്തെ വാണിജ്യശക്തികളും വഴിനയിച്ചതായി കാണാം. കറുവപ്പട്ട, ഏലം, കുരുമുളക്, ജാതിക്ക, ഗ്രാമ്പു, ഇഞ്ചി... സുഗന്ധവിളകൾ തേടിയെത്തിയ ബാബിലോണിയക്കാർ, അറബികൾ അസ്സീറിയക്കാർ, ദിവ്യദ്രവ്യങ്ങൾക്കെത്തിയ ഈജിപ്തുകാർ, ഫിനീഷ്യർ, ഇസ്രയേലികൾ, കുരുമുളകിന് മൂല്യം തിരിച്ചറിഞ്ഞ പ്രാചീന റോമക്കാരും ഗ്രീക്കുകാരും, വ്യാപാര പ്രമുഖകരായ വെനീസുകാർ, സുഗന്ധദ്രവ്യ വ്യാപാരത്തിലെ കിഴക്കൻശക്തികളായ ചീനക്കാർ എന്നിവരൊക്കെ ആ ഗണത്തിൽ വരും. പിൽക്കാലത്ത് അധീശശക്തികളായ് മാറിയ പോർച്ചുഗീസുകാർ, ഡച്ചുകാർ, പറങ്കികൾ, ബ്രിട്ടീഷുകാർ, പതിനെട്ടാം നൂറ്റാണ്ടിന്റെ ഉത്തരാർധത്തിൽ ആക്രമിച്ചെത്തിയ മൈസൂർ സുൽത്താന്മാർ മുതലായവരെല്ലാം വിവിധ സാമൂഹിക ബന്ധങ്ങൾക്കും സാംസ്കാരിക പരിണാമങ്ങൾക്കും വഴിയൊരുക്കിയ ശക്തികളാണ്.

മറ്റേതു സ്വാധീനഘടകത്തേക്കാളും കാർഷികസംസ്കൃതികൾ സാമൂഹിക മുന്നേറ്റത്തെ അടിസ്ഥാനപരമായി തന്നെ നിർണയിക്കുന്നു. അതിപുരാതനമായ മിത്തുകളിൽ പലതിലും പ്രധാന നായകർ ഇടയന്മാരാണ്. മൃഗപരിപാലനവുമായി ബന്ധപ്പെട്ടാണ് ഇടയൻ വരുന്നത്.

മൃഗങ്ങൾ വളർത്തുമൃഗങ്ങളായി പരിണമിക്കുന്നതും അവയുടെ കൂട്ടങ്ങൾ രൂപപ്പെടുന്നതും അവയെ കാർഷികമായി പരിശീലിപ്പിക്കുന്നതുമായ പരിപാലനക്രിയകൾ ദീർഘകാലത്തിലൂടെ സംഭവിക്കുന്നതാണ്. അതിനൊക്കെ മുമ്പേ മനുഷ്യന്റെ സാമൂഹിക രൂപീകരണങ്ങളാരംഭിച്ചുവെന്നു വ്യക്തം. മൃഗപരിപാലനം പ്രധാനമായും ഊന്നുന്നത് കൃഷിയെയാണ്; നിലമുഴുവാനും മറ്റും. അതിന്നാവശ്യമായ ഉപകരണങ്ങളും അനുബന്ധമായി രൂപപ്പെടുന്നു. കരക്കൃഷിയിൽ നിന്നും പാടക്കൃഷിയിലേക്കുള്ള പരിവർത്തനം കൊഴുവിന്റെ നീളത്തെ കുറയ്ക്കുന്നു. മരത്തിൽ നിന്നും ലോഹത്തിലേക്കുള്ള മാറ്റങ്ങളും സുപ്രധാനമാണ്.

കാർഷികാഭിവൃദ്ധിയ്ക്കനുസരിച്ചാണ് ഉഴവരും വെള്ളാളരും രൂപപ്പെട്ടത്. ഇതിനൊക്കെ മുമ്പേ ആവാസവ്യവസ്ഥ ഉടലെടുത്തുവെന്നു തീർച്ച. പുതിയ തരം കാർഷികവിളകളുടേയും യന്ത്രസങ്കേതങ്ങളുടേയും തോട്ടസമ്പ്രദായങ്ങളുടേയും ആസൂത്രണങ്ങൾ ആദിമലനാടിന്റെ മുഖച്ഛായ ഉടച്ചുവാർത്തു. വിശ്വസംസ്കാര സരണികൾക്ക് ആതിഥ്യമേകുന്നതിൽ പൗരാണികമായ പാരമ്പര്യം എക്കാലവും തുടർന്നതായി കാണാം. ഇവിടെ രൂപപ്പെട്ട സാംസ്കാരികമായ അടിത്തറയാണ് ഇതര ആശയസംഹിതകൾക്കും സംസ്കാരങ്ങൾക്കും കടന്നുവരാൻ സാഹചര്യമൊരുക്കുന്നത്. കടന്നു വരുന്ന ദർശനങ്ങൾക്കൊന്നും ഈ ദേശത്ത് സർവവ്യാപിയായി മാറാനോ സ്ഥായിയായി നിലനിൽക്കാനോ കഴിഞ്ഞില്ലെന്നതിന്റെ പൊരുൾ, അടിസ്ഥാനസംസ്കാരമെന്നു നിർവചിക്കാവുന്ന ഒരു ജനത തനതായ അച്ചുതണ്ടിൽ ഇവിടെ വർത്തിക്കുന്നുണ്ടെന്നതു തന്നെയാണ്. കുടിയേറി വന്ന ദർശനങ്ങളോ ഭാഷകളോ ഇന്നാട്ടിൽ എത്രതന്നെ പ്രചരിച്ചിട്ടും അവയോരോന്നും ചില സങ്കരങ്ങൾ പ്രദാനം ചെയ്തു കൊണ്ട് തിരോഭവിക്കുകയായിരുന്നു. ജൈന - ബുദ്ധമത സാഹിത്യങ്ങൾ മറ്റു ദക്ഷിണേന്ത്യൻ ഭാഷകളിൽ ശേഷിക്കുന്നത്ര പോലും മലയാളത്തിലില്ല. പാലി, സംസ്കൃതം തുടങ്ങിയ ഭാഷകളും മലയാണ്മയുടെ ആത്മാവിലേക്കിറങ്ങാതെ ചില പദോപരിതലത്തിൽ മാത്രമായി കൂടിക്കലർന്നു കിടന്നു. പാശ്ചാത്യദർശനങ്ങളുടേയോ ഭാഷകളുടേയോ സ്വാധീനവും ഒരു പരിധിക്കു മീതെ വാണില്ല. നാലഞ്ചു നൂറ്റാണ്ടുകൾ അവർ അധികാരത്തിന്റേയും ആയുധബലത്തിന്റേയും ജ്ഞാന സാങ്കേതികതകളുടേയും സർവ സന്നാഹങ്ങളോടെ

ചവിട്ടിമെതിച്ചിട്ടും നൈസർഗികമായ ഒരച്ചുതണ്ടിൽ ഈ ദേശസ്വവും സംസ്കൃതിയും ഭാഷാസ്വത്വവും അതിന്റെ മുഖ്യഭാവത്തെ മുറുകെപിടിച്ചു.

ഈ അച്ചുതണ്ടിന്റെ പേരാണ് മലയാണ്മ. അതിന്റെ ഭൂപടമാണ് ആദിമലനാട്.

ചൂണ്ടുവിരൽ മാത്രം

ആദി മലനാടിന്റേയും അതിന്റെ ആസ്ഥാനമായി ചരിത്രത്തിൽ വിരാജിച്ച ശ്രീകണ്ഠപുരത്തിന്റേയും ചരിത്രമഹിമകളിലേക്ക്... വെളിച്ചം വീശേണ്ടുന്നതിന്റെ പ്രാധാന്യം ചൂണ്ടിക്കാട്ടൽ മാത്രമാണ് ഈ കൃതി നിർവഹിക്കുന്നത്. അന്വേഷണങ്ങളുടേയും അപഗ്രഥനങ്ങളുടേയും ശാസ്ത്രീയമായ ചരിത്ര പദ്ധതികളാൽ, കൃത്യമായ വ്യക്തത വരുത്തേണ്ടുന്ന അനുമാനതലങ്ങളിലൂടെ ഒരു സഞ്ചാരം. ഇതിന്റെ ഉദ്ദേശ്യമൊന്നേയുള്ളു - സഹസ്രാബ്ദങ്ങളുടെ സവിശേഷപരിണാമങ്ങളിലൂടെ വികാസം പ്രാപിച്ച ഒരു നാടിന്റെ ഭൂപടം അനാവരണം ചെയ്യപ്പെടണം. ചരിത്രത്തിന്റെ സൂര്യകേന്ദ്രമായി വർത്തിച്ച ഒരു ദേശത്തിന്റെ പ്രാചീന ബലം വെളിപ്പെടാതെ പോകരുത്. ഈ ഉദ്യമം അടിവരയിടുന്ന സംഗ്രഹം ഇത്രയുമാണ്. അതായത്, മലനാടിന്റെ സ്വന്തമായ ചരിത്രമേൽവിലാസം രൂപപ്പെടുത്തുക, അതിന്റെ പശ്ചിമ ഖണ്ഡം പിൽക്കാലത്തെ കേരള നാടിന്റെ ഭാഗമായി മാറിയതെങ്ങനെയെന്ന ഗതിവിഗതികൾ പരിശോധിക്കുക, കേരളത്തിന്റെ അംഗീകൃത ചരിത്രത്തിൽ നിന്നുമടർന്നു നിൽക്കുന്ന മലനാടിന്റെ പൗരാണികത പഠനവിഷയമാക്കുക, ആദികാലം തൊട്ടേയുള്ള മലനാടിന്റെ സാംസ്കാരികവും വാണിജ്യ പരവുമായ വിശ്വബന്ധത്തെ ശ്രദ്ധയിൽ പെടുത്തുക, നൂറ്റാണ്ടുകളിലൂടെ രൂപാന്തരപ്പെട്ട ആദിമലനാടിന്റെ സാമ്പത്തിക-സാമൂഹിക ഘടനകളുടെ സവിശേഷതകൾ സ്വരൂപിക്കുക.

ഈ ശ്രമങ്ങളിലൂടെ മലബാറും കുടകുമുൾപ്പെടെ വിസ്തരിച്ച കിടക്കുന്ന മലനാടിന്റെ യഥാർഥദേശഘടനയും ഭരണസംവിധാനങ്ങളും ദേശസംസ്കാരങ്ങളും അതിന്റെ സമഗ്രവസ്തുതയിൽ അന്വേഷിച്ചുറപ്പിക്കാനുള്ള

ഒരു പഠനപദ്ധതിയുടെ പ്രസക്തിയാണ് ബോധ്യപ്പെട്ടത്. അതുണ്ടാവേണ്ടിയിരിക്കുന്നു.

ചരിത്രത്തെ സംബന്ധിച്ച തീർപ്പുകളൊക്കെ അട്ടിമറിയും വിധം പുതിയ അന്വേഷണ സാമഗ്രികൾ പ്രത്യക്ഷപ്പെട്ടുകൊണ്ടിരിക്കുന്ന കാലമാണിപ്പോൾ. ചരിത്രം മാറ്റിവരക്കപ്പെട്ടുകൊണ്ടിരിക്കുന്നു. ക്രിസ്തുവിനു മുമ്പുള്ള ഒരു സഹസ്രാബ്ദത്തിന്റെ ചരിത്രസമ്പന്നമായ കലവറയിലേക്ക് വെളിച്ചം വീശുന്ന ഖനനപഠനം അടുത്ത കാലത്താണല്ലോ മുന്നേറിയത്. ഇന്നോളം ലഭിച്ചിട്ടില്ലാത്തത്ര പുരാവസ്തുക്കളുടെ വലിയൊരു ശേഖരം ഈയടുത്ത സന്ദർഭങ്ങളിൽ ഉത്ഖനനത്തിലൂടെ കണ്ടെടുക്കപ്പെട്ടു. ഹാരപ്പൻകാലഘട്ടത്തിൽ ദക്ഷിണേന്ത്യയിലാകെ ഒരു നാഗരികത നിലനിന്നതിന്റെ നിരവധി പുരാതന അടയാളങ്ങളാണ് ഇവയിൽ പലതും. മഹാശിലായുഗ സ്മാരകങ്ങളുടെ കേരളത്തിലെ ആദ്യത്തെ കണ്ടെത്തൽ കണ്ണൂരിലാണ്. 1819 ൽ ബ്രിട്ടീഷുകാരനായ ജെ. ബെബിങ്ങ്ടൺ 'ബംഗ്ലാ മൊട്ടപ്പറമ്പിൽ' നിന്നും ആദ്യമായി മഹാശിലായുഗ കാലത്തെ രണ്ട് കല്ലറകൾ കണ്ടെത്തുകയുണ്ടായി. ഇതിനെ ആസ്പദമാക്കി അദ്ദേഹമെഴുതിയ ലേഖനം Discription of the pandoo coolies in malabar 1823- ൽ ലിറ്റററി സൊസൈറ്റിയുടെ (ബോംബെ)ഒരു വാരിക പ്രസിദ്ധീകരിച്ചു. പാണ്ടുകുഴി, മുനിയറ എന്നൊക്കെ പേരുകളിൽ അറിയപ്പെടുന്ന ശിലായുഗ ഗുഹകൾ പിന്നീട് കോഴിക്കോട് മലാപ്പറമ്പിലും കാസർക്കോട് പീലിക്കോടും അദ്ദേഹം കണ്ടെത്തി. 1910-11 റിയാ അലക്സാണ്ടർ കണ്ണൂർ പെരുങ്കുളത്ത് ഗുഹ കണ്ടു. ആദിപുരാതന ശിലായുഗ സംസ്കാരത്തിന്റെ സൂചകങ്ങളാണ് പാലക്കാട്കാഞ്ഞിരപ്പുഴ, തെങ്കര, സ്ഥലങ്ങളിൽ നിന്നും, മലപ്പുറത്തെ കുന്നത്തു ബാല്യ, വള്ളുവശ്ശേരി, കരിമ്പുളയ്ക്കൽ എന്നിവിടങ്ങളിൽ നിന്നും ലഭിച്ചിട്ടുള്ള ശിലായുധശേഖരം. കാഞ്ഞിരപ്പുഴ നിന്നും 1974 ഏപ്രിൽ 28 നാണ് ആദ്യമായി കേരളത്തിലെ ആദിപുരാതന ശിലായുഗായുധങ്ങൾ കണ്ടെടുക്കപ്പെട്ടത്.

മഹാശിലായുഗ സംസ്കാരത്തിന്റെ തെളിവുകൾ കേരളത്തിൽ ഇതിനകം ഇരുപതോളം ഇടങ്ങളിൽ നിന്നും ലഭിച്ചിട്ടുണ്ട്. ശിലായുധ തെളിവുകൾ കൂടുതലും കിട്ടിയത് ഇടനാട്ടിലും ഉയരം കൂടിയ പർവതഭാഗങ്ങളിലുമാണ്. തെന്മലയിലെ ഗുഹയിൽ നിന്നും കൊത്തുപണികൾക്കു പുറമെ മഹാ ശിലായുഗ സംസ്കാരത്തിന്റെ അടയാളങ്ങളും കണ്ടെത്തുകയുണ്ടായി. കേരളത്തിലെ മഹാശിലായുഗസംസ്കാരം 5100 വർഷം മുമ്പ് വരെ നിലനിന്നിരുന്നതായും അക്കാലത്ത് തെന്മലയിലെ ഗുഹയിൽ ശിലായുഗ മനുഷ്യർ ജീവിച്ചിരുന്നതായും കാലനിർണയത്തിലൂടെ

തെളിയിക്കപ്പെട്ടതാണ്. വിവിധയിടങ്ങളിലെ ഗുഹകൾ, ഗുഹയിൽ നിന്ന് കിട്ടിയ ടെറാക്കോട്ട (കളിമൺ) രൂപങ്ങൾ, സ്തംഭങ്ങൾ, ശിലായുധങ്ങൾ, ശിലാ ചിത്രങ്ങൾ, പെയിന്റിങ്ങുകൾ, കൊത്തു വേലകൾ, അനുഷ്ഠാന ലിഖിതങ്ങൾ, ജ്യാമിതീയ രേഖകൾ, സീലുകൾ, പാത്രങ്ങൾ, വെങ്കല വസ്തുക്കൾ... ഇത്തരത്തിൽ നൂറ്റാണ്ടുകൾക്കപ്പുറത്തെ കാല സ്പർശത്തിന്റെ അനേകം അവശേഷിപ്പുകൾ നമുക്കു കിട്ടി.

2007 ൽ നോർത്ത് പറവൂറിലെ പട്ടണം എന്ന പ്രദേശത്ത് നിന്നു കിട്ടിയ റോമൻ - ചേര സാമ്രാജ്യനാണയങ്ങൾ, ഇഷ്ടികകൾ, മലമ്പ്രദേശങ്ങളിലും പരിസരങ്ങളിലും, വിശേഷിച്ചും മറയൂരിൽ, കാണുന്ന മഹാശിലായുഗത്തോളം പഴക്കമുള്ള കുടക്കല്ലുകൾ, തൊപ്പിക്കല്ലുകൾ, വീരക്കല്ലുകൾ, മുനിയറകൾ, കൂട്ടായ്മയിൽ നിർമിതമായ പിക്ടോഗ്രാഫുകൾ... ഇവയൊന്നും ഇനിയും സൂക്ഷ്മമായ പഠനത്തിനു വിധേയമായിട്ടില്ല. പട്ടണം, കീഴാടി, അരിക്കമേട് ഖനനങ്ങളിൽ നിന്ന് പുതിയ തെളിവുകൾ പുറത്തു വന്നു കൊണ്ടിരിക്കുന്നു. 2007-2011 നടന്ന ഒന്നാം ഘട്ട ഖനനത്തിൽ മൂവായിരം വർഷം മുമ്പ് ഇരുമ്പു യുഗ കാലത്ത് പട്ടണപ്രദേശത്ത് ജനവാസം തുടങ്ങിയതായ തെളിവുകളാണ് ലഭിച്ചത്. ക്രിസ്തുവിനു മുമ്പു തന്നെ ലോകത്തിന്റെ പലയിടങ്ങളിൽ നിന്നും കച്ചവടക്കാർ എത്തിയിരിക്കാമെന്നാണ് പട്ടണം ഉത്ഖനന വിദഗ്ധരുടെ നിഗമനം. 2013 മുതൽ വൈഗ നദീതീരങ്ങളിൽ ആരംഭിച്ച ഉത്ഖനനത്തിലൂടെ കണ്ടെത്തിയ പുതിയ വിവരങ്ങൾ ദക്ഷിണേന്ത്യൻ ചരിത്രത്തിൽ അതിനിർണായകമാവുകയാണ്. ഇന്ത്യയുടെ ആദിമ ചരിത്രത്തെ സംബന്ധിച്ച അടിസ്ഥാന നിഗമനങ്ങളെ മാറ്റിയെഴുതിക്കൊണ്ടിരിക്കുകയാണ് ഈ ഖനനങ്ങൾ. സംഘകാലം ബി. സി 300ൽ ആരംഭിക്കുന്നതായിട്ടാണ് ഇതേ വരെയുള്ള നിഗമനം.

എന്നാൽ, കീഴാടി ഖനനം ബിസി ആറാം നൂറ്റാണ്ടുമുതൽ സജീവമായ ഒരു സാമൂഹിക ജീവിതത്തെ എടുത്തുകാട്ടുന്നു. അക്കാലത്ത് അവർ അക്ഷരാഭ്യാസമുള്ളവരായിരുന്നുവെന്നാണ്, മാത്രമല്ല ഉയർന്ന വിദ്യാഭ്യാസ നിലവാരം പുലർത്തിയിരുന്നവരാണെന്നും നിർമാണ വിദ്യയിലും ചിത്രകലയിലും വൈദഗ്ധ്യമുള്ളവരാണെന്നും വെളിപ്പെടുത്തുന്നു. തമിഴ് ബ്രാഫ്മി ലിപിയിൽ ആധൻ, കധിരനാധൻ എന്നിങ്ങനെ രേഖപ്പെടുത്തിയ കലങ്ങളും കണ്ടു. സംഘകൃതികളിൽ പരാമർശിക്കുന്ന പേരുകളുമായി സാമ്യമുള്ളതാണ് ഈ പദങ്ങൾ. ആതൻ (ആതോൻ) പ്രാചീന ഈജിപ്തുകാരുടെ സൂര്യദേവനാണ്. 4500 വർഷം പഴക്കമുള്ള ഇൻഡസ് ലിപികൾക്കും തമിഴ് ബ്രാഫ്മി ലിപികൾക്കും ഇടക്കുള്ള ഒരു ലിപിയെ വെളിപ്പെടുത്തുന്നതാണ് കീഴാടിയിൽ കണ്ടെത്തിയ

ലിഖിതങ്ങൾ. മൃഗങ്ങളുടേതായ 70 സാമ്പിളുകൾ കണ്ടെടുത്തവയിൽ നിന്ന് മയിൽ, ആട്, ചെമ്മരിയാട്, പശു, പോത്ത്, കാള, നീലക്കാള, കൃഷ്ണമൃഗം, കാട്ടുപന്നി, എന്നിയുടെ ഡിഎൻഎ തിരിച്ചറിഞ്ഞിട്ടുണ്ട്. മൃഗ പരിപാലനത്തിന്റേയും കാർഷിക വൃത്തിയുടേയും സൂചനകൾ തരുന്നു. മാത്രമല്ല സിന്ധുനദീതടത്തിൽ കണ്ടെത്തിയ നഗരാസൂത്രണവുമായി ഇവയുമുള്ള സാമ്യവും വ്യക്തമാണ്. സിന്ധുവിൽ നിന്ന് കുടിയേറിയതു കൊണ്ടു മാത്രമേ സാദൃശ്യമുണ്ടാകൂ എന്നു കരുതാനാവില്ല. രണ്ടു സമൂഹങ്ങളും പരസ്പരം വിനിമയം ചെയ്തിരിക്കും. ഈ രണ്ടു ദേശങ്ങളേയും ബന്ധിപ്പിക്കാവുന്ന സമുദ്ര സഞ്ചാരം പ്രാചീന കാലം തൊട്ടേ മുന്നേറിയിരുന്നുവല്ലോ. ചരിത്ര പൈതൃകത്തിന്റെ അതി സമൃദ്ധമായ കലവറയാണ് ആദി മലനാട് എന്നു നിസ്സംശയം പറയാം, എടയ്ക്കൽ ഗുഹാലിഖിതങ്ങൾ പോലെ, ഒരിടത്തു മാത്രമായിരിക്കില്ല, മറഞ്ഞു നിൽക്കുന്ന അനേകം ചരിത്ര വിസ്മയങ്ങളുടെ ഖനന സ്രോതസ്സുകൾ ഈ ദേശത്തെവിടെയെല്ലാമുണ്ടാകാം.

കൊട്ടിയൂർ, കോട്ടയം (മലബാർ), ചിറയ്ക്കൽ, കണ്ണൂർ, കണ്ണവം, ഇരിക്കൂർ, നിലാമുറ്റം, ശ്രീകണ്ഠപുരം, പഴയങ്ങാടി, വൈതൽ, പയ്യാവൂർ, ഏരുവേശി, പറശ്ശിനിക്കടവ്, ചെങ്ങളായി, ചുഴലി, തളിപ്പറമ്പ്, മാടായി, പഴയങ്ങാടി, ഏഴിമല, വളപട്ടണം, അരങ്ങം, കല്യാട്, പയസ്സായി, കുടക് ജില്ലയുടെ വിവിധയിടങ്ങൾ, തുടങ്ങി ഒരു പക്ഷെ, ഖനനത്താൽ പുറത്തു വരാവുന്ന ചരിത്രപ്രധാനമായ രഹസ്യങ്ങളുടെ ഇടങ്ങളനവധിയുണ്ട്.

“കണ്ണൂർജില്ലയിൽ പട്ടികപ്പെടുത്തിയ 1183 ക്ഷേത്രങ്ങളുണ്ട് (സ്വകാര്യ കുടുംബക്ഷേത്രങ്ങൾ ഇതിൽ പെടില്ല) അതിൽ 40ക്ഷേത്രങ്ങൾ രണ്ടായിരം വർഷത്തിലധികം പ്രായമുണ്ട്. എ. ഡി. ഒന്നാം നൂറ്റാണ്ടു മുതൽ എട്ടാം നൂറ്റാണ്ടിന്റെ അവസാനം വരെ 127 ഉം പതിമൂന്നാം നൂറ്റാണ്ടുവരെ 147 ഉം ക്ഷേത്രങ്ങൾ നിർമിച്ചിട്ടുണ്ട്. പ്രാചീനത നിർണയിക്കാൻ കഴിയാത്ത 175 ക്ഷേത്രങ്ങളുണ്ട്. പയ്യാവൂർ ശിവക്ഷേത്രവും കുന്നത്തൂർ പാടിയും രണ്ടായിരം വർഷത്തിലേറെ പഴക്കമുണ്ട്”. (നാടിനെ അറിയാൻ - പ്രാദേശിക പഠനകേന്ദ്രം, ശ്രീകണ്ഠപുരം). എല്ലാ തരത്തിലുമുള്ള പുരാതന സാമഗ്രികളേയും ശാസ്ത്രീയ പഠനത്തിനു വിധേയമാക്കിയാൽ ചരിത്രത്തിന്റെ പഴക്കമേറിയ രഹസ്യങ്ങൾ പുറത്തുവരുമെന്ന കാര്യത്തിൽ തർക്കമില്ല. അതിനുള്ള ചരിത്രാന്വേഷണ പദ്ധതികൾ പുരോഗമിക്കുമെന്നു തന്നെ പ്രതീക്ഷിക്കുകയാണ്.

ജാതി-മത വിവക്ഷയോടെയുള്ള ചരിത്രാപഗ്രഥന രീതി ഈ കൃതിയിൽ നിന്നൊഴിവാക്കി നിർത്താൻ പരമാവധി ശ്രദ്ധിച്ചിട്ടുണ്ട്.

ഔദ്യോഗികമായും അനൗദ്യോഗികമായുമുള്ള ചരിത്രരചനാപാരമ്പ ര്യവും എഴുത്തുധാരകളും പൊതുവെ മറിച്ചായതിനാലും വിവിധ തരം വിഭാഗീയതകളിൽ കെട്ടുപിണഞ്ഞ താല്പര്യങ്ങളുടെ അടിസ്ഥാനത്തി ലുള്ള ചരിത്രകൃതികൾ സുലഭമായതിനാലും അതിന്റെ സ്വാധീനം ഈ കൃതിയേയും ബാധിക്കാതിരിക്കില്ല. എങ്കിലും സാമ്പ്രദായികസ മവാക്യങ്ങളിൽ നിന്ന് ചരിത്രരചനയെ മുക്തമാക്കാൻ ശ്രമിച്ചിട്ടുണ്ട്. മാനവവംശം ചരിത്രം നിർമിച്ചിട്ടുള്ളത് മനുഷ്യനെന്ന നിലക്കാണ്. വിഭാഗീയ കോണുകളിൽ നിന്ന് അത് വായിക്കപ്പെട്ടുവെന്നേയുള്ളു. വ്യത്യസ്തദർശനങ്ങളുടേയും ആത്മീയ പാരമ്പര്യങ്ങളുടേയും സംഘർഷം ചരിത്രസംഭവങ്ങളെ നിർണയിച്ചിട്ടുണ്ടെങ്കിലും സാമൂഹ്യ സാമ്പത്തിക ജീവിതത്തിന്റെ അച്ചുതണ്ട് ഭൗതികമായ വ്യവഹാരത്തെ അവലംബി ച്ചാണ് മുഖ്യമായും പ്രവർത്തിക്കുന്നത്.

അതു രേഖപ്പെടുത്തുന്ന ചരിത്രകാരൻ തീർച്ചയായും സർവതലകാ ഴ്ചയ്ക്കു ശ്രമിക്കണം. ഒരു വ്യക്തിയുടെ ചലനങ്ങൾ നിരീക്ഷിക്കുമ്പോൾ അയാൾ നായരെന്നോ, നസ്രാണിയെന്നോ, മാപ്പിളയെന്നോ മാനദ ണ്ഡമാക്കുന്നത് ഒരു ചരിത്രരചനക്കു സ്വീകാര്യമായ രീതിയല്ല. സംഭ വങ്ങളേയും ഇതേ മട്ടിൽ സമീപിക്കാൻ കഴിയുന്നതാണ് അഭികാമ്യം.

ചരിത്രത്തിന്റെ വംശസഞ്ചാരം മതേതരവും മനുഷ്യാധിഷ്ഠിതവുമാണ്. വിഭാഗീയ ശീലങ്ങളിൽ നിന്ന് പൊതുസാമൂഹ്യ തലങ്ങളിലൂടെ പരിഷ്കരി ക്കപ്പെട്ടുകൊണ്ടിരിക്കുന്ന കർമവികാസമാണ് കാണാൻ കഴിയുന്നത്. ഭക്ഷണം, വസ്ത്രം, പാർപ്പിടം, വിദ്യാഭ്യാസം, തൊഴിൽ, വാണിജ്യം, സേവ നസംവിധാനങ്ങൾ, പരിഷ്കാര ക്രമങ്ങൾ തുടങ്ങി സാമൂഹ്യ വികാസ ഗതികളിലെല്ലാം മതേതര പ്രവണത മുൻകൈ നേടിക്കഴിഞ്ഞിട്ടുണ്ട്. അതുകൊണ്ട് സമ്പ്രദായിക ചരിത്രരചനകൾ പൊതുവെ പിന്തുടരാറു ള്ളതുപോലെ, നായരുടേയോ, നസ്രാണിയുടേയോ മാപ്പിളയുടേയോ... എന്ന മട്ടിൽ ഈ ദേശത്തിലെ ജനവിഭാഗങ്ങളെ വേർതിരിച്ച് ജീവി തശൈലീപഠനം നടത്താനും പെരുമാറ്റരീതികൾ സംഗ്രഹിക്കാനും പരിണാമങ്ങളെ രേഖപ്പെടുത്താനും തുനിയുന്നത് ശാസ്ത്രീയമല്ല. ഏതു രണ്ടുവ്യക്തികൾ തമ്മിലുള്ള അന്തരങ്ങളുടെ പ്രസക്തിയേ ഏതു രണ്ടു വിഭാഗങ്ങൾ തമ്മിലുമുള്ളു. മാത്രമല്ല, ആധുനികകാലത്ത് ഒരു ദേശപ രിധിയിൽ മാത്രം എടുത്തുകാട്ടാവുന്ന സാംസ്കാരിക സവിശേഷതകളു മല്ല അവയൊന്നും. ജവഹർലാൽ നെഹ്റു 'വിശ്വ ചരിത്രാവലോകന' ത്തിൽ അഭിപ്രായപ്പെട്ടതു പോലെ: "ചരിത്രാരംഭം മുതൽ നീണ്ടു നീണ്ട യുഗാന്തരങ്ങളിലൂടെ നമ്മുടെ കാലത്തോളം എത്തിനിൽക്കുന്ന സംസ്കാ രത്തിന്റേയും നാഗരികതയുടേയും കണ്ണെത്താത്ത ദൈർഘ്യത്തേയും

അനുസ്യൂതയേയും കുറിച്ച് ഓർക്കുന്നത് ഹൃദയാവർജകവും ആശ്ചര്യജനകവുമാണ്".

എഴുതപ്പെട്ടചരിത്രം നാളിതുവരെ കടന്നുവന്നത് ഭരിക്കുന്നവരുടെ ഇടനാഴിയിലൂടെയാണ്. ഭരണീയരായി മുദ്രയടിക്കപ്പെട്ടവരുടെ പക്ഷത്ത് വഴിതെറ്റിപ്പോയ വല്ലവരുമേ എത്തിയിട്ടുള്ളൂ. അത്തരം രചനകൾ അക്കാദമിക മണ്ഡലത്തിൽ കയറ്റിപ്പറ്റാൻ ഇനിയും സമയമെടുക്കും. കെട്ടുകഥകൾ ചരിത്രപാഠങ്ങളായി പുതുതലമുറയെ പഠിപ്പിക്കാൻ വ്യഗ്രത കൊള്ളുന്ന ഫാസിസ്റ്റ പ്രത്യയശാസ്ത്രക്കാരുടെ ഭരണകാലത്ത് അതൊട്ടും ചിന്തിക്കുകയും വേണ്ട. കേരളോൽപത്തിയും കേരള മഹാത്മ്യവും ചരിത്രവസ്തുതകളായി വാഴ്ത്തപ്പെട്ടുകൊണ്ടിരിക്കുകയും ചെയ്തേക്കാം.

യഥാർഥത്തിൽ ചരിത്രം നിർമിക്കുന്നതാര്? ജനങ്ങളാണെന്ന ഒരു കടങ്കഥ കാലങ്ങളായുണ്ട്. ചരിത്രം സൃഷ്ടിക്കുന്നതു ജനങ്ങളാണെന്ന് സ്ഥാപിക്കാനുദ്യമിച്ച് താത്വികവിളംബരം നടത്തുന്നവരുൾപ്പെടെ, ജനകീയ ചരിത്രത്തിന്റെ സൂക്ഷ്മഭൂപടങ്ങൾ മായ്ച്ചുകളഞ്ഞ് അടിസ്ഥാനരഹിതമായ ജന വിശ്വാസങ്ങളും ഐതിഹ്യങ്ങളും കടുത്ത അന്ധവിശ്വാസങ്ങളും പകരം നിറക്കുകയാണ്, പൊതുവിൽ അനുവർത്തിക്കുന്നത്. കേവലം വിശ്വാസമായി കൊണ്ടാടുന്നതിനപ്പുറം യഥാർഥ ചരിത്രമതാണെന്ന നിശിതധാരണകളിലുറച്ചു നിന്ന്, അതാത് വിശ്വാസ പ്രമാണത്തിന്റെ മേൽക്കോയ്മക്കായി അവർ കലാപസജ്ജരാവുന്നതും കലഹിക്കുന്നതും കാണാം. അന്നുമിന്നും ആവർത്തിച്ചുകൊണ്ടിരിക്കുകയാണ് ഈ പ്രവണത, സമകാലികകേരളത്തിലുൾപ്പെടെ. ജനകീയ ചരിത്രത്തിന്റെ അടിസ്ഥാന ശില ജനതയാണെങ്കിലും, അവരിൽ നിന്നു വേററ്റ ഒരു ചരിത്രസംഹിതയെ ചൂണ്ടിക്കാട്ടാനാവില്ലെങ്കിലും, ഒരു സത്യം സൂചിപ്പിക്കാതെ വയ്യ: യഥാർഥജനത എവിടെയും ഒന്നുമായിട്ടില്ല, ചരിത്രമാകുന്നതു പിന്നെയല്ലേ! ജനതയെന്നാൽ ശരീരമുള്ള ഒരു ശൂന്യത എന്നു മാത്രമേ പറയാനാവൂ! കാൽമുട്ടിനുമേൽ തുള്ളാനാവാത്ത ആൾക്കൂട്ട ബഹളമായോ, അച്ചടക്കമുള്ള അജ്ഞതയായോ, അധികാരത്തിന്റെ വിനയശീലമുള്ള ശൗര്യമായോ ഇടയ്ക്കിടെ അതിന്റെ പ്രകടനമുയരാമെങ്കിലും, നിരർഥകമായ ഒരു ശൂന്യതയായി അതു കെട്ടടങ്ങുന്നു.

ജനാധിപത്യത്തെപ്പറ്റിയും ജനപ്രാതിനിധ്യമെന്ന പ്രക്രിയയെപ്പറ്റിയും നെടുനീളൻ വായ്ത്താരികൾ നമ്മൾ കേട്ടു വരാറുണ്ടെങ്കിലും, ജനാധിപത്യ ഘടനയുടെ ഇന്നേവരെയുള്ള പ്രായോഗിക സമ്പ്രദായങ്ങളെ ശസ്ത്രക്രിയ ചെയ്താൽ, ജനത എവിടേയും, അസ്പൃശ്യരായ കാഴ്ചക്കാരായി തള്ളപ്പെട്ടതിന്റെ ദയനീയദൃശ്യമേ തെളിയുന്നുള്ളൂ. യഥാർഥത്തിൽ

അധികാരത്തിന്റെ പ്രതിസന്ധിയാണത്. അധികാരം - ഏത് രൂപഘടനയുള്ളതായാലും -അത് ജനങ്ങളുടെതാകണമെങ്കിൽ, സമ്പൂർണമായി അട്ടിമറിയപ്പെടണം. ഭരണകൂടം കൊഴിഞ്ഞു പോകണമെന്ന സാരം. അത്തരമൊരു ഋതു വളർച്ചയിൽ മാത്രമേ ജനങ്ങൾ ജനങ്ങളുടെ അധികാരികളും അവകാശികളുമാവൂ. ജനാധിപത്യം എന്ന വിവക്ഷയിൽ നിന്നു പോലും ആധിപത്യം എന്ന ശബ്ദം ആദേശം ചെയ്യപ്പെടണം. അതു സംഭവിക്കണമെങ്കിൽ ജീവിതത്തിന്റെ സമസ്ത കോശങ്ങളിൽ നിന്നും അധികാരമെന്ന സംസ്കാരം ഉച്ചാടനം ചെയ്യപ്പെട്ടേ പറ്റൂ. ചരിത്രനായകന്മാരായി ചിലർക്കു പരിവേഷം ചാർത്തലാണ് ചരിത്ര നിർമിതിയുടെ മുഖ്യമായ ഒരു വേല. അതു മറ്റൊരു ഫലിതം. നാളിതേ വരെയുള്ള ഒരു വ്യക്തിയെ -മനുഷ്യപുത്രനോ, പ്രവാചകനോ, ചക്രവർത്തിമാരോ, മഹാപ്രതിഭകളോ, അവരാരായാലും- ഒറ്റക്കെട്ടെടുത്താൽ ഒന്നുമല്ലെന്ന് ആർക്കാണറിയാത്തത്. അവരുടെ പ്രതിഭയിൽ ആധാനം ചെയ്യപ്പെടുന്നത്, ചുറ്റുപാടിന്റെ കാല സമസ്യകളോ ചരിത്രപരതയുടെ അവഗാഹശോഭയോ സാമൂഹ്യസത്തയുടെ സ്വാംശീകരണോ ആണ്. ജനിതക വംശത്തിന്റെ നിഴലാട്ടവും തലമുറകളുടെ ജ്ഞാനതരംഗങ്ങളും അവരിലൂടെ അവതാരം നേടുകയാണ്. ചരിത്രവും നഗ്നമായ ഒരസ്ഥിമേടാണ്. കാലംകഴിഞ്ഞു കാണുമ്പോൾ അതൊരക്കരപ്പച്ച. നമ്മുടെ മുന്നിൽ പ്രദർശനത്തിനെത്തുന്ന ചരിത്രം ചരിത്രകാരന്മാരാൽ ഈയംപൂശപ്പെട്ടതാണ്. ചരിത്രകാരന്മാരാണെങ്കിലോ, അവരവരുടെ രചനാവയവങ്ങളുടെ നിർവൃതിക്കുവേണ്ടി, ചരിത്രകാലത്തിന്റെ അംശാധികാരികളായി സ്വയം ചമഞ്ഞ് വസ്തുതയെ വസ്ത്രാക്ഷേപം ചെയ്യുന്നവരും. അവർ ചുമയ്ക്കുന്ന വീക്ഷണത്തിന്റെ ഫയലുകൾ മുഴുവൻ, നുണകളുടെ കലവറയാക്കാൻ അതുപകാരപ്പെട്ടുമായിരിക്കാം. ഏതു വ്യക്തിപ്രതിഭയും ഒറ്റപ്പെട്ട അവതാരമല്ലെന്നതു പോലെ, ഏതു ചരിത്രസംഭവവും ഒറ്റപ്പെട്ടതല്ല. സാമൂഹികവിക്ഷോഭങ്ങളുടെ വികാസവും സംഘർഷാത്മകമായ സംക്രമവുമാണ് ഓരോ സംഭവത്തേയും അടയാളപ്പെടുത്തുന്നത്. ചരിത്രത്തിലെ ഏതു ചെറിയ സംഭവത്തിനുമുണ്ടാവും ചെറുതല്ലാത്ത പശ്ചാത്തലഘടന. സംഘകൃതികളിലോ മറ്റു സ്തുതിപാഠങ്ങളിലോ അവരവരുടെ രാജാക്കന്മാർ തോറ്റ കഥ വിവരിക്കാറില്ല. അത്തരം യുദ്ധങ്ങളേ അവരുടെ ചരിത്രരേഖകളിൽ കാണപ്പെടില്ല. നമ്മളോർക്കേണ്ടത്, ചരിത്രം ഭരണകൂടത്തിന്റെ കൂടപ്പിറപ്പല്ല. അത് പ്രകൃതിയുടെ ജാതക രേഖകളാണ്. മനുഷ്യവംശത്തിനു മാത്രം അവകാശപ്പെട്ടതുമല്ല അത്.

നമുക്കു ചുറ്റുപാടും ചരിത്രത്തിന്റെ ചെല്ലപ്പെട്ടി കാണാം. ഒന്നു സൂക്ഷിച്ചു നോക്കിയാൽ മതി. ഓരോ മണൽത്തരിയിലും, ഇലയിലും, മഞ്ഞുതുള്ളിയിലും മഴപ്പെയ്ത്തിലും വെയിൽ നാളത്തിലും കാറ്റിന്റെ ചിറകിലും ജലത്തിന്റെ അടരിലും ഋതുനിറത്തിലും ചരിത്രം പുഞ്ചിരിക്കുന്നു. ചരിത്രപരമായ ഭൗതികവാദത്തിന്റെ പാരിസ്ഥിതികതുടർച്ച രൂപപ്പെടണം. എല്ലാമറിഞ്ഞാലും ഒന്നുമറിഞ്ഞില്ലെന്നു തോന്നിപ്പിക്കുന്ന പ്രഹേളികാംശം ചരിത്രത്തെ സംബന്ധിച്ചുമുണ്ട്. എത്ര വരച്ചാലും അതിരിടാനാവാത്ത ഒരു ഭൂപടം ചരിത്രം സൂക്ഷിക്കുന്നു. ഓരോ സംഭവത്തേയും അതാതു കാലത്തു തന്നെ സൂക്ഷ്മമായും സമഗ്രമായും രേഖപ്പെടുത്താൻ ആർക്കു കഴിയുന്നു! കാലങ്ങൾക്കു ശേഷവും അതേ പ്രതിബന്ധം നിലനിൽക്കും. ഒരാൾക്കും എഴുതി പൂർണമാക്കാൻ കഴിയാത്ത സ്വന്തംആത്മകഥ പോലെ ചരിത്രത്തിനുമുണ്ട് സന്ദേഹഭരിതമായ ആത്മാവ്. എഴുതപ്പെടാതെ പോകുന്നത് ചരിത്രത്തിന്റെ ഭീമാംശമാണെന്നു വിശ്വസിക്കേണ്ടിയിരിക്കുന്നു. അതങ്ങനെയേ സംഭവിക്കൂ. സംഭവങ്ങൾക്കു പിന്നാലെ അതിന്റെ ചരിത്രവും അവസാനിക്കുന്നുണ്ട്. സംഭവങ്ങളെ സംബന്ധിച്ച ഛായാഖ്യാനങ്ങളാണ് ചരിത്രമായി പിന്നെ നമുക്കു കിട്ടുന്നവയെല്ലാം... ചരിത്രവും ഒരു പ്രതിഭാസമാണ്. ആ പ്രതിഭാസത്തിനു തുടർച്ചകളില്ല. കാലദേശങ്ങളുടെ ഒറ്റയൊറ്റയറകളിൽ അതിന്റെ പാരമ്പര്യം പൂർത്തിയാകുന്നു. ഉദാഹരിച്ചു പറഞ്ഞാൽ, പതിനൊന്നാം നൂറ്റാണ്ടിലെ ഹിന്ദു / ക്രിസ്ത്യൻ / മുസ്ലീം / പാഴ്സി... കളുമായി ഇരുപത്തൊന്നാം നൂറ്റാണ്ടിലെ ഹി/ക്രി/മു/പാ/... ക്ക് ബന്ധമൊന്നുമില്ല. എന്തെങ്കിലുമംശത്തിൽ ബന്ധമുണ്ടെങ്കിൽ തന്നെ അതേക്കാളടുപ്പം ഇന്നത്തെ ഹി -ക്രി_ മു- പാഴ്സികൾ തമ്മിലുണ്ട്. സംഭവങ്ങൾക്കുമുണ്ട് സമാനമായ കംപാർട്ടുമെന്റൽ രീതി. പ്രത്യയശാസ്ത്രങ്ങളുടെ ആവശ്യാനുസരണം ഇവയെ കോർത്തിണക്കി മുന്നോട്ടു ചലിപ്പിക്കുന്ന രീതികൾ കാണാം. അത് ചരിത്രത്തിന്റെ ഏകോപനമല്ല. ചരിത്രം അതാതിടത്ത് തിരോഭവിച്ചേ പറ്റൂ. ചരിത്രം ശൂന്യതയെ പ്രാപിക്കുന്ന, സംഭവങ്ങളിൽ നിന്ന് സ്ഥലകാലം പിന്മാറുന്ന, സ്ഥലകാലത്തു നിന്ന് സംഭവങ്ങൾ പിന്മാറുന്ന ഒരണയലാണ് ആ പ്രക്രിയ. ശൂന്യതയെന്നാൽ ശൂന്യമല്ല. ഓരോ അസ്തമയത്തിനുശേഷവും ഉദയത്തിനു മുമ്പൊരിടവേളയുണ്ട്.

കാലം സംശുദ്ധീകരിക്കപ്പെടുന്ന ധന്യവേള. ചരിത്രത്തിന്റെ ചലനരീതിയും സമാനമാണ്. ചരിത്രത്തിന്റെ അന്ത്യം തുടർക്കഥയാണ്. യേശു ദുഃഖത്തോടെ പ്രഖ്യാപിക്കുന്നുണ്ട്: "നിങ്ങളുടെ ഭവനം ശൂന്യമായ് തീരും" (മത്തായി സുവിശേഷം: 23:38). മറ്റൊരു യേശു ഉയിർത്തെണീക്കും. ചരിത്രരചനയെന്നത് ചരിത്രത്തിന്റെ അന്ത്യാനന്തര പ്രകീർത്തനങ്ങളോ

നിന്ദകളോ മാത്രമായി ശേഷിക്കുന്നു. ഓരോരോ വീക്ഷണരീതികളുടെ മൂശകളിൽ ചരിത്രരചനകളുടെ രൂപഭാവങ്ങൾ വ്യത്യസ്തപ്പെടുന്നതു കാണാം. സംഭവങ്ങളെ സർവദിശയിൽ നിന്നും ചിട്ടപ്പെടുത്താവുന്ന ഒരാവിഷ്കാര ഭാഷ ചരിത്രത്തിനുമുണ്ട്. അങ്ങനെ സാക്ഷാത്കരിക്കപ്പെടുന്നില്ലെങ്കിൽ, ചരിത്രം മാത്രമല്ല, കാലദേശങ്ങളും പ്രാഥമികമായി റദ്ദാക്കപ്പെടും.

"പല ഭാഷകളിലായി, അവൻ
ഒട്ടുവളരെ സംസാരിക്കുമായിരുന്നു.
പക്ഷെ,
ചരിത്രത്തിന്റെ ഭാഷയായിരുന്നു
അവന് ഏറ്റവും ഇഷ്ടം"

നാസി അധിനിവേശത്തിന്നെതിരെ പോരടിച്ച സ്ബിഗ്നൈഫ് ഹെർബർട് എന്ന പോളിഷ് കവി 'മഴ'യെന്ന കവിതയിൽ ചരിത്രത്തിന്റെ ഈ കാവ്യപ്രകൃതത്തെ ഓർമപ്പെടുത്തുന്നുണ്ട്. ഇതിഹാസങ്ങൾ പൊതുവെ കവിതാ രൂപേണയാണ് ആഖ്യാനിക്കപ്പെട്ടത്. അതിന്റെ ഒരു പ്രയോജനം, കേവലദൃഷ്ടിക്കതീതമായി സമഗ്രദൃശ്യത്തെ വെളിപ്പെടുത്താനുള്ള വ്യാഖ്യാനങ്ങളുടെ സാധ്യതകളാണ്. ഒരാൾ കണ്ടതാവില്ലല്ലൊ മറ്റൊരാളുടെ കാഴ്ച. സത്യത്തിന്റെ സർവദിക്കുകളും ചേർത്തുവച്ച് ചരിത്രത്തിന്റെ ഗോളാത്മകത്വം സമന്തതയോടെ രൂപപ്പെടുത്താൻ കാവ്യശില്പത്തിൽ സാധിക്കും. ചരിത്രകാരൻ ഒരു കവിയായി പ്രവർത്തിച്ചാൽ ചരിത്രം അധികം വിസ്തരിക്കേണ്ടി വരില്ല. ചരിത്രം അനുഭൂതികളുടെ വാസ്തുശാസ്ത്രം കൂടിയാണ്.

ഗ്രന്ഥസൂചി

1. മലബാർ മാന്വൽ - വില്യം ലോഗൻ

2. ആദിഭാഷ - ചട്ടമ്പിസ്വാമികൾ

3. കേസരിയുടെ ചരിത്ര ഗവേഷണങ്ങൾ - സമാഹരണം: പ്രൊഫ:എം. എൻ. വിജയൻ, കേരള ഭാഷാ ഇൻസ്റ്റിറ്റ്യൂട്ട് .

4. തെരഞ്ഞെടുത്ത പ്രബന്ധങ്ങൾ - ചിറക്കൽ. ടി. ബാലകൃഷ്ണൻ നായർ

5. കമ്മ്യൂണിസ്റ്റ് മാനിഫെസ്റ്റോ -കാൾ മാർക്സ്, ഫ്രഡറിക് എംഗൽസ്

6. കേരള ചരിത്രം : എം. ആർ. രാഘവവാരിയർ, ഡോ: രാജൻ ഗുരിക്കൾ

7. മുസിരിസിന്റെ കാല്പാടുകളിലൂടെ - ഡോൺ ബോസ്കോ

8. കേരളത്തനിമ -ഡോ: ആർ. ഗോപിനാഥൻ.

9. കേരള സംസ്കാരം - പ്രൊഫ:എ. ശ്രീധരമേനോൻ

10. കേരള ചരിത്രത്തിലെ ഇരുളടഞ്ഞ ഏടുകൾ - പ്രൊഫ:ഇളംകുളം കുഞ്ഞൻപിള്ള

11. കേരള ചരിത്രത്തിന്റെ അടിസ്ഥാന ശിലകൾ - ഡോ:എം. ജി. എസ്. നാരായണൻ

12. തുഹ്ഫത് -ഉൽ-മുജാഹിദിൻ (1618) -സൈനുദ്ദീൻ മഖ്ദൂം രണ്ടാമൻ

13. The travels of Athanasius Nikithin -Edited by Richard Henry Major

Publisher: Cambridge University Press.

14. Account of the journey of Hieronimo Di santo Stefano - Edited by Richard Henry Major

Publisher: Cambridge University Press.

15. Narrative of the journey of Ahd-Er-Razzak - Edited by Richard Henry Major

Publisher: Cambridge University Press.

16. The travels of Nicolo condi in the East in the early part of the fifteenth century - Edited by Richard Henry Major

Publisher: Cambridge University Press.

17. കേരള സംസ്കാരം -പ്രൊഫ: എസ്. അച്യുതവാര്യർ

18. ജ്യോതിഷവും ജ്യോതിശാസ്ത്രവും - പ്രൊഫ: കെ. പാപ്പൂട്ടി .

19. നീലക്കടലാനകൾക്കൊപ്പം മരക്കലം തുഴഞ്ഞ മീൻമണമുള്ള ദൈവം (പ്രബന്ധം) - വി. കെ. അനിൽകുമാർ.

20. ഭാഷയും ആധുനികോത്തരതയും - ജോസഫ്. കെ. ജോബ്

21. കടകം കുറിപ്പുകൾ - എൻ. പ്രഭാകരൻ

22. തമിഴകവും ദ്രാവിഡ മാഹാത്മ്യവും - ചട്ടമ്പിസ്വാമികൾ

23. കേരളോൽപത്തി -(ഹെർമഗുണ്ടർട് ഗ്രന്ഥശേഖരം, ട്യൂബിങ്ങൻ സർവകലാശാല, ജർമനി.)

24. കേരള മാഹാത്മ്യം, 1839-40 , ഹെർമഗുണ്ടർട് ഗ്രന്ഥശേഖരം, ട്യൂബിങ്ങൻ സർവകലാശാല, ജർമനി

25. മൂഷിക വംശം: മൂല്യവും പരിഭാഷയും - കെ. രാഘവൻപിള്ള

26. ചെല്ലൂർ നാഥോദയം ചമ്പു - നീലകണ്ഠ കവി. സാഹിത്യ അക്കാദമി,കൊച്ചി മലയാള ഭാഷ പരിഷ്കരണ കമ്മിറ്റി.

കൊല്ലവർഷം 1115.

27. India Traders of the Middle Ages

Documents from the Cairo Geniza ('India Book') ByS. D. Goitein and Mordechai Akiva Friedman THE BEN-ZVI

INSTITUTE JERUSALEM LEIDEN • BOSTON, 2008.

28. A Description of the Coasts of East Africa and Malabar - Duarte Barbosa. (1518)
29. The book of Duarte Barbosa - ML Dames
30. മലബാർ - നാട്ടും ജനതയും: അഡ്രിയൻ മേയർ
31. കൊച്ചിയുടെ കഥ: ആർ. സി. ബ്രിസ്റ്റോ
32. കേരളം - മലബാർ തീരത്തിന്റെ ഒരു ചിത്രം: ജോർജ് വുഡ് കോക്ക്
33. നായർമേധാവിത്വത്തിന്റെ പതനം - റോബിൻ ജെഫ്രി (വിവ: പുതുപ്പള്ളി രാഘവൻ ,എം. എസ്. ചന്ദ്രശേഖര വാര്യർ)
34. മലബാറിലെ മാപ്പിള മുസ്ലീങ്ങൾ: റോളൻസ് ഇ . മില്ലർ
35. കേരളത്തിന്റെ സാമൂഹ്യ രാഷ്ട്രീയ ഘടന: മാൻഫ്രെഡ് ത്തുർളഖ് (ജർമൻ)
36. കേരളത്തിലെ ജാതി-കുരുമുളക് - സമ്പത്ത്: ജാൻ കീനീവീഡ് (പോളിഷ്)
37. കേരളോൽപത്തിയും മറ്റും -ഡോ. ഹെർമൻ ഗുണ്ടർട്
38. കേരളപഴമ -ഡോ. ഹെർമൻ ഗുണ്ടർട്
39. കേരളചരിത്രം അപ്രിയ നിരീക്ഷണങ്ങൾ - എം. ജി. ശശിഭൂഷൺ
40. തിരുക്കുറൾ - തിരുവള്ളുവർ
41. ജാതിവ്യവസ്ഥിതിയും കേരളവും -പി. കെ. ബാലകൃഷ്ണൻ
42. കേരള ചരിത്രം -കെ. ദാമോദരൻ
43. മലയാളം - ചട്ടമ്പിസ്വാമികൾ
44. മലബാറിലെ ഇസ്ലാമിന്റെ ആധുനിക പൂർവചരിത്രം - അബ്ദുള്ള അഞ്ചില്ലത്ത്
45. കേരള സാഹിത്യ ചരിത്രം 2 വാല്യങ്ങൾ - ഉള്ളൂർ എസ്. പരമേശ്വരയ്യർ
46. കാവ് തെയ്യം പുരാവൃത്തം-എഡി: ഡോ: കുമാരൻ വയലേരി
47. കേരള ചരിത്രവും സമൂഹ രൂപീകരണവും - കെ. കെ. കൊച്ച്
48. കേരള സംസ്കാരം: അകവും പുറവും -എൻ. എം. നമ്പൂതിരി
49. കേരളം മലയാളികളുടെ മാതൃഭൂമി- ഇ. എം. എസ്

50 . ചരിത്രവും ചരിത്രരചനയും -ഇ. എം. എസ്.
51. പണ്ടത്തെ മലയാളക്കര - കെ. ടി. രവിവർമ
52. ചില കേരള ചരിത്ര പ്രശ്നങ്ങൾ - ഇളംകുളം കുഞ്ഞൻപിള്ള
53. Perumals of Kerala - Dr. M. G. S. Narayanan
54. ആധുനിക കേരളം -ഡോ: കെ. കെ. എൻ. കുറുപ്പ്
55. അന്നത്തെ കേരളം - പ്രൊഫ:ഇളംകുളം കുഞ്ഞൻപിള്ള
56. Development of Religion in South India: K. A. Neelakanta sasthri
57. Comparative Grammar of Dravidian Languages - Robert Caldwell
58. അകനാനൂർ -പരണർ, മാമൂലനാർ, മുള്ളിയൂർപ്പൂതിയാർ, നക്കീരൻ, കോവൂർ കിഴാർ, കൂടലൂർ കിഴാർ. വിവ: നെന്മാറ പി. വിശ്വനാഥൻ നായർ
59. പുറനാനൂർ-ചേരമാൻ ഇരുമ്പൊറൈ
60. പതിറ്റുപത്ത്- വിവ: മേലങ്ങത്ത് നാരായണൻകുട്ടി. കേരള സാഹിത്യ അക്കാദമി.
61. Sur les chemins d’Onagre -Histoire Et Archéologie Orientales: Hommage À Monik Kervran by Helene Renel, Axelle Rougeulle, CIaire Hardy - Guilbert
62. Native Life in Travancore - Samuel Meteer.
63. മുസ്ലീങ്ങളും കേരള സംസ്കാരവും -പി. കെ മുഹമ്മദ് കുഞ്ഞി
64. A History of Ancient and Early Medieval India: From the Stone Age to the 12th Century - Singh, Upinder (2008)
65. Inscriptions of Asoka. New Edition by E. Hultzsch , 1925.
66. The Land of the Elephant Kings - Kosmin, Paul J. (2014), Harvard University Press.
67. Asoka and the Decline of the Mauryas -Romila Thapar (1997). Oxford University Press, Delhi.
68. തെയ്യം, പ്രകൃതി, സ്ത്രീത്വം - യു. പി. സന്തോഷ്
69. The Genetic History of Indians: Are We What We

Think We Are? Lhendup G Bhutia, Broken Bollywood, Vol 11 | Issue 51

70. സഞ്ചാരികൾ കണ്ട കേരളം -വേലായുധൻ പണിക്കശ്ശേരി
71. ചെല്ലൂർ നാഥോദയം ചമ്പു - നീലകണ്ഠൻ നമ്പൂതിരി, കൊച്ചി മലയാള ഭാഷാ പരിഷ്കരണ കമ്മിറ്റി.
72. Periplus of Erithrian Sea (എഡി: willfred Harvey Schoff, 1912)Geological survey -vol. xv - W. King
73. History of Kerala (1924) -K. P. Padmanabha Menon
74. The personality of Kerala - Dr. A. Ayyappan
75. തിരുവിതാംകൂർ-മാന്വൽ - നാഗം അയ്യ
76. സർവെ റിപ്പോർട് -വാർഡും കോണറും
77. A Survey of Kerala History - A. Sreedhara Menon
78. കോലത്തു പഴമ- എം. പി. കുമാരൻ
79. കേരളത്തിലെ ആഫ്രിക്ക - കെ. പാന്നൂർ
80. സാഹിത്യവും ചരിത്രവും - കേശവൻ വെളുത്താട്ട് .
81. കാവുമ്പായി കാർഷിക കലാപം- എ. പത്മനാഭൻ ,നാരായണൻ കാവുമ്പായി
82. സംഘസാഹിത്യ ചരിത്രം - മേലങ്ങത്ത് നാരായണൻകുട്ടി .
83. ക്രിസ്ത്യൻ മൈഗ്രേഷൻ ടു മലബാർ 1930-80) - ഡോ: പി. ടി. സെബാസ്റ്റ്യൻ
84. കുടിയേറ്റം ചില ചരിത്ര സ്മരണകൾ (ലേഖനം) -
ബിഷപ്പ് മാർ സെബാസ്റ്റ്യൻ വള്ളോപ്പള്ളി.
85. മലബാർ കുടിയേറ്റവും തലശ്ശേരി അതിരൂപതയും (ലേഖനം) - ആർച്ചുബിഷപ്പ് മാർ ജോർജ് വലിയമറ്റം.
86. മലബാർ കുടിയേറ്റം: പൊരുത്തപ്പെടലും പൊരുത്തക്കേടും (ലേഖനം) -കുറവിലങ്ങാട് ജോസഫ്).
87. കുടിയേറ്റവും മലബാറിലെ ഭൂവ്യവസ്ഥയും (പ്രബന്ധം)-എ. സി. മാത്യു
88. Pre-historic Antiquarian Reminds in the Presidency of Madras-ആർ. സെവൽ
89. എഴുത്തിടങ്ങൾ - ഡോ: ടി. പവിത്രൻ

90. കേരളപാണിനീയം - എ. ആർ. രാജരാജവർമ .

91. കോളനി വീക്ഷണവും -വിവേകാനന്ദ ദർശനവും (ലേഖനം) -
വിഷ്ണുനാരായണൻ നമ്പൂതിരി

92. ദ വണ്ടർ ദാറ്റ് വാസ് ഇന്ത്യ - ബഷാം, സുർജീത്ത് പബ്ലിക്കേഷൻസ്, ന്യൂഡൽഹി.

93. ഉത്തരകേരളത്തിലെ തോറ്റംപാട്ടുകൾ -
എഡി: ഡോ:എം. വി. വിഷ്ണു നമ്പൂതിരി

94. കണ്ണൂർ - കുടക് ബന്ധങ്ങൾ: കുടിയാന്മലയെ അടിസ്ഥാനമാക്കി ഒരു വാമൊഴി പഠനം (ലേഖനം) - ഡോ: പി. ജെ. വിൻസെന്റ്.

95. മഹത്തായ മാപ്പിള സാഹിത്യ പാരമ്പര്യം -സി. എൻ അഹ്മദ് മൗലവി,കെ. കെ മുഹമ്മദ് അബ്ദുൽ കരീം.

96. കേരളീയ ചരിത്ര മാനങ്ങൾ - ഡോ: എം. ആർ. രാഘവ വാര്യർ

97. കേരളത്തിന്റെ സാംസ്കാരിക ചരിത്രം -
ഡോ: പി. കെ. ഗോപാലകൃഷ്ണൻ

98. പ്രാചീന ലിഖിതങ്ങൾ - വി. ആർ. പരമേശ്വരൻ പിള്ള

99. ഭാരത പഴമ - ഡോ: എ. അയ്യപ്പൻ

100. ഇ. എം. എസ്. സമ്പൂർണ കൃതികൾ - ഇ. എം. എസ്.

101. വടക്കേ മലബാറിലെ കാർഷിക സമരങ്ങൾ -
ഡോ: കെ. എച്ച്. സുബ്രഹ്മണ്യൻ.

102. കേരളീയനും കർഷക പ്രസ്ഥാനവും -
ഡോ: വി. വി. കുഞ്ഞിക്കൃഷ്ണൻ.

103. കമ്മ്യൂണിസ്റ്റ് പാർടി കേരളത്തിൽ - ഇ . എം. എസ്.

104. ഇന്ത്യൻ കർഷക പ്രസ്ഥാനത്തിന്റെ ചരിത്രം -എ. കെ. ഗോപാലൻ.

105. മണ്ണിനു വേണ്ടി -എ. കെ. ഗോപാലൻ

106. കേരളത്തിന്റേയും കേരള മുസ്ലീങ്ങളുടേയും ചരിത്രം -
ഡോ : സി. കെ. കരീം.

107. കേരള മുസ്ലീം ചരിത്രം -പി. എ. സെയ്തുമുഹമ്മദ്.

108. മോറാഴ - ഡോ. പി. മോഹൻദാസ്

109. കേരളം അഞ്ചും ആറും നൂറ്റാണ്ടുകളിൽ - ഇളംകുളം കുഞ്ഞൻ പിള്ള

110. എൻ. വി. യുടെ ഗവേഷണ പ്രബന്ധങ്ങൾ
- എൻ. വി. കൃഷ്ണവാര്യർ

111. കേരളത്തിന്റെ ഇന്നലകൾ - ഡോ:കെ. എൻ. ഗണേഷ്.

112. അറിയപ്പെടാത്ത ഇ. എം. എസ് - അപ്പുക്കുട്ടൻ വള്ളിക്കുന്ന്.

113. വ്യവഹാരങ്ങൾ - ഡോ: ടി. പവിത്രൻ

114. അത്യുത്തര കേരളീയം - ഡോ: എൻ. വി. പി. ഉണിത്തിരി.

115. രേഖ ഇല്ലാത്ത ചരിത്രം - ആണ്ടലാട്ട്

116. മാപ്പിളപഠനങ്ങൾ - എം. ഗംഗാധരൻ

117. ഇസ്ലാമിക് വിജ്ഞാനകോശം -
ചീഫ് എഡിറ്റർ : ടി. കെ. അബ്ദുള്ള.

118. കണ്ണൂർ കോട്ട -കെ. ബാലകൃഷ്ണൻ

119. ഇബ്നു ബത്തൂത്ത കണ്ട കേരളം -വേലായുധൻ പണിക്കശ്ശേരി

120. കേരള ചരിത്രം - ടി. കെ. ഗംഗാധരൻ

121. തെയ്യ പ്രപഞ്ചം - ഡോ: ആർ. സി. കരിപ്പത്ത്

122. അനുഷ്ഠാനം കാലം സമൂഹം - തെയ്യത്തെ ആധാരമാക്കി ചില അന്വേഷണങ്ങൾ - ദിനേശൻ വടക്കിനിയിൽ.

123. ഭാഷയും സാഹിത്യവും നൂറ്റാണ്ടുകളിൽ - പ്രൊഫ:ഇളംകുളം കുഞ്ഞൻപിള്ള

124. Interim report of the Pattanam excavations and explorations,2013, Kerala council for Historical research.

125. A History of Kerala -K. M. Panikar

126. History of Mushakavamsam - N. P. Unni

127. ബൈബിൾ

128. ഖുറാൻ

129. ദിഹിസ്റ്ററി ഓഫ് ദി ഗ്രാമാറ്റിക്കൽ തിയറീസ് ഓഫ് മലയാളം - കെ. എൻ. എഴുത്തച്ഛൻ

130. പ്രാചീന കേരളത്തിന്റെ ചരിത്രം -കെ. ശിവശങ്കരൻ നായർ

131. സംഘകാലകേരളം - വി. വി. കെ. വാലത്ത്

132. കേരള ചരിത്രത്തിലെ അവഗണിക്കപ്പെട്ട ഏടുകൾ -
ടി. എച്ച്. പി. ചെന്താരശ്ശേരി,

133. Points of contact between Prakrit and Malayalam- M. P. Sankunni Nair

134. A history of Travancore from the earliest times - P. Shankunni Menon

135. മലബാറിലെ പോർട്ടുഗീസുകാരും ഡച്ചുകാരും - സർദാർ കെ. എം. പണിക്കർ

136. The Mysore Tribes and Castes - L. K. Ananthakrishna Iyer

137. കേരള സംസ്കാരത്തിലെ നമ്പൂതിരി സാന്നിധ്യം - ഡോ. കോറമംഗലം നാരായണൻ നമ്പൂതിരി

138. വാണിജ്യത്തിലൂടെ പാരതന്ത്ര്യം - കെ. ശിവശങ്കരൻ നായർ

139. സാമൂതിരിമാർ - പി. സി. എം. രാജ

140. വയനാട്ടും നായർ കുടുംബങ്ങളും - പ്രൊഫ. കെ. ടി. നാരായണൻ നായർ

141. ജാതിഭേദം മതദ്വേഷം - വിജയൻ വള്ളിക്കാവ്

142. കേരളം അറുന്നൂറ് കൊല്ലം മുമ്പ് - (ഇബ്നു ബത്തൂത്തയുടെ രിഹ് ലത്ത്) - വിവ:വേലായുധൻ പണിക്കശേരി

143 . സമഗ്ര ഭൂപരിഷ്കരണ നിയമം - പ്രസക്തിയും പ്രാധാന്യവും - സാബു മുളക്കുടി

144. സുവിശേഷം ഉത്തര കേരളത്തിൽ - ഡോ. . കെ. കെ. എൻ. കുറുപ്പ്

145. മാമാങ്കവും ചാവേറും - ഡോ. വി. വി. ഹരിദാസ്

146. മലബാറിലെ ദലിത് പ്രസ്ഥാനങ്ങൾ - ഡോ: മാത്യു ഏർത്തയിൽ

147. ഗൗഡസാരസ്വത ബ്രാഹ്മണർ പൂർവ്വ - വർത്തമാന ചരിത്രം - ഡോ. വിനി. എ.

148. ദലിത് ജനതയുടെ സ്വാതന്ത്ര്യ സമരം 1810 മുതൽ2010 വരെ - കെ. കെ. എസ്. ദാസ്

149. കേരള ചരിത്രത്തിലെ 10 കള്ളക്കഥകൾ - ഡോ:എം. ജി. എസ്. നാരായണൻ

150. പഴശി സമര രേഖകൾ - ഡോ. കെ. കെ. എൻ. കുറുപ്പ്

151. Kerala Muslims: a historical perspective -Asghar Ali Engineer.

152. Pattanam Archaeological Research: Pattanam Excavations. Fifth season field report - Cherian, P. J. (2011).

153. KCHR Pattanam Seventh Season Handbook- keralahistory. ac. in. (23 April 2018)

154. Interim report of the eighth season Kerala council for historical research, 2014.

155. 500 വർഷത്തെ കേരളം, ചില അറിവടയാളങ്ങൾ - എഡിറ്റേഴ്സ് : ഡോ: വി. ജെ. വർഗീസ്, ഡോ:എൻ. വിജയമോഹനൻ പിള്ള , ഡോ. സ്കറിയാ സക്കറിയ

156. കേരളം ചരിത്രവും സംസ്കാരവും -ടി. കെ. ഗംഗാധരൻ

157. ഇന്ത്യാ ചരിത്രത്തിലെ മുസ്ലീം സാന്നിധ്യം - ഡോ: ഹുസൈൻ രണ്ടത്താണി.

158. തരിസാപ്പള്ളിപ്പട്ടയം - എം. ആർ. രാഘവ വാര്യർ, കേശവൻ വെളുത്താട്ട്

159. കണ്ണൂരിലെ ആലിവംശം - ഡോ:കെ. കെ. എൻ. കുറുപ്പ്

160. ബുദ്ധമതവും ജാതിവ്യവസ്ഥയും - ഡോ: കെ. സുഗതൻ

161. Origin and early history of the Muslims of Kerala- JBP More

162. Malabar District Gazetteers- C. A. Innes

163. നമ്മൾ നടന്ന വഴികൾ കേരള ചരിത്രവും സംസ്കാരവും - എസ്. കെ. വസന്തൻ

164. പ്രാചീന മലബാർ - ഖാദിരി ശംസുല്ലാ

165. തെയ്യ പ്രപഞ്ചം - ആർ. സി. കരിപ്പത്ത്

166. ചരിത്ര ഏടുകളിലെ ചിതൽപ്പാടുകൾ - പി. സുദർശനൻ, ഡോ:എൻ. ശാരികാ ദേവി

167. കയ്യൂർ സമര ചരിത്രം - വി. വി. കുഞ്ഞമ്പു.

168. ശബ്ദതാരാവലി - ശ്രീകണ്ഠേശ്വരം ജി പത്മനാഭപ്പിള്ള

169. കേരളം ലോക ചരിത്രത്തിലൂടെ - മലയിൻകീഴ് ഗോപാലകൃഷ്ണൻ

170. The culture and civilization of ancient India-D. D. Kosambi

171. ന്യൂഹാഫ് കണ്ട കേരളം - കെ ശിവശങ്കരൻ നായർ.

172. ഏഴിമലയും പയ്യന്നൂർ പാട്ടും - ടി. ടി. കെ. പൊതുവാൾ

173. ഐതിഹ്യമാല - കൊട്ടാരത്തിൽ ശങ്കുണ്ണി

174. വടക്കൻ ഐതിഹ്യമാല - വാണീദാസ് എളയാവൂർ.

175. തെയ്യത്തിന്റെ ആദിരൂപം - സി. എം. എസ്. ചന്തേര

176. കേരള ചരിത്രം - കെ. മഹാദേവ ശാസ്ത്രികൾ

177. കേരള നവോത്ഥാനം : യുഗ സന്തതികൾ, യുഗശില്പികൾ : പി. ഗോവിന്ദപ്പിള്ള

178. കേരളത്തിലെ കർഷക സമരങ്ങൾ - എ. കെ. പൊതുവാൾ

179. കോലത്തുനാട് - നാൾവഴി ചരിതം - കെ. വി. ബാബു

180. കരിവെള്ളൂർ ചരിത്രം സമരം ജീവിതം - കരിവെള്ളൂർ മുരളി

181. കേരളീയരുടെ ദേവതാ സങ്കല്പം - എം. ജി. ശശിഭൂഷൺ

182. പഴശ്ശി സ്മരണകൾ - കെ. കെ. എൻ. കുറുപ്പ്.

183. ഫോക്‌ലോർ പഠനങ്ങൾ - പി. കെ. ശിവശങ്കരപ്പിള്ള

184. കേരള സംസ്കാരം - കെ. ദയാനന്ദൻ

185. കേരള ഭാഷയുടെ വികസന പരിണാമങ്ങൾ - ഇളംകുളം കുഞ്ഞൻപിള്ള

186. ആദിവാസികളുടെ ലോകം - വനവാസികൾ - സി. കെ. കരുണാകരൻ

187. കളരിയിലെ കല - എസ്. ആർ. ഡി. പ്രസാദ്

188. കേരള നവോത്ഥാനം : ഒരു മാർക്സിസ്റ്റ് വീക്ഷണം : പി. ഗോവിന്ദ പ്പിള്ള

189. പോർട്ടുഗീസ് - ഡച്ച് ആധിപത്യം കേരളത്തിൽ - വേലായുധൻ പണിക്കശ്ശേരി

190. മലബാറിലെ കാർഷിക ബന്ധങ്ങളിൽ ഒരു പഠനം - കെ. കെ. എൻ. കുറുപ്പ്

191. ജൈനമതം കേരളത്തിൽ - പി. കെ. ഗോപാലകൃഷ്ണൻ

192. The prehistoric cultures and environment,A case study of Kerala - P. Rajendran

193. കേരളത്തിലെ ബുദ്ധമത പാരമ്പര്യം നാട്ടറിവുകളിലൂടെ - ഡോ: അജ്ഞു നാരായണൻ.

194. മലയാളക്കരയുടെ മായ്ക്കപ്പെട്ട ചരിത്രം മൂഷിക വംശകാവ്യത്തിൽ -
പി. കെ. ദേവൻ മാസ്റ്റർ

195. കേരളത്തിലെ സ്ഥല ചരിത്രങ്ങൾ,തൃശ്ശൂർ ജില്ല
- വി. വി. കെ. വാലത്ത്

196. കേരളത്തിലെ സ്ഥല ചരിത്രങ്ങൾ, പാലക്കാട് ജില്ല -
വി. വി. കെ. വാലത്ത്

197. പ്രാചീനഗദ്യമാതൃകകൾ ഉദയംപേരൂർ മുതൽ മിലാൻ വരെ
- സമാഹരണം പഠനം: ഡോ. സ്കറിയാ സക്കറിയ

198. കൊച്ചി രാജ്യ ചരിത്രം - കെ. പി. പത്മനാഭമേനോൻ

199. The legacy of Islam (Kerala) -K. K. N. Kurup

200. Kerala History and it's makers- A. Sreedharamenon

201. The legacy of Kerala- A. Sreedharamenon

202. Edakkal cave carvings- Editor O. K. Johnny

203. Cannanore in the maritime history of India-Editor M. O. Koshy

204. Calicut in history Editor-Dr Kunhali V

205. പഴശ്ശിത്തമ്പുരാൻ -തെക്കുംഭാഗം മോഹൻ

206. Selected reports on Malabar Canara and Wynad- Editor J. Rejikumar, Kerala State Archives

207. അനന്തപുരി നൂറ്റാണ്ടുകളിലൂടെ - കെ. ശിവശങ്കരൻ നായർ

208. കേരളം ഇരുപതാം നൂറ്റാണ്ടിന്റെ ആരംഭത്തിൽ
- പി. ഭാസ്കരനുണ്ണി

209. കേരള ചരിത്രം - വേലായുധൻ പണിക്കശ്ശേരി

210. ഇസ്ലാമിന്റെ ചരിത്രപരമായ പങ്ക് - എം. എൻ. റോയി
(വിവ: കെ. സി. വർഗീസ്)

211. കോഴിക്കോടിന്റെ ചരിത്രം (മിത്തുകളും യാഥാർഥ്യങ്ങളും) - കെ. ബാലകൃഷ്ണക്കുറുപ്പ്

212. ഹോർത്തൂസും ഇട്ടി അച്യുതനും : സത്യവും മിഥ്യയും - എ. എൻ. ചിദംബരൻ

213. ശബരിമല അയ്യപ്പൻ മല അരയ ദൈവം - പി. കെ. സജീവ്

214. മലബാറിലെ ദലിത് പ്രസ്ഥാനങ്ങൾ - ഡോ: മാത്യു ഏർത്തയിൽ

215. കേരള സംസ്കൃതിയുടെ സമയരേഖകൾ നാണയങ്ങളിലൂടെ - പി. ഗോപകുമാർ

216. പള്ളിക്കുന്നും ചെറുശ്ശേരിയും - പ്രൊഫ: പി. വിശ്വനാഥൻ

217. വയനാട് രേഖകൾ -ഒ. കെ. ജോണി

218. ചരിത്ര വിചാരം - വേലായുധൻ പണിക്കശ്ശേരി

www.ingramcontent.com/pod-product-compliance
Ingram Content Group UK Ltd.
Pitfield, Milton Keynes, MK11 3LW, UK
UKHW042137021026
15589UKWH00003B/890

9 789355 172228